அந்திமம்

அந்திமம்

ப.சகதேவன்

The views and opinions expressed in this book are the author's own. The facts contained here in were reported to be true as on the date of publication by the author to the publishers of the book, and the publishers are not in any way liable for their accuracy or veracity.

அந்திமம் * நாவல் * ©ப.சகதேவன் * முதல் பதிப்பு: நவம்பர் 2021

Anthimam * Novel * ©Pa.Sahadevan * First Edition : November 2021

Pages : 464
Price : 560

Cover design: Gobu Rasuvel
Inside design: Santhosh Kolanji

Published by :

Yaavarum Publishers
24, Shop no - B, S.G.P Naidu Complex,
Dhandeeswaram Bus Stop
Opp: Bharathiar Park
Velachery Main Road
Velachery, Chennai - 600 042
Url : www.yaavarum.com; www.be4books.com

This is a work of fiction. Unless otherwise indicated, all the names, characters, businesses, places, events and incidents in this book are either the product of the author's imagination or used in a fictitious manner. Any resemblance to actual persons, living or dead, or actual events is purely coincidental.

All rights, including professional, amateur, motion pictures, recitation, public reading, broadcasting and the rights of translation into foreign languages are strictly reserved. No part of this book may be reproduced in whole or in part or utilized in any form or by any means electronic or mechanical, including photocopying, recording or by any information storage and retrieval system now known or hereafter invented, without the prior written permission of the author/publisher.

ஆசிரியர் குறிப்பு

பழனி.கிருஷ்ணசாமி என்னும் இயற்பெயர் கொண்ட ப.சகதேவன் கொங்கு நாட்டின் பொள்ளாச்சிப் பகுதியைச் சேர்ந்தவர், நீண்ட காலமாக பெங்களூரில் வசித்து வருகிறார். கவிதை, சிறுகதை, விமர்சனம் என்று எழுதிப் பார்த்திருக்கும் இவருக்கு இது முதல் நாவல். சத்தியத்தைத் தேடுவதே வாழ்க்கை என்ற கோட்பாட்டில் நம்பிக்கை வைத்திருக்கும் சகதேவன் சிறு பருவத்திலிருந்தே தன்னம்பிக்கை என்பதே இல்லாமல் வாழ்ந்துவிட்டவர். சகதேவன் மொழிபெயர்ப்புகளும் செய்வார். இவர் கன்னடத்திலிருந்து தமிழுக்கு மொழிபெயர்த்த 'சிதம்பர ரகசியம்' என்ற நாவலுக்கு நடுவண் இலக்கியக் கழகம் (செண்ட்ரல் சாகித்திய அகாதமி) பரிசு கொடுத்திருக்கிறது

அய்யன் பழனிக்கவுண்டருக்கும்
அம்மா வள்ளியம்மாளுக்கும்

ஞாயிற்றுக்கிழமை காலை நேரங்களில் மட்டும் தேவி கண்ணாஸ்பத்திரி முக்குக்கு இப்படி ஒரு அசாதாரண அழகு வருவதை குமரவேல் ஏற்கனவே கவனித்திருக்கிறார். ஆனாலும் இப்போது அந்த அழகு கூடியிருப்பதாகத் தோன்றியது. பணி ஓய்வு பெற்ற பிறகு இப்படி எல்லாவற்றையும் புதிதாகப் பார்ப்பது வழக்கமாகப் போய்விட்டது. பள்ளி வாகனங்களும் கால் செண்டர் வாகனங்களும், அலுவலக வாகனங்களும் இல்லாமல் வெறும் கார்கள், இருசக்கர வாகனங்கள், காய்கறி வண்டிகள் மட்டும் தான் போய்க்கொண்டிருந்தன... இப்போது தனக்குக் கிடைக்கிற இந்த ஆனந்த அனுபவத்தை இதோ இங்கே போய்க்கொண்டிருக்கிற எல்லோரும் அனுபவிக்க வேண்டுமேன்றால் அவர்களுக்கு இன்னும் எத்தனை ஆண்டுகள் பிடிக்கும்? மடையா.. நீ வேலை செய்தாய்... சொத்து சேர்த்தாய்... இப்போதும் வருமானம் வருகிறது... ஓய்வு பெற்றாய்? இவர்களுக்கு ஏது ஓய்வு? வேலைக்குப் போனால் தான் சோறு..

வேலைக்குப் போய்க்கொண்டிருந்த போது இந்த முக்குக்கு வந்த உடனே குமரவேலுவுக்கு நகரப்பதட்டம் தொற்றிக்கொண்டு விடும். எப்போது இங்கிருந்து விடுபடுவோம் என இருக்கும். ஆஃபீசில் அன்றைக்கு நிறைவேற்ற வேண்டிய கடமைகள் மட்டுமே மனதில் நிறைந்திருப்பதால் தனது வாகனத்திற்குக் குறுக்காக வருபவர்கள் எல்லார் மீதும் எரிச்சல் வரும். இப்போது அப்படிப்பட்ட மனநிலை இல்லை. அதனால் மனிதர்களைப் பார்க்க முடிகிறது..அவர்கள் மனதில் நிறைந்திருக்கும் அன்றைய பிரச்சினைகளைப் பற்றிப் புரிந்து கொள்ள முடிகிறது. இதற்கு இத்தனை வருடங்கள் ஆகிப்போச்சு..

வழக்கமாக கண்ணாஸ்பத்திருக்கு வருபவர்களுடைய இருசக்கர, நான்கு சக்கர வாகனங்கள், ஆஸ்பத்திரியின் முகப்பில் இருக்கிற கண்ணாடிக்கடைக்கு வருபவர்கள், ஆஸ்பத்திரியின் இடதுபுறத்தில் இருக்கிற டெண்டல் கிளினிக்குக்கு வருகிறவர்களுடைய வாகனங்கள் என்று நெருக்கடி அதிகம் இருக்கும். அங்கு சவாரிக்காகக் காத்திருக்கிற

ஆட்டோக்கள், ஆட்டோவிலிருந்தும், காரிலிருந்தும் மெதுவாக இறக்கிவிடப்படும் கண்ணுக்குக் கட்டுப்போடப்பட்டிருக்கிற நோயாளிகள் இவர்களால் ரோடு மறைக்கப்படும்போது பின்னாலிருந்து விதவிதமான வரும் ஆரன் சத்தம்... செவ்வாய் கிரகத்திற்கு போகிறவர்களை மட்டுமே ஏற்றிக்கொண்டு போவது என்று தீர்மானம் செய்திருப்பவர்களைப் போல ஆட்டோக்காரர்கள் பக்கத்திலிருக்கிற மடிவாளா, வில்சன் கார்டன், லக்கசேந்த்ரா என்று கேட்கிறவர்களை அவர்கள் முகத்தைக் கூடப் பார்க்காமல் 'மிச்..' என்று சொல்லி முகத்தை வேறு பக்கம் திருப்பிக்கொள்வார்கள். அவர்கள் வார்த்தைக்கு வார்த்தை உச்சரிக்கக் கூடிய 'முண்டே மக்களு... சூளே மக்களு.. லவ்டா கே பால்..' முதலிய வசைகளை ஞாயிற்றுக்கிழமைகளில் வீட்டிலிருப்பவர்கள்.. குறிப்பாக பெண்கள் கேட்க வேண்டி வருமே என்று நினைத்த போது அந்த பரிதாப உணர்வு மறைந்து போனது.. ஆட்டோக்காரர்கள் மட்டுமா? ரோடு பிசியாகும் போது எல்லோருக்கும் தான் கோபம் வருகிறது.ஆனால் எடுத்த உடனே இத்தகைய வசைகளை யாரும் பயன்படுத்துவதில்லை. அது இங்குள்ள ஆட்டோக்காரர்களுக்கு மட்டுமே 'காபி ரைட்' செய்யப்பட்ட விஷயம்.

தேவி கண்ணாஸ்பத்திரிக்கு நல்ல பெயர் உண்டு. டாக்டர் நாயக் ஏற்கனவே வசதியான குடும்பபின்னணியிலிருந்து வருபவர் தான். இந்த சின்ன வயசிலேயே யு.கே. எல்லாம் போய்ப் படித்துவிட்டு கேடராக்ட், குளூகோமியா, லேசிக் என்று எல்லா வியாதிகளுக்கும் தானோ தன்னைப் போன்றே உற்சாகமான டாக்டர்களோ சிகிச்சை அளிக்கும்படி ஏற்பாடு செய்திருந்தார். விலையைப்பற்றிக் கவலைப்படாமல் எல்லா நவீன உபகரணஙகளையும் வாங்கிப்போட்டிருந்தார். படியேறி முதல் தளத்திற்கு வந்தவுடன் ஒரே மாதிரி சேலை கட்டியிருந்த இரண்டு சின்னப்பெண்களையும் வரவேற்புப்பகுதியில் போட்டிருந்தார். சேவை நன்றாக இருக்கிறது என்று பெயர் வந்து விட்டதால் (உபயம்: இணையம். ரேட்டிங் நாலுக்கு மேல்) கிழக்கே பெல்லந்தூர், தென் கிழக்கே எலக்ட்ரானிக் சிட்டி, தெற்கே மடிவாளா என்று பல இடங்களிலிருந்தும் கிராக்கிகள் வருவார்கள். அதிகக் கட்டணத்தைப் பற்றிக் கவலைப்படுவதில்லை. இப்போது கையில் வைத்திருக்கும் தடியை நிலத்தில் ஊன்றி அதன் மீது தாடையை வைத்த படி உட்கார்ந்திருக்கும் செக்யூரிடி தேவசூரப்பாவிலிருந்து எல்லோருமே உங்கள் கண் பிரச்சினையைத் தீர்ப்பது தான் தங்களது தலையாய கடமை என்ற ஒரு தோற்றத்தைத் தருவார்கள்

கண்ணாஸ்பத்திரிக்கு எதிரில் ஒரு சிறிய மல்டி ஸ்பெஷாலிடி ஆஸ்பத்திரியும், இடது பக்கத்தில் ஒரு டெண்டல் கிளினிக்கும் உண்டு. எல்லாம் இருந்தும் ஒரு அமைதி.. நல்ல அமைதி.. சாதாரண நாட்களில் தங்களது குழந்தைகளைப் பின்னால் உட்கார வைத்துக்கொண்டு போகும் தகப்பன்மார், தாய்மார், தாத்தாமார், கட்டடங்களுக்கு பெயிண்ட் அடிப்பதற்காக பெயிண்டர்களை பின்னிருக்கையில் உட்கார வைத்து அவர்கள் தலை வழியாக உயரமான ஸ்டூலை நுழைத்து இரண்டு புறமுமிருக்கிற அதன் கால்களைப் பிடித்துக்கொள்ளச்சொல்லிக் கூட்டிக்கொண்டு போகும் காண்ட்ராக்டர்கள், திருவண்ணாமலை, திருக்கோயிலூர் மற்றும் வட தமிழ்நாட்டின் பல பகுதிகளிலிருந்து இங்கு வந்து காய்கறி வியாபாரம் செய்வோரின் தள்ளு வண்டிகள், மாதம் எட்டா—யிரம், ஓம்பதாயிரம் சம்பளம் வாங்கிக்கொண்டு பஸ்சில் போகக் கட்டுப்படியாகாது என்று சொல்லி பணியிடத்திற்கு சைக்கிளில் செல்லும் கடை மற்றும் ஆஃபீஸ் உதவியாளர்கள், அதே சம்பளத்திற்கு அல்லது இன்னும் கொஞ்சம் அதிகமான சம்பளத்திற்கு மார்கட்டிங் எக்ஸ்குயூடிவ், சேல்ஸ் எக்ஸ்குயூடிவ் என்று கௌரவமான பெயர் வைத்துக்கொண்டிருக்கிற இளம் வயது ஆண்கள், பெண்கள் என்று யாரும் கிடையாது. ஜனங்கள் சூழ்ந்திருப்பது ஒரு அழகு என்று கருதும் அதே நேரத்தில் ஜனங்கள் இல்லாமலிருப்பதும் அழகு என்று தெரிந்து கொள்வதற்காக ஒவ்வொரு வாரமும் ஞாயிற்றுக்கிழமை வரை காத்திருக்க வேண்டியதாக இருக்கிறது.

பெங்களூரின் இப்போதைய முக்கிய குடியிருப்புப் பகுதியான கோரமங்கலாவிலிருந்து சிவாஜி நகருக்கும்,, இந்திரா நகருக்கும் நேரடியான சாலைகள் போடப்பட்டதும், அவை முக்கிய போக்குவரத்து வழிகளானதும் கடந்த பத்துப்பதினைந்து வருடங்களாகத்தான். அதற்கு முன்பு ஆடுகோடியைச் சுற்றிக்கொண்டு தான் இந்த இடங்களுக்குச் செல்ல வேண்டும். இப்போது நகரம் கோரமங்கலாவிலிருந்து கிழக்கே இருபது முப்பது கிலோமீட்டருக்கும் மேலாகப் பரந்து விட்டது. இருபது கிலோமீட்டருக்கு அப்பாலிருக்கும் சர்ஜாபுராவிலிருந்து நகரத்திற்கு வரக்கூடிய ரோடுகளில் இது இப்போது முக்கிய ரோடாக மாறியிருக்கிறது. அதிலும் கோரமங்கலா ஃபர்ஸ்ட் பிளாக்கிலிருந்து பிரியும் இந்த எண்பது அடி ரோடு வாகன நெரிசல் கொண்ட மிக மிக பிசியான ரோடாக மாறி பல வருடங்களாகி விட்டன. இருபத்தாறு வருடங்களுக்கு முன்பு இங்கே வீடு கட்டிக்கொண்டு வந்த போது இந்தப் பகுதி கிட்டத்தட்ட ஒரு கிராமமாகவே இருந்ததை குமரவேல் உணர்ந்திருந்தார். வீடுகள்

அங்கொன்றும் இங்கொன்றுமாக இருந்தன. இப்போது ஒவ்வொரு வீடும் பல அடுக்குகள் கொண்டதாக இருக்கிறது. குடும்பங்கள் வந்து கொண்டும் போய்க்கொண்டும் இருக்கின்றன. பெரும்பாலும் சிறிய குடும்பங்கள். இளவயது கணவன்-மனைவி, ஒரு சிறு குழந்தை. அபூர்வமாக அவர்களோடு ஒன்றிரண்டு வயதானவர்கள். பெரும்பாலும் அவர்கள் பக்கத்து வீட்டுக்காரர்களோடு எதுவும் வைத்துக்கொள்வதில்லை. சமூக உறவைக்கூட ஆன்லைனிலேயே வைத்துக் கொள்பவர்கள்.

இடதுபுறமாக இருந்த 'சூரியா டெண்டல் கேர்' பெயர்ப்பலகையின் விளக்கு இன்னும் எரிந்து கொண்டிருந்தது. அது எரிய விடுவதும் அணைத்து விடுவதும் இனி வரப்போகிற செக்யூரிடியின் பொறுப்பாக இருக்கலாம். அதன் உரிமையாளர் டாக்டர் சூரியநாராயண ரெட்டி அந்த செக்யூரிடியை இன்னும் வைத்துக்கொண்டிருக்கிறாரா இல்லை கழட்டி விட்டுவிட்டாரா எனத்தெரியவில்லை. பதினைந்து வருடத்துக்கு முன்னாலேயே டாக்டரான தனது மனைவியுடன் இந்த ஏரியாவுக்கு வந்து இந்த கிளினிக்கைத் திறந்த போது எல்லோரும் மகிழ்ச்சியடைந்தார்கள். கிளினிக் ரொம்பவும் சுத்தமாக இருந்தது. நவீன வசதிகள் எல்லாம் இருந்தன. அந்தக் கட்டிடமும் அவரது சொந்தக்கட்டிடம். இடம் கிடைத்ததே ஒரு கதை தான். நகரத்தில் எங்கோ முளைத்த ஒரு பிரச்சினை குடியிருப்புக்களின் பல பிரச்சினைகளை வெளிக்கொண்டு வந்த கதை

மல்லேஸ்வரத்திலோ, ராஜாஜி நகரிலோ இரண்டு வீட்டுக்காரர்களிடையே எல்லைப்பிரச்சினை ஆரம்பமாயிற்று. பக்கத்து வீட்டுக்காரன் பல மாடிக்கட்டிடம் எழுப்பினான். அங்கிருக்கும் வீட்டு மனைகளெல்லாம் விஸ்தாரமானவை. மைசூர் ராஜா காலத்தில் ஒதுக்கப்பட்டவையாக இருக்கலாம். ஒரு வீடு காலியாகிற போது பெரும்பாலும் அங்கே பல மாடிக்கட்டிடம் தான் எழும்பியது. அமைதியாக இருந்த சூழலில் தனது வீட்டருகில் பல மாடிக்கட்டிடம் வரும்போது எரிச்சல் வரத்தான் செய்யும். எனவே அந்த டெவலப்பருடன் சண்டை போட தகுந்த தருணத்தை எதிர்பார்த்துக்கொண்டிருப்பான். அப்படி எதிர்பார்த்து அவன் கண்டு பிடித்தது தனது இடத்தில் அரையடி ஆக்கிரமிக்கப் பட்டிருக்கிறது என்று. உடனே இவன் கேஸ் போட்டான். கோர்ட்டாரும் தங்களது கடமையின் முதல் படியாக அவர்களது சொத்துக்களின் மூலப்பத்திரத்தைத் தாக்கல் செய்ய உத்தரவிட்டது. அந்த டெவலப்பரிடன் 'கொண்டு வா' கட்டடப் பிளானை என்றும் உத்தரவு போட்டது. எங்கேயோ இடி இடித்து

எங்கேயோ மழை பெய்த கதையாக 'இன்ஸ்பெக்ஷன்' நடந்தபோது அவன் ஒன்றரைத்தளங்கள் அதிகமாகக் கட்டியிருப்பது தெரிய வந்தது. கார்ப்பொரேஷன்காரர்களுக்கு மாமூல் கொடுத்து அப்படி 'விதிமீறல்' செய்வதென்பது வழக்கமாக நடக்கக் கூடியது தான். ஆனால் இப்படியெல்லாம் சிக்கல் வந்து விட்டால் ஒன்றும் செய்ய முடியாது. சட்டம் தனது கடமையைச் செய்யும். சட்டம் தனது கடமையைச் செய்யக்கூடிய அபூர்வ தருணங்களில் ஒன்று இது.

முறையான அனுமதி பெறாமல் கட்டிய அந்தத் தளங்களை இடித்துத் தள்ள கோர்ட் உத்தரவு போட்டது. 'அதென்ன அவனது கட்டடத்தை மட்டும் இடிக்கிறாய்.. நகரம் பூராவும் தானே இந்த அநியாயம் நடந்திருக்கிறது என்று தனிமனிதர்களும், குடியிருப்போர் சங்கங்களும் கூப்பாடு போட்டன. இப்படிப்பட்ட விவகாரங்களைக் கவனித்து பத்திரிகைகளில் 'ஆசிரியருக்குக் கடிதங்கள்' எழுதுவதற்கென்றே ஒரு கூட்டம் இருக்கிறது. எதிர்க்கட்சிகளும் வாய்ப்பை நன்றாகப் பயன்படுத்திக்கொண்டன. நகரில் இப்படிப்பட்ட அத்துமீறல்கள் நடந்திருந்தால் அவற்றைக் கணக்கெடுத்து சமர்ப்பிக்குமாறு 'நகர வளர்ச்சிக் குழும'த்திற்கு கட்டளை பிறப்பிக்கப்பட்டது. அனுமதி பெறப்பட்ட கட்டிட வரைவுகளைக் கொண்டு வருமாறு வீட்டு உரிமையாளர்களுக்கு நகர வளர்ச்சிக்குழுமம் கடிதம் அனுப்பியது. நகரம் முழுவதும் காலரா பரவியதைப் போன்ற பீதி கிளம்பியது. சில இடங்களில் கட்டடங்களை இடிக்கவும் செய்திருந்தார்கள். இதே ரீதியில் போனால் பெங்களூர் இப்போதிருக்கிற விஜய நகர சாம்ராஜ்யத்தின் ஹம்பி நகரத்தைப்போல ஆகி விடும் என்று எல்லோரும் பயந்தார்கள். நல்ல வேளையாக குமரவேல் இரண்டு தளங்களுக்கு அனுமதி வாங்கி—யிருந்தாலும் ஒன்றரைத்தளம் மட்டுமே கட்டியிருந்தார். காரணம் வேறொன்றுமில்லை. அப்போது அவ்வளவு தான் பணமிருந்தது. 'டெண்டல் கேர்' இருந்த கட்டிடத்தின் உரிமையாளன் ஒன்றரைத் தளத்திற்கு அனுமதி வாங்கி மூன்று தளம் கட்டியிருந்தான். அதிகமாகக் கட்டப்பட்ட அந்த ஒன்றரைத் தளத்தை இடிப்பதற்கு ஆகும் செலவுக்கு பேசாமல் கட்டடத்தை வந்த விலைக்கு விற்று விட்டுப் போய்விடலாம் என்று முடிவு செய்தான். படித்து முடித்து கல்யாணமாகி இரண்டு குழந்தைகளுடன் ஆந்திரத்தின் வளமான பகுதியான கிழக்கு கோதாவரி மாவட்டத்திலிருந்து வந்த சூரிய நாராயண ரெட்டி கிளினிக் திறப்பதற்கு வசதியான ஒரு இடத்தைத் தேடிக்கொண்டிருந்தான்.

இந்த இடம் மிக சல்லிசாகக் கிடைத்தது. இந்த சிக்கலான நேரத்தில் இப்படியொரு இடத்தை வாங்குகிறானே, ரெட்டிக்கு சட்டங்கள் தெரியவில்லையா என்று எல்லோரும் ஆச்சரியப்பட்டார்கள். ரெட்டிக்கு சட்டம் தெரிந்திருந்தது. வளர்ச்சிக்குழுமத்தின் சட்டங்களில் சில விதிவிலக்குகள் இருந்தன.கட்டடம் விதி மீறிக் கட்டப்பட்டிருந்தாலும் அதில் ஆஸ்பத்திரி போன்ற பொதுஜன சேவை நடக்குமானால் அதற்கு விதிவிலக்கு உண்டு. விலையைப் பேசி முடித்து சட்டம் தனது கடமையைச் செய்ய கோரமங்கலா வருவதற்கு முன்பாகவே கட்டடத்தின் கீழே கிளினிக்கும், மேலே குடியிருப்புமாக ரெட்டி வாழ்க்கையை பெங்களூரில் ஆரம்பித்தான். ஒட்டு மொத்த கோரமங்கலாவுக்கும் ‘ஹைடெக்’ கான ஒரு பல் ஆஸ்பத்திரி உதயமானது.

அவன் மனைவி நந்திதாவும் பல் டாக்டர் தான். சாதாரண உயரத்திற்கும் கொஞ்சம் அதிகமான உயரமும், உருண்டு திரண்ட லட்சணமான முகமும் கொண்ட தாட்டிக்கமான பொம்பளை. இருவரும் ஒன்றாகவே வேலை செய்வார்கள். ‘ட’ வடிவில் வரிசையாக நான்கு சிகிச்சை அறைகள். ஒன்றிலிருந்து இன்னொன்றிற்குப் போய்வர முடியும். பல் சம்பந்தமான எல்லா சிறப்பு சிகிச்சை முறைகளுக்கும் அங்கே வசதி இருந்தது. புதிதாக வந்திருக்கும் ‘அழகியல் பல் சிகிச்சை’ உள்பட. அவ்வப்போது சந்தேகம் கேட்பதற்காக நந்திதா மூன்றாவது அறையிலிருந்து குரல் கொடுப்பாள். ரெட்டி அங்கேயே போய் சந்தேகத்தைத் தீர்த்து விட்டு வருவான். வரும் கேஸ்களின் தேவைக்குத் தகுந்தபடி ‘ஸ்பெஷலிஸ்டுகள்’ அவ்வப்போது வந்து போய்க்கொண்டிருப்பார்கள். நிரந்தரமாகவும் இரண்டு ‘டெண்டிஸ்டுகள்’ இருந்தார்கள். ரெட்டிக்கு இடம் ரொம்பவும் பிடித்துப்போய்விட்டது. கொஞ்சகாலத்திற்குப் பிறகு ஆஸ்பத்திரியை இன்னும் விரிவாக்கவும் திட்டம் போட்டிருந்தான்.

அந்த வருடம் டெங்குக்காய்ச்சல் நகர் முழுவதும் வலம் வந்து கொண்டிருந்தது. நந்திதாவுக்கு அந்தக் காய்ச்சல் எப்படி வந்ததென்று தெரியவில்லை. ஆரம்பத்தில் அசட்டையாக இருந்து விட்டாள். பல் டாக்டர் என்றாலும் டாக்டர் என்பதால் கொஞ்சம் அசட்டு தைரியமும் இருந்திருக்க வேண்டும். காய்ச்சல் இருந்தபோதும் ஆஸ்பத்திரிக்கு வந்து போய்க்கொண்டிருந்தாள். காய்ச்சல் குறைவதும், அதிகமாவதுமாக இருந்தது. கொஞ்ச நாளைக்குப் பிறகு தான் மணிபால் ஆஸ்பத்திரியில் சேர்த்தார்கள். பிலேடெலெட் எண்ணிக்கை குறைந்து கொண்டே வந்தது. மூன்றாவது நாள் சிவலோகம் போய்விட்டாள். ரெட்டிக்கு எல்லாம் முடிந்து விட்டது.

கிழக்கு கோதாவரிப்பகுதியிலிருந்து பிரகாசமாக ஆரம்பித்த அந்த சூரிய வாழ்க்கை கோரமங்கலாவில் அஸ்தமித்து விட்டது. சூரிய நாராயணாவுடன் வைத்தியத்தேவையை மீறிய உறவு இருந்ததால் குமரவேலுவும் சவ அடக்கத்தில் பங்கு கொண்டிருந்தார். சில நாட்களுக்குப் பிறகு 'டெண்டல் கேர்' மறுபடியும் திறக்கப்பட்டு வழக்கம் போலவே செயல்பட்டது. 'சூரியா.. இக்கடச் சூடு..' என்ற நந்திதாவின் குரல் மட்டும் கேட்கவில்லை. வழக்கமான குரல்கள் கேட்கிறதா என்று அங்கு சிகிச்சைக்கு வருபவர்களோ அல்லது அங்கே வேலை செய்பவர்களோ கவலைப் பட்டதாகத் தெரியவில்லை. அன்றாடம் கால் நடையாகவும் வாகனங்களிலும் அந்த இடத்தைக் கடந்து போகும் நூற்றுக்கணக்கான ஏன் ஆயிரக்கணக்கான பெங்களூர் வாசிகளுக்கு நந்திதாவின் கதையும். சூரியாவின் வேதனையும் தெரியாது. நின்று அக்கதையைத் தெரிந்து கொண்டு போக அவர்களுக்கு நேரமும் இல்லை. குமரவேல் போன்ற அந்த ஏரியாவாசிகளுக்கு வாழ்க்கையின் நிலையாமையை உணர்ந்து கொள்ள அது ஒரு சந்தர்ப்பம். அவ்வளவு தான்.

நந்திதாவைப் போலவே குமரவேலுவும் அசட்டையாகத்தான் இருந்து விட்டார். சர்க்கரை வந்ததே தெரியாமலே பல வருடங்களைக் கடத்தி விட்டார். உண்மையைச் சொல்ல வேண்டுமென்றால் கல்யாணத்திற்குப்பிறகு தான் குமர வேல் மூன்று வேளை நன்றாகச் சாப்பிடத் தொடங்கினார். மனைவி சுலோச்சனா அடிப்படையில் ஒரு ராட்சசி தான் என்று பல அளவுகோல்களை வைத்து முடிவு செய்திருந்தாலும் சாப்பாட்டு விஷயத்தில் குடும்பத்திற்காக அவள் எடுத்துக் கொண்ட அக்கறை அது பற்றிய ஒரு இறுதி முடிவை எடுப்பதைத் தடுத்தது. சமையல்காரியை வைத்துக்கொள்வதற்கு வசதி இருந்தாலும் அது வேண்டாம் என்று தடுத்தது, ஞா— யிற்றுக்கிழமை ஆட்டி வைக்கும் இட்லி மாவு வாரத்தில் இட்லி, தோசை, வெங்காய தோசை, ரவா தோசை என பல அவதாரங்கள் எடுத்து வாரக்கடைசியில் ஓய்வு பெறும். இதற்கு நல்ல பக்க பலமும் உண்டு. குறிப்பாக முந்திய நாளத்திய கறிக்குழம்பு. புளிசாதம், எலுமிச்சை சாதம் என்று ஏதாவது ஒரு சாதத்தோடு ஒரு பொறியலையும் சேர்த்து மத்தியான சாப்பாட்டுக்குக் கட்டிக்கொடுத்தாலும் அவற்றை நாக ரத்னம்மாவுக்குக் கொடுத்து விட்டு பெரும்பாலான நாட்களில் ஆபீசைச் சுற்றி இருக்கக்கூடிய ஓட்டல்களுக்கு மேத்யூவும், அவரும் சென்று விடுவார்கள். சிரியன் பீஃப், மலபார் மீன் குழம்பு, சின்னச்சின்ன தேங்காய் துண்டுகள் வெட்டிப்போட்ட மங்களூர் மட்டன் வறுவல், ஆந்திரப்பாணி குண்டூர்

சிக்கன் என்று ஆரம்பித்து கல்யாணத்தின் போது 47 கிலோ என்று இருந்த எடை 80 கிலோவுக்கு வந்து நின்றது. இதில் அவ்வப்போது கொஞ்சம் மதுவும் சேர்ந்து விட்டால் சொல்ல வேண்டாம். நிதானமே இருக்காது. குமரவேலுவிடம் இருக்கும் மிகப்பெரிய கெட்ட பழக்கம் நல்ல சாப்பாடு சாப்பிட்டு விட்டு கொஞ்சம் இனிப்பும் சாப்பிட்டு விட்டு அதற்குப் பிறகு நொறுக்குத்தீனியும் தின்பது தான். தனது அப்பா அம்மா காடு மேடுகளில் திரிந்து வெயிலிலும் மழையிலும் அடிபட்டு தன்னை உண்டாக்கியதால் தனது ஜீன் மிகப்பலமாக இருக்குமென்றும், தன்னை எந்த நோயும் அணுகாது என்றும் உறுதியாக நம்பிக்கொண்டிருந்தது தப்பாகிப் போய்விட்டது. இப்போது ஆசைப்பட்டதையெல்லாம் தின்றாயிற்று. போய்ச்சேர்ந்தாலும் பரவாயில்லை என்று நினைப்பதா அல்லது கொஞ்சம் ஜாக்கிரதையாக இருந்திருந்தால் இன்னும் கொஞ்ச காலம் இருக்கலாமே என்று நினைப்பதா என்று குமரவேல் தடுமாறினார். அப்படி சாப்பிடாமல் இருந்தால் கூட வரக்கூடிய நோய்கள் வராது என்பது என்ன நிச்சயம். குமரவேலுவுக்குத் தெரிந்த பலர் எந்த கெட்ட பழக்கமும் இல்லாமல் அற்பாயுசில் போயிருக்கிறார்கள்? இதே பெங்களூரில் வேலைக்குப் போனால் தான் ஜீவனம் என்று எத்தனை குடும்பஸ்தர்கள் இருக்கிறார்கள்?. உடம்பை இந்த நிலைக்குக் கொண்டு வந்தது குறித்த குற்ற உணர்வையெல்லாம் தாண்டி 'தீர்ப்பு நாள்' வரும்போது தன் தரப்பு நியாயங்களை எவ்வாறு எடுத்து வைப்பது என்பதிலேயே சில நாட்களாக அவரது சிந்தனை சென்று கொண்டிருக்கிறது.

தன் தரப்பு நியாயங்கள் எல்லாமே சாப்பாட்டைச் சுற்றியே இருந்தன. விரும்பியதை விரும்பியபோது சாப்பிடுவது என்னும் நியாயம்.. தனது வயது, தான் விரும்பி சாப்பிடும் உணவுப்பண்டங்களின் பண்புகள் முக்கியமாக அதில் அடங்கியிருக்கும் கொழுப்புச்சத்து அல்லது கார்போஹைட்ரேட் அம்சங்கள், ஒரு குறிப்பிட்ட வயதுக்கு மேல் அவை உடல் உறுப்புக்களுக்கு ஏற்படுத்தும் பாதிப்புகள் என்பவற்றைப் பற்றிக் கவலைப்படாமல் தன்னிடத்தில் காசு இருக்கிறது என்பதற்காக 'விரும்பிய நேரத்தில் விரும்பிய உணவை' சாப்பிடும்போது என்ன ஆகும்? சரியான உடல் உழைப்பு அல்லது உடல் பயிற்சி இருந்தால் சாப்பிட்டது ஜீரணமாகும். இல்லையென்றால் கெட்ட அம்சங்கள் எல்லாமே எல்லாமே அங்கங்கே தங்கிக்கொள்ளும். சர்க்கரை அளவு மேலே போகும்.. இதயத்தில் அடைப்பு ஏற்படும். இப்போது இதையெல்லாம் தெரிந்து கொள்வதற்கு ரொம்ப மெனக்கெட

வேண்டியதில்லை. ஹெச் பி ஏஓன் சி அளவு, கிரியேடினின் அளவு என்று எல்லாமும் அறிந்து கொள்ள முடிகிறது. அளவுகள் எல்லாமே எகிறிக்கொண்டு தான் இருக்கின்றன. தனது பெண் வனிதா டாக்டராக இருந்தாலும் அவளது கண்டிப்புகள், மனைவி சுலோச்சனாவின் திட்டுக்கள் எல்லாவற்றையும் நாக்கு வென்று விட்டது. ஆம்பளை வீட்டில் மட்டுமா சாப்பிடுகிறான்? வெளியே அதுவும் கோரமங்கலாவில் கிடைக்காத பண்டங்களா? ஃபைவ் ஸ்டார் என்று கே.எஃப்.சி. மாதிரி பொரிச்ச கோழித்துண்டுகளை விற்கிறான். விலை கே.எஃப்.சி. அளவுக்கு இல்லை. ஒரு துண்டு மட்டும் கூட வாங்கலாம். சாயங்காலம் வடை, பஜ்ஜி சுட்டு விற்கிறார்களில்லையா அதைப் போலத்தான்..ஒரு துண்டிலேயே திருப்தி ஏற்பட்டு விடும். அதில் என்னவெல்லாம் கலந்திருக்கிறார்கள் என்று ஆராய்ச்சி செய்வதற்கு நாக்கு விடுவதில்லை. ஆனால் உடலின் பிற உறுப்புகள் தங்கள் கடமையைச் செய்து விடுகின்றன. ஹெச் பி ஏஓன் சி எட்டுக்கு மேலும், கிரியேடினின் அளவு ஏழுக்கு மேலும் தொங்கிக்கொண்டிருக்கின்றன.. இன்சுலின் பத்து அல்லது பதினைந்து யூனிட் என்பது மாதிரியாக உள்ளே போய்க்கொண்டிருக்கிறது..

அன்றைக்கு மணிபால் ஆஸ்பத்திரியில் பார்த்த டாக்டர் அம்மா ரொம்ப மென்மையாகத்தான் சொன்னார். குமரவேல் ஃபைலில் முதல் பக்கத்தில் ‘சி.கே.பி’ (நாள் பட்ட சிறுநீரக நோயாளி) என்று எழுதி வட்டம் போட்டிருந்தார்.

‘இங்க பாருங்க மிஸ்டர் வேல்.. இப்பத்த நிலைமைக்கு உங்க கிட்னி ஒரு முப்பது பெர்சண்ட் தான் வேலை செய்யுது... தீவிரமான உணவுக்கட்டுப்பாடு, உடல் பயிற்சி மூலமாத்தான் இது இன்னும் சீரியஸ் ஆகாமப் பாத்துக்க முடியும்.... என்ன பண்றதுன்னு நீங்களே முடிவு பண்ணிக்குங்க..’

‘அப்பிடீன்னா மகனே... ரொம்ப சீக்கிரத்துலேயே ரெண்டு கிட்னியும் அவுட்டாயிடும்.. அப்புறம் டயலசிஸ் பண்ண வேணும்... உங்கிட்ட துட்டு இருந்து உனக்குச் சேர்ற மாதிரி கிட்னியும் கெடச்சுதுன்னா அதைப் பொருத்திக்கறதுன்னு போகும்... சக்கரை மேலும் ஜாஸ்தியாச்சுன்னா அது இருதயத்துக்குப் போகும்.. மாரடைப்பு ஏற்படும்..’

என்கிற அவர் சொல்லாமல் விட்ட செய்திகளும் குமரவேலுவுக்குப் பல வழிகளில் வந்து சேர்ந்திருந்தன. ஆனாலும் அவை எதுவும் அவருக்குள் பாதிப்பை ஏற்படுத்தவில்லை. தனது வழியிலேயே போய்க்கொண்டிருந்தார். வனிதா தனது மருத்துவப்படிப்பில்

ஒவ்வொரு கட்டமாக மேலே ஏறிக்கொண்டிருந்தபோது அப்பாவைக் கவனிப்பதற்குக் கூட நேரமில்லாமல் போனது.. ஒரு கட்டத்தில் கவனிக்க வந்தபோது நிலைமை கை மீறிப்போயிருந்தது. மனைவி சுலோச்சனா ஓரளவுக்குத் தான் சொல்லுவாள். அப்புறம் கை கழுவி விடுவாள். ராகுலுக்கு இதெல்லாம் முழுமையாகப் புரியாது. புரிந்தாலும் அவனால் ஒன்றும் செய்ய முடியாது. அவனுக்கிருக்கும் 'டிஸ்லெக்சியா' குறைபாட்டை அறிந்து கொள்வதிலும், அதனால் பள்ளியிலும், குடும்பத்திலும் ஏற்படும் பிர்ச்சினைகளைத் தீர்த்து வைப்பதிலுமாக அவரது வாழ்நாளில் பெரும்பகுதி போய்விட்டது. ஏதோ படித்து, ஏதோ வேலை செய்து இப்போது அவனை ஓரளவுக்குத் தேத்தி விட்டதாக நினைத்துக் கொண்டிருந்தாலும் அது அப்படியில்லை. தனியாக அவனால் வாழ்க்கையைச் சந்திக்க முடியாது. துணை வேண்டும். வருகிற துணை அதைப் புரிந்து கொள்ள வேண்டும். அதாவது சகித்துக் கொள்ள வேண்டும். அதுவும் நடக்கவில்லை. தனது காலத்திற்குப் பிறகு தனது புத்திரனின் வாழ்க்கை எப்படிப்போகும் என்று நினைத்தபோதெல்லாம் குமரவேலு மேன்ஷன் ஹவுஸ் பிராந்தியை நாடிப்போனார். ஆல்கஹால் உள்ளே போகும்போதெல்லாம் அவருக்குப் பிடித்தமான எல்லா உணவு வகைகளும் அதைப் பின் தொடர்ந்து போகும். மன உளைச்சலில் இருக்கும்போது அளவுக்கு அதிகமாக சாப்பிடுவதும் ஒரு நோயின் அறிகுறி என்று இப்போது டாக்டர்கள் சொல்கிறார்கள்.

ஆரம்பத்திலிருந்தே தனது மகள் வனிதா படிப்பில் கெட்டிக்காரியாகவும், அதனோடு கூட வருகிற தன்னம்பிக்கை, ஆணவம், அலட்சியம் என்பதை நிரம்பப் பெற்றவளாகவும் இருந்தாள். ராகுலைக் கவனிப்பதில் குமரவேலுவும், பேங்க் வேலையையும், வீட்டுச்சமையலையும் பார்த்துக் கொள்வதில் சுலோச்சனாவும் மூழ்கியிருந்ததால் வனிதா பெரும்பாலும் தனது படிப்பு, வகுப்புத் தோழர்கள், பிற நண்பர்கள், ஆசிரியர்கள், இணையம் வழியாக வரும் அறிவுப்புலங்கள் இவற்றாலேயே வளர்ந்தாள். எனவே இந்த வளர்ச்சி பெரும்பாலும் பகுத்தறிவு, தன்முனைப்பு, போட்டி மனப்பான்மை, எப்படியாவது சாதனையை எட்டுவது என்கிற அம்சங்களைக் கொண்டதாக இருந்தது.. இதில் இல்லாத அம்சங்களாக மரபு சார்ந்த பழக்கங்கள், நாம் பேசுகிற தாய்மொழி, சாதி, மதம், மூடநம்பிக்கை என்று சொல்லப்படுபவை எல்லாம் இருந்தன. வனிதா பி.யு.சி. படிக்கும்போதே அவளுக்கென தனி அறை ஒதுக்கப்பட்டு விட்டது. மகள் படிக்கவேண்டும் என்பதற்காக சுலோச்சனாவும் அவளை வீட்டு வேலை எதுவும் செய்யச் சொல்வதில்லை. தான் சாப்பிடும்

தட்டைத் தானே கழுவி வைப்பது வனிதாவுக்கு வழக்கமாக இருந்தது. எப்போதாவது பாத்திரங்கள் கழுவி வைப்பது மட்டுமே அவள் செய்யும் வீட்டு வேலை..தனது மருத்துவப்படிப்பு பெங்களூருக்கு வெளியே பெல்காமில் அமைந்துபோனது வனிதாவுக்கு இன்னும் வசதியாகப் போய்விட்டது. வனிதாவுக்கு மட்டுமல்ல குடும்பத்திற்கும் தான்.. இந்தியப்பெண்கள் பொதுவெளியில் நடந்துகொள்ள வேண்டிய விஷயம் குறித்து தனது தாயுடனும், சாதியின் சில நல்ல அம்சங்கள் குறித்த விவாதத்தில் தந்தையுடனும் ஏற்பட்ட பெரும் மோதலில் வனிதாவுக்கும், குடும்பத்திற்குமான உறவு மிகவும் மோசமாகிப்போனது..ஒருவரை ஒருவர் பார்க்காமலிருந்தாலே போதும் என்ற நிலை வந்த போதுதான் மருத்துவக்கல்லூரி நுழைவும் நடந்தது. எல்லோருக்கும் நிம்மதி.. நிம்மதி எந்தெந்த ரூபத்திலெல்லாம் வருகிறது? இது நிம்மதி இல்லை.. தப்பித்தல் முயற்சி... அது எப்படியோ போகட்டும். காலாகாலத்தில் கல்யாணம் பண்ணிக்கொண்டு ஒரு தாயாகி வாழ்க்கையின் அடுத்த கட்டத்திற்குச் செல்ல வேண்டாமா? அதையும் பொருட்படுத்துவதில்லை. ‘திருமணம் என்கிற அமைப்பின் மீது எனக்கு நம்பிக்கையில்லை’ நல்ல வேளையாக ‘இணைந்து வாழ்தல்’ என்கிற அளவுக்கெல்லாம் அவள் போனதாகத் தெரியவில்லை.

குமரவேலுவின் எல்லாக் கனவுகளும் நொறுங்கி விழுந்தன. வனிதா அவர்களது குடும்பத்தில் எல்லாப்பெண்களையும் போலவே உயரமாக, சிவப்பாக பார்க்க லட்சணமாக இருந்தாள். தனது ஊரைச்சுற்றியிருந்த பல கிராமங்களிலிருந்தும், பொள்ளாச்சி, கோயமுத்தூர் என்று நகரங்களிலிருந்தும் கூட பலர் பெண் கேட்டு வந்தார்கள். திருமண ஏஜன்சிகளில் பதிவு செய்திருந்ததால் பெரு நகரங்களிலிருந்தும் விருப்பம் தெரிவித்து தகவல்கள் வந்தன. அவற்றுக்கெல்லாம் சேர்த்து வனிதாவின் பதில் ஒரே வரியில் தான் இருந்தது.. ‘எனது எதிர்காலத்தைப் பற்றி நீங்கள் தீர்மானம் எதுவும் எடுக்க வேண்டாம்..’ தானாகவே முன்வந்து அந்த ஏஜன்சி பதிவுகளையெல்லாம் ரத்துச் செய்தாள்.

அவளது திருமணத்தின் மூலமாக சொந்த ஊரிலும், பக்கத்து கிராமங்களிலும், அலுவலகம் மற்றும் நண்பர்கள் வட்டாரத்திலும் தனது அந்தஸ்து ‘கும்’மென்று மேலே போகும் என்று எதிர்பார்த்திருந்தபோது வனிதாவினுடைய இந்த பதில் குமரவேலுவையும், அவர் மனைவியையும் அவர்களிடமிருந்து தப்பித்தால் போதும் என்ற நிலைமைக்குக் கொண்டு வந்தது. தனது தம்பியின் நிலைமையை உத்தேசித்தாவது ஒரு நல்ல

முடிவைச் சொல்லு என்று கேட்டபோது அவனிடம் ஒரு குறையும் இல்லையென்றும், அவனைச் சரியாகச் செயல்படாமல் விட்டதே நீங்கள் தான் என்றும் அவர்களையே குற்றம் சொன்னாள். இப்படியாக எல்லாக்கதவுகளும் அடைக்கப்பட்ட பிறகு சரி மகள் என்ற உறவு மட்டுமே மீதமிருந்தால் போதும் என்கிற மனநிலைக்கு இருவரும் வந்தார்கள். பற்றற்ற மனநிலை.. இந்து மதம் போதிக்கிற ஆனால் இந்துக்கள் பின்பற்றுவதற்கு மிகவும் கஷ்டப்படுகிற ஒரு மனநிலை.. குமரவேலுவின் பல்லாண்டுக்கால நகர வாழ்வின் இறுதிக்கட்டம்.. தான் விடாமல் துரத்திக்கொண்டிருந்தது ஒரு மாயமான் தான் என்று உணரும் கட்டம்..

தான் வாழ்ந்து முடிந்தாயிற்று.. சுகமும். துக்கமும். மன உளைச்சலும் தனக்குள் என்ன மாற்றத்தைத் தந்து விடப்போகிறது? எதுவும் தனக்கு ஒரு பொருட்டில்லை. தப்பித்துப் போனாலும் சரி... சரணடைந்தாலும் சரி... எல்லாம் ஒன்று தான்...ஆனால் ராகுல்? அவன் எப்படி வாழ்நாள் முழுதும் இதைச் சமாளிப்பான்? ராகுலுக்கு ஏற்பட்டிருக்கிற மாதிரியான மன உளைச்சல் தனக்கு ஒருபோதும் ஏற்பட்டதில்லை என நினைக்கும்போது தனக்கு ஆறுதலாகவும், தன் மகனின் மீது ஆதங்கமாகவும் இருந்தது.. வாழ்க்கைத்துணை என்று வருபவர்கள் தான் பெரும்பாலும் ஒருத்தரின் மன உளைச்சலுக்குக் காரணமாக இருக்கிறார்கள் என்று அனுபவபூர்வமாக உணர்ந்திருந்தாலும் அதை எப்படிச்சமாளிப்பது என்று அவருக்குத் தெரிந்திருக்கிறது. ராகுலுக்கு கடவுள் அப்படிப்பட்ட புத்திசாலித்தனத்தைக் கொடுத்திருக்க வில்லை. வாழ்க்கைத்துணை அவனுக்கு எந்த விதத்திலும் ஆறுதலோ, ஆதரவோ கொடுப்பவராகத் தெரியவில்லை. இதில் ஆச்சரியமுமில்லை. ராத்திரி பகலாக இதையே நினைத்துக்கொண்டு வேதனைப் பட்டுக்கொண்டிருந்ததால் ஓய்வு பெற்ற பிறகு வாழ்க்கையை ரசித்து வாழலாம் என்கிற அவரது திட்டமும் செயலுக்கு வராமல் தள்ளிப் போய்க்கொண்டேயிருந்தது. மிக ஆழமான பரிசீலனைக்குப் பின் சரி ரசித்து வாழலாம் என்று முடிவெடுத்த பிறகு அவருக்குத் தோன்றிய காட்சிகள் தான் தேவி கண்ணாஸ்பத்திரி முக்குவின் ஞாயிற்றுக்கிழமைக் காலைக் காட்சிகள்

ooo

கடைசியாக எடுத்த மருத்தவப் பரிசோதனை ரிபோர்டுகளையும், தந்தையின் உணவுப்பழக்க வழக்கங்கள், அவர் அவ்வப்போது சுகவீனமாக இருப்பது என்பதைக் கவனித்த வனிதா பிரச்சினையின் தீவிரத்தை உணர்ந்தாள். அனெஸ்தீசியாவில் மேற்படிப்புப்

படித்திருந்தாலும் தான் வேலை பார்த்த ஆஸ்பத்திரிகளிலிருந்த ஸ்பெஷலிஸ்டுகள், தற்போது பல்வேறு ஸ்பெஷலிஸ்டுகளாக இருக்கும் தன்னுடன் படித்த கிளாஸ்மேட்டுகள் ஆகியவர்களோடு அவளுக்கு நல்ல தொடர்பிருந்தது. பல நாட்கள் காத்திருந்து அப்பா—யிண்ட்மெண்ட் வாங்கி பெறக்கூடிய கன்சல்டேஷனையெல்லாம் வெகு சுலபமாகப் பெற முடிந்தது. எல்லாம் இருந்துமென்ன ? சர்க்கரை நோய் என்பதும், சிறுநீரகக் கோளாறு என்பதும் எல்லாவற்றையும் விழுங்கிவிடும் சக்தி கொண்டவை என்பது குமரவேலுவுக்கு நன்றாகத்தெரியும். இந்த முதிய பிராயத்தில் தனக்கொரு நிம்மதியான வாழ்க்கை அமைய முடியாமல் போனதினால் அவருக்கு சர்க்கரை நோயும், சிறுநீரகக் கோளாறும் பிரமானதாகத் தோன்றவில்லை. இதைக் காரணமாக வைத்து தனது டாக்டர் மகள் தன்னை இம்சிக்கத் தொடங்குவாள் என்பதை நினைத்த போது தான் விசனமாக இருந்தது. தான் இன்று ஒரு ஸ்பெஷலிஸ்டைப் பார்க்கப் போவதாகவும் அவர் என்ன சொல்கிறார் என்பதை மாலையில் சொல்வதாகவும் சொல்லிவிட்டுப் போயிருந்தாள்.. ஞாயிற்றுக்கிழமைகளில் ஆஸ்பத்திரிக்கு வரும் டாக்டர்கள் கொஞ்சம் ஓய்வாக இருப்பார்கள். கூடுதலான தகவல்களை அவர்களிடமிருந்து பெற முடியும்.

கொஞ்ச நேரம் நின்று கொண்டிருந்ததும், கொஞ்ச தூரம் நடந்ததும் களைப்பைக் குறைத்திருந்தது வீட்டுக்குப் போகலாம் என்று நினைத்து ரோட்டைத்தாண்டி தாசில்தார் ஹிரேமட்டா வீடு வரை வந்து விட்டார். இப்பொதே வீட்டுக்குப் போய் என்ன செய்யப்போகிறோம் என்று நினைத்து சோனி சிக்னல் வரை நடந்து விட்டு வரலாம் என்று தோன்றியது. ஒரு வேளை டெஸ்ட் ரிசல்ட் மோசமாக இருந்து ஆஸ்பத்திரியில் சேர்த்து விட்டார்கள் என்றால் ஒன்றையும் பார்க்காமலே போய்விடுவோமோ என்றும் தோன்றியது. ஹிரேமட்டா வீட்டிலிருந்து வெளியே வந்த ஒரு பெண் குமரவேலுவைப் பார்த்து விட்டு உள்ளே போனாள். இப்போதும் ஏன் அந்த வீட்டை ஹிரேமட்டா வீடு என்று சொல்லிக்கொண்டிருக்கிறோம் என்று நினைத்தார்.

அது நடந்தும் பத்தும் பதினைந்து வருடங்களிருக்கும். புதிதாகக் கட்டப்பட்ட அந்த வீட்டிற்கு ஹிரேமட்டா குடும்பத்தினர் வந்தார்கள். வடகர்நாடகத்தைச் சேர்ந்த லிங்காயத்துக்கள். பெற்றோர் இரண்டு அழகான பதின்பருவ பெண் குழந்தைகள், அஜ்ஜி (பாட்டி) அவ்வளவே. எல்லோருமே ஒல்லியாக இருந்தார்கள். ஹிரேமட்டா தாசில்தாராக இருந்தார். ஆனால் நியாயமானவராக இருந்திருக்க வேண்டும். வீரசைவ மரபில் பசவண்ணாவும், பிற வசனகாரர்களும் போதித்த

நீதிகளின் படியே வாழ்க்கை நடத்துபவர்களாக இருக்க வேண்டும். அரசு ஒதுக்கீட்டால் தான் அவருக்கு இந்த சைட் கிடைத்திருக்க வேண்டும். மிகவும் சுமாராகக் கட்டப்பட்ட வீடு. விதிமுறைகளின்படி கட்டப்பட்டிருந்ததால் வீட்டைச்சுற்றிலும் இடம் விடப்பட்டிருந்தது. அதில் நிறைய செடிகொடிகள் வைத்திருந்தார்கள். வீட்டின் முன்னால் இரண்டு தென்னை மரங்களும் இருந்தன.

இந்த 2020-ம் ஆண்டில் நினைத்தால் எல்லாமே வேடிக்கையாக இருக்கிறது. அந்தக்காலத்தில், அந்தக்காலத்தில் என்றால் சுமார் முப்பது வருடங்களுக்கு முன்னால் அரசாங்கத்தின் வீட்டு வளர்ச்சிக் குழுமம் நிலம் வைத்திருப்பவர்களிடமிருந்து அரசுவே நிர்ணயத்த விலையில் நிலம் வாங்கி அதில் பூங்காவுக்கு, கோயிலுக்கு, போஸ்ட் ஆஃபீஸ் போன்ற அரசு அலுவலகங்களுக்கு, விளையாட்டு மைதானத்திற்கு என்று இடம் விட்டு மீதமிருக்கிற இடத்தை சைட்டுகளாகப் பிரித்து அரசு நிர்ணயித்த இட ஒதுக்கீட்டு முறையில் மக்களுக்கு ஒதுக்கிக் கொடுத்தார்கள். சுமார் முப்பது ஏக்கர் பரப்பளவுடைய இந்த ஆறாவது பிளாக்கில் சிறிதும் பெரிதுமாக நான்கு பூங்காக்கள், ஒரு விளையாட்டு மைதானம், ஒரு தபால் நிலையம், அவர்களுக்கென்று ஒரு ஊழியர் குடியிருப்பு என்று எல்லாமும் உண்டு. ஆசியாவிலேயே மிகப்பெரிய குடியிருப்புப் பகுதி என்று அறியப்பட்ட ஜெயநகர் இப்படி வடிவமைக்கப் பட்டது தான். இப்போது இதையெல்லாம் கேட்பவர்கள் கிருஷ்ணதேவராயர், ஜெயச்சாமராஜேந்திர உடையார் போன்ற மாமன்னர்கள் காலத்தில் தான் இப்படியெல்லாம் நடக்கும் என்று சொல்வார்கள். இப்போது நகரத்திற்கு வெளியே பெரிய பெரிய லே அவுட்டுகள் போடுபவர்களிடம் அரசு அலுவலகங்களுக்கு இடம் ஒதுக்குங்கள் என்று கேட்டால் சண்டைக்கு வந்து விடுவார்கள். அரசு பொது மக்களிடமிருந்து விலகிப்போய் விட்டது. அல்லது சில பத்தாண்டுகளுக்குள் எல்லாம் தலைகீழாக மாறிவிட்டது,

இத்தனைக்கும் அன்றைக்கு அரசுக்கு நிலத்தை விற்றவர்களில் சிலர் இப்போதும் கோரமங்கலாவிலேயே இருக்கிறார்கள். குமரவேலுவின் வீட்டிற்கு எதிரிலேயே நான்கு வீடுகள் தள்ளி ஜனார்தன் ரெட்டி இருக்கிறான். குமரவேலுவை விட ஏழெட்டு வயது குறைவானவன். அப்போது அரசு கொடுத்த ஈட்டுத்தொகை மிகப்பெரிய தொகை என்றும் நிறையப்பேர் அந்தப் பணத்தை வைத்துக் கொண்டு என்ன செய்வது என்று தெரியாமல் விழித்துக் கொண்டிருந்தார்கள் என்றும் சொல்லியிருக்கிறான்.

ஆனால் கிடைத்த செல்வத்தை வைத்துக்கொண்டு அதை அனுபவிக்காமல் விற்றுக்கொண்டு போனவர்களும் இருந்தார்கள். வளர்ச்சிக்குழும விதிகளின் இடம் ஒதுக்கீடு செய்யப்பட்டு பத்தாண்டுகள் வரை இன்னொருவருக்கு அதை விற்க முடியாது. காரணம் அரசு மக்கள் நலனைக் கருத்தில் கொண்டு ஆரோக்கியமான நகர வளர்ச்சியில் அக்கறை கொண்டு, சமூக நீதியில் நம்பிக்கை வைத்து இப்படி ஒரு குடியிருப்பை ஏற்படுத்தியிருக்கிறது. இதில் வணிக நோக்குடைய இடைத்தரகர்கள் வந்து விடக்கூடாது என்பது தான். ஆனால் நகர வளர்ச்சியின் ஒரு பகுதியாக புதிய புதிய வர்க்கத்தினர் முளைத்தார்கள். அவற்றில் ஒரு பிரிவினர் தான் ரியல் எஸ்டேட் ஏஜண்டுகள். அவர்களுக்கு சாதாரண ஜனங்களை விட அதிக அளவு அறிவு வளர்ச்சி இருந்தது. சைட் உரிமையாளருக்கு பணம் வேண்டும். பணம் வைத்திருப்பவனுக்கு குடியிருக்க இடம் வேண்டும், இவர்கள் இருவரும் ஏற்றுக்கொள்ளக்கூடிய மாதிரியான ஒரு சட்டத்தை அவர்களே ஏற்படுத்தினார்கள். அதாவது பத்து வருட பிணையக்காலம் முடிவதற்கு முன்னாலேயே சைட்டை கை மாற்றிக் கொள்ளலாம். இப்படி விற்கிறோம், வாங்கிக்கொள்கிறோம் என்று குறிப்பிட்டு ஒரு ஒப்பந்தம் மட்டும் போட்டால் போதும். பிணையக்காலம் முடிந்த பிறகு கிரயம் செய்து கொள்ளலாம். இப்படிப் போயிற்று கதை. அப்படியே பலபேர் செய்து கொண்டார்கள். குமர வேல் இடம் வாங்கியது கூட அப்படித்தான். ஒரே வித்தியாசம் பிணையக்காலம் ஆறு மாதம் மட்டுமே இருந்தது. நான்கு லட்ச ரூபாய்க்கு 1990-ம் ஆண்டு வாங்கிய அந்த இடத்தின் பத்திரத்தை வாங்கிப்பார்த்த போது அதன் விலை 1978-ம் ஆண்டு இரண்டாயிரத்து இருநூறு என்றிருந்தது. ஒருவர் எத்தனை முறை விண்ணப்பம் போட்டிருக்கிறார் அல்லது என்ன அளவு சைட் கேட்டிருக்கிறார் என்பதைப் பொறுத்து இடம் கிடைக்கும். பத்தா— யிரம் சதுர அடியிலிருந்து அறுநூறு சதுர அடி வரை இந்த ஆறாவது பிளாக்கில் சைட்டுகள் இருந்தாலும் பெரும்பாலானவை முப்பதுக்கு நாப்பது என்று சொல்லப்படும் சிறிய சைட்டுகள் தான். ஆயிரத்து இருநூறு சதுர அடியுடைய அந்த இடம் கிடைத்த உடனே இந்து சாஸ்திரத்தின்படி தாங்கள் அடைய வேண்டிய வீடு பேறுவின் முதல் கட்டம் பூர்த்தியடைந்து விட்டதாக நினைத்துக் கொள்வார்கள். பணம் பணத்தோடு தான் சேரும். அன்றைக்கு பணம் இருந்து பெரிய அளவு இடம் வாங்கிப்போட்டவர்களுக்கு அது இப்போது தங்கச்சுரங்கம். ஆனால் சுரங்கத்தில் இருந்து கொண்டு குடித்தனம் செய்ய முடியுமா? ஒரு வீட்டில் எத்தனை வருடம் தங்கலாம்? எந்த அசம்பாவிதமும் நடக்காமலிருந்தால் ஒரு இருபது இருபத்தைந்து

வருடங்கள்.. பசங்கள் வேறு நகரத்திற்கோ, வெளிநாட்டுக்கோ போய்விட்டால் கிழடுகள் எத்தனை நாளைக்கு இருக்கும்? இதே கோரமங்கலாவில் ஒரு தடவை சைட் கை மாறி விட்டால் அது எந்த அளவு சைட்டாக இருந்தாலும் பல மாடிக்கட்டடமாகவே உருமாறி நிற்கிறது.

குழுமத்திற்கு இடம் கேட்டு விண்ணப்பிக்கலாம் என்று பல முறை சுலோச்சனாம்மா நச்சரித்த பிறகு குமரவேல் பி.டி.ஏ. ஆஃபீசுக்குப்போய் விண்ணப்பம் கொடுத்திருந்தார். அப்போதெல்லாம் இப்போது தெரிந்திருக்கிற அளவுக்கு கன்னடம் தெரியாது. கற்றுக்கொள்ளவும் பெரிதாக வாய்ப்பு இல்லை. மைகோ கம்பெனி ஜெர்மனியைப் பூர்வீகமாகக் கொண்ட பெரும் தனியார் நிறுவனம் என்பதால் கன்னடப்புழக்கம் கொஞ்சம் குறைவு தான். மட்டுமல்லாமல் தமிழ் வாயில் சமஸ்கிருதம் கலந்த கன்னடம் நுழைய மறுத்தது. என்ன தான் முயன்று பேசினாலும் இரண்டு வார்த்தை பேசினாலே கண்டு பிடித்து விடுவார்கள். அரசு அலுவலகங்களுக்குப் போய் அவர்கள் முன்னால் நின்றாலே கைகால் உதறல் எடுத்து விடும். தன்னிடம் நேரடியாக இல்லாவிட்டாலும் பிற தமிழர்களிடம் சில கன்னடர்கள் சொல்லுவதைக் கேட்டிருக்கிறான். 'பந்து பிட்டா.. ஈ கொங்கன்மகா.. ஹோகோ நின்னூரிகே' (இதோ வந்து விட்டான் கொங்குப்பயல்..போடா உங்க ஊருக்கு..)என்றும், 'லோ காட்பாடி... ஹேளிது அர்த்தா ஆகலில்வா..' (காட்பாடிக்காரா... சொன்னது புரியலியா..) என்பது மாதிரியான வசைகள்.. 1982-ல் கன்னடத்திற்கு முதன்மை வேண்டும் என்று கிளம்பிய கோகாக் போராட்டம் நடந்த போதும், ஒவ்வொரு காவேரிப்போராட்டத்தின் போதும் தங்களது தமிழ் அடையாளத்தை மறைக்க குமரவேல் குடும்பத்தினர் ரொம்பவும் கஷ்டப்பட்டிருக்கிறார்கள். அதிர்ஷ்டவசமாக அவர்கள் இருந்த வீதியில் குடியிருந்தவர்களில் சுத்தமான கன்னடர்கள் குறைவு. மங்களூர் கிறிஸ்தவ குடும்பம் ஒன்று, கர்நாடகத்தின் தெலுங்கு பிரதேசமான பெல்லாரியைச் சேர்ந்த தெலுங்கு குடும்பம் ஒன்று, பல நூற்றாண்டுகளுக்கு முன் கர்நாடகத்தில் குடியேறி தற்போது கன்னடர்களாகவே மாறிவிட்ட ஹெப்பால் ஐயங்கார் குடும்பம் ஒன்று (புளியோதரை செய்வதற்கான சரியான சூத்திரத்தை ஆண்டவன் இவர்களுக்கு மட்டுமே கொடுத்திருக்கிறான்), எல்லா சூழ்நிலைகளிலும் சமாளித்துக் கொண்டு போகக்கூடிய நாயர் குடும்பம் ஒன்று, வெள்ளைக்காரன் காலத்தில் வேலூர், திண்டிவனம், விழுப்புரம் பகுதிகளிலிருந்து இங்கு வந்து குடியேறி வெள்ளைக்காரனின் தன்மான உணர்வை சுவீகரித்துக் கொண்டு, அரசு ஒதுக்கீட்டை

சரியான முறையில் பயன்படுத்திக் கொண்டு வாழும் தமிழ் விளிம்பு நிலைக்குடும்பம் ஒன்று, எப்போதும் நெஞ்சை நிமிர்த்திக்கொண்டே நடக்கிற குடகு சமுதாயக் குடும்பம் ஒன்று என்று பல வகைகள் இருந்தன. தெருவின் மூலையில் மட்டும் ஒரு மார்வாரிக்குடும்பம் இருந்தது. இரண்டொரு கௌடாக்களும், ஹிரேமட்டா போன்ற லிங்காயத்துக்களும் இருந்தார்கள். இதில் பாதிக்கும் மேற்பட்டவர்கள் ஏற்கனவே இருந்த சொந்தக்காரர்களிடம் இரண்டாவதாக இடம் வாங்கியவர்கள். மேற்கூறிய எந்த வகைப்பாட்டிலும் சிக்காத ஒரு குடும்பமும் அங்கே இருந்தது. அது தான் ஸ்டைனர் குடும்பம். ஸ்டைனர் குடும்பத்திற்கும், ஹிரேமட்டா குடும்பத்திற்கும் ஏற்பட்ட ஒரு சிறிய மோதலில் குமர வேல் தான் குறுக்கிட்டு சமாதானம் செய்ய வேண்டியதாக வந்தது.

மிசஸ் ஸ்டைனர் ஒரு யூதப்பெண்மணி. வயது அறுபதுக்கு மேலிருக்கும். இருந்தாலும் ‘செம்மீன்’ படத்தில் வரும் கருத்தம்மா அணிந்திருக்கும் மேல்சட்டை மாதிரி ஒரு சட்டையும், கீழே முழங்கால் வரை மட்டுமே நீண்டிருக்கிற ஒரு கவுனும் மட்டுமே அணிந்து கொண்டு நடமாடுவாள். உடல் நிறம் இந்தியாவிலிருக்கிற எந்த இன மக்களுடைய உடம்பு நிறத்தோடும் ஒத்துப்போகாததாக இருந்தது. கணவர் கேரளாவிலுள்ள ஒரு தனிவகையான கிறித்தவப் பிரிவைச் சேர்ந்தவர். அவரும் செக்கச்செவேலென்று இருப்பார். நான்கைந்து மக்கள். எல்லாம் கனடா, ஆஸ்திரேலியா, கோவா என்று பல இடங்களில் இருந்தார்கள். ஒரு மகன் மட்டும் இங்கே பக்கத்திலேயே இருந்தான். ஸ்டைனர் பிரிட்டிஷார் காலத்தில் பெரிய உத்தியோகத்தில் இருந்தவர். ரிச்மண்ட் டவுனில் பெரிய வீடு இருந்தது. பழைய காலத்து வீடு தான். ஆனால் இங்கிலீஷ் முறையில் கட்டப்பட்டது. முன்னால் நிறைய இடம். ஒரு பூங்காவே அமைக்கலாம். பிள்ளைகள் எல்லாம் வெளியே போன பிறகு அந்தப் பெரிய வீட்டை பராமரிப்பதற்கு முடியாமல் அதை விற்று விட்டு இங்கே ஒரு இடம் வாங்கி அதே இங்கிலீஷ் பாணியில் வீட்டைக் கட்டிக்கொண்டு வந்து விட்டார்கள். கடைசி மகள் கூட இருந்தாள். மிசஸ் ஸ்டைனருக்கு எப்போதும் மன அழுத்தம் அதிகம். காரணம் மிஸ்டர் ஸ்டைனருக்கு இரண்டு வருடங்களுக்கு முன்னால் வாதம் வந்து ஒரு பக்கம் கை கால் விளங்காமல் போய்விட்டது. தீவிரமான சிகிச்சையின் பலனாக இப்போது கொஞ்சம் பரவாயில்லை. கூட இருக்கும் மகள் மன வளர்ச்சி குறைந்தவள். இப்பவே ஒரு முப்பது வயதிருக்கும். இவர்கள் இருவரையும் பார்த்துக்கொள்வது சாதாரணமான விஷயமா என்ன? தேவையான அளவுக்கு வசதியிருந்ததால் ஓரளவு பிரச்சினை இல்லை.

மிசஸ் ஸ்டைனரின் மூதாதையர் தேவனின் பூமியான இசரயேலிலிருந்து எந்த நூற்றாண்டில் எப்படி வந்தார்கள், அவர் கொச்சியைச் சேர்ந்தவரா அப்படியானால் கொச்சி மட்டஞ்சேரி யூத தேவாலயத்தில் தொழுதிருக்கிறாரா, எபிரேய மொழி பேசுவாரா என்பது பற்றியெல்லாம் கேட்க ஆசையாக இருந்தது. ஆனால் கேட்க மனசு வரவில்லை. அவருடைய நடத்தை ஒரு சமயத்தில் மிகவும் பண்பட்டதாகவும், ஒரு சமயத்தில் கரடுமுரடாகவும் இருந்தது. குமரவேலுவிடம் பேசும்போது பண்பட்ட மொழியில் விக்டோரியன் ஆங்கிலமும், கண்டோன்மெண்ட் தமிழும் கலந்து பேசுவார். நடைமுறை எதார்த்தத்தை நேரடியாக எதிர்கொண்டு அதை சமாளிப்பதில் மிசஸ் ஸ்டைனர் திறமைசாலி. அதைப் பகிர்ந்து கொள்வதிலும் அவருக்குத் தயக்கமில்லை. மனவளர்ச்சி குன்றிய தன் மகளுக்கு எப்படி தாய்மை அடையாமலிருக்கும் மருத்துவ முன்னெச்சரிக்கைகளைக் கைக் கொண்டார், நோயாளியான கணவரையும், எப்போதும் உதவி தேவைப்படும் மகளையும் வெளியே கூட்டிக்கொண்டு போகும் போது கார் மக்கர் செய்து விடக்கூடாது என்பதற்காக இரண்டு வருடங்களுக்கு ஒரு முறை புதிய கார் வாங்கிக் கொள்கிறார் என்பவை அவரது புத்தி சாதுரியத்திற்கு ஆதாரங்கள். அவர் கார் ஓட்டுவது கம்பீரமாக இருக்கும்.மிகவும் பாதுகாப்பாகவும் கார் ஓட்டுவார். மிசஸ் ஸ்டைனரின் கரடு முரடான பகுதி வெளிப்பட்டது ஒரு ஞாயிற்றுக்கிழமையின் முற்பகுதியில் தான். தன் வீட்டின் உட்பகுதி மட்டுமல்லாமல் வெளிப்பகுதியையும் சுத்தமாக வைத்திருப்பதில் மிசஸ் ஸ்டைனர் குறிப்பாக இருப்பார். குமரவேல் அன்று காலையில் கொஞ்சம் பால் வாங்கிக்கொண்டு ஒரு சண்டே எக்ஸ்பிரஸ் பேப்பரும் வாங்கிக்கொண்டு வரும்போது அவர் வீட்டு வாசலில் துடப்பக்கட்டையை வைத்துக் கொண்டு நின்றிருந்தார்.

‘மகனே (அவருக்கும் எனக்கும் ஒரு பத்து வயது தான் வித்தியாசம் இருக்கும்) இங்க வா! இந்த அநியாயத்தக் கேளு... இவளுக தான் இப்படி சேனிடரி பேடையெல்லாம் என்னோட வீட்டு வாசல்லே போட முடியும்னா என்னாலயும் போட முடியும்.. நானென்ன கௌவீன்னு நெனச்சுக்கினு இருக்காங்களா..காமிக்கிறம் பாரு...’ என்று ‘என்னிடம்’ நியாயம் கேட்டார்.

பக்கத்தில் ஹிரேமட்டா வீட்டைத்தவிர வேறு வீடுகள் இல்லை. அப்போது ஹிரேமட்டா குடும்பம் வந்த சில மாதங்களே ஆகியிருக்கும். இரண்டு பெண் பிள்ளைகளில் ஒன்றாவது நிச்சயமாக பேடு பயன்படுத்தும் தான். திருமதி ஹிரேமட்டாவுக்கு வயது

நாற்பதுக்குள் தான் இருக்கும். இந்த அனுமானங்களையெல்லாம் நான் மிசஸ் ஸ்டைனருடன் பகிர்ந்து கொள்ளவில்லை. என்ன இருந்தாலும் நான் ஆம்பளை. அதிலும் தமிழன். எனவே அவரது முகத்தை நேராகப்பார்க்காமல் ஈசான மூலையையும், பூமித்தாயையும் பார்த்துக்கொண்டு ஆங்கிலத்தில்

'போகட்டும் விடுங்கள் மிசஸ் ஸ்டைனர்... இங்கே ஒரு குப்பைத்தொட்டி வைக்கும்படி வார்டு ஆஃபீசில் போய் சொல்லலாம்..'

என்று சமாதானப்படுத்தி விட்டு வீட்டுக்கு வந்தேன். மிசஸ் ஸ்டைனர் கத்தியது யாருக்குக் கேட்டதோ இல்லையோ ஹிரேமட்டா வீட்டு அஜ்ஜிக்குக் கேட்டது. அதே நாள் அவர் வீட்டைக் கடந்து போனபோது மதிலுக்குள்ளே நின்று கொண்டு, 'இல்லி நோட்ரி..' என்று சொல்லி அவர் தரப்பு நியாயத்தை எடுத்துரைத்தார். ஒன்றுமில்லை. அந்த நேப்கின் அவர் வீட்டிலிருந்து கிளம்பியது தான். ஆனால் வேண்டுமென்று செய்ததல்ல. பேத்தி குப்பைக்கூடைக்குள் போட்டு வீட்டுக்கு வெளியே வைத்திருந்தாள். அதற்கு மூடி—யில்லை. மோப்பம் பிடித்த நாயொன்று அதைக் கொண்டு வந்து ஸ்டைனர் வீட்டு முன் போட்டு விட்டது. மற்றபடி பிறர் வீட்டு முற்றத்தை அசுத்தப்படுத்த வேண்டும் என்ற எண்ணம் ஹிரேமட்டா குடும்பத்தாருக்கு இல்லை. தனது நீண்ட உரையாடலுக்கிடையில் அடிக்கொரு தரம் 'சிவனே.. சிவனே..' என்று சொல்லிக்கொண்டார் அஜ்ஜி. வட கர்நாடகத்தின் செல்லச் சொற்களான... 'இல்லா கன்ரி... ஹேளி கன்ரி..' அவ்வப்போது வெளியில் வந்து விழுந்தது. அஜ்ஜி தரப்பு நியாயத்தை ஸ்டைனர் குடும்பத்திற்கு எடுத்துச் சொல்வதற்கு குமரவேலுவுக்கு ஒரு சந்தர்ப்பம் கிடைத்தது.

மிஸ்டர் ஸ்டைனர் இயல்பாகவே அதிகம் பேசுபவர் அல்லர் என்று மிசஸ் ஸ்டைனர் சொல்லியிருந்தார். அவர் இங்கு வந்த போதே வாதத்தின் தாக்குதலால் பேசும் சக்தியை இழந்திருந்தார். இருப்பினும் கடுமையான பயிற்சியின் மூலம் ஓரளவுக்கு பேச்சு வந்திருந்தது. குமரவேலுவைப் பற்றிய அடிப்படை செய்திகள் அவரிடம் சொல்லப்பட்டிருந்தன. ஒரு நாள் தனக்கு வேலை அதிகம் இருப்பதாகவும், கரண்ட் பில் கட்டப்போகும்போது தன்னுடையதும் சேர்த்துக் கட்டிவிடும்படியும் சொல்லியிருந்தார். தொண்ணூறுகளின் அந்தக்காலத்தில் ஆன்லைன் வசதியெல்லாம் இல்லை. நீண்ட வரிசையில் நின்று பில் கட்டும் பொறுமை அவருக்கு இல்லையென்பதும் ஒரு காரணம். குமரவேல் பில்லைக்கட்டி விட்டு

ரசீதைக் கொடுப்பதற்காக ஸ்டைனர் வீட்டுக்குப் போனார். மாலை ஏழரை மணி இருக்கும். உள்ளே நுழைந்து நீண்ட வரவேற்பறையில் நின்று கொண்டிருந்தபோது 'உள்ளே வா மகனே' என்று மிசஸ் ஸ்டைனரின் குரல் கேட்டது. உள்ளே வலது புறம் மிக நவீனமான அடுக்களை, சாப்பாட்டு மேசை என்றிருந்தன. வலதுபுறம் ஒரு மூலையில் வட்டமான ஒரு மேசையின் முன்னால் ஸ்டைனர் உட்கார்ந்திருந்தார். மேசையில் ஒரு விஸ்கி பாட்டில், ஐஸ் டப்பா கொஞ்சம் தின்பண்டங்கள் என்றிருந்தன. 'நீ டிரிங்ஸ் எடுப்பியா வேல்?' என்று கேட்டுக்கொண்டே அடுக்களையிலிருந்து வெளியே வந்தார் மிசஸ் ஸ்டைனர். குமரவேலுவுக்கு என்ன பதில் சொல்வதென்று தெரியவில்லை. அந்த மூலையில் ஆறடிக்கு மேல் உயரத்தில் சுவரோடு பொருத்தப்பட்டிருந்த ஒரு அலமாரியில் பல வகையான பாட்டில்கள் அடுக்கி வைக்கப் பட்டிருந்தன. ஒரு கண்ணாடி கிளாசில் பாதியளவுக்கும் குறைவான மது அளவும், அதற்கும் மேலே ஐஸ் கட்டிகளும் இருந்தன. அதில் தண்ணீர் ஊற்றியதற்கான அடையாளம் எதுவும் இல்லை. புத்தனாவதற்கு முந்தைய மனநிலை கொண்ட சித்தார்த்தனைப்போல ஸ்டைனர் அதற்கு முன்னால் உட்கார்ந்திருந்தார். சிறிது நேரத்திற்குப் பிறகு அவர் கிளாசை எடுத்த விதமும், அதைப் பருகிய விதமும், பருகிய பிறகு கிளாசை மேசை மீது வைத்த விதமும் காவியத்தன்மை கொண்டவையாக இருந்தன. குமரவேலுவின் விருப்பத்தைத் தெரிந்து கொண்ட ஸ்டைனர் சாடை மூலமாகவே அந்த அலமாரியிலிருந்து ஒரு கிளாசை எடுக்கச் சொன்னார். விஸ்கி பாட்டிலை அவன் பக்கமாகத் தள்ளினார். திருட்டுத்தனமாகக் குடிக்காமல் ஒவ்வொரு சொட்டையும் ரசித்துக்குடிப்பதற்கு வாய்ப்புக் கொடுத்ததற்காக குமரவேல் ஆண்டவனுக்கு நன்றி சொன்னார்

அப்பொழுதும் அதற்குப்பிறகும் சில சந்தர்ப்பங்களில் ஸ்டைனரோடு உட்கார்ந்து மது அருந்தும் வாய்ப்பு குமரவேலுவுக்குக் கிடைத்தது. சாசேஜ், சலாமி என்று புதிது புதிதான மாமிச வகைகளை ருசிப்பதற்கு வாய்ப்புக் கிடைத்தாலும் அதற்குப் பிறகு அவருக்குள் எழுந்த வாழ்வியல் கேள்விகளும், கலாச்சார அம்சங்களும் அவரை மிகவும் அலைக்கழித்தன. குடிப்பதை அடிப்படையாக வைத்து அவருக்குள் பல சந்தேகங்களும். அதனூடாக பண்பாட்டு விளக்கங்களும் தோன்றின. விவசாயப்பின்னணியைக்கொண்ட அவரது குடும்பத்தில் அவரது அப்பா, சகோதரர்கள், மாமா மச்சான்கள், சித்தப்பா, பெரியப்பாக்கள் எல்லோருமே குடிப்பவர்கள் தான். அவர்கள் குடிப்பதை ஒரு முறையாவது குமரவேல்

பார்த்ததில்லை. ஒன்று மட்டும் நிச்சயம். மதுவுக்கு ஸ்டைனர் கொடுப்பது மாதிரியான மரியாதையை அவர்கள் ஒருபோதும் கொடுப்பதில்லை. தங்களுக்கிடையே உள்ள கருத்து வேறுபாடுகளை வெளிப்படுத்துவதற்கும், அது மிகவும் தீவிரமாக இருந்தால் அதைப் பழிதீர்த்துகொள்வதற்கும் அவர்கள் குடிபோதையையே சந்தர்ப்பமாகப் பயன்படுத்தினார்கள். சமயங்களில் கைகலப்பும் உண்டு. கெட்ட வார்த்தைகள் சரமாரியாக வந்து விழும்.. அடுத்த நாள் ஒன்றுமே நடக்காதது மாதிரி சகஜமாகப் பேசிக்கொள்வார்கள். விசேஷ நாட்களில் இது தவறாமல் நடக்கும். சுப நிகழ்ச்சி, துக்க நிகழ்ச்சி என்ற வேறுபாடெல்லாம் கிடையாது;

இது ஏன் இப்படி நிகழ வேண்டும்? குடித்த பிறகு அவர்களுக்குள் ஏற்படும் நடத்தை மாற்றம் ஏன் அவ்வளவு சீக்கிரமாக நடக்கிறது? ஏன் அப்படி தன்னிலை மறந்து நடந்து கொள்கிறார்கள் ? ஒவ்வொரு முறை ஊருக்குப் போய்வரும் போதும் குமரவேல் கவனிக்கும் பெங்களூருக்கும், ஒரு பொள்ளாச்சி கிராமத்துக்குமான வேறுபாடுகளில் இதுவும் ஒன்று. இந்த இரு கலாச்சார அம்சங்களுக்குத் தகுந்த மாதிரியும் தான் நடந்து கொண்டிருக்கிறோம் என்றும் அவர் நினைக்காமல் இல்லை. அதோடு மட்டுமல்லாமல் தனது குடும்பத்தார் கவனிக்கிற மாதிரியோ, அவர்கள் முன்னாலோ தான் குடித்ததில்லை என்பதையும், அதற்கான தைரியம் தன்னிடம் இல்லை என்பதையும் அவர் உணராமல் இல்லை.

மிசஸ் ஸ்டைனர் யூதப்பெண்மணியாக இருந்தாலும் அவரது வாழ்க்கை பெரும்பாலும் பெங்களூரைச் சார்ந்த ஆங்கிலோ-இந்தியர்களின் வாழ்க்கையை அடியொற்றியதாகவே இருந்தது. கல்கத்தாவில் பிறந்து வளர்ந்த அவர் தனது அப்பாவின் இடமாற்றம் காரணமாக சிறுமியாக இருந்த போதே பெங்களூருக்கு வந்து விட்டார். லேங்ஃபோர்டு டவுனும் அதைச்சுற்றியிருந்த பகுதிகளும் தான் அவருக்கு மிகவும் பரிச்சயமானவை.. ஸ்டைனருடன் பழக்கமாகி அவரைத் தான் திருமணம் செய்வேன் என்று கூறியபோது குடும்பத்தில் புயல் எழுந்தது.. குடும்பத்தின் பெரும்பகுதி இஸ்ரேலுக்குச் சென்று விட இவர் மட்டும் இங்கேயே தங்கிவிட்டார். ஓரிடத்திலும் காலூன்றி நிற்காமல் எந்தச்சமூகத்தை, எந்தப் பாரம்பரியத்தை இவர்கள் சார்ந்திருக்கிறார்கள் என்று நினைக்கும்போது தனக்குப் பிறகு தனது குடும்பமும் அவ்வாறு ஆகி விடுமோ என்று குமரவேலுவுக்குத் திகிலாக இருந்தது.

இதற்கு ஒத்துப்போகிற மாதிரியே ஸ்டைனர் குடும்பத்தில் ஒரு சம்பவம் நடந்தது. அவர்களது மகள் மாடிப்படியிலிருந்து தவறி

கீழே விழுந்து விட்டாள். காலில் எலும்பு முறிவு ஏற்பட்டு செயிண்ட் ஜான்ஸ் ஆஸ்பத்திரியில் சேர்த்தார்கள். உள்ளூரில் இருக்கும் ஒரு மகனும், கோவாவில் இருந்து வந்த ஒரு மகளும் வந்து அம்மாவுக்கு உதவினார்கள். உள்ளூரில் இருக்கும் மகன் குதிரைப்பந்தயத்தில் குதிரை ஓட்டும் ஜாக்கியாக இருந்தான். எப்போதோ ஒரு முறை குதிரை ஓட்டும்போது கீழே விழுந்ததால் முதுகெலும்பில் முறிவு ஏற்பட்டு அறுவை சிகிச்சை எல்லாம் செய்ததால் அவன் நடப்பதைப் பார்த்தாலே வேடிக்கையாக இருக்கும். பளீரென்ற நிறத்தில் மிகவும் ஒல்லியாக பூனைக்கண்களோடு ஒரு யூதனைப் போலவே இருப்பான். அவன் மனைவி பெங்களூரைச் சேர்ந்த ஓர் ஆங்கிலோ-இந்தியப் பெண். மாமியாரும் மருமகளுக்கும் சண்டையின் உச்சத்தில், ‘இங்கே பாருங்கள் மிசஸ் ஸ்டைனர்.. நீங்கள் ஏன் உங்கள் வேலையை மட்டும் பார்த்துக்கொண்டு போகககூடாது?’ என்று பல முறை சொல்லி—யிருக்கிறாள். மிசஸ் ஸ்டைனரின் பருப்பு வேகாத இடங்களில் இது மிகவும் முக்கியமான இடம். ஐரோப்பாவாக இருந்தாலென்ன ஆம்பூராக இருந்தாலென்ன மாமியார் மாமியார் தான். மருமகள் மருமகள் தான்.. மனைவியைப் பகைத்துக்கொண்டு மகனால் ஒன்றும் செய்ய முடியாது. கோவாவில் இருந்து வந்த மகளும் இதைப் புரிந்து கொண்டாள். சகோதரியின் எலும்பு முறிவு இப்போதைக்கு சரியாகிற மாதிரி தெரியவில்லை. அவளால் அதிக நாட்கள் இங்கே இருக்க முடியாது. ஊரில் பள்ளிக்கூடம் போகிற பையனும், பெண்ணும் இருந்தார்கள். அவள் சொன்னாள், ‘அம்மா... பேசாமல் எல்லோரும் கோவாவுக்கே வந்து விடுங்கள்.. எனது வீட்டுக்குப் பக்கத்திலேயே ஒரு வீடு வாங்கிக்கொள்ளலாம்.. எனக்கும் பிரச்சினை இருக்காது..’ என்று யோசனை சொன்னாள். ஒரு டிசம்பர் மாத மாலையில் அந்தக்குடும்பம் கோரமங்கலாவிலிருந்து மட்டுமல்ல பெங்களூரிலிருந்தே விடை வாங்கியது.

அந்த வீட்டை துபாயிலிருந்து திரும்பிய ஒரு முஸ்லிம் வாங்கினார். ஏற்கனவே இருந்த வீடு புதிய வீடு தான். நல்ல உறுதியான கட்டடம். இருந்தாலும் அவர் அதை இடித்தார். தெருவாசிகள் எல்லோரும் அக்கியானப்பட்டார்கள். பல வருடங்கள் சேமித்து இடம் வாங்கி மீண்டும் பல வருடங்கள் சேமித்து வீடு கட்டி பல வருடங்கள் பல தலைமுறைகள் வாழ்ந்து தீர்வது தான் வீடு என்று நினைக்கும் அவர்களுக்கு ஜெசிபி வந்து ஒரே நாளில் எல்லாவற்றையும் தரை மட்டமாக்குவது என்னுமிவற்றில் அவர்களுக்கு நேரடியாகத் தொடர்பு இல்லையாயினும் ஜீரணிக்க முடியாததாக இருந்தது. அடுத்து அந்த இடத்தில் தெருவின் அழகு கெடுகிற மாதிரி பல்லடுக்கு

கட்டடம் வந்து விடக்கூடாது என்று நினைத்துக் கொண்டார்கள். துபாய் பணத்தை வைத்துக் கொண்டு பாய் இழுத்து இழுத்து நான்கு மாடி கட்டடம் எழுப்பினார். ஒரே வித்தியாசம்.. ஸ்டைனர் வீட்டுக் கதவு பெரும்பாலும் திறந்தே இருக்கும். துபாய்க்காரர் பெரிய கேட் போட்டு எப்போதும் மூடியிருக்கிற மாதிரி கதவும் வைத்து அங்கே ஒரு கேமராவும் வைத்தார். ஒவ்வொரு தளமும் தனித்தனியானது என்றாலும் ஒரு கதவைத்திறந்து கொண்டு தான் மாடிப்படிக்கே செல்ல வேண்டும். மைசூர் மகாராஜா காலத்து பெங்களூர், பிரிட்டிஷ் காலத்து பெங்களூர், காங்கிரஸ் காலத்து பெங்களூர் என்பதெல்லாம் மாறி ஜனதா தளம் காலத்து பெங்களூர் என்று வந்து இப்படியான மாற்றங்களெல்லாம் ஏற்பட்டதை அமைதியாகப் பார்த்துக் கொண்டிருப்பதைத் தவிர தெருவாசிகளால் ஒன்றும் செய்ய முடியவில்லை. துபாய்க்காரர்கள் தெருவாசிகளிடம் அதிகம் வைத்துக் கொள்ளவில்லை. அவர்கள் வீட்டு விசேஷங்களில் தெருவே மணக்கிற மாதிரி பிரியாணி செய்கிற வாசம் மட்டும் வரும்.

ஐரோப்பியக்கலாச்சாரம், மத்திய கிழக்குக்கலாச்சாரம் என்று எதனோடும் பரிச்சயமில்லாமல் வெறும் தென்னிந்தியக்கலாச்சாரத்தில் அதுவும் வட கர்நாடகக் கலாச்சாரத்தில் மட்டுமே பரிச்சயம் கொண்டிருந்த ஹிரேமட்டா வீட்டு அஜ்ஜி (பாட்டி) மிசஸ் ஸ்டைனர் அளவுக்கே சாமார்த்தியமும், உலகானுபவமும் கொண்டிருந்தார். ஏன் அவரை விட அதிக சாமார்த்தியம் உள்ளவர் என்று கூடச் சொல்லலாம். பெல்காம் மாவட்டத்தின் ஓரத்திலிருக்கும் ஒரு கிராமத்தில் இருந்து வந்து மகள் வீட்டில் இருந்து கொண்டு வீட்டு வேலைகளை பங்கு போட்டுச் செய்வது மட்டுமல்லாமல் கடை கண்ணிக்குப் போவது, காய்கறி வாங்குவது, பில் கட்டுவது என பெரும்பாலான வெளி வேலைகளையும் செய்து முடிப்பார். மிக சாதாரணமான தார்வாடு பக்கத்து கைத்தறி சேலை. அதை முக்காடு போட்டுக்கொண்டிருப்பார். மிக மிக இனிமையான, பாசத்தையும், பரிவையும் வெளிப்படுத்துகிற கன்னடம். பன்னிரண்டாம் நூற்றாண்டின் பசவண்ணர் சாதி ஒழிப்பு மட்டுமல்லாமல் பெண்ணுரிமைக்காகவும் எவ்வளவோ செய்திருக்கிறார் என்பதற்கு அஜ்ஜியே சாட்சி. நூற்றாண்டுகள் கடந்தாலென்ன? போட்ட விதை ஆரோக்கியமானதாக இருந்தால் விருட்சம் தானாக வளரும். மருமகன் தாசில்தார் வேலையை மிகவும் சீரியசாக எடுத்துக் கொண்டு விட்ட படியால் வீட்டுக்காரியங்கள் எதையும் கவனிப்பதற்கு நேரமிருப்பதில்லை. சம்பளத்தைத் தவிர வேறு எதையும் வாங்காதவர் என்பது அவர் வீட்டைப் பார்த்தாலே

ப.சகதேவன் • 31

தெரிந்து விடும். பெங்களூர் தரத்தை வைத்துப்பார்த்தால் மிகவும் தரித்திரமாக இருக்கும். ஆனால் குடும்பம் சந்தோஷமாகத்தான் இருந்தது. பொமரேனியன் நாய்க்குட்டி மாதிரி இரண்டு பெண் குழந்தைகள்.. முஸ்லிம்களுக்கு எப்படி பிரியாணியோ அதே மாதிரி கன்னட மக்களுக்கு ஹோளிகே எனப்படும் போளி.. ஒரு யுகாதியின் போது காரம், இனிப்பு என பத்துக்கும் மேல் கொடுத்து அசத்தி விட்டார்கள். கூடவே நெய்யும் வேறு, வட கர்நாடகத்தின் சிறப்பு உணவான சோள ரொட்டியும், எண்ணெய்க்கத்தரிக்காயும் போளி அளவுக்கே சிறப்பாக செய்வார்கள் என்று நம்பியதால் அதைச் செய்து தரும்படி எப்போது கேட்கலாம் என்று குமரவேல் சமயம் பார்த்துக்கொண்டிருந்தார். அதற்கு வேலையில்லாமல் போய்விட்டது. நாற்பத்தைந்தே வயதான ஹிரேமட்டா ஆபீஸ் நாற்காலியில் உட்கார்ந்து வேலை செய்து கொண்டிருக்கும்போதே மாரடைப்பில் உயிரை விட்டுவிட்டார். உடலை வீட்டுக்குக் கொண்டு வரவே—யில்லை. அப்படியே சொந்த ஊருக்குக் கொண்டு போய்விட்டார்கள். பிறகு யார் வந்து எப்போது வீட்டைக் காலி செய்தார்கள் என்று ஒரு விவரமும் தெரியவில்லை. சில மாதங்களுக்குப் பிறகு அதே மாதிரியான ஒரு லிங்காயத் குடும்பம் ஒன்று அந்த வீட்டிற்குக் குடி வந்தது. இப்போது அந்த வீட்டிற்குப் பக்கத்து வீட்டிள் ஐடி வேலை பார்க்கும் மூன்று வடநாட்டுப்பெண்கள் டவுசர் போட்டுக்கொண்டு அந்த வீட்டுக்கு முன்னாலேயே திரிகிறார்கள். அவர்களுக்கு அஜ்—ஜியைப் பற்றியோ, மிசஸ் ஸ்டைனரைப் பற்றியோ ஒன்றும் தெரிய வாய்ப்பில்லை.

○○○

தனக்கும் இவர்களுக்கும் என்ன சம்பந்தம்? இப்போது இவர்களெல்லாம் எங்கிருப்பார்கள்? மறுபடியும் இவர்களைப் பார்க்கும் வாய்ப்புக் கிடைக்குமா? பார்த்தால் இவர்களிடம் எதைப் பற்றிப் பேசப்போகிறோம்? விடை தெரியா இந்தக் கேள்விகளை வைத்துக் கொண்டு குமரவேல் அங்கேயே நின்று கொண்டிருந்தார்..

பக்கத்தில் ஒரு ஹோண்டா ஏக்டிவா ஸ்கூட்டர் ஒன்று பிரேக் அடித்து நின்றது. குருசாமி மகன் சாமராஜ்.

'ஏங் சார்... இங்க நின்னுட்டிருக்கீங்க..? எப்பிடியிருக்கீங்க..? மேடம் எப்பிடியிருக்காங்க..?

'பாத்து ரொம்ப வருசமாச்சே சாமராஜ்... எப்பிடியிருக்கே... அப்பா எப்பிடியிருக்கார்..?'

‘சார்.. அப்பா தவறி ரெண்டு வருசமாச்சே...’

‘அடடா... சாரிப்பா.. தெரியாமப்போச்சு.. என்ன ஒடம்புக்கு செரியில்லாம இருந்தாரா..?’

‘பரவால்லே சார்.. ஒரு ரெண்டு வாரம் மட்டும் படுத்திருந்தார்... வயசும் ஆயிடுச்சில்லியா..’

சாமராஜ் அவர்கள் சந்திக்காமல் விட்ட நாட்களில் நடந்ததையெல்லாம் சொன்னான்.

சாமராஜின் இரண்டு பையன்களும் எஞ்ஜினியரிங் படிக்கிறார்கள். ஒருவன் முடிக்கப் போகிறான். ஒருவன் இப்போது சேர்ந்திருக்கிறான். கோரமங்கலா குடியிருப்பு உருவாக்கப்பட்ட காலத்தில் வாட்ச்மேன் வேலக்கு கிடைத்தவர்களையெல்லாம் நியமித்தார்கள். தாழ்த்தப்பட்ட சாதியில் பிறந்து தமிழ் நாட்டிலிருந்து இங்கே வந்து ஒதுங்கிய அனாதை குருசாமிக்கு அப்படிப்பட்ட ஒரு வேலை கிடைத்தது. நிலத்தை கையகப்படுத்தி சைட்டுகள் பிரிக்கப்படும்போது சைட்டுகளுக்கிடையில் சில வேளை ஒரு சிறிய பகுதி மீதமாகிப்போகும். அப்படி மீதமான ஒரு சைட்டில் குருசாமி ஒரு சிறிய குடிசை கட்டிக்கொள்ள அனுமதிக்கப்பட்டார். எந்த ஒப்பந்தமும் இல்லை.

ஒதுக்கப்பட்ட சாதியில் பிறந்து இங்கு கிடைத்த ஒரு பெண்ணை கல்யாணம் பண்ணி சம்சாரத்தை ஆரம்பித்த குருசாமிக்கு ஒரு பெண்ணும் பையனும் பிறந்தார்கள். கோரமங்கலா வளர்ந்த மாதிரியே குருசாமி குடும்பமும் வளர்ந்தது. சாமராஜுக்கு கன்னடம் ஒரு பிரச்சினையே இல்லை. படித்ததே கன்னடா மீடியம் ஸ்கூலில் தான். விவரமாகப் படித்து ஒரு தேசியமயமாக்கப்பட்ட வங்கியில் வேலையும் வாங்கி விட்டான். பியூனாக இருக்க வேண்டும். வங்கியில் தான் பியூனுக்கும், வேறு உத்தியோகஸ்தர்களுக்கும் பெரிய வித்தியாசம் தெரியாதே. குருசாமியின் அறிவு வளர்ச்சியில் கோரமங்கலா எந்தப் பங்கும் வகிக்கவில்லை. இருபது வருடங்களுக்கு முன்பு ‘டீ குடிக்கக் காசு குடு சார்..’ என்று கேட்ட போது குமரவேல் இரண்டு ரூபாய் கொடுப்பார். கடைசியாகப் பார்த்த போது அது ஐந்து ரூபாயாக மாறியிருந்தது. அதற்குப் பிறகு குமரவேல் அவரைப்பார்ப்பதைத் தவிர்த்தார். பெங்களூர்ப்பெருநகரம் குருசாமிக்கு தன்மான உணர்வை ஏற்படுத்தித் தரவில்லை என்று பெங்களூரின் மேல் குமரவேலுவுக்குக் கோபம்.

ஆனால் சாமராஜ் புத்திசாலியாக இருந்தான். கோரமங்கலாவின் ஒரு பகுதியை அதன் ஆரம்ப காலத்திலிருந்து கட்டிக்காத்து வந்த தன் தகப்பனுக்கு அவன் இருந்த இடம் சொந்தமாக்கப்பட வேண்டும் என்று பெங்களூர் வளர்ச்சிக்குழுமத்திற்கு மனுக் கொடுத்தான். எதிர்பார்த்த படியே அந்த விண்ணப்பத்தை அவர்கள் குப்பைக்கூடைக்குள் போட்டார்கள். தனது சொந்தப்புத்தியாலோ அல்லது பிறர் சொல்வதைக் கேட்டோ அந்த வீட்டில் இருந்து கொண்டே குழுமத்தின் மீது கேஸ் போட்டான். கேஸ் ஜெயித்தால் இடம் அவனுக்கு.. தோற்று விட்டால் இருந்த வரை லாபம்... ஆனால் ஆச்சரியப்படத்தக்க விதத்தில் சில வருடங்களிலேயே தீர்ப்பு வந்து விட்டது. குருசாமி வாழ்நாள் வரை அதில் இருக்க அவருக்கு உரிமையுண்டு. வாரிசுகளுக்கு அதில் உரிமையில்லை. ஆனால் சாமராஜுக்கு வேறு வகையாக ஒரு யோகம் அடித்தது. வீட்டுக்கு எதிரில் ஒரு பெரிய ஐயர் வீடு இருந்தது. ஐயரின் ஒரே மகன் அமெரிக்காவில் செட்டிலாகி விட்டான், வயதான பெற்றோர் அங்கு போவதும் வருவதுமாக இருந்தார்கள். ஆரம்பம் முதலே குருசாமியின் பெண் அங்கு வீட்டு வேலை செய்து கொண்டிருந்தாள். அவள் கல்யாணமாகிப்போன பிறகு சாம்ராஜின் மனைவி அந்த வேலையைச் செய்து வர தொடர்பு நீண்டிருந்தது. தங்களைப்பார்த்துக் கொள்ள வீட்டோடு ஒட்டியிருந்த அவுட் ஹவுசுக்கே சாம்ராஜை வரச்சொல்லி விட்டார்கள். இது நடந்து பல வருடங்கள் இருக்கும். குருசாமியின் துயரம் மிகுந்த வரலாறு அவன் சந்ததியினரால் திருத்தி எழுதப்பட்டு அவனது பேரக்குழந்தைகள் பெங்களூரின் சமதர்ம வானில் மிதக்கப் போகிறார்கள். அது எப்போது எங்கே அவர்களை இடிக்கும் என்பது தெரியாது. அதைப்பற்றி அவர்களுக்குக் கவலையும் இல்லை.

ஒரு பையன் ஃபோன் பேசிக்கொண்டே இடிக்கிற மாதிரி கடந்து போனான். மே மாதத்து வெயில் பத்து மணிக்கே சுரீரென்று உரைத்தது. இப்போது வாகனப்போக்குவரத்து கொஞ்சம் அதிகமாகியிருந்தது.. ஞாயிற்றுக்கிழமை அழகும் மறைந்து விட்டிருந்தது.. சூர்யா டெண்டல் கேருக்கு எதிரில் இருந்த கட்டடத்திற்கு இப்போது ஒரு சாஃப்ட்வேர் நிறுவனம் வந்திருந்தது. அந்த இடத்தில் முதலில் ஒரு ஆஸ்பத்திரி இருந்தது. அது தொண்ணூறுகளின் இறுதிக்காலம். புதிய நூற்றாண்டை வரவேற்பதற்காக உலகம் ஆவலோடு காத்துக்கொண்டிருந்தது. சிவாஜி நகர் பக்கமுள்ள பாரம்பரியமான ஒரு முஸ்லிம் பணக்காரக் குடும்பத்திலிருந்து ஒருத்தர் டாக்டர் மிர்ஸா - அப்போது தான் அமெரிக்காவிலிருந்து திரும்பி வந்து அந்த சிறிய, அடக்கமான மிகவும்

சுத்தமான ஆஸ்பத்திரியை ஆரம்பித்திருந்தார். அந்த ஆஸ்பத்திரி வந்த ஒரு மாதத்திலேயே அங்கு போகவேண்டியதாகிவிட்டது. தனது முழங்கால் வலியும் கைவிரல்கள் வலியும் தாங்க முடியவில்லை என்று சுலோச்சனா சொன்னதன் பேரில் அங்கு சென்றிருந்தார்கள். அப்போது சுலோச்சனாவுக்கு ஐம்பது வயது நெருங்கிக் கொண்டிருந்தது. டாக்டர் மிர்ஸா அமெரிக்காவிலேயே நீண்ட காலம் பணியாற்றியதால் ஆஸ்பத்திரியின் நடைமுறைகள் எல்லாம் அமெரிக்க நடைமுறையிலேயே இருந்தன. அல்லது அப்படியிருக்குமென்று குமரவேல் நினைத்துக் கொண்டார். அதற்கு ஆதாரம் அங்கிருந்த ஒரு முக்கியமான அறிவிப்பு. 'டாக்டர் உங்களுக்கு முன்னால் போயிருந்தவர்களுக்கு ஆலோசனை தர நீண்ட நேரம் எடுத்துக் கொள்கிறார் என்று சங்கடப் படாதீர்கள். உங்களுக்கும் அதே அளவு நேரத்தை அவர் ஒதுக்குவார்..' என்று இருந்தது. அதை விட முக்கியமான விஷயம் ஆஸ்பத்திரியின் நுழைவிலேயே கதவுக்கு மேல் மிகப்பிரதானியமாய் எழுதப்பட்டிருந்த வாசகம்: 'கடவுளை நினையுங்கள். அவர் தான் உங்களைக் குணப்படுத்தப் போகிறார்.'

அவர்கள் உள்ளே நுழைந்ததும் நோயின் அறிகுறிகளைத் தெரிந்து கொண்டு அது தொடர்பான ஆலோசனைகளை வழங்கிக் கொண்டிருந்த போதே குமரவேலுவின் கணக்குத் தணிக்கைப் பிரிவு உத்தியோகம், சுலோச்சனாம்மாவின் வங்கி ஊழியர் பணி என்பவற்றையெல்லாம் கேட்டுத் தெரிந்து கொண்டார். இணையம், வலைத்தளம் எல்லாம் பிரபலமாகி— யிருக்காத அக்காலத்தில் ரூமட்டாய்டு மூட்டு வலியைக் குறித்த அவரது தகவல்களையெல்லாம் ஒரு பள்ளி மாணவியைப்போல சுலோச்சனாம்மா கேட்டுக்கொண்டார். ஆரம்பத்தில் கோரமங்கலாவின் மத்தியதர, மேல்மத்தியதர வர்க்கத்தினருக்கென்று இருந்த அந்த ஆஸ்பத்திரி போகப்போக எல்லாவர்க்கத்து முஸ்லிம்களுக்கென்று ஆகிப்போனது. இதற்குக் காரணம் என்ன என்று டாக்டர் மிர்ஸாவைக் கேட்க அவர்கள் அந்த ஆஸ்பத்திரிக்கு மீண்டும் போகவில்லை. ஆயுர்வேத சிகிச்சை பலனளிக்கும் என்று யாரோ சொல்லக்கேட்டு அதில் ஒருவருடம் போலத் தொலைத்த பிறகு மணிபால் ஆஸ்பத்திரியில் போய் சரணடைந்தார்கள். அதற்குப் பிறகு சில ஆண்டுகளுக்குப் பிறகு தேவையான பொருளைச் சம்பாதித்துக்கொண்ட பிறகு இதே ஏரியாவில் பெரிய இடம் வாங்கி இதைவிடப் பெரிய ஆஸ்பத்திரி கட்டிக்கொண்டு போய்விட்டார். அதற்குப் பிறகு யாரும் எதிர்பாராத விதமாக அங்கே ஒரு பள்ளிக்கூடம் வந்தது. ஒரு வித்தியாசமான பெயரில்..இந்தியாவின் எந்த கல்வி

வாரியத்துடனும் இணைக்கப்படாத ஒரு கல்வி முறையை அந்தப் பள்ளி பின்பற்றியது.. குழந்தைகள் சாதாரணமான கார் இல்லை. பெரிய பெரிய கார்களில் வந்தார்கள். அதற்குப்பக்கத்தில் இருக்கும் காலி இடத்திலேயே பாலர் பருவக் குழந்தைகளுக்கென்று சிறிதும் பெரிதுமாக பல விளையாட்டுக் கருவிகளைப் போட்டிருந்தார்கள். அவை எதுவுமே இந்தியாவில் செய்யப்பட்டதாகத் தெரியவில்லை. பள்ளிக்கட்டிடத்தின் மூன்று தளங்களும் குளிர்சாதன வசதி செய்யப் பட்டிருந்தன. காம்பௌண்டுக்கு சற்று உள்ளே ஒரு சிறிய, நவீனமான கூண்டுக்குள் ஒரு இளம்பெண் உட்கார்ந்து கணிணியைத் தட்டிக்கொண்டிருப்பாள். இவையெல்லாமும் ஒரு சுறுசுறுப்பான காலை நேரப்போதில் மாற்றம் கொண்டன.

என்ன தான் முன் ஜாக்கிரதையாக பள்ளியின் வாசலைத் தெற்கு நோக்கி வைத்திருந்தாலும், பள்ளி வாகனங்களை காம்பவுண்டுக்குள் கொண்டு வந்து குழந்தைகளை இறக்கி, ஏற்றி விட்டாலும் இரண்டு மூன்று மினி பஸ்கள் ஒன்றாக வருகிற போது சாலையில் நெருக்கடி ஏற்படத்தான் செய்யும். குழந்தைகளை விட்டுவிட்டு வெளியே வருகிற நேரத்தில் ஆட்டோ ஒன்று வேகமாக வந்தது. பஸ்காரன் வெளியே வருகிறானா உள்ளே போகிறானா என்று கணிக்க முடியாத படியான ஒரு வேகத்தில் இருந்தது. ஆட்டோக்காரன் கணிப்பில் ஏற்பட்ட குழப்பத்தால் ஆட்டோ அதில் மோதி அதிலிருந்த ஒரு கிழவி வெளியே வந்து விழுந்தாள். அடுத்து இறங்கிய ஒரு இளம் வாலிபன் ஆட்டோக்காரனிடம் சத்தம் போட்டுக்கொண்டே பஸ் டிரைவரிடத்தில் போய் கத்தினான். அந்த வாலிபன் நிச்சயமாக பக்கத்திலிருக்கிற ராஜேந்திர நகர், ஈஜிபுரா, நீலசேந்த்ரா, ஆனேபாள்யா பகுதிகளில் ஒன்றிலிருந்து தான் வந்திருக்க வேண்டும். இந்த பகுதிகளில் வாழும் மக்களிடம் ஒரு கலாச்சார ஒற்றுமை இருந்தது. மதம், சாதி, இனம், மொழி என்னும் அடிப்படையில் வெவ்வேறு பிரிவினைச் சேர்ந்தவர்களாக இருந்தாலும் இவர்களுக்குள் நல்ல ஒற்றுமை இருந்தது. பாசக்காரர்களாகவும், கஷ்ட காலத்தில் ஒருவருக்கொருவர் உதவிகொள்பவர்களாகவும், நாளையைப் பற்றிக் கவலைப்படாதவர்களாகவும் இருந்தார்கள். தங்களது பண்பாடு சார்ந்த அம்சங்களில் பிடிப்பு இருப்பதோடு பிற பண்பாட்டு அம்சங்களையும் மனப்பூர்வமாக ஏற்றுக்கொண்டார்கள். பொங்கல், தீபாவளி, ரம்ஜான், கிறிஸ்த்மஸ் முதலிய எல்லாக்கொண்டாட்டங்களுக்கும் அங்கே சமமான மரியாதை உண்டு. வேறு ஒரு முக்கியமான விஷயத்திலும் அவர்களுக்குள் ஒரு ஒற்றுமை இருந்தது. அது சில பிரச்சினைகளை வன்முறையின்

மூலமே தீர்த்துக் கொள்ள முடியும் என்று நம்புவது. அந்த வாலிபன் பேசிக்கொண்டிருக்கும்போதே பஸ் டிரைவரை கீழே இழுத்துப் போட்டான். வாலிபனுக்கும் இருக்கும் அளவு தெம்பு மத்திய தர வயதுடைய அந்த டிரைவருக்கு இல்லை. குத்து சரமாரியாக விழுந்தது. பள்ளி நிர்வாகத்தைச் சேர்ந்த பெரும்புள்ளிகள் யாரும் அப்போது வந்திருக்கவில்லை. இரண்டு பக்கமும் வாகனங்கள் சேர்ந்து டிராஃபிக் ஸ்தம்பித்தது.

கிழவி கஷ்டப்பட்டு எழுந்து உட்கார்ந்து காலைப்பிடித்துக் கொண்டிருந்தாள். கண்ணுக்கு வைத்தியம் செய்து வந்திருக்கிறாளா அல்லது பல்லுக்கு வைத்தியம் செய்து கொள்ள வந்திருக்கிறாளா என்று தெரியவில்லை. ஆனால் அவளது மகனோ அல்லது பேரனோ வேறு வகையான வன்முறை வைத்தியம் செய்து கொண்டிருந்தான். இருவருக்குமிடையில் சமாதானம் செய்பவர் எண்ணிக்கையும் கூடியது. பிரச்சினையின் தொடக்கம் என்னவாக இருக்கும் என்பதில் எல்லோருக்கும் ஒருமித்த கருத்து இருந்தது. 'இந்த இடத்தில் பள்ளிக்கூடம் வைக்க யார் அனுமதி கொடுத்தார்கள் ? இங்கே எப்படி பள்ளிக்கூடம் நடத்தலாம்..?' போலீஸ் வந்து சமாதானம் பேசி ஒரு வழியாக பிரச்சினை முடிவுக்கு வந்தது. அடுத்த இரண்டொரு மாதங்களில் பள்ளியை இடம் மாற்றி விட்டார்கள். இப்போது அங்கே 'டெருகுன்' என்று ஒரு மென்பொருள் நிறுவனம் வந்திருக்கிறது. இந்த மாதிரியான பெயர்களை இந்த மென்பொருள் நிறுவனத்தினர் எங்கிருந்து கண்டுபிடிக்கிறார்களோ தெரியவில்லை.

மேலே அபூர்வமாய் ஒரு விமானம் பறந்தது. தலையைத் தூக்கிப்பார்த்த குமரவேல் சதுரவடிவில் தரை மட்டத்தை ஒரு சுற்றுப்பார்த்தார். தனக்குள்ளாகவே ஒரு எல்லையையும் போட்டுக் கொண்டார். அவருக்கு நேர் எதிரில் ரோட்டுக்கு அந்தப்பக்கம் விரிந்து பரந்திருந்தது கோசாலா. ஆயிரத்துத் தொளாயிரத்து எழுபதுகளில் கோரமங்கலா நகரத்துக்கு வெளியேயுள்ள பிரதேசமாக இருந்தபோது 'பிராணிகள் பாதுகாப்பு சங்கத்தினர்' இங்கே ஒரு ஐந்து ஏக்கர் நிலத்தை வாங்கிப்போட்டார்கள். உழைத்து ஓய்ந்த காளைகள், பால் தரும் பருவம் கடந்த பசுக்கள், நோய்வாய்ப்பட்டவை என நூற்றுக்கணக்கான பிராணிகள் சுதந்திரமாக அலைந்து திரிந்தன. கறந்த பாலை இலவசமாகக் கொடுத்தார்கள். கொஞ்ச நாளைக்குத்தான். அப்புறம் காசுக்கு விற்றார்கள். பிறகு எல்லாம் ஒரேயடியாக நின்று போயிற்று. அவ்வப்போது நீளமான கார்களில் மெல்லிசான வேட்டியை தார்பாய்ச்சிக் கட்டிக் கொண்டு சில முதியவர்கள் வருவார்கள். அவர்களோடு பருத்த உடம்போடு நடக்க முடியாமல்

சில கிழவிகள். இவர்களோடு நீண்ட வெள்ளரிப்பிஞ்சு போல சில இளம்பெண்களும் இருப்பார்கள். எல்லாப்பெண்களும் முக்காடு போட்டுக் கொண்டிருப்பார்கள். சில குழந்தைகளும் அதில் உண்டு. சில வருடங்களுக்குப் பிறகு அதன் காம்பவுண்டுச்சுவரில் ஒரு நோட்டீஸ் முளைத்தது. 'இந்த இடம் கோபால ரெட்டிக்குச்சொந்தமானது. இது சம்பந்தமான வழக்கு நீதி மன்றத்தில் இருக்கிறது' என்று சொல்லி வழக்கு எண்ணையும் கொடுத்திருந்தார்கள். காட்டிலே செத்துக்கிடக்கும் மிருகத்தை கழுகுகள் குதறுவதைப் போல நகரத்தைச் சுற்றிய எல்லா இடங்களையும் வளைத்துப் போடும் டெவலப்பர்கள் இதையும் கைப்பற்றக்கூடும். இந்த வழிமுறையில் குமரவேலுவுக்கு எள்ளளவும் சம்பந்தமில்லை. இதில் மட்டுமா? இதோ அதற்குப்பக்கத்தில் இருக்கும் அரசு பஸ் டிப்போ அதற்குச் சொந்தமான பல மாடிக்கட்டடம், அதற்கு நேர் எதிரிலுள்ள 'காண்டாமிருகம் மதுபான விடுதி' அதற்கு பக்கத்தில் இருக்கும் வடகர்நாடக சோள ரொட்டி (நின்று உண்ணும்) பசவேஸ்வரா உணவு விடுதி.. அதற்குப்பக்கத்திலேயே அதனோடு இணைந்தபடியே இருக்கும் ஆம்பூர் ஏ-கிளாஸ் பிரியாணி மையம்.... எதனோடும் அவருக்குத் தொடர்பில்லை. அதனாலென்ன? அங்கு தினமும் வந்து போகும் நூற்றுக்கணக்கான மனிதர்களுக்கும், அந்த இடங்களுக்கும் தான் என்ன தொடர்பு? இதோ அடுத்த தெருவில் முப்பது ஆண்டுகளாக குமரவேல் என்பவர் வசித்து வருகிறார். அவருக்கும் எல்லா மனிதர்களையும் போலவே ஆசாபாசங்கள் உண்டு என்று எத்தனை பேர் நினைத்துப் பார்ப்பார்கள்? இப்படியே பார்த்தால் யாருக்கும், எதனோடும் எந்தச் சம்பந்தமும் இல்லை. சந்திக்கும்போது ஒரு சொந்தம் ஏற்படுகிறது.. பிரியும்போது அந்தச் சொந்தம் முடிந்து விடுகிறது.. தனக்கும் தனது குடும்ப உறுப்பினர்களுக்கும் இருக்கும் உறவும் அப்படித்தானா?

'சார்... சார்' என்று சத்தம் ரோட்டுக்கு அந்தப் பக்கமிருந்து கேட்டது. காய்கறி தள்ளு வண்டிக்காரர் சம்பந்தம்.... ஏன் இங்கு நிற்கிறீர்கள் என்று சாடையிலேயே கேட்டார். சும்மா தான் என்று அவருக்கு சாடையிலேயே பதில் சொன்னார்.

குமரவேல் பணி ஓய்வு பெற்றுப் பல வருடங்களாகி விட்டன. ஒரு பகல் நேர நீண்ட பஸ் பிரயாணத்தின் முடிவில் சேர வேண்டிய இடம் சேர்ந்த பிறகு வழியில் எந்தெந்த இடங்களை எத்தனை மணிக்கு கடந்து வந்தோம் என்று கேட்டால் எப்படி பதில் சொல்லத் தெரியாதோ அதைப்போல வேலைக்குச் சேர்ந்தது, திருமணம் ஆனது, இரண்டு குழந்தைகள் பிறந்தது, அவர்களைப் படிக்க வைத்தது

எல்லாம் எப்படி நிகழ்ந்தன என்று இப்போது நினைத்துப்பார்க்கவே முடியவில்லை. எல்லாவற்றுக்கும் மேலாக இப்போது கண் முன்னால் விரிந்து நிற்கும் பஸ் டிப்போவையோ அதற்கும் முன்னால் வானுயர உயர்ந்து நிற்கும் பல மாடிக்கட்டடத்தையோ பார்ப்பதற்கு முன்னால் அவை வருவதற்கு முன்னால் இருந்த பெரிய ஏரியும் அங்கு வந்து போய்க்கொண்டிருந்த பல வகையான பறவைகளும் தான் நினைவுக்கு வந்தன. ரோட்டுக்கு அப்பாலிருந்த நிலம் புறம்போக்காக இருந்ததால் அதற்கு எல்லையாக ரோடு இருந்தது. அதிலிருந்து தண்ணீர் வடிந்து போவதற்காக அமைக்கப் பட்ட ஒரு சிறிய திட்டில் உட்கார்ந்து அவருடன் வேலை செய்து வந்த மலையாளி மேத்யூவுடன் சேர்ந்து பிராந்தி குடிப்பதுண்டு. மேத்யூ கிறிஸ்தவனானாலும் வீட்டில் குடிக்க அனுமதியில்லை. குமரவேல் அப்போது தான் குடிக்கப் பழகியிருந்தார். கோரமங்கலா அப்போது ஒரு புதிய லே அவுட்டாக இருந்தாலும் ஒரு கிலோமீட்டர் தூரத்திலேயே இரண்டு லிக்கர் ஷாப்புகள் இருந்தன. மக்கள் நலனில் பெரிதும் அக்கறை கொண்டிருந்த முதலமைச்சர் ராமகிருஷ்ண ஹெக்டே கூட இந்த மதுக்கடைகளின் பெருக்கத்தைக் கட்டுப்படுத்த முடியவில்லை. பெங்களூரைச் சுற்றிலும் ரிங் ரோடுகள் ஏற்படுத்தியதன் மூலம் இந்தப் பாவத்தைத் தீர்த்துக் கொண்டாரோ என்னமோ? மேத்யூவுடன் கொண்டிருந்த இந்த ஏற்பாடு அதிக நாள் நீடிக்கவில்லை. ஒரு முப்பது வயது மதிக்கத்தக்க ஒரு பெண்ணின் சடலம் திட்டுக்கு மிக அருகில் ஒரு நாள் கண்டுபிடிக்கப் பட்டது. ஏற்கனவே பாம்புகளின் நடமாட்டமும் அதிகமாக இருந்தது. அதோடு குவார்ட்டர் பாட்டில் வாங்கி வந்து அதை வார்ட்ரோப்பில் துணிகளுக்கிடையில் மறைத்து வைத்து சுலோச்சனாவும் குழந்தைகளும் ஏமாந்த சமயம் பார்த்து குடித்துக்கொள்ளும் சமயோஜித திட்டமும் கை கொடுத்தது. எனவே ஆள் நடமாட்டமில்லாத அந்த இடத்தில் அவர்கள் சந்திப்பது நின்று போனது..

ஹெக்டேயுக்குப் பிறகு எஸ்.ஆர்.பொம்மாய், ஜெ.எச்.படேல் என்று இரண்டு முதலமைச்சர்கள் வந்து போய்விட்டார்கள். கோரமங்கலாவைச் சுற்றிலும் தேவையான அளவு பார்கள் வந்து விட்டன. இல்லறத்தின் வெம்மையைத் தவிர்க்க உதவியது என்று மதுவைக் கருதிய காலத்திலிருந்து பல்வேறு சந்தர்ப்பங்களில் அதன் பயன்பாடு நிறைவாகவே இருந்தது, போதை தெளிந்தவுடன் ஏற்படும் குற்ற உணர்வும் தாற்காலிகமானதாக, சமாளிக்கத் தகுந்ததாகவே இருந்தது. அதற்குக் காரணம் குமர வேலுவின் மிதமான போக்குத்தான்.

ப.சகதேவன் • 39

டிப்போவின் இடது பக்கத்திலிருந்த டீக்கடையின் முன்னால் ஒரு டிரைவரும், பெண் கண்டக்டரும் சண்டை போட்டுக் கொண்டிருந்தார்கள். தான் கவனித்த வரையில் ஆண் டிரைவர், பெண் கண்டக்டர் இருவர் சண்டை போட்டுக்கொள்ளும்போது ஒவ்வொரு ஜோடியும் ஒவ்வொரு காரணத்திற்காகச் சண்டை போடுவதைக் கவனிக்க முடிந்தது. வேலையில் சேரும்போது போண்டியாக இருந்த குமரவேல் சைக்கிளிலிருந்து தொடங்கி, ஸ்கூட்டர் பிறகு மாருதி-800 என்று உயர்ந்த பின்னாலும் மெஜஸ்டிக், சிவாஜி நகர் என்று போகும் போது பஸ்ஸில் போகும் பழக்கத்தையே வைத்திருந்தார். பெண் கண்டக்டர்கள் வேலை முடிந்து உட்காரும்போது அவர்களோடு பேச்சுக்கொடுத்த வகையில் அவர்கள் தங்கள் வேலையை ரசித்துச் செய்வதாகவே தோன்றியது. கிட்டத்தட்ட எல்லாத்துறைகளிலும் இப்போது பெண்கள் வந்து விட்டாலும் இன்னும் நுழையாத துறைகளில் அவர்களை ஈடுபடுத்த வேண்டும் என்று ஆண் இனத்தின் பிரதிநிதி என்ற முறையில் குமரவேல் நினைத்துக் கொண்டார். அதே சமயம் சுலோச்சனாவிடம் நீ ஏன் கண்டக்டர் வேலை பார்க்கக் கூடாது என்று கேட்டால் என்ன மாதிரியான எதிர்வினை இருக்கும் என்று நினைத்துப் பார்த்த போது உடல் ஒரு முறை அதிர்ந்து நின்றது. பெண் கண்டக்டர்கள் தாங்கள் பெண் இனம் என்பதை உணரும் வகையில் பல மாற்று வேலைகளைச் செய்யலாமா என்று யோசிப்பார்களோ? பெண்மையின் பல பண்புகளை இந்த வேலைக்காக அவர்கள் உதற வேண்டி— யிருந்தது.. குறிப்பாக இந்த டிரைவர்கள் ஆண் கண்டக்டர்களை சந்தேகிக்கிற மாதிரியே இவர்களையும் சந்தேகித்தார்கள். அதாவது அவர்களுக்கு வரும் உபரி வருமானத்தில் சமமான பங்கை இவர்கள் டிரைவருக்குத் தருவதில்லை. அமுக்கிக் கொள்கிறார்கள். சிலசமயம் இது சண்டையாக வெடிக்கிறது. இது பெரும்பாலும் டிரிப் முடிந்து டீக்கடையில் டீ குடிக்கும்போது நிகழ்கிறது.

குமரவேலு நின்று கொண்டிருந்த இடத்திலிருந்து சில அடிகள் முன்னே நடந்தார். ரோட்டின் ஒரு முனையிலிருந்து பஸ் நிறுத்த நிழற்குடையைத் தாண்டி வலது புறத்திற்கு வந்து 'காண்டாமிருக மதுபான விடுதி'யின் முன்னால் நின்று கொண்டார். அதன் பெயர் தாராளவாத யுகத்திற்கான வித்தியாசமான பெயர் தான். இப்போது இந்த மாதிரி இடங்களுக்கு 'யானையின் சிரிப்பு', 'வாலில்லாக்குரங்கு', 'சுவற்றிலே ஓட்டை' என்றெல்லாம் பெயர் வைக்கிறார்கள்

பைரவேஸ்வரா பார் அண்டு ரெஸ்டோராண்ட், பனஷங்கரி வைன்ஸ் என்பவையெல்லாம் சுதேசித்தன்மை கொண்டிருக்க

இத்தகைய விடுதிகள் முற்றிலுமாக மேற்கத்திய பாணியிலிருந்தன. என்ன சொன்னாலும் இவை இரண்டுக்குமிடையில் பல்வேறு கலாச்சார வேற்றுமைகள் இருக்கத்தான் செய்தன. சுதேசியில் சத்தம் அதிகமாக இருக்கும். வெயிட்டர்களை அளவுக்கதிகமாக அதிகாரம் செய்வார்கள். நிலமை கட்டுமீறிப் போகும்போது அடிதடி எல்லாம் நடக்கும். இங்கே அப்படியெல்லாம் இருக்காது. வெயிட்டருக்கும், வாடிக்கையாளர்களுக்கும் மேலோட்டமாக வர்க்க வேறுபாடு இருக்காது. சாராயத்திற்கும், மனிதனுக்குமுண்டான உறவு சமத்துவ நிலையிலானதாக இருக்கும். இன்னொரு முக்கியமான விஷயம் மேற்கத்தியப்பாணி விடுதிகளில் வயது வரம்பு பெரும்பாலும் 35-க்குள் தான் இருக்கும். அவர்கள் தங்களுக்குள் குசுகுசுவென்று பேசிக்கொள்வார்கள்.

குமரவேல் கொஞ்ச நாளாகவே இந்த மது விடுதிக்குப் போகவேண்டும் என்று விரும்பியிருந்தார். நேற்று மாலை—யிலிருந்தே வயிறு கொஞ்சம் மந்தமாக இருந்தது. காலையில் அளவாகச் சாப்பிட்டும் கூட மந்த நிலை மாறவில்லை. வெயிலும் அன்று கொஞ்சம் அதிகமாக இருந்தது. எனவே ஒரு பன்னிரண்டு மணி வாக்கில் அந்த மது விடுதிக்குப் போனார். படி ஏறும்போதே வேடிக்கையான வாசகங்கள் ஒவ்வொரு படியிலும் எழுதப்பட்டிருந்தன. ‘அன்புடையீர்... நாளையிலிருந்து கண்டிப்பாக உங்களுக்கு பியர் முற்றிலுமாக இலவசம்..” என்பது மாதிரியான வாசகங்கள்... உள்ளே நுழைவதற்கு முன்னால் தனது உடையை சரிபார்த்துக் கொண்டார். பீட்டர் இங்லேண்ட் முழுக்கை சட்டை (இது உள்ளூர் சட்டைகளுக்கும் மேலெ, வேன் ஹுசென், லூயி பிலிப் என்பவற்றுக்கும் கீழே) , ரேமண்ட் கால்சட்டை (துணி எடுத்துத் தைத்தது) லிபர்டி காலணி (இதுவும் அதே தரத்தைச் சேர்ந்தது தான்) .. மாறி வரும் நாகரிகத்திற்குச் சேர்ந்து போகிற மாதிரியான ஆடை என்பது குறித்து குமரவேலுவுக்குத் திருப்தி உண்டு. ஆனால் அங்கே வருகிற கிராக்கிகள் வெறும் டீ சர்ட், அரை டவுசர், முக்கால் டவசர் என்று போட்டுக் கொண்டு வருகிறார்கள். தன்னை மாதிரி உடை அணிந்திருப்பவர்களும் ஒரு சிலர் உண்டு. ஆனால் அவர்கள் குழுவாக இருந்தார்கள். தனது ஆடையைப் பார்ப்பவர்கள் ஏதோ அலுவலக வேலைக்குப் போக வேண்டியவர் இங்கு வந்து விட்டாரோ என்று நினைக்க வைக்கும்.

வலது மூலையில் இரண்டு நாற்காலிகள் மட்டுமே போடப்பட்டிருக்கிற ஒரு சிறிய மேசையின் முன்னால் உட்கார்ந்து கொண்டார். இப்பொது பொது இடங்களில் புகை பிடிப்பது

தடை செய்யப்பட்டிருப்பதால் இந்த மாதிரி இடங்களில் புகை பிடிப்பதற்கென்று ஓரிடத்தை வைத்திருப்பார்கள். அவரது மேசை அந்த இடத்திற்குப் பக்கத்தில் இருந்தது. அங்கிருந்து வெளியெ வந்த ஆண்களும். பெண்களும் வாயைத் துடைத்துக்கொண்டு வந்தார்கள். குமரவேல் அவர்களைப் பார்க்காமல் முகத்தைத் திருப்பிக் கொண்டார். இரட்டைப்பாவங்கள் செய்யும்போது அவர்களது தந்தை வயதுடைய தன்னைப் பார்த்து ஏன் அவர்கள் குற்ற உணர்வு கொள்ள வேண்டும்? தான் செய்வது பாவம் என்று அவர் நினைக்கவில்லை. மது என்பது பல காரணங்களுக்காக மனிதனால் கைக்கொள்ளப்பட்டிருக்கிறது. மன இக்கட்டுகளிலிருந்து தப்பித்துக் கொள்வதற்கு, சந்தோஷத்தை அதிகப்படுத்திக்கொள்வதற்கு என்பவை முக்கியமான காரணங்கள். அதோடு கூட பணி ஓய்வு பெற்றவர்கள் தங்கள் கடந்த காலத்தை நினைத்து மறு வாழ்வு வாழவும் அது ஒரு வாய்ப்புக் கொடுக்கிறது. இனி உடல் ஆரோக்கியத்தில் அது என்ன மாற்றத்தை நிகழ்த்தி விட முடியும்? ஆனாலும் இந்தியாவில்-தென்னிந்தியாவில் இளம் வயதுடைய ஆண்களும், பெண்களும் இப்படியான ஒரு பகல் நேரத்தில் சந்தித்து பேசி உறவாடுவது என்பது நாகரிகத்தின் புதிய பக்கம் என்று குமரவேலுவுக்குத் தோன்றியது. இருந்து விட்டுப் போகட்டும். நமக்கு இதனால் லாபமும் இல்லை. நஷ்டமும் இல்லை..

கவனிக்காதது மாதிரிக் காண்பித்துக் கொண்டாலும் அங்கிருந்தவர்களில் பெரும்பாலோர் தன்னைக் கவனித்துக் கொண்டு தானிருக்கிறார்கள் என்று குமரவேலுவால் உணர முடிந்தது. அதனாலென்ன? அங்கிருந்த பெரும்பாலான மேசைகளில் ஆண்களும், பெண்களுமாகத்தான் உட்கார்ந்திருந்தார்கள். சில மேசைகளில் மட்டும் இரண்டு அல்லது மூன்று ஆண்கள் உட்கார்ந்திருந்தார்கள். தனது மேசைக்கு நேர் எதிரில் சற்று வலப்பக்கமாக இருந்த ஒரு பெரிய மேசையில் இருந்த நான்கு பெண்களில் ஒரு பெண் அவரிருந்த மேசையைச் சுட்டிக்காட்டி ஏதோ சொன்னாள். அங்கிருந்த பலர் தொடர்ச்சியாக இல்லாமல் அவ்வப்போது தன்னை ஓரக்கண்ணால் பார்ப்பது மாதிரித் தெரிந்தது. குமரவேல் ஒரு மக் பியரை முடித்து விட்டு அடுத்ததை ஆரம்பித்திருந்தார். திடீரென்று அந்த பெரிய மேசையில் இருந்த ஒரு பெண் சேரைப் பின்னுக்குத் தள்ளி விட்டுத் தன்னை நோக்கி வந்தாள்

‘இங்கே உக்காரலாமா அங்கிள்’

‘கண்டிப்பா... இது பொது இடம்... யார் எங்க வேண்ணாலும் உக்காரலாம்..’

'இல்லே.. எங்குளுக்குள்ள உங்களப் பத்தி ஒரு பேச்சு வந்தது...'

'அப்பிடியா..'

அந்தப் பெண் அணிந்திருந்த உடை ஆண்களின் கவனத்தை மிக சீக்கிரம் கவரக்கூடியதாக இருந்தது

'நீ இது எடுத்துகறது இல்லியா..?'

கோப்பையைக் காண்பித்த படி கேட்டார்.

'இல்ல.. ட்ரை பண்ணேன்.. புடிக்கலே.. விட்டுட்டேன்..நாங்க பேசிக்கிட்டது என்னன்னா எங்க தகப்பன்மார் ஏன் உங்கள மாதிரி இந்த மாதிரி எடத்துக்கு வந்து எஞ்சாய் பண்றதில்லே.. எது அவங்களத் தடுக்குதுன்னு..'

'இதுல ஒண்ணுமில்லேமா..ஒவ்வொருத்தரோட ரசனை... அவங்கவங்க சவுகரியம்..நீங்கள்ளாம் எங்க வயசுக்கு வரும்போது உங்குளுக்கும் இதிலெல்லாம் ஒரு சலிப்பு ஏற்படலாம். அல்லது வேறு எதாவது இடம் தேடிச் செல்லலாம்.'

இங்கு வந்ததற்கான உண்மையான காரணத்தை அந்தப் பெண்ணிடம் சொல்ல முடியவில்லை. எனது கிராமத்தில் இத்தகைய வசதி கிடையாது பெண்ணே! இங்கு வந்து குளிர்ந்த, நாக்கில் சுரீரென்று ஏறும் இந்தத் திரவத்தைக் குடிக்கும்போது நான் மிருத்யுஞ்சனாக உணர்கிறேன்.

'ஓ! முக்கண்ணுடையவனே! உன்னைத்தொழுகிறோம்.. எங்கள் தியாகங்களை ஏற்றுக்கொள்! சுகந்தமான மணம் வீசுகின்றவனும், பவித்திரமானவனும், முக்காலுமும் அறிந்தவனே! எங்களுக்கிருக்கும் ஆற்றலும், செல்வமும், பூரணத்துவமும் எல்லாம் நீ தந்தது தான்! கனிந்த பழம் மரத்திலிருந்து சாந்தமாக விழுவதைப்போல இந்தப் பிறவியிலிருந்து எனக்கு விடுதலை கொடு! மரணத்தைக் கடந்து செல்லும் சக்தியை எனக்குக் கொடு'

குமரவேல் தனக்கு முன்னாலிருக்கும் அந்தப் பெண்ணை ஏறிட்டுப் பார்த்தார்.

'நீ போட்டிருக்கிற உடை அத்தனை பொருத்தமாகத் தெரியவில்லையே..'

அந்தப் பெண் குமரவேலுவை கொஞ்ச நேரம் முறைக்கிற மாதிரி உற்றுப்பார்த்தாள். பிறகு விருட்டென்று எழுந்து போய்விட்டாள்.

பிறகு அந்த மேசையிலிருந்தவர்கள் யாரும் தன்னை நோக்கிப் பார்க்கவில்லை.

இப்போது அதே மது விடுதியின் முன்னால் நின்று கொண்டு அதையே உற்றுப்பார்த்தார். இனி மேல் அதற்குள்ளே நுழைவோம் என்று அவருக்குத் தோன்றவில்லை. அப்படியே நுழைந்தாலும் அங்கே எதுவும் குடிக்க முடியாது. மது மனித நாகரிகத்திற்கு ஆற்றிய நற்சேவைகளும், அது விளைவித்த நாசகாரச் செயல்களும் பற்றி யோசிக்கும்போது மனிதனின் ஒவ்வொரு பழக்கத்திற்கும் இப்படி இரண்டு பக்கங்கள் இருக்கும் எனத்தோன்றியது. இது உண்மையானால் சில தேசங்கள் இதை முற்றிலுமாக நிராகரித்திருப்பதும் நியாயமானது தான். நல்ல பல நன்மைகளைத் தருகிறதா என்பதை விட மக்களுக்குக் கெடுதல் ஏற்படாமல் இருக்க வேண்டும் என்பதல்லவா அரசுவின் பணி? அதே சமயம் உலகின் சாதனையாளர்களைக் கவனிக்கும்போது அவர்களில் பெரும்பாலோர் அரசுக்கு எதிராகச் சென்றவர்களாகவும், அரசு-சமூகம் என்பவற்றைப்பற்றிக் கவலைப்படாதவர்களாகவும் தான் இருந்திருக்கிறார்கள்.

மேலும் இதைப்பற்றி யோசித்துக்கொண்டிருப்பது அனர்த்தம் என்று குமரவேலுவுக்குத் தோன்றியது.

மொபைல் ஒலித்தது. சுலோச்சனாம்மா தான்.

‘எங்கிருக்கீங்க..?

‘இங்க தான் டிப்போவுக்கு முன்னாலே நின்னுட்ருக்கேன்..’

‘வர்றீங்ளா..?’

‘கொஞ்சம்பொறுத்து வர்றனே..’

‘ம்...’

சொல்லிவிட்டாலும் எங்கு போவது என்று யோசிக்க முடியாமல் நின்று கொண்டிருந்தார். உஞ்சவிருத்திக்குப் போகும் பிராமணர் எந்த வீட்டிற்குப் போனால் என்ன?

○○○

ஆறாவது பிளாக் ஒரு சதுரமான வடிவமைப்பை உடையதாக நாற்புறமும் ரோடுகளைக் கொண்டிருந்தது. சைட்டுகளை ஒதுக்கும்போது எல்லாரும் வீடுகளைக் கட்டிக்கொள்ள வேண்டும் என்று தான் ஒதுக்கினார்கள். ஆனால் இப்போது நாற்புறமும்

வணிகமயமாகிவிட்டதுமில்லாமல் உள்பக்கம் கூட நிறைய ரோடுகள் வணிக மயமாகியிருந்தன. ஒட்டுமொத்த ஆறாவது பிளாக்கை ஒரு கடிகாரம் போல எடுத்துக் கொண்டால் அவரது வீடு 11-ல் இருந்தது. திடீரென்று அவருக்கு உதித்தது. ஐயோ அப்படியானால் அது 12-க்கு வரும்போது நமது ஓட்டம் முடிந்து விடுமோ? பிறகு தன் மீதே தனக்கு எரிச்சலாக வந்தது. 'இருப்பதுபொய் போவதுமெய் என்றெண்ணி நெஞ்சே' என்று பட்டினத்தார் மாதிரி மனதை ஒரு நிலைப் படுத்திக்கொள்ள முயற்சி செய்தார்? இப்படிப்பட்ட எண்ணங்கள் தனக்கு வருவது சமீப காலத்தில் கொஞ்சம் அதிகரித்துவிட்டதென்றாலும் வழக்கம்போலவே அதை உதறித்தள்ளினார்.

தன்னை மிகுந்த நன்றியுடையவராகக் காண்பித்துக்கொள்ள வேண்டும் என்கிற ஆசை அவருக்கு எப்போதும் உண்டு. இது வெறும் 'ஷோ ஆஃப்' தான் என்று அவர் குடும்பத்தார் அவரைக் கேலி செய்வார்கள். இப்போது தனக்கு அறிமுகமாகி தனக்கு வாழ்வின் ஒரு கட்டத்திலோ அல்லது வாழ்நாள் முழுவதுமோ சுகம் தந்து அல்லது வாழ்க்கையை எளிமைப்படுத்திய எல்லா சேதன, அசேதனப் பொருள்களுக்கும் நன்றி சொல்ல ஆசைப்பட்டார். ஏழு குழந்தைகள் கொண்ட ஒரு பெரிய குடும்பத்தில் கடைசியாகப் பிறந்த குமரவேல் தனது ஐந்தாம் வயது வரை தாயிடம் பால் குடித்ததாக ஒரு கதை உண்டு. அவ்வளவு செழிப்பில்லாத ஒரு கொங்கு நாட்டுக் கிராமத்தில் விவசாயக்குடும்பத்தில் பிறந்த அவரின் தாய் குழந்தை பெற்ற முதல் வாரத்திலேயே காட்டு வேலைக்குப் போய்விடுவார் என்று சொல்வார்கள். தகப்பனார் கண்டிப்பானவர் என்றாலும் கெட்டிக்காரர். வறுமையும் இல்லை.. வளப்பமும் இல்லை. எனவே காலையில் எழுந்ததும் காப்பி கிடையாது. காப்பி உண்டு. ஆனால் எழுந்ததும் கிடையாது. காலைப் பலகாரத்தோடு தான். காலைப் பலகாரம் என்பது பழைய சோறு, வறுத்த சோறு, பருப்புஞ்சோறு, புளிச்சோறு எல்லாச்சோறுகளும் தான் முதலில் வரும். பிறகு ராகி மாவு, உதிரி மாவு, கம்பு மாவு, சோளத்தோசை, கம்புத்தோசை, என்பவற்றைத் தாண்டி மொட்டக்கோதும்பி ரவை, சம்பா ரவை, பட்டண ரவை, கொழுக்கட்டை, சந்தகை என்று வந்து கடைசியில் இட்லி, தோசையில் முடியும். அதாவது இந்தப் பட்டியலின் ஆரம்பத்— திலிருப்பவற்றை அதிகத் தடவையும், கடைசியிலிருப்பவற்றை மிக அபூர்வமாகவும் அம்மா செய்வாள். இப்போது அம்மா இல்லை. ஆனால் இந்தப் பலகாரங்கள் இப்போதும் செய்யப்படுகின்றன. இருந்தாலும் அவள் செய்து கொடுத்திருந்த இந்த பலகாரங்கள்

மட்டுமல்ல வேறு எந்த பலகாரத்தையும் அவளை மாதிரிச் செய்ய முடியாது. குமரவேலுவுக்கு ஒரு ஆசை இந்தப்பலகாரங்களை மீண்டும் அதே வரிசையில் பின்னாலிருந்து வருபவற்றை குறைந்த முறையும், கடைசியில் இருப்பவற்றை அதிக முறையும் சாப்பிட வேண்டும் என்று. இதுவும் சாத்தியப்படாதென்று குமரவேலுவுக்குத் தெரியும். இருப்பினும் அந்தப்பலகாரங்கள் எல்லாவற்றுக்கும் அவர் மனப்பூர்வமாக நன்றி சொன்னார். இன்னொன்றும் ஞாபகத்திற்கு வந்தது. பிடித்ததோ பிடிக்கலையோ இந்தப் பலகாரங்களில் எதையும் நிம்மதியாக உட்கார்ந்து ருசித்துச் சாப்பிட்டதாக நினைவில்லை. பள்ளிக்கு நேரமாகிவிட்டது என்பதற்காகவும், அப்பா பக்கத்தில் இருக்கிறார் என்பதனாலும் அது சாத்தியமாகவில்லை. அது இந்தப் பலகாரங்களினுடைய குற்றமல்லவே.. எனவே நன்றி சொல்ல வேண்டியது கட்டாயம்.

காப்பி என்பதற்கு இப்போது கொண்டிருக்கக்கூடிய அர்த்தத்திற்கும், 1950-களில் கொங்கு நாட்டில் விவசாயக்குடும்பங்களில் போடப்பட்ட காப்பி என்பதற்கான அர்த்தத்திற்கும் நிறைய வேறுபாடுகள் உண்டு. அந்தக் காப்பி போடுவதன் முதல்படி ரெண்டு லிட்டர் மூணு லிட்டர் ஈயப்பாத்திரத்தை அடுப்பில் வைக்க வேண்டும். தேவையான அளவு தண்ணீர் வைத்து அது கொதித்த பிறகு ஏற்கனவே காயவைத்த பாலை ஊற்றி அதுவும் கொதித்த பிறகு கருப்பட்டியைப் போடவேண்டும். கருப்பட்டி நன்றாகக் கரைந்த பிறகு கொத்தமல்லித்தூளும், காப்பித்தூளும் கலந்த கலவையைப் போட்டு கொஞ்சம் கொதித்த பிறகு இறக்கி வைக்க வேண்டும். காப்பி எப்போதும் அதிக சூட்டோடு குடிக்கப் படுவதில்லை. ஒரு பாத்திரத்தில் அந்தக் காப்பியை ஊற்றி பிறகு அதற்கு நேராக மேலே பிடித்து கீழே வைத்திருக்கும் கும்பாவில் அதை மெதுவாக ஊற்ற வேண்டும். இதில் குடும்பத்தின் பல் வேறு உறுப்பினர்கள் பங்கு வகிப்பார்கள். அம்மா தான் முக்கிய கதாபாத்திரம். காப்பியை அடுப்பிலிருந்து இறக்கி வைப்பது வரை அம்மா தான். வேறு யார் அந்தச் சிறிய விறகு அடுப்பின் முன்னால் வேக முடியும்? இறக்கி வைத்த காப்பியைப் பாத்திரத்தில் குடும்பத்தின் பெரிய பெண் ஊற்றுவாள். சுற்றிலும் குழந்தைகள் உட்கார்ந்திருப்பார்கள். அவர்களது கண்கள் மேலேயிருந்து காபி கீழே விழுவதைப் பார்த்துக்கொண்டிருப்பார்கள். அந்தப்பெரிய பெண்ணுக்கு அடுத்த பெண்ணோ பையனோ எல்லாருக்குமான டம்ளர்களை வரிசையாக வைத்திருப்பார்கள். குறிப்பிட்ட தடவை ஆற்றி முடித்த பிறகு கும்பாவிலிருந்து ஒவ்வொரு டம்ளருக்கும்

வரிசையாக ஊற்ற வேண்டும். குழந்தைகள் அவரவர் டம்ளர்களை எடுத்துக் கொள்வார்கள். இதில் பெரியவர்கள் பங்கு பங்கு பெரும்பாலும் இருக்காது. காரணம் தெரியவில்லை. குளிர்காலங்களில் இந்தச் சடங்கு இரவு நேரங்களில் கூட நடக்கும். இந்தக் காப்பிக்கும், அந்த எல்லாப்பலகாரங்களுக்கும் குமரவேல் நன்றி சொன்னார்.

வீட்டிலிருந்து அடுத்த அழைப்பு வருவதற்குள் குறைந்தது சோனி சிக்னல் வரையாவது சென்று வந்து விட வேண்டும் என்று முடிவு செய்து நடக்க ஆரம்பித்தார். ரோட்டிற்கு அந்தப்பக்கம் போவதா அல்லது இந்தப்பக்கத்திலேயே நடப்பதா என்ற குழப்பத்திற்குப் பிறகு இந்தப் பக்கத்திலேயே நடப்பது என்று முடிவு செய்து நடக்கத் தொடங்கினார். ஒருவேளை அந்தப்பக்கம் டிப்போவுக்கு முன்னால் அதன் நுழைவாயிலுக்கு வலது பக்கம் ஒரு 'பெப்சி' குடையின் கீழே இருந்த பழத்துண்டுகள் விற்கும் கடை இருந்திருந்தால் அந்தப் பக்கம் போயிருந்திருப்பார். பழத்துண்டுகள் சாப்பிடுவதை விட அந்தக் கடையை நடத்தும் அந்தச்சிறிய பெண் வேலை செய்யும் நேர்த்தியைப் பார்த்துக் கொண்டிருப்பது அவருக்குப் பிடிக்கும் சோம்பேறித்தனம் மிகுந்த ஒரு பகல் நேரத்தில் பழத்துண்டுகள் சாப்பிடப்போனபோது தான் உசேன் பழக்கமானார். உருது கலந்த அவரது தமிழில் ஒரு வித்தியாசமான அழகு இருந்தது.

ஆரம்பத்தில் கடையை உசேன் தான் பார்த்துக் கொண்டிருந்தார். ஒரு ஜீவனம் தேடி பெங்களூருக்குள் நுழையும் எல்லாரையும் போல குறுகிய காலத்தில் பெரிய பணக்காரனாக ஆக வேண்டும் என்கிற எண்ணமெல்லாம் ஏழெட்டு ஆண்டுகளுக்கு முன் வாணியம்பாடியிலிருந்து வந்த போது உசேனுக்கு இருக்கவில்லை. அந்த சிறு நகரத்தில் நான்கு பெண் குழந்தைகளை வைத்துக் கொண்டு காலம் தள்ள முடியவில்லை. இங்கே இருந்த தனது பால்ய நண்பன் கிருஷ்ணமூர்த்தி கொடுத்த ஒரு முக்கிய தகவலின் பேரில் இங்கு வந்தார். அந்த தகவல் இது தான். கொஞ்ச காலமாக பெங்களூரில் ஆம்பூர் பிரியாணி பிரபலமாகி வருகிறது. இந்த ஸ்டைல் பிரியாணி சிவாஜி நகர் தாஜ் ஓட்டல் மாதிரியான இடங்களில் தான் கிடைத்துக்கொண்டிருந்தது. இப்போது பல இடங்களில் இதைத்தயாரித்துக் கொடுக்கிறார்கள். விலையும் குறைவாக இருக்கிறது. சரியான இடமாகப் பார்த்து ஒரு சின்ன கடை கிடைத்தால் கூடப்போதும். ஜெயிச்சு விடலாம். யோசனை சரியாகத்தான் இருந்தது. இதே பி.எம்.ஆர்.டி.சி (பஸ்) டிப்போவுக்கே எதிராக உள்ளே போகும் ஒரு சந்தில் மெயின் ரோடிலிருந்து இரண்டு மூன்று கடைகள் தள்ளி ஒரு கடை கிடைத்தது. பத்துக்கு பத்து

அளவில் இருந்த அந்த இடம் சரியாகத்தான் இருந்தது. ஆனால் வாடிக்கையாளர்கள் யார் என்பதைப் பற்றிய ஒரு தீர்மானமான முடிவுக்கு வரமுடியவில்லை. எண்பதடி ரோடு அப்போது தான் பிரபலமாகிக்கொண்டிருந்தது. அப்படியானால் கடையைக்கடந்து போகும் எத்தனை பேர் அவருடைய கடைக்கு வருவார்கள்? மெனு எல்லா ஆம்பூர் பிரியாணி கடைகளையும் போலத்தான். சிக்கன் பிரியாணி-ரூ. 70 குஸ்கா-ரூ.40 சிக்கன் கபாப்-புல்-70 ஹாஃப்-40 அவ்வளவு தான். (மட்டன் முதலிய வகைகளும் போர்டில் இருக்கும். ஆனால் கிடைக்காது) காலை எட்டு மணிக்கெல்லாம் கணவனும் மனைவியும் கடைக்கு வந்து விடுவார்கள். ராஜேந்திர நகரிலேயே வீடு வைத்துக் கொண்டிருந்த படியால் அங்கேயே ராஜரத்தினம் என்று ஒரு தமிழ்ப் பையன் உதவிக்குக் கிடைத்தான். மனைவியும் பெண்களும் வெங்காயம், இஞ்சி,பூண்டு முதலியவற்றை ராத்திரியே வெட்டி வைத்து விடுவார்கள். முதல் ஐந்து கிலோ அரிசியும், நாலு கிலோ கறியும் பொட்டு ரெடி பண்ணி பதினொரு மணிக்கே அண்டாவை கடைக்கு முன்னால் கொண்டுவந்து வைத்து விட்டார்கள்.

மதிய உணவு இடைவேளையின் போது 'பொதபொத' வென்று ஜனங்கள் வந்தார்கள். முதலில் பக்கத்திலிருக்கும் பசவேஸ்வரா வட கர்நாடகப் பாணி ஓட்டலுக்கு சோள ரொட்டியுடன் சாப்பிடுவதற்குத்தான் கூட்டம் வரும். அவர்கள் பெரும்பான்மையோர் சைவ உணவுப்பழக்கம் உள்ளவர்கள். அவர்களில் ஒரு சிலர் இந்தப் பக்கம் வந்தார்கள். அந்தக்கூட்டம் கரைந்த பின் பக்கத்து வீடுகளிலிருந்து பார்சல் வாங்க வந்தவர்கள், மெயின் ரோட்டில் பத்துக்கடைகள் தள்ளி இருந்த பாரில் ஒரு 'கட்டிங்' அடித்துவிட்டு இங்கு சாப்பிட வந்தவர்கள் என்று சுமார் இரண்டு இரண்டரை மணி அளவில் எல்லாம் தீர்ந்து விட்டது. சுமார் ஒரு வாரத்திற்குப் பிறகு வியாபாரம் சூடு பிடித்தது. ஆனால் வியாபாரத்தின் உச்சம் என்பது பகல் பன்னிரண்டு மணியிலிருந்து இரண்டு மணி வரை தான். கையில் கொஞ்சம் காசும் நின்றது. வாணியம்பாடியிலிருந்து வந்தது நல்லதாகப் போயிற்று என்று உசேன் நினைத்தார். அதற்குப் பங்கம் ஏற்பட்டது. உசேனின் மனைவிக்கு உடல்நிலை சரியில்லாததால் ஆஸ்பத்திரியில் சேர்க்க வேண்டியதாகி தொடர்ச்சியாக ஐந்து நாட்கள் கடையைத் திறக்க முடியவில்லை.. மீண்டும் திறந்தபோது முன்பு வந்த கூட்டத்தைக் காணவில்லை. டிப்போவுக்கு எதிரிலேயே இடது பக்கத்திலேயே கோசாலாவின் காம்பவுண்ட் சுவரையொட்டி மாருதி வேனில் கொண்டு வந்த சாப்பாடு அமோகமாக விற்றுக்கொண்டிருந்தது. எங்கெல்லாம் இப்படி மதிய சாப்பாட்டுக்குத் தேவை இருக்கிறது

என்று தெரிந்து கொண்டு அங்கே கூடாரமடிக்கிற கூட்டம் ஒன்று நகர் முழுதும் செயல்பட்டுக் கொண்டிருக்கிறது என்ற முக்கியமான வியாபாரத் தரவு வாணியம்பாடியிலிருந்து வந்த உசேனுக்குத் தெரிய வந்த போது எல்லாம் கைமீறிப்போயிருந்தது.

ராஜரத்தினம் தான் சொன்னான்.

‘சார்.. வீட்லெயே சமைச்சுக்கொண்டாந்துர்ராங்க... முத்தே (ராகிக்களி), அஞ்சு ரூபா, ரைஸ் பத்து ரூபா, சிக்கன் கரி ஃபுல் அம்பது, ஹாஃப் முப்பது, அதில்லாமே ஃப்ரை அயிட்டங்கள், போட்டி (குடல் கறி) முட்டை எல்லாமே கெடக்கிது..எல்லாமெ அம்பது ரூபாய்க்குள்ள தான்..’

எல்லாரும் தினமும் பிரியாணி சாப்பிடுவதில்லை..பலர் சில குறிப்பிட்ட நாட்களில் அசைவம் சாப்பிடுவதில்லை. சிலர் குஸ்கா மட்டுமே சாப்பிடுகிறார்கள்.. சிலர் பிரியாணி மட்டுமே சாப்பிடுகிறார்கள். ஒரு சிலர் மட்டுமே பிரியாணி, கபாப் இரண்டும் வாங்கிச் சாப்பிடுகிறார்கள். இத்தகைய ஏற்ற இறக்கங்களைத் தாங்கிக்கொள்ள வேண்டுமானால் கையில் நிறைய முதலீடு இருக்க வேண்டும்.. பாதிப்பணத்தை சேமிப்பிலிருந்தும் பாதிப்பணத்தை கந்து வட்டிக்கும் வாங்கிச் செய்யும் இந்த வியாபாரம் உசேனுக்குக் கை கொடுக்கவில்லை. மிகப்பெரிய பிரச்சினை வாடகை தான். ராஜேந்திர நகரில் வீட்டு வாடகை நகரத்திலிருந்த அது மாதிரியான பிற பகுதி வாடகைகளை விட அதிகம் தான்.. பெங்களூரின் பணக்கார சேரிப்பகுதி என்று அதைச் செல்லமாகக் குறிப்பிடுவார்கள். அரசு மானியமாகக் கொடுத்த சைட்டில் கட்டியிருந்தாலும் தேக்குமரக்கதவு, கிரேனைட் தரை என்று தூள் பறக்கும். புதுமனை புகுவிழா நடக்கும்போது எம்ஜியார் படப்பாடல்கள் லே அவுட் வரை கேட்கும்.. உசேனுக்கு முசல்மான்கள் இருக்கும் பகுதியிலேயே வீடு கிடைத்திருந்தது. அவர்கள் பேசும் உருது மட்டும் கொஞ்சம் வித்தியாசமாக இருந்தது.பிரச்சினையில்லை. பிரச்சினை கடை வாடகை தான். வீட்டு வாடகையை விட ஐந்து மடங்கு அதிகமாக இருந்தது. தாக்குப்பிடிக்க முடியவில்லை. மனைவியின் ஆஸ்பத்திரி பில் எல்லாவற்றையும் தலைகீழாகப் புரட்டிப்போட்டுவிட்டது. முகலாய மன்னன் ஷாஜஹான் அளவுக்கு கட்டடம் கட்டி தன் மனைவியின் மீது கொண்ட அன்பை வெளிப்படுத்த உசேனால் முடியாது. ஆனால் கர்ப்பப்பை கொடுக்கும் தொந்தரவினால் உதிரப்போக்கு ஏற்படுவதை நிறுத்தி அதை வெட்டித்தூரமெறிந்து அவளுக்கு ஒரு நிம்மதியைக் கொடுக்க அவனால் முடியும். அதற்குப் பிறகு ஏற்படும் பிரச்சினைகளை அப்புறம் பார்த்துக்கொள்ளலாம்.

கடைக்குக் கொடுக்க வேண்டிய அந்த மாத வாடகையைக் கொடுத்து விட்டு பாத்திரங்களையும், மேசை, நாற்காலிகளையும் வீட்டுக்குக் கொண்டு வந்தார். இடைக்காலத்தில் ராஜரத்தினம் வேறு வேலை தேடிப்போய் விட்டான். இந்தத் தடவையும் கிருஷ்ணமூர்த்தி ஆலோசனை சொல்லத்தவறவில்லை. ராஜேந்திரநகரைச் சுற்றியே நான்கைந்து பார்களும், மதுக்கடைகளும் இருந்தன. இப்போது தயார் செய்யும் இதே அயிட்டங்களை வீட்டில் செய்து கொண்டு வந்து ஒரு தள்ளு வண்டியில் வைத்து மாலை ஏழு மணியிலிருந்து பத்து மணிவரை வியாபாரம் செய்யலாம். உசேன் இந்த யோசனையை முதல் ரவுண்டிலேயே நிராகரித்து விட்டார். இப்போதிருக்கிற நிலையில் வேலைக்கு ஆள் வைத்துக் கொள்ள முடியாது. மனைவி அல்லது பெரிய பெண் நூருன்னிசாவைத்தான் உதவிக்கு வைத்துக்கொள்ள வேண்டும். அது சாத்தியமில்லை. நூருன்னிசா இங்கு வந்த போதே பத்தாவது முடித்திருந்தாள். மேலே என்ன படிக்க வைப்பது என்று யோசித்ததிலேயே நான்கைந்து மாதங்கள் ஓடிவிட்டன. பார்ப்பதற்கும் லட்சணமாக இருந்தாள். புத்திசாலி தான். ஆனால் அவளையெல்லாம் வியாபாரத்தில் ஈடுபடுத்த முடியாது. கிருஷ்ணமூர்த்தியின் இரண்டாவது யோசனை தள்ளுவண்டியில் வைத்து வீதிவீதியாக காய்கறி வியாபாரம் செய்வது... காலையில் நான்கு மணிக்கே வண்டியைத் தள்ளிக்கொண்டு போய் கலாசிபாளையத்தில் மொத்தமாக காய்கறி வாங்கி வந்து வீதிவீதியாக விற்பது.. உசேனுக்கு இந்த யோசனையும் சரிப்படவில்லை.. அவரது யோசனையெல்லாம் பஸ் டிப்போவைச் சுற்றியே இருந்தது. வியாபாரம் என்றில்லையா—யினும் தோதாக ஏதாவது வேலை கிடைத்தாலும் பரவாயில்லை..

இரண்டு மூன்று மாதகாலம் கடை நடத்தியதில் நிறைய பேர் பழக்கமானார்கள். அதில் பெரும்பாலானவர்கள் டிப்போவில் வேலை செய்யும் மெகானிக்குகள், டிரைவர் கண்டக்டர்கள், ஆஃபீசில் வேலை செய்பவர்கள் என்று இப்படி... அதில் ஒருவர் மூலமாக ஒரு தகவல் கிடைத்தது. டிப்போவைச் சேர்ந்த பல மாடிக்கட்டடத்தில் மென்பொருள் நிறுவனங்கள் உள்பட பல நிறுவனங்கள் வாடகைக்கு விடப்பட்டிருந்தன. அவற்றில் நூற்றுக்கணக்கான ஊழியர்கள் வேலை செய்தார்கள். ஆனால் அங்கே சரியான ஒரு கேண்டீன் இல்லை. அவர்களுக்கு டீ, காபி சப்ளை பண்ண முடியுமா எனக் கேட்டார்கள். வாய்த்தது ஒரு வாய்ப்பு என்று சொல்லி வீட்டுக்கு வந்து மனைவியிடம் சொல்லிவிட்டு சிக்பேட் போய் பாத்திரம், வாங்கிக் கொண்டு வந்து அடுத்த நாளே மறுபடியும் டிப்போவுக்குள் நுழைஞ்சாச்சு.. அம்பது நூறு என்று ஆரம்பித்து முன்னூறுக்கும் மேல் வியாபாரம் போச்சு..

•

50 • அந்திமம்

மனதார அல்லாவுக்கு நன்றி சொன்னார். ஒரு தொந்தரவுமில்லை... வாடகை கிடையாது.. சைக்கிள் மட்டும் தான். முதலில் உசேன் சைக்கிளில் முதல் டிரம்மைக் கொண்டுவந்து விடுவார். பிறகு ஒரு பையன் இன்னொரு டிரம்மைக் கொண்டு வந்து கொடுத்துவிட்டு இந்த டிரம்மை எடுத்துக் கொண்டு போவான். ஒரே ஒரு தொழில் ரகசியம் மட்டும் இருந்தது. டீ கெட்டியாக இருப்பதற்காக அது கொதித்து வரும்போது பார்லே பிஸ்கட்டுகளை உடைத்து அந்தத் தூளைப் போட்டுவிட வேண்டும். அவ்வளவு தான். பிஸ்கட் தூள் மூலமாக என்ன கெடுதல் வந்து விடப்போகிறது?

ஒரு நாள் பகல் நேரம் டீ சப்ளை முடித்து விட்டு டிப்போ முன்னாலிருந்த திட்டில் உட்கார்ந்து பீடி குடித்துக்கொண்டிருந்தபோது தான் ஆஃபீசிலிருந்து நிறைய பேர் மத்தியான சாப்பாட்டுக்குப் பிறகு பெட்ரோல் பங்க் வரை சென்று பழம் சாப்பிட்டு வருவதை உசேன் பார்த்தார். அப்போது மெஜஸ்டிக், சிவாஜி நகர் பக்கம் வெவ்வேறு வகையான பழத்துண்டுகளை நறுக்கிப்போட்டு தேன் அல்லது குறுமிளகுத்தூள் போட்டுக் கொண்டு சாப்பிடுவது வழக்கமாகியிருந்தது. அப்போது நகரத்தின் எல்லாப்பகுதிகளிலும் முளைத்திருந்த ஜூஸ் செண்டர்களில் ஜூஸ்களோடு சேண்ட்விட்ச், பிரெட் டோஸ்ட், முதலியவற்றோடு பழக்கிண்ணம் என்னும் அயிட்டத்தையும் சேர்த்திருந்தார்கள். ஆனால் அங்கு பழத்துண்டுகள் நிறைந்த ஒரு பழக்கிண்ணத்தின் விலை இருபத்தைந்து அல்லது முப்பது ரூபாயாக இருந்தது. இதே பழங்களை ஒரு தள்ளுவண்டியில் வைத்து பதினைந்து அல்லது இருபது ரூபாய்க்குக் கொடுக்கும் இரண்டாம் நிலைக்கடைகளும் ஆங்காங்கே முளைத்தன. இந்தத் தள்ளு வண்டிக்கடைகளில் இன்னொரு வசதி... பப்பாளி போன்ற ஒரே பழங்களும் கிண்ணமாகக்கிடைக்கும். பாதி பழக்கிண்ணமும் வாங்கிக்கொள்ளலாம். உசேனிடம் ஒரு நல்ல பழக்கம். யோசனை கிடைத்து விட்டால் போதும் வெகு சீக்கிரம் அதைச் செயல் படுத்தி விடுவார். பஸ் டிப்போவின் முன்னால் காலை பதினொரு மணிக்கெல்லாம் உசேனின் பழக்கிண்ணங்கள் தயாராக இருந்தன.

ஐ.டி. ஜனங்களின் பாதிப்பு இதிலும் கூட இருந்தது.. இந்த ஜூஸ் செண்டரோ அல்லது தர்ஷினிகளோ அல்லது மிகச்சிறிய ஹோட்டலோ எந்தக் கடையாக இருந்தாலும் அங்கே முதலில் சுத்தம் இருக்க வேண்டும் என்பது அவர்கள் எதிர்பார்ப்பு. அதே மாதிரி இந்த ஜூஸ் செண்டர்கள் எல்லாம் ரொம்பவும் சுத்தமாக இருக்கும். ஆனால் ரோட்டோரக்கடைகளில் அந்த மாதிரி சுத்தத்தை எப்படி

எதிர்பார்க்க முடியும்? உசேன் தனது பழக்கிண்ணக்கடையில் முடிந்த அளவுக்கு சுத்தம் காத்தார். கிண்ணங்கள் எல்லாம் தெர்மோகோல் கிண்ணங்கள்.. இரு கைகளிலும் பிளாஸ்டிக் உறைகள் இருக்கும். அதிகமான எண்ணிக்கையில் பழக்கிண்ணங்களை தயார் செய்வது இல்லை. கூட்டம் அதிகமாக இருக்கும்போது மகள் நூருவை உதவிக்காக வைத்துக் கொண்டார்.. டிப்போவில் டீ சப்ளை, பழக்கிண்ணக்கடை இரண்டுமே நடந்து கொண்டிருந்தன. இனிமேல் நான் படிக்கப்போவதில்லை என்று நூருன்னிசா சொல்லி விட்டாள். தான் மூத்த பெண்ணாதலால் படிக்கப்போய் அதில் சிக்கிக் கொண்டால் பின்னால் மத்த பெண்களுக்குத் தொந்தரவு ஏற்படும். வேண்டுமானால் வீட்டில் அம்மாவுக்கு உதவியாக இருப்பதைப்போல வெளியில் அப்பாவுக்கு உதவத்தயார் என்று சொன்னாள். உசேன் யோசித்தார்.ராஜேந்திர நகர் இசுலாமியக் குடும்பங்களில் பெண்கள் வேலைக்கும்போகும் விஷயத்தில் ஓரளவுக்குத் தெளிவு இருந்தது. கல்வி நிலையங்கள், ஆஸ்பத்திரிகள், மால்கள் என்று பெண்கள் பரவலாக வேலைக்குப் போய்க் கொண்டிருந்தார்கள். கண்ணியமான வேலைகளாக இருந்ததால் பிரச்சினை எதுவும் இல்லை..அதெல்லாம் சரி..இந்த மாதிரி ரோட்டோரத்தில் எப்படி ?

நூர் இதைப் பற்றியெல்லாம் கவலைப்படவில்லை. பத்தரை மணிக்கெல்லாம் டிப்போ முன்னால் வந்து விட்டால் பதினொரு மணி வரை உசேன் வண்டிப்பக்கம் இருந்து விட்டு பிறகு உள்ளே டீ கொடுக்கப் போவார். அவரது ரவுண்ட் முடிந்த பிறகு வண்டிக்கு வருவார். அதுவரை வண்டி முழுவதுமாக நூருவின் பொறுப்பில் தான் இருக்கும்.துப்பட்டாவால் தலையை மூடிய படி அதை இழுத்து கழுத்தோடு சுற்றிக்கொண்டிருப்பாள். இடுப்போடு சுற்றியபடி இன்னொரு துப்பட்டா இருக்கும். ஸ்டாலில் மிக அதிகமாக பழங்களை வெட்டி வைப்பதில்லை. அதேபோல பழத்துண்டுகளைப் போட்டு அதிக கிண்ணங்களை வைப்பதுமில்லை.. எதையும் கழுவும் தேவையும் இல்லை.. கிண்ணத்தோடு ஒரு டிஷ்யூவும் கொடுக்கப்படும். நூருவின் கவனம் முழுவதும் பழத்தை வெட்டுவது, கிண்ணத்தில் போடுவது என்பதிலேயே இருக்கும். அத்தோடு யாருக்கு என்ன கொடுத்திருக்கிறோம் என்பதையும் கவனத்தில் வைத்துக்கொள்வாள். உசேன் வருவதற்குள் ஐம்பது கிண்ணங்கள் போயிருக்கும். பெரும்பாலும் எல்லா வாடிக்கையாளர்களும் பழக்கமானவர்களாகவே இருந்தார்கள். வழக்கமாக மெக்கானிக்குகள், டிரைவர்கள் ஆகியோர் சின்னப்பையன்களாக இருந்தால் பெண்களிடம் வாலாட்டுவார்கள். ஆனால் இப்போது அது குறைந்து

விட்டது. பெங்களூர் பஸ்களில் கணிசமான அளவில் பெண் கண்டக்டர்கள் இருந்தார்கள். அவர்களில் பெரும்பாலானவர்கள் அசாத்திய தைரியசாலிகளாகவும் இருந்தார்கள். பஸ்சுக்குள் சில்மிஷம் செய்தவர்களை பெண்கள் ஊசியால் குத்திய சம்பவமும் நடந்தது. இதனால் டிப்போ பக்கத்திலிருந்து தொந்தரவுகள் அதிகம் இல்லை. மற்றபடி பல்மாடிக்கட்டிடத்தில் வேலை செய்கிறவர்கள் எல்லாம் என்ன தொந்தரவு கொடுக்கப்போகிறார்கள்? ரோட்டில் போகிற போக்கு கிராக்கிகள் எல்லாம் பெரும்பாலும் வயதானவர்களாக இருந்தார்கள். கடைசியாக நூருவின் மூலமாக ஒரு செய்தி தெளிவாகியது: ஒரு பெருநகரத்தின் மையமான பகுதியில் கிட்டத்தட்ட தெருவோரத்தில் ஒரு சம்பிரதாயமான குடும்பத்திலிருந்து வரக்கூடிய சின்னப்பெண் ஆரோக்கியம் தரக்கூடிய ஒரு பொருளை மிக இயல்பாக விற்று மரியாதையாக வாழ்க்கை நடத்தலாம். உசேன் இந்த வியாபாரம் தந்த தைரியத்தில் இதே கோரமங்கலாவில் கேந்திரிய சதன் பக்கம் இன்னொரு ஸ்டால் போட்டார். மூன்று மாதம் ஆகியிருக்கும். கோவிட் வந்துவிட்டது.

டிப்போவுக்கு எதிரில் நின்று கொண்டு முன்னாலிருந்த பஸ் ஸ்டேண்டைப் பார்த்தார் குமரவேல். இந்த நேரத்தில் காலியாக இருந்தது. நூருன்னிசாவின் பழக்கிண்ண ஸ்டால் இருந்ததற்கான சுவடே தெரியவில்லை. நூருன்னிசாவுக்கும், மற்ற பிள்ளைகளுக்கும் உசேன் என்ன திட்டம் வைத்திருக்கிறாரோ தெரியவில்லை.

○○○

அவரது பையன் ராகுல் நல்ல பையன்..ஆனால் கொஞ்சம் மந்தம்..மருமகள் ப்ரீத்தி மிகவும் வேகமான பெண்.. இந்தப் பெண்களின் வேகத்தைப் புரிந்து கொள்ள முடியவில்லை. அது மட்டுமில்லாமல் எல்லா விஷயங்களிலும் மிகச் சிறந்ததே வேண்டும் என்று எதிர்பார்க்கிறார்கள். துணியென்றால் ஒன்றை விட்டுவிட்டு மற்றதை எடுத்துக் கொள்ளலாம்..நல்ல சாப்பாடு வேண்டுமானால் நல்ல ஓட்டலுக்குப் போகலாம். நகை வேண்டுமானால் அழித்து அழித்துச் செய்து பிடித்ததாகச் செய்து கொள்ளலாம். ஆனால் மனித ஜென்மங்கள்? உங்களைப் பற்றிய நிறைய எதிர்பார்ப்புகளோடு இருக்கும் ஒரு நபர் உங்கள் நடத்தையின் ஒவ்வொரு அணுவையும் கூர்ந்து கவனித்துக் கொண்டிருப்பார். அப்படியானால் ஃபோட்டோ ஃப்ரேம்கள் மாதிரி உங்களுக்கென்று பல சட்டகங்கள் அவர் உருவாக்கி வைத்திருப்பார். உயரம் எவ்வளவு, நிறம் எப்படி, சாப்பாடு சாப்பிடுகிற விதம் எப்படி, நடை, உடை, பாவனைகள்

எப்படி என்று பல சட்டகங்கள். இப்படி எல்லா சட்டகங்களும் ஒரு புறம் இருந்தாலும் இவற்றுக்கு இணையாக அல்லது எதிராக ஒரே ஒரு சட்டகம் இருக்கும். அது இவர் தன் மீது எந்த அளவுக்கு மரியாதை வைத்திருக்கிறார், அன்பு வைத்திருக்கிறார் என்பதாக இருக்கும். பெண்கள் விஷயத்தில், புதிதாக கல்யாணமான பெண்கள் விஷயத்தில் இது கொஞ்சம் அதிகமாக இருக்கும். ஒரு பதினைஞ்சு வருஷத்துக்கு முன்னால் வரை பெண்கள் இந்த விஷயத்தில் மரபைப் பின்பற்றுபவர்களாகத்தான் இருந்தார்கள். அதாவது கட்டியவன் எப்படி இருந்தாலும் அனுசரித்துக் கொண்டு போகலாம் என்பது மாதிரி. இப்போது அப்படியில்லை.. அப்படியானால் எல்லோரும் அப்படித்தான் என்று சொல்ல முடியாது.. படித்து வேலைக்குப் போய் பெங்களூர், டில்லி என்று இருந்து கொண்டு வெளிநாட்டுக்குப் போகும் கனவுகளுடன் இருப்பவருக்கு இப்படிப்பட்ட எதிர்பார்ப்புகள் இருப்பது சாதாரணம்..இதில் விதிவிலக்குகள் உண்டு..குமரவேல் குடும்ப விஷயத்தில் இது விதிவிலக்காக இல்லாமல் பொது விதியாகிப் போய்விட்டது. வெளிநாடு போகும் விருப்பங்கள் இல்லையாயினும் இங்கேயே வெளிநாட்டு வாழ்க்கை வாழ விரும்பும் பெண்கள், ஆண்கள் ஆகியோருக்கும் எதிர்ப்பார்ப்புகள் இருக்கின்றன

இது ஒரு தலைமுறை இடைவெளி என்று சொல்லி மட்டும் சொல்லி ஒதுக்கிவிட முடியாது. இப்படிச் சொல்லும் பெரும்பாலான ஆண்களும், பெண்களும் சொல்லும் ஒரு காரணம் ‘எனக்கான மானசீக இடம் வேண்டும்’ என்பது தான். அப்படியானால் அந்த மானசீகமான இடம்...அவர்களுக்குண்டான அவர்களது தார்மீகமான இடம், உரிமையான இடம், நியாயமான இடம் அவர்களுக்குக் கொடுக்கப்படவில்லை என்பது தான். இது அவர்களுக்கு சிறு வயது முதலே கொடுக்கப்பட்டு வந்தது. அவர்களாக அதைக் கேட்கவில்லை. நாம் தான் கொடுத்தோம். மழலையர் கல்வியிலிருந்தே அது ஆரம்பமாயிற்று. மன நிறைவோடு தாய்ப்பால் அருந்தும் குழந்தையை பலவந்தமாக மாரிலிருந்து பிடுங்கி வேறொரு பாலைக்கொடுப்பது போல் தான் இது. அங்கிருந்தே இது ஆரம்பமாயிற்று. தனக்குத் தேவையான அறிவு தனது தாய் மொழியிலிருந்து வரவில்லை, தனது பெற்றோர், தனது குடும்பம், தனது உற்றார்-உறவினர் யாரும் பேசாத ஒரு மொழியிலிருந்து தான் தனக்குத் தேவையான அறிவெல்லாம் கிடைத்தது என்னும்போது அந்த மொழியின் மீது தான் அவர்களுக்குப் பிடிப்பு இருக்கும். அந்த மொழி வழியான பண்பாட்டைத் தான் அவர்கள் மதிப்பார்கள். இது போன தலைமுறையில் இல்லை. இப்போது அவர்களுக்குக் கிடைக்கும் பொருளாதார சுதந்திரமும்

சேர்ந்து கொள்ள அவர்கள் தங்கள் உரிமையை நிலைநாட்டுகிறார்கள். எல்லாம் சரி தான். ஆனால் இதில் ஒரே ஒரு சிக்கல் என்னவென்றால் இவர்கள் உரிமையை நிலை நாட்டும் நேரமும், வாழ்நாள் முழுவதும் ஒரு பெற்றோர் என்ன கனவு கண்டு கொண்டிருந்தார்களோ அது நனவாகும் நேரமும் சந்திக்கும் நேரமும் ஒன்றாகிப் போவது தான். இதனால் அதிகம் பாதிக்கப் படுவது பெற்றோர்கள் தான்..காரணம் மிகவும் எதிர்மறையான சோதனைகளைத் தாங்கிக்கொள்ளும் சக்தி அவர்களுக்கு இல்லாதது தான். பெற்றோர்களைப் பொறுத்தவரை சிறு வயதிலிருந்தே அவர்கள் வாழ்க்கை ஒரே நேர்கோட்டில் போவது தான். படிப்பு, வேலை, தனது சாதியிலிருந்தே கலியாணம், குழந்தை குட்டிகள் என்று போகும். இன்னொரு முக்கியமான விஷயம் அவர்கள் தங்கள் ஊருக்குப் பக்கத்திலேயே இருந்தது தான். மிஞ் சிப்போனால் சென்னை போவார்கள். அவ்வளவு தான். இப்போது தூரம் என்பது பிரச்சினையே இல்லை என்பது தான் பிரச்சினையாகப் போய்விட்டது. முகத்தையே பார்க்காமல் இருந்தால் பதில் சொல்ல வேண்டிய அவசியமில்லை அல்லவா ?

இந்த வாதம் கூட குமரவேலுவின் மருமகள் விஷயத்தில் பொருந்தாது. காரணம் ப்ரீத்தி இதே பெங்களூர் தான். பக்கத்திலேயே இருக்கும் ஆடுகோடி தான். தங்கள் குடும்பத்தைப் போலவே அவர்களும் வெளியிலிருந்து வந்தவர்கள் தான். தந்தை ஒரு சிறிய மூலதனத்துடன் இங்கே வந்து தொழில் பண்ணி இப்போது ஒரு மரியாதையான நிலைமைக்கு வந்திருக்கிறார். இரு குடும்பங்களுமே தமிழ், விவசாய, இடைநிலை சாதியைச் சேர்ந்த குடும்பங்கள்... இது ரொம்ப முக்கியம்... அவர்கள் பழக்க வழக்கங்களும், நம்பிக்கைகளும், பற்றுதல்களும் ஒரே மாதிரியானவையே... பொருளாதார ரீதியில் பார்த்தால் குமரவேலுவின் குடும்பம் கொஞ்சம் மேல் என்று சொல்லலாம். ஆடுகோடிக்கும், கோரமங்கலாவுக்கும் இடையிலுள்ள தூரம் குறைவு தான். சொல்லப்போனால் ஆடுகோடி தொடங்கும் இடத்தில் தான் கோரமங்கலா தொடங்குகிறது..ஆனால் வரைபடங்கள் வேறு.. எதார்த்தம் வேறு.. அந்த எதார்த்தம் ஆடுகோடிக்கும் கோரமங்கலாவுக்கும் இடையில் நிறைய வேறுபாடுகளை ஏற்படுத்தி வைத்திருந்தது.. குமரவேலுவின் குடும்பத்தார் எந்த வேறுபாட்டையும் காண்பிக்கவில்லை. ஆனாலும் ராமலிங்கம் குடும்பத்தாருக்கு இந்த கட்டமைக்கப்பட்ட 'எதார்த்தத்தை' த் தாண்டி வரமுடிந்ததா எனத்தெரியவில்லை. இப்போது எல்லாம் ஆட்டத்—திலிருக்கின்றன. பொள்ளாச்சியிலிருந்து வந்த குமரவேல் மீண்டும் பொள்ளாச்சிக்கே போகவேண்டுமானால் அவருக்கு ஒரு முகம்

வேண்டும். அந்த முகத்தை அவர் மாத்திரமே உருவாக்கிக் கொள்ள முடியாது. வேறு யாரோ அதை உருவாக்குகிறார்கள். அவர்கள் நல்லவர்களாக இருக்கலாம். அல்லாதவர்களாக இருக்கலாம். அவர் மீது அவர்களுக்கு அன்பு இருக்கலாம். மரியாதை இருக்கலாம். பயம் இருக்கலாம். அவருக்கு ஒரு முகத்தைக் கொடுப்பதில்- ஒரு நல்ல முகத்தைக் கொடுப்பதில் அக்கறை இருக்கலாம். அல்லது அந்த முகத்தைக் கிழித்தெறிய வேண்டும் என்ற ஆக்ரோஷம் இருக்கலாம். இதில் மருமகளுக்கு எதிரில் பூதாகாரமாக எந்த மனிதனோ, ஊரோ இருப்பதாகத் தெரியவில்லை. ஆனால் குமரவேலுவுக்கு தாமரைப்பாளையம் என்ற பொள்ளாச்சிக் கிராமம் இருக்கிறது.

'சார்... என்ன இங்கே நின்னுட்டிருக்கீங்க...?'

'சும்மா தான். நீ...'

அய்யோ.. இவன் பேர் மறந்து போச்சே.. என்ன அநியாயம்... இவன் நம்ம வீட்டுக்குப் பின்னாலே ரொம்ப வருஷம் குடிசை போட்டு இருந்தானே... பேசிக்கொண்டே அவனது பெயரை ஞாபகத்திற்குக் கொண்டு வர முயற்சி செய்தார்..கட்டட வேலைக்கு ஹெல்பர்.. குடும்பமே ஹெல்பர் குடும்பம் தான்...

'இப்ப எங்கப்பா வேல..'

'சந்தாபுரா பக்கம் சார்..'

'எதுக்குப்பா அவ்வளவு தூரம்...?'

'அவுரு காண்ட்ராக்ட்ரு எங்க அனுப்புறாரோ அங்க தான சார் போகணும்..'

ஓ ராமன்... ராமன்... திருவண்ணாமலைப்பக்கம்... கோரமங்கலா ஆறாவது பிளாக்கை ஒரு சதுரம் என்று வைத்துக்கொண்டால் அந்த சதுரத்தின் வட மேற்கு மூலையின் சரித்திரத்தை எழுதும்போது அதில் குமரவேலுவின் குடும்பத்திற்கும், ராமனின் குடும்பத்திற்கும் ஒரு இடம் தர வேண்டும்.. குமரவேல் இங்கே பேச்சலராக வந்த போதே ராமனின் குடும்பம் பக்கத்தில் இருந்தது.. பெங்களூருக்குப் புதியவராதலால் கன்னடம் வராது.. ஆஃபீசில் இங்கிலீஷ்,.. இந்தி, தமிழ் மற்றும் மலையாளம்..இடையில் கொஞ்சம் தெலுங்கு.. கடைசியில் தான் கன்னடம்..கருமமடா.. காதர் பாட்சா..... என்ன செய்வது... அப்போது தமிழுடனான பந்தத்திற்காக இருந்த ஒரே சங்கிலிராமன் குடும்பம் தான்... அதற்காக தினமும் பெரிய பெரிய கிளப்புகளில் சாயங்கால வேளைகளில் அதன் மெம்பர்கள்

சந்தித்து கையில் விஸ்கி கிளாசை வைத்துக் கொண்டு உலக விவகாரங்களைப் பேசிக்கொண்டிருப்பதைப் போல அவர்கள் தினமும் பேசிக்கொண்டிருந்திருக்கவில்லை. வேலை முடிந்து வந்தவுடன் அங்கிருக்கும் மணல் குவியலிலோ, ஜல்லிக்குவியலிலோ ராமன் மல்லாந்து படுத்துக் கொண்டு விடுவான். மாரியம்மாள் வெளியிலேயே உள்ள கல்லடுப்பில் போராடிக்கொண்டிருப்பாள்.. கோடை காலமாக இருந்தால் கொசு பிடுங்கித் திங்கும். குமரவேல் வேலை முடிந்து பஸ் பிடித்து ரூமுக்கு வரும்போது ரொம்பவும் சலித்துப்போகும்.. மத்தியான சாப்பாடு அங்கே உள்ள கேரளா ஸ்டைல் ஓட்டலில் (ஓட்டலென்ன .. அது ஒரு சின்ன ரோட்டோரக்கடை...) மட்டையரிசி, மீன் குழம்பு அல்லது வறுத்த மீன், பீஃப் சுக்கா என்று சாப்பிட்டது ஆறு மணி வரை தாங்கும்.. அதற்கு மேல் பசி எடுத்தால் வேறு வழியே இல்லை..அப்படியே பாயின் மேல் விரிக்கப்பட்ட சின்ன மெத்தையில் ராமனை மாதிரியே மல்லாந்து படுத்துக்கொண்டு சக உத்யோகி மலையாளிப்பெண் ஹேமலதாவையொ அல்லது வேறு ஏதாவது பெண்ணையோ நினைத்துக் கொண்டு படுத்துக் கொண்டிருப்பான். ஒரு டீக்குடிக்க வேண்டுமானால் கூட செக் போஸ்ட் பக்கம் போக வேண்டும். அல்லது இந்தப் பக்கம் கோரமங்கலா கிராமத்தைத் தாண்டி ஆடுகோடி போக வேண்டும். நடந்து தான் போக வேண்டும். ஒரு சைக்கிள் கூடக் கிடையாது. நிறைய காலி சைட்டுகள்..மண் தூசி கிளப்பும் காலி மைதானங்கள்.. காலி சைட்டுகளில் ஆள் அளவுக்கு உயர்ந்த பார்த்தீனியச் செடிகள்... இவற்றைத் தாண்டித்தான் போக வேண்டும்.. ரெண்டு ரஸ்க் துண்டுகளையோ, ஒரு வாழைப்பழத்தையோ சாப்பிட்டு விட்டுப் படுத்துவிட வேண்டியது தான்..

'என்னா சார்... படுத்துகினியா ..?'

ஜன்னல் பக்கத்திலிருந்து ராமனின் சத்தம் கேட்டது

'ஆமா... ராமா.. என்ன செய்யறது... ஒரே தலைவலி..'

'சாப்ட்டியா சார்..'

'இல்ல ராமா...அவ்வளவு பசி இல்லே...'

'ராத்திரி காலி வகுத்தோட படுக்கப்படாது சார்.. சொல்லு சார்... எதாவது வாங்கீட்டு வரட்டுமா ?'

'இன்னேரத்துக்கு என்ன போய் வாங்கப்போறே ராமா.. உடு பரவால்லே.. நாளக்கிப் பாத்துக்கலா..

‘இரு சார்.. அங்க ஆடுகோடிக்குப்பக்கத்துலே இட்லி போடுவாங்க... வாங்கீட்டு வாரன்..’

‘இரு ராமா... பணந்தர்றன்.. வாங்கீட்டுப்போ...’

ஒரு முக்கால் மணி நேரத்தில் ராமன் வந்து விட்டான். அந்த சமயத்தில் சேலம் பக்கமிருந்து கும்பல் கும்பலாக தேவாங்க செட்டியார் சமூகத்து மக்கள் ஆடுகோடியில் வந்து வீடு வாங்கி செட்டிலாகிக் கொண்டிருந்தார்கள். அவர்களில் ஒரு சிலர் சிறிய ஹோட்டல்களையும் தொடங்கினார்கள். தமிழ் நாட்டு ஸ்டைலில் வீட்டு சமையல் மாதிரியே இருக்கும். ராமன் மூன்று இட்லியும், ஒரு தோசையும் கெட்டி சட்னியும் வாங்கிக்கொண்டு வந்தான். அன்று நன்றாக தூக்கம் வந்தது. பிறகு பல நாட்கள் குமரவேலுவே ராமனிடம் சொல்லி ஏதாவது வாங்கிக்கொண்டு வரச்சொல்லி வயித்துப் பசியைத் தீர்த்துக் கொண்டதுண்டு.

தமிழர்கள் என்ற அளவில் ராமனோடு ஒரு ஒட்டுறவு இருந்தாலும் ராமனுக்கு குடும்பக் கட்டுப்பாடு பற்றி யோசனை சொல்லும் அளவுக்கு அது போகவில்லை. ராமனின் பையனுக்கு நாலு வயதிருக்கும்.. அடுத்து ஒரு பெண் இரண்டு வயது.. இப்போது மாரியம்மாள் நிறை கர்ப்பம். அது ஏப்ரில் மாதம்.. ராத்திரி பத்து மணி இருக்கும்..உள்ளே புழுக்கமாக இருக்கிறது என்று சொல்லி லுங்கியோடு வெளியே உலாத்திக்கொண்டிருந்தான். பக்கத்து வீட்டிலிருந்த அஞ்சனப்பா தன் மனைவியோடு வாக்கிங் போய்க்கொண்டிருந்தார். தான் ஒரு பேச்சலர் என்பதால் அவர் தன்னோடு அதிகம் பேசுவதில்லை.. இத்தனைக்கும் அவருக்கு இருப்பது ரெண்டு ஆம்பிளைப் பையன்கள் தான்.. ஆனால் அவர் மனைவிக்கு அப்படியொண்ணும் வயதாகி விடவில்லையே.... அவர் இல்லாத நேரம் அவர் மனைவி பேசுவார். ‘சீக்கிரம் கல்யாணம் பண்ணிக்கொள்..’ என்பார். இல்லாவிட்டால் ‘வெளியே சாப்பிடாதே.. ஸ்டவ் வாங்கி சாப்பாடு மட்டும் வைத்துக்கொள்.. நான் வேண்டுமானால் சாம்பார் தருகிறேன்’ என்பார். அரைகுறைத்தமிழும், கன்னடமும் கலந்த மொழியில் சொல்லப்பட்ட இதைக் கேட்டு குமரவேலு சிரித்துக்கொண்டே போய்விடுவார். அஞ்சனப்பாவும் அவர் மனைவியும் வீட்டுக்குள்ளே போய் கதவை சாத்திக்கொண்டார்கள்.

அறைக்கு நேர் எதிரே கிழக்குப்பார்த்து ராமனின் குடிசை.. உள்ளே ‘மினுக்..மினுக்’ கென்று விளக்கு எரிந்துகொண்டிருந்தது. குழந்தைகள் தூங்கப் போய்விட்டார்கள். ராமன் உள்ளே போவதும், வெளியே வருவதுமாக இருந்தான். குமரவேல் தான் உள்ளே அடித்த ஃபினிட்

கொசு மருந்தின் வாசம் போயிருக்குமென்று நினைத்து கதவைத் திறக்கப் போனான். ராமன் கூப்பிட்டான்.

‘சார்… மாரி வயித்த வலிக்குதுன்னு சொல்றா சார்..’

‘வெறும் வயித்து வலியா ,,, இல்ல வேறயா ராமா..?’

‘தெர்ல சார்… எனுக்கு இன்னா சார் தெரியிம்..’

குடிசைக்குள்ளிருந்து முனகல் சத்தம் அதிகமாகக் கேட்டது.

ராமன் கையைப் பிசைந்து கொண்டு வெளியே வந்தான்’

‘ராமா.. என்ன இப்பிடி மசமசன்னு நின்னிட்டிருக்கே… பொம்பளைங்க யாருமில்லியா..யாராவது பக்கத்திலிருந்தா கூட்டியா..’

‘சின்னப்பாப்பா பக்கத்திலிருக்கா சார்… போய்க்கூட்டியாரன்..’

சின்னப்பாப்பா அவன் தம்பி பொண்டாட்டி.. கூட்டி வர ஓடினான்.

ரோட்டிற்கு அந்தப்பக்கம் சென்று ராமன் குடிசையின் முன்னால் நின்று கொண்டு கையைப் பிசைந்து கொண்டிருப்பதைத் தவிர குமரவேலுவினால் வேறு ஒன்றும் செய்ய முடியவில்லை. முனகல் சத்தம் இப்போது அலறலாக மாறிக்கொண்டிருந்தது. நல்ல வேளையாக சின்னப்பாப்பாவை இழுத்துக்கொண்டு ராமன் வந்து விட்டான். பின்னாலேயே அவன் தம்பியும் ஓடியாந்தான்.

இந்த அவசர நிலைமையைச் சமாளிக்க எந்த விதத்திலும் ராமன் குடும்பத்தார் தயாராக இல்லையென்று தெரிந்தது.

‘ராமா… நாம்போய் ஆட்டோ எதாவது கெடய்க்கிதான்னு பாக்கறன்.. நீங்க துணிமணி எல்லாம் எடுத்து வெச்சு தயாரா இருங்க… ஜான்ஸ் ஆஸ்பத்திரி போயிரலாம்…’

சொல்லிவிட்டு வீட்டுக்குள் போய் இருந்த பணத்தை எடுத்துக் கொண்டு கதவைப்பூட்டிக் கொண்டு மெயின் ரோடுக்கு ஓடினான். கோரமங்கலா அதற்குள் தூங்கி விட்டிருந்தது. பகல் நேரத்திலேயே ஆட்டோ எதுவும் இந்தப் பக்கம் வராது. இப்போது சொல்லவே வேண்டாம். முனிரெட்டி கல்யாணமண்டபம் வரை நடக்கலாம். அதைத் தாண்டியும் போகலாம். எங்கே ஆட்டோ கிடைத்தாலும் பிடிக்கலாம் என்று நினைத்து ஓட்டமும் நடையுமாக ஓடினான். கல்யாண மண்டபம் வரை ஆட்டோவுக்கான எந்த அறிகுறியும்

இல்லை.. கல்யாணமண்டபத்தைத் தாண்டி கணபதி கோ—யிலை நோக்கிப் போய்க்கொண்டிருந்த போது தான் கே.ஹெச்.பி. காலனிக்குள்ளிருந்து ‘பொட பொட’வென்று சத்தம் கேட்டது. அந்தத் தெருவின் முனையில் குமரவேல் நின்று கொண்டான். ஆட்டோ தன்னை நெருங்கியபோது கையைக் காட்டி நிறுத்தினான். ஆட்டோக்காரர் ஒரு நடுத்தர வயது முஸ்லிம்.. இந்தியில் எங்கே என்று கேட்டார். ஜான்ஸ் என்று சொன்னவுடனே தலையை ஆட்டிவிட்டு கிளப்பினார். குமரவேல் ‘சார்... சார்... ‘என்று கெஞ்சுகிற மாதிரி தமிழில் ‘கொஞ்சம் மனசு வெய்யுங்க.. இது டெலிவரி கேஸ்..’ என்று பரிதாபமாகக் கேட்டான். அவர் குமர வேலுவை ஏற இறங்கப் பார்த்தார். என்ன தான் முரடர்களாக இருந்தாலும் இந்த ரெண்டுங்கெட்ட நேரத்தில் ஆட்டோ டிரைவர்களுக்கு ஒரு சின்ன சந்தேகம் வரும்.. குமரவேலுவைப் பார்த்தால் அப்படிப்பட்ட நபராகத் தெரியவில்லை. ‘சரி..ஏறு’ என்று சொல்லி ‘சர்..’ ரென்று ஒரு யு டர்ன் அடித்து இரண்டே நிமிடத்தில் குடிசைப்பக்கம் வந்து விட்டார். மாரி போட்ட சத்தத்தில் அஞ்சனப்பாவின் மனைவி எழுந்து வந்திருந்தார். சின்னப்பாப்பா, மாரி, ராமன் மூன்று பேரும் ஆட்டோவின் பின் சீட்டில் ஏறி உட்கார்ந்து கொண்டார்கள். டிரைவர் கொஞ்சம் ஒதுக்கிக் கொடுத்து தலையை ஆட்டி குமரவேலுவை உட்காரச்சொன்னார்.

ஜான்ஸ் ஆஸ்பத்திரியில் எமர்ஜென்சி வார்டு அப்போதும் பரபரப்பாகத் தான் இருந்தது. ஆனாலும் நோயாளியின் பதிவு இல்லாமல் அனுமதிக்க மாட்டார்கள்.

‘ராமா... நாம்போய் டோக்கன் போட்டுட்டு வர்றே.. நீ உள்ள கூட்டீட்டுப் போய் விவரத்தைச் சொல்லு...’

என்று சொல்லி விட்டு பதிவுக்கவுண்டரை நோக்கிப்போனான். அங்கே இருந்த பையன் விவரங்களைக் கேட்டு எழுதும்போது தொழில் என்ற இடத்தில் ‘கூலி’ என எழுதச் சொன்னபோது குமரவேலுவை மேலும் கீழுமாகப் பார்த்தான்.

‘இல்லே... இது நா இருக்கற எடத்துக்குப் பக்கத்துலே இருக்கற கட்டட வேல செய்யறவங்க.. ‘

‘ஓ..’

அதற்குப் பிறகு சில தகவல்களை அவனே நிரப்பிக்கொண்டான். கொஞ்சம் பணம் கட்ட வேண்டியிருந்தது.

'காத்தால அடுத்த பில்டிங்குல இருக்கற சோஷியல் வெல்ஃபேர் ஆபீசரெப்போய்ப் பாருங்க... இந்த சீட்டைக் காமிக்கணும்;. இப்ப இந்த மத்த சீட்டை அவுட்பேசண்ட்ல குடுத்துரு' என்று மலையாளம் கலந்த தமிழில் சொன்னான்.

அதை வாங்கிக்கொண்டு வந்த போது ராமன் வெளியில் நின்று கொண்டிருந்தான். டாக்டரிடம் கூட்டிக்கொண்டு போனான்.

நைட் டூட்டி பார்ப்பதற்கான எந்த விதமான களைப்பும் முகத்தில் தெரியாதவாறு இருந்த டாக்டர் எல்லா விவரங்களையும் கேட்டுத் தெரிந்து கொண்ட பின்னர் குமரவேலுவிடம் ஆங்கிலத்தில் சொன்னார்.

பிரசவம் பார்க்கும் லேடி டாக்டர் இப்போது ஒரு அவசர கேசில் இருக்கிறார். வருவதற்கு எவ்வளவு நேரம் ஆகும் எனத் தெரியவில்லை. இது கொஞ்சம் சிக்கலான கேசாக இருக்கும் போலத் தோன்றுகிறது. பனிக்குடம் உடைந்து கொஞ்சநேரம் ஆகியிருக்கும் போலத்தெரிகிறது. அப்படியானால் இருக்கும் நர்சுகள் தான் ஏதாவது செய்ய வேண்டும் என்று சொல்லி வார்டுக்கு கொண்டு போகச்சொன்னார். கூட சின்னப்பாப்பா இருந்தாள். அவர்களை உள்ளே அனுப்பி விட்டு வெளியே வந்தார்கள் அதற்குள் ராமனின் தம்பி வந்துவிட்டான். ரெண்டு பேருமாக அந்த மரத்துக்கடியில் இருந்த பெஞ்சில் போய் உட்கார்ந்து கொண்டார்கள். ராமன் தலையில் கட்டியிருந்த கோடு கோடாகப் புழுதி படிந்திருந்த துண்டை இரண்டு தோள்களைச் சுற்றிப் போட்டுக் கொண்டான். அழுக்கடைந்த லுங்கி வேட்டியை கீழே இழுத்து விட்டுக் கொண்டான். பரட்டைத்தலை விளக்கு வெளிச்சத்தில் மேலும் பரட்டையாகத் தெரிந்தது. அவனைப் பார்க்கப் பரிதாபமாக இருந்தது. எரிச்சலாகவும் இருந்தது. பெரிய இரண்டு விளக்குக் கம்பத்திலிருந்து வந்த வெளிச்சம் அங்கே படுத்திருந்த ஆண்கள், பெண்கள் மீது படிந்திருந்தது. எல்லோரும் களைத்துப் போய்ப் படுத்திருந்தார்கள். இருக்கலாமா போலாமா என்று யோசித்த குமரவேல் இப்போது போனால் நன்றாக இருக்காது என்று தோன்ற அதே சிமெண்ட் பெஞ்சில் உட்கார்ந்து காலை நீட்டிக்கொண்டான்.

ஜான்சுக்கு வரும் பெரும்பாலான நோயாளிகள் தமிழ்நாட்டின் கிருஷ்ணகிரி, தர்மபுரி, ஆந்திராவின் சித்தூர், அனந்தப்பூர் முதலிய பகுதிகளிலிருந்து வருபவர்கள். ஆஸ்பத்திரிக்கு வரும் நோயாளிகளுக்கும் கூட ஒரு சமூகப் பின்னணி உண்டு. பெங்களூரின் அப்போதைய முக்கிய ஆஸ்பத்திரிகளான விக்டோரியா ஹாஸ்பிடல்,

பௌரிங் ஹாஸ்பிடல் இரண்டும் அரசு ஆஸ்பத்திரிகள்.. ஆனால் விக்டோரியாவுக்கு வருபவர்கள் பெரும்பாலும் பெங்களூரின் மேற்குப்பகுதிகளான கெங்கேரி, சாம்ராஜபேட், பியாடநாராயணபுரா, விஜய நகரா முதலிய இடங்களிலிருந்து வருபவர்களாக இருப்பார்கள். வெளியூரிலிருந்து வருபவர்கள் மைசூர் ரோடு, தும்கூர் ரோட்டில் உள்ள கிராமங்களிலிருந்து வருவார்கள். பௌரிங் ஆஸ்பத்திரி இருப்பது கண்டோன்மெண்ட் ஏரியா ஒரே முஸ்லிம் மயமாக இருக்கும். ..இடையிடையே தமிழர்களும் இருப்பார்கள். மற்றபடி பெங்களூரின் வடகிழக்கு, கிழக்குப்பகுதிக்காரர்களும், கிருஷ்ணராஜபுரம், ஹொசக்கோட்டை, சிந்தாமணி, கோலார் பகுதிக்காரர்களுக்கும் பௌரிங் தான். சமூகத்தில் உயர்ந்த அந்தஸ்தில் இருப்பவர்கள், எவ்வளவு செலவானாலும் பரவாயில்லை நல்ல ஆஸ்பத்திரிக்குப் போக வேண்டும் என்று நினைப்பவர்கள் ஆரம்ப காலத்தில் மார்த்தாஸ் அல்லது ஃபிலோமினாவுக்குப் போவார்கள். அங்கேயும் சிட்டி, கண்டோன்மெண்ட் பாகுபாடு உண்டு. சிட்டியெல்லாம் மார்த்தாஸ் , கண்டோன்மெண்ட் என்றால் ஃபிலோமினாஸ். இரண்டுமே கத்தோலிக்க சபை நடத்தும் ஆஸ்பத்திரிகள்.. அப்போது அரசு ஆஸ்பத்திரிகளுக்கும், தனியார் ஆஸ்பத்திரிகளுக்குமிடையே பெரிய வித்தியாசம் ஒன்றும் இருக்காது. அமிதாப் பச்சன் பெங்களூரில் 'கூலி' படப்பிடிப்பில் கலந்து கொண்ட போது ஒரு விபத்து ஏற்பட்டு ஃபிலோமினாஸ் ஆஸ்பத்திரியில் தான் சிகிச்சை பெற்றார்.

'டீ குடிக்கிறியா சார்..'

ராமன் கேட்டான். கேண்டீனை மூடியிருந்தார்கள். இரவு பன்னிரண்டு மணியிலிருந்து மூணு மூணரை வரை மூடப்பட்டிருக்குமாம்..இரண்டு பேர் சைக்கிளில் ட்ரம்மைக் கட்டிக்கொண்டு பிளாஸ்டிக் டம்ளரில் டீ, காபி கொடுத்துக்கொண்டிருந்தார்கள். குமரவேலுவுக்கு எதுவும் குடிக்கத் தோன்றவில்லை.

'ராமா.. கொஞ்சம் போய்ப் பாத்துட்டு வர்றியா..?'

'சார்.. நா அந்தப்பக்கம் போனாலே வெரட்டறாங்க சார்.. நீ போய்ப் பாத்துட்டு வரயா சார்..'

குமரவேல் ரோட்டைத்தாண்டி பிரசவ வார்டை நோக்கிப் போனான். ஒரு பக்கம் இழுத்து சாத்தக்கூடிய இரும்பு கிரில் கேட் உள் பக்கம் பூட்டப்பட்டிருந்தது. உள்ளே நுழைந்ததும் தென்படும்

அகலமான வெராந்தாவில் ஒரு விளக்கு மட்டும் மங்கலாக எரிந்து கொண்டிருந்தது. ஒரு பெரிய இயேசு நாதர் படத்தின் முன்னால் மெழுகுவர்த்திகள் எரிந்து கொண்டிருந்தன. 'கர்த்தர் உனக்கு முன்பாகப் போகிறவர்..அவர் உன்னோடே இருப்பார்.' என்ற வசனம் ஆங்கிலத்தில் எழுதப் பட்டிருந்தது. கொஞ்ச நேரம் அங்கே நின்று பார்த்துக்கொண்டிருந்தும் யாரும் அங்கே வந்ததாகத் தெரியவில்லை.. குமரவேல் திரும்பி விட்டான்.

அரைமணி நேரம் கழித்து ஒரு ஆள் வந்து கத்தினான்.

'இங்க யாரு ராமன்... டாக்டர் கூப்ட்ராரு..'

ராமன் குமரவேல் முகத்தைப் பார்த்தான். ரெண்டு பேரும் பிரசவ வார்டை நோக்கி ஓடினார்கள்.அங்கே ஆஃபீசைச் சேர்ந்த ஒருவர் ஒரு ஃபாரத்தைக் காண்பித்து அதில் கையெழுத்துப் போடச் சொன்னார். ராமன் ரேகையைப் பதித்தான்.

குமரவேல் அவரைப் பார்த்துக் கேட்டான்.

'கொஞ்சம் டாக்டரைப் பாக்க முடியுமா ?'

அவர் அங்கிருந்து குமரவேலுவை உள்ளே கூட்டிக்கொண்டு போனான். டாக்டர் தனது முகக்கவசத்தை கீழே தாழ்த்திக் கொண்டு பேசினார்

'நீங்க யாரு..?'

'டாக்டர்..,நா இருக்கற வீட்டுக்கு முன்னாலே ஒரு வீட்டு வேல நடந்திட்டிருக்குது... இவங்க அங்க வேல செய்யறவங்க... வாட்ச்மேன் மாதிரி... அங்கியே வெலயும் செய்யறாங்க..'

டாக்டர் ஆங்கிலத்தில் சொன்னார்

'லுக்... திஸ் லேடி இஸ் சிங்கிங்... வி கேன் சேவ் ஓன்லி ஒன் லைஃப்... வி கேன்னாட் சே எனிதிங் அட் திஸ் பாயிண்ட்.'

அவர்கள் இரண்டு பேரையும் வெளியே போகச்சொல்லி விட்டார்கள்.

காலை மணி மூன்று இருக்கும். மறுபடியும் ராமனைக் கூப்பிட்டார்கள். ராமன் ஓடினான்.

ராமனின் தம்பி, குமரவேல் ரெண்டு பேரும் ராமனைத் தொடர்ந்து ஓடினார்கள்.

ராமனை அழைத்துப் போனவர்கள் அவனிடம் மறுபடியும் கையெழுத்து வாங்கினார்கள். ராமன் உள்ளே போனான். போன சில நிமிடங்களில் வெளியே வந்தான்.

‘மாரி போய்ட்டா சார்..’ என்று துண்டை வாயில் வைத்துக் கொண்டு அழுது கொண்டே குமரவேல் பக்கத்தில் வந்தான்.

மரணம் தனக்கு மிக அருகில் வந்தது இப்போது தான் என குமரவேலுவுக்கு உரைத்தது. உள்ளே சின்னப்பாப்பா அந்தக் குழந்தையை வைத்துக் கொண்டு உட்கார்ந்திருந்தாள். பெண் குழந்தை.

இந்த சூழ்நிலையில் ராமனிடமோ, அவன் தம்பியிடமோ எந்த யோசனையையும் கேட்பதில் பிரயோஜனமில்லை. குமரவேல் டாக்டரைப் பார்க்கப் போனான். டாக்டர் அம்மா டூட்டியை முடித்துக்கொண்டு வீட்டுக்குப் போகத் தயாராகிக் கொண்டிருந்தார். மேற்கொண்டு என்ன செய்ய வேண்டும் என்று கேட்டுத் தெரிந்து கொண்டு வெளியே வந்தான்.

குமரவேலுவுக்கு முதலில் ஞாபகம் வந்தது ராமகிருஷ்ணன் மாமா தான். ராமனின் தம்பியிடம் சைக்கிளை வாங்கிக்கொண்டு மீண்டும் வீட்டுப்பக்கம் வந்தான். மாரி தனது கிராமத்தில் விவசாயக்கூலியாகப் பிறந்து ஒரு விவசாயக் கூலிக்கு வாழ்க்கப்பட்டு இப்படி ஒரு பெரு நகரத்திற்கு வந்து இப்படி அவள் வாழ்க்கை முடிய வேண்டும் என்று இருந்திருக்கிறது.

மணி ஆறை நெருங்கிக் கொண்டிருந்தது. சாலையில் நடமாட்டமே இல்லை. பேப்பர் போடுகிறவர்கள், பால் சப்ளைக்காரர்கள், நடைப்பயிற்சிக்காரர்கள் என்று சிலரது நடமாட்டம் மட்டுமே இருந்தது. அந்த அமைதியான காலையை குமரவேலுவால் ரசிக்க முடியவில்லை.

கதவைத்தட்டிய போது ராமகிருஷ்ணமாமா தான் திறந்தார்.

‘என்னடா இந்த நேரத்துலே..’

‘மாமா நம்ம வீட்டுக்கு முன்னாலெ கட்டட வேல செய்யற ராமன் சம்சாரம் போய்ட்டா மாமா..’

‘என்னடா சொல்றே... நேத்திக்குக் கூட பாத்தனேடா.. தள்ளாடீட்டே நடந்து போனா..’

மாமி பின்னாலிருந்து வந்தார்

‘ஆமா.. மாமா.. நேத்து நடு ராத்திரீலே வலி ஆரம்பிச்சிடுச்சு... ஜான்சுக்குக் கொண்டு போனம்..கொளந்த பொளச்சிக்கிடுச்சு... இவ போய்ட்டா.. மாமா.. ராமனுக்கு ஒண்ணும் தெரியலே..இப்ப என்ன மாமா பண்றது... இங்க பக்கத்துலே எந்த சுடுகாடு இருக்குது..’

ராமகிருஷ்ண மாமா மதுரைக்காரர் என்றாலும் மாமிக்கு இதே ஊர் தான்.. கூடப்பிறந்தவர்கள் ஏழெட்டுப் பேர்.. எல்லாரும் நல்ல வேலையிலிருந்தார்கள். எல்லோருக்கும் நல்ல தொடர்புகளும் இருந்தன. மாமா விமானப்படையிலிருந்து ஓய்வு வாங்கி இங்கே செக் போஸ்ட் பக்கம் ஒரு தொழிற்சாலையில் செக்யூரிடிக்குத் தலைமையாக இருந்தார். சூத்திர வாழ்க்கையையும், பிராமண வாழ்க்கையையும் சம விகிதத்தில் கலந்தபடி இருக்கும் அவரது நடத்தை எப்படிப்பட்டவரையும் அவரது பக்கம் ஈர்த்து விடும். பெங்களூர் வந்து பத்து இருபது வருடம் ஆன போதும் அவரது மதுரைத்தமிழ் மாறவே இல்லை.. எல்லா சடங்குகளையும் முறையாகச் செய்யக் கூடியவர். புரோகிதர்கள் எல்லோரையும் தெரியும்.

‘எரிக்கறதாந்தா நெறய செலவாகுமேடா.. வில்சன் கார்டன் ..இல்லேண்ணா ஓசூர் ரோடு சுடுகாட்டுக்குத் தான் கொண்டு போகணும்.. எப்படியும் மத்தியானம் ஆயிடும்.. அவாளுக்கு சொந்தக்காரா யாராவது இருக்காளா.. அவாள்லாம் வரணுமா..’

‘யாரும் இருக்கறதாத் தெரியல மாமா... அவங்க வந்தாலும் இவன மாதிரித்தான் .. ஒண்ணும் பிரயோஜனம் இருக்காது.. இங்க பக்கத்துல எதாவது சுடுகாடு இருந்தா...’

மாமா தலையைக் குனிந்து கொண்டு கொஞ்ச நேரம் யோசித்தார்.

‘இங்க ஓசூர் ரோட்டுலயே செக் போஸ்டுக்கு கொஞ்சம் பக்கத்துலே சின்னதா ஒண்ணு இருக்கு.. ஆனா அது ஜங்கமர்களோடது... அவங்க கிட்ட பெர்மிஷன் வாங்கணும்..அதுக்கு யாரப்புடிக்கணும்னு தெரியலியே... ஹாங்... நம்ம பால்காரன் முனிரத்னம் இப்ப வருவான்.. அவங்கிட்டே கேக்கலாம்.. கொஞ்சம் இரு...’

மாமி கொண்டு வந்த காப்பியைக் குடித்தான். இரவு முழுவதும் விழித்திருந்ததில் தொண்டை காய்ந்திருந்ததால் காப்பி இதமாக இருந்தது..

மாமாவும், குமரவேலுவும் வீட்டிற்கு வெளியே வந்தார்கள். அந்த வரிசையிலேயே மாமா வீடும், ஒரு முஸ்லிம் வீடும் மட்டுமே இருந்தது. அந்த முஸ்லிம் வீடு ஒரு பத்து சைட்டுகள் தள்ளி இருந்தது.

அந்த முஸ்லிம் ஆட்டோ ஓட்டுபவர்.. பெரிய குடும்பம்.. எப்போதும் ;கரேம் புரேம்' என்று கலாட்டாவாக இருக்கும். எதிர்ப்பக்கம் மூன்று வீடுகள்.. அதில் இடது பக்கம் முதல் வீட்டில் முனிரத்னம் பால் ஊற்றிக்கொண்டிருந்தார்.

மாமா கன்னடமும், தமிழும் கலந்த பாஷையில் அவனிடம் விஷயத்தைச் சொன்னார். அந்த சுடுகாட்டில் புதைக்கலாம்.. அவங்க சங்கத்துக்கு ஒரு சின்ன தொகை கொடுக்க வேண்டும்.. புதைக்கிற ஏற்பாடெல்லாம் அவர்களே பண்ணி விடுவார்கள். அதற்குத்தனியாக ஒரு தொகை கொடுக்க வேண்டும்.. மாமா திரும்பி வந்தார்.

'சாஸ்தரத்துக்கெல்லாம் எங்கடா நேரம் இருக்கு.. நீ ஒரு காரியம் பண்ணு.. போய்ட்டு டெத் சர்டிபிகேட்டெல்லாம் வாங்கீட்டு பாடிய அங்க கொண்டாந்திரு.. நாம்போய் இவாளபாத்திட்டு விஷயத்தைச் சொல்லீட்டு நேரே அங்க வந்திர்றன்..'

குமரவேலுவுக்கு பெருத்த நிம்மதியாக இருந்தது. அதே சமயம் கொஞ்சம் சந்தேகமும் இருந்தது. ஒரு வேளை அவர்கள் மறுத்து விட்டால்...

'மாமா... நான் ஒண்ணு பண்றேன்.. ஆஸ்பத்திரிக்குப் போய்ட்டு ராமனின் தம்பியை உங்க கிட்ட அனுப்பறேன். அவன் உங்க கூடயே இருப்பான். எல்லாம் ரெடி பண்ணீட்டு அவன அங்க அனுப்பிடுங்க.. ,மாமா ஒரு சாஸ்த்ரமுமே வேணாங்கறீங்களா ?'

'அத நா... சொல்றெம்போடா... நீ போய் அவன அனுப்பு..'

'மாமா..'

'என்ன வேலு.'

'கொஞ்சம் பணம் வேணும் மாமா..'

மாமா வீட்டிற்குள்ளே போய் பணத்தை எடுத்துக் கொண்டு வந்தார்

குமரவேல் போன போது ராமனும் அவன் தம்பியும் மார்ச்சுவரிக்குப் பக்கத்தில் நின்று கொண்டிருந்தார்கள். சின்னப்பாப்பாவையும், குழந்தையையும் வீட்டிற்கு அனுப்புவதற்காக ஆட்டோவைக் கொண்டு வந்த ராமனின் தம்பி குமரவேல் சொன்னபடி ராமகிருஷ்ண மாமாவிடம் போவதற்காக ஆட்டோவின் பின்னாலேயே சைக்கிளில் போனான்.

ஆம்புலன்ஸ் வாடகையை அதிகமாகச் சொன்னார்கள். தூரம் ஒரு கிலோ மீட்டர் கூட இருக்காது.

‘எவ்வளோ தூரமானாலு இக்கிட்டு சார்.. வண்டிய எட்துட்டோன்னாக்கா ஒரு தொக குடுத்துர்னம்.. எங்கிளுக்கு எப்பவும் சவாரி கெடய்க்காது இல்லியா?’

குமரவேல் தாங்களாகவே தூக்கிக்கொண்டு போக முடியுமா என்று கூட யோசித்தான். அவர்கள் மூன்று பேர் மட்டுமே இருந்தார்கள். பாடைக்கு மூங்கில் எல்லாம் எங்கே போய் வாங்கிக்கொண்டு வருவது? அதைவிட இன்னொரு தடங்கல்.. ஆஸ்பத்திரிக்கு உள்ளே அப்படித் தூக்கிக் கொண்டு போக அனுமதியில்லை.

ஒரு ஒம்பதரை மணி சுமாருக்கு ராமன் தம்பி வந்தான். பத்தரை மணி வாக்கில் சுடுகாட்டுக்கு வந்து சேருகிற மாதிரி வரச்சொன்னதாகச் சொன்னான். அப்படியே அங்கே போய்ச்சேர்ந்தபோது மாமா கேட்டுக்கு முன்னால் நின்று கொண்டிருந்தார். ஒரு கண்ணாடி பாட்டிலில் மஞ்சள் தண்ணி, ஒரு பையில் அரிசி, ஒரு பூச்சரம், ஒரு சிவப்புத்துணி, ஊதுபத்தி, சூடம் எல்லாம் இருந்தன.

‘வேலு... நாஞ்சொல்றத கவனமாக்கேளு... நான் ஸ்மசானத்துக்குள்ளார வரக்கூடாது..இவா எதோ ஒரு பாடைய ரெடி பண்ணி வச்சிருக்கா.. அதுல பாடிய வய்யி..இதா இந்த மஞ்சத்தண்ணிய அவா கையில குடுத்து தெளிக்கச் சொல்லு... குழி தோண்டுனவா எல்லாம் இங்கயே இருக்கா.. ராமனையும், அவந் தம்பியையும் வாய்க்கரிசி போடச்சொல்லு... நீயுங்கூடப்போடலாம். தப்பில்லே.... குழியில எறக்கி வச்சு மண்ணப் போட்டு மூடுனதுக்கப்புறம் மாலய மேல போட்டு ஊதுபத்தி பத்த வச்சு கற்பூரம் கொளுத்தி சாமி கும்புடுங்க.. அவ தெய்வமா ஆகீட்டதா அர்த்தம்.. சட்டியில் தண்ணி இருக்கு.. ராமன மூணு சுத்து சுத்தி வரச்சொல்லு.. ஒவ்வொரு சுத்து முடிஞ்சதும் ஒரு சின்னக் கல்லெடுத்து ஒரு ஓட்ட போட்டு உடு.. மூணு சுத்து முடிஞ்சதுக்கப்புறம் ராமன பின்புறமா நிக்க வச்சு தோள் மேல இருந்து சட்டிய கீழ விடச்சொல்லு..எல்லாரும் திரும்பிப்பாக்காம வந்துடுங்க.. அந்த ரோட்டு மூலயில ஒரு உடுப்பி ஓட்டல் இருக்குது... அவாளுக்கு எதாவது சாப்ட வாங்கிக்குடு.. நன்னா ரெஸ்ட் எடுத்துண்டு சாயந்திரமா ஆத்துப்பக்கம் வா...’

எல்லாம் மாமா சொன்னபடி நடந்து முடிந்தது

ராமகிருஷ்ண மாமா மட்டும் இல்லாமலிருந்திருந்தால் கதை கந்தலாகியிருக்கும். இவனுகளை வைத்துக்கொண்டு என்ன செய்வது? எப்போது இவர்களுக்கு அறிவு வந்து தங்கள் வாழ்க்கையை சரியாக அமைத்துக்கொள்வார்கள்? ராமன் மீது அனுதாபத்தை மீறி எரிச்சலும் கோபமும் வந்தது. ஆனால் அவனிடத்தில் இதைக் காண்பிக்க முடியுமா?

குமரவேல் முதலிலும், ராமன் இரண்டாவதாகவும், ராமனின் தம்பி சைக்கிளைப் பிடித்துக்கொண்டு மூன்றாவதாகவும் நடந்து போய்க்கொண்டிருந்தார்கள். மூன்று பேரின் காலிலும் புழுதி அப்பியிருந்தது.

ஓசூர் ரோட்டில் 'சர்..புர்' ரென்று வாகனங்கள் போய்க்கொண்டிருந்தன. மனம் ஏதாவது ஒரு முயற்சியில் ஈடுபட்டிருக்கும்போதோ, மிகுந்த பயம் கொண்டிருக்கும்போதோ பசி தெரியாது. அந்தச் சிறிய ஓட்டலுக்கு நுழைந்து கதவோரம் இருந்த முதல் பெஞ்சில் உட்கார்ந்து கொண்டார்கள். ராமன் ஒரு டீ மட்டும் போதுமென்று சொல்லி விட்டான்.

வீட்டுக்கு வந்த வேலுவுக்கு மனம் நிலை கொள்ள முடியாமல் தத்தளித்தது. மரணத்தை இந்த அளவுக்கு நேருக்கு நேராகச் சந்தித்ததில்லை. சவ அடக்கம் என்பதில் இந்த அளவுக்கு நேரடியாகப் பங்கு கொண்டதுமில்லை. கிராமத்தில் துக்கம் என்பதும், சந்தோஷம் என்பதும் ஒரு கூட்டுக்காரியமாகவே பார்க்கப்படுகிறது. சந்தோஷத்தை விட துக்கத்துக்கு இது ரொம்பவும் பொருந்தும். ராமனும் ஊரிலே இருந்திருந்தால் அவனுக்கும் பத்துப்பேர் சேர்ந்திருப்பார்கள். அவன் என்ன ஜாதி என்று கூடத்தெரியாது. அதைத் தெரிந்து என்ன ஆகப்போகிறது? கிராமத்தில் எந்த ஜாதிக்கும் பத்துப்பேர் கூடத்தான் செய்வார்கள். மாரியம்மாள் யார்? இரண்டு குழந்தைகளுக்குத் தாயாகி மூன்றாவதொன்றை வயிற்றிலே சுமந்து கொண்டிருந்த அவளுக்கு எல்லாத்தாய்மார்களையும் போல நிறைய கனவுகள் இருந்திருக்கும். இப்போது ஓசூர் ரோட்டில் இடைவிடாது ஓடிக்கொண்டிருக்கிற நூற்றுக்கணக்கான, ஆயிரக்கணக்கான வாகனங்களில் போய்க்கொண்டிருக்கும் மனிதர்களில் எத்தனை பேர் மாண்டு மடிந்து போன மாரியம்மாளின் கனவுகளை அறிவார்கள்? எந்தக் காலமாயிருந்தாலும் அவரவருக்கு அவரவர் சோலி பெருசு. பட்டணத்தில் இது எல்லாக்காலத்துக்கும் பொருந்தும். இருந்தாலும் பிணங்களும் ஏதாவது ஒரு வகையில் அடக்கம் செய்யத்தான் படுகின்றன.

நீண்ட நேரம் படுத்திருந்தும் கொஞ்ச நேரம் மட்டுமே கண்ணசர முடிந்தது. சாயந்தரம் சுமார் ஐந்து மணி அளவில் ராமகிருஷ்ண மாமாவைப் பார்க்கப் போனான். வீட்டுக்குப் பக்கத்திலிருக்கும் காலி சைட்டில் பையன்கள் கிரிக்கெட் விளையாடிக் கொண்டிருந்தார்கள். மாமா வீட்டு வாசலில் நின்று கொண்டிருந்தார்.

'வா வேலு... எத்தனை மணிக்குத் திரும்புன... சாரிடா... என்னால முழுசாப் பங்கெடுத்துக்க முடியலே..'

'பரவால்லே மாமா... இவ்வளவு பண்ணீருக்கீங்களே... யாரு பண்ணுவா இதெல்லாம்...'

மாமி ஓமப்பொடியும், காபியும் கொண்டு வந்தார்.

'அந்தப் பச்சக்கொழந்தயப் பாக்கறச்சே ரொம்பப் பாவமா இருந்துதுடா வேலு.. அதுக்குள்ளே அவாளச்சேந்தவா கொஞ்சம் பேர் வந்துட்டா.. பொம்மனாட்டிகளும் இருந்தா.. நானும், மகாதேவப்பா வீட்டு மாமியும் குழந்தைக்கு பாலும், மத்தவாளுக்குக் கொஞ்சம் உப்புமாவும் எடுத்துண்டு போய்க் குடுத்துட்டு வந்தோம்..'

ராமனின் தம்பி இருந்த இடம் பக்கத்தில் தான் இருந்தது. அவன் மனைவி சின்னப்பாப்பா இங்கேயே இருந்தாள். குழந்தையைத் தூக்கிக்கொண்டு வேறு எங்கே போவது? இப்படிச்சில நாட்கள் போயிற்று

ஒரு பத்து நாள் லீவில் குமரவேல் ஊருக்குப் போய்விட்டு வந்தான். திரும்ப வந்தபோது வீட்டெதிரில் இருந்த ராமனின் குடிசை மொட்டையாக இருந்தது. குடிசை பிரிக்கப்பட்டு முழங்கால் அளவு சுவர் மட்டுமே எஞ்சி நின்றிருந்தது. அந்த எட்டுக்கு எட்டடி குடிசைக்கு முன்னால் மூன்று கல் வைத்த அடுப்பு மட்டுமே இருந்தது. சுற்றிலும் சில கிழிந்த சட்டைகள், ஒரு தேங்காய் சிரட்டை, ஆணி—யில்லாத ஒரு பம்பரம் ..

பிறகு ராமனைச்சந்தித்தது ஏழெட்டு வருடங்களுக்குப் பிறகு... ஒரு நாள் சாயந்திரம் குமரவேல் ராகவேந்திராவில் மளிகை சாமான்கள் வாங்கிக்கொண்டு திரும்பியபோது தோளில் ஒரு கடப்பாரையும், கையில் ஒரு தூக்குப்போசியுமாக ராமன் முன்னாலும், அவனுக்குப் பின்னால் ஒரு பழைய சேலையைக் கட்டிக்கொண்டு ஒரு துண்டை தோள் மேல் போட்டுக் கொண்டு ஒரு பொம்பளை.. மாரியம்மாள் சாடையில் ஆனால் மாரியம்மாள் அளவு கருப்பு இல்லை..

அவர்கள் என்னைப் பார்க்கவில்லை. எனக்கும் அப்போது அவர்களுடன் பேச வேண்டும் என்று தோன்றவில்லை. வாழ்க்கையின் சில கட்டங்களில் யாரும், எதுவும் முக்கியமில்லாமல் தோன்றும் சில கட்டங்கள் உண்டு. அது அப்படிப்பட்ட ஒரு காலம். ஆனால் ராமன் குடும்பத்தைப் பற்றி அறிந்து கொள்ளும் வாய்ப்புக் கிடைத்தது. மகாதேவப்பாவின் மனைவி சுமாவை ஒரு கல்யாணத்தில் பார்க்க நேர்ந்தது. தங்கள் வீட்டு ரிப்பேர் வேலை ஒன்றிற்காக மேஸ்திரியுடன் ஹெல்பராக வந்திருக்கிறான். அவன் மனைவியும் வந்திருக்கிறாள். மனைவி வேறு யாருமில்லை. அவனது மனைவியின் தங்கை தான். மாரியம்மாள் இறந்து சில நாட்கள் ஆனபிறகு குழந்தைகளையும் கூட்டிக்கொண்டு சொந்த ஊருக்கே போய்விட்டான். குழந்தைகள் நலனுக்காக பெரியவர்கள் சொல்லியதால் பச்சை தனது மாமன் ராமனைக் கட்டிக்கொண்டாளா இல்லை அவளாகவே பிரியப்பட்டுக் கட்டிக்கொண்டாளா என்று தெரியவில்லை. அங்கே மூன்று நான்கு வருசங்கள் இருந்த பிறகு மறுபடியும் பெங்களூருக்கே, கோரமங்கலாவுக்கே வந்து விட்டார்கள். சுமாவிடமிருந்து இந்தத் தகவல்களைத் தெரிந்து கொண்ட அடுத்த வாரமே ராமன் பொண்டாட்டியைக் கூட்டிக்கொண்டு வீட்டுக்கு வந்து விட்டான். அது ஒரு ஞாயிற்றுக்கிழமை. எல்லாரும் வீட்டிலிருந்தோம்.

ஒரு ஏழெட்டு வருசமிருக்குமா? இருக்கும். குமரவேல் குடும்பஸ்தனாகி பெண்ணுக்கு ஆறு வயசும் பையனுக்கு மூணு வயாசுமாகியிருந்தது. சுலோச்சனாவிடம் ஆதியோடந்தமாக எல்லாவற்றையும் விவரித்தான். கொஞ்சம் சாப்பிடக் கொடுத்து கையில் நூறு ரூபாய் (சுலோச்சனாவுக்குத் தெரியாமல்) கொடுத்தனுப்பினான். தனது பழைய சட்டைகள் இரண்டும் கூடக்கொடுத்தான்.

மறுபடியும் ஒரு அஞ்சாறு வருசம் போயிருக்கும்.. ஒரு நாள் சாயந்திரம் ஏழு மணியிருக்கும். யாரோ கதவைத்தட்டினார்கள். திறந்தால் ராமனும் அவன் பெஞ்சாதியும் நின்று கொண்டிருக்கிறார்கள். கையில் சிவப்பு நிறத்தில் நோட்டீஸ் மாதிரி ஒரு பத்திரிக்கை.. கல்யாணப்பத்திரிக்கை..

'யோவ்... எங்கய்யா போன நீ... '

'எங்க சார் போறது... இங்க தாங்கீறம்..நானும்பச்சயும் ஒரு நா வந்தம்... ஊடு பூட்டிகினுந்துது சார்..'

'என்ன பத்திரிகயெல்லா... கலியாணமா...?'

‘ஆமா... சார்... சித்ராவுக்கு கலியாணம் வெச்சிருக்கறம்.. சொந்தக்காரப்பயந்தா... மெட்ராஸ்லே ட்ரைவரா கீறான்..’

‘சரி... சரி.. உள்ளே வா..’

என்றழைத்து உள்ளே கூப்பிட்டு உட்காரச்சொன்னான். வழக்கம்போல ராமன் சோஃபாவில் உட்காரச்சொல்லியும் உட்காரவில்லை. கீழேயே உட்கார்ந்தான். பச்சை சந்து வழியாக வந்து பின் வாசலில் சுலோச்சனாவுடன் பேசப்போனாள்

ராமன் போன சில வருடங்களில் தங்கிய இடங்கள் அங்கே ஏற்பட்ட சிறிய, பெரிய பிரச்சினைகள், குமரவேலுவுக்கும் அவனுக்கும் தெரிந்த குடும்பங்களில் ஏற்பட்ட நிகழ்வுகள், தெரிந்த மனிதர்களைப் பற்றிய விஷயங்கள் எல்லாவற்றையும் பேசி முடித்தார்கள். கோரமங்கலாவிலும், அதைச் சுற்றியும் தோன்றிய சில புதிய கட்டடங்களும் பேச்சில் வந்தன. ஓசூர் ரோட்டில் முதலில் வந்த பிக் பஜார், பிறகு வந்த ஃபாரம் மால் இவற்றில் ‘பாரமால்’ கட்டப்பட்ட போது தான் அதில் வேலை செய்ததையும் ராமன் குறிப்பிட்டான். அப்போது அவனுக்குக் கொடுக்கப்பட்ட மஞ்சள் தலைக்கவசத்தையும் குறிப்பிட்டான்

‘சித்ராவுக்குங்கறே... அப்ப சுகுணாவுக்கு முடிச்சாச்சா..?’

குமரவேல் இதைக் கேட்ட போது அதைக் கவனித்த சுலோச்சனா பின்னாலிருந்து இடித்தாள்.. ‘இரு வரேன்..’ என்று சொல்லிக்கொண்டு உள்ளே போனான். சுலோச்சனா வழியாக வந்த செய்தி இது தான். ஒரு வருடத்திற்கு முன்னால் சுகுணா அவங்க ஊரிலேயிருந்து வந்து இங்கு மேஸ்திரி வேலை செய்து கொண்டிருந்த ஒரு பையனுடன் ஓடிப்போனாள். விஷயத்தைக் கேட்டு பக்கத்து ஏரியாவிலிருந்து சொந்தக்காரர்கள் சில பேர் வந்தார்கள். ஓடிப்போனவர்களைத் தேடியதாகப் பேர் பண்ணிக்கொண்டு போய்விட்டார்கள். அவர்களுக்கு ரெண்டு மூணு நேரம் சோறு பொங்கிப் போட்டது தான் மிச்சம்.

சுகுணா ஜே.பி. நகரிலோ. பணசங்கரியிலோ குடித்தனம் நடத்துவதாகச் செய்தி வந்து கொண்டிருந்தது. அவ்வப்போது வந்து பச்சையைப் பார்த்துக்கொண்டு போனாள். பிறந்ததிலிருந்து பெங்களூர் வாசம் சுகுணாவுக்கு நல்ல புத்தியைக் கொடுத்திருந்தது. அவள் ஒருவேளை காத்திருந்தால் ராமன் இந்த ஜென்மத்தில் அவளைக் கட்டிக் கொடுத்திருக்க மாட்டான். எனவே தனக்கான ஒரு முடிவைத் தேடிக்கொண்டாள். ஒரு வருடத்தில் அவளுக்கு

ஒரு பையனும் பிறந்து விட்டான். தலைமுறைகள் வெகு லகுவாகக் கடந்து போகின்றன.

ராமனுக்கும், பச்சைக்கும் டீ போட்டுக்கொடுத்து கொஞ்சம் பழைய சட்டை, வேஷ்டி, சேலை எல்லாம் கொடுத்து கொஞ்சம் பணமும் கொடுத்தனுப்பினார்கள். அதற்குப்பிறகு

வீட்டு முன்னால் முளைத்திருந்த புல், புதர்களைப் பார்த்து விட்டு

'ஏ... சாரு இப்பிடி மொளச்சிருக்குது..'

என்று சொல்லிவிட்டு நான்கு நாளைக்குப் பிறகு வந்து அவற்றையெல்லாம் வெட்டிக்கொடுத்து விட்டுப் போனான். அடுத்த சில மாதங்களிலேயே குமரவேல் வீட்டுக்கு எதிரே இருந்த ஒரே காலி சைட்டிலும் வீடு கட்டப்பட்டது. கல்கத்தாவிலிருந்து ஒரு சேட்டு கட்டியிருந்தார். எஸ்.ஜெ.பி. ரோட்டில் ஆணிக்கடை இருந்தது. எல்லாமே ஆணிகள்... சிறிய பெரிய ஆணிகள்...

இதே ஆறாவது பிளாக், அல்லது ரோட்டுக்கு அந்தப்பக்கம் எட்டாவது பிளாக் என்று ஏதாவது ஒரு காலி சைட் ராமனுக்கு என்று காத்திருந்தது. ரெண்டாயிரத்துக்கு மேல் தான் கோரமங்கலா ஓர் அசுரத்தனமான வளர்ச்சியைக் கண்டது. வேறு காலி சைட்டுகளே தென்படாத நிலையில் பக்கத்து லே அவுட்டுகளுக்குப் போனாலும் கோரமங்கலா மீண்டும் அவனைத் தன்னுள் இழுத்துக்கொண்டது. ஒரே வித்தியாசம் இப்போது அவன் குடும்பம் ராஜேந்திர நகருக்குப் போய்விட்டது. வீட்டுக்கு வாடகை கொடுக்க வேண்டும். மகன் பெரியவனாகி மேஸ்திரியாகி சம்பாதிக்கிறான். இவ்வளவும் நான்கைந்து வருடங்களுக்கொருமுறை கோரமங்கலாவின் ஏதாவது ஒரு மூலையில் தட்டுப்பட்ட போது கேட்டுக்கொண்ட விஷயங்கள்...

இப்போது இதோ அதே ராமன்.. அதே புழுதி படிந்த பெரிய சைசிலிருக்கிற சட்டை.. அலங்கோலமாக இழுத்துக் கட்டப்பட்ட அழுக்கான லுங்கி.. செம்பட்டையும், நரையும், மண்ணும் படிந்த தலை.. நிரந்தரமான பசியையும், ஏக்கத்தையும், வெளிப்படுத்தும் கண்கள்...

ராமா... ராமா... உனக்கு நான் எப்படிப் புரிய வைப்பேன்... நானும் நீயும் எப்படி இங்கு வந்தோம்? நான் தமிழ்த்தேசத்தின் ஒரு விவசாயியின் மகன்... உயர் சாதி... இங்கே தனியார் கம்பெனியில் நல்ல உத்தியோகம்... பொண்டாட்டிக்கும் கவுரவமான வேலை.. நீ அதே தமிழ்த்தேசத்தில் ஒரு விவசாயக்கூலியின் மகன்..கீழ்ச்சாதி... உன்னை

72 • அந்திமம்

கிராமத்தில் நடத்துவது மாதிரி நடத்துவதில் எனக்கு இஷ்ட மில்லை. ஆனால் நீ அதைப் புரிந்து கொள்ள மறுத்து விட்டாய்.எந்த விதத்திலும் உன்னை மனித தர்மத்திற்கு விரோதமாக நான் நடத்த மாட்டேன். உன்னிடம் பணம் இல்லை. சொத்து இல்லை.. இந்தப்பணமும், சொத்தும் சாதியால் வருவது இல்லை ராமா... மூளை வேண்டும். சாதுரியம் வேண்டும்.. சாகசம் பண்ணத்தெரிய வேண்டும்.

இதோ இங்கிருந்து சில அடிகள் தூரத்தில் தான் ஒரு வாடகைக்கட்டடத்தில் ஒரு மென்பொருள் நிறுவனத்தை நான்கு பேர் சேர்ந்து ஆரம்பித்தார்கள்..அதில் ஒருவர் தன் மனைவி கொடுத்த தொகையைத்தான் முதலீடாகப் போட்டார். இப்போது அந்தக்கட்டிடம் கூட இல்லை.. சட்டத்திற்கு விரோதமாகக் கட்டப்பட்டது என்று அதை இடித்துத் தள்ளிவிட்டார்கள்.இப்போது உலகம் பூரா அந்தக் கம்பெனி இருக்கிறது..பெங்களூரிலேயே அதற்கு எம்பது ஏக்கர் நிலம் இருக்கிறது..முப்பதாயிரம் பேர் வேலை பார்க்கிறார்கள். அதன் சொத்து ஒரு லட்சம் கோடி என்கிறார்கள். இது எவ்வளவு பெரிய தொகை என்பதை இந்த ஜென்மத்தில் என்னால் உனக்குப் புரிய வைக்க முடியாது.

இந்த மென்பொருள் என்னும் மாயாஜாலா வித்தையினால் தான் காசும், சுகமும் கிடைக்கிறது. இங்கிலாந்தில் தொழிற்புரட்சி ஏற்பட்ட போது நாள் முழுவதும் தொழிற்சாலைகளில் வேலை செய்த தொழிலாளர்களுக்கு ஒரே சுகமாக இருந்தது மது மட்டும் தான். இந்த மென்பொறியாளர்களும் அந்தத் தொழிலாளர்களைப்போலவே மாங்கு மாங்கென்று வேலை செய்கிறார்கள். இங்கிலாந்துத் தொழிலாளர்களுக்கு மதுவினால் கிடைத்த போதை இப்போது கம்ப்யூட்டர் தொழிலாளர்களுக்கு வேறு பல வகைகளில் கிடைக்கிறது. அவர்களுக்குக் கிடைத்த முதல் போதை அப்பா,அம்மா, உற்றார்,உறவினர் என்னும் இவர்களின் பிடியிலிருந்து விடுபட்ட சுதந்திரம்.. இந்த சுதந்திரம் படிப்படியாகத் தான் கிடைத்தது. கிட்டத்தட்ட இரண்டாயிரத்து ஐந்து வரை பெற்றோரின் கட்டுப்பாட்டில் தான் இருந்தார்கள். இரண்டா— யிரத்துப்பத்து நெருங்கும்போது விசித்திரமான சம்பவங்கள் இதோ நம்ம ஏரியாவுக்குப் பக்கத்திலேயே நடந்தன. அந்த சுமா கேஸ் ஞாபகம் இருக்கிறதா ? மங்களூர் பக்கமிருந்து வந்த ஆச்சாரமான குடும்பத்துப் பெண்.. நல்ல பொறியியல் கல்லூரியில் படித்து பழைய ஏர்போர்ட் ரோட்டில் ஒரு கம்பெனியில் வேலை பார்த்து வந்தாள். அப்பாவுக்கு விதானசௌதாவில் வேலை.. அவ்வப்போது கச்சா புச்சாவென்று இந்தப் பெண் பேசுவதை பெற்றோர்கள் பொருட்படுத்தவில்லை.

ப.சகதேவன்

கல்யாணம் நிச்சயம் செய்தார்கள். அவர்கள் பக்கத்துப் பையன் தான்.. இங்கேயே சுமா மாதிரியான வேலை தான்.. நிச்சயதார்த்தம் கூட முடிந்தது.

கல்லூரியில் அவளுடனேயே படித்த ஒரு பையனுடன் சுமாவுக்குத் தொடர்பு. அவனுக்கும் இங்கேயே வேலை. எல்லாம் மாயா ஜால வித்தை தான். அவர்கள் படித்த படிப்புக்கும், செய்யும் வேலைக்கும் எந்த சம்பந்தமும் கிடையாது. இந்தப் பையனும் கன்னடத்துப் பையன் தான் என்றாலும் வேறு ஜாதியைச் சேர்ந்தவன். சொந்த ஊர் கொப்பலா பக்கம். பாவி மகள் தனது காதல் விஷயத்தை திருமணம் நிச்சயம் செய்தபோதோ, நிச்சயதார்த்தத்தின் போதோ அதற்குப் பிறகோ சொல்லியிருக்கலாமில்லையா? சொல்லவே இல்லை.. அப்படியே சொல்லியிருந்தாலும் அதை அவள் கார்ப்பொரேட் பாஷையில் சொல்லியிருக்கக் கூடும். பெண்ணுரிமை, தனிமனித சுதந்திரம், அவரவர்களுக்குத் தேவையான ஸ்பேஸ் என்று அவள் சொன்னதை அவள் பெற்றோர்கள் அவள் எப்போதும் உளறிக்கொண்டிருக்கும் 'கச்சா புச்சா' பேச்சென்று எடுத்துக் கொண்டு விட்டார்கள். நிலைமை கைமீறிக்கொண்டு போவதை உணர்ந்த சுமா தனது காதலனுடன் சேர்ந்து ஒரு திட்டம் தீட்டினாள். அந்தத் திட்டம் கிராமங்களில் இரு குழுக்களிடையே நடக்கும் சண்டைகளின்போது தீட்டப்படும் கொலைத்திட்டத்தை விட மோசமாக இருந்தது. அதாவது தனக்குக் கணவனாக வரப்போகிறவனை தனது பிறந்த நாளன்று ஒரு ஓட்டலுக்கு டின்னருக்குக் கூப்பிடுவது.. இந்திரா நகர்-கோரமங்கலா இணைப்பு ரோடு என்பது ஒரு மூணு மூணரை கிலோமீட்டர் தூரமுள்ள ரோடு. இந்திரா நகரிலிருந்து சுமார் இரண்டு கிலோமீட்டருக்குப் பிறகு ஒரு பாலம் வரும், அந்த ஏரியா முழுவதுமாக மிலிடரி ஏரியா என்பதால் ஒரு பக்கத்திலிருந்து இன்னொரு பக்கத்திற்கு வருவதற்கு அதற்குக்கீழேயே ரோடு போட்டிருந்தார்கள். அது ஒரு பத்து இருபதடி இருக்கும். அவனை பாலத்திற்குக் கூட்டி வந்து மேலே தரையிறங்கிக் கொண்டிருக்கிற ஆகாய விமானங்களைக் காண்பிப்பது.. அவன் வாயைப் பிளந்து அதைப் பார்த்துக்கொண்டிருக்கும்போது ஏற்கனவே ஏற்பாடு செய்து வைத்திருக்கும் வாடகை கொலைகாரர்களைக் கொண்டு பின்னாலிருந்து வந்து அவன் தலயைப் பார்த்து அடித்து சோலியை முடித்து விட்டுக் கீழே தள்ளி விட்டு விடுவது... அப்போது சுமாவின் வீடு மல்லேஸ்வரம் ஏரியாவிலிருந்தது. அவளுக்குப் பார்த்த பையனின் வீடு பக்கத்திலேயே ராஜாஜி நகரில்..அந்தப் பையன் அப்பாவியாக ஒரு கேள்வி கேட்டான்.

‘நம்ம ஏரியாவுக்குப் பக்கத்திலேயே நெறய ரெஸ்டாரண்டுகள் இருக்கே... இங்கேயே ஏதாவதொண்ணுக்குப் போகலாமே..?’

தனக்கு வேலை முடிய சாயந்திரம் கொஞ்சம் நேரம் பிடிக்கும் எனவும் மட்டுமல்லாமல்எச்.ஏ.எல். ஏர்போர்ட்டுக்குப்பக்கத்தில் ஒரு புதிய ஓட்டல் திறந்திருப்பதாகவும் அது நன்றாக இருப்பதாகவும், அவனும் எம்.ஜி. ரோட்டிலிருந்து நேரடியாக அங்கு வந்து விட்டால் சரியாக இருக்கும் எனவும் சொல்லி நம்ப வைத்தாள். காரியம் கச்சிதமாக முடிந்தது. போலீசுக்கு கொலைக்கு உடந்தையாக இருந்தவர்களைக் கண்டுபிடிப்பதற்கு ரொம்ப நேரம் ஆகவில்லை. பெங்களூரை உலுக்கிய அந்தக் கொலை விவகாரத்தில் எல்லோரும் கேட்ட கேள்வி: இந்தபாவி மகள் தனக்குக் கல்யாணத்தில் இஷ்டமில்லை என்று சொல்லியிருக்க வேண்டியது தானே? ஏன் ஒரு அப்பாவிப் பையனைக் கொன்று தீர்த்தாள்? ஒருவேளை தனது நூற்றாண்டு காலப் பாரம்பரியத்திற்கு எதிராகப் போக விருப்பமில்லையோ? தனது பெற்றோர்களிடம் இதைச் சொல்லத் தைரியம் வரவில்லையோ? கொலை செய்த பழி வேறு யாராவது மீது விழும். கல்யாணம் நின்று விடும்.. அபாக்கியசாலி என்று தன்னை எல்லோரும் பழி சொல்லுவார்கள். அப்போது தனக்குப் பிடித்தமானவனைக் கட்டிக்கொள்ளலாம் என்று நினைத்திருக்கலாம்.

சுமாவுக்கு பத்து வருட ஜெயில் தண்டனை கிடைத்தது. அவள் காதலனுக்கும் ஏதோ தண்டனை கொடுத்தார்கள் சென்ட்ரல் ஜெயிலை அப்போது தான் பரப்பன அக்ரஹாராவுக்கு மாற்றியிருந்தார்கள். சுமாவுக்கு விதித்த கொட்டடிகள் எல்லாம் புதிதாக இருந்திருக்கக்கூடும். இப்போது அவர்கள் விடுதலையாகியிருப்பார்கள். சுமா அந்தப் பையனையே கட்டிக்கொண்டாளா அல்லது வேறு ஏதாவது முடிவு எடுத்தாளா என்பதை அறிந்து கொள்ளும் விருப்பமில்லாத, அதற்கான வழியும் தெரியாத ஆயிரக்கணக்கான வாகன ஓட்டிகள் இப்போதும் அந்தப் பாலத்தைக் கடந்து போய்க்கொண்டிருக்கிறார்கள். சுமா மாதிரியான கேஸ்களும் கிட்டதட்ட ஒவ்வொரு நாளும் நடக்கிறது..நேற்றுக்கூடத் தனது மனைவியையும், இரண்டு வயது குழந்தையையும் அபார்ட்மெண்டிலிருந்து வெளியே துரத்தி இரவு முழுவதும் இருவரையும் வெளியேயே இருக்கச் செய்து விட்டான் ஒரு பாவி. இத்தனைக்கும் அந்தப் பெண்ணும் ஒரு சாஃப்ட்வேர் எஞ்சினீயர் தான். இதெல்லாம் இப்போது ஒரு செய்தி மட்டுமே. ஒரு கோடிக்கும் மேற்பட்ட ஜனங்கள் வசிக்கும் நகரம் இது. மேற்கே பிடதி.. வடக்கே தேவனஹள்ளி, தெற்கே கனகபுரா, ஆனேக்கல், கிழக்கே சர்ஜாபுரா,

சிக்கதிருப்பதி என்று கிட்டத்தட்ட பழைய மைசூர் சமஸ்தானம் அளவுக்கு வளர்ந்திருக்கிறது நகரம். முன்பெல்லாம் பனசங்கரி—யிலிருந்து மைசூர் ரோடு இணையுமிடத்திற்குப் பக்கத்திலுள்ள ஒரு மேட்டின் மீது ஏறி நேராகபார்த்தால் விசாலமாக இருக்கிற மலை மாதிரியான ஒரு மேட்டுப்பிரதேசம் மட்டும் தெரியும். இப்போது அந்தப்பிரதேசம் முழுக்க வீடுகள்.. இவ்வளவு விரிந்து பரந்த மேட்டுப்பிரதேசத்தில் எப்படி இத்தனை வீடுகள் கட்டினார்கள் என்று பிரமிப்பாக இருந்தது. அது சரி.. எல்லா வீடுகளையும் ஒருத்தரா கட்டினார்... பல நூறு பேர்கள்... பல நூறு கனவுகள்... என்னப்பா... காலியாக இருக்கும்போது எவ்வளவு சௌந்தரியமாக இருந்தது.. எல்லாத்தையும் இப்பிடி கான்கிரீட் காடாக்கிட்டீங்களேப்பா.. என்று அவர்களிடம் சொன்னால் தன்னை ஒரு கிறுக்கன் என்று சொல்வார்கள்.. ஒரு தடவை விஜயநகர் போவதற்கு அந்த வழியாகப் போனபோது எல்லா ஏரியாக்களைப் போலத்தான் அதுவும் இருந்தது. மேட்டுப்பாங்கான இடமாகத் தெரியவில்லை. சில இடங்கள் ஏற்ற இறக்கமாக இருந்தன. அவ்வளவு தான். தூரத்—திலிருந்து மலையாகத் தெரியும் பகுதி அங்கே போய்ப்பார்க்கிற போது ஏன் அப்படித்தெரியவில்லை என்பது ஆச்சரியமாக இருந்தது.. காட்சிப்பிழை...

○○○

கோரமங்கலாவுக்கும் இந்திரா நகருக்கும் நேரடியாக மிலிடரி ஏரியாவின் வழியாக ரோடு போடப்பட்டதற்குக் காரணமே ஐ.டி. தான். சூயஸ் கால்வாய் திறக்கப்பட்டதற்கு நிகரானது இதுவென அப்போது அதைக் கொண்டாடினார்கள். இந்த ரோடு திறக்கப்படுவதற்கு முன்னால் இந்திரா நகரிலிருந்து எலக்ட்ரானிக் சிட்டிக்குப் போவதற்கு எங்கெங்கேயோ சுற்றிக்கொண்டு போக வேண்டும். விடுவார்களா பணக்காரர்கள்? பணக்காரர்களோடு அறிவுள்ளவர்களும் சேர்ந்து விட்டால் அவர்களுக்குத் தேவையானது கிடைத்து விடாதா என்ன? எத்தனை தடவை தூக்குப்போசியைத் தூக்கிக் கொண்டு அந்தக் காட்டு வழியாக இங்கிருந்து இந்திரா நகருக்குப் போயிருப்பாய்? மடையனே! இப்போதும் அப்படித்தான் போய்க்கொண்டிருக்கிறாய்..உன் தலையெழுத்து அப்படி!

இப்போது பார்! உனது கண்ணுக்கு முன்னால் என்னவெல்லாம் நடந்திருக்கிறது என்று. சுமார் 800 சைட்டுகள் மட்டுமே கொண்ட இந்த ஆறாவது பிளாக்கிலும் அதை கொஞ்சம் ஒட்டியும் எத்தனை கோயில்கள்.. கணபதி கோயில் (இங்கு தான் குமரவேலுவின் எல்லா

பிரார்த்தனைகளும், நேர்ச்சைகளும் பதிவு செய்யப்பட்டன), கிருஷ்ணன் கோயில் (ஒரு மடத்தோடு தொடர்புடையது) ஆஞ்சநேயர் கோயில், சுப்பிரமணியசாமி கோயில, சிவன் கோயில் என்று ஐந்து கோயில்களில் இருக்கின்றன. இவையெல்லாமும் லே-அவுட் அமைக்கப்பட்ட பிறகு வந்தவை. எல்லம்மா கோயில் மிகச்சிறிய அளவில் இருந்தது. கோதண்டராம ரெட்டி குடும்பம் இங்கே விவசாயம் செய்து கொண்டிருந்தபோது அவர்கள் குலதெய்வக்கோயிலாக இருந்தது இது. அறுபதுகள் வரை சிறு விவசா—யிகளாக இருந்த அவர்களது நிலத்திற்கு திடீரென்று வந்த மதிப்புக் காரணமாகவும், கிடைத்த பணத்தை புத்திசாலித்தனமாக முதலீடு செய்து தொழில்கள் செய்ததனாலும் அவரது குடும்பமும், அவரது பங்காளிகள், மாமன் மைத்துனர் குடும்பங்களும் பொருளாதார ரீதியாக எங்கோ போய்விட்டார்கள். அந்தக் காலத்தில் கோயில் மட்டும் இங்கே இருந்தது. அவர்கள் வசித்து வந்த சிறிய, நடுத்தர வீடுகள் கோரமங்கலா கிராமத்துக்குள் இருந்தன. ஒரு ஐம்பது அறுபது வீடுகள் தான் இருக்கும். இதைப் போலவே சிறுசிறு கிராமங்கள் பெங்களூரைச் சுற்றிலும் இருக்கின்றன..இங்கேயே கோரமங்கலா கிராமத்தைத் தவிர்த்து கத்தாலி பாள்யா, ஜக்க சாந்த்ரா, அகரா, பெல்லந்தூர் என்று பல கிராமங்கள்.. அதிலே மேஸ்திரி பாள்யா கிராமம் தனித்துவமானது.. அங்கே வசிப்பவர்கள் பெரும்பாலும் தாழ்த்தப்பட்ட சமுதாயத்தைச் சேர்ந்தவர்கள். அப்படியானால் அவர்கள் தனித்தனி கிராமமாகவே வசித்தார்களா? தெலுங்கு பேசும் இந்த சமுதாயத்தினர் முழுவதும் விஜய நகரப் பேரரசு காலத்தில் இங்கு குடியேறியவர்கள் என்று சொல்கிறார்கள். அப்படியானால் விவசாயிகள் ஒரு பகுதியிலும் அவர்களுக்கு சேவை செய்பர்கள் வேறு ஒரு பகுதியிலும் தான் வாழ்ந்தார்களா? உலகம் புகழ அரசாண்ட கிருஷ்ணதேவராயர், இதையெல்லாம் எப்படி ஆதரித்தார்? அவரே க்ஷத்திரிய வம்சத்தைச் சேர்ந்தவர் இல்லயென்றும், ஒரு சாதாரண தளபதிக்குப் பிறந்தவர் என்றும் அவரது தாயாரும் அரச வம்சத்தைச் சேர்ந்தவர் அல்லர் என்றும் வரலாற்றாசிரியர்கள் சொல்கிறார்கள். ஹம்பி நகரத்தின் பெருமை பற்றியும் பிரமாதமாகச் சொல்லப்படுகிறது. அந்த நகரத்தின் கடை வீதியைப் பார்த்தாலே அவர்கள் செல்வச்செழிப்புத் தெரியும் என்றும், நகர வீதிகளில் இந்தியாவின் பல்வேறு பகுதிகளைச் சேர்ந்தவர்கள் மட்டுமல்லாமல் மேற்கத்திய நாடுகள், அரபு நாடுகளிலிருந்தும் வந்த பல்வேறு வீரர்களும், வணிகர்களும் மிகச் சுதந்திரமாக நடமாடிய நகரம் என்றும் வருணிக்கப் படுகிறது. அப்படியானால் அடிப்படைச் சேவை செய்பவர்கள் நகரத்திற்குள்ளே எல்லா மக்களோடும் சேர்ந்து

வாழ்ந்திருந்தார்களா அல்லது மேஸ்திரி பாள்யாவைப் போலவே அங்கும் அவர்களுக்கென்று தனிக்குடியமைப்பு இருந்ததா என்றும் ராயரைக் கேட்டிருக்க வேண்டும்.

இந்த மாதிரி கேள்வியைக் கேட்பது என்றால் திப்பு சுல்தானிடமும் கேட்பதற்கு நிறைய கேள்விகள் இருக்கின்றன. கலாசிபாளையத்— திலிருக்கும் கோட்டைப் பகுதியை ஒரு தடவை வெளியிலிருந்து பார்த்ததோடு சரி.. 'உள்ளூர் மாடு விலை போகாது' என்பது மாதிரி இத்தனை வருடம் இங்கே இருந்தும் கோட்டையையெல்லாம் விரிவாகப் பார்க்க வேண்டும் என்ற எண்ணம் தோன்றியதே இல்லை. வாழ்க்கையின் ஒவ்வொரு கட்டத்திலும் ஏதாவது ஒரு பிரச்சினை மனசைப் போட்டு குடைந்து கொண்டே இருக்கும். இதில் வரலாற்றாராய்ச்சிக்கு எங்கே நேரம்? இப்போது கூட மகன் வாழ்க்கையிலும், மகள் வாழ்க்கையிலும் இருக்கும் பிரச்சினைகளால் மனக்கஷ்டம் இருக்கத்தான் செய்கிறது. நடப்பது நடக்கத்தான் செய்யும். கவலைப் பட்டு என்ன பயன்? டயலசிஸ் நிலைக்கு வந்தா— யிற்று. இந்த நிலைக்கு வருபவர்கள் பெரும்பாலும் மாரடைப்பு வந்து உயிரை விடுவார்கள் என்று ஒரு தகவல் இருக்கிறது. குமரவேல் இதைப் பற்றியெல்லாம் அதிகம் கவலைப்படவில்லை. படுத்த படுக்கையாகி பிறருக்குச் சுமையாகி விடக்கூடாதே என்ற கவலை தான். இருந்தாலும் இந்தக் கடைசி காலத்தில் எதைப் பற்றியும் மனதில் நினைப்பதைப் பகிர்ந்து கொள்ளாவிட்டால் இப்படியொரு அபிப்ராயம் இருக்கிறதே என்று கூட வருங்காலச் சந்ததிக்குத் தெரியாமல் போய்விடும்.

கி.பி.1537-ல் கெம்பேகௌடா பெங்களூர் நகரத்தை ஏற்படுத்தியபோது தனக்குப் பேரரசர்களாக இருந்த விஜயநகரப் பேரரசர்களைப் போலவே தானும் பார்புகழ ஆள வேண்டும் என்று ஆசைப்பட்டார். பேரரசின் தலைநகரான ஹம்பியைப் போலவே பெங்களூரையும் நிர்மாணிக்க வேண்டும் என்ற திட்டமுமிருந்தது. சிக்க பேட்டை, தொட்ட பேட்டை, பலேபேட்டை, நகரத்துப் பேட்டை என்று கோட்டையைச்சுற்றி மட்டுமே நகரம் வளர்ந்தது. மற்ற பகுதிகளான ஹெப்பால், யேலஹங்கா, மாகடி, கெங்கேரி, மடிவாளா, ஆனேக்கல் என்பவை தூரத்திலிருந்தன. விஜயநகரப்பேரரசின் கீழ் குறுநிலமன்னனாக எத்தனை நாளைக்கு இருப்பது என நினைத்து தனியாக நாணயங்களை அடிக்கப்போய் அது முதலுக்கே மோசமாகி விட்டது. ராஜ்ஜியத்தையே பிடுங்கிக் கொண்டு சிறைக்குள்ளும் போட்டு விட்டார்கள். ஐந்து வருஷங்களுக்குப் பிறகு தான் ராஜ்ஜியம் திரும்பக் கிடைத்தது. அது வேறு விஷயம்.. அதற்குப்

பிறகு முகலாயர்கள் வந்தார்கள். போன்ஸ்லேக்கள் வந்தார்கள். மைசூர் மகாராஜாவுக்கு பெங்களூர் பெரிசாகத்தெரியலை. ஹைதர் அலிக்குக் கொடுத்து விட்டார். கெம்பே கௌடாவின் கோட்டையை அவரும் அவர் மகன் திப்பு சுல்தானும் இழைத்து இழைத்துக் கட்டினார்கள். கடைசியில் என்ன ஆயிற்று? டேவிட் பெய்டு என்னும் வெள்ளைக்காரன் வந்தான். கோட்டையெல்லாம் தூள் தூளாயிற்று. இதே வெள்ளைக்காரனைத்தான் முன்னால் நடைபெற்ற போரில் தோற்கடித்து நான்கு வருடங்கள்... நான்கு வருடங்கள் பெங்களூர் கோட்டையிலேயே சிறை வைத்திருந்தான் திப்பு. சில மாதங்களுக்கு முன்பு தான் அக்காவின் பேரனும்,பேத்தியும் வந்திருந்ததனால் அவர்களைக் கூட்டிக்கொண்டு அங்கே போக வேண்டியதாயிற்று. தன்னை நான்கு வருடங்கள் சிறை வைத்திருந்த ஒருத்தனின் கோட்டையை முழுசாக இடித்துத் தரைமட்டமாக்காமல் இந்த அளவுக்கு விட்டு வைத்தானே என்று டேவிட் பெய்டுக்கு நன்றி சொல்லாமல் இருக்க முடியவில்லை. அதிலும் திப்பு இந்தக் கோட்டையைப் பற்றி திப்பு சுல்தான் ஏற்படுத்தியிருந்த ஒரு கல்வெட்டையும் விட்டு வைத்திருந்தான்.

கோட்டைக்கான அடித்தளம் எழும்பியபோது
அதன் சிரசு உவகையில் சொர்க்கம் நோக்கிப் பார்த்தது
'ஓ என்னதொரு மாளிகை
ஆனந்தத்தின் உறைவிடம்
வானினும் உயர்ந்த மாடங்கள்
கண்ணாடியைப் போன்ற பவித்திரம்
பார்க்கும் கண்களுக்குப் பரவசம்

என்று போகிறது இந்தக் கல்வெட்டு. ஒரு துரதிர்ஷடம்... இந்தக் கல்வெட்டு பாரசீக மொழியில் இருக்கிறது. இதைப் பார்க்க வருகிறவர்களில் தொண்ணூறு சதவீதத்திற்கு மேற்பட்டவர்கள் இந்த மொழி அறியாதவர்களாகத்தான் இருப்பார்கள். என்ன பிரயோஜனம்? திப்பு சுல்தானின் மனதில் என்ன இருந்திருக்கும்? நாம் நினைத்த படி இந்த உலகத்தையே மாற்றிவிடலாமென்றா? எதார்த்தம் என்னவென்றால் திப்பு நிர்மித்த இந்தக் கல்வெட்டு இருக்கிறது? ஆனால் திப்பு மண்ணோடு மண்ணாகிப் போய்விட்டார்.

கோட்டை என்பதே சரித்திரத்தின் குறியீடு தானே! தியாகமும், துரோகமும் தானே சரித்திரம்? கெம்பே கௌடா கோட்டையைக் கட்டியபோது தெற்குப்பகுதி வாயில் சுவர் இடிந்து விழுந்து

கொண்டேயிருந்தது. என்ன முயன்று கட்டியும் சுவர் நிற்கவே—யில்லை. நரபலி கொடுத்தால் தான் நிற்கும் என்று யோசனை சொன்னார்கள். யாரைப் பலி கொடுப்பது? கௌடாவின் மருமகள் லட்சுமம்மா நடுச்சாமத்தில் தானே தன் தலையைக் கொய்து கொடுத்துப் பலியானாள். வாயில் சுவர் நின்றது. கௌடா நன்றிக்காக மருமகளுக்காகக் கோயில் கட்டினான். எங்கே? கோட்டையிலிருந்து ஏழெட்டுக் கிலோமீட்டர் தூரத்திலிருந்து கோரமங்கலா கிராமத்தில்... அந்தக் கோயில் இன்னுமிருக்கிறது..எட்டாவது பிளாக்கில் சிவா டாக்கீசுக்குப் பக்கத்திலிருக்கிறது. மல்டிப்பிளக்ஸ் எல்லாம் வருவதற்கு முன்னால் எத்தனையோ முறை படம் பார்ப்பதற்காக குமரவேல் குடும்பம் சிவா டாக்கீசுக்குப் போயிருக்கிறது. அப்போதெல்லாம் அதை லட்சுமம்மா கோயில் என்று தான் சொல்வார்கள். ரொம்ப நாளைக்குப் பிறகு தான் அதன் வரலாறு தெரிந்தது. ஒரு நாள் குமரவேல் மட்டும் அதைப் போய்ப் பார்த்தார். கோயில் கோயில் மாதிரித்தான் இருந்தது. ஆனால் அதன் சுற்றுப்புறம் கோயிலுக்கு உகந்ததாகத் தெரியவில்லை. பக்தர்களை விட உல்லாசப்பி—ரியர்களே அந்த இடத்தை அதிகம் பயன்படுத்தியதாகத் தெரிந்தது. கோயிலுக்குச் சற்று தூரத்திலேயே பி.பி.எம்.பி. பூங்காவுக்குள் லட்சுமம்மாவுக்கு நினைவுச் சின்னம் அமைக்கப் பட்டிருந்தது. ஆனால் அந்தப் பூங்கா அதிகம் பயன்படுத்தப் படுவதாகத் தெரியவில்லை. தாய்மையை நோக்கியிருக்கிற ஒரு பெண் தன்னைத்தானே மாய்த்துக் கொள்வதென்பது 'புனித தியாகம்' தான். அப்படித்தான் அங்கேயும் எழுதப்பட்டிருக்கிறது. கோரமங்கலா கிராமம் அப்போது அடர்ந்த காடாக இருந்திருக்க வேண்டும். இப்படிப்பட்ட காட்டில் கோயில் கட்டினால்தான் அவள் வனதேவதையாகவோ, கிராம தேவதையாகவோ ஆவாள் என்று கௌடா நினைத்திருப்பார். ஆனால் அவளது பெயரை நிலைநிறுத்த வேண்டுமென்றால் கோட்டைக்குப் பக்கத்திலேயே அவளது நினைவுச்சின்னம் இருக்க வேண்டும். பொதுவாகவே இந்தியர்களுக்கு வரலாற்றுணர்வு குறைவு என்று சொல்லுவார்கள். உண்மையான வரலாறு என்பது எங்கே இருக்கிறது? ஒரு நெருக்கடியான சூழ்நிலையில் தனி மனிதனோ அல்லது ஒரு சமூகமோ எத்தகைய தியாகத்தைச் செய்கிறார்கள் என்று கவனித்து நூற்றாண்டுகள் கழிந்த பின்னர் வரும் மக்கள் அத்தகைய தியாகத்தை எண்ணிப்பார்க்க வேண்டும் என்பதல்லவா நோக்கமாக இருக்க வேண்டும்? சொல்லப்போனால் கலாசிப்பாளையம் கோட்டையைப் பார்க்கப் போவதென்பது கோரமங்கலா கிராமத்திலிருந்து தான் தொடங்க வேண்டும். பெங்களூரிலிருப்பவர்களாகட்டும், வெளியிலிருந்து வருபவர்களாகட்டும் கோரமங்கலா எட்டாவது

பிளாக்கிலிருக்கும் லட்சுமம்மா நினைவுச்சின்னத்திற்கு வந்து சேர்வதற்குள் டங்குவார் அந்து விடும். வரலாற்றுணர்வாவது, நினைவுச்சின்னமாவது...? ஆனால் நமது அரசியல் வாதிகளுக்கு இயல்பாகவோ அல்லது நிர்ப்பந்தம் காரணமாகவோ அவ்வப்பொது வரலாற்றுணர்வு வந்து விடும்..அப்படி வந்ததனால் தான் ஆறாவது பிளாக்கில் போஸ்டாபீசுக்கு அடுத்து இருக்கும் பூங்காவுக்கும், அதற்கு அடுத்து வரும் சிறிய விளையாட்டரங்கத்திற்கும் ‘லட்சுமி தேவி’ பெயரை வைத்து விட்டார்கள். ‘லட்சுமம்மா’ பல நூற்றாண்டுகள் கழித்து ‘லட்சுமி தேவி’ ஆகியிருக்கிறாள். இவை எதற்றைப் பற்றியும் அறியும் ஆர்வமோ, அதற்கான நேரமோ இல்லாத ராமன் இப்போது குமரவேல் முன்னால் நின்று கொண்டிருந்தான்.

இவனை இப்போது என்ன செய்வது என்று குமரவேல் யோசித்தார்.

‘டீ குடிக்கிறியா..?’

‘பரவால்ல சார்.. உனுக்கு ஒணுமா சார்..’

மூலையிலிருந்து இரண்டாவதாக இருந்த கேரளா பேக்கரி-கம்-டீக்கடை திறந்திருந்தது. நாலு அடி தூரம் விட்டு குறுக்காக ஒரு கயித்தைக் கட்டி அங்கே ஒரு பெஞ்சை வைத்திருந்தான் கடைக்காரன். ராமனுக்கு ஒரு முட்டை பஃப்ஸ் வாங்கிக் கொடுத்து விட்டு தனக்கு பாலும் சர்க்கரையுமில்லாத டீயும், ராமனுக்கு ஒரு டீயும் சொல்லிவிட்டு பேக்கரிக்கு எதிரிலிருந்த திண்ணையில் உட்கார்ந்து கொண்டார்கள்.

‘ஊருக்குப் போனியா சார்..’

‘சர்’ ரென்று குமரவேலுவுக்கு உரைத்தது. ராகுல் கலியாணத்திற்கு இவனைக் கூப்பிடவில்லை.

‘ம்... இல்லே ராமா... எங்க போறது... பொங்கலப்ப போய்ட்டு வந்தது.. இனி இது எப்ப தீர்றது,, எப்ப போறது... ஒண்ணும் புரியலே...

‘ஏ ஸ்சார்... மொகமெல்லா வெளுத்துப்போய் கீறெ.. ஒடும்புக்கு என்னாது செரியில்லியா..’

‘அதெல்லா ஒண்ணுமில்லே ராமா.. சித்ரா எப்பிடியிருக்கறா... வந்தாளா...’

‘ரெண்டு ஆம்பளப் பசங்கோ சார்... இஸ்கோலுக்குப் போறாங்கோ... அவ புருசன் நல்லாத்தா வச்சினுக்கெறா..’

இரண்டொரு கார்கள் போய்க்கொண்டிருந்தன.. மோட்டார் சைக்கிளில் ஒரு ரெக்ஸின் பைக்குள் சாப்பாடு, பலகாரப் பொட்டலங்களை வைத்துக்கொண்டு ஸ்விக்கி, ஜொமேட்டோ பையன்கள் 'விர்..விர்' ரென்று போய்க் கொண்டிருந்தார்கள்.

'சுகுணாவுக்கும் ரெண்டு ஆம்பளப்பசங்க தா இல்லே.'

'ஆமா.. சார்... பெரியவ.. பத்தாவதுலே கீறான்..'

ராமனின் வாயில் பஃப்ஸ் துண்டுகள் ஓட்டியிருந்தன.. துண்டால் அதைத் துடைத்துக் கொண்டான்.

எப்போதோ ஒரு தடவை பெரிய பெண் சுகுணா வீட்டிற்கு வந்த போது பையன்கள் படிப்பில் அவ்வளவு அக்கறை காண்பிப்பதில்லை என்று சொல்லியிருந்தாள். ராமனுக்கு ரொம்பவும் கவலையாக இருந்தது.. இந்த மாபெரும் நகரம் ஐ.டி. புரட்சிக்கப்புறம் 'தத்தக்கா.. புத்தக்கா..' என்று படித்து வந்த எத்தனையோ பையன்களையும், பெண்களையும் கை தூக்கிவிட்டு அவர்களை வெகு தூரத்தில் கொண்டுபோய் விட்டிருக்கிறது. கடந்த நாற்பது ஆண்டுகளாக இந்த கோரமங்கலாவிலும், அதைச் சுற்றி இருக்கிற பகுதிகளிலும் ஆயிரக்கணக்கான வீடுகள், கட்டிடங்கள் கட்டுவதற்குத் தனது குடும்பத்தோடு உழைத்த ராமனின் பேரக்குழந்தைகளையும் கை தூக்கி விடுமா இல்லை ஒர்க்ஷாப்புகள், அலுவலகங்கள் இவற்றில் எட்டாயிரம், பத்தாயிரம் ரூபாய்க்குப் போட்டு விடுமா என்று தெரியவில்லை. நிச்சயம் அதைப் பார்ப்பதற்கு தான் இருக்க மாட்டோம் என்று குமரவேலுவுக்குத் தோன்றியது.

'சரி..சார்... போய்னு வாரென் சார்..'

குமரவேல் வெளியில் வரும்போதெல்லாம் நூறு இருநூறு பணம், தனது ஆதார் அட்டை, அவசர சமயத்தில் தொடர்பு கொள்ள வேண்டிய தொலைபேசி எண்கள் என்னுமிவற்றை பாக்கெட்டில் வைத்துக் கொண்டிருப்பார். ஐம்பது ரூபாய் கொடுக்கலாம் என்று நினைத்தவர் ஒரு நூறு ரூபாய் நோட்டை எடுத்துக் கொடுத்து

'சரி... ராமா... போய்ட்டு வா...'

என்று சொல்லி அனுப்பி வைத்தார். ராமன் லுங்கியைக் கீழே விட்டிருந்தான். அது முழங்காலளவு தான் இருந்தது. போகும் அவன் முதுகையே பார்த்துக் கொண்டிருந்தார். செத்துப்போன மாரியம்மாளைப் பற்றி இருவருமே ஞாபகப்படுத்திக் கொள்ளவில்லை.

○○○

மணி பதினொன்று இருக்கும். இந்த நாளை எப்படிக் கடத்துவது என்று பிரச்சினையாகிப் போயிற்று. வீட்டுக்குப் போய் நான்கு சுவர்களையே பார்த்துக் கொண்டிருப்பது முடியாது. வீட்டில் மனிதர்கள் இருக்கிறார்கள்.. மனிதர்களும், அவர்கள் குடும்ப உறுப்பினர்களாகவே இருந்தாலும் நான்கு சுவர்கள் தானே! அவர்களாகவே எழுப்பிக்கொண்ட அந்த சுவர்களை அவர்களும் உடைத்துக் கொள்ள மாட்டார்கள். பிறரும் அதை உடைக்க விட மாட்டார்கள். சுவர்களுக்குள் இருப்பது அவர்களுக்கு சுகம்.. சுகத்தை விட பாதுகாப்பு.. எது பாதுகாப்பு என்று என்று நினைத்தார்களோ அதுவே சிறையாகிப் போனது என்பதைக் கூட அறிய மாட்டார்கள். இருந்து விட்டுப்போகட்டும். நம்மைச் சுற்றி எந்தச் சிறையும் இல்லாவிட்டால் சரி...

சாலையில் போக்குவரத்துக் குறைவாகிவிட்ட படியால் மாடுகளின் நடமாட்டமும் அதிகமாகிவிட்டது. ஒரு கிராமத்தான் என்ற முறையில் இந்த மாடுகளின் நிலைமையைப் பார்த்து குமரவேலுவுக்கும் எப்போதும் பரிதாப உணர்வு தோன்றும்.. காலையில் அவிழ்த்து விட்டால் தனது கண்ணுக்கு எதிரே விரிந்து பரந்து தெரியும் மேய்ச்சல் நிலமும், மேய்வதற்கு விதம் விதமான புல் மற்றும் இலை தழைகளும், கூடவே தனக்கு இணையான காளை மாடுகள், எருமை மாடுகள், கன்றுக்குட்டிகள் என்று எதுவுமே இல்லாமல் கண்ணாடியும், கான்க்ரீட்டும் சூழ்ந்த இந்தப் பாலைவனத்தில் அலைந்து திரிய வேண்டும் என்று இந்த மாடுகளுக்கு விதிக்கப் பட்டிருக்கிறது. நல்ல வேளை .. பசுவை தெய்வமாகப் போற்றும் நாட்டில் பிறந்த படியால் இவைகளுக்கு கொஞ்சநஞ்ச மரியாதையாவது இருக்கிறது..ஆரம்பத்தில் ஸ்கூட்டரில் அவசரமாக எங்காவது போகும்போது இந்த மாடுகள் குறுக்கே வந்தால் குமரவேலுவுக்கு எரிச்சலாக இருக்கும். கார் வாங்கி ஓட்டிய போது கூட கொஞ்ச நாள் அப்படித்தான் இருந்தது. கார் ஓட்டும்போது ஜாக்கிரதை உணர்வு அதிகமாகி விடுகிறது. ஜாக்கிரதை உணர்வு அதிகமாகும்போது மனதில் அமைதி வருகிறது. அப்போது பசுவின் மீது பக்தியில்லாவிட்டலும் அன்பு பிறக்கும். இப்போதெல்லாம் ரோட்டிலேயே குறுக்காக நின்று கொண்டோ, படுத்துக் கொண்டோ இருக்கும் பசுக்களின் மீது குமரவேலுவுக்குக் கோபம் வருவதில்லை. அது சரி இனிமேல் கோபமிருந்தாலென்ன.. அன்பு கொண்டாலென்ன? தனக்கான கோட்டா முடிந்து விட்டது.

ஆசைப்பட்டதைச் சாப்பிட வேண்டும் என்ற உணர்வு மட்டும் இங்கும் மங்கவில்லை. எல்லாவற்றையும் சாப்பிட்டுப் பார்த்தாகி விட்டது. அலுவலகப் பயணங்களில் தனது உத்தியோக

அந்தஸ்துக்கு ஏற்ப அல்லது அதற்கும் கூடுதலாகத் தரப்பட்ட தங்கும் வசதிகள், அத்தகைய இடங்களில் தரப்பட்ட உணவுகள் எல்லாமே தனது ஆசையை நிறைவேற்றிக் கொள்ள உதவின தான். அப்படிப்பட்ட சந்தர்ப்பங்களில் தான் எவ்வளவு கீழ்த்தரமாக நடந்து கொண்டிருக்கிறோம் என்று நினைக்கும்போது வெட்கமாக இருக்கிறது. அத்தனை வகையான பதார்த்தங்கள் இருந்த போது வறுத்த கறி என்கிற மாதிரியான ஐட்டங்களையே அளவுக்கதிகமாகத் தின்பது, குழுவாக உட்கார்ந்து சாப்பிடும்போது தேவையானவற்றை எடுத்துக் கொண்டு போய் அதே பகுதியில் வேறு இடத்தில் உட்கார்ந்து கொண்டு சாப்பிடுவது என்பது மாதிரியான கேவலமான விஷயங்கள். எல்லாம் இந்த வாய்க்குத்தானே... அப்போது மட்டுமில்லை வேறு பல சமயங்களிலும் வேறு யாரோ தானே பில் கொடுக்கிறார்கள் என்பதற்காகவோ, காசை மிச்சம் பிடிக்க வேண்டும் என்பதற்காகவோ, தனது உயர்சாதி மனப்பான்மையைக் காண்பிக்க வேண்டும் என்பதற்காகவோ, தான் அதிபுத்திசாலி என்பதைக் காண்பிக்க வேண்டும் என்பதற்காகவோ மிகக் கேவலமாக நடந்து கொண்ட சந்தர்ப்பங்களெல்லாம் இப்போது ஞாபகம் வந்தன. இத்தனைக்கும் அந்த சந்தர்ப்பங்களில் கொஞ்சம் பெருந்தன்மையோடு நடந்திருந்தால் பெரிதாக காசு ஒன்றும் செலவாகியிருக்காது. மறக்க முடியாத பெருத்த அவமானமெதுவும் கூட ஏற்பட்டிருக்காது. தான் வளர்ந்த கிராமச் சூழல் தான் தன்னை அப்படி வைத்திருந்தது என்பதை என்னும்போது கிராமத்தின் மீதே எரிச்சல் ஏற்பட்டது.

என்ன தான் விருப்பமான காரியங்களைச் செய்து கொண்டிருந்தாலும், வீட்டிலிருக்கிறதையோ, வெளியிலிருந்து வாங்கியோ இஷ்டப்பட்ட பதார்த்தங்களை சாப்பிட்டாலும் நாள் முழுவதும் தனியாக வீட்டிலிருப்பது கஷ்டமாகத்தான் இருக்கிறது. தான் மட்டும் தான் இப்படி இருக்கிறோமா அல்லது தன்னைப் போலவே நிறையப் பேர் இருக்கிறார்களா என்றும் நினைத்தார். அப்படியே இருந்தாலும் அவர்கள் நிம்மதியாக இருப்பார்கள். இந்தப் பிராயத்தில் தன்னைப் போல மக்களை நினைத்து 'லோல்' படுபவர்களாக இருக்க மாட்டார்கள். நமக்கு மட்டும் ஆண்டவன் இப்படி ஒரு எழுத்தை எழுதி விட்டான். நிம்மதியில்லாத வாழ்வும், நிம்மதியில்லாத சாவும்... சாவில் ஏது நிம்மதி... எல்லா சாவும் நிம்மதியும், நிம்மதியின்மையும் கலந்தது தான்... செத்துப்பொவனுக்கு அது தெரியாது... அவ்வளவு தான்..

மனிதர்கள் மட்டுமா இருக்கிறார்கள். கட்டடங்கள் இருக்கின்றன.. மரம் செடி கொடிகள் இருக்கின்றன..விளக்குக் கம்பங்கள், புதை

சாக்கடைகள் எல்லாமும் இருக்கின்றன. பறவைகளும், விலங்குகளும் இருக்கின்றன. ஏன் எல்லோருடைய போக்குவரத்தையும் தாங்கிக்கொண்டிருந்த, இப்போதும் தாங்கிக்கொண்டிருக்கிற இந்த எண்பதடி ரோடும் இருக்கிறது. இந்த ரோட்டுக்கு யோசிக்கும் சக்தி இருந்தால் எதைப் பற்றி யோசிக்கும்? ஹோண்டா, டொயோட்டா, பிஎம்டபிள்யூ, ஆடி முதலிய கார்களைப் பற்றி யோசிப்பதற்கு அதற்குப் பெரிதாக ஒன்றும் இருக்காது. பஸ்கள் என்று பார்த்தால் 171 -ம் நம்பர் முக்கியமாக இருக்கும். சிட்டிக்குப் போகிறவர்கள் மட்டுமல்லாது இரவு நேரங்களில் தத்தமது ஊருக்குப் போகிறவர்களும் மூட்டை முடிச்சுக்களோடு போகும்போது ஊரைப்பற்றிய அவர்களது எண்ணங்களையெல்லாம் இந்த பஸ் தாங்கிக்கொண்டிருந்திருக்கும்.. வடக்கே பெல்காம், பீஜாப்பூர், மேற்கே மங்களூர், கிழக்கே சென்னை, தெற்கே நாகர்கோயில் என்று விதம் விதமான ஜனங்களும், அவர்களது விதம்விதமான பிரச்சினைகளும் நிறைந்திருக்கும். மிகத்தீவிரமான யோசனைகளான ஊருக்கே நிரந்தரமாகப் போய்விடலாம் அல்லது ஊரிலிருக்கும் சொத்துக்களை ஓர்சல் பண்ணி விட்டு பெங்களூரிலேயே நிரந்தரமாகத் தங்கி விடலாம் என்று யோசித்துக் கொண்டு போகும் பயணிகளும் இருப்பார்கள். அந்தத் திட்டத்தை நிறைவேற்றப்போகும் பயணமாகவும் அது இருக்கலாம். ஆனால் 201-ம் நம்பர் பஸ்சுடன் ஒப்பிடும்போது 171-ம் நம்பர் பஸ்சுப் பயணிகளின் பிரச்சினைகள் பிரச்சினைகளே அல்ல. 171-ம் நம்பரை விட 201-ம் நம்பர் பஸ்களின் எண்ணிக்கை மூன்று மடங்கு அதிகம்.. காரணம் இந்த பஸ் தொட்டுப்போகும் ஏராளமான இடங்கள்.. ஸ்ரீநகர் டூ பனசங்கரி என்று போர்டு போட்டிருந்தாலும் ஸ்ரீ நகரிலிருந்து பனசங்கரி போவதற்கு எந்தப் பயலும் இதில் ஏறமாட்டான். அதற்கு நேரடியாகப்போக நிறைய பஸ்கள் இருக்கின்றன. இப்படியெல்லாம் சுத்திக்கொண்டு போக வேண்டும் என்கிற அவசியமில்லை. 201-ம் நம்பர் பஸ் உழைக்கும் மக்கள் பஸ். அதாவது ஸ்ரீநகரிலிருந்து பணசங்கரி வரையுள்ள எல்லாப்பகுதிகளிலிருந்தும் வேலைக்காரப்பெண்கள், பிளம்பர்கள்,எலக்ட்ரீசியன்கள், பெயிண்டர்கள், தோட்ட வேலை செய்பவர்கள், ஆஃபீஸ் அசிஸ்டெண்டுகள் என்று சேவை செய்பவர்கள் எல்லோரும் வந்து போகக்கூடியவர்கள் என்பதால் எப்போதும் கூட்டம் நிரம்பி வழிகிற பஸ். கூட்டம் நிரம்பி வழிகிற பஸ் என்பதால் அதில் தவிர்க்க முடியாமல் நடக்கிற பிக்பாக்கெட்டும் உண்டு. அதோடும் ஒன்பது மனித குணங்களில் கோபத்தை மட்டுமே கொண்டிருக்கிற நடத்துநர், ஆண்டவன் இப்படி சாமார்த்தியமே—யில்லாத நடத்துநரைக் கொடுத்து விட்டானே என்று எரிச்சல்படுகிற ஓட்டுநர் என்று பல சிறப்பு அம்சங்களைக் கொண்டிருக்கிற 201-ம்

நம்பர் பஸ் தன்னூடு ஓடவில்லயே என்ற வருத்தம் இந்த எண்பதடி ரோட்டுக்கு இருக்கும் என்று குமரவேல் நினைத்தார். ரோடு என்ன நினைத்தாலும் அதைப் பற்றி யார் கவலைப்படுவார்கள்?

பாரத் பெட்ரோலியம் பெட்ரோல் பங்கைத்தாண்டி வந்து விட்டதை குமரவேல் உணர்ந்தார்.வீட்டிற்குத்திரும்பிப்போகலாமா இல்லை சோனி சிக்னல் வரை போய்விட்டுத் திரும்பலாமா என்று யோசித்தார். மணி பன்னிரண்டை நெருங்கிக்கொண்டிருந்தது. ஒரு நான்கு வாகனங்களாவது போகாவிட்டால் ரோட்டுக்கே மரியாதையில்லை என்று நினைக்கும்படியாக ரோட்டில் ஆங்காங்கு வாகனங்கள் போய்க்கொண்டிருந்தன. மற்றபடி ஜாக்கிரதை உணர்வு இல்லாவிட்டால் கோரமங்கலா எண்பதடி ரோட்டில், என்.ஜி.வி. குடியிருப்பின் தெற்கு கேட்டிலிருந்து மேற்கு முகமாகப் போய் என்.டி.டி.பி. தெற்கு கேட்டைக் கடந்து, பாஸ்போர்ட் ஆஃபீசைக் கடந்து, ராஜேந்திரா நகரைத் தொட்டு வடக்கே திரும்பி, அம்பேத்கர் சிலையையும், புதிய உயிர்த்தெழுதல் வழிபாட்டு மண்டபத்தையும் கடந்து நேராக வடக்கே போய் மிலிடரி காம்பவுண்டைத் தொட்டு, மேற்கே திரும்ப வேண்டும். ஒவ்வொரு குடியிருப்புப் பகுதிக்கும் ஒரு எல்லை இருக்கிறது. இந்த ரோடு பெரும்பாலும் ஒவ்வொரு குடியிருப்புப் பகுதியின் எல்லையோரமாகவே செல்கிறது. கோரமங்கலா, என்.ஜி.வி, ராஜேந்திர நகர், ஈஜிபுரா, விவேக் நகர் என்று சாலை நீண்டு போகும். விவேக் நகர் குழந்தையேசு கோயிலைக் கடந்து போய்க்கொண்டேயிருக்க வேண்டும்..சிறிய காராக இருந்தாலும் ஒரு கார் போவதற்குரிய இடம் நிச்சயமாக இல்லை என்று உங்களுக்குத் தோன்றும். ஆனால் கடலில் எப்படி கப்பல் தண்ணீரைக் கிழித்துக் கொண்டு போகிறதோ அதே மாதிரி உங்கள் கார் போவதற்கு வழி கிடைத்துக் கொண்டே இருக்கும். போய்க்கொண்டே இருக்க வேண்டும். பின்னாலிருந்து விதம் விதமான ஹார்ன் ஓசைகள் கேட்டுக்கொண்டேயிருக்கும். உங்களை மாதிரியே நிதானமாக வருபவர்கள் உங்களைப் பின் தொடர்ந்து வருவார்கள். வேகமாகப் போகவேண்டும் என்பவர்கள் உங்களைக் கடந்து செல்வார்கள். ஒரு காருக்கே இடமில்லாத போது இன்னொரு கார் கடந்து போவதற்கு எங்கே இடம் இருந்தது என்று ஆச்சரியமாக இருக்கும். உங்கள் கார் மிகவும் மெதுவாகப் போனாலோ, அல்லது முன்னால், பின்னால், பக்கத்தில் போகும் ஏதாவது ஒரு வாகனத்தை உரசுகிற மாதிரியோ அல்லது உரசியோ விட்டாலோ உங்களுக்குத் திட்டுக் கிடைக்கும். அங்கே உங்கள் வயசு, அந்தஸ்து, மதம், ஜாதி, கல்வித்தகுதி எவற்றுக்கும் மரியாதை கிடையாது. பெரும்பாலும் உருது, இல்லாவிட்டால்

இந்தி அடுத்து தமிழ், கன்னடம், தெலுங்கு, மலையாளம் என்று வந்து கடைசியில் இங்கிலீஷ் என்று வசைகள் வரும். தயவு செய்து கவனியுங்கள். உங்கள் வாகனம் போவதற்குண்டான அனைத்து உதவிகளையும் அவர்கள் செய்வார்கள். இது உங்கள் பொறுமை மீறி எரிச்சல் ஏற்பட்டு நிதானம் தவறுகிற போது நடக்கிற சங்கதி.. ஒரு வேளை ஒரு தவறு நிகழ்ந்து சிறு விபத்து ஏதேனும் ஏற்பட்டு விட்டால் போலீசுக்குப் போவதற்கு முன் அந்தந்த மொழியிலேயே பஞ்சாயத்து பேசுபவர்கள் இருப்பார்கள். அங்கேயே பிரச்சினையை முடித்துவிட வேண்டும். கொஞ்சம் காசும் செலவாகலாம். அதைத் தவற விட்டுவிட்டால் பிரச்சினை முத்திப் போகும்.

முடிந்த அளவு கார் கண்ணாடியைத் திறந்துவிட்டு ஓட்டுவது நலம். கண்ணாடியை மூடி விட்டு ஓட்டினால் அவர்களுக்கும் நமக்கும் பெரிய இடைவெளி இருப்பதாக அவர்கள் நினைத்துக் கொள்வார்கள். மட்டுமல்லாமல் கண்ணாடியை இறக்கிவிட்டிருந்தால் தான் வெளியே மனிதப்பிரபஞ்சம் இருப்பது கண்ணுக்குத் தெரியும். வாசனைகளை நுகரலாம். விதவிதமான உரையாடல்களைக் கேட்கலாம். சாலையின் தொடக்கத்தில், குழந்தையேசு கோயிலுக்கும் முன்னால் இரண்டு பக்கங்களிலுமுள்ள கடைகளில் முதலில் கவனம் பெறுவது மாட்டிறைச்சிக் கடைகள்.(.இதற்கு மாட்டிறைச்சி என்று பெயர் முற்றிலும் பொருத்தமானதில்லை. எருமை, எருது முதலியவற்றின் இறைச்சிகளையும் இங்கே விற்கிறார்கள்) பெரும்பாலும் குட்டி ஆடுகளின் தொடைகளையே கசாப்புக்கடைகளில் பார்த்த கண்களுக்கு பெரிய பெரிய மாடு அல்லது எருமைகளின் தொடைகளை காய்ந்து ஒட்டியிருக்கும் கொழுப்போடு பார்ப்பதென்பது கொஞ்சம் மிரட்சியைக் கொடுக்கும் தான். மற்றபடி குறைந்த விலையில் ருசியும், புரதச்சத்தும் மிகுந்த இறைச்சிக்கு இது வரை வேறு பண்டங்கள் வரவில்லை.

ஈஜிபுராவிலிருந்து நீலசேந்திரா முடிவு வரை இரண்டு பக்கங்களிலும் கடைகள் மட்டுமல்லாமல் தள்ளுவண்டிகளும் இருக்கும். காய்கறிகள் விற்கும் தள்ளுவண்டிகளில் இருக்கும் காய்கறிகள் எப்போதும் வாடி உலர்ந்தவையாகவே இருப்பதை குமரவேல் கவனித்திருக்கிறான். சாதாரண பேக்கரிகளிலும், விலை உயர்ந்த பேக்கரிகளிலும் கண்ணாடிச்சாடிகளில் அழகாக அடுக்கி வைக்கப்பட்டு விற்பனை செய்யப்படும் பிஸ்கட்டுகள், ரஸ்க்குகள் முதலானவை இங்கு தள்ளுவண்டிகளில் அம்பாரமாகக் குவித்து வைக்கப்பட்டிருக்கும். கிட்டத்தட்ட இதே மாதிரியே பேரீச்சை, முந்திரிப்பருப்பு, உலர்ந்த திராட்சை முதலியவையும்.

இரண்டுக்குமிடையில் விலை வாரியாக பெரிய வேறுபாடு இருந்தாலும் ஒரு கலாச்சாரத்தின் முக்கியமான அம்சம் என்பதால் விற்பனையின் பாகமாக இருக்கின்றன.

ஈஜிபுராவையும், ஓசூர் ரோடு நெடுஞ்சாலையையும் இணைக்கும் இந்த நீண்ட கடைத்தெருச்சாலையின் இருபக்கங்களிலும் வசிப்பவர்கள் எளிய மக்கள்.. சுற்று வட்டத்திலிருக்கிற பலகுடி—யிருப்புப்பகுதிகளுக்கு அத்தியாவசியத் தேவைகளை நிறைவேற்றிக் கொடுப்பவர்கள். ஆனால் கடந்த இருபது முப்பது வருடங்களில் இதன் பொருளாதாரத் தோற்றம் மிகவும் மாறிவிட்டது. இருசக்கர வாகனங்கள், கார்களின் எண்ணிக்கை அதிகமாகி விட்டது. இது மனித உறவுகளுக்குள்ளும் நெருக்கடிகளை உண்டுபண்ணியிருக்கக் கூடும். ஆனால் இது வெளியில் அவ்வளவு வெளிப்படையாகத் தெரியவில்லை. அவர்கள் எப்போதும் போலப் பழகி வருவதாகத்தான் தெரிந்தது.

ஈஜிபுராவைக் கடந்து, நீலசேந்திரா வரை நேராகப்போகும் கடைத்தெருச்சாலை அங்கு மிலிடரி ஏரியாவின் காம்புவுண்டுச் சுவரைத் தொட்டதும் இடது புறம் ஆனே பாள்யா ரோட்டில் திரும்பிபோகும்போது மிக அதிகமான வளைவுகளைக் கொண்டிருக்கும். இதனால் வண்டி ஓட்டுவதும் சிரமமாக இருக்கும். அதே பகுதியில் வாகனம் ஓட்டுபவர்கள், குறிப்பாக எதிர்த்திசையிலிருந்து வருபவர்கள் வளைவுகள் அதிகமாக இருக்கின்றன என்ற காரணத்திற்காக தங்கள் வேகத்தைக் குறைத்துக் கொள்வதில்லை.ஆனாலும் எப்பேர்ப்பட்ட விபத்தையும் கண நேரத்தில் தவிர்த்துக் கொள்ளும் சாமார்த்தியம் கொண்டவர்களாக இருந்தார்கள். திடீரென்று காருக்கு முன்னால் ஓடி சாலையைக் கடப்பவர்களும் திரும்பிப்பார்த்து வருத்தம் தெரிவிப்பதோ, படுகாயம் ஏற்படுவதிலிருந்தோ, ஏன் உயிரே போவதிலிருந்தோ தன்னைக் காப்பாற்றியதற்காக ஆண்டவனுக்கு நன்றி சொல்வதோ இருப்பதாகத் தெரியவில்லை. இது அன்றாட வாழ்க்கையின் மிகச் சாதாரணமான விஷயம் என்ற அளவில் தான் போய்க்கொண்டிருப்பார்கள்.

சாயங்கால நேரமாக இருந்தால் வழி நெடுகிலும் பீஃப் ரோஸ்ட், பீஃப் கபாப் என்னும் இவற்றைத் தயாரிக்கும் வாசனை வரும். இறைச்சியை சமைக்கும் எல்லா விதங்களிலும் சுட்ட கறி என்பது தான் குமரவேலுவுக்குப் பிடித்தமானதாக இருந்திருக்கிறது. அதற்குக்காரணம் சிறுவயதில் செவுரொட்டி என்கிற அற்புதப் பண்டம் எந்த விதமான மசாலாக்களும் சேர்க்கப் படாமல்

மைகோதியில் சொருகப்பட்டு எரியும் அடுப்புத்தீயில் வாட்டப்பட்டு அவருடைய தாயாரால் குமரவேலுவுக்குக் கொடுக்கப்பட்டது தான். செவுரொட்டி என்பது சிறு வயதுக்காரர்களுக்கே ஆனது என்கிற மரபை உருவாக்கியது அந்த இனத்துப் பெரியவர்கள் தான். கறிக்குழம்புக்குத் தேவையான 'மொளகு அரைத்தல்' இல்லாமல் அவர்களால் சாப்பிட முடியாது. அதற்கு நேரமாகும், அதுவரை குழந்தைகள் தாங்க மாட்டார்கள். எனவே அவர்களது அப்போதைய பசியைப் போக்க வேண்டும் என்பது தான் இதன் நோக்கம். இந்தப் பகுதியில் சாயங்கால நேரத்தில் வரும் இன்னொரு வாசனை வடை, பஜ்ஜி, போண்டா சுடும் வாசனை..

இந்த நீண்ட கடைத்தெருச்சாலை கிழக்கே ஈஜிபுரா உள்வளைய ரோடு சிக்னலிலிருந்து தொடங்குகிறது. மேற்கே ஒசூர் ரோடு வரை போகிறது. கிட்டத்தட்ட நான்கு கிலோமீட்டர் தூரம் வரை வரலாம். பாலாஜி தியேட்டர் வரை ஒரு கட்டம்..குழந்தையேசு கோயிலைத் தாண்டி நேராக வந்தால் நீலசேந்திரா முடிந்து மிலிடரி ஏரியா காம்பவுண்டில் தொட்டு முடியும். அது இரண்டாம் கட்டம். அங்கிருந்து தெற்கே திரும்பி ஆனேபாள்யா வழியாக ஒசூர் ரோட்டில் முடிவது மூன்றாம் கட்டம்.. மேல் நோட்டத்தில் இந்த மூன்று கட்டங்களும் ஒருபோலத் தெரிந்தாலும் இவற்றுக்கிடையில் நுட்பமான வேறுபாடுகள் இருக்கின்றன. பாலாஜி தியேட்டர் வரையிலான முதல் கட்டம் விவேக் நகரின் ஒரு பகுதி.. பெங்களூரின் பாரம்பரியப்பகுதிகளிலிருந்து இங்கு வந்து குடியேறிய கொஞ்சம் வசதியானவர்கள், ராணுவத்—திலிருந்து ஓய்வு பெற்றவர்கள், மங்களூர் பகுதியைச் சேர்ந்தவர்கள். அவர்கள் பெரும்பாலும் துபாய், குவைத் போன்றா வளைகுடா நாடுகளில் வேலை செய்து அதில் கிடைத்த வருமானத்தில் வீடு கட்டிக்கொண்டவர்கள்; பிரிட்டிஷார் காலத்திலிருந்து இங்கே குடியிருக்கும் தமிழர்கள், சமீபத்தில் வந்து சேர்ந்த வடகிழக்கு மாநிலங்களைச் சேர்ந்தவர்கள் என்ற கலவையாக இருந்தாலும் இது பெரும்பாலும் தமிழ்க்கலாச்சாரத்தையே சார்ந்திருக்கிறது. இந்துஸ்தான் பள்ளிக்குப் பக்கத்தில் இருக்கும் சுப்புலட்சுமி இட்லிக்கடை, கொஞ்சம் தள்ளிவந்தால் துரைசாமி நாயுடுவின் மிலிடரி ஓட்டல் இரண்டுமே சுத்தமான தமிழ்ச்சாப்பாட்டைத் தருபவை..பதினோராம் நூற்றாண்டில் இந்தப் பகுதியை ஆண்ட சோழர்கள் அல்சூர்ப் பகுதியையோ, தென்கிழக்கே பேகூர்ப் பகுதியையோ மையமாகக் கொண்டிருந்திருப்பார்கள். அவர்கள் உணவுப்பழக்கம் இத்தனை நூற்றாண்டுகள் கடந்து வந்திருப்பதற்கு வாய்ப்பில்லை.. எனவே பிரிட்டிஷார் காலத்தில் தொடங்கிய

இரண்டாம் குடியேற்றம் மூலமாகத்தான் இது இங்கே வந்திருக்க வேண்டும்.

எப்படியிருந்தாலும் தமிழ்க்கலாச்சாரத்தின் ஒரு பாகமான வடை, பஜ்ஜிப் பண்டங்களைப் படைத்துத் தருவதில் சாயங்கால நேரத்தில் திறந்திருக்கும் ஐயாசாமி கடைக்கு நிகர் எதுவுமே இல்லை. பெங்களூருக்கு வந்து கிட்டத்தட்ட இருபது இருபத்தைந்தாண்டுகளுக்குப் பிறகு தான், அதிலும் கோரமங்கலாவிலிருந்து ஈஜிபுரா வழியாக கண்டோன்மெண்ட் போகும் ரோடு திறக்கப்பட்ட பிறகு தான் ஐயாசாமியின் பலகாரங்களை ருசி பார்க்கும் வாய்ப்பு குமரவேலுவுக்குக் கிடைத்தது.

ஐயாசாமிக்கு சொந்த ஊர் செஞ்சிப்பக்கம். கத்தோலிக்கக் கிறிஸ்தவர். இங்கே ஒரு குருத்துவ மடத்தில் சமையல்காரராக இருக்கிறார். சாயங்காலம் இந்தக்கடை பகுதி நேர வேலை. ஐந்து பெண் பிள்ளைகள். அவரது மனைவியும். குழந்தைகளும் கூடமாட வந்து உதவி செய்வார்கள். தனது கத்தோலிக்க விசுவாசத்தில் முக்கியமான அம்சம் அவரது குழந்தைகள் எல்லோரும் சேக்ரட் ஹார்ட் பள்ளியில் படிப்பது தான். தனது தகப்பன் ரோட்டோரத்தில் வடை பஜ்ஜிக் கடை போட்டிருந்தாலும் அந்தப் பெண் பிள்ளைகள் பேசும் ஆங்கிலம் வெள்ளைக்காரப் பிள்ளைகள் பேசும் ஆங்கிலத்திற்குக் கொஞ்சமும் குறைந்ததல்ல. ஆங்கிலம் மட்டுமல்லாமல் அவர்களது தன்னம்பிக்கையும் அதே தரத்திலானவை. வேறு பாரம்பரியங்களில் அப்படி இருப்பது கொஞ்சம் கஷ்டம்.

அது வரை உப்புக்குறைந்த, காரமில்லாத, சோடா உப்பு தூக்கலாக இருக்கிற உள்ளூர் வடை, பஜ்ஜி, போண்டாவையே தான் அவரும் அவர்தம் குடும்பத்தாரும் சாப்பிட்டுக் கொண்டிருந்தார்கள். ஐயாசாமி கடலை மாவு மட்டுமல்லாமல் அதோடு அரிசி மாவு, பெருங்காயம், மிளகுத்தூள் என்பவற்றை சரியான விகிதத்தில் கலந்திருப்பார். போண்டாவில் பெரிய வெங்காயம் அதிகமாக இருப்பதோடு மட்டுமல்லாமல் நீள நீளமாக வெட்டப்பட்டுப் போடப்பட்டிருக்கும். அதில் மிளகாய்த்தூள் போடப்படுவதில்லை... ஊசி மிளகாய் சிறிது சிறிதாக வட்ட வட்டமாக அரிந்து போடப்பட்டிருக்கும். பருப்பு வடையின் ஓரமான பகுதி மட்டுமல்லாமல் எல்லாப்பகுதிகளும் மொறு மொறுவென்று இருக்கும்.

ஐயாசாமி எவ்வளவு சுறுசுறுப்பாக வேலையில் ஈடுபட்டிருந்தாலும் சிறிய டேப் ரிகார்டரிலிருந்தோ, மொபைல் ஃபோனிலிருந்தோ ‘ஓடும் மேகங்களே.. ஒரு சொல் கேளீரோ..’ என்றோ ‘பாட்டுக்குப்

பாட்டெடுத்தேன்... நீ பாடுவதைக்கேட்டாயோ..' என்று பாட்டோ ஒலித்துக் கொண்டிருக்கும்.. செய்யும் வேலை, வணங்கும் கோயில், புழங்கும் ஏரியா எல்லாம் தமிழ், ஆங்கிலம் என்று இருப்பதால் ஐயாசாமிக்கு கன்னடம் கற்றுக்கொள்வதற்கு அவசியமில்லாமல் போய்விட்டது.. அவரது கன்னடம் கொஞ்சம் கரடுமுரடாக இருக்கும். ஆனால் மனிதர் பண்பானவர். அவரிடம் பண்டம் வாங்கிச்சாப்பிடும் ஐந்து பத்து நிமிடங்களில் தமிழ்நாட்டு அரசியல், சினிமா என்பதோடு தமிழர் பண்பாடு என்பதுவும் பிரஸ்தாபிக்கப்பட்டு விடும். நம்மைப்பற்றியெல்லாம் விசாரிப்பார்.. ஒரு முறை அவரை நம்பிப்போன காரியம் நடக்காமல் போன போதிலும் குமரவேலுவுக்கு அவர் மீதிருந்த மரியாதை குறையவில்லை. விஷயம் இது தான். குமரவேலுவுக்கு மிகவும் வேண்டப்பட்ட ஒருவரின் மகனுக்கு ஐயாசாமி வேலை பார்க்கும் குருத்துவ மடத்தின் கீழ் வரும் கல்லூரியில் இடம் வேண்டுமானதாக இருந்தது. குமரவேல் ஐயாசாமியிடம் தட்டிப்பார்த்தார்.

'ட்ரை பண்லாம் சார்... நீ ஒண்ணு பண்ணு.. ,,பார்டிய இட்டாராத... மார்க் ஷீட் மத்த விவரமெல்லாம் கொண்டாந்துரு.. நா ஃபாதர் கிட்டே இட்டுக்குனு போறன்..'

என்று சொல்லி ஒரு நாள் மடத்துக்கே வரச்சொன்னார்.

குமரவேல் அங்கே போய் கதவைத்தட்டிய போது இளம் வயது வாலிபன் ஒருவன் கதவைத்திறந்தான்.

'ஆராணு..'

'இல்ல.. ஐயாசாமியப் பாக்கணும்..'

'ஐயாசாமியா.?.'

'இங்க குக்கா இருக்காரே.கறுப்பா.. குள்ளமா.'

'ஓ..ஐசக்காணோ..' என்று சொல்லிவிட்டு உள்ளே திரும்பி

'ஐசக்கே.....ஆரோ வந்திட்டுண்டு..'

என்று குரல் கொடுத்தான்.

ஐயாசாமி வந்து அந்த வெராண்டாவிலிருந்து வலது புறமாக இருக்கிற ஒரு நீண்ட ஹாலைக்கடந்து அடுத்தடுத்து இருக்கிற அறைகள் ஒன்றிலிருந்த ஃபாதரிடம் கூட்டிக்கொண்டு சென்றார். நகரின் மையப்பகுதியிலிருந்தாலும் அந்தக் கட்டிடத்தின் உள்ளே

விவரிக்க முடியாத ஒரு சாந்தம் இருந்தது.மேசை நாற்காலிகளெல்லாம் உயர் ரக மரத்தினால் செய்யப்பட்டவையாக இருந்தன. இயேசு, மேரிமாதா படங்கள் வைக்கப் பட்டிருந்த இடங்களிலெல்லாம் மெழுகுவர்த்தி எரிந்து கொண்டிருந்தது..

'நா சொல்லியிருந்தேனே ஃபாதர்.. இவர் தான்..'

என்று சொல்லி குமரவேலுவை ஐயாசாமி அறிமுகப் படுத்தி வைத்தார். ஃபாதர் குமரவேலுவின் வேலை பற்றிய பொதுவான சில விவரங்களைக் கேட்டுவிட்டு இடம் கேட்கும் பையன் யார் என்று விசாரித்தார். சொல்லி அனுப்புவதாகச் சொன்னார்.

எந்தத் தகவலும் வரவில்லை. மதிப்பெண் குறைவாக இருந்தால் இடம் கொடுப்பதற்கு மடம் கருத்தில் கொள்ளக்கூடிய அம்சங்கள் எதுவும் குமரவேல் அக்கறை கொண்ட பையனிடம் இல்லை. மதம், சாதி, பொருளாதாரப் பின்னணி போன்ற அம்சங்கள்... மட்டுமல்லாமல் மடத்தோடும், மடம் நடத்தும் நிறுவனங்களோடும் கொண்டிருக்கும் நேரடித்தொடர்பும் முக்கியமானது. குமரவேல் இந்த விஷயத்தில் ஐயாசாமி மேற்கொண்ட அக்கறைக்கு நன்றி சொன்னார். ஈஜிபுராப்பக்கம் வேலை இல்லாமல் இருந்ததால் ஐயாசாமி கடைப்பக்கம் போக முடியவில்லை.. அந்தப் பக்கம் போய் வருடக்கணக்கில் கூட இருக்கும்.

மீண்டும் போனபோது ஐயாசாமி கடை காணாமல் போயிருந்தது. அந்தத் தள்ளு வண்டியும் அகற்றப் பட்டிருந்தது. அதற்கும் கொஞ்ச நாளைக்குப்பிறகு அமானுல்லா கான் கடையில் தான் கிடைத்தார். ஆளின் அடையாளமே மாறியிருந்தது. பளிச்சென ஒரு டீ ஷர்ட் போட்டு அதை 'இன்' பண்ணியிருந்தார். மூன்று பெண்களுக்குத் திருமணம் ஆகி விட்டது. இரண்டாவது பெண் கனடாவிலிருக்கிறாள். நான்காவது பெண் படித்து முடித்து வேலையிலிருக்கிறாள். ஐந்தாவது பெண் படித்துக் கொண்டிருக்கிறாள். மூன்று மருமகன்களில் ஒருவர் இந்து. இன்னொருவர் மங்களூரைச் சேர்ந்தவர்...ஆண்டவர் இரக்கம் மட்டுமல்லாமல் சுபிட்சத்தையும் ஐசக் ஐயாசாமிக்குத் தந்திருக்கிறார். ஐயாசாமியிடம் இருக்கும் பரிவும், பாசமும் கொஞ்சம் கூடக் குறையவே இல்லை.. 'வா சார்... டீ சாப்ட்லாம்..' என்று சொல்லி இருவரும் போய் டீ குடித்துப் பிரிந்தார்கள்

ஈஜிபுரா பக்கம் போவது இப்போது அரிதாகி விட்டது.. குழந்தையேசு கொயிலுக்குப் போய்க்கொண்டிருந்த போது ராகுல் பத்தாம் வகுப்பில் பாஸ் செய்தால் பட்டுத்துணி சார்த்துவதாக

வேண்டிக்கொண்டு அதே மாதிரி பட்டுத்துணி சார்த்தினார்கள். பொள்ளாச்சியில் இந்த மாதிரி கிறித்தவ தேவாலயங்களுக்கு போவது கண்டிப்பாக கிண்டலாகப் பார்க்கப்படும். இங்கே அப்படியில்லை. இந்தக் கோயிலுக்கு நிறைய ஹிந்துக்கள் வருவதுண்டு. எல்லாம் தன்னைப்போல நேர்ச்சைக்காகத்தானா என்று நினைக்கும்போது வெட்கமாக இருந்தது.என்ன செய்வது? அதனால் தானோ என்னமோ அவன் பி.யு.சி. பாசாவதற்கு வேறு சாமியைத் தேடிக்கொண்டு போய் விட்டார்கள். என்ன செய்து என்ன ? கண்டம் நீங்கிய பாடில்லை.

○○○

வீட்டிற்குத் திரும்ப வந்தபோது சுலோச்சனா கேட்டுக்குப் பக்கத்திலேயே நின்று கொண்டிருந்தாள்.

'ஏங் இவ்வளவு நேரம்..? டீ கூடக் குடிக்காமப் போய்ட்டீங்களே..'

உள்ளே வந்து டீ குடித்து விட்டு கட்டிலில் இரண்டு கைகளையும் கோர்த்து தலைக்கு அடியில் வைத்துக்கொண்டு விட்டத்தைப் பார்த்து யோசித்துக் கொண்டிருந்தார். சாவு, எதிர்காலம் இரண்டில் எதைப் பற்றி யோசிப்பது என்பதில் குழப்பமிருந்தது. இரண்டுமே தான் நினைக்கிறபடி அமையாது என்று மட்டும் தோன்றியது. வழக்கமாக இந்த நேரத்தில் ஒரு புத்தகத்தை எடுத்துக்கொண்டு சில பக்கங்கள் புரட்டினால் தூக்கம் வந்து விடும். ஆனால் புத்தகம் படிப்பது கொஞ்சநாளாக மந்தமாகி விட்டிருந்தது. அதற்கும் சாவு அல்லது எதிர்காலம் பற்றிய பயம் தானா எனத்தெரியவில்லை.. எல்லாப்புத்தகங்களும் தங்களுக்கென்று விதிக்கப்பட்ட ஒரு வட்டத்திற்குள்ளேயே சுழன்று வருகிற மாதிரி இருந்தது. நாம் சாப்பிடுகிற உணவுப்பண்டங்கள் மாதிரி... நாம் சந்திக்கிற மனிதர்கள் மாதிரி... அப்படியானால் நமது ரவுண்டு முடிந்துவிட்டது என்று தானே அர்த்தம்.. வயலார் ராமவர்மா பாடியது மாதிரி

வெண்ணிலவின் கிரணங்கள் மயங்கி உறங்கும் இந்தக் கடல் தீரம்
வானவில்லின் இறகுகளெல்லாம் கரை முழுதும் காணும் தீரம்
மனோகரமான இந்தத் தீரத்தில் நானிருக்க
இன்னொரு ஜன்மம் எனக்கு நீ தருவாயா ?

இன்னொரு ஜன்மம் எடுத்தாலும் எல்லாப் பிக்கல் பிடுங்கல்களும் இருக்கத்தான் செய்யும். போதுமடா சாமி போதும்.. எனக்கு இஷ்டமான வாழ்க்கை.. பிறரிடத்தில் நான் காண்பித்து பெருமைப்பட்டுப் பீத்திக்கிற மாதிரி வாழ்க்கை தான் வேண்டும்.

கரண்டுக்கம்பியின் மீது உட்கார்ந்துகொண்டு சிறகுகளைச் சிலிர்த்துக் கொள்கிற சிட்டுக்குருவியையோ, எல்லா உற்சாகத்தோடும் மிகுந்த திட்டமிட்டு சூழலைப்பற்றிக்கவலைப்படாமல் முழுத்தொண்டையில் கனைக்கிற கழுதையையோ, தூரத்தில் தெரிகிற ஒற்றைப்பனைமரத்தின் ஏக்கத்தையோ புரிந்து ரசிக்கிற வாழ்க்கையை வாழ எனக்குக் கொடுப்பினை இல்லை. போதும்... இதுவே போதும்

படுக்கையிலிருந்து பார்த்த போது குளியலறையின் வாஷ் பேசினையும்,அதில் பொருத்தப்பட்டிருக்கும் ஜேகுவார் பைப்பையும் பார்க்க முடிந்தது. இந்த வீட்டிலிருக்கும் ஒவ்வொரு பொருளின் பின்னாலும் ஒரு கதை இருக்கிறது. வீட்டைக்கட்டியபோது அது சம்பந்தமான ஒரு விவரமும் அவருக்குத் தெரிந்திருக்கவில்லை. மொத்த கான்ட்ராக்ட் விட்டு விட்ட படியால் ஏதோ பைப் என்று தோற்றம் தருகிற ஒன்றையெல்லாம் பொருத்திக் கொடுத்து விட்டு காண்ட்ராக்டர் மறைந்து விட்டார். ஒண்ணு ரெண்டு வருசத்திலேயே அவையெல்லாம் பல்லைக் காண்பித்தன. பிறகு தான் இத்தகைய பொருளை வாங்குவதிலுள்ள சூட்சுமங்களெல்லாம் புரிய ஆரம்பித்தன..அதாவது பொருட்களுக்குக் கொடுக்கும் தள்ளுபடி. கோரமங்கலா ஏரியாவுக்கு செல்வந்தர் ஏரியா என்று பெயர் இருப்பதால் இங்கே தள்ளுபடி கேட்பதே கௌரவக்குறைச்சலாகக் கருதப்படும்.. அப்படியே மீறி நம்மளை மாதிரி நாலணா கிராக்கிகள் கேட்டாலும் அஞ்சு பெர்சண்ட் குடுப்பார்கள். இதைப்பற்றி பேசிக்கொண்டிருந்தபோது ஆஃபீசில் பேசிக்கொண்டிருந்தபோது தான் அஃப்தாப் ஈஜிபுரா கடைகளைப் பற்றிச் சொன்னான். இந்துஸ்தான் ஹார்டுவேர் கடைக்குக் கூட்டிக்கொண்டு போய் அதன் உரிமையாளர் அமானுல்லா கானிடம் அறிமுகப்படுத்தி வைத்தான். அதே ஜேகுவாருக்கு பன்னிரண்டரை பெர்சண்ட் தள்ளுபடி கிடைத்தது.

அதற்குப் பிறகு பல வருடங்களாக அந்தக்கடையே என்று ஆகிப்போனது. கானுடன் குமரவேலுவுக்கு நல்ல பழக்கம். விலையைக் குறைத்துத் தருகிறார் என்ற நன்றியையும் தாண்டி ஏற்பட்ட பழக்கம்.. பெங்களூரில் இசுலாமியர்களுக்கும், தமிழர்களுக்குமிடையே நிலவும் நீண்ட கால நல்லுறவின் தொடர்ச்சி இது.. அன்றைக்கு குமரவேல் ஏதோ சாமான் வாங்கப் போயிருந்தார். காலை பதினொரு மணி இருக்கும். கான் கடைக்கு வெளியே ஸ்டூல் போட்டு உட்கார்ந்திருந்தார். உள்ளே வியாபாரம் மும்முரமாக நடந்து கொண்டிருந்தது

‘பாய்... கோரமங்கலாவுக்கும் ஈஜிபுராவுக்கும் ஒரு கிலோ மீட்டர் தூரந்தான். ஆனா வெலைவாசீலே இத்தன வித்யாசமிருக்கே பாய்..’.

‘தெரிஞ்சுக்கோ சார்.. இது ஈஜிபுரா... அது கோரமங்கலா..’

‘ஒரே கம்பெனி சாமானத்தான பாய் வாங்கறம்..’

‘ஆமா... சார்... ஆனா காசு எப்டி சம்பாதிக்கறம்ங்குறதும் இருக்குது இல்லியா.. இங்க பாருங்கோ இங்க வேல பாக்கற தண்டபாணி ஏளு வருசமா எங்கிட்ட வேல பாக்கறான்..நா அவனுக்கு என்ன சம்பளந் தர முடியுங்கறீங்கோ... இங்க எண்ணூறு ரூபாக்கு ஆயிர ரூபாக்கி வாடகக்கி வூடு கெடிக்கிது.. எல்லாப் பொருளியும் அவ இங்கி தான வாங்கணம்..’

தண்டபாணிக்கு இதெல்லாம் கேட்டிருக்காது. அவன் சாமான்கள் கொடுப்பதிலும், அதன் விலையைச் சொல்வதிலும் குறியாக இருந்தான். இந்த உரையாடலைக் கேட்க அவனுக்கு நேரமும் இல்லை.. விருப்பமும் இருக்காது.. கான் கடையிலேயே தண்டபாணி தொடர்ந்து இருப்பதற்குக் காரணம் ரம்ஜான் முதலிய பண்டிகை நாட்களில் அவர் வீட்டிலிருந்து கிடைக்கும் பிரியாணியும், கபாபும் மாத்திரமே காரணம் என்று சொல்லிவிட முடியாது.

ஆனால் ஈஜிபுரா போய்வருவதென்பது இந்தியாவின் வேறொரு பகுதிக்குப் போய்வருவது மாதிரித்தான். பாலாஜி தியேட்டரிலிருந்து விவேக் நகர் மிலிடரி காம்பவுண்டு வரையுள்ள பகுதி குறுகலான தெருவைக்கொண்ட நெருக்கடியான பகுதி.. அதிலும் கஷ்டம் குறுக்காக ஓடும் மோரியின் நாற்றத்தைச் சகித்துக்கொள்வது... இசுலாமியர்கள் பெரும்பான்மையாக இருந்தாலும் பெயிண்டர்கள், பிளம்பர்கள் என தமிழ் மக்களும், போருளாதார வசதி குறைந்த ஆங்கிலோ-இந்தியர்களும், வட இந்தியாவிலிருந்து வந்து இங்கு கட்டட வேலையில் இருக்கிற தொழிலாளர்களும் என ஒரு விசித்திரமான ஜனத்திரள் கொண்ட கலவை. இந்த ரோட்டின் இருமருங்கிலுமுள்ள சந்துகள் மிக மிகக் குறுகலானவை.. மட்டுமல்லாமல் அந்த சந்துகளுக்குள் நுழைந்து உள்ளே நுழைந்து சென்றால் போகப்போக சந்துகள் குறுகிக் கொண்டே போகும். இரண்டு சூழ்நிலைகளில் குமரவேல் அந்த சந்துகளுக்குள் நுழைந்து செல்ல வேண்டியதாக இருந்தது. அவரது மகன் எட்டாவது வந்த போது கணக்கு கொஞ்சம் இடித்தது. டியூஷன் வாத்தியார் இங்கு தான் இருந்தார். அவரது அப்பா சுக்லா பல ஆண்டுகளுக்கு முன் உத்தரப்பிரதேசத்திலிருந்து இங்கே வந்து அதுவும் இந்த ஏரியாவில் இனிப்புப்பலகாரக்கடை

தொடங்கினார். அது சரி தான். உத்தரப்பிரதேசத்தில் எல்லா நகரங்களும் இப்படித்தானே இருக்கின்றன..

சுக்லா கடை இனிப்புகள் சொல்லிக் கொள்ளும்படியாக இருக்காது. ஆனால் அந்த ஏரியா அசைவ உணவுப் பிரியர்கள் அதிகமாக இருக்கும் ஏரியா என்பதால் இனிப்புகளின் தரம் பற்றி அவர்கள் அவ்வளவு கவலைப்படுவதில்லை. ஆனால் ஆரம்பத்திலிருந்தே ஒரு அயிட்டம் மட்டும் வியாபாராம் பிய்த்துக் கொண்டு போனது. அது தான் சமோசா. தமிழர்களுக்கும் முஸ்லிம்களுக்கும் வெங்காய சமோசா தான் சமோசாக்களில் பிடித்தமான வகை என்றாலும் சுக்லா கடை உருளைக்கிழங்கு சமோசாவுக்கு ஒரு தனிச்சுவை இருந்தது. அதுவும் ஒரு நாலடி உயரத்திற்கு ஒரு திண்டு எழுப்பி அதன் மேல் அடுப்பை வைத்து சுடச்சுடத் தயார் செய்து கொடுத்தார் சுக்லா. பீஃப் கபாபுக்குக் கொடுக்கும் அதே மரியாதையை மிஸ்ரா கடை சமோசாவுக்கும் அந்த ஏரியா மக்கள் கொடுத்தார்கள். பெரியவர் பரசுராம் சுக்லா அந்தக் காலத்திலேயே ஒரு புத்திசாலித்தனமான காரியம் செய்தார். கடைவீதியில் இருந்த கடை வாடகைக் கடை தான். ஆனால் அதற்குப் பின்னால் குடியிருப்பதற்கும், ஒரு மாடு வைத்துக்கொள்வதற்குமாக கிட்டத்தட்ட ஒரு நாலாயிரம் சதுர அடி நிலத்தைப் பிடித்துப் போட்டிருந்தார். பலகாரக்கடையை சுக்லா பார்த்துக்கொள்வதும், அவர் மனைவி அந்த மாட்டைப் பார்த்துக் கொள்வதையும் பார்த்தால் வாழ்க்கையில் இதைத் தவிர ஆண்டவன் அவர்களுக்கு வேறு எதையுமே சொல்லித்தரவில்லையோ என்று நினைக்கத் தோன்றும். மெல்லிசான வேட்டியைத் தார் பாய்ச்சிக் கட்டிக்கொண்டு தமிழ் சினிமாவில் வரும் நாட்டாமைகள் போடும் ஒரு பனியனைப் போன்ற ஒரு சட்டையைப் போட்டுக் கொண்டு, காதில் கடுக்கனும், நெற்றியில் குங்குமமாகக் கடையில் உட்கார்ந்து கொண்டு பையன்களை விரட்டிக் கொண்டிருப்பார். எல்லாப் பையன்களும் அவர்கள் ஊர்க்காரப் பையன்கள் தான். சுக்லாவின் மனைவி கொஞ்சம் தாட்டிக்கமானவள். முக்காடு ஒரு போதும் தலையிலிருந்து நழுவாது. நெற்றியிலும், நெற்றிக்கு மேல் வகிடு நெடுகிலும் அவள் வைத்திருந்த குங்குமம் நமது ஊர் குங்குமத்தின் சிவப்பு நிறத்தை விட வேறானதாக இருந்தது. அவர்களுக்கு ஏன் நமது ஊர் குங்குமம் பிடிக்காமல் போயிற்று எனத்தெரியவில்லை. எப்போது பார்த்தாலும் ஒரு கையில் சேலையை முழங்கால் வரை தூக்கிக் கொண்டு இன்னொரு கையில் ஏதாவது பாத்திரத்தைக் கையில் வைத்துக் கொண்டு மாட்டுக்கொட்டாயின் முன்னால் ஒரு இருபதடி தள்ளி இருக்கிற வீட்டைப் பார்த்து ‘ஓ... ரேக்கா,

ஓ... சூரஜ் என்று கத்திக்கொண்டிருப்பாள். அவர்கள் அங்கிருந்து கத்துவார்கள். 'கரேம்..புரேம்' என்ற இந்த இந்திக் கூச்சல் அந்த ஏரியாவில் இருப்பவர்களுக்கு ஒன்றும் பெரிதாகத் தெரியாது. காரணம் இந்தக் கூச்சலின் அதே டெசிமல் அளவு தமிழ், உருது, கன்னடம், தெலுங்கு, இந்தி என்று பல மொழிகளிலும் ஆங்காங்கிருந்து கேட்டுக்கொண்டிருக்கும். இந்த சத்தங்களின் அளவு குறைந்தாலோ அல்லது ஒரேயடியாக நின்று விட்டாலோ அங்கிருப்பவர்களுக்கு மட்டுமல்லாமல் அந்த ஏரியாவைக் கடந்து போகிறவர்களுக்கும் ஒரு விதமான பயத்தைக் கொடுக்கும்.

இப்படிப்பட்ட ஒரு சந்தில் தான் குமரவேல் தன்னுடைய மகன் ராகுலுக்கு கணக்கு டியூஷன் சொல்லித்தரும் சூரஜ் சுக்லாவைத் தேடிப்போனார். சூரஜ் வேறு ஒரு ஸ்கூலில் வாத்தியாராக இருந்தான். அதுவும் கிறித்தவப் பள்ளி தான். அவனது ஃபோன் நம்பரை ராகுல் தேடிப்பிடித்துக் கொண்டாந்திருந்தான். வீட்டைக்கண்டு பிடிப்பதில் சிரமமொன்றும் இருக்கவில்லை. 'ஸ்வீட் கடையில் வந்து கேளுங்கள்' என்று சூரஜ் சொல்லியிருந்தான். அங்கு போய்க்கேட்டதும் கடைப்பையன் வீட்டிலேயே கொண்டு போய் விட்டுவிட்டான். கடை ஆரம்பித்த போது இத்தனை சந்துகள் நிச்சயமாக இருந்திருக்காது. அப்போதெல்லாம் கடைக்குப் பின்னால் நின்று கொண்டே சுக்லா தனது மனைவிக்கு செய்திகள் சொல்லிக் கொண்டிருந்திருப்பார். இப்போது இரண்டாவது சந்திற்குக் கூடக் கேட்காது.

டியூஷன் எடுக்கக் கேட்பதற்காக குமரவேலுவும், ராகுலும் சென்றபோது சூரஜ் மும்முரமாகப் பாடம் நடத்திக் கொண்டிருந்தான். அந்த வீட்டின் அமைப்பே வித்தியாசமாக இருந்தது. தற்காலத்திய நகர நாகரிகத்திற்கு, அதுவும் பெங்களூர் நாகரிகத்திற்குக் கொஞ்சம் கூடப் பொருத்தமில்லாததாக இருந்தது. இவ்வளவு பெரிய சைட்டில் மூன்றில் ஒரு பகுதியில் மட்டுமே வீடு கட்டப்பட்டிருந்தது. தரைத்தளமும், முதல் தளமுமாக இரண்டு தளங்கள்.. வீட்டிலிருந்து கீழே ஒரு இறப்பு இறக்கி அதற்கு அஸ்பெஸ்டாஸ் கூரை போடப்பட்டிருந்தது. முன்னால் இடுப்பளவுக்கு சுவரும் அதற்கு மேல் நீளமாக கம்பி அளிகள்... உள்ளே நுழைந்ததும் வலதுபுறத்தில் ஆண்பிள்ளைகளும், பெண் பிள்ளைகளுமாக ஒரு பத்துப் பன்னிரண்டு பேர் பெஞ்சில் உட்கார்ந்திருக்க சூரஜ் வகுப்பு எடுத்துக் கொண்டிருந்தான். போர்டில் கணித ஈக்வேஷன்கள் போடப்பட்டிருந்தன. அதற்கு எதிராக இடது புறத்திலிருந்த பகுதியில் அப்படி பெஞ்சுகள் இல்லை. மாணவர் எண்ணிக்கையும் குறைவாக இருந்தது. டீச்சர் மாதிரியான ஒரு இளம்பெண் மட்டும் ஒரு பையனிடம் நோட்டைக் காண்பித்து ஏதோ

ப.சகதேவன் ● 97

விளக்கிக் கொண்டிருந்தாள். அவள் இந்தி சொல்லிக் கொடுக்கிறாள் என்று ராகுல் பிறகு சொன்னான். இரண்டு பக்கங்களும் அறை மாதிரியே கதவுகளைக் கொண்டிருந்தன. இவர்களைப் பார்த்ததும் சூரஜ் அங்கிருந்த பெஞ்சைக் காண்பித்து உட்காரச்சொன்னான். ஐந்து விரல்களையும் விரித்துக் காண்பித்து இப்பொது வந்து விடுவதாகச் சொன்னான். அதே மாதிரி வந்து விட்டான். பேச்சு வார்த்தை முடிந்து அடுத்த நாளிலிருந்து வரச் சொல்லிவிட்டான்.

அவன் வரச்சொல்லிவிட்டான். குமரவேலுவுக்குப் பெரும் பிரச்சினையாகப் போயிற்று. கோரமங்கலாவுக்கும் அந்த இடத்துக்கும் ஒரு இரண்டு கிலோமீட்டர் அல்லது அதற்குக் கொஞ்சம் அதிகம் தூரமிருக்கலாம். ஆனால் நேரடியான பஸ் ஒன்றும் கிடையாது. ஒரு பன்னிரண்டு வயதுப் பையனை அந்த ரோட்டில் சைக்கிளில் அனுப்பவும் முடியாது. எனவே குமரவேலுவே தான் ஸ்கூட்டரில் கொண்டுபோய் விட்டுக் கூட்டிக் கொண்டு வரவேண்டும். ட்யூஷன் ஒரு மணி நேரம் தான் இருக்கும். வீட்டிலிருந்து அங்கே போக பத்துப்பதினைந்து நிமிஷம் ஆகும். ராகுலைக் கொண்டு போய் விட்டுவிட்டு வீட்டுக்கு வந்து மறுபடியும் திரும்பிப் போய்க் கூட்டிக்கொண்டு வர பதினைந்து நிமிஷம்.. இடையில் வீட்டில் அரை மணிக்குக் குறைவாகவே இருக்க முடியும். அந்த சமயத்தில் வேறு வேலை ஒன்றும் செய்ய முடியாது. சுலோச்சனா ஒரு யோசனை கொடுத்தார். அப்படியே இந்தப் பக்கம் வந்தால் விவேக் நகரில் நிறைய கடைகள் உண்டு. மளிகை சாமான்கள், காய்கறிகள் வாங்கலாம். வந்து வாங்கிக் கொண்டு போவதற்கும், டியூஷன் முடிவதற்கும் சரியாக இருக்கும். அப்படி ஒரு நாள் இரண்டு நாள் பண்ணலாம். வாரத்தில் நாலு நாள் டியூஷன். மிச்சமிருக்கிற இரண்டு நாள் எப்படியோ போயிற்று..இதைக் கவனித்த சூரஜ் குமரவேலுவிடம் அங்கேயே இருந்து கொள்ளச் சொன்னான். அப்படி ஒரு நாள் இருந்தார். சூரஜ் மாணவர்களுக்கு ஒரு பிராப்ளத்தைக் கொடுத்து விட்டு வெளியே வந்து குமரவேலுவிடம் பேசிக்கொண்டிருப்பான்.. அப்போது தனது குடும்பத்தைப் பற்றியும் நிறையச் சொல்லுவான்.

சுக்லா குடும்பத்திற்குச் சொந்த ஊர் அலகாபாத்திற்குப் பக்கமுள்ள செமாரா சமீபத்தில் ஒரு கிராமம். அலகாபாத் வரை ரயிலில் போய் அங்கிருந்து இரண்டு மணி நேரம் பஸ் பயணம்.. 1960-களின் ஆரம்பத்தில் சுக்லாவும் அவர் அண்ணனும் பெங்களூர் வந்தார்கள். இருவரும் சேர்ந்து தான் அந்தப் பலகாரக்கடையைத் தொடங்கினார்கள்.. நான்கைந்து ஆண்டுகளுக்குப் பிறகு அண்ணன் பெங்களூர் நமக்கு ஒத்து வராது என்று திரும்பிப் போய்விட்டார்.

அதற்குப் பிறகு தான் பரசுராம் சுக்லாவுக்குக் கல்யாணமே ஆயிற்று. வருடம் ஒரு முறை குடும்பம் ஊருக்குப் போய்வரும். பெரும்பாலும் தசரா சமயத்தில் தான் அந்தப் பயணமிருக்கும். சூரஜ் சின்னப் பையனாக இருந்த போது இரண்டு நாள் ரயில் பயணம் போகும்போது நேரம் மகிழ்ச்சியாகப் போகும். ஆனால் திரும்ப வரும்போது ரொம்பவும் சலிப்பாக இருக்கும். சூரஜின் தாத்தா ஒரு புரோகிதர்.. சூரஜையும் அவன் அண்ணனையும் தான் பூஜை பண்ணுகிற கோயிலுக்கெல்லாம் கூட்டிக் கொண்டு போவார். தந்தை மற்றும் தாத்தாவோடு போய் கங்கையில் குளித்த நாட்கள் எல்லாம் உண்டு. பிரயாகையின் அழகு சூரஜுக்கு இப்போதும் பிரமிப்பாகத்தான் இருக்கிறது. குழந்தைகள் வளர வளர ஊருக்குப் போகிற சந்தர்ப்பங்கள் குறைந்து விட்டன. அண்ணன் நன்றாகப் படித்து வங்கி அதிகாரியாகக் கல்கத்தாவில் வேலை செய்வதை பெருமையோடும் அதே சமயம் கொஞ்சம் பொறாமையாகவும் சூரஜ் சொன்னான். அக்காவை ஊரில் தான் கட்டிக்கொடுக்க வேண்டும் என்று குடும்பமே முடிவு செய்த படி அவளது திருமணம் ஊரிலேயே நடந்தது. அப்போது சுக்லா ஒரு நல்ல நிலைமைக்கு வந்திருந்தார். எனவே திருமணத்தை சிறப்பாக நடத்திக்கொடுக்க முடிந்தது. பெங்களூரிலேயே பிறந்து வளர்ந்த அந்தப் பெண் மீண்டும் கங்கை நதித் தீரத்துக்குப் போவதைப் பற்றி பெரிதாக மகிழ்ச்சியும் அடையவில்லை. அதிருப்தியையும் தெரிவிக்கவில்லை. ஆனால் ரேக்கா அந்த விஷயத்தில் தெளிவாக இருந்தாள். பெங்களூர் தான் அவளுடைய வாசம், இங்கேயே தான் இருக்கப் போகிறாள். குடும்பத்தில் மூத்த பெண்களின் சிந்தனைப் போக்கு பெரும்பாலும் தாய்தகப்பனை ஒட்டியே இருக்கிறது. இதற்கு ஏதாவது மரபணுவியில் காரணங்கள் இருக்க வேண்டும்.

டியூஷன் எடுத்துக்கொண்ட பிறகு ராகுலின் கணக்கு மார்க்குகளில் பெரிய முன்னேற்றம் எதுவும் காணப்படவில்லை.. இருந்தாலும் இருக்கட்டும் என்று டியூஷனுக்கு அனுப்பிக் கொண்டிருந்தார்கள். நான்கு மாதங்களுக்குப் பிறகு ராகுலே தான் டியூஷனுக்குப் போவதில்லை என்று சொல்லி விட்டான். சூரஜ்ஜைக் கூப்பிட்டு சொல்லிவிடும்படி சுலோச்சனா சொன்னதன் பேரில் குமரவேல் சூரஜ்ஜைக் கூப்பிட்டுச்சொன்ன போது அவன் எந்த உணர்ச்சியும் இல்லாமல் சரி என்று சொல்லிவிட்டான்.

அதற்குப் பிறகு பல வருடங்கள் ஓடி விட்டன. ஒரு முறை சூரஜ்ஜை ஃபோரம் மாலில் பார்க்க நேர்ந்தது. குடும்பத்தோடு வந்திருந்தான். மனைவி ஒல்லியாக அழகாக இருந்தாள். முக்காடோ, வகிடு நிறைய

குங்குமக்கோடோ இல்லை.. நெற்றியின் நடுவில் ஒரு ஸ்டிக்கர் பொட்டும் வைத்திருந்தாள். சூரஜ்ஜின் அம்மா ஒரு காலத்திலும் ஸ்டிக்கர் பொட்டு வைத்துக் கொண்டிருந்திருக்க மாட்டாள். அவர்கள் கூட ஒரு ஐந்து வயதுப் பையன் இருந்தான். சூரஜ் குடும்பத்தை அறிமுகப் படுத்தி வைத்தான். அவனுடைய மனைவி வட இந்தியப் பெண்ணாக இருந்தாலும் இங்கேயே பிறந்து வளர்ந்து வந்தவள்.. பிறப்பில் ஒரு வட இந்தியப் பிராமணப் பையனான சூரஜ் ஒரு ஐம்பது சதவீதம் பெங்களூர்க் கலாச்சாரத்தோடு ஒன்றிப் போய் விட்டான். குமரவேல் அடுத்ததாக ரேக்காவைப் பற்றிக் கேட்பதைத் தவிர்க்க முடியவில்லை. அந்தக் கேள்வியை சூரஜ் எதிர்பார்க்காத மாதிரித் தெரிந்தது.

‘இல்ல சார்.. அவ அவளுக்குப் புடிச்ச ஒரு பையனையே கட்டிக்கிட்டா..’

‘ஓ... உங்க சைடு பையந்தானா..?’

‘இல்ல சார்... வேற ஆளுங்க... அதே ஏரியாப் பையன் தான்..’

சுலோச்சனா குமரவேலுவின் கையைக் கிள்ளினாள்.‘இதயெல்லாம் எதுக்குக் கேட்கணும்’ என்று அதற்கு அர்த்தம். தனக்கு அதில் உடன்பாடு இல்லை என்பதைத் தெரிவிப்பது மாதிரி பையனையும் பெண்ணையும் கூட்டிக்கொண்டு அந்தப் பக்கம் போனாள். சூரஜ்ஜின் மனைவியும் பையனும் ஏற்கனவே அங்கிருந்த கியோஸ்குகளில் ஒன்றின் முன்னால் நின்று எதையோ கேட்டுக் கொண்டிருந்தார்கள். சூரஜ் கிழக்குப்பார்த்து நின்று கொண்டு கையைக்கட்டிக்கொண்டு பேசினான்.

‘அவ எங்குளுக்குத் தெரியாமத்தா சார் பண்ணிக்கிட்டா.வீட்டுக்கே வரலே..அவ வந்தாலும் வீட்டுக்குள்ள விட மாட்டேன்னு அப்பா சொல்லீட்டார்..அதுக்கப்புறம் அவ எங்கிருக்கான்னே இது வரைக்கு எங்குளுக்குத் தெரியாது... அம்மா தா அப்பப்ப அவளப் பத்திப் பேசீட்டு அளுதிட்டிருப்பா..’

அப்போது சூரஜ்ஜின் முகமே மாறி விட்டிருந்தது. ஃபோரம் முன்னால் ஓசூர் ரோட்டில் வேகமாகப் போய்க்கொண்டிருக்கும் வாகனங்கள்யே வெறித்துப் பார்த்துக் கொண்டிருந்தான். அந்த சூழ்நிலையை மாற்றுவதற்காக வேறு எதை எதையோ பற்றிப் பேசிவிட்டு

‘சரி .. பாக்கலாம்.. சூரஜ்..ஆல் தி பெஸ்ட்’

என்று சொல்லி விட்டு குமரவேல் தனது மனைவியையும், குழந்தைகளையும் தேடிப்போனார்.

அன்று இரவு வெகுநேரம் வரை சுக்லா குடும்பத்தைப் பற்றியே நினைத்துக் கொண்டிருந்தார் குமரவேல். குடும்பத்தைச் சேர்ந்த எல்லாருமே அவர் கண் முன்னால் வந்தார்கள். மிஸ்ராவின் மனைவி எல்லாவற்றையும் அழுது தீர்த்து விடுவாள். அவர்கள் சமூகத்தைச் சேர்ந்தவர்களை எங்காவது விசேஷத்தில் சந்திக்கும்போது கொஞ்சம் சங்கடமாகத்தான் இருக்கும். அப்போது கூட பேச்சை மாற்றுவதற்கு நிறைய விஷயங்கள் இருக்கும், சூரஜுக்கு வேலை, டியூஷன், மனைவி, குடும்பம் என்று பொழுது ஓடி விடும். ரேக்கா விஷயத்தில் அவனது நிலைப்பாடு நடு நிலையானது. எத்தனையோ காதல் திருமணங்களை அவன் அறிந்திருக்கிறான். அவர்கள் எல்லோரும் குழந்தை குட்டிகளுடன் சவுக்கியமாகத்தான் இருக்கிறார்கள். மதக்கலப்புத் திருமணங்களில் கூட கணவன் ஒரு மதத்தையும், மனைவி ஒரு மதத்தையும் பின்பற்றுகிறார்கள். குழந்தையேசு கோயிலுக்கு கிறித்தவர்கள் மட்டும் தான் வருகிறார்களா என்ன? இந்த விவகாரத்தில் சுக்லாவின் மனநிலையை எவ்வாறு புரிந்து கொள்வது?

பலகாரக்கடையையும் வீட்டையும் மட்டும் தான் வாழ்க்கையாக சுக்லா கருதிக் கொண்டிருக்கிறார் என்று எல்லோரும் நினைத்துக் கொண்டிருப்பது சரியா? கொஞ்சம் வசதிக்குறைவானவர்களாக இருந்தாலும், இந்த ஏரியாவில் வாழ்கிற அனைத்து மதம், சாதி, இனம், மொழிப்பிரிவுகளைச் சார்ந்த ஜனங்களுக்கும் சமோசாவையும், கச்சோரியையும், பசந்த் லாடுவையும், பாசந்தியையும், ஓமப்பொடியையும் ஐம்பது கிராமிலிருந்து கிலோக்கணக்கு வரை நிறுத்துக் கொடுத்துக் காசை வாங்கிக் கல்லாப்பெட்டியில் போட்டுக்கொண்டேயிருக்கும் கணங்களில் ரேக்கா எத்தனை முறை அவர் மனசில் வந்து போயிருப்பாள்? என்ன தான் கடுமையைக் காட்டிவிட்டாலும் தான் பெற்ற பிள்ளையை அதுவும் பெண் பிள்ளையை எப்படி அவ்வளவு சுலபமாகக் கை கழுவி முடியும்? அவர் பிறந்த சமூகத்தில் பாவம்-புண்ணியம் என்பதெல்லாம் பொருட்படுத்தவே முடியாத விஷயங்களாகிப் போய்விட்டனவா என்ன? அதுவும் கங்கை நதி ஓடும் பகுதியில் பாரம்பரியமான சமூகத்தில் பிறந்தவர்கள் பிறருக்கு முன்னோடியாக இருக்க வேண்டாமா?

கங்கை நதி பற்றிய அறிவு தனது சமூகத்தில், தனது குடும்பத்தில் எந்த அளவுக்கு இருந்தது என்று குமரவேல் நினைத்துப் பார்ப்பது

உண்டு. அவர்களது ஊரில் கங்கை நதியைப் பார்த்தவர்களோ காசிக்குப் போனவர்களோ யாரும் கிடையாது. அவர்களது புனித யாத்திரை அதிக பட்சம் பழனியோடு நின்றுவிடும். கொஞ்சம் வசதியானவர்களாக இருந்தால் குருவாயூர் வரை போகும். அன்றாடப்பேச்சில் கூட கங்கையை விட காசி தான் அதிகம் வரும். 'காசிக்குப்போய் பரதேசி கால்லெ உளுந்த மாதிரி..' என்கிற சொலவடையில் காசிக்கு அவர்கள் கொடுக்கும் முக்கியத்துவம் தெரிய வரும். ஒருவேளை காசியையும், கங்கையையும் ஒரே மாதிரி வைத்துப் பார்த்திருப்பார்கள். இரண்டையும் தனித்தனியாகச் சொல்ல வேண்டிய அவசியத்தை உணர்ந்திருக்க மாட்டார்கள். கங்கை நதிக்குப் பக்கத்தில் வாழ்பவர்கள் எவ்வளவு புண்ணியம் செய்தவர்கள்! ஆனால் இறுதிச் சடங்குகளைச் செய்வதற்கு மட்டுமே அதிகமாகக் கங்கை நதியைப் பயன்படுத்துவதைத் தவிர்த்திருக்கலாம். இந்த விஷயத்தில் பொள்ளாச்சிக்கு வடக்கே, கோயமுத்தூருக்குத் தெற்கே வாழ்பவர்களுக்கு அந்தப் புண்ணியம் கூட இல்லை.. நொய்யல், அமராவதி, காவிரி என்கிற எந்த நதியும் சீக்கிரம் போய் வருகிற தூரத்தில் இல்லை..பதினாறாவது நாள் சடங்கு செய்ய பேரூருக்குப் போனால் கூட அங்கே தொட்டியில் இருக்கிற தண்ணியில் குளித்துவிட்டுத்தான் சடங்குகள் செய்ய வேண்டும்.

கரைபுரண்டு ஓடும் கங்கை நதியின் கரையில் கிழக்கு முகமாய் நின்று கொண்டு அது ஓடும் அழகையே பார்த்துக் கொண்டு நின்றால் மனதில் என்ன தோன்றும்? நிச்சயமாக இந்த மனித வாழ்க்கையின் அல்பத்தனம் தான் தெரிய வரும். 'நீ எப்படி வேண்டுமானாலும் இருந்து விட்டுப்போ.. இதோ என் பிரம்மாண்டத்தின் முன் அதெல்லாம் ஒரு சிறு துளி.. எல்லாவற்றையும் தழுவிக்கொண்டு ஓடும் என் இந்த நீரில் முழுகித் திளைப்பதும், உடல் அழுக்கையும், மன அழுக்கையும் கழுவிக்கொள்வதும் உனது விருப்பம்.. உன்னைச்சுற்றியே பல சங்கிலிகளைச் சுற்றிக் கொண்டிருந்தாயேயானால் அதற்கு நான் என்ன செய்வது?' என்று தான் கங்கை சொல்லும். ஊருக்குப் போகும்போது கங்கைநதிக் கரைக்கும் போகும் சூழல் ஏற்படுமானால் அதை அமைதியாக உற்றுப்பார்க்கும் வாய்ப்புக் கிடைக்குமானால் இறுகிப் போன சுக்லாவின் மனசு கொஞ்சமாக இளகி வருமா? அதைப் பார்த்துப் பிரார்த்திக்கும் மனநிலை வருமா?

'கழுவித் துடைத்துப்போ! ஓ நதி தேவதையே!

என்னுள்ளிருக்கும் கயமையைக் கழுவித் துடைத்துப்போ!

இக்கயமையினால் நான் கொண்ட குரூரத்தை

இக்கயமையினால் நான் விட்ட சாபங்களை

இக்கயமையினால் நான் பேசிய பொய்மைகளை

கழுவித் துடைத்துப்போ ! ஓ நதி தேவையே !'

என்று அவரால் வாய்விட்டுச் சொல்ல முடியுமா ?

சுக்லா ஊருக்குப் போனாரா, கங்கையோடு பேசினாரா என்கிற விவரங்களையெல்லாம் தெரிந்துகொள்வதற்கு குமரவேலுவுக்கு எந்த வாய்ப்பும் கிடைக்கவில்லை. ராகுலின் நண்பன் ஒருவனின் திருமணத்தில் கலந்துகொள்வதற்காக அந்த ஏரியாவிற்குப் போவதற்கு ஒரு வாய்ப்புக் கிடைத்தது. கொஞ்சம் நேரமே போய்விட்டார்கள். அதிர்ஷ்டவசமாக மண்டபத்தின் உள்ளே கார் நிறுத்துவதற்கு வசதி இருந்தது. பொண்ணு மாப்பிள்ளை இன்னும் வரவில்லை. என்ன செய்யலாம் என்று யோசித்துக் கொண்டிருந்தபோது சுக்லா கடைக்குப் போய்வரலாம் என்று ராகுல் யோசனை சொன்னான். மண்டபத்திற்குப்பக்கத்திலேயே தான் கடை இருந்தது. போனார்கள். ராகுல் இந்த மாதிரி கடைகளில் எப்போதும் வாங்கும் ஓமப்பொடி நூறு கிராம் கேட்டு வாங்கினான். கடை இப்போது கொஞ்சம் பெரியதாக இருந்தது. சுக்லா மிகவும் தளர்ந்திருந்தார். வயோதிகம் தனது விளையாட்டைத் தாராளமாகக் காட்டியிருந்தது. குமரவேல் அவரையே உற்றுப்பார்த்துக் கொண்டிருந்தார். ஆனால் சுக்லா குமரவேலுவுக்கும், ராகுலுக்கும் வாடிக்கையாளர்கள் என்பதைத் தவிர வேறு முக்கியத்துவமும் தரவில்லை. ராகுல் டியூஷன் எடுத்துக் கொண்டிருந்தபோதே அவரை அபூர்வமாகவே பார்ப்பார்கள். அவரைப் பற்றிய தகவல்கள் எல்லாமே சூரஜ் மூலமாக வந்தது தான். சுக்லாவும், அவரது கடைப்பையன்களும் நேற்றைப் பற்றியோ, நாளையைப் பற்றியோ எந்தக் கவலையுமில்லாமல் இயங்கிக் கொண்டிருந்தார்கள். அந்தக்கடை, பக்கத்திலிருக்கும் ஜுஸ் கடை, மூன்றாவதாக இருக்கும் காய்கறிக்கடை, மூலையில் இருக்கும் பார் எல்லாமும் மிக இயல்பாக இருந்தன.

ஈஜிபுரா-ஆனேபாள்யா என்ற நீண்ட கடைவீதியின் மூன்றாம் கட்டப்பகுதியோடு தான் குமரவேலுவுக்கு மிகக் கசப்பான அனுபவங்கள் இருந்தன. அதற்குக் காரணமானவன் அவர்கள் குடும்பத்திற்கு எலக்ட்ரீஷியன்-கம்-பிளம்பர்-கம்-பெயிண்டர்-கம்-ஹெல்பர்-கம்- ஓடும்பிள்ளையாக இருந்த பாலச்சந்திரன் என்கிற பாலா.. பாலா எப்படி குமரவேலு குடும்பத்தோடு வந்து ஒட்டிக்கொண்டான் என்று தெரியவில்லை.. அவன் வந்த பிறகு

குமரவேலு தன் வீட்டில் அவ்வப்போது ஏற்படும் எலக்ட்ரிகல், பிளம்பிங்க் பிரச்சினைகள் மட்டுமல்லாமல் வேறு பல பிரச்சினைகளைப் பற்றியும் கவலைப்படாமல் இருக்க முடிந்தது. சுலோச்சனா சொல்லும் வேலைகளைக் கூட அவளுக்குத் திருப்தி ஏற்படுகிற மாதிரி (?) செய்து தருவான். பாலா வந்த சமயம் செல்ஃபோன்கள் மிக சரளமாக புழக்கத்திற்கு வந்து விட்டன. ஒரு ஃபோன் செய்து விட்டால் ஓடிவந்து விடுவான். எந்த வேலையை எடுத்தாலும் மிகக் குறைந்த நேரத்தில் கச்சிதமாகச் செய்து முடிக்கக் கூடிய திறமை பாலாவுக்கு இருந்தது. அவனது சமூகப் பின்னணிக்கு ஒத்து வராத சில குணங்களும் பாலாவிடம் இருந்தன. அவன் குடிப்பதில்லை. சிகரெட், பீடி கிடையாது.அவனது ஏரியாவிலுள்ள ‘பாபா ரஜனி ரசிகர் நற்பணி மன்றம்’ மூலமாக அவரது பிறந்த நாளில் அன்னதானம் எல்லாம் நடத்துவான். அரைக்கை சட்டையாக இருந்தாலும் ‘டீ’ சர்ட்டாக இருந்தாலும் அதை கால்சட்டைக்குள் விட்டு சிவாஜி நகரில் வாங்கிய பழுப்பு நிற ஷூ ஒன்றைப் போட்டுக் கொண்டு ஒரு கறுப்புக்கண்ணாடியும் அணிந்து கொண்டுதான் தனது மொபெட்டில் வருவான். வேலை அதிகமாக இருக்கிற நாட்களில் கூட உதவி செய்வதற்கு ஆட்களைக் கூட்டிக்கொண்டு வருவான். அவர்கள் இவனிடம் ‘அண்ணா.. அண்ணா..’ என்று மரியாதை கொடுத்து வேலை செய்வார்கள். பாலா வேலை செய்கிற வீடுகளில் தரப்படும் டீ, காபி, பலகாரங்கள் எதையும் சாப்பிடுவது கிடையாது. எவ்வளவு நேரமானாலும் வேலையை முடித்துக் கொடுத்து விட்டுப் போய்விடுவான். இல்லை சாப்பாட்டு நேரம், காப்பி நேரம் வந்தால் வெளியே போய் முடித்துக் கொண்டு வந்து விடுவான். கூலி கொஞ்சம் அதிகமாக இருக்கும். ஆனால் பழகிய பிறகு குமரவேல் கொடுத்ததை வாங்கிக் கொள்வான். அது பெரும்பாலும் அவன் வழக்கமாக கேட்கிற தொகையாகவே இருக்கும்.

என்னதான் இருந்தாலும் மனிதர்களை எடை போடுவதில் ஆண்களை விட பெண்கள் அதிகமான ‘புலன்கள் தாண்டிய நுண்ணறிவு’ உடையவர்கள் தான். சுலோச்சனாவைப் பொறுத்தவரை அவர்கள் விவகாரம் பிடித்தவர்களாக இருந்தால் ‘ஹி ஈஸ் எ க்ரூக்’ என்று சொல்லி விடுவாள். மற்றபடி அவர்கள் எவ்வளவு தான் நல்லவர்களாக இருந்தாலும் ‘ஹி ஈஸ் ஓ கே’ என்று ஒரு வரி அபிப்ராயம் தான் வரும். பாலா வந்த சில நாட்களிலேயே முதலில் சொன்ன அபிப்ராயம் தான் வந்தது.

சுலோச்சனாவைப் போலவே பாலாவும் கொஞ்சம் அப்படிப்பட்ட திறமை உடையவனாகத்தான் இருந்தான். குமரவேலுவின் வர்க்கம்

கடந்த மனித நேயம், சோசலிசக் கருத்துக்கள் முதலியவற்றைப் பயன்படுத்தி அவ்வப்போது கொஞ்சம் பணம் கடன் வாங்கிக் கொள்வான். அதைத் திருப்பிக் கொடுப்பது கிடையாது. 'வேலைலே களிச்சுக்க சார்..' என்பான். வேலைக்கான கூலி வழக்கமானதை விட இரண்டு மடங்காக இருக்கும். இதனாலேயே குமரவேல் ஒரு 'கோல்டு' என்று அவனுக்கு ஒரு அபிப்ராயம். அதை நேரடியாக அவனிடம் சொல்லவில்லை. மறைமுகமாகச் சொல்வான். அவனுக்கு சாதாரண கிராக்கிகளை விட பெரிய உத்தியோகத்தில் இருப்பவர்களிடம் வேலை செய்வது தான் பிடிக்கும் போல. குமரவேலுவிடம் பழக்கம் ஏற்படுவதற்கு முன்பாகவே சத்யநாராயணா என்பவரிடம் வேலை செய்த பழக்கம் பாலாவுக்கு ஏற்பட்டிருந்தது. சத்யநாராயணா போலீஸ் டிபார்ட்மெண்டில் இருக்கிறார். அவர் இன்ஸ்பெக்டராக இருக்கும்போதிருந்தே பழக்கம். அவருக்கு ப்ரமோஷன் ஆகி இப்போது என்ன பதவியில் இருக்கிறார் என்பதை பாலாவுக்குச் சொல்லத் தெரியவில்லை. இத்தனை வருடப் பழக்கம் என்பதனால் அவர் இப்போது போலீஸ் டிபார்ட்மெண்டில் பெரிய உத்தியோகத்தில் தான் இருக்க வேண்டும். அவரைப் பத்திச் சொன்ன போது தான் 'அவுரும் ஒங்கள மாரியே கோல்டு சார்..' என்பான். அப்போது தான் குமரவேலுவுக்கு தான் ஒரு 'கோல்டு' என்பது தெரிய வந்தது. மற்றபடி தனது தனிப்பட்ட வாழ்க்கையில் பாலாவுக்கு ஒரு குறை உண்டு. அது அவன் மனைவி அவன் மேல் கொள்ளும் சந்தேகம் தான். தான் தனது ஏரியாவில் பொது வாழ்க்கையில் (பாபா ரஜனி ரசிகர் நற்பணி மன்றம்) இருப்பதால் ஆண்கள், பெண்கள் என பல பேருடன் கலந்து பழக நேரிட வேண்டியதாக இருக்கிறதென்றும். அது சிலருடைய கண்களை உறுத்துகிறதென்றும் சொன்னான். கல்யாணமாகி நாலு குழந்தைகளுக்குத் தகப்பனான தன்னைத் தன் மனைவி சந்தேகிப்பது தான் 'சுத்த பேஜாராக' இருப்பதாகவும் சொல்வான். எல்லாம் காலப்போக்கில் சரியாகி விடும் என்று குமரவேல் ஆறுதல் சொல்வார்.

பாலாவிற்கு சொந்த ஊர் என்று எதையும் சொல்லத் தெரியவில்லை. எல்லாமே பெங்களூர் தான் என்று தான் சொல்வான். 'அப்பாவோட சொந்தக்காரங்க சேலத்துல இருக்காங்க சார்..' என்று மட்டும் சொல்லியிருக்கிறான். அந்த போலீஸ் ஆபீசருக்கும், குமரவேலுவுக்கும் சேவை செய்வதைத் தவிர வேறு எங்கே எந்த வேலைக்குப் பொகிறான் என்று குமரவேலுவுக்குத் தெரியாது. இத்தனை பெரிய நகரத்தில் யார் எங்கு என்ன வேலை செய்கிறார்கள் என்று யாருக்குத் தெரியும்? தெரிந்து தான் என்ன ஆகப் போகிறது?

பாலாவுடைய பிரபஞ்சம் பிறந்ததிலிருந்தே ஆஸ்டின் டவுன், விவேக் நகர், ஈஜிபுரா, நீலசேந்த்ரா, ஆடுகோடி, வில்சன் கார்டன் என்று தான் இருந்தது. இப்போது ஜெயநகர் தாண்டி ஜெ பி நகர், பனசங்கரி, பி டி எம் லே அவுட் என்று விரிந்திருக்கிறது. தனது தொழிலைப் பற்றி எப்போதும் அவனுக்கு ஒரு கௌரவம் உண்டு. அடிப்படையில் தான் ஒரு எலக்ட்ரீஷியன் தான் என்று சொல்லிக்கொண்டு சின்னச்சின்ன கச்சடா வேலைக்கெல்லாம் போவதில்லை எனவும், இப்போது தான் ஒரு பெரிய ஐந்து மாடி கட்டிட காண்ட்ராகட் பிடித்திருப்பதாகவும் இனி அந்த வேலை குறைந்தது ஆறு மாதம் இருக்கும் என்றும் சொல்வான். இப்படியே கிட்டத்தட்ட இரண்டு வருடங்கள் மாற்றி மாற்றி சொல்லிக்கொண்டிருந்தது 'மனித நேய' குமரவேலுவுக்கு அவன் மீது நம்பிக்கை கொள்ளும்படி ஆயிற்று. குமரவேலுவை பனசங்கரி சத்யநாராயணா வீட்டிற்குக் கூட்டிக் கொண்டு போய் தான் செய்த வேலையைக் காண்பிப்பதாகச் சொன்னதும் அந்த நம்பிக்கை மேலும் வலுப்பெற்றது. அந்தக் கட்டடத்தைப் பூரணமாகத் தான் பார்த்துக் கொள்வதோடு மட்டுமல்லாமல் அவர் குடும்பத்திற்குத் தேவையான அனைத்தையும் செய்து கொடுப்பதுவும் தான் தான் என்று பாலா சொன்னான். பெங்களூரில் எத்தனையோ பேர் திறமையிருந்தும் தகுந்த சந்தர்ப்பம் கிடைக்காமல் தவித்துக் கொண்டிருக்கிறார்கள். இதோ இந்த பாலா! சொன்ன வேலையை ஒழுங்காகச் செய்கிறான்.. சொல்லாத வேலையையும் இழுத்துப் போட்டுக்கொண்டு செய்கிறான். இவனைத் தூக்கிவிட வேண்டியது தனது கடமை.. 'மனித நேய' அடிப்படையிலும் சக தமிழன் என்கிற முறையிலும்..குமரவேல் மெதுவாக தனது திட்டத்தை பாலாவிடம் சொன்னார்.

'பாலா.. நம்ம மச்சினன் ஒருத்தர் கசவனஹள்ளியிலே வீடு கட்டீட்டிருக்கார்.. அவரே பண்றார்.. நாங்கூட்டீட்டுப்போய்க் காமிக்கறன்.. பாரு..நீ வயரிங் கெல்லாம் பண்ணலாமான்னுட்டு..'

'போலா சார்... எப்பண்ணு சொல்லு சார்..'

அந்த ஞாயிற்றுக்கிழமையே பாலா வந்து விட்டான்..கொண்டு போய்க்காண்பித்தவுடன்

'சக்கத்தாப் பண்லா... சார்..'

என்று சொல்லிவிட்டான். ஒரு பையனையும் கூட்டிக்கொண்டு திங்கட்கிழமை வந்துவிட்டான். ப்ளேனை எடுத்து வைத்துக்கொண்டு எங்கெங்கே விளக்குகள், ஃபேன், பிளக் பாயிண்ட் எல்லாவற்றையும் கேட்டுத் தெரிந்து கொண்டான். மிகக் குறைந்த கால அளவிலேயே

குமரவேலு இந்த விஷயத்தில் பூஜ்யம் எனத் தெரிந்து கொண்டு விட்டான். ஏற்கனவே தெரியும் என்றாலும் அது உறுதிப்பட்டு விட்டது. ஆனாலும் பனசங்கரிக்குப் போய் அந்த வீட்டைக் காண்பிப்பதைப் பற்றிச் சொல்லிக் கொண்டேயிருந்தான்

ஒரு ஞாயிற்றுக்கிழமை பிற்பகலில் தான் பனசங்கரிக்குப் போனார்கள். அறுபதுக்கு நாற்பது என்ற சைட்டில் முழுவதுமாகக் கட்டியிருந்தார் சத்யநாராயணா. குடியிருப்புப்பகுதி என்றும் சொல்ல முடியாமல், முற்றிலுமாக கமர்ஷியல் ஏரியா என்றும் சொல்ல முடியாமலிருந்த ஒரு பகுதியில் அது இருந்தது. ஒரு மருந்துக்கடை, ஒரு ஐஸ்கிரீம் பார்லர், ஒரு ஸ்டேஷனரி என்று மூன்று கடைகள் கீழே இருந்தன. இடது பக்கம் ஒரு பத்தடி அகலத்திற்கு நீளமாக இடம் விடப்பட்டிருந்தது. அதன் நடுப்பகுதியில் மாடிக்குச் செல்ல படிக்கட்டுகள்.. முதல் மாடி முழுவதுமாகவும், இரண்டாவது மாடியில் பாதியும் கட்டப்பட்டிருந்தன. முதல் மாடிக்குச் சென்று பாலா கதவைத் தட்டினான். குண்டாகவும் இல்லாமல், ஒல்லியாகவும் இல்லாமல் சிவப்பாக ஒரு பெண் கதவைத் திறந்தாள். நல்ல உயரம்.. வாளிப்பான உடம்பு..படித்தவளாக இருக்கக் கூடும்.

அந்தப் பெண் கன்னடத்தில்

'என்ன பாலா.. நாலு நாளா ஆளையே காணோம்' என்றாள்

'புது காண்ட்ராகட் புடிச்சிருக்கேன் மேடம். அது சுரூ பண்ண இன்னும் கொஞ்ச நாளாகும்..அது வரைக்கு சத்யத்துக்கு இங்க அங்க போய்ட்ருக்கேன்..'

அந்த வீட்டிற்கு முழுசுமாக வயரிங் பண்ணியது தான் தான் என்று பாலா சொல்லியிருந்தாலும், அதைக் காண்பிப்பதற்காகத் தான் அங்கே கூட்டிக்கொண்டு போகப்போகிறேன் என்று சொல்லி—யிருந்தாலும் பாலா அதைப் பற்றி அங்கே பிரஸ்தாபிக்கவே இல்லை. வேறு ஏதாவது வேணுமா என்று பாலா அந்தப் பெண்ணிடம் கேட்டுவிட்டுக் கிளம்பி விட்டார்கள்.

'என்ன பாலா... அவரக்காணம்... கொளந்தைங்க இல்லியா..?'

'அவங்கள்ளாம் அந்த வீட்லே இருக்காங்க சார்..'

'அந்த வீடுண்ணா..'

'அவுருக்கு ஜெயநகர்லே இன்னொரு வீடு இருக்கு சார்.. பசங்கள்ளாம் அங்க இருக்காங்க ..பொண்ணு காலேஜ்லே படிக்கிது..'

‘அப்டீண்ணா இது.........’

‘இது இன்னொரு வீடு சார்... இந்தம்மா நல்ல வேலைலே இருக்குது சார்...’

பாலா அவர் முகத்தை மேலும் கீழுமாகப் பார்த்து ஒரு மாதிரியாகச் சிரித்தான்.

‘அட முட்டாளே.. இது கூடப் புரியவில்லையா உனக்கு..’ என்பது மாதிரி இருந்தது அந்தச்சிரிப்பு.. குமரவேலுவுக்கு அடிமுதுகிலிருந்து வியர்த்துக்கொண்டு வந்தது.. மோசம் போய்விட்டோமோ என்று உறைக்க ஆரம்பித்தது.. அதே சமயம் இவனிடம் நாம் எப்படி மோசம் போக முடியும் என்று ஒரு நம்பிக்கையும் வந்தது. குமரவேலுவினுடைய இந்த மன ஓட்டங்களையெல்லாம் புரிந்தும் புரியாதவாறு பாலா போய் காரின் முன் சீட்டில் உட்கார்ந்தான்.

‘அந்தம்மா’ நல்ல வேலையில் இருப்பதாக பாலா சொன்னதுக்குப் பின்னால் என்னென்ன அர்த்தங்கள் இருக்கும்? பாலாவிடம் ‘கோல்டு’ சர்டிபிக்கேட் வாங்குவதற்காக சத்யநாராயணா பாலாவுக்கு என்னவெல்லாம் கொடுத்திருப்பார் என்று நினைத்துப் பார்த்தார். எல்லாவற்றையும் விட நமது புது வீட்டு வயரிங் காண்ட்ராக்டில் ஏதாவது குளறுபடியானால் சுலோச்சனாவின் மூஞ்சியில் எவ்வாறு முழிப்பது என்கிற மாதிரியான எண்ணங்கள் மனதுக்குள் ஓடின. போரில் தோற்றுத்திரும்பியபோது சீதையின் முகத்தில் எவ்வாறு முழிப்பது என்று ராவணன் பட்ட கஷ்டத்தைப் புரிந்துகொள்ள முடிந்தது.

கசவனஹள்ளி வீட்டை யார் கட்டுகிறார்கள் என்பது இதற்குள் பாலாவுக்குப் புரிந்திருக்கும். ஆனாலும் தெரியாத மாதிரிக் காட்டிக்கொண்டான். அந்தக் கட்டிடத்தின் காண்ட்ராக்டை குமரவேல் தனது ஜாதிக்காரர் ஒருவருக்குக் கொடுத்திருந்தார். ஜாதிக்காரராக இருந்தாலும். அடுத்தவராக இருந்தாலும் வியாபார நுணுக்கங்கள் எல்லோருக்கும் ஒன்று தான்..மெயின் காண்ட்ராக்ட் எடுத்தவர் ஒவ்வோரு ஐட்டத்திற்கும் ஒரு ரேட் கொடுத்திருப்பார். அது அதிகம் என்று வீடு கட்டுபவருக்குத் தோன்றினால்

‘பாருங்க சார்... இது என்னோட ரேட்டு... இத விட கம்மியா யாரையாவது வெச்சு நீங்க செஞ்சுக்க முடியும்ணா தாராளமா செஞ்சுக்குங்க.. எனக்கொண்ணும் ஆச்சேபனயில்லே.. ’

என்று சொல்லி விடுவார்கள்.. உண்மையில் சொல்லப்போனால்

இது ஒரு வலை. இவ்வளவு நேர்மையாக இருக்கிறார்களே என்று நாம் வேறு யாரையாவது தேடிப்போனால் முடிந்தது கதை. வருகிறவனுக்கு முழு ஒத்துழைப்புக் கொடுக்க மாட்டார்கள். அவனைக் கண்ட படி ஏசுவார்கள். அவன் பாதிவேலையிலேயே துண்டைக்காணோம் துணியக்காணோம் என்று ஓடி விடுவான். பிறகு காண்ட்ராக்டர் காலில் தான் விழ வேண்டும். எப்படிப்பட்ட போராக இருந்தாலும் எதிரியின் பலவீனத்தை அறிந்து அங்கே அடிப்பது தான் வெற்றியின் முதற்படி. எப்போதும் கவனம் கோருகிற ஒரு உத்தியோகத்தில் இருந்து கொண்டு வீடு கட்டும் வேலையில் முழு கவனம் செலுத்துவதென்பது முடியாத காரியம். அது மட்டுமல்லாமல் இந்த நெளிவு சுளிவுகளில் உங்களது அறிவும், அனுபவமும் எவ்வளவு என்பதை அறிந்து கொள்ளும் அசாத்திய ஞானத்தை பாலா மற்றும் கட்டிட காண்ட்ராக்டர் ஆகியோருக்கு ஆண்டவன் கொடுத்திருக்கிறான். மிக அதிகமாகவே கொடுத்திருக்கிறான். எனவே கட்டிட வேலை ஒவ்வொரு கட்டமாக நடந்துகொண்டிருக்கும்போது அவ்வப்போது தேவைப்படும் தொழில் நுட்பம், பொருள்களின் தரம், வேலை முடிய தேவைப்படும் நாட்கள், சில பொருள்கள் கிடைக்கும் இடம் இன்ன மாதிரியான விஷயங்களில் உங்கள் அறியாமையும், அப்பாவித்தனமும் மிக எளிதாக, மிக சீக்கிரமாக வெளிப்பட்டுவிடும். இது உங்கள் எதிரிக்கு (பாலா மற்றும் காண்ட்ராக்டர்) நன்றாகத் தெரியும். இருந்தாலும் மனதுக்குள் சிரித்துக் கொண்டு உங்களைத் திருத்திக் கொடுப்பார்கள். அதற்குக் காரணம் நீங்கள் அவர்களை அவ்வப்போது நன்றாகக் கவனித்துக் கொள்வது..குறிப்பாக ஓட்டல்களில்.. குறிப்பாக மிலிடரி ஓட்டல்களில்..

குமரவேல் வீட்டு நிர்மாணம் கை நிறைய பணத்தை வைத்துக்கொண்டு கட்டிடக்கலை நிபுணர், கட்டுமானப் பொறியாளர், உள் அலங்காரக் கலைஞர் என்னுமிவர்களை வேலைக்கமர்த்தி ஒவ்வொரு கட்டத்திலும் கட்டியது நாம் எதிர்பார்த்தபடி சரியாக வரவில்லையென்றால் வேறு யோசனையே இல்லாமல் அதை உடனே இடித்து விட்டு மறுபடி கட்டுகிற மாதிரியான நிர்மாணம் இல்லை..மொத்த பட்ஜெட் இவ்வளவு, லோன் இவ்வளவு, இத்தனை காலத்திற்குள் முடிக்க வேண்டும் என்கிற மாதிரியான திட்டம்.. இதில் ஒன்று கூட எதிர்பார்க்கிற மாதிரி நடக்காது என்பதுவும் தெரிந்தே தான் இருக்கும். இருந்தாலும் இதில் எங்கேயாவது மிச்சம் பிடிக்க முடியுமா என்று பார்த்துக் கொண்டே இருக்கும்போது தான் பாலா போன்றவர்கள் அகப்படுவார்கள். கடைசியில் அது முதலுக்கே மோசமாகும் நிலையில் வந்து முடியும்.

பாலா தனக்கிருந்த அரைகுறை எலக்ட்ரிகல் மற்றும் வயரிங் அறிவை வைத்து சின்னச்சின்ன வேலைகள் செய்து எப்படியோ ஓட்டிக் கொண்டிருந்தான். ஒரு முழு காண்ட்ராக்ட் கிடைத்தால் நல்லது தான் என்று நினைத்ததும் உண்மை தான். அவன் தொழில் கற்ற இடத்தில் இதை மட்டும் முழுக்க கற்றுக்கொள்ளாமல் விட்டு விட்டான். இதனால் கொஞ்சம் குழப்படி ஏற்பட்டு விட்டது. இதை நேரடியாக குமரவேலுவிடம் சொல்வதற்கு மனசு வரவில்லை. எனவே தெரிந்த வரை செய்துவிட்டு பிறகு வேலைக்கே வராமல் இழுத்தடித்தான். இந்த விஷயம் குமரவேலுவுக்குத் தெரியாது. அவன் வேறு எங்கோ வேலை கிடைத்து விட்டதனால் தான் வராமல் இருக்கிறான் என்று நினைத்தார். சுவரின் மேல்பூச்சு வேலையைத் தொடங்க வேண்டுமானால் வயரிங் வேலை முடிய வேண்டும். காண்ட்ராக்டர் நெருக்கினார். எத்தனையோ தடவை ஃபோன் செய்தும் பாலா ஃபோனை எடுக்கவே இல்லை..அவனை நேரிலேயே போய் பிடித்து விடுவது என்று முடிவு செய்தார்கள். தனது வீடு எங்கே இருக்கிறது என்று ஒரு தடவை பாலா பேச்சு வாக்கில் சொல்லியிருந்தான். அந்த அடையாளத்தின்படி தேடிப்பார்ப்பதென முடிவு செய்தார்கள்.

அவன் சொன்ன அடையாளத்தின்படி அவன் வீட்டிற்கு இரண்டு ரோடுகள் வழியாகச் செல்லலாம். ஒன்று கோரமங்கலா எட்டாவது பிளாக் ராஜேந்திரா நகர் இரண்டாவது தெரு வழியாகச் செல்வது, இன்னொன்று ஓசூர் ரோட்டுக்கு எதிரில் மோரியை ஒட்டிய வீதியில் உள்ளே நுழைய வேண்டும். முதலில் ராஜேந்திர நகர் வழியாக முயற்சி செய்தார்கள். அந்த ரோடு போய்க் கொண்டேயிருந்தது. ஒரு காக்கா கடை ஒரு டூ வீலர் ஒர்க்ஷாப் இரண்டுக்கும் நடுவில் இருக்கிற சந்தில் உள்ளே வந்தால் கடைசியில் இருக்கும் வீடு தான் என்று சொல்லியிருந்தான். பாலா சொன்ன அடையாளம் எதுவும் தட்டுப்படவில்லை. அவனுடைய நம்பருக்கு ஃபோன் செய்தால் அவன் எடுப்பதேயில்லை. அவனுடைய மகனுடைய நம்பரும் ஒன்று இருந்தது. ஆனால் அந்த நம்பரில் பாக்கி இல்லை என்று செய்தி வந்தது. அவன் சொன்ன வேறு தடத்தை முயற்சி செய்வது என முடிவு செய்தார்கள்.

கோரமங்கலா பக்கத்திலிருந்து வரும் வழியின் நுழைவாயில் கடைகளையெல்லாம் கொண்டு ‘பளிச்’ சென இருந்தது. ஆனால் ஆடுகோடி வழி முதலிலிருந்தே நெருக்கடியாகத்தான் இருந்தது. காரணம் ஆடுகோடியின் மேற்பகுதியில் இருக்கிற எல்லாக்குடி—யிருப்புப்பகுதிகளின் கழிவு நீரைச்சுமந்து ஒரு பெருநதியாக அகலமான

திறந்த சாக்கடையாக அந்த மோரி ஓடிக்கொண்டிருந்தது. அதை ஒட்டியே தான் குடிசைகள் இருந்தன. இதற்குள் ஒரு அரை கிலோ மீட்டர் தூரம் போனால் தான் ஒரு குடியிருப்புப் பகுதி என்கிற தோற்றம் தரும் பகுதி வரும். காண்ட்ராக்டரும், குமரவேலும் அந்தப் பகுதிக்குச் சென்று பாலா சொன்ன அடையாளத்தைத் தேடினார்கள். ஆங்காங்கு காக்கா கடைகள் இருந்தன. சும்மா கேட்டுப்பார்ப்போம் என்று பாலா என்றொரு எலக்ட்ரீசியனைத் தெரியுமா என்று கேட்டால் இங்கே நிறைய எலக்ட்ரீசியன்கள் இருக்கிறார்கள், நீங்கள் யாரைக் கேட்கிறீர்கள் என்று கேட்கிறார்கள். பிளம்பர், பெயிண்டர் என்று சொல்லிக்கேட்டாலும் இதே பதில் தான். ஒரு வழியாக பாலா என்கிற பெயர் பிரபலமாக இருக்கிற பகுதிக்கு வந்து விட்டார்கள். காக்கா கடையும் இருந்தது. பீடி குடித்துக் கொண்டு இரண்டு பேர் 'தினத்தந்தி' படித்துக் கொண்டிருந்தார்கள்.

'ஐயா.. இங்க எலக்ட்ரீசியன் பாலா வீடு எதுங்க..?'

'எலக்ட்ரீசியனா... பாலாங்கற பிளம்பர் தானெ இங்கக்கீறான்..'

கூட இருந்தவர் கேட்டார்..

'யார்பா அது..?'

'அதாம்பா.. அப்பப்ப புள்ளிங்கள எல்லாம் வச்சிக்கினு கொடிகிடி எல்லாங்கட்டிக்கினு இர்ப்பானே..'

'ஓ அவனா... தோ பாரு சார்.. நேராப் போனீனா டெட் எண்ட்லே மோரி வரும்,, ரைட்ல திரும்பிக்கோ..மூணாவது இல்ல நாலாவுது ஊடு.. ஆமா அவ இப்ப இர்க்க மாட்டானே..'

அந்த தகவல் போதும் என்று சொல்லி அந்த சந்துக்குள் நடந்தார்கள். காண்ட்ராக்டர் அலப்பல் தாங்க முடியவில்லை. தான் எப்போதும் இத்தகைய ஒரு சூழல் உருவாக விடுவதில்லை எனவும், அவர்கள் தான் தன்னைத் தேடிவருவார்களே தவிர தான் ஒருபோதும் அவர்களைத் தேடிப்போனதில்லை என்றும் இப்படிப்பட்டவர்களையெல்லாம் வைக்க வேண்டிய இடத்தில் தான் வைக்க வேண்டும் என்று சொல்லி இந்தத் துறையில் குமரவேல் ஒரு பூஜ்யம் என்ற உண்மையை மறைமுகமாகச் சொல்லிக்கொண்டிருந்தார். இரண்டு குறுக்குச் சந்துகள் கடந்த பின் விசாரித்த போது அவர்களும் பாலாவின் உண்மையான தொழில் என்ன என்பதில் தெளிவில்லாதவர்களாக இருந்தார்கள். கடைசியில் வீடு கிடைத்தே விட்டது..ஒரு மத்தியவயதுப் பெண் கதவு

என்று சொல்லும்படியான ஒரு தடுப்பில் தொங்கிக்கொண்டிருந்த பூட்டைத் திறந்து கொண்டிருந்தாள். நான்கந்து வயதில் இரண்டு குழந்தைகள் பக்கத்தில் நின்று கொண்டிருந்தார்கள்.

'ஏம்மா பாலா வீடு இதானா..?'

'ஆமா.. சார்.. எதுக்கு..?'

அந்த சூழ்நிலைக்குப் பொருந்தாத தோற்றத்திலிருந்த அந்த இருவரைப்பார்த்ததும் அவள் கண்களில் ஒரு மிரட்சி தெரிந்தது.

'என்னா சார்.. துட்டு எதினாச்சும் வாங்கிக்கினானா?'

'இல்லம்மா.. நம்ம ஊட்லே வயரிங் செஞ்சுட்டிருந்தாரு.. கொஞ்ச நாளா வேலக்கி வரலே.. அதாம்பாத்துட்டு போலாம்னு வந்தம்..'

'அத ஏஸ்சார் கேக்குறீங்க... எங்க போறான்.. எப்ப வர்றான்.. எப்ப போறான்னு ஒண்ணுமே சொல்றதில்லே சார்.. ஊட்டுக்கு செரியா காசு குடுக்கறதில்லே.. பாரு சார்.. நா இந்த பசங்கள வச்சிக்கினு எவ்வளவு கஸ்டப்பட்றேன்.. இப்பக்கூட மூணு ஊட்லே வேல செஞ்சுக்கினு இப்பத்தா சார் வர்றன்..'

'நீ எப்பப்பாத்தாலும் அவனத் திட்றயாமேம்மா..'

'ஆமா சார்... நீ காசு குடுக்காட்டி பரவால்லே.. இந்த சின்னச்சின்ன புள்ளிங்க கூட என்ன சார் சாக்வாசம்.. எல்லாரும் எம்மேலே கம்ப்ளீண்டு சொல்றாங்கோ... அங்க பாத்தம்.. இங்க பாத்தம்னு.. எங்கியோ போய்த்தொலயிட்டு சார்.. எனக்குப் போதும் போதும்னு ஆயிடுச்சி..'

பேசிக்கொண்டிருக்கும்போதே குமரவேல் பாலாவுக்கு ஃபோன் அடித்துப் பார்த்தார். ரிங் போய்க்கொண்டிருந்தது. எடுக்கவில்லை.. இங்கே பக்கத்தில் தான் எங்கேயோ இருக்கிறான். பாலாவின் மனைவி கதவைத் திறந்து உள்ளே போய்விட்டாள். குழந்தைகளும் உள்ளே போய்விட்டன. காண்ட்ராக்டர் குமரவேலுவின் முகத்தைப் பார்த்தார். போர் முடிவு நடவடிக்கையில் எழுதப்படவேண்டிய எல்லா சரத்துக்களும் அவர் பார்வையில் தெரிந்தன. தோல்வியை ஒப்புக்கொண்டு குமரவேல் கையெழுத்துப் போட வேண்டியது தான் பாக்கி.

குமரவேல் சரித்திரத்தின் பாலா சகாப்தம் அதோடு முடிவுக்கு வந்தது. ஒரு இரண்டு மூன்று வருடங்களாவது அவன் குமரவேல் குடும்பத்தோடு தொடர்பில் இருந்திருப்பான். அப்படியே

இருந்திருந்தால் தொடர்ந்து போயிருந்திருக்கும்.. அவனது இன்னொரு மதிப்பிற்குரிய தொடர்பாகிய சத்யநாராயணா தொடர்பு மாதிரி..அவனைத் தூக்கி விட வேண்டும் என்ற நல்லெண்ணமா அல்லது கூலி கொஞ்சம் குறைவாகுமே என்ற சுயநலமா என்று குமரவேலுவுக்கு நிச்சயமாகத் தெரியாது.. தொழிலை இன்னும் கொஞ்சம் நன்றாகக் கற்றுக் கொண்டிருந்திருக்கலாமோ என்று பாலா கூட நினைத்திருக்கலாம். காசு கூட செஞ்ச வேலை அளவு தான் வாங்கியிருந்தானேயொழிய அதிகம் வாங்கவில்லை. எல்லாம் சரிதான். ஆனால் பாலாவின் உண்மையான அடையாளம் அவன் மனைவியிடமிருந்து தான் வரவேண்டும் என்பதை இருவருமே உணர்ந்திருக்கவில்லை.

அந்த நீண்ட நெடிய வீதியில் ஆயிரக்கணக்கான கடைகள், நூற்றுக்கணக்கான சந்துகள் இருந்த போதும் அமானுல்லா கானின் ஹார்டுவேர் கடை, ஐயாசாமியின் தள்ளுவண்டி, பரசுராம் சுக்லாவின் பலகாரக்கடை, பாலா வீட்டுக்குப் போகும் சந்து என்பவற்றை ஒவ்வொரு முறை கடந்து போகும் போதும் குமரவேலுவுக்கு பழைய ஞாபகங்கள் வரும். இவையெல்லாமும் விட்டு விட்டு இருபது இருபத்தைந்து வருட காலப்பகுதியில் நடந்தவை. ஒவ்வொரு காலகட்டத்திலும் அவரது மனநிலை ஒவ்வொரு மாதிரியாக இருந்திருக்கின்றது. நுழையும்போது வீதியின் எந்தப் பகுதியில் நுழைந்தாலும் வெளியே வரும்போது ஓசூர் ரோடு வழியாக வருவதையே வழக்கமாகக் கொண்டிருந்தார் குமரவேலு. மிகவும் அகலமான ரோடு. அப்பாடா.. ஒரு வழியாக சமாளித்து வந்துவிட்டோம் என்று மனசு சொல்லும். ரோட்டின் வலதுபுறம் வரிசையாக மயானங்கள் இருக்கின்றன. அவற்றில் வரலாற்றுச் சிறப்பு மிக்கவையும் உண்டு. ஐரோப்பியர்கள், இந்தியர்கள், கத்தோலிக்கக் கிறித்தவர்கள், சீர்திருத்தக்கிறித்தவர்கள், இந்துக்கள், இசுலாமியர்கள் என்று எல்லோருக்கும் தனித்தனியான மயான பூமிகள். தனித்தனியாக, அடுத்தடுத்து இருந்தாலும் எல்லா மயானங்களும் ஒரே பகுதியில் தான் இருக்கின்றன.

அப்படியே கண்ணசந்து விட்ட குமரவேல்

‘சாப்ட வர்றீங்ளா’ என்ற சுலோச்சனாவின் குரலைக் கேட்டுத்தான் கண் விழித்தார்

ooo

சாப்பிட்டு விட்டுக் கொஞ்சம் தூங்கி எழுந்ததும் மறுபடியும் வெளியே போகவேண்டும் என்று தோன்றியது. இப்போதெல்லாம் மதியம் தூங்கி எழுந்தால் ஒரு விதமான பயம் பிடித்துக்கொள்கிறது. பயம் பெரும்பாலும் குடும்பத்தைப் பற்றித்தான்.. மனைவிக்கு பென்ஷன் வருகிறது.. அதைத்தவிர பாசப்பிடிப்பு, பிரியம், பெருந்தன்மை, சமூக உணர்வு என்கிற தேவையில்லாத அம்சங்கள் ஒன்றும் இல்லாத பெண்மணி ஆதலால் எந்த சூழ்நிலையிலும் அவரால் ஒரே மாதிரியாக இருக்க முடியும். வனிதாவுக்கு சாதனை என்பது தான் முக்கியம். மற்றதெல்லாம் இரண்டாம் பட்சம் தான். ஆனால் ராகுல்? அவனுக்கு எப்போதும் யாரையாவது சார்ந்திருக்க வேண்டும்.. இது வரை கதை எப்படியோ ஓடிப்போயிற்று. தான் வைகுந்தம் போய்விட்டால் அவன் யாரை எப்படிச் சார்ந்திருப்பான்? இதை நினைக்கும்போது குமரவேலுவுக்கு லேசாக வேர்க்கும்.

மனசு வெறுமையாக இருக்கும்போதெல்லாம் டயலசிஸ் வந்து நுழைந்து விடுகிறது. பாசத்தை வெளிப்படையாகக் காண்பிப்பதில்லையென்றாலும் சுலோச்சனாவும், வனிதாவும் தன்னை நன்றாகக் கவனித்துக் கொள்வார்கள்.. ஆனால் நீண்ட காலக்கவனிப்பு என்றால் யாருக்குத்தான் பொறுமை இருக்கும்? இதோடு சேர்த்து பாவம்-புண்ணியம் என்பதில் குமரவேலுவுக்கு நம்பிக்கை இருப்பதால் ஸ்கூல் பையனாக இருந்தபோது அவரது அத்தை ஒருவருக்குச் செய்த கொடுமைகள் நினைவுக்கு வரும்... குமரவேலுவின் அப்பா கூடப் பிறந்தவர்களில் பெண்கள் ஐந்து பேர்.. குமரவேலுவுக்கு அறிவு தெரிய வரும்போது அவர்களில் ஒருவர் இறந்துவிட்டார். மற்ற நான்கு பேரும் விதவைகளாகி விட்டார்கள்.. அதில் மூன்று பேர் ஏதேதோ காரணங்களுக்காக பிறந்த ஊருக்கே வந்து விட்டார்கள்.. குமரவேலுவின் அப்பா அவர்களில் இரண்டு பேரை ஓரிடத்திலும், இன்னொருத்தரை இன்னொரு இடத்திலும் தங்க வைத்திருந்தார். எந்தச்சூழ்நிலையிலும் கூடப் பிறந்த சகோதரிகளை கடைசி வரை காப்பாற்ற வேண்டும் என்னும் வேளாள தருமத்தை கிரமமாகக் கடைப்பிடிப்பவர் அப்பா. அவர் தான் குடும்பத்தில் பெரியவர்.. அண்ணனின் ஆதரவு இருந்த போதிலும் ஒவ்வொன்றுக்கும் அவரது கையை சகோதரிகள் எதிர்பார்பார்த்துக் கொண்டிருக்கவில்லை. எல்லோரும் கூலி நாலிக்குப் போய் ஜீவனம் செய்து வந்தார்கள். அவர்களில் ஒன்றாகத் தங்கிய இரண்டு அத்தைகளில் ஒருவருக்கு ஒரு மகள் இருந்தாள். எங்கேயோ கட்டிக்கொடுத்த அவள் அங்கே வாழப்பிடிக்காமல் வந்து விட்டாள். அவளுக்கு இரண்டு பையன்கள் இருந்தார்கள். எனவே அவர்கள் பாடு சிரமமில்லாமல்

போய்க்கொண்டிருந்தது. தனியாகத் தங்கிய ஒரு அத்தைக்கு பேச்சு சரியாக வராது. அவளுக்கு எப்படி கல்யாணம் ஆயிற்று. எப்படி விதவையானாள் என்பதெல்லாம் குமரவேலுவுக்குத் தெரியவில்லை.. ரொம்ப அப்பாவி.. நன்றாக உழைப்பாள். காட்டுக்கு வேலைக்குப் போகாமல் செட்டியார் வீடுகளில் வேலைக்குப் போய் வந்தாள். குமரவேலுவின் மீது அவளுக்குப் பிரியம் உண்டு. தான் வேலை செய்யும் செட்டியார் வீடுகளிலிருந்து தனக்குக் கிடைக்கும் முறுக்கு, கடலை பொறி போன்ற திண்பண்டங்களை சேலையில் முடிந்து கொண்டு வந்து தனக்குத் தின்னக்கொடுப்பாள்.

என்ன இருந்தாலும் வயது மூப்பு வரத்தானே செய்யும்? இயலாமையின் காரணமாக ஒரு திண்ணையில் முடங்க வேண்டியதாயிற்று. இந்த வீடு குமரவேலு இருக்கும் வீட்டிலிருந்து ஒரு இரண்டு பர்லாங் தொலைவில் இருந்தது. அதுவும் அவர்கள் வீடு தான். கொஞ்சம் பழையது.. தெற்குப்பார்த்த அந்த வீட்டில் ஒரு பெரிய அறையும் அதன் மேற்குப்புறம் ஒரு கொட்டமும் இருந்தது. பெரிய அறையில் ஒரு செட்டியார் வீடு வாடகைக்கு இருந்தது. கொட்டத்தில் இந்த அத்தை இருந்தாள்.

அத்தை படுக்கையில் விழுந்தவுடன் அவளுக்குச் சாப்பாடு கொடுக்க வேண்டிய பொறுப்பு குமரவேல் குடும்பத்திற்கு வந்தது.. அப்போது குமரவேல் நாலாவதோ ஐந்தாவதோ படித்துக்கொண்டிருந்தான். காலையில் ஏதாவது பலகாரம் அல்லது பழைய சோறு கொடுக்க வேண்டும். மத்தியானம் சோறும், குழம்பும்.. குமரவேலுவின் அம்மாவுக்கு தனது கொழுந்தியார்கள் மீது பெரிய பிரியம் இல்லையென்றாலும் கொடுக்கப்பட்ட கடமையைத் தவறாது செய்து வந்தாள். சாப்பாட்டைக் கொண்டுபோய்க் கொடுக்கும் பணி குமரவேலுடையது. காலையில் பிரச்சினையில்லை.. பள்ளிக்கூடம் போகும்போது கொடுத்து விட்டுப் போய்விடலாம். மதியம் தான் பிரச்சினை. இருக்கக்கூடிய முக்கால் மணி நேரத்தில் வீட்டுக்கு வந்து சாப்பிட்டு விட்டு அத்தைக்கும் சாப்பாட்டைக் கொண்டுவந்து கொடுத்து விட்டு வரவேண்டும். அதிலும் சாப்பாட்டுக்கு அப்புறம் முதல் பீரியடு முளி (முளியிலேயே தட்டுபவர்) வாத்தியார் பீரியடு என்றால் முடிந்தது சங்கதி.. முளியிலேயே தட்டி மண்டி போடவும் வைத்து விடுவார்.

அத்தைக்கு கொண்டுவரும் சாப்பாட்டை அவள் வைத்திருக்கும் பாத்திரத்திற்கு மாற்ற வேண்டும். பிறகு அந்தப் பாத்திரங்களைக் கழுவி திண்ணையின் ஒரு ஓரத்தில் வைத்திருந்து மாலை பள்ளிக்கூடம் விட்டு வரும்போது எடுத்துக்கொண்டு வரவேண்டும். இத்தனை

கஷ்டங்களையும் தரும் அத்தையின் மீது அவள் ஒரு காலத்தில் கொடுத்திருந்த முறுக்கு மற்றும் கடலை பொரிகளின் நன்றியையும் மீறி கோபத்தை ஏற்படுத்தியிருந்தது..அத்தையின் நடமாட்டம் முற்றிலுமாகக் குறைந்து அவள் மலஜலம் கழிப்பதற்காக ஜலதாரைக்கு வரும் கட்டம் வந்தது. பிறகு அதுவும் குறைந்து படுக்கையிலேயே எல்லாம் என்றானது. அம்மா ஒரு சக்கிலியப்பெண்ணைக் கூட்டி வந்து சுத்தம் செய்வாள்.

சாப்பாடு கொடுக்கப்போகும் குமரவேலுவுக்கு இதெல்லாம் புரியவில்லை.. முதலில் அந்த இடத்து கவுச்சி நாத்தம் தாங்கமுடியவில்லை. அடுத்து அத்தை வேண்டுமென்றே இதெல்லாம் செய்கிறாள் என்பது அவனின் அனுமானம். தனக்கு இத்தனை அசௌகரியங்களை ஏற்படுத்தியவளைக் கிள்ளுவதன் மூலமாகவும்,, அறைவதன் மூலமாகவும் தனது கோபத்தை வெளிப்படுத்தினான். அவள் ஏதோ கோபமாகத் திட்டியபோது அவளை எட்டி உதைக்கவும் செய்தான்..

பிற்காலத்தில் தான் தெரிந்தது தான் எவ்வளவு பெரிய பாவத்தைச் செய்திருக்கிறோம் என்று. அத்தை நிச்சயமாகத் தனக்குச் சாபம் விட்டிருப்பாள். அந்தச் சாபம் பலிக்காமல் போய்விடுமா? அத்தை சாபமே விடவில்லையென்றாலும் தான் செய்த பாவத்திற்குத் தண்டனை கிடைக்காமல் போய் விடுமா? இந்த டயலசிஸ் மூலமாகவும், அதைத் தொடர்ந்து வரும் இம்சைகள் மூலமாகவும் அந்தத் தண்டனை நிறைவேறக்கூடுமா? பாவங்களிலேயே பெண்கள் விடும் சாபம் அல்லது அல்லது அவர்களுக்குச் செய்யப்படும் துன்பங்களினால் ஏற்படும் பாவம் என்பவை தான் கொடுமையாக இருக்கும் என்று குமரவேல் கேள்விப்பட்டிருக்கிறான்.

அத்தைக்குத் தானிழைத்தது நிச்சயமாகக் கொடுமை தான். அதைத் தவிர்த்து இன்னொரு சந்தர்ப்பம் லோகநாயகியின் காதலை ஏற்றுக்கொள்ளாதது. லோகநாயகி உயர்நிலைப்பள்ளியில் தன்னை விட ஒரு வருடம் கீழ் வகுப்பில் படித்தவள்.. தனது ஊருக்கு நேர் எதிர்த்திசையில் இருக்கும் ஒரு ஊரிலிருந்து வருமவள் தனக்கு ஒரு வகையில் தூரத்து உறவு என்று தெரிந்துகொண்டு அவ்வப்போது பேசுவாள். குமரவேலின் நிறமா, தோற்றமா, அல்லது சுமாராகப் படிக்கும் குணமா, ஆண்டுவிழாப் பேச்சுப் போட்டியில் பேசிப் பரிசு வாங்கியதா என்று எதையும் தீர்மானமாகமாகச் சொல்ல முடியாமல் அவளுக்கு அவன் மீது ஈர்ப்பு ஏற்பட்டு அவன் பதினொண்ணாவதிலிருந்தபோது கடிதமே கொடுத்து விட்டாள்.

அப்போது குமரவேல் செய்த மிகப்பெரிய தவறு 'எனக்கு உன் மீது காதல் வரவில்லை.. தயவு செய்து தொந்தரவு பண்ணாதே..' என்று சொல்லாமலிருந்தது தான். அது மட்டுமல்லாமல் பள்ளியில் கிடைத்த மிகக் குறைந்த வாய்ப்புகளிலும். இரு குடும்பங்களுக்கும் பொதுவான உறவினர் வீட்டு நிகழ்ச்சிகளில் அவளுடன் பேசிக்கொண்டிருந்தது இன்னுமொரு தவறு.. பேசிக் கொண்டிருந்ததெல்லாம் பொதுவான விஷயங்கள் தானென்றாலும் அது அவளிடத்தில் நம்பிக்கையை ஏற்படுத்தியிருக்க வேண்டும். பிறகு தொடர்புகள் விட்டுப்போ—யின என்றாலும் குமரவேல் பெங்களூருக்கு வந்த பிறகு மீண்டும் ஏற்பட்டது. எப்படியோ விலாசத்தைத் தெரிந்து கொண்டு கடிதம் அனுப்பியிருந்தாள்.. அப்போது பிஎஸ்சி பிஎட் முடித்து வேலையிலும் சேர்ந்திருந்தாள். அப்போது கூட குமரவேலு கட் அண்ட் ரைட்டாக ஒரு பதிலைச் சொல்லவில்லை. லோகநாயகியும் விடவில்லை.. அவளது பெற்றோர் ரொம்ப அப்பாவிகள்.. அவள் பேச்சுக்கு மறு பேச்சு இல்லை.. குமரவேல் ஒரு முறை பெங்களூரிலிருந்து ஊருக்கு வந்திருக்கும் சேதியைத் தெரிந்து கொண்டு தனது தம்பியை ஊருக்கே அனுப்பி விட்டாள். அவன் அப்போது டிகிரியோ என்னமோ படித்துக் கொண்டிருந்தான். வந்த தம்பி நேரிடையாகவே 'அக்கா கல்யாணத்தை எப்ப வச்சுக்கலாம்னு கேட்டுட்டு வரச்சொன்னா..' என்று போட்டுடைத்தான். அப்போதும் கூட அந்தப் பையனிடம் உண்மையான நிலவரத்தைச் சொல்லாமல் 'யோசிச்சுச் சொல்றன்..' என்று சொல்லி அனுப்பினான். இந்த 'யோசிச்சுச் சொல்றன்' என்னும் வாக்கியத்திற்கு லோகநாயகி எடுத்துக் கொள்ளும் அர்த்தமும், குமரவேல் கொண்ட அர்த்தமும் என்ன என்பது அந்தப் பையனுக்குத் தெரிய நியாயமில்லை. இந்தச் சந்திப்பு நடப்பதற்குக் கொஞ்சம் முன்னாலே தான் இங்கே பெங்களூரில் சுலோச்சனாவோடு தொடர்பு ஏற்பட்டிருந்தது.. கொஞ்சம் ஆழமாகவே இருந்தது அது.. அப்போதாவது ஒரு உறுதியான முடிவு எடுத்து அந்தப்பையன் மூலமாகவே இறுதி வார்த்தை சொல்லி அனுப்பியிருக்கலாம்.. இங்கே வந்து மீண்டும் பல சுற்றுகள் சுலோச்சனா உறவின் பல பக்கங்களைக் கண்ட பின் திருமணம் உறுதியாகி அந்த அத்தியாயம் முடிவுக்கு வந்தது. பிறகு கடிதம் மற்றும் தொலைபேசி வழியாக வந்த லோகநாயகியின் எந்த அழைப்பையும் குமரவேல் கண்டு கொள்ளவில்லை.. அவனுக்குத் திருமணமான செய்தியும் அவள் காதுக்குப் போயிருக்க வேண்டும்.. ஆறேழு மாதங்களுக்குப்பிறகு அவளுடைய கல்யாணமும் முடிந்திருந்தது. லோகநாயகி தன்னைச் சபிக்காமலா இருந்திருப்பாள்? நாம் ஏன் அப்படி அகங்காரத்தோடும், கோழைத்தனத்தோடும், வஞ்சகத்தோடும் நடந்து கொண்டோம்?

இது பாவமில்லையா? ஒரு வேளை தனது மனசின் ஒரு மூலையில் அவளுக்கு இடம் இருந்திருக்க வேண்டும்.. சுலோச்சனா மாதிரி இன்னும் கொஞ்சம் 'பளிச்' செனத் தெரியும் பெண் வந்தவுடன் மனசு அங்கு தாவி விட்டது.. ஒரு அப்பாவிப் பெண்ணின் உணர்வுகளுக்கு எந்த மரியாதையும் கொடுக்கவில்லை.. இதற்கான பிரதிபலன் சிறுநீரகச் செயல்பாட்டின் வழியாக வருமா ?

000

மறு படியும் தேவி கண்ணாஸ்பத்திரி முக்குத் தான். இது தான் தனது முச்சந்தியோ? பஸ் நிறுத்தத்திலிருந்து கிழக்கு நோக்கிப் போகும் வழியில் ரோட்டின் இரு பக்கத்திலும் குடியிருக்கும் வீட்டுக்கு என்று பெங்களூர் நகர வளர்ச்சிக் குழுமம் ஒதுக்கியிருந்த இடங்கள் எல்லாம் இப்போது வணிக மயமாகிவிட்டன. இருசக்கர வாகன ஏஜன்சி, இன்சூரன்ஸ் கம்பெனி, அதி நவீன பேக்கரி, டோமினோ பீசா என்பவற்றோடு அந்த ரோட்டின் முனையில் இன்னொரு கடையும் இருந்தது. கடையின் பெயர் 'இது நாய்கள் உலகம்'. துணிக்கடை போல விசாலானமான பெரிய கடை.. நாய் சம்பந்தமான எல்லாப் பொருட்களும் கொண்ட பெரிய கடை.. முழுவதும் நாய்க்குத் தேவையான பொருட்கள். வகைவகையான உணவுப்பொட்டலங்கள், உடைகள், குளிப்பதற்குத் தேவையான சோப் மற்றும் ஷாம்பூ, தோள் பட்டைகள், சங்கிலிகள், தூங்கும் அளவுக்குத் தேவையான பிரம்பிலாலான பெட்டிகள் என்று இவற்றைப் பார்க்கும்போது மனிதன் தனது இனத்தை அடுத்து மிகவும் அக்கறை கொண்ட பிராணி நாயாகத்தான் இருக்க வேண்டும் என்று தோன்றும். 'நாய்கள் உலகம்' தன்னைப் போலவே நிறையப் பேரை ஆச்சரியப் படுத்தியிருக்கும். எரிச்சலூட்டியிருக்கும். கோபப்படுத்தியிருக்கும். குமரவேலுவுக்கு அந்தக் கடை இருக்கும் இடத்தின் பூர்வீகம் தெரியும். வரிசையாக இருக்கும் எல்லா சைட்டுகளையும் விட கார்னர் சைட்டுகள் சில வேளை அதிகமான நீள அகலங்களைக் கொண்டிருக்கும். அதன் உரிமையாளர்கள் அதை ஒரு பெருமையான விஷயமாகச் சொல்வார்கள். அந்த சைட்டை முதன் முதல் ஏலத்தில் எடுத்தவர் குமரவேலுவின் ஜாதிக்காரர். ஜாதி மட்டுமல்லாமல் அவரது பெயர் காரணமாகவும் அவரோடு ஒரு ஒட்டுதல் ஏற்பட்டது. அவர் பெயர் பழனிவேல். குமரவேலுவின் அப்பா பெயர் வெறும் பழனி தான். இருந்தாலும் பழனி என்ற பெயர் வந்தாலே மனசுக்குள் ஒரு சிலிர்ப்பு ஏற்படும். 1980-களின் ஆரம்பத்தில் பெங்களூரில் விரல் விட்டு எண்ணக்கூடிய அளவிலேயே அவரது ஜாதிக்காரர்கள் இருந்தார்கள். அந்த வயதில் ஜாதி, மதம் பற்றி பெரிய அளவில்

ஒட்டுதல் இல்லையென்றாலும் பொதுவான வாழ்க்கை மரபுகளையும், அனுபவங்களையும் கொண்டவர்களைச் சந்திக்கும்போதெல்லாம் குமரவேலுவுக்கு ஒரு பரவசம் ஏற்படும். நகரத்தில் தனியாக இருப்பவர்களுக்கு பெரிய பிரச்சினை அனாதை உணர்வு தான். தொலைதொடர்பு சாதனங்கள் பெரிதாக இல்லாதிருந்த அக்காலத்தில் அலுவலகத்தில் இருக்கும்போது குமரவேலுவுக்கு அது பெரிதாகத் தெரியாது. அறைக்கு வந்தவுடன் அது பூதாகாரமாகிவிடும். எனவே தாற்காலிகமாகவாவது சொந்த ஊர் பற்றிய பரவசத்தை அப்போது கொடுத்தவர்கள் தான் பழனிவேலுவும் அவர் குடும்பமும்.. பழனிவேலுவுக்கு சொந்த ஊர் நாமக்கல் பக்கம் பரமத்தி வேலூர். கோயம்புத்தூரில் படித்து பொறியியல் பட்டம் பெற்ற அவர் டாடா குழுமத்தில் உயர் பதவியெல்லாம் வகித்து ஓய்வு பெற்றவர். ஆரம்ப காலத்தில் இங்கே பி.ஹெச்.இ.எல்-லில் சில வருடங்கள் வேலை செய்தவர். ஓய்வுக்குப் பிறகு இங்கே ஒரு கம்பெனியில் வேலை கிடைத்ததால் பூனாவிலிருந்து இங்கே வந்து விட்டார்கள். அவர்கள் வில்சன் கார்டனிலிருந்த போதே பொள்ளாச்சிக்காரர் ஒருவர் மூலமாக அறிமுகமானார். திருமணமாகாத தனி ஆள் என்றாலும் குமரவேலிடம் அவர்கள் அன்பாக இருந்தார்கள். சாப்பாட்டு நேரத்திற்குப் போனால் சாப்பாடு நிச்சயம்.

பூனா வாசம் போதும் என்று பழனிவேல் ஓடி வந்ததற்குக் காரணம் அவரது மகன் தான். பூனாவிலேயே ஒரு எஞ்சினியரிங் காலேஜில் படித்த அந்தப் பையன் அங்கேயே வேலைக்குச் சேர்ந்த ஆறு மாதத்திலேயே ஒரு மராத்திப் பெண்ணைக் கட்டிக்கொண்டான். அதுவும் பிராமணப் பெண். பழனிவேல் மிக மிக சாதுவானவர். அவரது மனைவியோ இப்போதும் கிராமத்திலிருந்து நகரத்திற்கு வந்த பிரமிப்பு மாறாமலிருப்பவர். அவர்களால் என்ன செய்ய முடியும்? கலியாணம் பூனாவிலேயே நடந்தது. ஊரிலிருந்து மிகமிக நெருக்கமான சில உறவினர்களை மட்டுமே அழைத்திருந்தார். மராத்தியர் கலியாணச்சடங்குகள் மிக விரிவானவையாகவும், பொருள் பொதிந்தவையாகவும் இருந்தன. என்ன இருந்தாலும் என்ன? அவர்களது உறவினர்கள் எல்லோரும் இன்னும் கிராமத்தில் தான் இருந்தார்கள். ஒரு திருமணத்தின் மூலமாக ஏற்படும் மாமன் - மச்சான் உறவு, குலப்பெயரை, கூட்டப்பெயரைச் சொல்லி கிண்டல் செய்யும் வாய்ப்பு, சீர் வரிசையைச் சுட்டிக்காட்டி வேடிக்கையாக நக்கல் செய்தல் போன்ற அரிய வாய்ப்புக்களை இழந்தது மட்டுமல்லாமல் சொந்தக்காரர்கள் தங்களது முதுகுக்குப் பின்னால் பேசுவதையும் கேட்க நேர்ந்ததால் பழனிவேல் குடும்பத்திற்கு வேதனையாகப்

போயிற்று. தனது சம்பந்தி குடும்பத்தைச் சேர்ந்தவர்கள் எல்லாம் பெரிய உத்தியோகத்தில் இருப்பது மட்டுமல்லாமல் பழனிவேல் குடும்பத்தை விட செல்வத்தில் உயர்ந்தவர்களாக இருந்தார்கள். இன்னுமொரு பெரிய பிரச்சினை பாஷை.. தமிழ் நாக்கு வழியாக வந்த மராத்தியும், இந்தியும், தமிழ் மொழிக்கல்விக்கு அப்புறம் கைக்கொண்ட ஆங்கிலமும் சம்பந்தி உறவைப் பேணுவதற்குப் பெரிதாக உதவவில்லை.. அந்த சமயத்திலேயே பணி ஓய்வும் வந்ததால் தப்பித்துக் கொள்ள வசதியாகப் போயிற்று. பழனிவேலுவுக்கு வந்த சங்கடத்தில் மிகக் குறைந்த அளவே அவர் மகனுக்கு வந்திருக்க வேண்டும்.

நல்ல வேளையாக மகளுக்கு ஊரிலேயே ஒரு பையனைப் பார்த்து கோயமுத்தூரிலேயே குடியும் வைத்து விட்டார்கள். பெங்களூரிலேயே நிரந்தரமாகத் தங்கப்போகிறீர்களா என்று கேட்கும்போதெல்லாம் ‘பார்க்கலாம்’ என்று மட்டும் சொல்வார்கள். எல்லாம் நன்றாகத்தான் போய்க்கொண்டிருந்தது. அவர்களோடு குமரவேல் வைத்திருந்த உறவு கொடுக்கல்-வாங்கலின் காரணமாக பழுதடைந்தது. கொடுக்கல் இல்லை. வாங்கல் காரணமாகத்தான். ஒரு அவசரத் தேவைக்காக குமரவேல் அவரிடம் பத்தாயிரம் ரூபாய் கடன் வாங்கியிருந்தான். அப்போது அது பெரிய தொகை..குறித்த நேரத்தில் அதைக் கொடுக்காததோடு மட்டுமல்லாமல் அதை இரண்டு மூன்று தவணைகளில் கொடுத்ததுவும் அவருக்கு எரிச்சலை உண்டு பண்ணியிருக்க வேண்டும். டாடா குழும வழியாக வந்த கார்பொரேட் கலாச்சாரத்தில் பழகி வந்தவருக்கு இது இயல்பு தான். அதற்கு குமரவேல் என்ன செய்ய முடியும்? அவன் கஷ்டம் அவனுக்கு... அதற்குப் பிறகு அவர்கள் வீட்டிற்குப் போனபோது வழக்கமான மரியாதை குறைந்து வந்தது.. அத்தோடு அங்கே இன்னொரு பிரச்சினையும் வந்தது, மகள் வழக்கத்திற்கு அதிகமான தடவை பெங்களூருக்கு வரத்தொடங்கியிருந்தாள். வந்தவள் நீண்ட நாட்களுக்கு இங்கே தங்கவும் செய்தாள். அடுத்த ஆறு மாதத்தில் பழனிவேல் குடும்பம் கோயமுத்தூருக்குக் குடி பெயர்ந்தது. பெங்களூர் விட்டுப் போவதற்கு இரண்டு மூன்று நாட்களுக்கு முன்பு குமரவேல் அவர்களைப் போய்ப் பார்த்தான். கொங்கு நாட்டு தட்டவடையும், காப்பியும் குடித்தது இன்னும் நினைவிலிருக்கிறது. அதற்குப் பிறகு பழனிவேலைப் பற்றியோ அவரது குடும்பத்தைப் பற்றியோ எந்தத் தகவலும் இல்லை. மிகக்குறைந்த காலத்திலேயே விற்றதால் வீட்டின் மூலமாக அவருக்குப் பெரிய லாபம் இருந்திருக்காது. இப்போது அந்த இடம் தங்கச்சுரங்கம். வாடகை லட்சக்கணக்கில் வரும்.

யார் அந்த வீட்டை வாங்கினார்கள் எனத் தெரியவில்லை. பழனிவேல் வீடு கட்டி இரண்டு வருடங்கள் கூட அதில் குடியிருந்திருக்க மாட்டார். ஆனால் இடிக்கப்பட்டது. பிரம்மாண்டமான நாலு மாடிகட்டடம் அங்கே எழுந்தது. இதில் ஒரு தளம் தரைக்குக் கீழே இருக்கிறதா, தரைக்கு மேலே இருக்கிறதா என்று சொல்ல முடியாதபடி இருந்தது. அதற்குக்காரணம் உண்டு. கட்டுமான விதிகளின்படி தரைகீழ்தளம் என்பது வாகனங்கள் நிறுத்துவதற்காக மட்டுமே பயன்படுத்தப் படவேண்டும். வணிகத்திற்குப் பயன்படுத்தப்படக் கூடாது. இந்தத் தளங்களில் தரையிலிருந்து மேற்கூரை ஐந்தடி மட்டுமே இருக்கும். மீதி ஐந்தடி தரைக்குக்கீழே இருக்கும். இவ்வளவு புத்திசாலியான கட்டட உரிமையாளர் இன்னொன்றையும் செய்திருந்தார். அந்தத் தரைகீழ்தளத்தின் ஒரு பக்கத்தில் சிறிது சிறிதாக மூன்று கடைகள் கட்டியிருந்தார். ஒன்று பூங்கொத்துக்கடை, இன்னொன்று உலர் சலவையகத்துக்கு (பெயர் தான் அப்படி.. வெறும் அயர்னிங் மட்டும் தான் நடக்கிறது) இன்னொன்று பிருந்தாவன் மெஸ்சுக்கு என்று இப்படி.. சமூகத்தில் கீழ்மட்டத்தில் இருப்பவர்களையும் கவனிக்க வேண்டும் என்ற நல்ல நோக்கத்திலா அல்லது மூன்று கடை வாடகையையும் சேர்த்தால் ஒரு கடை வாடகையை விட அதிகமாக வரும் என்று எண்ணியதாலா தெரியவில்லை. ஆனால் அதனால் பலனடைபவர்கள் சாதாரண ஜனங்களாகத்தான் இருந்தார்கள். அதிலும் பிருந்தாவன் மெஸ் அந்த ஏரியாவுக்கு ஒரு வரப்பிரசாதம் என்று தான் சொல்ல வேண்டும். மெஸ் என்றால் உட்கார்ந்து சாப்பிடும் வசதி எல்லாம் கிடையாது. முன்னால் ஒரு பாதாமி மரம் உண்டு. அதைச் சுற்றிலும் முழங்கால் உயரத்திற்கு ஒரு திட்டு உண்டு. அதில் மினரல் வாட்டர் டிரம்மில் தண்ணீர் வைக்கப்பட்டிருக்கும். ஒரு டம்ளரும் உண்டு. அதில் இருப்பது மினரல் வாட்டர் அல்ல..அதில் கையை நனைத்துக் கொள்வதா அல்லது டம்ளரில் பிடித்து குடித்துக் கொள்வதா என்பது வாடிக்கையாளரின் விருப்பத்தைப் பொறுத்தது. தண்ணீர் காவேரித்தண்ணீர் தான். பிரச்சினையில்லை. இரண்டு மத்திய வயதுப் பெண்கள் அதை நடத்தினார்கள். பக்கத்திலிருந்த ஜனார்த்தன ரெட்டி லே அவுட்டைச் சேர்ந்தவர்களாக இருக்க வேண்டும். எல்லா பாஷையும் பேசினார்கள். குமரவேலுவைப் பார்த்த உடனே தமிழன் என்று தெரிந்துவிட்டது போல. அவரிடம் தமிழில் தான் பேசினார்கள். அதில் ஒரு பெண்ணுக்கு சொந்த ஊர் குடியாத்தம் என்று மட்டும் தெரிந்து கொண்டார்.அவர்களுக்குப் பேசுவதற்கு நேரம் கிடையாது. காலை ஏழு மணி சுமாருக்கு ஆரம்பித்தால் சாயந்திரம் ஒரு மூன்று

மணி வரை கடை ஓடும். இட்லி, தோசை, சித்ரான்னம், பலாவ், பூரி, பருப்புவடை எல்லாம் உண்டு. நாலு இட்லி வெறும் இருபது ரூபாய் மட்டுமே. மதியம் முத்தே(ராகி களி) அன்னா- சாம்பார், தயிர்சாதம் எல்லாம் உண்டு. ஆட்டோ டிரைவர்கள், உபர், ஓலா டிரைவர்கள், முழுக்கை சட்டையும், டையும் கட்டிக்கொண்டு கையில் ஒரு சிறிய சூட் கேஸ் வைத்துக் கொண்டிருக்கும் விற்பனைப் பிரதிநிதிகள், பங்கத்து பெட்ரோல் பங்க், மால் முதலியவற்றில் வேலை செய்பவர்கள், தள்ளுவண்டியில் காய்கறி விற்பவர்கள் என்று எல்லோரும் அங்கே பசியாற முடிந்தது. பழனிவேல் பெங்களூரிலேயே தங்க முடிவு செய்திருந்தால் இது சாத்தியமாகியிருக்காது. பெரும்பாலான வாடிக்கையாளர்கள் அந்த ஏரியாவைச் சார்ந்தவர்களாக இல்லாமல் வந்து போகிறவர்களாக இருப்பதால் இரவு நேரக்கடை கிடையாது. பதார்த்தங்களில் சில, குறிப்பாக இட்லி, சுத்தமான தமிழ்நாட்டுப் பாணியில் இருந்தது. மற்றவை தமிழ்நாட்டுப்பாணி, கர்நாடகப்பாணி இரண்டும் சேர்ந்த கலவையாக இருந்தன. ஆனால் சாம்பாரில் வெல்லம் போடாமலிருந்ததால் இனிப்பாக இல்லாமல் சாதாரண சாம்பாராகவே இருந்தது. சுலோச்சனா எங்கோ வெளியூர் போ— யிருந்த சந்தர்ப்பத்தில் அங்கே போய் இரண்டு மூன்று நாட்கள் இட்லி சாப்பிட்டார். குடுக்கிற காசுக்கு நன்றாகத்தான் இருந்தது. ஆனால் சுத்தமாகத் தெருவில் நின்று சாப்பிடுவது என்னதான் சோசலிசக்கருத்து உடையவராக இருந்தாலும் குமரவேலுவுக்குக் கொஞ்சம் கூச்சமாகத்தான் இருந்தது. அப்புறம் அங்கு சாப்பிடுவது இல்லை. கொஞ்ச நாள் கழித்து அங்கு போனபோது அங்கே கடை இல்லை. மூன்று கடை களில் அந்தக் கடை மட்டும் சுவர் வைக்கப்பட்டு உள்ளே இருந்த அறையின் ஒரு பகுதியாக மாற்றப்பட்டிருந்தது. அந்த பூங்கொத்துக் கடைக்காரனிடம் என்ன ஆச்சு என்று கேட்டதற்கு 'கொத்தில்லா சார்' என்று முகத்தைப் பார்க்காமலே சொல்லிவிட்டு தனது வேலையைப் பார்க்கப் போய்விட்டான். அந்த இரண்டு பெண்களும் சாமார்த்தியசாலிகள் தான். எப்படியாவது பிழைத்துக் கொள்வார்கள்.

எவ்வளவு தான் ஊர் விவகாரங்களைப் பற்றிப் பேசிக்கொண்டிருந்தாலும். நினைத்துக் கொண்டிருந்தாலும் கடைசியில் சொந்த விவகாரத்தில் வந்து நின்று மேலே போக முடியாமல் செய்து விடுகிறது. பொள்ளாச்சியில் ஒருகாலும், பெங்களூரில் ஒரு காலுமாக இருக்கும் தன்னைப் போன்றவர்களுக்கு இரண்டு இடங்களிலும் தன்னைச் சுற்றி இருப்பவர்கள் என்ன நினைப்பார்கள் என்றா நினைப்பு சதாகாலமும்

இருக்கிறது. இப்போதெல்லாம் முன்னைப்போல தனிப்பட்ட வாழ்க்கையைப்பற்றித் துருவித்துருவிக் கேட்பவர்கள் கிராமத்திலும் சரி, நகரத்திலும் சரி..அதிகம் கிடையாது. இருந்தாலும் அது இருக்கிறது. 99.99 சதவீத இந்தியர்கள் தன்னைச்சுற்றி இருப்பவர்கள் பிராமணர், சத்திரியர், வைசியர், சூத்திரர், பஞ்சமர், பிற மதத்தினர் என்பவற்றில் எந்தப் பிரிவைச் சேர்ந்தவர்கள் என்பதை ஏதாவது ஒரு வகையில் அறிந்து கொண்டிருப்பார்கள். ஆனால் அதைப்பற்றி அக்கறையில்லாதவர்களாகக் காட்டிக்கொள்வார்கள். இந்த விஷயத்தில் இருபது சொச்சம் நூற்றாண்டுகளில் இந்தியச் சமுதாயம் கண்ட ஒரே மாற்றம் இப்படி 'அக்கறையில்லாதாவர்களாகக் காட்டிக்கொண்டிருப்பது' தான். இதுவே பெரிய விஷயம் இல்லையா?

இந்தப் பிரச்சினையைத் தாண்டி விட்டாலும் மேலும் இரண்டு விஷயங்களில் மனிதர்கள் அக்கறை கொண்டிருக்கிறார்கள். ஒன்று ஏதாவது ஒரு விதத்தில் மற்றவனை விட தான் பெரியவன் என்று காண்பித்துக்கொள்வது.. இரண்டு மனிதனுக்கு 'விலக்கப்பட்ட கனி' களில் ஏதாவதொன்றை அவன் சுவைத்துக்கொண்டிருக்கிறானா என்று பார்ப்பது.. 'விலக்கப்பட்ட கனி'யின் அதிகச்சுவை எல்லோரும் அறிந்தது தான். ஆனால் பெரும்பாலானவர்கள் வாழ்க்கையின் ஒவ்வொரு கட்டத்தையும் எப்படியோ தாண்டிப் போய்விடுகிறார்கள். சில பேர் ஏதோ காரணங்களுக்காக தேங்கிப் போய்விடுகிறார்கள். படிப்பு, வேலை, கல்யாணம், குழந்தை, குழந்தைகள் வளர்ப்பு என்பதில் ஒரு தலைமுறை முடிந்து இன்னொரு தலைமுறை ஆரம்பமாகிறது. இந்த மாறுதல் இயல்பாக நடைபெறாதபோது பைத்தியம் பிடிக்கிறது

குமரவேல் இப்பொது அந்த இரு நிலைகளையும் தாண்டி—யிருந்தார். இப்போது அவரது முக்கியப் பிரச்சினை தனது எதிர்காலம் பற்றியது.. இந்த வயதில் தனக்கு ஏது எதிர்காலம்? தனது குழந்தைகளின் எதிர்காலம் பற்றியது..தனது குழந்தைகளின் எதிர்காலம் என்பவற்றோடு சேர்த்து தாங்கள் சேர்த்து வைத்திருக்கும் சொத்துக்களின் எதிர்காலம் பற்றியது..தாங்கள் பெற்ற சுகத்தை, வாழ்க்கை அனுபவங்களை தங்கள் பிள்ளைகளும் அடைய வேண்டும் என்று பெற்றோர்கள் எதிர்பார்ப்பதில் என்ன தவறு இருக்க முடியும்? பொதுவாக எல்லா வீடுகளிலும் பையன்கள் தான் சொன்ன பேச்சு கேட்காதவர்களாக இருப்பார்கள். ஆனால் குமரவேல் குடும்பத்தில் இதற்கு நேர்மாறாக இருந்தது. ராகுல் பெற்றோர் பையனாக இருந்தான். பெற்றோர் பையன் என்றால் அம்மா பையன் என்று அர்த்தம். பெண் வனிதா யார் பேச்சையும் கேட்பதாக இல்லை. அப்படியானால் தன்னிச்சையாக தறிகெட்டுத்

திரிகிறாள் என்றோ, பெண்ணுரிமைக்கே அதிக முக்கியத்துவம் தருகிறாள் என்றோ அர்த்தமில்லை. அந்த விஷயத்தில் ஒரு தடவை விவாதம் வந்த போது அருகிலிருந்த குடும்ப நண்பர் கேட்ட கேள்விக்கு 'ஒரு பெண் என்ற நிலையில் எனக்கு என் எல்லைகள் தெரியும்' என்று பதில் சொன்னாள். அதைக் கேட்டபோது குமரவேலுவுக்கும், சுலோச்சனாவுக்கும் நிம்மதியாக இருந்தது. ஆனால் அது மட்டும் போதுமா?

எல்லாப் பெருநகரக் குழந்தைகளையும் போலவே வனிதாவும் எல்லாக்கட்டங்களையும் கடந்து தான் வந்தாள். தனது கிராமியத் தொடர்புகளையும், வேர்ப்பற்றுதலையும் குழந்தைகளுக்குப் பெயர் வைப்பதிலிருந்து தொடங்க வேண்டும் என்று ஆசைப்பட்ட குமரவேல் முதல் குழந்தை பெண்ணாக இருந்ததால் தனது தாயாரின் பெயரான வள்ளியம்மாள் என்பதை வைக்க வேண்டும் என்று மனதுக்குள்ளேயே திட்டமிட்டு வைத்திருந்தார். அதை ஒரு தடவை சுலோச்சனாவிடம் சொல்லவும் செய்தார். அப்போது சுலோச்சனா மிக கனமான மௌனம் காண்பித்தார். பிரசவம் சென்னையில் நடந்ததால் அப்போது டிர்ங்க் கால் மட்டும் தானே! குழந்தை பிறந்த செய்தியை கொழுந்தியா தான் சொன்னாள். என்ன பெயர் வைப்பது என்று கேட்டாள் (அவர்கள் ஏற்கனவே முடிவு செய்து விட்டார்கள்) இதில் மிகப்பெரிய ஆச்சரியம் என்னவென்றால் பெயர் ப,ச,வ என்ற எழுத்துக்களில் தொடங்கலாம் என்று அவள் சொன்னது தான். சரி அம்மா பெயரை வைப்பதறகு ஆண்டவனே உதவி செய்கிறான் போலும் என்று நினைத்துக் கொண்டு அதைச் சொல்லவும் செய்தான். அந்தப் பக்கத்திலிருந்து பதில் இல்லை. மௌனம்.. பெங்களூரிலிருந்து கொண்டு என்ன செய்ய முடியும்? ஒரு இரண்டு மணி நேரம் கழித்து போன் பண்ணிக்கேட்டபோது தான் சொன்னதை முழுமையாக ஏற்றுக்கொள்ள முடியாவிட்டாலும் 'வ' என்ற எழுத்திலேயே பெயரைத் தேர்ந்தெடுத்து விட்டதாகவும் சொன்னாள். அவள் சொன்ன பெயர்கள் எல்லாவற்றிலும் சமஸ்கிருதம் இருந்தது. இல்லாவிட்டால் ஐரோப்பிய லட்சணம் இருந்தது. கொழுந்தியா சொன்ன பெயர் வனிதாஸ்ரீ. பெரிய மனசு பண்ணி கடைசியில் இருக்கிற அந்த 'ஸ்ரீ' யை எடுக்கச் சம்மதித்தார்கள். குமரவேல் என்ன முயன்றும் வள்ளியம்மாளையும், வனிதாவையும் இணைக்க முடியவில்லை. கொஞ்சம் தூரம் அதிகமாக இருந்தது. வேறு வழியில்லை. ஏற்றுக்கொண்டு தான் ஆக வேண்டும். காரணம் மனிதனின் தன்மானம், கௌரவம் முதலியவை மதம், ஜாதி, பாலினம் முதலிய எந்த அம்சத்தையும் விட முக்கியமானது என்று

தான் நம்பியதும், அதைப் பிரகடனமாக வெளிப்படுத்தியதும் தான். அதோடு தனது அன்பு என்பது (இதில் காதலும் உள்ளடங்கும்) நிபந்தனையற்றது என்று எப்போதும் சொல்லிக்கொண்டிருந்ததும் தான். இவற்றையெல்லாம் ஏன் வெளிப்படையாகச் சொன்னோம். அமைதியாக இருந்திருக்கலாமே இப்போது இப்படிக் கஷ்டப்படவேண்டியதில்லையே என்று தோன்றும். தான் எப்படிப்பட்டவன் என்பதை பிறர் (குடும்ப உறுப்பினர்கள் உள்பட) அறிந்து கொள்ளாதபடி இருந்து கொள்வது தான் புத்திசாலித்தனமாக இருந்திருக்கும். வேண்டாம். புத்திசாலித்தனம் என்பதே நேர்மையின்மை தான். வெளிப்படையாகவே இருந்து விடலாம். கஷ்டப்பட்டாலும் பரவாயில்லை. சோதனைகள் வந்தாலும் பரவாயில்லை.

பெயருக்கு அடுத்து குமரவேலுவுக்கு வந்த சோதனை குழந்தைகளை எந்தப் பள்ளியில் சேர்ப்பது என்ற கேள்வி வந்த போது தான். கோரமங்கலாவில் அப்போது புகழ்பெற்ற பள்ளிகள் ஏதுமிருக்கவில்லை. அப்போது தொடங்கப்பட்ட பள்ளிகள் இப்போது புகழ்பெற்றவையாக ஆகி விட்டன. தனது குழந்தைகள் எதிர்காலத்தில் இந்திய அளவில், உலக அளவில் புகழ்பெற்றவர்களாக ஆக வேண்டும் என்பது சுலோச்சனாவின் திட்டமாக இருந்ததால் பெங்களூரிலேயே புகழ்பெற்ற பள்ளிகளில் சேர்க்கவேண்டியது அவசியமாயிற்று. அதற்காக தங்களது வருமானத்தில் ஒரு குறிப்பிட்ட சதவீதத்தைக் கொடுக்க வேண்டியதாகவும் ஆயிற்று. தமிழ்வழிக்கல்விப்பள்ளிகள் கண்ணுக்கெட்டிய வரை தூரம் வரை இல்லை. அது சுலோச்சனாவுக்கு மிகுந்த சந்தோஷத்தைக் கொடுத்தது.

அவர்கள் சேர்க்கக் கருதிய பள்ளிகள் கிறித்தவப்பள்ளிகளாக இருந்தன. அவை கிறித்தவத்தின் இரு பிரிவுகளையும் சேர்ந்தவை. அதில் ஒரு பிரிவு குமரவேலுவின் தாய்த்தெய்வ வழிபாட்டை ஓரளவு பின்பற்றுபவையாக இருந்தது மட்டுமல்லாமல் இந்திய வாழ்க்கையோடு ஒத்துப்போவது மாதிரியும் இருந்ததால் அந்தப் பள்ளியில் சேர்க்கலாம் என்று குமரவேலு அபிப்ராயப்பட்டபோது சுலோச்சனா அரை மனதாக ஒத்துக்கொண்டு அதற்கான முயற்சிகளைச் செய்யச்சொன்னார். குமரவேலுவுக்குத் தெரிந்த ஒரே வழி தனது சக ஊழியன் மேத்யூவின் மூலமாக அந்தப் பள்ளியின் சுபீரியரைப் பார்ப்பது தான். மேத்யூவின் பங்குத்தேவாலயப் பாதிரியாரின் மூலமாக அந்த சுபீரீயரைப் பார்க்கும் வாய்ப்புக் கிடைத்தது. இதில் ஒரு முக்கியமான இணைப்புச் சக்தி மலையாளமாக இருந்தது. எல்லாக்கல்வி நிறுவனங்களையும் போலவே அந்தப்

பள்ளிக்கும் சில சேர்க்கைக் கொள்கைகள் இருந்தன. அதில் குமரவேல் போன்றவர்களுக்கு கொஞ்சமாவது அணுக்கமாக இருந்தது குழந்தையின் குடும்பம் பள்ளிக்கு மிக அருகில் வசிக்க வேண்டும் என்பது தான். அதில் கூட குமரவேலுவின் குடும்பம் தகுதி பெறவில்லை. இதையெல்லாம் சுபீரியர் எடுத்துச் சொன்னபோது குமரவேலுவுக்கு இருந்த கொஞ்சநஞ்ச நம்பிக்கையும் போய்விட்டது. ஆனால் மேத்யூ அதைப் பற்றி அலட்டிக் கொள்ளாதவனாக இருந்தான். குமரவேலுவின் குடும்பம் மிகப் பின்தங்கிய தமிழ்நாட்டுக்கிராமத்திலிருந்து வருவதாகவும், விவசாயக்குடும்பத்தைச் சேர்ந்தவர்கள் என்றும் சொல்லி இப்படிப்பட்டவர்களுக்கு சபை ஒரு வாய்ப்புக் கொடுக்க வேண்டும் என்றும் வாதாடினான். உரையாடல் பெரும்பாலும் மலையாளத்தில் அவ்வப்போது ஆங்கிலம் கலந்து இருந்தது. சுபீரியர் இறுதியாகச் சொன்னார்: வருகிற சனிக்கிழமை அட்மிஷன் கமிட்டி கூடுகிறது. அப்போது மேத்யூ வந்து கமிட்டியின் முன் தனது கோரிக்கையை முன் வைக்கலாம். அப்போது குமரவேல் வரவேண்டியதில்லை. குமரவேலுவுக்கு ஓரளவுக்கு நம்பிக்கை வந்தது. இத்தகைய ஒரு சிறப்புரிமை எல்லோருக்கும் கிடைத்து விடாது.

ஆனால் விதி அங்கே விளையாடியது. அதற்கு அடுத்த நாளே மேத்யூ அவன் சொந்த ஊரான கோட்டயத்திற்குச் சென்று விட்டான். அவனது தந்தை மிகவும் சீரியசாக இருக்கிறார். கடவுளே அவன் சனிக்கிழமைக்குள் வந்து விடவேண்டும் என்று குமரவேல் பிரார்த்தித்தான். சரியாக வெள்ளிக்கிழமையன்று அவனது தந்தை காலமானார். தானே வந்து கமிட்டியைச் சந்திக்க முடியுமா என்று கேட்பதற்காக குமரவேல் பல முறை பள்ளிக்குப் போன் செய்தார். ஒரு பிரயோஜனமுமில்லை. கடைசியில் எல்லாம் சுலோச்சனாவின் விருப்பப் படியே நடந்தது.

புகழ்பெற்ற பெண்மணிகள் படித்த அந்தப் பள்ளியில் வனிதா குமரவேலு சேர்ந்தாள். அந்தப் பள்ளியின் சரித்திரத்திலேயே குமரவேலு மாதிரியான பின்னொட்டுடைய மாணவிகள் மிகக் குறைவாகவே இருந்தார்கள். அந்தப் பெயருக்கு கௌரவம் வருகிறமாதிரியாகவே வனிதாவின் பதிவுகள் இருந்தன. பாடத்தேர்வுகள் மட்டுமல்லாமல் பேச்சுப்போட்டி, கட்டுரைப்போட்டி என்பதிலும் சாரணர் பிரிவிலும் அவள் கவனம் பெற்றிருந்தாள். அந்தப் பள்ளியை விட்டு வெளியே வரும்போது நல்ல மதிப்பெண்களும், சாரணருக்கான குடியரசுத்தலைவரின் பதக்கமும் அவள் கூட இருந்தன.

இதற்கான பெரும் விலை கொடுக்க வேண்டியிருந்தது. முதல் பெரிய விலை தாய்மொழி. கிட்டத்தட்ட ஐந்தாம் வகுப்பு தாண்டியதுமே வனிதா தமிழில் பேசுவது முற்றிலுமாகக் குறைந்து விட்டது. இது பெங்களூரில் இருக்கும்போது பெரிய பிரச்சினையாகத் தெரியவில்லை. ஆனால் ஊருக்குப் போகும்போது மிகவும் தர்மசங்கடமாகிப் போய்விட்டது. குமரவேலுவின் அக்கா மகள் கேட்டாள்

'மாமா... வனிதாவ நம்மூர்லேயே கட்டிக்குடுக்கப் போறீங்களா.. இல்ல வெளிநாட்டுக்குக் கட்டிக் குடுக்கப் போறீங்களா..?'

ஒரு நாகரிகத்தின் வீழ்ச்சி அந்தக் கேள்வியில் இருந்ததை குமரவேலு வேதனையோடு கவனித்தான். வரலாற்றை எப்படித் திருத்தி எழுத முடியாதோ அதைப் போலவே இந்தப் பிரச்சினைக்கும் அவ்வளவு எளிதாகத் தீர்வு கண்டுபிடிக்க முடியாது என்று குமரவேலுவுக்குத் தோன்றியது. மொழியின் மாற்றத்தோடு கூட வருகிற மாற்றங்கள் எத்தனை தடுமாற்றத்தைத் தரவல்லவை என்று நினைக்கும்போது குமரவேலுவுக்கு லேசாக உடல் நடுங்கியது.

'டங்..டங்.கென்று வாணலியைத் தட்டும் சத்தம் கேட்டு குமரவேலு இந்த உலகத்திற்கு வந்தார். வடநாட்டின் ஏதோ ஒரு ஊரிலிருந்து வந்த இந்தப் பையன் இத்தனை களேபரத்திற்குப் பிறகும் இந்தக் கடலை விற்று ஜீவனம் பண்ணும் முயற்சியைக் கைவிடவில்லயா? இது தன்னம்பிக்கையா? அல்லது வேறு வழியே இல்லாததலா?

குமரவேலு ஐந்து ரூபாய்க்கு கடலை கேட்டார். அவனோ 'தஸ் ருப்யா' என்றான்.

பத்து ரூபாய்க்கு அவன் கொடுத்த கடலையின் அளவைப் பார்த்த போது இவன் மீதா பரிதாபப் பட்டோம் என்று தோன்றியது.. அப்போதே டெலிபோன் மணியும் அடித்தது. வனிதா தான் கூப்பிட்டாள்.

'அப்பா... ராகுல் கூப்பிட்டானா..?'

'இல்லியேம்மா..'

'செரி.. அவன் கூப்பிட்டதும் என்னக் கூப்பிடுங்க..'

கடலையின் தோலைக் கசக்கி ஊதிச் சாப்பிடுவது கொஞ்ச காலமாகவே ஒரு பழக்கமாகி விட்டது. இந்தப் பயல்கள் எல்லாருமே இந்தக் கடலையில் நிறைய உப்புப் போடுகிறார்கள். சர்க்கரை நோய் என்றாலும் உப்பு ஆகாது. என்ன சம்பந்தமோ என்ன எளவோ ?

ப.சகதேவன்

இன்னும் ஒரு ஐநூறு அடி தூரத்தில் சோனி சிக்னல் இருந்தது.

பெருநகரத்து விசித்திரங்களில் ஒன்று இந்த சோனி சிக்னல் என்ற பெயர். கோரமங்கலா -இந்திராநகர் இணைப்பு ரோட்டின் தொடக்கத்தில் ஆறாவது பிளாக்கிற்கு எதிர்ப்பக்கம் வலதுபுறமாக இரண்டாவதோ, மூன்றாவதோ கடையாகத் திறக்கப்பட்டது தான் சோனி நிறுவனத்தின் கடை. அப்படியொன்றும் இது கோரமங்கலாவின் ஆரம்பகாலத்திலிருந்தே இருக்கக் கூடிய கடையல்ல. இந்த எண்பது ரோடு பிரபலமான பிறகு எச்,எஸ். ஆர் லே அவுட்டும் அதைச்சுற்றிய பிற பகுதிகளும் முழுசாக அபிவிருத்தி அடைந்த பிறகு தான் இதன் வழியாக போக்குவரத்து அதிகமாகியது. அங்கிருந்த பணக்காரர்கள் இந்த ரோட்டைப் பயன்படுத்த ஆரம்பித்த பிறகு தான் அவர்கள் கவனத்தைக் கவர ஹீலியோஸ், தானிஷ்க், ஹார்லி-டேவிட்சன், ஆடி, ரிலயான்ஸ் டிஜிடல் முதலிய பெருநிறுவனங்கள் இங்கே கடை விரித்தன. அப்படி வந்தது தான் சோனியும். எல்லா பிராண்டு பொருள்களையும் விற்கும் எலக்ட்ரானிக்ஸ் கடைகளில் சோனி பொருட்களுக்கு கெஞ்சிக்கூத்தாடினால் அஞ்சு சதவீதத்திலிருந்து கொஞ்சம் கூடுதலாகவும் வரை கழிவு தருவார்கள். இது கம்பெனி ஷோரூம் என்பதால் கழிவு என்கிற பேச்சுக்கே இடம் கிடையாது. அப்புறம் எவன் வாங்க வருவான்? அதுவுமில்லாமல் இப்பத்தான் எல்லாச்சரக்குகளும் ஆன்லைனிலேயே கிடைக்கிறதே! அவனும் பார்த்துப்பார்த்து இருந்து விட்டு போணியாகவில்லையென்று இழுத்து மூடிவிட்டுப் போய்விட்டான் போல. கடை போய் வருஷக்கணக்கில் ஆனாலும் இப்போதும் அந்த இடம் சோனி சிக்னல் என்றே தான் அழைக்கப்படுகிறது, அந்த நிறுவனத்தின் தாயகமான ஜப்பானில் கூட ஒரு நான்கு முனைச் சந்திப்புக்கு இப்படியொரு பெயர் வைத்திருப்பார்களோ என்னவோ தெரியாது. இந்தப் பெயரை கன்னட மொழி ஆர்வலர்களும் கவனிக்கவில்லை. இல்லாவிட்டால் குவேம்பு, பேந்த்ரே, மாஸ்தி என்று கன்னட மொழிக்குப் புகழ் சேர்த்த எழுத்தாளர்களின் பெயர்களை வைக்கச் சொல்லிப் போராடியிருப்பார்கள். எப்படியானாலும் இவையெல்லாம் குமரவேலுவுக்குக் கொஞ்சமும் சம்பந்தமில்லாத விஷயங்கள். எதுவுமே சம்பந்தப்பட்ட விஷயம் கிடையாது. இதோ சோனி சிக்னலிலேயே அதன் வடக்குப் பக்கம் இருக்கிற விளையாட்டுப்பொருள்கள் கடை, அதற்கு அடுத்து இருக்கிற பெரிய மால், அந்த மாலுக்குள் நுழைந்ததுமே அந்தத் தளம் முழுவதும் நிறைந்திருக்கிற வாசனைத்திரவியங்களும். பிற ஆடம்பரப்பொருட்களும், அதற்கு எதிர்ப்புறம் இருக்கிற மார்க்

அண்ட் ஸ்பென்சர் கடை எதனோடும் அவருக்குச் சம்பந்தமில்லை. ஒரு வேளை எதிர்ப்புறம் ஐந்தாவது மாடியின் உச்சியில் இருக்கிற 'செர்ரீஸ்' மொட்டை மாடி ஓட்டலோடு கூட கொஞ்சம் சம்பந்தம் இருக்கலாம். அதற்குக்காரணம் அவருடன் கூட வேலை பார்த்து தற்போது தனது சொந்த ஊரான டெல்லிக்கு மாற்றலாகிப் போய்விட்ட சமீர் அரோரா தான். சமீர் பஞ்சாபிக்காரனாக இருந்தாலும் குமரவேலுவுடன் ஒட்டிக்கொண்டுவிட்டான். தென்னாடு அவனுடைய பஞ்சாபிக்கலாச்சாரத்துக்குக் கொஞ்சம் கூட ஒத்துக்கொள்ளவில்லையாதலால் மாற்றல் கிடைக்க வேண்டும், மாற்றல் கிடைக்க வேண்டும் என்று சொல்லியே பத்துப்பதினைந்து வருடங்களைக் கழித்து விட்டான். அவனுக்கு ஒரே பையன் தான். டெல்லிக்குப் போன பையன் பெங்களூரில் வேலை கிடைத்து இங்கேயே வந்து விட்டான். அஷீஷ் ரொம்ப நல்ல பையன். ஆள் தான் 'மசமச' வென்று ஆறடி உயரத்திற்கு மேல் வளர்ந்திருந்தாலும் கொஞ்சம் மக்குத் தான். குமரவேலுவையும் சுலோச்சனாவையும் பார்த்த உடனே காலில் விழுந்து ஆசீர்வாதம் வாங்குவான். இந்தப் பழக்கம் ஏன் தென்னாட்டில் அதிகமாக இல்லை என்று குமரவேல் நினைப்பதுண்டு. அரோராவுடன் இருக்கும்போதெல்லாம் அவர் அதிகமாக அவனுடைய பெற்றோர்களைப் பற்றியே பேசிக்கொண்டிருப்பார். பிரிவினையின்போது அவர்கள் சியால்கோட்டிலிருந்து ஓடி வந்தது, டெல்லியில் அகதிகளாக வாழ்க்கையைக் கழித்தது, உறவினர்களின் உதவியுடன் கொஞ்சம் கொஞ்சமாக முன்னேறியதைப் பற்றியெல்லாம் ஓயாமல் சொல்லிக்கொண்டிருப்பார். அஷீஷ் அதைப் பற்றிப் பேசியதே இல்லை. ஒரு தலைமுறையின் அவலம் இன்னொரு தலைமுறைக்கு வெறும் செய்தியாகிப் போய்விடுகிறது.

இங்கே வந்ததற்குப்பிறகு தான் அஷீஷுக்குக் கல்யாணம் ஆயிற்று. கல்யாணம் டில்லியில் என்றாலும் இங்குள்ள நண்பர்களுக்கு ஒரு வரவேற்புக் கொடுத்தான். குமரவேலு மனைவியுடன் போ—யிருந்தார். பார்டி என்றால் அப்படித்தான் இருக்க வேண்டும், அது ஒரு அக்டோபர் மாத இரவு. செடிகளுக்கிடையே சீரியல் விளக்குகளெல்லாம் போட்டு சொர்க்கலோகம் போல் பண்ணி—யிருந்தார்கள். மேலிருந்து பார்த்தபோது கோரமங்கலாவும் அதைச்சுற்றியுள்ள பகுதிகளும் ஒரு அசாதாரண சௌந்தர்யம் கொண்டிருந்தன. ஒரு முப்பது நாற்பது வருடங்களுக்கு முன் இந்தப் பகுதி இரண்டு பெரிய ஏரிகளுக்கிடையே இருந்த ஒரு மேய்ச்சல் நிலமாகமோ, அல்லது ராகியும், கீரை வகைகளும் விளையக்கூடிய

நிலமாகவோ இருந்திருக்க வேண்டும். இரண்டு ஏரிகளில் ஒன்றில் தேசீய விளையாட்டு கிராமம் என்ற பெரிய குடியிருப்பு வந்திருக்கிறது. தேசீய வங்கி அதிகாரிகள், பல ரேங்குகளிலுமுள்ள பாதுகாப்புத்துறை அதிகாரிகள், வருமான வரித்துறை, கலால் துறை, விற்பனை வரித்துறை அதிகாரிகள், பெரிய பெரிய நீதிபதிகள் வசிக்கக் கூடிய இடமாக மாறியிருக்கிறது. அந்த ஏரியின் பெயர் கூட மறைந்து போய் விட்டது. இந்தப்பக்கம் இருக்கும் ஏரி பரவாயில்லை. ஷைனிபாகிலு ஏரி என்ற தன் பெயரையே அந்தக் குடியிருப்புப் பகுதிக்குக் கொடுத்திருக்கிறது. ஆனாலும் அந்தக் குடியிருப்பு வாசிகள் எஸ்.டி.பெட் என்ற புதிய பெயரை வைத்துக் கூப்பிடுவதையே விரும்புகிறார்கள். இன்னும் சிலர் கோரமங்கலா என்ற பின்னொட்டை வைத்துக்கொள்ளுகிறார்கள்.. பெயர்களும் அந்தஸ்தைத் தீர்மானிக்கின்றன.

வட்டமாகப் போடப்பட்டிருந்த மேசையைச் சுற்றி விருந்தினர்களை உட்கார வைத்தார்கள். குமரவேலு தம்பதியரைப் போன்ற வயதான தம்பதிகள் ஒன்றிரண்டு பேர் மட்டுமே. மற்றபடி அது முழுவதுமாக ஐ,டி. கூட்டம்.. இந்தப் பையன் ஏன் நம்மை அழைத்தான் என்று குமரவேலுவுக்குக் கொஞ்சம் சங்கடமாகக் கூட இருந்தது. ஆனால் அங்கே வழங்கப்பட்ட சோமபானம் கொஞ்சம் உள்ளே போனபின் எல்லாம் சரியாகிப் போய்விட்டது. இந்த மாதிரி சந்தர்ப்பங்களில் சுலோச்சனா அவர் மேல் ஒரு கண் வைத்திருப்பார். எங்கே இவர் ஏடாகூடமாக ஏதாவது பண்ணிவிடுவாரோ என்ற பயம். இந்த வடநாட்டுப் பெண்கள் வேறு கடித்து வைத்த கொய்யாக்காய் மாதிரி ‘பளிச்’ சென்று இருக்கிறார்கள்.

ஒரு பையனும் பெண்ணும் எல்லோரையும் வரவேற்றுப் பேசினார்கள். அவர்கள் பேச்சு உண்மையான கொண்டாட்டத்திற்கான பேச்சாக இருந்தது. ஒளிவு மறைவு இல்லாமல் இருந்தது. கிண்டலும் நக்கலும் கலந்திருந்தது. வரம்பு மீறாமலிருந்தது. இந்த நிகழ்ச்சியை தனது ஊரில் நடக்கும் கல்யாணக்கொண்டாட்டங்களோடு ஒப்பிட்டுப்பார்ப்பதைத் தவிர்க்க முடியவில்லை. இப்போது அங்கு நடக்கும் கல்யாணங்கள் எல்லாமே மகா கல்யாணங்களாகவே இருக்கின்றன. வெறும் புஞ்சை நிலங்களாக இருந்து கிணத்து மேட்டில் மட்டும் ஒன்றிரண்டு தென்னை மரங்கள் என்று இருந்த காலம் போய் இப்போது பொள்ளாச்சித் தாலூக்கா முழுவதும் கேரளாவைப் போல தென்னந்தோப்புகளாகி விட்டன,. இதனால் வாழ்க்கைத்தரம் உயர்ந்தது. திருமணம் மற்றும் பிற விசேடங்களில் ‘தானே பரிமாறல்’ முறை அறிமுகப்படுத்தப்பட்டதோடு நில்லாமல் அங்கே

பரிமாறப்படும் உணவு எண்ணிக்கைகளை வைத்து அந்தஸ்தைத் தீர்மானிக்கும் வழக்கமும் வந்து விட்டது. இது எதிர்பார்த்தது தான். ஆனால் நடக்கக் கூடிய நிகழ்ச்சியின் முக்கியத்துவம் என்ன அதில் பங்கு பெறுபவர்களை எவ்வாறு அறிமுகப்படுத்துவது நிகழ்ச்சியை ஒழுங்கு செய்ய உதவியவர்களுக்கு எவ்வாறு நன்றி சொல்வது முதலிய அடிப்படை நாகரிக அம்சங்களை அவர்கள் கவனிப்பதில்லை. நிலமானிய சமூகத்திலிருந்து முதலாளித்துவமும், சோசலிசமும் கலந்த ஒரு சமுதாயத்திற்குள் நுழைந்த பிறகு அதற்குத் தகுந்த படி நடந்து கொள்ள வேண்டாமா? தனது சமுதாயத்தில் தான் விரும்பும் சில மாற்றங்களைக் கொண்டு வருவதற்குள் தனக்கு ஆயுள் முடிகிறதே என்று குமரவேலுவுக்கு விசனமாகிப் போச்சு...

வரவேற்பு, பேச்சு எல்லாம் முடிந்து விருந்து ஆரம்பமாகியது. வீணை இசை மிதமான ஓசையில் வந்து கொண்டிருந்தது. கீழே அந்த நாற்சந்தியின் எல்லாப்பக்கங்களிலிருந்தும் வாகனங்கள் செல்லும் ஓசையும் கேட்டுக்கொண்டிருந்தது. பஞ்சாபி உணவு வகைகள் குமரவேலுவுக்கு மிகவும் பிடிக்கும். அவர்களது சைவம், அசைவம் இரண்டுமே காரம் அதிகமாக இல்லாமல், எண்ணெய் அதிகமாக இல்லாமல் வயிற்றைத் தொந்தரவு செய்யாததாக இருக்கும். எவ்வளவு வேண்டுமானாலும் சாப்பிடலாம். இந்த மாதிரி சமயங்களில் யாராவது ஒருவர் மட்டும் போய் ஒரு தட்டில் சாப்பாட்டுக்கு முன்னால் சாப்பிடும் சில உணவு வகைகளை எடுத்துக் கொண்டு வருவது வழக்கம். சுலோச்சனா எடுக்கப் போயிருந்தார். பதிபக்தியின் ஓர் அம்சம்.

'அங்கிள்... நாங்க இங்க உக்காரலாமா..?'

குமரவேல் மட்டும் தனியாக உட்கார்ந்திருந்தார். இந்த மாதிரி சமயங்களில் யாராவது பேசக்கிடைத்தால் நன்றாக இருக்கும் என்று நினைத்துக் கொண்டிருந்தபோதே அவர்கள் மேசைக்கு அருகில் அஷீஷ் மாதிரியே ஒரு உயரமான பையனும், அவனுக்கேத்த மாதிரி ஒரு பெண்ணும் பக்கத்தில் வந்தார்கள். அந்தப் பையன் ஒரு கோட் போட்டிருந்தான். டை ஏதும் கட்டியிருக்கவில்லை. அந்தப் பெண் பழுப்புக்கலரில் எம்ப்ராய்டரியில் கோலம் போட்ட மாதிரியான ஒரு சேலையை அணிந்திருந்தாள். இருவரும் உட்கார்ந்தார்கள்.

'நீங்க அஷீஷ் கூட வேல செய்யறவங்களா..?'

'இல்ல அங்கிள்.. நா அவனோட கூடப்படிச்சவன்... இங்க தான் வேல செய்யறேன்.. எனக்கும் டெல்லி தான்...அவங்கல்யாணத்துக்கு

போக முடியலே.. அதான் இப்ப வந்தோம்.. இது என்னோட மனைவி பிராச்சி...'

சுலோச்சனா திரும்ப வந்தபோது அவர்களை அறிமுகப்படுத்தினார். குமரவேல் வழக்கம்போலவே அவர்களிடம் ஏடாகூடமாகவே கேள்விகள் கேட்டார். கேள்விகள் பெரும்பாலும் இப்பொதைய இளைஞர்களின் உணவுப்பழக்கம், வாழ்க்கை முறை, போதைப் பழக்கம், திருமணத்திற்கு முன் சேர்ந்து வாழ்தல் என்பவை பற்றியதாக இருந்தது. அந்தப் பையன் எல்லாவற்றுக்கும் பட்டும் படாமலும் பதில் சொன்னான். எல்லா பதில்களும் 'தனிமனித உரிமை' யை மையம் கொண்டதாகவே இருந்தது. 'சேர்ந்து வாழ்தல்' கேள்விக்கு பதில் சொல்வதற்கு முன்பு மட்டும் தன் மனைவியை ஒரு முறை பார்த்தான். அந்தப் பெண்ணும் கிட்டத்தட்ட அவனது பதிலையே எதிரொலித்தாள். இந்த உரையாடலும் மூலம் இந்தத்தலைமுறையினர் எல்லா விஷயங்களிலும் திறந்த மனதுடன் இருக்கிறார்கள் என்று குமரவேல் அபிப்ராயப்பட்டார். அவர்கள் நடந்தே வீட்டிற்குத் திரும்பியபோது அதைச் சுலோச்சனாவிடம் குறிப்பிடவும் செய்தார்.

அதற்கு சுலோச்சனா, 'அதனால ஆணுக்கும் பெண்ணுக்கும் நடுவுல முடிச்சுக்களே இல்லேங்கற அர்த்தமில்லே..ஒரு முடிச்ச அவுத்தா அதுக்குள்ள இன்னொரு முடிச்சு இருக்கும்..' என்றார்.

'தத்துவமெல்லாம் பேசி என்ன பிரயோஜனம்.. நம்ம கத நகரமாட்டேங்குதே..'

'உங்குளுக்கு எங்க சுத்துனாலும் அங்க தா வரணும்..'

'இல்லே..வேற எங்க போறது... சுத்தறத்துக்கு வேற எங்க போறது.. எல்லாம் சுத்தி முடிச்சாச்சு.. நம்ம புள்ளைங்க சுத்தவே ஆரம்பிக்கலயே..'

சோனி சிக்னலிலிருந்து வீட்டுக்குப் போகும் தூரம் குறைந்ததாக இருந்தாலும் அன்று அந்த அக்டோபர் மாத இரவில் நடந்துபோன போது ஒரு மன நிறைவு இருந்தது.

அதென்னமோ தெரியவில்லை... வேலையில் இருந்த போது இப்படிப்பட்ட பார்டிகள் எல்லாம் நிறைய வந்தன. திருமண வரவேற்பு என்றாலும் பாரம்பரியமான முறையில் அது நடத்தப்படவில்லை. குறைந்த எண்ணிக்கையிலுள்ள விருந்தினர்களோடு முறைசாரா முறையில் நடத்தப்படும் இந்த மாதிரியான நிகழ்ச்சிகள் ஒரு

மாதிரியான மன விடுதலையைத் தருபவையாக இருக்கின்றன. நமது விசேஷங்கள் எல்லாம் ஏன் இப்படிப்பட்ட மனவிடுதலையைத் தருவதில்லை என்று குமரவேல் நினைத்துப் பார்த்தார். தங்களது குடும்ப நிகழ்ச்சிகளாகட்டும், உறவினர்கள் அல்லது நண்பர்கள் வீட்டு விசேஷங்களாகட்டும் ஒன்று ரொம்ப செயற்கையாக இருக்கும் அல்லது எரிச்சலை ஊட்டுவதாக இருக்கும். எந்த நிகழ்ச்சியில் ஐம்பது பேர்களுக்கும் குறைவாகக் கலந்து கொள்கிறார்களோ அந்த நிகழ்ச்சியில் தான் உயிர் இருக்கும். மகிழ்ச்சிக்கும், துக்கத்திற்கும் வெளிச்சம் ஆகாது. வெளிச்சத்திற்கு வரும் மகிழ்ச்சியும், துக்கமும் அதன் உண்மையான குணங்களை இழந்துவிடுகின்றன.

ooo

வழுக்கைத்தலையாதலால் வெயில் சுரீரென்று உரைத்தது. லேசாகப் பசியும் எடுத்தது. அந்த சந்திப்பின் முனையிலேயே ஒரு தோசை கார்னர் இருந்தது. ஐரோப்பிய வகை உணவுகளும் கிடைக்கக் கூடிய கார்னர். ஒரு வேடிக்கையான கலவை தான்.. ஆனால் இப்போது மூடப்பட்டிருந்தது. வேடிக்கையானது அந்த கார்னர் ஓட்டலின் மெனு மட்டுமில்லை.. அந்த கார்னரின் வரலாறும் தான். இதற்கு முன்னால் ஒரு காலத்தில் அங்கே ஒரு தேசிய மயமாக்கப்பட்ட வங்கியின் வீட்டுக்கடன் வழங்கும் கிளை இருந்தது. குமரவேலுவும் அங்கே போயிருக்கிறார். உலகமயமாதலும். தாராளமயமாதலும் 1992-ல் அறிமுகப்படுத்தப்பட்டாலும் அதன் தாக்கம் தெரிவதற்கு பத்தாண்டுகளுக்கும் மேலாயிற்று. 2000-ம் ஆண்டு வரை இந்தியாவில் வாழ்க்கை சொல்லிக்கொள்ளும்படியாக இல்லை. குமரவேலு ஒரு வீட்டைக்கட்டி முடிப்பதற்குள் ஆத்தா மூணா நாள் ஊத்தியதெல்லாம் வெளியே வந்து விட்டது. வீடு கட்டி முடித்து மூன்று நான்கு வருடங்களாகி விட்ட போதிலும் கடனைத் தீர்க்க முடியவில்லை. சுலோச்சனா சொன்ன பேச்சை அப்போதே கேட்டிருக்கலாம், ‘தரைத்தளத்தை மட்டுமே இப்போது கட்டிக்கொள்ளலாம். மேலே கட்டுவதை பிறகு பார்த்துக்கொள்ளலாம்’ என்று சொன்னதைக் கேட்காமல் அங்கே இங்கே கடன் வாங்கி மேலே இரண்டு அறைகள் கட்டியது இப்போது தப்பாகத் தெரிந்தது. அந்தக் கடன் இப்போது இடித்தது. மூன்று நான்கு வருடங்கள் ஆனபிறகும் கூட தவணைத்தொகை வட்டிக்குத் தான் போய்க்கொண்டிருந்ததேயொழிய முதல் கிட்டத்தட்ட அப்படியே இருந்தது. பதினாறரை சதவீதம் வட்டி கொடுத்தால் முதல் எப்படிக்குறையும்? அதே வீட்டுக்கடன் வட்டி வீதம் இப்போது பாதிக்கும் குறைவாக இருக்கிறது. மூன்று நான்கு வருடங்களுக்குள் இப்படி ஒரு மாற்றம்.

நாற்பது வயதுக்கு மேல் மனக்கிலேசத்தின் சாயல் முகத்துக்கு வந்து விடுகிறது. குடித்து உறங்கியவனுக்கு விழித்தெழும்போது ஏற்படும் குற்ற உணர்வு போல மனோரஞ்சித உணர்வுகளும், உடல் இச்சைகளும் மங்கத் தொடங்குகிறபோது எதிர்காலம் பற்றிய கவலைகள் வந்து குவிந்து விடுகின்றன. இதே வயதுடையவர்களுக்கு இத்தகைய உணர்வுகள் சரியாகப் புரியும். பிரச்சினைகள் பெரும்பாலும் மனைவியுடன் கருத்து மாறுபாடு, குழந்தைகளின் ஒழுங்கு என்பது பற்றியதாக இருக்கும். கூடவே பொருளாதாரத் தொல்லைகளும்.. முதலில் சொன்ன இரண்டு பிரச்சினைகளுக்கு அவர்களிடம் பரிகாரம் இருக்காது. மூன்றாவதான பொருளாதாரப்பிரச்சினைக்கு நிறைய யோசனைகள் சொல்லுவார்கள். அதிலும் கேரளாக்காரர்கள் இந்த விஷயத்தில் சொல்லும் யோசனை ரொம்பவும் புத்திசாலித்தனமாக இருக்கும். மேத்யூவுக்கு உண்மையில் இந்தப் பிரச்சினைகளில் எதுவுமே இல்லை. ஆச்சாரமான கத்தோலிக்கக் குடும்பங்கள் பங்குத் தேவாலயத்தோடுள்ள தொடர்பால் காலமாற்றத்திற்குத் தகுந்தபடி தங்களுக்குள் ஏற்படும் உணர்வுகளையும், தங்கள் குடும்பப் பொறுப்புகளையும் நன்கு புரிந்து கொள்கிறார்கள். எனவே உரசல்கள் அதிகமில்லை. திருவாங்கூர்ப்பகுதியைச் சேர்ந்தவர்களாக இருந்தால் நிலம் எவ்வளவு குறைவாக இருந்தாலும் அதிலிருந்து வரும் வருமானம் கணிசமாக இருக்கும். அவர்கள் தகுதிக்கு மீறி டாம்பீகமாக செலவு செய்யவும் மாட்டார்கள். குமரவேலுவின் குடும்பமும் அப்படி ஒன்றும் டாம்பீகச் செலவு செய்யும் குடும்பமல்ல. ஆனால் மேத்யூவுக்கு குறுமிளகிலும், ரப்பரிலும் வரும் வருமானம் மாதிரி அவர்களுக்கு இல்லை.

குமரவேலுவின் பெற்றோர்கள் கடும் உழைப்பாளிகளாக இருந்து தங்களுக்குக் கிடைத்த நாலு ஏக்கர் நிலத்தை பதினாலு ஏக்கராகப் பண்ணினார்கள். ஆனாலும் அவையெல்லாம் புஞ்சை நிலங்கள். ஐந்தாகப் பங்கினால் என்ன வரும்? குமரவேலு தனக்குக் கிடைத்த நிலத்தை மேம்படுத்துவதற்கு பெங்களூரிலிருந்து கொண்டே என்னவெல்லாமோ செய்து பார்த்தார். உரிமையாளர் பக்கத்—திலில்லாத சொத்து எதுவும் உருப்படாது. ரிமோட் கண்ட்ரோல் உத்தரவுகள் செல்லுபடியாகாது. ஓரளவுக்கு செலவு செய்துவிட்டு குமரவேல் அதைக் கைவிட்டார். நிலமும் அவரைக் கைவிட்டுவிட்டது. ஏதோ ஒரு சொற்பத்தொகை குத்தகை என்ற பெயரில் வந்து கொண்டிருந்தது. எனவே எதிர்காலம் குறித்த எல்லாப் பொருளாதாரத் திட்டங்களும் இப்பொது மறுபரிசீலனை செய்யப்பட வேண்டும். அப்படி வந்தது தான் வீட்டுக்கடன் பற்றிய விஷயம். அந்தக் கடன்

சீக்கிரம் தீர்க்கப் படவேண்டுமானால் இப்போதுள்ள கைமாத்துக் கடன்களைத் தீர்க்க வேண்டும். அதற்கான வட்டி இப்போது வங்கியின் வட்டியை விட அதிகமாக இருக்கிறது. எனவே முதலில் அந்தக்கடனைத் தீர்க்க வேண்டும். அதற்கு மேத்யூ சொன்ன யோசனை இவ்வாறிருந்தது: 'நீ ஏற்கனவே வாங்கியிருந்த கடன் கீழ்த்தளம் கட்டுவதற்கு மட்டும் தான். ஆனால் முதல் தளத்திலும் பாதி கட்டியிருக்கிறாய். இப்போது மேலே புதிதாகக் கட்டப் போகிறாய் என்று சொல்.. இந்த மாதிரி கூடுதல் கடன் தரும்போது பெரும்பாலும் நேரடியாக வந்து பார்க்க மாட்டார்கள்.. அப்படியே எவனாவது வந்தாலும் எதையாவது பண்ணி சமாளித்து விடலாம்..' உடனே குமரவேல் உற்சாகமாகி பேப்பர்களைத் தேடத்தொடங்கினான்.

2000-ம் ஆண்டு முதலே வீட்டுக்கடன் வட்டி விகிதங்கள் குறையத் தொடங்கியிருந்தன. எனவே ஒவ்வொரு முறை குறையும்போதும் போகாவிட்டாலும், கணிசமான அளவு குறையும்போது அங்கு போய் புதிய வட்டி விகிதத்திற்குத் தனது கடனை மாற்றித்தரும்படி ஒரு விண்ணப்பம் கொடுக்க வேண்டும். இது பெரிய ரோதனை. காரணம் ஒவ்வொரு முறையும் அந்தக் கடன் அனுமதி சம்பந்தமான எல்லாத்தகவல்களும் அடங்கிய கோப்பைக் கொண்டு போக வேண்டும். மறு கணக்கீட்டுக்கு ஒரு கட்டணம் செலுத்த வேண்டும். வீட்டைக் கட்டுபவன் ஒரு காமதேனு அல்லது அவன் ஒரு ரோம சாம்ராஜ்யத்து அடிமை என்பது இந்த வங்கிகளின் எண்ணம். இப்போது மூலைக்கு மூலை வங்கிக் கிளைகள் இருக்கின்றன. ஆனால் அப்போது குமரவேலு கடன் எடுத்திருந்த வங்கியின் கிளை லேவல் ரோட்டிலிருந்தது. கண்டோன்மெண்ட் ஏரியாவின் செழிப்பான பகுதிகளில் ஒன்று அது. அங்கு போவதென்றாலே எரிச்சலாக இருக்கும், ஒன்று டபுள் ரோட்டிலிருந்து போகும்போது ரிச்மண்ட் சதுக்கத்திலிருந்து ஒரு வழிப்பாதையாதலால் சுற்றிக்கொண்டு போக வேண்டும். இரண்டாவது அங்கே ஸ்கூட்டரை நிறுத்துவதற்கு இடம் கிடைக்காது. எங்கேயோ நிறுத்திவிட்டு அதை எவனாவது தட்டிக்கொண்டு போய்விட்டால் போச்சு.. எல்லாவற்றையும் விட குமரவேலுவின் நாக்கு ரசனையை ஈர்ப்பது மாதிரியான சங்கதிகள் எதுவுமே அந்தப் பக்கத்தில் இல்லை. இந்த விஷயத்தில் குமரவேலுவின் ஞானம் பாராட்டத்தக்கதாக இருக்கும். பெங்களூருவின் நாலா பாகங்களிலும் இத்தகைய இடங்களை அவர் கண்டு பிடித்து வைத்திருந்தார். அவரது ருசிக்குத்தகுந்த மாதிரியும், அவரது செலவு பண்ணும் சக்திக்குத் தகுந்த மாதிரியும் தான் அத்தகைய இடங்கள் இருக்கும். அதில் முதன்மையானது

ஓ.பி.ஹெச். ரோடு தாஜ் ஓட்டல். அங்கு கிடைக்கும் நெய்ச்சோறும், குவார்ட்டர் மட்டன் ட்ரையும் தான் அவருக்கு ஜன்ம சாபல்யம் தரக்கூடிய அம்சங்களில் முதன்மையானவை. எனவே சிவாஜிநகர் பக்கம் போவது என்பது எப்போதுமே பரவசமூட்டும் சங்கதி. மெஜஸ்டிக் பக்கம் போகும்போது சுபெதார் சத்திரம் ரோட்டில் இருக்கும் ஆந்திரப்பாணி ஓட்டல் நவயுகா. இப்போதிருப்பது மாதிரி ஆந்திரப்பாணி ஓட்டல்கள் அப்போது அதிகம் கிடையாது. நகரத்திலேயே மொத்தமாக ரெண்டோ மூணோ தான் இருந்தது. பெங்களூருக்கு வந்த போது முதலில் போன மிலிடரி ஓட்டலும் அது தான். அதற்குக் காரணம் குமரவேலு பெங்களூர் வருவதற்குப் பல வருடங்கள் முன்பே இங்கு வந்து பல்வேறு தொழில்கள் செய்தும் பிரமாதமான முன்னேற்றம் காணாத சிவலிங்கம் இந்த ஓட்டலைப்பற்றிச் சொல்லியிருந்தது தான். பஸ்சுக்கும் போனாலும் சரி, ரயிலுக்குப் போனாலும் சரி ஒரு மணி நேரம் முன்னதாகவே போவது மாதிரி வைத்துக் கொள்ளவேண்டுமென்றும், பெங்களூர் வந்துவிட்டு அங்கு சாப்பிடாமல் போனால் அதனால் பிரயோஜனமே இல்லையென்றும் சொல்லியிருந்தான்.

ஆந்திரமும், கர்நாடகமும் தமிழ்நாட்டுக்கு மிக நெருங்கிய மாநிலங்களானாலும் உணவுப்பண்டங்களைப் பொறுத்த அளவில் ஏன் இவ்வளவு வேறுபாடு இருக்கிறது என்பது நவயுகாவுக்குப் போனபோது தான் தெரிந்தது. தமிழ்நாட்டு ஓட்டல்களில் பிரியாணியில் கறியை சிறுசிறு துண்டுகளாகப் போட்டிருப்பார்கள். அதிகமான துண்டுகளும் இருக்காது. ஆனால் இங்கே பெரிய பெரிய துண்டுகளாக மூன்று நான்கு இருக்கும். ஆந்திரப்பாணி ஓட்டல்களின் சிறப்பு உணவான 'காரக்கோழி' (சில்லி சிக்கன்) யையும் ருசித்துப்பார்ப்பது மிகவும் அவசியம் என சிவலிங்கம் சொல்லியிருந்ததால் இரண்டையும் ருசி பார்த்ததில் குமரவேலுவுக்கு ஆசனவாயில் அக்னியின் தாக்கம் தெரிந்தது. மறுமுறை போனபோது ஆந்திரச்சாப்பாட்டின் அருமை தெரிந்தது. அடடா.. சாப்பாட்டின் மீது பருப்புத்தூளைப் பரப்பி அதன் மீது நெய்யை விட்டு அதனோடு கீரைக்கூட்டையோ அல்லது அப்போது தான் கொண்டு வந்து வைத்த ஆட்டுக்கறிப் பெருந்துண்டின் (மட்டன் சாப்ஸ்) குழம்பையோ தொட்டுக் கொண்டு சாப்பிட்டால் அமிர்தம்.. அமிர்தம்.. ஆனால்... ஆனால்.. ஆந்திரப்பாணி உணவுக்குப் பின் விளைவுகள் அதிகம்... சாப்பிட்ட அன்று மாலை மிக மிக அசௌகரியமாக இருக்கும்.. ஏண்டா அந்தச் சாப்பாட்டைச் சாப்பிட்டோம் என்று இருக்கும்.. தாஜ் ஓட்டல் பண்டங்கள் வயிற்றில் கொஞ்சம் மந்தத்தைக்

கொடுத்தாலும் எரிச்சல் மாதிரியான சங்கதிகள் இல்லை. உடுப்பி ஓட்டல்கள் அந்த வகையில் சாந்த சொரூபியானவை.

ஜெயநகரில் ஒரு காலத்தில் மிலிடரி ஓட்டல்களே இல்லாமலிருந்தது. ஒரு குடியிருப்புப்பகுதி முழுவதுமே சைவ உணவுப்பழக்கம் உடையவர்களாக இருந்தால் அங்கே மிலிடரி ஓட்டல் எப்படி வரும்? இப்போது கூட நிறைய இருக்கின்றன என்று சொல்ல முடியாது. எனவே அந்தப் பக்கம் போகும்போது அடிகா ஓட்டல் பிசிபெளேபாத் அல்லது பவித்ரா ஓட்டல் காராபாத் (உப்புமா) என்று போகும். மடிவாளா பக்கம் சேச்சி மெஸ் என்று ஒன்று இருக்கிறது. எல்லாக்காய்கறிகளும் போட்டு பெருங்காயம் மணக்கும் சாம்பார், பூசணிக்காய் கூட்டு, மலபார் ஸ்டைல் மீன் குழம்பு, இஞ் சிப்புளி என்று கேரளா சாப்பாடு திவ்யமாக இருக்கும். இத்தோடு இந்துக்களுக்கு என்று விலக்கப்பட்ட ஒரு மாமிசத்தின் வறுவலும் உண்டு. அதைப் பக்கத்திலிருப்பவர்கள் எல்லாம் சாப்பிடும்போது குமரவேலுவுக்கும் ஆசையாக இருக்கும். ஒன்றிரண்டு தடவை ருசி பார்த்தும் இருக்கிறார். ஆனால் பொதுவாகத் தவிர்த்து விடுவதுண்டு.

ராஜாஜி நகர் பக்கம் போனால் பசவேஸ்வரா வட கர்நாடக ஓட்டல் ஒன்று இருக்கிறது. சோளரொட்டியும், எண்ணெய்க்கத்திரிக்காயும் பிரமாதமாக இருக்கும். இப்படியாக... இப்படியாக... என்ன இருந்து என்ன? லேவல் ரோட்டுப் பக்கம் குமரவேல் ரசனைக்குத் தகுந்த மாதிரி ஓட்டல்களே கிடையாது.

எப்படியோ இடம் கண்டுபிடித்து ஸ்கூட்டரை நிறுத்திவிட்டு அந்த வங்கிக்குப் போன பிறகு தான் ‘எங்கள் வங்கிக் கிளை ஒன்று தான் கோரமங்கலாவிலேயே இருக்கிறதே... இங்கே எதற்கு வந்தீர்கள்? என்று சொல்லி அதன் விலாசத்தையும் கொடுத்தார்கள். விலாசத்தில் சோனி சிக்னல் பக்கம் என்று சொல்லியிருந்தால் உடனே கண்டுபிடித்திருப்பான். அவர்கள் கொடுத்த விலாசத்தில் பதினேழாவது மெயின், முதல் கிராஸ் என்று மட்டும் இருந்தது. இவ்வளவு பெரிய வங்கியாச்சே.இங்கேயும் பெரிய கட்டடத்தில் தான் இருக்கும் என்று தேடிப்பார்த்தால் கடைசியில் இந்த முனையில் ஒரு ஐம்பது சதுர அடியில் கீழேயும், ஒரு நூற்றைம்பது சதுர அடியில் மேலே ஒரு அறையிலும் ‘வங்கி’ இயங்கிக் கொண்டிருந்தது. வீட்டுக்கடனுக்கு மட்டும் தான் அந்தக் ‘கிளை’ .. வேறு எந்தச் சோலியும் கிடையாது.

வழக்கமான கண்ணாடிக்கதவு.. வசதியான இருக்கைகள்.. அதில் கவலை தோய்ந்த முகத்துடன் சில எம்.சி.ஜி.க்கள் (மிடில்

கிளாஸ் கிராக்கிகள்) அமர்ந்திருந்தார்கள். அவர்கள் எல்லோரின் பிரச்சினைகளும் குமரவேலுவின் பிரச்சினை மாதிரியே இருக்கும் என்று என்று சொல்ல முடியாவிட்டாலும் அவர்கள் முகத்தில் இருந்த சவக்களை ஒரே மாதிரியாகத் தான் இருந்தது. ஆண்டவரே! எங்களுக்கென்று எப்படித்தான் இந்த சவக்களையைப் படைத்துத் தந்தீரோ? எப்போது தொடங்கியது இந்த சவக்களை! இன்னும் தீர்ந்தபாடில்லையே! இந்த வீட்டைக் கட்டாவிட்டால் தான் என்ன? எத்தனை வருடம் அதில் இருந்து விடப்போகிறாய்? போகும்போது அந்த வீட்டின் எந்த அம்சத்தைக் கூடக் கொண்டுபோகப் போகிறாய்? வில்சன்கார்டன் சுடுகாடாக இருந்தாலும், ஓசூர் ரோடு சுடுகாடாக இருந்தாலும் அங்கே புதைப்பதற்கு வீடுகளுக்கெல்லாம் அனுமதி கிடையாது..

பெயர்ப்பலகையில் மேனேஜரின் பெயர் ‘கலாவதி’ என்றிருந்தது. இது ஒரு ஐம்பது சதவீதம் தமிழ்ப்பெயர்.. ‘போங்க சார்.. முடிச்சுத்தர்றேன்’ என்று சொல்லக்கூடும். கன்னடப்பெண்ணாக இருந்தாலும் முடியாதென்றாலும் ரொம்ப பக்குவமாகவும், அனுதாபத்துடனும் அதைச் சொல்வார். பெண்கள் பெரும்பாலும் சட்டத்தை மீறி எதுவும் செய்யமாட்டார்கள்.

குமரவேலுவின் முறை வந்தது.

உள்ளே போய் உட்கார்ந்து விஷயத்தைச் சொல்லி அந்தப் பெண்ணின் முக பாவனையைக் கவனித்துக் கொண்டிருந்தார் குமரவேல். இந்த மாதிரி கடன் விஷயங்களில் கடன் கொடுப்போர் முதலில் கவனிப்பது கடன்காரன் தவணை செலுத்துவதில் எப்போதாவது தவறியிருக்கிறானா என்பது தான். குமரவேல் குடும்பம் அந்த விஷயத்தில் கொஞ்சம் பரவாயில்லை. சரியாகக் கட்டிவிடுவார்கள். அந்தப் பெண் தமிழ்ப்பெண் தானா என்பதை அறிந்து கொள்ளவும், அதன் மேல் தனது முறையில்லாத விண்ணப்பத்தை உட்கார வைக்கவும் குமரவேல் சந்தர்ப்பம் பார்த்துக்கொண்டிருந்தார். அந்தப்பெண்ணுக்கு ஒரு நாற்பது வயதிருக்கும். ஒரு தலைமை நிர்வாகப் பணியிலிருப்பதற்கான அடையாளங்கள் தோற்றத்திலும், பேச்சிலும் இருந்தன. ஆங்கிலம் சுத்தமாக இருந்தது.

‘தவணயெல்லாம் கிரமமாக் கட்டீட்டு வந்துட்டிருக்கீங்க போல இருக்கு..’

‘ஆமா.. மேடம்... நாங்க ஊருக்குப் போனாக் கூட இந்தத் தவணயக் கட்டறத்துக்கு மட்டும் ஏதாவது ஏற்பாடு பண்ணீட்டுப் போயிருவம்...’

‘நீங்க மெட்ராசா..?’

அடடா... பச்சி தானா வந்து வலையிலே உளுதே..அமுக்கீற வேண்டியது தான்..

‘இல்ல மேடம்.. கோயம்பத்தூர்... நீஙக கூட தமிழ்நாடு போலத் தெரியுது..’

‘ஆமா சார்.. ஆற்காடு.. ஆனா இங்க வந்து ரொம்ப காலமாச்சு..என்னோட கணவர் வேலூர்ப்பக்கம்..’

பிறகு கோப்பைப் பார்த்துக்கொண்டே குமரவேல் பார்க்கும் வேலையைப் பற்றியும், அவர்கள் உறவினர்களில் கூட ஒன்றிரண்டு பேர் குமரவேல் வேலை பார்க்கும் நிறுவனத்தில் வேலை செய்கிறார்கள் என்றும் சொல்லிவிட்டு ஒரு முக்கியமான விஷயத்திற்கு வந்து விட்டாள்.

‘சார்.. இதுலே பிளேன் அனுமதி இல்லியே..’

‘நாங்க அப்பவே ரெண்டு தளத்திற்கு அனுமதி வாங்கீருக்கம் மேடம்..’

‘அது காலாவதியாகிப் போச்சுங்களே... நீங்க ஒண்ணு பண்ணுங்க.. இதே பிளேனக் கொண்டு போய கார்ப்பொரேஷன்லே காமிச்சு இன்னும் ரெண்டு வருசத்துக்கு புதுப்பிச்சுக்குங்க.. அப்புறம் பிரச்சினையில்லே..’

கார்ப்பொரேஷன் என்ற பேச்சை எடுத்ததுமே குமரவேலுவுக்குத் தான் கல்லூரியில் படித்த ‘கலிங்கத்துப்பரணி’ பாடத்தில் ‘பேய்களின் களியாட்டம்’ ஞாபகத்திற்கு வரும். ஒரு அப்பாவியாக மேயோ ஹால் ஆபீசுக்கு அலைந்த அலைச்சலைப் பற்றியும், பிறகு குறுக்கு வழிகளை அறிந்து வயிற்றெரிச்சலோடு பணத்தை அழுததுமெல்லாம் ஞாபகத்திற்கு வந்தது, கையோடு காலோடு போய்விடும் போல இருந்தது.

கலாவதி கோப்பை மூடி குமரவேல் பக்கம் நகர்த்திவிட்டு அப்போது தான் உள்ளே நுழைந்த தனது பணியாளரைப்பார்த்து ஏதோ சொன்னாள். குமரவேல் எல்லாவற்றையும் சுருட்டிக்கொண்டு வெளியே வந்தார்.

முயற்சியைத் தொடர்ந்து மேற்கொள்வதா அல்லது கைவிடுவதா என்னும் நிலைக்குப் போன குமரவேல் என்ன தான் ஆகிவிடும் எனப்பார்த்து விடலாம் என்று கார்ப்பொரேஷன் பக்கம் போனார்.

இப்பொது அங்கே போவதற்கு கொஞ்சம் தைரியம் வந்திருந்தது. கன்னடமும் கொஞ்சம் அபிவிருத்தியடைந்திருந்தது. பிடிக்க வேண்டிய ஆள்களும் தெரியும். மேலே கட்டாததற்கான (?) காரணத்தைக் குறிப்பிட்டு ஒரு 'அர்ஜி' மட்டும் குடுக்கச்சொன்னார்கள். வழக்கமான ஃபீசை வாங்கிக்கொண்டு தான். ஒரு வாரத்திலேயே கிடைத்து விட்டது. அதை வாங்கிக்கொண்டு மீண்டும் அந்த ஆபீசுக்கு வந்தார்.

கலாவதியுடனான பேட்டி இம்முறை ஒரு நிமிடத்திற்கும் குறைவாகவே இருந்தது. எல்லாவற்றையும் வாங்கிவைத்துவிட்டு.

'நாங்க ப்ராசஸ் பண்றோம்.. இன்னும் கொஞ்சநாள்லே எங்க ஆபீசிலேர்ந்து இன்ஸ்பெக்ஷன் வருவாங்க..'

'மேடம்.. இது டாப் அப் லோன் தானே..இன்ஸ்பெக்ஷன் எல்லாம் வேணுங்ளா ?'

கலாவதி அவரது முகத்தை கொஞ்ச நேரம் உற்றுப்பார்த்தார். 'மகனே.. இது தான் உன்னோட திட்டமா?' என்பது அந்தப் பார்வையின் பொருள்.. பொதுவாகவே இந்தத் தனியார் வங்கி கொஞ்சம் கண்டிப்பு மிகுந்தது என்று கேள்விப்பட்டிருக்கிறான். இந்தம்மா இப்படி முறைத்துப் பார்ப்பது நல்ல சகுனமாகத் தெரியவில்லை. தமிழ் மொழியும், தமிழ் நகரங்களான ஆற்காடு, வேலூர் முதலியவையும் ரொம்ப தூரத்திற்குப் போய்விட்ட மாதிரித் தெரிந்தது. குமரவேல் விடை பெற்றார்.

சொன்ன மாதிரியே ஒரு ஏழெட்டு நாட்கள் கழித்து ஆபீசில் இருந்த போது போன் வந்தது.

'சார்... .நான் சத்யநாராயணா பேசறேன்.. நீங்க தான கூமரவேலு..' என்று சொல்லி ஒருவர் பேசினார். தான் கடன் கேட்டிருக்கும் பேங்கின் சார்பாக அன்று மதியம் இரண்டு மணிக்கு இன்ஸ்பெக்ஷனுக்கு வருவதாகச் சொன்னார். வந்து வீட்டை சுற்றிச்சுற்றிப் பார்த்தார்.

அப்போது தான் குமரவேலுவின் மடத்தனம் தெரிந்தது. மேலே கட்டியிருந்த கட்டடப்பகுதியை ஏதாவது செய்து இப்போது தான் கட்டப்பட்டதாகக் காண்பித்திருக்க வேண்டும். அதோடு மிச்சமிருக்கிற பகுதியில் கட்டடம் கட்டுவதற்கான முயற்சியாக பத்துச் செங்கற்களை வைத்து மூன்று நான்கு வரிசையில் சுவராவது எழுப்பியிருக்க வேண்டும். குமரவேல் மாநகராட்சியில் வாங்கி வைத்திருக்கும் 'பிளானுக்கும்' அங்கே இருக்கும் கட்டடத்திற்கும்

சம்பந்தமே இல்லை. இப்படிப்பட்ட அப்பட்டமான தந்திரத்தை அந்த எஞ்ஜினியர் பார்த்திருக்கவே மாட்டார்

'இது எப்பவோ கட்டுன பகுதி மாதிரித் தெரியுதே'

'இந்த மேஸ்திரிகள் கெடைக்கிறது ரொம்ப கஷ்டம் சார்.. நாளைக்கு வர்றேன்னு சொல்லீருக்காங்க..'

'அப்ப நீங்க ஓரளவுக்குக் கட்டடம் மேல வந்ததுக்கு அப்பறம் அப்ளை பண்ணியிருக்கணும்.. 'என்று எந்த விதமான உணர்ச்சியும் இல்லாத குரலில் சொல்லிவிட்டு தனது ஃபைலில் ஏதோ குறித்துக்கொண்டார். பிறகு சில நாட்களுக்குப் பிறகு இன்ன காரணங்களால் தங்களுக்கு கடன் கொடுக்க முடியாது என்று வருத்தத்தோடு சொல்வதாக கடிதம் வந்தது. கதை அத்தோடு முடிந்தது. சத்யநாராயணாவே சில நாட்கள் கழித்து போன் செய்தார். தான் அந்த வங்கியின் நிரந்தர ஊழியன் இல்லையென்றும், ஒரு பொறியாளர் தான் என்றும், வங்கி அவ்வப்போது கொடுக்கும் இந்த மாதிரி வேலையைச் செய்து கொடுப்பது ஒப்பந்த அடிப்படையில் என்றும் சொன்னார். பணம் தேவைப்பட்டால் வீட்டை அடகு வைத்தால் கிடைக்கும் என்றும் ஆனால் அதன் வட்டி விகிதம் கூடுதலாக இருக்கும் என்றார்.

அதன் பிறகு அந்தப்பக்கம் போனால் அந்த பேங்க் இருக்குமிடத்தைத் திரும்பிக் கூடப்பார்ப்பதில்லை. கடுமையான சட்டதிட்டங்கள் கொண்ட ஒரு நிறுவனத்தை ஏமாற்றிப்பார்க்கும் ஒரு முயற்சியில் ஈடுபட்டது கூட அவ்வளவு உறுத்தவில்லை. அவர்களும் அநியாய வட்டிக்குத்தான் பணம் கொடுக்கிறார்கள். ஒரு தமிழ்ப்பொம்பளைக்கு முன்னால் அவமானப்பட்டு விட்டோமே என்று தான் வருத்தம். கூடவே இதற்கென்று செலவழித்து வீணாகிப்போன பணமும்.

ரோட்டைக் கடந்து 'க்ரோமா' ஷோ ரூம் முன்னால் கொஞ்சநேரம் நின்றார். வரிசையாக நிற்கும் கட்டிடங்களின் உயரத்தை விட அவற்றில் இருக்கும் பல தரப்பட்ட கடைகளையும், அலுவலகங்களையும் பார்த்தால் தான் குமரவேலுவுக்கு விசித்திரமாக இருக்கும். 'நாய்கள் உலகம்' கடை இருப்பது பற்றி அவருக்கு ஆட்சேபனை எதுவும் இல்லை. நாய் நன்றியுள்ள பிராணி. அவர்கள் ஊர் நெகமத்தில் சக்ரபாணி கடையில் கூட அந்தக் காலத்திலேயே நாய்ச்சங்கிலி, அம்பிளி காய்ச்சுவதற்கான மாவு முதலியவற்றை விற்பார்கள் தான். ஆனால் நகரின் மத்தியில், பரபரப்பான பகுத்தியில் இவ்வளவு

பெரிய கடை குளிரூட்டப்பட்ட கடை.. இத்தனை பொருட்கள்.. இவற்றை எடுத்துக்கொடுப்பதற்கென்று மாதம் வெறும் எட்டாயிரம் ரூபாய் சம்பளத்தில் ஏழைக்குடும்பத்து சிறு வயசுப்பெண்கள்.. ஒரு ஷோரூமுக்குள்ளேயே ஒரு பிரபஞ்சம் இருக்கிறது..

அது மாதிரித்தான் புரதச்சத்துக்களுக்கென்று ஒரு கடை.. எல்லாமே பாட்டிலில் தான். இது என்ன மாவு? இதை எப்படித்தயாரிக்கிறார்கள்? இதைச் சாப்பிட்டு எப்படிப் பசியாற முடியும்? பெண்கள் அலங்காரப்பொருட்கள் விற்கும் கடையும் மிகமிக வித்தியாசமான பெயர்களில் நகரத்தில் ஆங்காங்கே இருக்கின்றன. கோரமங்கலாவில் இது அதிகம்..முக்கியக்காரணம் இப்போது பெண்களிடம் காசு இருக்கிறது. நிறைய காசு இருக்கிறது. இயற்கையாக அழகாக இல்லாவிட்டாலும் எப்படியாவது அழகாகத் தெரியவேண்டும் என்று பெண்ணுக்கு ஆசை இருக்கிறது.. பெருவணிகர்கள் அவர்கள் உள்ளூர்க்காரர்களாக இருந்தாலும், வெளிநாட்டுக்காரர்களாக இருந்தாலும் இந்த ஆசையைத்தான் முதலில் புரிந்து கொள்கிறார்கள். அதன் மேல் தங்கள் வணிகத்தைக் கட்டுகிறார்கள். இந்த அலங்காரப் பொருட்களைப் பயன்படுத்திய பெண்கள் தாங்கள் செய்த முதலீட்டுக்குத் தகுந்த மாதிரி தங்கள் தோற்றத்தில் ஏதாவது மாற்றத்தைக் கண்டார்களா என்று யார் சோதித்துப் பார்க்க முடியும்? அதே சமயம்.. காலமாற்றத்துக்குப் பொருத்தமான, அவசியமான சில அலுவலகங்களும் வந்திருக்கின்றன. பதினெட்டாவது 'பி' மெயினில் எல்லாமே பெரிய சைட்டுகள். அதில் ஒன்றில் சூர்யநாராயண ராவ் இருந்தார். 'மைகோ'வில் பெரிய பதவியில் இருந்தார். குமரவேலு மாதிரியே கோரமங்கலாவின் ஆதிகாலக் குடியேற்றவாசிகளில் ஒருவர்.அவருக்கு ஒரே பையன். படிப்புக்குண்டான எல்லாக்கட்டங்களையும் கடந்து சரியான வயதில் அமெரிக்கா போய்விட்டான். இங்கே ராவும் ஓய்வு பெற்றபிறகு கொஞ்ச நாள் இருந்து பார்த்தார். பிறகு அவரும் அவர் மனைவியும் மூட்டையைக் கட்டிக் கொண்டு அமெரிக்கா போய்விட்டார்கள். வீட்டை யார் பார்த்துக் கொள்வார்கள்? என்ன தான் அமெரிக்காவில் இருந்தாலும் இந்தியாவிலும் ஒரு கால் இருக்க வேண்டும். நாளை அமெரிக்காக்காரன் துரத்திவிட்டுவிட்டால்..? அவர் பையனுக்கு அப்படிப்பட்ட பயம் எதுவும் இல்லை.. அப்படி ஒரு நிலைமை வந்தாலும் சமாளித்துக் கொள்ளலாம் என்ற நம்பிக்கை அவனுக்கு இருக்கிறது. ஆனால் ராவ் அப்படி நினைக்கவில்லை..அவர் அப்படி நினைத்துக் கொண்டிருந்தபோது இப்படிப்பட்ட முகமைகள் வந்தன. 'சொத்துப்பராமரிப்பு முகமைகள்' அவர்களுக்கு ஒரு தொகையைக்

கொடுத்து விட்டால் அந்தக் கட்டிடத்தின் முழுப்பராமரிப்பும் அவர்களுடையது. வாடகைக்கு விடுவது, வீட்டு வரி கட்டுவது என்று வீட்டைப்பற்றிய விஷயங்கள் மட்டுமல்லாமல் ராவுக்கு இங்கே இருக்கும் பிற சொத்துக்கள், முதலீடுகள் முதலியவற்றையும் கவனித்துக் கொள்வார்கள். இதில் தப்பு ஒன்றுமில்லையே?

எப்படி இத்தனை மாநிலங்களிலிருந்து இத்தனை ஜனங்கள் இங்கே வந்து குவிந்தார்கள்? மாநிலங்களிலிருந்து மட்டுமல்ல வெளிநாடுகளிலிருந்தும் வருகிறார்கள். வேலை செய்கிறார்கள். வியாபாரம் செய்கிறார்கள். எல்லோரையும் கன்னட புவனேஸ்வரித்தாய் தனது நீண்ட கரங்களால் சேர்த்து அணைத்துக்கொள்கிறாள். எங்கள் சாப்பாடும் சாப்பிடுங்கள். உங்கள் சாப்பாட்டை வேண்டுமானாலும் சமைத்துச் சாப்பிட்டுக்கொள்ளுங்கள் என்று சொல்லி விட்டாள். தமிழ்நாடு, ஆந்திரம், கேரளம், மராட்டியம், குஜராத், ராஜஸ்தான், வடகிழக்கு மாநிலங்களின் உணவு மட்டுமல்லாமல் தாய்லாந்து, வியட்நாம் போன்ற நாடுகளின் உணவுகளும் இப்போது கோரமங்கலாவில் கிடைக்கின்றன.இவ்வளவு ஏன்.. மெக்சிகோ நாடு எங்கிருக்கிறது.. அந்த நாட்டு உணவும் இங்கே கிடைக்கிறது.. எல்லாம் இங்கேயே கிடைக்கிற தக்காளி, வெங்காயம், மிளகாய், முட்டைக்கோஸ், மைதா, அரிசி முதலியவற்றைக் கொண்டு தயாரிக்கப் படுபவை தான். இதற்கு முன்னால் விஜய நகர சாம்ராஜ்யத்தில் தான் இவ்வளவு கலவையான ஜனங்கள் இருந்தார்கள். அவர்களுக்கு யார் அவர்களுக்கான சாப்பாட்டைத் தயாரித்துக் கொடுத்திருப்பார்கள்? அவர்களே சமைத்துச் சாப்பிட்டிருப்பார்களோ? கிருஷ்ணதேவராயர் பெருந்தன்மை மிக்கவர்.. அவர்களுக்கான வசதிகளைச் செய்துகொடுத்திருப்பார்.

சரி... எல்லாம் சரி... ஆறாவது பிளாக்கில் மட்டுமல்லாமல் கோரமங்கலாவின் பிற பகுதிகளிலுமுள்ள கட்டடங்கள், மனிதர்கள் ஆகியோரின் வரலாறு தெரியும்.. தெரிந்து என்ன செய்யப்போகிறாய் குமரவேல்? எதை உன்னால் தடுத்தி நிறுத்தி விடமுடியும்? இந்த வயதில் எதை உன்னால் உருவாக்கித்தர முடியும்? தான் வசிக்கும் வீதியில் சில பேருக்கு மட்டும் உன்னைத் தெரியும். எழுநூறு சதுரகிலோமீட்டர் பரப்பளவு இருக்கிற இந்த நகரத்தில் ஆங்காங்கே ஒன்றிரண்டு பேர் உன்னைத் தெரிந்து வைத்திருப்பார்கள். இவ்வளவு ஏன்.. உனக்கு மிக மிக நெருக்கமான உனது குடும்பம் கூட இந்த நகர நெருக்கடியில் எத்தனை நாளைக்கு உன்னை நினைவில் வைத்திருக்கும்? உன்னை இழந்த மிக மிக சோகமான மன நிலையில்

இருக்கும்போது கூட அந்த சமயத்தில் எவராவது ஒருத்தர் அல்லது ஏதாவது ஒரு சம்பவம் அந்த நிலையிலிருந்து அவர்களை வெளியே இழுத்து எரிச்சலை உண்டுபண்ணக்கூடும். மின்மயானத்தில் பிணத்தை உள்ளே தள்ளுவதற்கு முன்னால் 'நல்லாப்பாத்துக்குங்க..' என்று அந்தச் சேவகன் சொல்வது நம் மீது கொண்ட அக்கறையாலா என்ன ? 'எனது சேவைக்குத் தகுந்த ஊதியத்தைக் கொடுக்க மறந்து விடாதீர்கள்' என்று நினைவூட்டத்தானே ?

கடைசியில் எது உன்னைக் காப்பாற்றப்போகிறது? எதுவுமே இல்லை.எல்லாக்கட்டடங்களிலும் நம்பிக்கை தான் உன்னை முன்னோக்கித் தள்ளுகிறது. பாலக்கோட்டிலிருந்து தணிகாசலம் வந்த போதும் நம்பிக்கையுடன் தான் வந்தான். இதோ 'தாரியாஸ்' ஷோரூம் இவ்வளவு பெரிசாக இருக்கிறது. டி.வி. ஃபிரிட்ஜ், வாஷிங்மெஷின் என்று எது வேண்டுமானாலும் வாங்கலாம். இங்கு வந்து பேரம் பேசும் கிராக்கிகளும் இருக்கிறார்கள். வந்து வேணுமெங்கிற பொருள்களை வாங்கிக்கொண்டு காசைக்கொடுத்துவிட்டுப் போய்க்கொண்டே—யிருக்கிற கிராக்கிகளும் இருக்கிறார்கள். ஷோரூமையொட்டி ஒரு நூறடி உள்ளே போனால் காலியிடம் தான். நான்கு சகோதரர்களின் பங்குத் தகராறில் சும்மா கிடக்கிறது. இடம் அப்பேர்ப்பட்ட தங்கச்சுரங்கம். ஒரு மாருதி சர்வீஸ்காரர் கூட வந்து கேட்டார். 'எனக்குத் தேவையானது பதினஞ்சாயிரம் சதுர அடி தான். நானே ஷெட் போட்டுக்கொள்வேன். உங்களுக்கு எந்த விதமான தொந்தரவும் இருக்காது' என்று சொல்லி எம்.சி.ஜி.க்கள் வாயைப்பிளந்து ஆச்சரியப்படுமளவுக்கு ஒரு தொகையை வாடகையாகத் தருவதாகவும் சொன்னான். ஒரு பங்காளி ஒத்து வந்தால் இன்னொருவன் ஒத்து வருவதில்லை. மெயின் ரோட்டிலிருக்கும் ஒரு சின்ன இடத்துக்கும் இப்படித்தகராறு வந்தது. அம்மாக்கிழவி ஒரு காரியம் செய்தாள். 'ஒருத்தருக்கும் வேண்டாம்.. எல்லம்மா தேவிக்குக் கோயிலாப்பண்ணீருங்கடா..'ன்னு.. சொல்லிவிட்டாள். இப்போது முக்காலமும் தேவிக்குப் பூஜை நடக்கிறது. டீஷர்ட்டும், ஜீன்சும் போட்டுக்கொண்டு காலையில் ஆபீசுக்குப் போகும் பெண் பிள்ளைகள் கூட ரோட்டில் நின்று கொண்டே அம்மனுக்கு கையெடுத்துவிட்டுப் போகிறார்கள். தணிகாசலம் யாரைப் பிடித்து எப்படி அனுமதி வாங்கினான் எனத்தெரியவில்லை. எல்லா பழைய பேப்பர் கடைக்காரர்களையும் போல அவனும் ஒரு காக்கி அட்டையில் 'ஓல்டு பேப்பர் ஷாப்' என்று ஆங்கிலத்தில் எழுதி தணிகா- என்று அவன் மொபைல் நம்பரையும் கொடுத்திருந்தான்.

தணிகாசலம் ஒரு பழைய பேப்பர் வாங்கும் பையனாகத்தான் பெங்களூருக்கு வந்தான். அவனது தாய்மாமனுக்குத் தெரிந்தவர்

ஒருவர் மடிவாளாவில் கடை போட்டிருந்தார். அவர் ரொம்ப நாளைக்கு முன்னாலேயே பெங்களூருக்கு வந்தவர். தாவரகெரேயில் சொந்த வீடு கட்டிக்கொண்டிருக்கிறார். வட்டி வரவு செலவெல்லாம் உண்டு. பாலக்கோட்டிலிருந்து முதல் பஸ் பிடித்து மடிவாளா வந்து சேர்ந்தபோது மதியம் பதினொருமணி ஆகியிருந்தது. இடம் கண்டு பிடிப்பது அவ்வளவு ஒன்றும் சிரமமாக இருக்கவில்லை. ஐயப்பன் கோயிலுக்குப் பின்னாடி என்று சொல்லியிருந்தார்கள்.

‘என்னப்பா பேரு..?’

‘தணிகாசலம்ணா..’

‘படிச்சிருக்கியா..?’

‘பத்தாவது மூணு மாசம் போனன்ணா..’

‘செரி... சைக்கிள் எதுனாச்சும் இருக்கா..?

‘ஒண்ணும் இல்லணா..’

‘எங்க தங்கப்போற... சொந்தக்காரங்க ஆராச்சும் இருக்காங்களா?’

‘..........’

‘செரி.. செரி..’ என்று சொன்ன கடைக்காரர் கடையிலிருந்த இன்னொரு பையனிடம்

‘டேய்... பாஸ்கரு... இந்தப்பையனக் கூப்ட்டுட்டுப்போய் ரூமக்காமீடா...’

ரூம் உள்ளே தள்ளி கொஞ்ச தூரத்தில் இருந்தது. போன போது யாரும் இல்லை. தற்போது நாலு பையன்கள் அங்கே இருப்பதாகவும். இவனும் தங்கிக்கொள்ளலாம் என்றும் சொன்னான். இந்த நாலு என்கிற எண்ணிக்கை கூடவும் குறையவும் ஆகும். சொந்தமாக சைக்கிளும், ஸ்ப்ரிங் தராசும் இருந்தால் அதற்கு வாடகை கொடுக்க வேண்டியதில்லை. இல்லையென்றால் நாள் முழுவதும் சேகரித்துக் கொண்டு வந்த பேப்பர், புத்தகங்கள், பாட்டில், பழைய இரும்புச்சாமான்கள் இங்கே ஒரு விலைக்குப் போட்டு விடும்போது அந்த வாடகையைப் பிடித்துகொள்வார்கள். அந்த ஸ்ப்ரிங் தராசில் ஒரு சூட்சுமம் உண்டு. அதற்கு ஐம்பது சதவீதம் வேலைத்திறன் மட்டுமே உண்டு. அதாவது ஒரு கிலோ எடையை அரை கிலோவாகக் காண்பிக்கும். காலையில் முதலாளி வீட்டில் சாப்பிட்டுக்கொள்ளலாம். சோறும், குழம்பும் தான். நாள் முழுவதும் சுற்றும் போது சாப்பிடுவதும், சாப்பிடாததும் உனது விருப்பம்.

இரவு முத்துசாமி கடை புரோட்டாக்கடையில் புரோட்டா சாப்பிட்டுக்கொள்ளலாம். முதலாளி சொன்னதால் அக்கவுண்ட் உண்டு. தணிகாசலம் அடுத்த வாரம் ஊருக்குப்போய் ஒரு ரெக்சின் தோள்ப்பையில் அங்கே மீதமிருந்த சட்டைதுணிமணிகளை எடுத்துக் கொண்டு வந்தான். ஒரு சில வாரங்களிலேயே எல்லாம் பழகி விட்டது. வாரத்திற்கு ஒரு தரம் போகும் பாலாஜி தியேட்டர் அல்லது லட்சுமி தியேட்டர்.. அதற்குப்பக்கத்திலேயே இருக்கும் லாவண்யா வைன்ஸ்..எல்லாம்..

அது இருக்கும் ஒரு ஏழெட்டு வருசம்.. காலம் எப்படியோ ஓடிப்போயிற்று. குறிப்பிட்ட காலம் வேலை பார்த்த பையன்களுக்கு முதலாளியே ஒரு ஏரியாவைப் பார்த்து கடை போட்டுக் கொடுப்பார். இல்லையென்றால் பையன்களே பார்த்துக்கொண்டு போய்விடுவார்கள். இப்படிப்பட்ட சூழ்நிலையிலும் பெண்விஷயம், குடி என்று உருப்படாமல் போன பையன்களும் உண்டு. யோக்கியமாக இருக்கும் பட்சத்தில் முதலாளி எல்லா உபகாரங்களும் செய்வார். ஒரே ஒரு நிபந்தனை. பையன் 'நம்ம' பையனாக இருக்க வேண்டும்.

தணிகாசலம் லைனுக்குப்போன போது வித்தியாசமான அனுபவங்கள் கிடைத்தன. சில வீடுகளில் பேப்பரையெல்லாம் இலவசமாகவே எடுத்துக் கொண்டு போகச் சொல்லிவிட்டார்கள். சில வீடுகளில் கொடுத்ததை வாங்கிக்கொண்டார்கள். சில வீடுகளில் மிக மோசமாக பேரம் பேசினார்கள். அதிலும் லட்சுமிதேவி பார்க்கிலிருந்து இடது பக்கம் முதல் கிராசில் இருக்கிற தமிழ்க்காரர் வீடு. அது பெரிய சைட் தான். ஆனால் சைட்டுக்குத்தகுந்த மாதிரி வீட்டில் அவ்வளவு செழிப்புத்தெரியவில்லை. எளிமையா, தரித்திரமா என்று புரிந்து கொள்ள முடியாதபடி இருந்தது..அந்த வீட்டுக்காரர் எப்போதுமே சத்தம் போட்டுத்தான் பேசுவார் போல..

'வாய்யா... பேரென்ன... எந்த ஊரு.. திருவண்ணாமலையா..?'

'இல்ல சார்... பாலக்கோடு.. தணிகாசலம் சார்'

'என்ன வெல பேப்பரெல்லாம்..?'

'ஆர்ரூபா சார்..'

'என்ன மடிவாளாவுலே பத்து ரூபாங்கறாங்க..'

'இல்ல சார் எட்ருபா ருக்குது.. எங்குளுக்கும் கொஞ்சம் வேணும்ல சார்..'

‘சரி... இந்தா எடயப்போடு..’ என்று சொல்லிவிட்டு வீட்டுக்குள் போய்விட்டார்.

‘பாதி வேலைத் திறன்’ கொண்ட தராசு ஆறு கிலோ காண்பித்தது.

வெளியே வந்தவரிடம் தணிகாசலம் எடையைச்சொன்னான். அவர் ஆச்சரியப்படவில்லை.

‘பரவால்லயேப்பா உன்னோட தராசு..’

என்று சொல்லி வீட்டுக்குள்ளிருந்து வேறு மாதிரியான ஒரு தராசைக்கொண்டு வந்து காண்பித்தபோது அது பன்னிரண்டு கிலோவுக்கும் அதிகமாகக் காண்பித்தது.

‘தம்பி... தணிகாசலம்... கவருமெண்டு ரூல்படி நா இப்ப உன்னயும் உந்தராசையும் போலீசுலே புடிச்சுக் குடுக்கலாந்தெரியுமா..?’

தணிகாசலம் அப்பாவியாக முகத்தை வைத்துக் கொண்டு அப்படியே நின்று கொண்டிருந்தான். அவர் உள்ளே திரும்பி, ‘சுசீலா.. இந்தப் பையனுக்குக் கொஞ்சம் டீ குடு’ என்று குரல் கொடுத்தார். அங்கிருந்து ஒரு சலனமும் இல்லை. கொஞ்ச நேரத்தில் ஒரு பையன் பேப்பர் கப்பில் டீ கொண்டு வந்து கொடுத்தான்.

‘என்ன சார்... எடுத்துக்கவா..?’

‘ரெண்டு கிலோ உனக்கு ஃப்ரீ.. பத்துக் கிலோவுக்கு மட்டும் காசு குடு..’

என்று சொல்லி வாங்கிக் கொண்டார். அன்றிலிருந்து அவர் சொன்ன தொகையைக் கொடுத்துவிடுவான். மோசமிருக்காது.

இந்தத் தொழிலும் காலத்துக்குத் தகுந்த படி தொழில் நுட்ப முன்னேற்றம் இருந்தது. சாதாரண சைக்கிளில் இருந்து மூன்று சக்கர சைக்கிள் பிறகு ஒலிபெருக்கி பொருத்தப்பட்ட லக்கேஜ் என்று இப்படி. சைக்கிளில் சுற்றிக்கொண்டிருந்தால் ‘பேப்பர்..பேப்பர்..’ என்று கத்த வேண்டும். மூன்று சக்கர சைக்கிளில் ஒரு இரும்புத்துண்டை வைத்துக் கொண்டு ஹேண்டில் பாரைத் தட்டிக் கொள்ளலாம். சாதாரண சைக்கிளிலிருந்து மூன்று சக்கர சைக்கிளுக்கு மாறிய போது தணிகாசலத்திற்கு கொஞ்சம் ‘கெத்’ தாகத் தான் இருந்தது. அதிலும் இடைஞ்சல்கள் இருக்கத்தான் செய்தன.. அண்ணைக்குபார்த்து லோடு கொஞ்சம் அதிகமாக இருந்தது. கனரா பேங்க் பக்கம் ரைட்டில் திரும்பும்போது பின்னாலிருந்து ஒரு ஆட்டோக்காரன் வேகமாக வந்து ‘டப்..’ பென்று இடித்துவிட்டான். சைக்கிளுக்கு

ஒன்றும் ஆகவில்லை. ஆட்டோவின் முன்பாகம் கொஞ்சம் ஒடுங்கி விட்டது. தப்பு அவனுடையது தான். ஆனால் அவர்கள் அப்படி ஒப்புக்கொண்டதற்கான எந்த சரித்திர ஆதாரமும் இல்லை. அவன் கொஞ்சம் முன்னால் போய் ஆட்டோவின் ஒடுங்கிய பாகத்தைப் பார்த்து விட்டு பின்னால் வந்து தணிகாசலத்தின் சட்டையைக் கழுத்தோடு சேர்த்துப் பிடித்து 'கய்யா முய்யா' வென்று கன்னடத்தில் கத்த ஆரம்பித்தான். பெங்களூர் நகரவாசிகளில் பார்வையிலேயே அனுதாபத்தை வரவழைத்து விடும் தோற்றத்திலிருப்பவர்களில் பழைய பேப்பர் பையன்கள் முதன்மையான இடத்தில் இருந்தார்கள். அவர்கள் சைசுக்கு பெரியதாகவோ,சிறியதாகவோ இருக்கும் ஒரு சட்டை, ஒரு பழைய லுங்கி, சட்டை பாக்கட்டில் சில பீடிகள், தீப்பெட்டி, உள்ளே டவுசரில் கொஞ்சம் பணம் இவ்வளவு தான்..அதோடு மட்டுமல்லாமல் அவர்கள் அதிகமாக விவாதம் செய்வது கிடையாது. தணிகாசலத்தின் உடைந்த கன்னடம் அந்த ஆட்டோக்காரனை மேலும் உசுப்பி விட்டது. தணிகாசலத்தின் மொழி,இனம் என்பவையும் அவனுடைய ஆட்டோவோடு சம்பந்தப்படுத்திப் பேசப்பட்டன. அவன் பேசிமுடிக்கும் வரை சட்டையை விடவில்லை.. அவன் சட்டையைப் பிடித்தபோது தணிகாசலத்துக்கு உதறல் எடுத்தது. வண்டியை ரிப்பேர் செய்து கொடு இல்லையென்றால் பணம் கொடு என்று கேட்டான். நாள் பூரா கிராக்கிகளுக்குக் கொடுத்தது போக ஒரு முன்னூறு ரூபாய் போல பணம் இருந்தது. அதை வாங்கிக்கொண்ட ஆட்டோக்காரன் மறுபடியும் திட்டிக்கொண்டே ஆட்டோவைக் கிளப்பினான்.

சிங்களத்தீவின் கடற்கரையை-எங்கள்
செந்தமிழ்த்தோழர் அழகு செய்தார்
எகிப்திய நாட்டின் நதிக்கரையில்-எங்கள்
இளந்தமிழ் வீரர் பவனி வந்தார்

இப்படிப்பட்ட திராவிடப்பொன்னாட்டின் மைந்தன் தனக்கு முன்னால் போகிற ஆட்டோவைப் பார்த்துக்கொண்டே நின்று கொண்டிருந்தான். பணம் போனதைப் பற்றிக்கவலையில்லை. இப்படி அவமானப்பட்டு விட்டோமே என்று வேதனையாக இருந்தது.

அவ்வப்போது சில தட்டுத்தடுமாறல்கள் இருந்தாலும் தணிகாசலம் அவற்றையெல்லாம் கடந்து வந்தான். ஆரம்பத்தில் கொஞ்சம் முரண்டு பிடித்த கன்னடம் கூட கொஞ்சம் கொஞ்சமாக இறங்கி வந்தது. கல்யாணமாகி ரெண்டு குழந்தைகளும் பெற்று இப்போது இங்கே தனியாக வியாபாரம் செய்கிறான். இந்த இடம் கிடைத்ததே

பெரிய விஷயம் தான். எண்பதடி மெயின் ரோட்டில் இடது பக்கம் இருப்பது தான் பி.டி.ஏ.வுக்குச் சேர்ந்தது. வலது பக்கம் இருப்பது தனியாருக்குச் சொந்தமானது. ஒரு காலத்தில் ஈஜிபுராவின் வீடுகள் இல்லாத விரிவாக்கப்பகுதியாகவோ அல்லது விவசாய நிலமாகவோ இருந்த அந்தப்பகுதிகள் எல்லாம் இப்போது கோரமங்கலாவின் பிரிக்க முடியாத பகுதிகளாகி விட்டன. ஒரு மூன்று நான்கு பகுதிகளாக இருந்த குடியிருப்புப் பகுதிகள் ஒவ்வொன்றிற்கும் ஒரு பெயர் உண்டு. தணிகாசலம் தொடர்பு கொண்டிருந்த லே அவுட்டின் பெயர் அஸ்வினி லே அவுட் . அதன் உரிமையாளர் நாராயண ரெட்டியின் அன்பைப் பெற்றதே தற்செயல் தான். அந்த ஏரியாவில் ரெட்டிக்கு மூன்று ஏக்கருக்கு மேல் நிலம் இருந்தது. எண்பதடி ரோட்டிற்கு இந்தப்பக்கம் இருந்ததால் பி.டி.ஏ. அதில் கை வைக்கவில்லை. மத்திய கால வரலாற்றின் எந்தக் கட்டத்தில் ரெட்டியின் முன்னோர் இந்த இடத்தில் கால் வைத்தார்கள் எனத்தெரியவில்லை.. அடித்தது யோகம்.. வெறும் புன்செய் விவசாயம் செய்து கொண்டு கறவை மாடுகள் வைத்து ஜீவனம் செய்து கொண்டிருந்த ரெட்டி இப்போது சொந்தக்காரர்களுடைய ஆலோசனையின்படி லே அவுட் போட்டார். ரோட்டோரத்தில் இருக்கும் பகுதியை மட்டும் தனக்கென்று வைத்துக்கொண்டார். விற்ற தொகையில் கிடைத்த தொகையில் புறநகர்ப்பகுதியில் நிலம் வாங்கிப் போட்டார். இது அப்போதைய எல்லா நில உரிமையாளர்கள் முதலீட்டாளர்களுடைய வியாபார உத்தி தான். ரோட்டின் மேல் வரிசையாக கடைகள் கட்டப்பட்டன. மூன்று மாடிக்கட்டடம். எல்லாமே நவீனத்தரத்தில் கட்டப்பட்டவை. ஆச்சரியமாக இருக்கும். அந்தக் கட்டடத்திற்குப்பின்னால் அரைவட்டத்தில் மூன்று பெரிய வீடுகள் இருக்கும். எல்லாவற்றிற்கும் ஒரு திண்ணை இருக்கும்.. மூன்றுக்கும் பொதுவான ஒரு பெரிய வாசல்.. காம்பவுண்ட்டுக்கு ஒரு பெரிய கேட்.. கேட்டை ஒட்டி வரிசையாக சில தென்னை மரங்கள், ஒன்றிரண்டு செங்கொன்றை, ஒரு நெல்லிக்காய் மரம் இப்படி.. வெளியிலிருந்து யாரும் பார்க்க முடியாது. ரெட்டிக்கு மூன்று ஆண்மக்கள் மட்டுமே. மூன்று பேரில் ஒருத்தன் படித்து உத்தியோகம் போய்விட்டான். மத்த ரெண்டு பேரும் ஆஸ்தியைப் பெருக்குவதில் இருக்கிறார்கள். மூன்று பேரில் பெரியவன் வீட்டில் கிழவனும் கிழவியும் இருக்கிறார்கள். முக்கியமான வருமானம் முன்னாலிருக்கும் ‘சப்தகிரி வைன்ஸ்’ லிருந்து தான் வருகிறது. அதோடு தான் நம் தமிழ்த்தோழர்கள் சம்பந்தப் பட்டிருக்கிறார்கள். அங்கு காலியாகும் அத்தனை பாட்டில்களையும், காலி டெட்ராபேக்குகளையும் எடுத்துக் கொள்வதற்கு தணிகாசலத்தின் முதலாளி ஒப்பந்தம் போட்டிருக்கிறார்.

'சப்தகிரி வைன்ஸ்' கடுமையான அறக்கோட்பாடுகளின் படி நடத்தப்படுவது. சரக்கு சுத்தமான சரக்கு. விலை அரசு நிர்ணயித்த விலை மட்டுமே. வாங்கிக்கொண்டு போய்க்கொண்டேயிருக்க வேண்டும். கடை அமைந்திருந்த இடம் இந்திய சமூக, பொருளாதார அமைப்பின் முன் மாதிரியாக இருந்தது. அதாவது கடைக்கு முன்னால் அந்தப்பக்கம் பெரிய பெரிய பணக்காரார்கள். பூங்காக்கள்.. அகலமான வீதிகள்.. வீட்டின் முன்னால் கார்கள்.. அமைதி.. அமைதி.. நோ நாய்ஸ்.. அதற்கு நேர் மாறாக கடைக்குப்பின்னால் நெருக்கடி.. ஒரே நெருக்கடி.. குட்டி குட்டி வீடுகள்.. வீட்டின் முன்னால் சைக்கிள் அல்லது இருசக்கர வாகனங்கள்..(அந்தக்காலத்தில்).. ஆனால் இரு சமூகத்தார்க்கும் மதுவின் தேவை இருந்தது. கடையை ஒட்டியே பின்னால் தரைகீழ்த்தளத்தில் நிறைய இடம் இருந்தது. மது அருந்துவதற்கு மூன்று வழிகள் உண்டு. ஒன்று வாங்கிக்கொண்டு வீட்டிற்குப் போய்விடலாம் (பெரும்பாலும் அது சாத்தியமில்லை} அல்லது வாங்கிக்கொண்டு தரைகீழ்த்தளத்திற்குப் போகலாம். அங்கே தண்ணீர், டம்ளர் முதலிய வசதிகள் உண்டு. இல்லை நேராக தரைகீழ்த்தளத்திற்குப் போனால் அங்கே பையன்கள் இருப்பார்கள்.. அவர்களிடம் சொல்லிவிட்டால் அவர்கள் என்ன வேண்டுமானாலும் வாங்கிக்கொண்டு வந்து தருவார்கள். அவர்களுக்குத் தனியாகக் காசு. பஸ் கண்டக்டர்கள் சுண்டு விரலில் விசில் வைத்திருப்பது மாதிரி பாட்டில் திறக்கும் திறப்பானை சுண்டு விரலில் வைத்திருக்கும் இவர்கள் அபார ஞாபக சக்தியும், சுறுசுறுப்பும் நிறைந்தவர்கள்.

முதலாளியின் ஆணைப்படி அங்கே பாட்டில்கள் எடுப்பதற்காக தணிகாசலம் போனான். ரோட்டிலேயே மூணு சக்கர வண்டியை நிறுத்தி 'அண்ணா.. பாட்டில்னா..' என்று கத்தினான். 'ஒண்ணுமில்லே.. போடா..' என்று கடையில் இருந்தவர்கள் பதிலுக்குக் கத்தினார்கள். பிறகு வண்டியை நிறுத்திவிட்டு அவர்களிடம் போய் முதலாளியின் பெயரைச் சொல்லிய பிறகு தான் அவர்களுக்குப் புரிந்தது. 'ஓ! அப்பிடியா..' என்று சொல்லி, 'மொதல்லே வண்டியெ சைடுலே உட்டுட்டு பின்னாலெ வா.' என்று சொல்ல அப்படியே அந்த தரைகீழ்த்தளத்திற்குப் போனான். கீழே ஒரே நாத்தம். மூலைகளில் எல்லாம் வெற்றிலை, புகையிலை எச்சில் துப்பப்பட்டிருந்தது. பீடி,சிகரெட் துண்டுகள், சிறுசிறு எலும்புத்துண்டுகள் ஆங்காங்கே இறைந்து கிடந்தன. ஒரு முக்காலடி அகலத்தில் ஆளுயரத்திற்கு நீளமான பலகை.. குடிப்பவர்கள் அதில் தான் பாட்டிலையும், டம்ளரையும் வைத்துக் கொள்ள வேண்டும். அதன் இடது ஓரத்தில் ஒரு பிஸ்லேரி பெரிய தண்ணீர் போத்தல்.. போத்தல் தான் பிஸ்லேரி..

உள்ளே இருப்பது லோகல் தண்ணி தான். அதில்லாமல் ஒரு லிட்டர் பாட்டில்களில் தண்ணீர் அடைத்து வைக்கப்பட்டிருந்தது.. சாப்பிட்டும், சாப்பிடாலும் பேப்பர்களில் மிக்சர் பொடிகள்.. வாழைப்பழத்தோல்.. இப்படி;

ஒரு ஆட்டோ டிரைவர் ஓரத்தில் தனது டெட்ரா பாக்கெட்டைப் பிரித்துக் கொண்டிருந்தார். இந்தப் பக்கம் நடுவில் டை கட்டிக்கொண்டு நன்றாக உடையணிந்து ரெண்டு வாலிபப் பசங்கள் ஹெல்மட்டைப் பக்கத்தில் வைத்துக்கொண்டு விளாடிமிர் புட்டினும், டோனால்டு டிரம்பும் அமைதிப்பேச்சு வார்த்தையைப் பேசுவதைப் போல எதையோ பேசிக்கொண்டிருந்தார்கள். இந்த சிறிய இளைப்பாறலுக்குப் பிறகு அவர்கள் மீண்டும் தங்களது வழக்கமான பணியைத் தொடங்க வேண்டும்.

‘ஐயா.. உங்கள் முதலீடு மிகச்சிறியது.. அதனால் கிடைக்கக் கூடிய லாபம் மிக அதிகமானது. நீங்கள் இப்போது சாப்பாடு சப்ளை செய்து கொண்டிருக்கிறீர்கள். ஒரு சிறிய கடையும் வைத்துக் கொண்டிருக்கிறீர்கள்.. இந்த ஏரியாவில் ஒரு குறிப்பிட்ட சில பேருக்கு மட்டுமே உங்கள் சாப்பாட்டைப் பற்றியும், உங்கள் கடையைப் பற்றியும் தெரியும்.. எங்களது வலைப்பக்கத்தில் ஒரு சிறிய அளவில் உங்கள் நிறுவனத்தைப் பற்றிய எல்லா விவரங்களையும் கொடுத்து விடுவோம். உங்களுக்கு விருப்பமானால்-தேவையானால் அதில் வீடியோ லிங்குகள் கூட இருக்கும். தொலைபேசியிலோ, மின்னஞ் சலிலோ உங்களுக்கு அழைப்புகள் வந்து கொண்டேயிருக்கும்.. உங்கள் உணவு தரமாக இருந்தால் அதற்கு நல்ல அபிப்ராயம் சொல்வார்கள்..அதையும் நாங்கள் பட்டியல் போட்டு அதில் கொடுத்து விடுவோம்.. உங்கள் உழைப்புப் பொறுத்து நீங்கள் உங்கள் வியாபாரத்தைப் பெருக்கிக் கொள்ளலாம். ஆரம்பத்தில் கொஞ்ச நாட்களுக்கு உங்கள் விளம்பரம் இலவசமாகவே போடப்படும்.. பிறகு பணம் கொடுத்து அதை மாற்றிக்கொள்ளலாம். மூணு மாசம், ஆறு மாசம், ஒரு வருசம் என்று இப்படி பேக்கேஜுகள் உண்டு...

‘ஐயா..பத்துப் பேரை வைத்து இந்தத் தொழில் செய்கிறீர்கள்.. எலக்ட்ரீசியன், பிளம்பர்.. பெயிண்டர் .. ஏசி மெக்கானிக் என்று எல்லோரும் உங்களிடம் இருக்கிறார்கள்.. இந்த ஏரியாவில் மட்டும் உங்கள் சேவையைப் பற்றித் தெரியும்.. எங்கள் ‘சுரேகா விளம்பரத்தளத்தில்..’ ஒரு விளம்பரம் கொடுத்துப் பாருங்கள்..

‘எஸ் மேடம்.. உங்கள் பெயரை நான் சரியாகக் கேட்டுக் கொள்ளவில்லை மேடம்.. நோ மேடம்.. இப்போ பிசியோதெராபிக்கு வீட்டு அழைப்பிற்கு நிறைய டிமாண்டு இருக்கிறது மேடம்..

‘யெஸ் சார்.. இப்போ தனியார் டியூஷனை எட்டாங்கிளாசிலேயே ஆரம்பிச்சிட்றாங்க..நீங்க சின்ன அளவுலேயே கூட உங்க ட்யூஷன் செண்டரை ஆரம்பிக்கலாம்.. ஒரு விளம்பரம் கொடுத்துப் பாருங்கள்...’

இப்படிப் போய்த் தொங்க வேண்டும்.

‘இப்போ என்ன உங்க பேக்கேஜ்..?’

‘டிவெல்வ் கே..பெட்ரோல் அலவன்ஸ் தனி... இந்த டார்கெட்டை எட்டீட்டன்னா இன்னும் ரெண்டு மாசத்துலே லீட் ஆயிருவேன்..’

இந்த ‘டிவெல்வ் கே’ யில் இப்போது ஒரு நூறு ரூபாய் அவுட்.. இப்போது இருக்கும் பசிக்கு நந்தனாவிலோ, நாகார்ஜுனாவிலோ ஒரு ஸ்மால் பிரியாணியும், ஒரு குண்டூர் சிக்கனும் அடித்தால் நன்றாக இருக்கும்.. ஆனால் இந்தக் கடைக்கு நேர் எதிராக இருக்கும் தள்ளுவண்டிக் கடையில் ‘முத்தே’ யும், ‘சொப்பு சாறு’ ம் அல்லது வெறும் ‘அன்னா சாம்பாரும்..’ தான் சாத்தியப்படும்.. அதற்குள் எங்கிருந்தாவது அழைப்பு வந்தால் அது கூடத் தள்ளிப்போகும்.. இல்லாமலும் கூடப் போகும்.. சாயங்காலம் ஸ்ரீராமபுரத்திலோ, கம்மனஹள்ளியிலோ இருக்கும் தனது வீட்டிற்குப் போகும் வரை பொறுத்துக்கொள்ள வேண்டும்..

இரண்டு மூலைகளில் கருநீல நிறத்தில் இரண்டு டிரம்களில் காலி பாட்டிலகள் நிறைந்திருந்தன. சாக்குப்பையில் அடைத்து அடைத்து எடுத்துக்கொண்டு நான்கு தடவை ஏறி இறங்கினான். பிறகு அது வழக்கமாகப் போயிற்று.. சனி, ஞாயிறு விட்டு திங்கட்கிழமை போகும்போது லோடு அதிகமாக இருக்கும். வெள்ளி, திங்கள் என்ற இரண்டு நாட்கள் அங்கே சரக்கு எடுக்க வேண்டும். காலப்போக்கில் கடைப்பையன்கள் பழக்கமானார்கள். ஒரு நாள் பாட்டில் எடுக்கப் போனபோது கல்லாவில் உட்கார்ந்திருந்தவர்

‘தணிகா... இங்க வா.. இந்த ஆர்லிக்ஸ் பாட்லக் கொண்டு போய் பின்னால குடுத்துட்டு வா.. என்றார்

‘பின்னால எங்கண்ணா..?’

‘டேய் .. பின்னால மொதலாளி வீட்லடா.. நேராப் போய் அந்த சந்துல உள்ள போ.. ஒரு பெரிய கேட் வரும்... அதத் தெறந்து உள்ள போ..’

கேட் ரொம்ப உயரமா இருந்தது.. கோரமங்கலாவில் இவ்வளவு பெரிய இடமா என்று தணிகாசலத்துக்கு ஆச்சரியமாக இருந்தது.

வலதுபக்கம் இருந்த நெல்லிக்காய் மரத்துக்குக் கீழே ஒரு நாய் கட்டிப்போடப்பட்டிருந்தது. ஜாதி நாய் மாதிரித் தெரியவில்லை.

‘சார்... சார்...’

‘ஒகர்றா அதி..’ என்று கேட்டுக்கொண்டு ஒரு பெரியவர் ஒரு வீட்டிற்குள்ளிருந்து வெளியே வந்தார். ஆர்லிக்ஸ் பாட்டிலைக் கொடுத்த தணிகாசலத்திடம் பெரியவர் அவன் யாரென்று விசாரித்தார். பெரியவர் உள்ளே திரும்பி,

‘வெங்கட்டம்மா... வீணு தக்கட இச்சி வேயி..தீசுக்கொணுஸ்த்தானு..’ என்றார்.

அவர்களுக்குத் தேவைப்பட்ட மருந்தை வாங்கிக்கொண்டு போய்க் கொடுத்தான். அவன் போகும் நேரம் எப்போதும் இளமதிய நேரமாக இருந்தது. மகன்கள் தொழிலுக்குப் போய்விடுவார்கள். பேரக்குழந்தைகளுக்குப் பள்ளிக்கூடம்.. பெரிசுகளுக்கு எப்போது எந்தத் தேவை வரும் என்று தெரியாது. தணிகாசலம் சாதுவான பையன். வாழ்க்கையில் ரொம்ப நொம்பலப்பட்டிருக்கிறான் என்று அவனைப் பார்த்த மாத்திரத்திலேயே தெரிந்து விடும்.

முதியவர்களுக்குச் செய்யும் சேவையின் பலனாக தணிகாசலத்திற்கு காலையில் எதாவது பலகாரம், டீ அல்லது காப்பி, அவ்வப்போது கொஞ்சம் டிப்ஸ் என்று கிடைக்கும். எல்லம்மா கோயில் கும்பாபிஷேகத்தின் போது சட்டை, வேஷ்டி எல்லாம் கிடைத்தது. அதற்கும் அதிகமாகவே விழாவுக்கு உழைத்திருந்தான். எல்லாவற்றையும்விட அவனுக்குக் கிடைத்த உயர்ந்தபட்ச சலுகை அவன் வெயிலில் அலைந்து திரிந்து வந்த போது மதியம் சாப்பாட்டிற்குப் பிறகு வண்டியை காம்பவுண்டிற்குள் நிறுத்திவிட்டு அவுட் ஹவுசின் திண்ணையில் கொஞ்ச நேரம் படுக்கும் வசதி கிடைத்தது தான். அதற்கு அடுத்தபடியாக அவர்களிடமிருந்து தணிகாசலத்திற்குக்குக் கிடைத்த மிகப்பெரிய உதவி என்பது தற்செயலாகக் கிடைத்தது தான். எல்லம்மா கோயிலுக்கும் அடுத்த கடைக்கும் இடையில் ஒரு இருபதடி இடம் இருந்தது. அதற்குப்பின்னால் ஒரு பதினஞ்சாயிரம் அடி இடம் காலியாக இருந்தது. அந்த இடத்திற்குள்ளே போவதற்கான வழி அதுவாக இருந்தாலும் எல்லாமே அவர்கள் இடமாக இருந்ததனால் பின்னால் கூட அதற்கு வழி அமைத்துக் கொள்ளலாம். ஆனால் அதன் மதிப்புக் குறையும். மெயின் ரோடிலிருந்து நேரடியாக வரக்கூடிய மாதிரி இருந்தால் தான் வாடகை மதிப்பு அதிகம். மாருதி சர்வீஸ்

ஸ்டேஷனுக்குக் கூடக் கேட்டுக்கொண்டிருக்கிறார்கள். ரெட்டி குடும்பம் இன்னும் முடிவு செய்யவில்லை. தற்போதைக்கு அது காலியாக இருக்கிறது. கருங்கல் தூண்களில் முறுக்குக் கம்பிகளை வைத்துக் கட்டித் தடுத்து வைத்திருக்கிறார்கள். அதற்கு முன்னால் கொஞ்சம் இடம் இருந்தது. அதில் தான். அதாவது அந்த இடத்தைக் கடந்து தான் போக வேண்டும். அந்த இடத்தை பெரிய சைட்டோடு இணைத்தும் விடலாம். அந்த இடத்தின் மீது தணிகாசலத்திற்கு நீண்ட காலமாகவே ஒரு கண் இருந்தது. பெரியவர் ஒரு பலவீனமான சந்தர்ப்பத்தில் இருந்தபோது பேச்சுக் கொடுத்து சம்மதம் வாங்கி விட்டான். பையன்களுக்கு இதில் சம்மதமில்லை. பெரியவருக்கு கீழ்மட்டத் தமிழர்களின் பணிவின் மீதும், நன்றி விசுவாசத்தின் மீதும் அசாத்திய நம்பிக்கை இருந்தது. அதனால் மகன்களின் ஆட்சேபணையையும் புறந்தள்ளி தணிகாசலத்திற்கு அனுமதி கொடுத்தார். ஐம்பதடி நீளமும் முப்பது அடி அகலமும் உள்ள அந்த இடம் தணிகாசலத்திற்கு தாற்காலிகமாக சுவாதீனம் ஆகியது. ஒரு காக்கி அட்டையில் மேலே மொபைல் நம்பரையும் அதற்குக்கீழே 'மனிமேகலை ஓல்டு பேப்பர் ஷாப்' என்றும் எழுதி வைத்தான். முன்பக்கம் அட்டைப்பெட்டிகள் தட்டையாகச் செய்யப்பட்டு அடுக்கி வைக்கப் பட்டிருக்கும். இங்கிலீஷ், தமிழ், கன்னடம் எனப் பல மொழிகளின் பத்திரிகைக்கட்டுகள் அம்பாரமாகக் குவித்து வைக்கப்பட்டிருக்கும். பலகாலம் உபயோகித்துத் தூக்கிப்போட்ட பொருட்களின் சிதைந்த கூடுகள், எத்தகைய வடிவத்தில் இருந்திருந்தாலும் இப்போது நீட்டப்பட்டோ, வளைக்கப்பட்டோ கிடக்கும் இரும்புக்கம்பிகள் என்பவற்றோடு அலுமினியம், பித்தளை போன்ற உலோக வடிவங்களும்..

ஒரு விற்பனையாளன் நம்மைத் தேடி வரும்போது நமக்குக் கிடைக்கும் மரியாதைக்கும், நாமே விற்பனையாளனைத் தேடிப்போகும்போது நமக்குக் கிடைக்கும் மரியாதைக்குமுள்ள வித்தியாசத்தை குமரவேலுவுக்கு உணர்த்தியவர்களில் தணிகாசலமும் ஒருவன்.. சிலபல வருடங்களுக்கு ஒருமுறை நடக்கும் வீட்டு மராமரத்துப் பணியில் இந்த முறை வீட்டின் கேட்டுக்கள் இரண்டை மாற்ற வேண்டிய அவசியம் ஏற்பட்டது. புதிய கேட்டைப் பொருத்தியவன் பழைய கேட்டைத் தான் ஒன்றும் செய்ய முடியாது என்று சொல்லி விட்டான். பழைய இரும்புக்கு நல்ல விலை உண்டு குமரவேல் விசாரித்து வைத்து வைத்திருந்தார். அந்த சமயம் பார்த்து எப்போதும் அங்கு சுற்றிக்கொண்டிருக்கும் பையன்கள் யாரும் கொஞ்ச நாட்களாக அந்தப்பக்கம் தட்டுப்படவில்லை.

கே.ஹெச்.பி. காலனிப்பக்கம் ஒண்ணு ரெண்டு கடைகள் இருக்கும். அவைகளும் அவ்வப்போது இடம் மாறிக்கொண்டிருக்கும். ஒன்றில் கேட்டபோது அவர்கள் பேப்பர் மட்டும் தான் எடுப்பதாகவும் இரும்புப்பொருள்கள் எடுப்பதில்லை என்றும் சொல்லிவிட்டார்கள். ஆடுகோடிப்பக்கமும், மடிவாளாப் பக்கமும் போவதற்கு சோம்பேறித்தனப்பட்டுக்கொண்டிருந்த போது தான் விஷ்ணுசாகர் ஓட்டல் பக்கம் இந்தக் கடை இருந்தது ஞாபகத்திற்கு வந்தது..

குமரவேல் அங்கு போன போது காலை பத்து பத்தரை மணி இருக்கும். குமரவேலுவுடையது குடியிருப்பும், கடையும் ஒன்றிணைந்த பகுதி.. இதில் ஒரு தொந்தரவு என்னவென்றால் கடை மட்டும் இருக்கும்போது அதில் உட்கார்ந்திருக்கும் உரிமையாளன் வியாபாரத்தில் மட்டுமே கவனமாக இருப்பான். குடியிருப்பும் இணைந்திருக்கும்போது உள்ளே போவது, வெளியே வருவது என இருப்பதால் அந்த அளவு கவனம் இருக்காது. இன்னுமொரு பிரச்சினை உரிமையாளர் வெளியே போயிருப்பார். மனைவி உள்ளே சமைத்துக்கொண்டோ அல்லது குழந்தைக்குச் சாப்பாடு கொடுத்துக் கொண்டோ இருப்பார். மட்டுமல்லாமல் வெளியிலிருந்து பார்க்கும்போது பொருள்கள் மட்டும் தான் தெரியுமே தவிர மனித வாடையே இருக்காது. குமரவேல் ‘மனிமேகலை ஓல்டு பேப்பர் ஷாப்’ புக்குப் போனபோது அப்படித்தான் இருந்தது. கடையின் முன்னால் நின்றிருந்த குமரவேல் அதைக் கொஞ்சநேரம் பார்த்துக் கொண்டிருந்தார். பிறகு மெதுவாக

‘கடையிலே யாருமில்லீங்களா..?’ என்றார்

பதில் இல்லை

‘யாருப்பா கடையிலே..’

பேப்பர் கத்தைகளுக்குப் பின்னாலிருந்து ஒரு தலை எட்டிப்பார்த்தது. பாதித்தலை போர்வையால் மூடியிருந்தது.

‘என்ன சார்..’

ஒரு இரும்புக்கதவு இருக்குப்பா.. எடுத்துக்கறியா..?

‘எங்க சார்..?’

‘இங்க தா... தேவி கண்ணாஸ்பத்திரிக்கிப் பின்னாடி..’

‘ஓ..’

கொட்டாவி விட்டபடி வெளியே வந்தான் தணிகாசலம்.

‘யோவ்.. என்னய்யா... இந்நேரத்துக்கு தூங்கீட்டிருக்கறே.. வெளங்கீரும்..’

‘வேற என்ன சார் பண்ணச்சொல்றே..’

‘ஏ.. என்னாச்சு...?’

‘பாத்தியல்ல சார்... எல்லாச்சரக்கும் அப்பிடியே இருக்கு... ரொட்டேசனுக்கே பணமில்லே சார்..’

இரும்புக்கம்பிகளும் வியாபாரத்தின் ஒரு பகுதியாக இருந்தாலும் இரும்புக்கம்பிகள் கிடைப்பது மிகவும் குறைவு. அதில் லாபமும் அதிகம் இல்லை. காக்கி அட்டைகளும், பழைய பேப்பர்களும் தான் வியாபாரத்தின் அடித்தளம். ஒரு வாரம் பத்து நாளைக்கு ஒரு முறை ஆனேக்கல்லில் இருக்கும் ‘பேப்பரைக்கூழாக்கும் மில்’லுக்கு எடுத்துப் போவார்கள். இது வரை எந்தத் தொந்தரவும் இல்லை. போனவாரம் அந்த மில்லில் நைட் ஷிஃப்ட் வேலை பார்த்துக்கொண்டிருந்த ஒரு பையன் தூக்கக் கலக்கத்தில் மெஷின் உள்ளே கையை வைத்து விட்டான்.தூக்கி அடிக்கப்பட்டு பக்கத்திலிருந்த இரும்புத்தூணின் மீது தலை மோதி பையன் குளோஸ்.. ஆந்திரா பக்கத்துப் பையன்.. பதினைந்து பதினாறு வயசு தான் இருக்கும். போதாதா ? மத்திய மாநில அரசுகளின் எல்லா தொழிலாளர் சட்ட அம்சங்களும் நிர்வாகத்தினருக்கு நினைவுறுத்தப்பட்டு மில்லை மூடி சீல் வைத்து விட்டார்கள்.

இப்படித்தொடங்கிய தணிகாசலத்தின் பலகட்ட வாழ்க்கை வரலாறு ‘மனிமேகலை ஓல்டு பேப்பர் ஷாப்’ பிலிருந்து தொடங்கி குமரவேலுவின் வீடு போவது வரை துண்டு துண்டாகச் சொல்லப்பட்டது. குமரவேலுவின் கவனம் தணிகாசலத்தின் வாழ்க்கை வரலாற்றை அறிந்து கொள்வதில் இருப்பதை விட இரும்புக் கேட்டை அப்படியே எடுத்துக் கொள்வானா அல்லது உடைத்து இரும்பாக மட்டுமே எடுத்துக் கொள்வானா என்பதிலேயே இருந்தது. இப்படி ஒரு இரும்பு கேட் இருக்கிறது என்று அவனிடம் சொன்ன போது எதிர்பார்த்த மாதிரியே அதையெல்லாம் தான் எடுப்பதில்லை என்று சொல்லிவிட்டான். அது மிகச் சமீபத்தில் செய்யப்பட்டதென்றும், பெயிண்ட் அடித்தால் புதியது மாதிரியே தெரியும் என்றும், நல்ல விலைக்கு மறுபடியும் விற்கலாம் என்றும் சொல்லிப்பார்த்தார் குமரவேல். பல வருடங்களாக இந்தத் தொழிலில் இருக்கும் தணிகாசலம் இந்த

மாதிரியான விளக்கங்களை ஒரு பொருட்டாகவே மதிக்கவில்லை. ரோட்டைக்கடந்து இருவரும் 'டோமினோ பீஸ்சா', 'கோஹினூர் பிரியாணி' முதலிய கடைகளையெல்லாம் கடந்து போய் 'டாடா ஏஐஜி இன்சூரன்ஸ்' கட்டடத்தைக் கடந்த போது தணிகாசலம் தான் கட்டியிருந்த லுங்கி வேட்டியை மேலே தூக்கி டவுசர் பாக்கட்டிலிருந்து ஒரு பீடியை எடுத்துப் பற்றவைத்தான். முன்னாலே போய்க்கொண்டிருந்தவனிடமிருந்து வந்த பீடிப்புகையின் மணம் குமரவேலுவின் நாசிக்கு ரம்மியமாக இருந்தது. பீடிப்புகை மணம் குமரவேலுவின் ஊனோடும் உதிரத்தோடும் கலந்தது. தனது கிராமத்து வீட்டில் பல அறைகள் இருந்தாலும் அப்பா, அம்மா, அக்கா ஆகியோருடன் ஆசாரத்திலேயே படுத்துக் கொள்வது தான் வழக்கம். தினமும் காலை ஐந்து மணிக்கு எழுந்து கொள்ளும் அப்பா சம்மணங்கால் போட்டு உட்கார்ந்து கொண்டு ஒரு பீடியைப் பற்றவைத்துக் கொள்வார். கிட்டத்தட்ட ஒரு மணிநேரம் அப்படியே உட்கார்ந்து கொண்டு ஏதேதோ யோசனைகளில் ஆழ்ந்திருப்பார். சில வேளை இரண்டு பீடிகள் கூடப் பிடிப்பதுண்டு. செடி மார்க் பீடி.. இப்போது அந்த பீடிகள் இருக்கின்றனவோ என்னவோ? பீடிவாசனை என்பது குமரவேலுவுக்கு அதிகாலைப் புனிதம், தகப்பன் பாசம் என்பவற்றோடு பின்னிப்பிணைந்தது

முழு கேட்டை அப்படியே எடுக்க முடியாது என்ற தணிகாசலத்தின் முடிவில் மாற்றமேதும் ஏற்படவில்லை. இப்போது குமரவேலுவுக்கு தான் செய்யத்தவறிய இன்னொரு விஷயமும் ஞாபகத்திற்கு வந்தது. இப்படி விற்கப்படும் பழைய இரும்புக்கு கிலோவுக்கு என்ன ரேட் என்று விசாரித்து வைக்கவில்லை. எனவே தணிகாசலம் ஒரு ரேட்டைச் சொன்னபோது 'மார்க்கட்டில் இவ்வளவு விலை இருக்கிறதே... நீ ஏன் இப்படிக் குறைத்துச் சொல்கிறாய்..' எனச்சொல்லியதற்கு

'அப்டீனா அங்கியே கொண்டு போய்ப் போட்டுக்க சார்..'

என்று சொல்லி நடையைக் கட்டினான். களத்தில் சகல அஸ்திரங்களுடனும் இருக்கும் தணிகாசலத்தின் முன்னால் நிராயுதபாணியாக நிற்கும் தனது நிலையை உணர்ந்த குமரவேல்

'சரி எடுப்பா.. திடீர்னு இப்பிடிக் கோவிச்சுக்கறியே..'

என்றார். தனது வாழ்க்கை வரலாற்றைக் கூறியதன் மூலம் இருவருக்குமிடையில் எந்த அன்னியோன்னியமும் ஏற்படாமல் போனதைப் பற்றி தணிகாசலம் எந்த விதத்திலும்

அலட்டிக்கொண்டதாகத் தெரியவில்லை. வியாபாரம் வியாபாரமே.. கடைக்குப்போய் உடைபதற்குப் பொருள்களையும், வண்டியையும் எடுத்துக் கொண்டு வருவதாகச் சொன்னவன் ஐந்து நிமிஷத்திலேயே வந்து விட்டான். கூடவே ஒரு பையனையும் கூட்டிக்கொண்டு வந்தான். இவ்வளவு சீக்கிரத்தில் அந்தப்பையன் எங்கிருந்து கிடைத்தான் எனத்தெரியவில்லை. இருவரும் சேர்ந்து ஒரு அழகான கதவை வெகுசீக்கிரம் வெறும் இரும்புக் கம்பிகளாகவும், தகடுகளாகவும் மாற்றி விட்டார்கள். குமரவேலு அவர்கள் வண்டிக்குப் பின்னாலேயே கடைக்குப் போனார். தணிகாசலத்தின் வாழ்க்கை வரலாற்றைக் கேட்ட பிறகு உண்டாகியிருந்த பாசத்தையும் தாண்டி அவன் வைத்திருந்த தராசுவின் மீது குமரவேலுவுக்கு சந்தேகம் வந்தது. ஆனால் வேறு வழியில்லை. எடைக்குத் தக்கபடி தணிகாசலம் உடனே காசைக் கொடுத்துவிட்டான். அதற்குப் பிறகும் கூட தணிகாசலத்துடனான உறவு நீடித்தது. தானே காரில் பேப்பர்கள் மற்றும் சில ஆகாத சாமான்களையும் போட்டுவிட்டு சிறிது நேரம் உட்கார்ந்து பேசி விட்டு வருவார். ஊரில் சொந்தக்காரர் ஒருவருடன் பேசிவிட்டு வருவது மாதிரியான திருப்தி இருக்கும்.

இது ஒரு ஐந்தாறு வருடத்திற்கு முந்திய கதை. இன்னும் கூடக்கூட இருக்கும். இப்போது அதே இடத்தில் 'நீலாத்ரி ரெசிடென்சி' வந்திருந்தது. கீழே ரெஸ்டாரண்ட் இருந்தது. உடுப்பி ஸ்டைல் தான். மேலே நான்கு மாடிகளில் தங்கும் அறைகள்.. மொத்தமாக உடுப்பிக்காரர்களுக்கே கொடுத்து விட்டார்கள். 'மனிமேகலை ஓல்டுபேப்பர் ஷாப்' என்னும் வணிகத்தை விரித்து பெங்களூரில் ஒரு வியாபார சாம்ராஜ்யத்தை உருவாக்கும் லட்சியமெல்லாம் தணிகாசலத்திற்கு இருக்கவில்லை. கொஞ்சம் சம்பாரித்துக் கொண்டு போய் இப்போது வறண்டு கிடக்கும் கிணத்தை ஆழப்படுத்துவது அல்லது புதியதாக ஓர் ஆழ்கிணறு தோண்டுவது என்று தான் இருந்தது. இப்போது தணிகாசலத்தை எங்கு போய்ப்பார்ப்பது?

ooo

இப்போது பார்த்தாலும் தணிகாசலம் அதே வாஞ்சையுடனும், உற்சாகத்துடனும் தான் பேசுவான். அவனுடன் ஏற்பட்ட பழக்கத்தில் சாத்தியமாகாமல் போன இரண்டு விஷயங்களைப் பற்றி மீண்டும் பேச வாய்ப்புக் கிடைக்கக் கூடும். ஒன்று கோரமங்கலாவில் கிடைக்காத அவர்கள் இரண்டு பேரின் ஊரிலும் கிடைக்கிற வெள்ளாட்டுக்கறி. அதுவும் வெள்ளாட்டுக் குட்டிக்கறி. ஒருமுறை சித்திக்கின் கறிக்கடையில் அவர்கள் சந்தித்துக்கொண்ட போது

பறிமாறிக் கொண்ட ஏக்கம் இது. இரண்டாவது தணிகாசலத்தின் ஊர் உடையமங்கலத்தில் நடக்கும் திரௌபதியம்மன் திருவிழா.. ஏதோ ஒரு காரணத்தினால் அவன் போகமுடியாமல் போன போது அது பற்றிய ஏக்கத்தைத் தன்னிடம் வெளிப்படுத்தியது இது..அதைப் பற்றிப் பேசும்போதே அவன் முகத்தில் தெரிந்த பிரகாசத்தை வார்த்தைகளால் விவரிக்க முடியாது. இப்போதும் கூட கோரமங்கலாவில் கொண்டாடப்படும் எல்லம்மன், முனீஸ்வரன் திருவிழாக்களும் கூட அதே தோரணையில் தான் நடத்தப்படுகின்றன, முதல் மரியாதை இப்போதும் அந்தப் பகுதிகளில் காலங்காலமாக வசித்துவருபவர்களுக்குத்தான். அதாவது கோரமங்கலா பெங்களூரின் ஒரு பகுதியாகப் பார்க்கப்படாமல் தனியான ஒரு கிராமமாக இருந்தபோது அந்த கிராமத்தின் முக்கியஸ்தர்களாக இருந்தவர்கள். அவர்களுக்குச் செய்யப்படும் மரியாதை. அவர்கள் வீடுகளைப் பார்த்தாலே வேடிக்கையாக இருக்கும். பி.டி.ஏ. கையகப்படுத்த முடியாத, அவர்களுக்குச் சொந்தமான இடத்தை அவர்கள் சைட் போட்டு விற்றிருப்பார்கள். விற்றிருப்பார்கள் என்றால் ஒரு குடியிருப்புக்குத் தேவையான வீதிகள், பொதுவிடங்கள் என்பவற்றைப் பற்றிக் கொஞ்சமும் கவலைப்படாமல் பணம் என்பதை மட்டுமே நோக்கமாகக் கொண்டு நிர்மாணிக்கப்பட்ட (?) லே அவுட்டுகள். மிகமிகக் குறுகலான வீதிகளிலும், சந்துகளிலும் புகுந்து சென்றால் அவர்களது வீடுகளைப் பார்க்கலாம். பெரிய கேட்டுகள் பொருத்திய காம்புவுண்டுக்குள் ஏக்கர் அளவுக்கு விரிந்து பரந்த வீடுகள்.. கோரமங்கலா கிராமம், சுத்தகுண்டே பாள்யா, கத்தாலி பாள்யா ஆகிய பகுதிகளில் இத்தகைய வீடுகளைப் பார்க்கலாம். இந்திய நாகரிகத்தின் முரண்பாடுகளுக்கு மிகச்சிறந்த உதாரணமாக இவை திகழ்கின்றன.

ooo

மாலை மங்கி இருள் சூழ்ந்தது. இப்போது வீட்டுக்குப்போயே ஆக வேண்டும்..ஒரு சாதாரணப்பேச்சில் ஆரம்பித்து விவாதத்தைக் கிளப்பி அது சூடான பிறகு சுடு சொற்கள் என்னும் ஆயுதத்தைச் சொருகுகிற போனால் என்ன ? போகாவிட்டால் என்ன ? இப்படியே இந்த ஆஞ்சநேயர் கோயில் திண்ணையில் படுத்து விட்டால் என்ன ? மேய்ப்பனின் சொல்லுக்குக் கட்டுப்படாத வெவ்வேறு திசையில் சென்றுகொண்டிருக்கிற ஆடுகளாக இவர்கள் ஏன் மாறிப்போனார்கள் ? இவர்களை இந்த ஜன்மத்தில் மாற்ற முடியும் என்று தோன்றவில்லை. உடனே அவர்கள் ஏன் மாற வேண்டும் என்றும் குமரவேலுவுக்குத் தோன்றியது. தனிமனித சுதந்திரத்திற்கு

மதிப்புக்கொடுக்க வேண்டும்.. பெண்கள் அவர்கள் தனித்தன்மையைக் காத்துக்கொள்ள வேண்டும் என்று தனது கல்லூரிக்காலத்திலிருந்து, தான் படித்த புத்தகங்கள், பார்த்த சினிமாக்கள், நாடகங்கள், சந்தித்துப் பேசிய மனிதர்கள் மூலமாக உணர்ந்திருந்த குமரவேல் இப்போது அதை நிதர்சனமாக தன் வீட்டிலேயே நடைமுறைப்படுத்த ஒரு வாய்ப்புக்கிடைக்கிறபோது இப்படிப் புலம்பிக்கொண்டிருப்பது ஏன்?

இயற்கை விதிகளை மதிக்க வேண்டும்... அவற்றைக் கடைப்பிடிக்க வேண்டும்... என்று இதற்கொரு சப்பைக்கட்டு வேறு.... காலாகாலத்தில் கல்யாணம் செய்து கொள்ள வேண்டும்.. குழந்தை பெற்றுக்கொள்ள வேண்டும்.. வயதான காலத்தில் ஒரு துணை வேண்டும்... இதுவே இயற்கையின் நியதி என்று நீங்கள் சொல்வதையெல்லாம் வேதவாக்காக எடுத்துக் கொள்ள வேண்டும் என்பது என்ன கட்டாயம்? அதுவும் இந்தியா போன்ற ஒரு தரித்திரம் பிடித்த நாட்டில்.. வதவதவென்று என்று ஜனத்தொகை இருக்கிற இந்த நாட்டில்.. உனது வம்சம் வளரவில்லையென்றால் ஒரு நஷ்டமும் இல்லை.. நாடு அது பாட்டுக்குப் போய்க்கொண்டிருக்கும்...

எதிர்பார்த்தபடியே வனிதா லேப் ரிப்போர்டுகளையும், டாக்டர்களின் ஆலோசனைகளையும் பெற்றுக்கொண்டு வந்திருந்தாள். சில புதிய மருந்துகளைப் பரிந்துரை செய்து அத்தோடு கடுமையான சில உணவுக்கட்டுப்பாடுகளையும் டாக்டர்கள் சொல்லியிருந்தார்கள். இவற்றோடு உடற்பயிற்சியும் செய்ய முடியுமானால் அடுத்த கட்ட சிகிச்சையைத் தள்ளிப்போடலாம். எல்லாம் நோயாளியின் கையில் இருக்கிறது. குமரவேல் ஒன்றும் சொல்ல வில்லை. மௌனமாகக் கேட்டுக்கொண்டார்.

'இது ஒண்ணும் பெரிய கஷ்டமில்லயேப்பா..' என்றான் ராகுல்

சுலோச்சனா குமரவேலுவை தீவிரமாக முறைத்துப்பார்த்துவிட்டு டீப்பாயின் மீதிருந்த டம்ளரை எடுத்துக் கொண்டு சமையலறைப் பக்கம் போனாள்.

எந்த ரூபத்திலும் தனக்கொரு முடிவு வரலாம் என்ற சிந்தனை குமரவேலுவுக்குக் கொஞ்ச நாட்களாகவே இருந்து கொண்டிருக்கிறது. அதனால் எதன்மீதும் ஒரு பிடிப்பு இல்லாத வாழ்க்கையைத் தான் வாழ்ந்து கொண்டிருக்கிறார்.. தனது வாழ்க்கைத்துணை இப்படித் தன்னைக் கை விட்டுவிட்டதே என்ற நினைப்பு அவரை எப்போதும் அலைக்கழித்துக் கொண்டிருந்தது.. அதன் விளைவாக அவ்வளவு அகலமில்லாத அந்த இரட்டைப் படுக்கையிலும் கூட எந்த

சந்தர்ப்பத்திலும் தனது உடலின் பாகங்கள் கூடப்படுத்திருப்பவளைத் தொட்டு விடக்கூடாது என்ற எண்ணத்திலேயே படுத்திருப்பார். இதை விட இம்சை வேறு என்ன இருக்கிறது?

அது சரி... இளமைப் பருவத்தில் தனியாக இருந்த சந்தர்ப்பங்களில் தான் என்னத்தைப் பெரிதாக அனுபவித்து விட்டார்கள்? தம்பதிகள் அன்னியோன்னியம், பாலியல் உறவுகள் என்ற அடிப்படையில் இந்தியர்களின் வாழ்க்கையை இருபதாம் நூற்றாண்டு, இருபத்தொன்றாம் நூற்றாண்டு என்று இரண்டு வகையாகப் பிரிக்கலாம். இருபதாம் நூற்றாண்டில் அது மரபு, புனிதம் என்பவற்றால் கட்டமைக்கப் பட்டிருந்தது. அவற்றுடன் இரண்டறக் கலந்ததாக தேகத்தேவைகள் இருந்தன. இப்போது அது உல்டாவாக மாறிவிட்டது. இரண்டிலும் குறைகள் உண்டு தான். ஆனால் இருபத்தொன்றாம் நூற்றாண்டு இதில் சம்பந்தப்பட்ட எல்லோருக்கும் நிறைய சிக்கல்களைக் கொண்டுவந்து விட்டது. எனவே முந்தையதே பரவாயில்லை. ஆனாலும் குமரவேலுவுக்கு தனது மனைவியுடனான அந்நியோன்னிய வாழ்க்கையில் பயணம் செய்யாத பல பகுதிகள் இருப்பதாகவும், அதற்கான ஒத்துழைப்பு எதிர்ப்பகுதியிலிருந்து கிடைக்காமல் போய்விட்டதாகவும் ஒரு வருத்தம் எப்போதும் உண்டு. இதில் குறிப்பிடப்பட வேண்டிய அம்சம் ஒவ்வொரு முறையும் இதுவரை போயிராத ஒரு குறிப்பிட்ட பகுதியை அடைகிற போது இன்னும் அடையவிருக்கிற பகுதிகள் அதிகமாகிக் கொண்டே போவது தான். இருபத்தொன்றாம் நூற்றாண்டுத் தம்பதியினர் தாங்கள் பயணம் செய்யாத பகுதிகளே இல்லை என்று சொல்லிக்கொண்டால் அது வாழ்க்கையின் வீழ்ச்சியாகத்தான் இருக்கும். இப்படிப்பட்ட சிந்தனைகள் வருவதே வெட்கமாக இருக்கிறது. ஆனாலும் அதைத் தவிர்க்க முடியவில்லை. இறுதிக்கணக்கெடுப்பு எடுக்கும்போது எல்லாவற்றையும் பற்றி யோசிக்கத்தானே வேண்டியிருக்கிறது. ருசித்து, சப்பித்துப்பாத சுளைகள் எதையாவது விட்டுவிட்டோமா என்று பிற்பாடு வருத்தப்படக்கூடாதில்லையா?

தனக்கு ஏன் வயசுக்குத் தகுந்த யோசனை வருவதில்லை என்று வெட்கமாக இருந்தது. ஒரு வேளை வனிதாவுக்கு காலாகாலத்தில் கல்யாணமாகித் தனக்குப் பேரக்குழந்தைகள் பிறந்திருந்தால் வேறு மாதிரியான சிந்தனை வந்திருக்குமோ என்னமோ? எல்லாவற்றுக்கும் காரணம் வனிதா தானே? தன் மகள் இத்தனை வேதனையைத் தந்த பின்னும் அவள் மீது தனக்கு ஏன் மிகுந்த கோபமோ வருத்தமே வரவில்லை என குமரவேல் யோசித்துப்

பார்த்தார். செத்துப்போன அம்மா தான் இவ்வளவுக்கும் காரணம் என்பதையும் புறந்தள்ள முடியவில்லை..இருபது வருடத்துக்கதை அது. வயதான காலத்தில் வழுக்கி விழுந்து இடுப்பை முறித்துக் கொண்ட கிழவியை மகன்கள் வந்து பார்த்து விட்டுபோனதோடு சரி.. ஆஸ்பத்திரிக்கு அழைத்துப் போகவேண்டும், தேவையானால் அறுவை சிகிச்சை செய்ய வேண்டும் என்பதைப் பற்றியெல்லாம் அவர்கள் கவலைப்படவில்லை..வெறுமனே கவலைப்பட்டு என்ன செய்வது..? கையில் விஷயமில்லை. போய்ச்சிக்கிக் கொண்டால் கடன் வாங்கித்தான் செலவு செய்ய வேண்டும்..சின்ன அக்கா லோக்கல் டாக்டரை அழைத்துக் கொண்டு வந்து கேஸ் எப்படிப்பட்டது என்பதைத் தெரிந்து கொள்ளும் அளவுக்கு மட்டும் பார்த்து விட்டுத் தம்பிக்கு (குமரவேலுவுக்குத்தான்) தகவல் சொல்வதோடு முடித்துக் கொண்டாள். தகவல் சொன்ன விதமும் கொஞ்சம் கண்டிப்பாகவே இருந்தது. 'கடைசிப்பையன் என்பதால் உன் மேல் தான் அம்மாவுக்குப் பாசம் அதிகம்..அதோடு நீ தான் மாசச்சம்பளக்காரன்.. பொண்டாட்டியும் சம்பாதிக்கிறாள். ஊர்ப்பழி வேண்டாமென்றால் உடனே வந்து பார்.' என்பதாக இருந்தது அவளுடைய செய்தி..இரண்டு நாட்கள் லீவு போட்டுக்கொண்டு போய் ஆஸ்பத்திரியில் சேர்த்தார். மகன் குமரவேலுவைப் பார்த்ததும் கிழவிக்கு உற்சாகம் வந்துவிட்டது. அது மட்டுமல்ல. ஆஸ்பத்திரியில் கொடுத்த வலிகுறைக்கும் மாத்திரைகளும் உற்சாகத்திற்குக் காரணம். வந்த டாக்டர்களும் (அதில் ஒரு பெண் டாக்டரும் அடக்கம்) கிழவியின் வயது காரணமாக கொஞ்சம் அதிகமாகவே மரியாதை காண்பித்தார்கள். அதில் இயற்கையாகவே கொஞ்சம் கிண்டலும் கலந்திருந்தது. அப்போது வனிதா ஐந்தாவதோ ஆறாவதோ படித்துக்கொண்டிருந்தாள். புதிதாக இருந்த ஆஸ்பத்திரிச்சூழலையும், அன்பான டாக்டர்களையும் பார்த்த கிழவி அப்போது தான் தனது பேரக்குழந்தைகளில் ஒருவராவது டாக்டராக வேண்டும் என்று குமரவேலுவைக் கேட்டுக்கொண்டாள். குமரவேலுவை மட்டுமே கேட்க முடியும். மற்ற பேரக்குழந்தைகளெல்லாம் அந்தப் பருவத்தைத் தாண்டி விட்டிருந்தார்கள். வயதான தாய்.. மக்களில் தான் ஒருவன் மட்டுமே அதிகம் படித்து உத்தியோகத்தில் இருப்பவன். அந்தத் தாயின் ஆசையை நிறைவேற்றியே ஆக வேண்டும் என்று வானிலிருந்து ஒலித்த அசரீரியைக் கேட்ட குமரவேல் அவ்வாறே ஆகட்டும் என்று அம்மாவுக்கு வாக்குறுதி அளித்தார்

அக்கா கூடமாட இருந்து உதவி செய்தாள். கிழவிக்குத் தொண்ணூறு வயது.. ஆனாலும் டாக்டர் ஆபரேஷன் செய்யலாம்

என்றார். அப்போது தான் பொள்ளாச்சியில் நியூ ஸ்கீம் ரோட்டில் புதிது புதிதாக ஆஸ்பத்திரிகள் வந்து கொண்டிருந்தன. ஒரு தாலூகா வேகமாக நகர்மயமாகும்போது அது எல்லாவகையிலும் எதிரொலிக்க வேண்டும். சாகப்போகிற கிழவியாக இருந்தாலும் அவசியமான சிகிச்சை முறைகள் இருக்கின்றன என்று சொல்ல வேண்டும்.. யோசித்துச் சொல்வதாகச் சொல்லிவிட்டு வேறு ஒரு டாக்டரிடம் ரிப்போர்ட்டுகளைக் காண்பித்து என்ன செய்யலாம் என்று கேட்டார். அவர் சக்கரை இல்லையென்றால் அப்படியே விட்டுவிட்டாலும் முறிந்த எலும்புகள் சேர்வதற்கு வாய்ப்பு இருக்கிறது என்று சொன்னார். இடுப்பில் ஒரு அகலப்பட்டையோடு கிழவியை அனுப்பிவிட்டார்கள். (விக்டோரியன் ஆங்கிலம் வழியாக வந்த ஒழுக்கம் மற்றும் நடத்தை நெறிமுறைகளைப் பின்பற்றுகிற குமரவேலுவின் மனைவி சுலோச்சனா பெற்ற தாயை இப்படி கிழவி என்று அழைப்பதை அனுமதிப்பதில்லை. ஆனால் கிராம விவசாயப்பின்னணியைத் தனது டி.என்.ஏ.வில் வைத்திருக்கிற குமரவேலுவுக்கு அது எந்த விதத்திலும் வித்தியாசமாகத் தெரியவில்லை) கிழவியை ஆஸ்பத்திரியில் சேர்த்த அன்று இடுப்பைச்சுற்றிக் கட்டுப்போடப்பட்டிருந்ததால் அவர் அங்கும் இங்கும் அசையக்கூடாது என்றும், திரும்பிப் படுக்கக் கூடாதென்றும் சொல்லியிருந்ததனால் குமரவேலுவும், அவர் சின்னக்காவும் மாற்றி மாற்றி தூங்காமல் பார்த்துக் கொண்டிருந்தார்கள். கிழவிக்கு நினைவு வருவதும் போவதுமாக இருந்தது. சிலவேளைகளில் இருவருமே தூங்காமலிருந்த போது அம்மாவின் முகத்தையே பார்த்துக் கொண்டிருந்தார்கள். 'நாசமாபோனவன்..' 'தாலீ வாங்கி மூலீலே போட்ற வரைக்கு இந்த இமுசே எப்பிடித் தாங்கறது..' என்று அப்பாவைச் சபித்துக்கொண்டிருந்தாலும் கடைசி வரை அவருக்குச் செய்யவேண்டிய பணிவிடைகளைத் தவறாமல் செய்து கொண்டிருந்த அம்மாவின் கைச்சதையை இரண்டு பேரும் பிடித்து விளையாடிக்கொண்டிருந்தார்கள். ரொம்ப வேடிக்கையாக இருந்தது. கைச்சதைக்கும், தோலுக்கும் சம்பந்தமே இல்லை... இரண்டு விரல்களுக்கிடையில் தோலைப் பிடித்து மேலே இழுத்தால் ஜவ்வு மாதிரி தோல் மட்டும் கையோடு வந்தது. பிறகு விட்டுவிட்டால் மறுபடியும் சதையோடு போய் ஒட்டிக்கொண்டது.

ஆச்சரியப்படத்தக்க விதத்தில் கிழவி இரண்டு நாளில் சரியாகி விட்டாள். வீட்டில் கொண்டுபோய் விட்டுவிட்டு குமரவேல் பெங்களூர் வந்து விட்டார். ஆனால் ஒரே வாரத்தில் ஊரிலிருந்து மரணச்சேதி வந்தது. போனபோது சொன்னார்கள். பழனிமுத்து

(பெரியக்கா பையன்.. ரொம்ப அதிக்கலம் பிடிச்சவன். கஞ்சப்பிசினாரி) கிழவியைப் பார்க்க வந்திருந்தான். அவன் நெகமம் சந்தையிலிருந்து வாங்கி வந்த காராபூந்தியைச் சாப்பிடக்கொடுத்தான். எண்ணெய் சொதும்பும் அந்த காராபூந்தியை நல்ல ஆரோக்கியம் உள்ளவர்கள் சாப்பிட்டாலே அடுத்த நாள் வயிறு அஞ்சு எச்.பி. மோட்டாரைப் போல பீச்சி அடிக்கும். கிழவிக்குச் சொல்ல வேண்டுமா? அன்று நள்ளிரவிலிருந்தே வயித்தால போக ஆரம்பிச்சுது.. அண்ணைக்கு சாயங்காலமே போய்ச்சேர்ந்துவிட்டாள்.

சாவுக்கு எல்லோரும் போயிருந்தாலும் பதினாறாவது நாள் காரியத்திற்கு குமரவேல் மட்டுமே போயிருந்தார். ரயிலிலிருந்து வந்த களைப்புத்தீர ஹாலில் உட்கார்ந்திருந்தார். அன்று ஞாயிற்றுக்கிழமையாதலால் எல்லோரும் வந்து சூழ்ந்து கொண்டார்கள். ஏற்கனவே சொல்லியிருந்தாலும் குடும்பத்தில் ஒருவர் டாக்டராக வரவேண்டும் என்கிற கிழவியின் ஆசையை மீண்டும் குடும்பத்தாரிடம் பகிர்ந்து கொண்டபோது அதைக் கேட்ட வனிதா வசனமெல்லாம் பேசவில்லை.. மௌனமாகக் கேட்டுக்கொண்டிருந்தாள். பொதுவாகவே வனிதா அதிகம் பேசுவதில்லை. .ஐரோப்பியப்பாரம்பரியத்தில் அருட்சகோதரியர் மடம் நடத்துகிற பள்ளிகளை அப்படியே பின்பற்றி நூறாண்டுகளைக்கடந்து நடந்து கொண்டிருக்கும் ஒரு பள்ளியில் படிக்கும் அவள் ஒவ்வொரு வருடமும் அடுத்த வகுப்புக்குப் போகும்போது பேச்சைக் குறைத்துக் கொண்டாள். பேச்சுக்குறையக்குறைய மதிப்பெண் அதிகமாகியது. பிற கல்விசார் ஈடுபாடுகளும் இருந்தன. சாரணர் படையின் 'கைடு' பிரிவில் குடியரசுத்தலைவரின் சான்றிதழ் வாங்கும் வாய்ப்பும் இருந்தது. குமரவேலுவும், சுலோச்சனாவும் மௌனமாகச் சந்தோஷப்பட்டுக் கொண்டார்கள்.. அதே சமயம் 'இந்தப்புள்ள சொன்ன பேச்சுக் கேக்குமா?' என்கிற சந்தேகமும் கூடவே வளர்ந்து கொண்டிருந்தது.

எதிர்பார்த்ததைப் போலவே எல்லா நுழைவுத்தேர்வுகளிலும் குற்றம் சொல்ல முடியாதபடி வனிதா தர மதிப்பெண் வாங்கி—யிருந்தாள். கர்நாடகத்தில் அந்த வருடம் மட்டுமல்லாமல் சில வருடங்களாகவே மருத்துவம், பொறியியல் போன்ற தொழில்முறைப் படிப்புகளுக்கான விஷயத்தில் இட ஒதுக்கீடு, கட்டண விகிதம், தனியார் கல்லூரிகளில் அரசுக்கான இடம் என்பவற்றில் பெரும் குழப்பம் இருந்தது. அந்த வருடம் அரசு ஒரு முடிவெடுத்தது. தகுதி அடிப்படையில் அரசுக்கல்லூரி, தனியார் கல்லூரி என எல்லாக்கல்லூரிகளிலும் ஒரே மாதிரியான கட்டணவிகிதத்தை

அமுல்படுத்துவதென்று. வருடத்திற்கு சுமார் இரண்டு லட்சம் என்று தொகையையும் தீர்மானித்தார்கள். தனியார் பல்கலைக்கழகக் கல்லூரிகளிலும் ஏறத்தாழ இதே கட்டணமாகத்தான் இருந்தது. எனவே அரசின் கீழ்வராத ஒரு தனியார் கல்லூரியாகப்பார்த்து தேர்வு எழுதி, ரேங்க் வந்து பணமும் கட்டியாகி விட்டது. பிறகு வந்தது இடி.. அரசின் முடிவை எதிர்த்து கர்நாடகத்தின் வடஎல்லையான பீதரிலிருந்து தென் எல்லையான ஆனேக்கல் வரை பல பெற்றோர்கள் கோர்ட்டுக்குப் போனார்கள். அரசு சமூக நீதி விஷயத்தில் அநியாயமாக நடந்துகொள்கிறது என்றும் புதிய இந்த கொள்கையின் விளைவாக தகுதி படைத்த ஏழை மாணவர்கள் மருத்துவர்களாக ஆவதற்கு வாய்ப்பே இல்லையென்றும் போர்க்கொடி தூக்கினார்கள். எதிர்க்கட்சிகளும், அவர்கள் எதிர்க்கட்சிகளாக இருப்பதனால், இதை ஆதரித்தார்கள். கடைசியில் அரசு பணிந்தது. அரசுக்கல்லூரிகளில் கட்டணம் வெறும் இருபத்தைந்தாயிரம் ரூபாய். உடனே வனிதா ஏற்கனவே சேர்ந்திருந்த கர்நாடகத்தின் மேற்குக் கடற்கரையோரம் இருக்கிற அந்தத் தனியார் பல்கலைக்கழகக் கல்லூரிக்குப் போய் அட்மிஷனை ரத்து செய்யச்சொல்லிக் கேட்டார். அவன் பொள்ளாச்சி குமரவேலுவைப்போல எத்தனை பேரைப் பார்த்திருப்பான். முழு கோர்சுக்குண்டான பணத்தைக் கட்டிவிட்டு சர்டிபிகேட்டுக்களையெல்லாம் வாங்கிக்கொண்டு போகச் சொல்லிவிட்டான். கூட்டிக்கழித்துப்பார்த்தால் பத்து லட்சம் ரூபாய் நஷ்டம். நல்ல வேளையாக ராகுல் படிப்பில் மந்தமாய்ப் போய்விட்டான். தொழிற்கல்வி நல்லதா பிற துறைக்கல்வி நல்லதா என்று பகுத்தறியும் திறன் கூட அவனிடம் இல்லை. ஏதோ படிக்கச் சொல்கிறார்கள் படிக்க வேண்டும் என்று தான் படித்தான். வெறும் ட்யூஷன் கட்டணம் மட்டுமே வாங்கக்கூடிய பள்ளி, கல்லூரிகளே அவனுக்குப் போதுமானதாக இருந்தன. தொண்ணூறுகளுக்குப் பிறகு இளைய சமுதாயம் முழுவதும் புற்றீசல்களைப்போல பொறியியல் கல்லூரிகளை நோக்கிப்போன பிறகு அப்படிப்பட்ட கல்லூரிகள் ஏராளமாகவே இருந்தன. வனிதா அந்தக் கல்லூரி—யிலேயே படிக்கட்டும் என்று குடும்பம் முடிவு செய்தது.

எம்.பி.பி.எஸ் படித்து முடித்ததோடு வேலைக்குப் போகும் ஆர்வம் வனிதாவுக்கு இருக்கவில்லை. அங்கிருந்து ஆரம்பித்தது மாயமான் வேட்டை..மருத்துவத்தில் மேற்படிப்பு. ‘வக்கத்தவனுக்கு வாத்தியார் வேலை.. போக்கத்தவனுக்கு போலீஸ் வேலை’ என்று சொல்வதைப்போல பணமும் இருந்து படிக்க வேண்டும் என்ற ஆர்வமும் இருப்பவர்களுக்கு வைத்தியப்படிப்பு இருந்தது. குமரவேல்

சாதாரண மத்தியதர வர்க்க இந்தியர்.. தமிழர்... சாதியை வைத்து என்ன செய்வது என்று தெரியாமலே வாழ்க்கையைக் கடத்தி விட்டவர்... தனது வம்சத்திலேயே முதன் முதலாக ஒரு பெண் டாக்டராக வந்திருக்கிறாள் என்கிற பெருமையை பொள்ளாச்சித் தாலூக்கா, கோயமுத்தூர் ஜில்லா முழுவதும் அறியும்படி செய்ய வேண்டும் என்ற ஒரு எண்ணம் மட்டுமே அவருக்கு இருந்தது. டாக்டர்னா சும்மாவா... ஆனால் இந்தக் கனவுகள் எல்லாம் ஒரேயடியாக நொறுங்கிப் போகாமல் 'டைடானிக்' படத்தில் வரும் கப்பல் கொஞ்சம் கொஞ்சமாக மூழ்குகிற மாதிரி அவருடையதும், அவரது மனைவியுடையதுமான மனோரஞ்சிதக் கப்பல் மூழ்கிக்கொண்டிருந்தது.

இதில் இன்னொரு துரதிர்ஷடம் வனிதாவுக்கு கலை இலக்கியங்களின் மீதுள்ள ஈடுபாடு. தனது தொழிலைத் தவிர வேறு எதிலும் நாட்டமில்லாத டாக்டர்களையோ, சக மாணவர்களையோ அவள் கொஞ்சமும் மதிப்பதில்லை. பிரபஞ்சத்தின் அனேக அறிவுப்பகுதிகளில் மருத்துவம் என்பது ஒரு பகுதி மட்டுமே .., அதைத் தாண்டி இருக்கும் அனேக அறிவுப்பிரதேசங்களையும் கண்டு வைத்திருப்பதே மானுட வாழ்வின் நோக்கமாக இருக்க வேண்டுமென்பதும் வனிதாவின் அபிப்ராயம்.இந்தக் கண்ணோட்டம் குமரவேலுவுக்கு புதியது மட்டுமல்லாமல் அதிர்ச்சியளிக்கக் கூடியதாகவும் இருந்தது. இந்தக் கண்ணோட்டத்தில் முதலில் அடிபடுவது குமரவேலு காலம் காலமாக நெஞ்சோடு சேர்த்துப்பிடித்து வைத்திருக்கக் கூடிய சாதி, மதம், மொழி, இனம், பிரதேசம் என்பவை தான். ஐந்து நட்சத்திர, ஏழு நட்சத்திர ஓட்டல்களில் எல்லாம் சாப்பிட்டுப் பார்த்தாகி விட்டது. ஆனால் காஞ்ச மிளகாய் அரைத்துப்போட்டு, மோத்தையான தேங்காய்த் துண்டுகள் கலந்து சமைக்கப் படுகிற பருப்பு... சோற்றின் ருசி வேறு எதற்கும் இல்லை.. ஆங்கிலத்திலும் தமிழிலும் அண்ணன் மனைவியைக் குறிப்பதற்கு எத்தனையோ சொற்கள் இருந்தாலும் 'நங்கையா' என்று அழைப்பதிலுள்ள அந்நியோன்னியம் வேறு எதிலும் கிடைப்பதில்லை. சாமி என்றால் முருகன் தான்... குலதெய்வம் என்றால் காளியாத்தா தான்..சுத்திகரிக்கப்பட்ட சாதி அபிமானம் பல சந்தோஷங்களைக் கொடுக்கிறது..ஐந்தாவது பிளாக்கில் இருக்கும் கணபதி கோயில் எழுபதுகளில் கட்டப்பட்டது. ஒரு சிறிய கோயிலாகத்தான் அதைக் கட்டினார்கள். வருமானமும் பெரிதாகக் கிடையாது. சமூகநீதியைக் கடைப்பிடித்து ஒதுக்கீடு அடிப்படையில் கொடுக்கப் பட்ட வீட்டுமனைகளில் வீடு

கட்டிக்கொண்டு வருபவர்கள் எந்த அளவுக்குக் காணிக்கை போடுவார்கள்? ஆரம்பகாலத்தில் கோயிலில் வைக்கப்பட்டிருந்த உண்டியல் கூட மிகப் பலவீனமாகத்தான் இருந்தது. எந்த அளவுக்கு என்றால் ராத்திரியோடு ராத்திரியாக வந்து திருடர்கள் வந்து அதை உடைத்துக் கொள்ளையடித்துக் கொண்டு போகிற அளவுக்கு... பாவிப்பயல்கள்.. உண்டியலைத் தூக்கிக்கொண்டு போவதோடு மட்டும் நின்றிருந்தால் பரவாயில்லை.. கோயிலைக் காவல் காத்துக் கொண்டிருந்த ஒரு வயதான தம்பதியையும் கொலை செய்து விட்டுப்போய்விட்டார்கள். திண்டிவனம் பக்கம் ஒரு கிராமத்தைச் சேர்ந்த அந்தக் கிழவனும் கிழவியும் காம்பவுண்டு இல்லாத அந்தக்கோயிலுக்குத் தாங்களாகவே காவல்காரர்களாக நியமித்துக் கொண்டார்கள். தாங்கள் காவல் இருக்கும்போது உண்டியல் திருடு போவதை அவர்களால் தாங்கிக்கொள்ள முடியாமலிருந்திருக்க வேண்டும். போராடியிருப்பார்கள். உண்டியல் திருடுபோனதை விட அந்தத் தம்பதியர்களின் இழப்பு கோரமங்கலாவாசிகளுக்கு நீண்ட காலத்திற்கு மறக்க முடியாததாக இருந்தது.

இப்போது கோயிலின் நிலைமையே வேறு.. ராஜகோபுரம் என்ன... தங்கக்கலசம் என்ன.. பக்கத்தில் கல்யாண மண்டபம் என்ன..தசரா, ஏகாதசிக் காலங்களில் உபன்யாசங்கள் என்ன.. கச்சேரிகள்... நாட்டியங்கள் என்ன... ஆனால் எல்லாவற்றையும் விட குமரவேலுவுக்கு மிகவும் பிடித்தது இப்போது அங்கு வரும் கூட்டம் தான்..ஒட்டு மொத்த இந்தியாவையே அங்கு பார்க்கலாம்..அதுவும் விசேஷ நாட்களின் போது அவர்கள் அவர்கள் மாநிலம், ஏரியா அல்லது அவர்கள் ஜாதி உடைகளை அணிந்து வருவார்கள்.. தென்னிந்தியர், மராத்தி, குஜராத்தி, வங்காளி, அசாமி என்று அப்படி ஒரு கலவையாக இருக்கும். அப்போது தான் மலர்ந்த ரோஜாப்பூவைப்போல இருக்கும் இந்த ஜனங்களைப் பார்க்கும்போது சந்தோஷமாக இருக்கும். ஆண்டவா... அனாதி காலத்திலிருந்து இப்படித்தானே காசியிலும், ராமேஸ்வரத்திலும் இவர்களை ஒன்று சேர்த்து வைத்திருந்திருப்பாய்..கைலாசம் என்பது பாரதத்தின் ஆன்மீக உச்சிக்கலசம் என்பது எல்லாப்பகுதி மக்களின் மனதிலும் நிறைந்திருந்தது தானே! மனிதனை ஒன்று சேர்க்கும் மதம் அதன் நேசமான முகத்தை கோரமங்கலாவில் காட்டுவதும் அதைக் குமரவேலுவுக்குப் புரிய வைப்பதும் சாதாரணமான விஷயமா என்ன?

ஆனால் தனது நம்பிக்கைகள் தன்னோடேயே முடிந்துவிடப்போகின்றன என்று அறிந்தபோது தான் தாங்க

முடியாத துக்கம் ஏற்பட்டது.. காலையில் எழுந்து, குளித்த தலையில் துண்டைக் கட்டிக்கொண்டு வாசலில் (திருப்பாவை பாடிக்கொண்டு) கோலம் போடுகிற பெண்ணாகவோ, வெள்ளிக்கிழமை தோறும் விரதம் இருந்து கோயிலுக்குப் போகிற பெண்ணாகவோ தன் மகள் வனிதாவைக் கற்பனை செய்ய முடியவில்லை. இருந்தாலும் மதம் குறித்த அவளது வாதங்களுக்கு அவரால் பதில் சொல்ல முடியாமலிருந்தது.. பகுத்தறிவுக்கு எதிரானது, அறிவியல் பூர்வமானது அல்ல. மூட நம்பிக்கைகளை ஊக்குவிக்கிறது. பெண்களுக்கு சம உரிமை தருவதில்லை போன்ற கருத்துக்களை மறுக்கிற மாதிரியான கருத்துக்கள் குமரவேலுவிடம் அவ்வளவாக இல்லை. வனிதாவைப் போன்றவர்களுக்கு உதவுவதற்கென்றே சிந்தனையாளர்கள் சில வாக்கியங்களைச் சொல்லிவிட்டுப் போய்விடுகிறார்கள்.. கார்ல்மார்க்ஸ் சொன்ன ‘மதம் ஒரு அபினி’ என்பதை வனிதா கெட்டியாகப் பிடித்துக் கொண்டாள். மதம் பகுத்தறிவுக்கு எதிரானது. சடங்குகள் வெறும் எந்திரத்தனமாகச் செய்யப்படுகின்றன. இதற்கு ஒரே விதிவிலக்கு வனிதா பி.யு.சி. படிக்கும்போது நடந்த கிருஹப்பிரவேசம்.. அதில் புரோகிதர் சமஸ்கிருதத்தில் மந்திரத்தைச் சொல்லி அதற்கு கன்னடத்தில் விளக்கமும் கொடுத்தார். மனிதன் வீடு கட்டுவதற்காக கருங்கல் முதலிய அசேதனப்பொருள்களைக் கூட வெடி வைத்துத் தகர்க்கிறான். உடைக்கிறான். எனவே அதனிடம் மன்னிப்புக் கேட்கிறோம். இரண்டாவது மரத்தை வெட்டும்போது மரத்திடம் மன்னிப்புக் கேட்கிறோம்.. அதில் வசித்த விலங்குகள், பறவைகள் ஏன் பூச்சி புழுக்களிடம் கூட மன்னிப்புக் கேட்கிறோம்.. அவைகள் அங்கிருந்து இடம் மாற நாம் தானே காரணம்.. இந்த மந்திரப்பொருளை ஒரு உடுப்பி பிராமணப்புரோகிதரின் தெளிவான கன்னடத்தில் கேட்டபோது வனிதா கொஞ்சம் குழம்பித்தான் போனாள். வேதத்தைச் சரியாகப் படிக்க வேண்டும் என்று சொல்லிக்கொண்டாள். ஆனால் அங்கே ஒரு பிரச்சினை இருக்கிறது..வேதத்தையும் கடவுள் நம்பிக்கையையும் ஏற்றுக்கொண்டால் பெற்றோரை முழுவதுமாக ஏற்றுக்கொண்ட மாதிரி ஆகிவிடும். எனவே அந்த ஏரியாவை கொஞ்சம் தூரத்தில் வைத்துப் பார்ப்பது தான் நல்லது. இந்த சம்பவம் வனிதாவின் கடவுள் எதிர்ப்புக் கொள்கையில் சிறிது சலனத்தை ஏற்படுத்தியிருக்கிறது என்பதை குமரவேலு கவனித்தார். ஆனால் அதைச் சுட்டிக்காட்டவில்லை.. இன்னொரு சந்தர்ப்பத்திலும் குமரவேலு ஒரு சந்தேகத்தை எழுப்பிய போது வனிதாவிடமிருந்து சரியான பதில் வரவில்லை. அது இது தான்: ஆதி காலத்திலிருந்து ஆண்-பெண் விகிதாச்சாரம் சரிசமமாகவே இருந்து வந்திருக்கிறது.

கருத்தடை, அரசு வற்புறுத்தும் குடும்பக்கட்டுப்பாடு, சிசுக்கொலை முதலிய காரணங்களால் சிறிது குளறுபடிகள் ஏற்பட்டிருந்தாலும் கூட இன்று வரை அந்த சமநிலை பேணப்பட்டுத்தான் வருகிறது.. இது எப்படி? .. இதற்கும் வனிதாவிடமிருந்து தெளிவான பதில் இல்லை..சரி .. பழம் தானாகக் கனியட்டும் என்று குமரவேலு சும்மா இருந்தார்.

ஊருக்கும்போகும்போதெல்லாம் சாதி வேறுபாடு எந்த அளவுக்கு இருக்கிறது என்பதை குமரவேலுவே சுட்டிக்காட்டுவார். பரட்டைத்தலையும், அழுக்கான சேலையுமான பெண் ஏன் ஒரு ஒடுங்கிப்போன அலுமினியப்பாத்திரத்தைக் கையில் ஏந்திக்கொண்டு நிற்பதை வனிதா, ராகுல் இரண்டு பேராலுமே ஏற்றுக்கொள்ள முடியவில்லை. மட்டுமல்லாமல் ஐம்பது வயதுக்கும் மேலான முடிதிருத்துபவர் நாச்சிமுத்துவை பத்து வயசுப்பையன் கூட 'வா..போ' என்று ஒருமையில் கூப்பிடுவதையும் அவர்களால் புரிந்து கொள்ள முடியவில்லை. இப்படியே போய் தொட்டது தொண்ணூறுக்கும் 'சாதிசனம் என்ன சொல்லும்' என்று அவர்கள் சிந்தனையில் எப்போதும் ஓடிக்கொண்டிருக்கும் சாதிசனம் அவர்களுக்கு ஏற்புடையவர்களாக இல்லை..வீட்டுக்கு வருபவர்களை உபசரிப்பதிலும் ஒரு மிகையான போக்கைப் பார்த்தார்கள். சாப்பாட்டைப் போட்டுவிட்டு பெண்கள் ஓரமாக நின்று கொள்வது. அவர்கள் வேண்டாம் என்று சொல்லும்போது அவர்கள் தட்டை பதார்த்தங்களால் நிறைப்பது போன்ற சிறு சிறு அம்சங்கள் மட்டுமல்லாமல் ஒரு நல்லது கெட்டது என்று வந்து விட்டால் எந்த விதமான உண்மையான உணர்வும் இல்லாமல் சம்பந்தப்பட்டவர் வீட்டில் கூடுவது..அதிலும் யாருக்காவது உடம்புக்கு சரியில்லை என்று வந்து விட்டால் அவர்களுக்குத் தொந்தரவு தருகிறோமே என்று கூடப்பார்க்காமல் அவர்களைப் போய்ப்பார்ப்பது என்பது மாதிரியான சங்கதிகளைப் பார்த்து 'உங்களுடையது ஒரு இனக்குழு சமுதாயம்' என்று வனிதா சொன்னாள். அதில் 'உங்களுடையது' என்ற சொல் குமரவேலுவை ரொம்பவும் காயப்படுத்தியது.. வனிதா அதைப்பற்றிக் கவலைப்படுபவளாகத் தெரியவில்லை.'பெரும்பாலான சமயங்களில் இந்த ஏதோ பேச வேண்டும் என்பதற்காகப் பேசுகிறார்கள்.. அவர்கள் பேச்சுக்குப் பொருளே கிடையாது' என்று வனிதா சொன்னதில் புதுசு ஒன்றுமில்லை..குமரவேலு பல காலத்திற்கு முன்னமே அறிந்தது தான். ஆனால் அதற்காக இந்த ஜனங்களை விலக்கி வைக்க முடியுமா? 'மனித சமத்துவத்துக்கு மதிப்புத்தராத எந்த உறவும் நமக்குத் தேவையில்லை' என்கிற

வனிதாவின் பண்பாட்டுப் பிரகடனத்திற்கு மாற்றாகச் சொல்ல குமரவேலுவிடம் எந்த பிரகடனமும் இல்லை..

○○○

நடந்து கொண்டே வந்த குமரவேலு 'ஓயோ ஜலந்தர்' ஓட்டலின் முன்பு நின்று கொண்டிருந்தார். தொண்ணூறுகளிலேயே கோரமங்கலாவுக்கு பஞ்சாபி உணவு வந்து விட்டாலும் இந்த மாதிரி முற்றிலுமான பஞ்சாபி சூழ்நிலை கொண்ட ஒரு பண்பாட்டு வளாகம் அப்போது வந்திருக்கவில்லை. ஒரு ஆறு ஏழாயிரம் சதுர அடி கொண்ட காலி இடம்.. அதற்குள்ளே ஒரு ரெஸ்டாரண்டோடு பல ஸ்டால்கள்..துணிவகைகள், பெண்களுக்கான அழகு சாதங்கள்-குறிப்பாக பவளம் கோர்த்த சங்கிலிகள், பாசுமதி அரிசி உள்பட்ட சமையல் பொருட்கள் என்று இப்படிப்பல அயிட்டங்கள்.. திறந்த வெளி சமையல் கட்டில் ரொட்டி சுட்டுக் கொண்டிருப்பார்கள்.. பக்கத்திலேயே தந்தூரி சிக்கன்.. உட்காருவதற்கு, சாப்பிடுவதற்கு எல்லாமே கருங்கல்லாலான பெஞ்சுகள்.. ஒரு மூலையில் பெரிய டெலிவிஷன் பெட்டி... அதில் பங்கரா நடனம் உள்பட பஞ்சாபி கலாச்சாரம் பிரதிபலிக்கக் கூடிய பதிவு செய்யப்பட்ட நிகழ்ச்சிகள்... இன்னொரு மூலையில் இசைக்கு ஏற்ப நடனமாடும் ஒரு சிறு அரங்கம்.. உள்ளே நுழைந்தால் பஞ்சாபிலேயே இருப்பதைப் போன்ற உணர்வு கண்டிப்பாக ஏற்படும்..இத்தனை காலம் நகரத்திலிருந்த பஞ்சாபிகளை விரல் விட்டு எண்ணி விடலாம்..ராணுவத்தில் இருப்பவர்கள்.. பாரதீய கனரக இயந்திரவியல் நிறுவனம் உள்ளிட்ட பொதுத்துறை நிறுவனங்களில் வேலை செய்பவர்கள்..ஜே.சி.ரோட்டில் கடை வைத்திருப்பவர்கள் என்று ஒரு சிறு எண்ணிக்கையில் மட்டுமே அவர்கள் இருந்தார்கள்..அல்சூர் குருத்வாரா பல்லாண்டுகாலமாக இயங்கி வருகிறது..அங்கே போகும் தலைமுறை வேறு.. இங்கே வரும் தலைமுறை வேறு.. ஆன்மீகமும், கேளிக்கையும் சமயம் வரும்போது அதற்கான வடிவத்தை எடுத்துக்கொள்கிறது

இந்த 'ஓயோ ஜலந்தருக்கு' நேர் எதிரில் தான் மாடியில் 'நற்செய்தித் தேவாலயம்' இருக்கிறது.. சனிக்கிழமை மாலைகளில் இங்கே பெருத்த சப்தத்தில் பாட்டுக்கள் ஒலித்துக் கொண்டிருக்க அங்கே இளம் வயது பையன்களும் பெண்களும் பக்திப்பாடல்கள் பயிற்சி செய்து கொண்டிருப்பார்கள். தேவாலயம் என்று சொன்னாலே மிக உயர்ந்த கோபுரமும், விசாலமான முற்றமும் கொண்டதாக, உயர்த்தி வைக்கப்பட்ட வழிபாட்டு பீடம் கொண்டதாகக் கற்பனை செய்து வைத்திருந்தால் இங்கே ஒரு பெரிய ஹாலும், ஒரு பிரசங்க பீடமும்

மட்டுமே இருப்பது வித்தியாசமாக இருந்தது. அது மட்டுமல்லாமல் இந்த தேவாலயங்கள் அடிக்கடி இடம் மாறுவதும் நடக்கிறது. 'கோரமங்கலா கிளப்' ரோட்டின் கிழக்கு முனையில் இப்போதிருக்கும் 'பந்தனா ச்சாட் செண்டரு'க்கு முன்னால் ஒரு உடுப்பி ஓட்டல் இருந்தது. அதற்கும் முன்னால் ஒரு 'புனித நற்செய்தித் தேவாலயம்' பல ஆண்டுகளாக இருந்தது. அதாவது எகிப்திய நாகரிகம், கிரேக்க நாகரிகம், சிந்து சமவெளி நாகரிகம் என்பதைப் போல 'பெங்களூர் மாநகர நாகரிகம்' கொண்டிருக்கும் பல கட்டங்களில் ஒரு கட்டத்தில் நீண்ட காலம் நிலைத்திருந்தது தான் 'புனித நற்செய்தித் தேவாலயம்'.. தொடக்க காலத்திலிருந்து 1995 வரை ஒரு கட்டம், 1995-லிருந்து 2010 வரை ஒரு கட்டம், 2015-லிருந்து இப்போது வரை ஒரு கட்டம்.. இந்த எல்லாக்கட்டடங்களுக்கும் முக்கிய காரணியாக இருப்பது வாடகை தான். அந்த மூலைக்கட்டடம் வெறும் இரண்டாயிரம் சதுர அடி தான் இருக்கும். அதன் சொந்தக்காரன் மகராசன் யாரோ எங்கிருக்கிறானோ தெரியாது..முதலில் தரைத்தளம் மட்டுமே இருந்தது. உள்ளே ஒன்றுமே இல்லை.. வெறும் ஹால் மட்டுமே.. 'நற்செய்தித்தேவாலயத்திற்கு' ஏற்ற இடம். கோரமங்கலா-இந்திரா நகர் இணைப்பு ரோடு இல்லாத காலம், என்.ஜி.வி. குடியிருப்பு வரவில்லை.. எண்பதடி ரோடும் கிடையாது. இப்போதிருக்கும் வீடுகளில் 25-30 சதவீதம் வீடுகள் மட்டுமே இருந்தன.

பக்கத்திலிருக்கும் கத்தாலி பாள்யா வாசிகள் தங்களது ஏரியாவில் ஏற்பட்டு வரும் மாற்றங்களைத் தொடர்ந்து கவனித்துக்கொண்டிருந்தார்கள். ஒரு பி.டி.ஏ. லே அவுட் என்று வந்து விட்டாலே சில வருடங்களிலேயே அதன் நிறமே மாறிவிடும் என்று திரும்பத்திரும்ப அவர்களுக்குச் சொல்லப்பட்டிருந்தது.. கொஞ்சம் புத்திசாலித்தனம் உள்ளவர்கள் யோசனை செய்தார்கள். இப்படியே கீரை விற்றுக்கொண்டிருப்பதா? அல்லது இங்கேயே வேறு ஒரு தொழிலைச் செய்யலாமா? வீட்டின் முன்பாகத்தை இடித்து கடை வைப்பதா அல்லது நல்ல விலை வந்தால் விற்று விட்டு சர்ஜாபுரா பக்கம் போய்விடுவதா என்று பல யோசனைகள் அவர்கள் மனதில் எழுந்தன. எங்கு போனாலும் எல்லம்மா தேவி திருவிழாவிற்கு வந்து விடவேண்டும் என்ற தீர்மானமும் இருந்தது.

அவர்களுக்கு ஞாயிற்றுக்கிழமைகளில் தேவாலயத்திலிருந்து ஒலிக்கும் பிரார்த்தனையும், துதிப்பாடல்களும் சாமி கும்பிடுவதின் ஒரு வடிவம் தான் என்பதை நம்ப முடியவில்லை. அவை நிச்சயமாக ஆன்மீகக் குணம் கொண்டவை தான். குமரவேலு ஞாயிற்றுக்கிழமை தோறும் பத்து பத்தரை மணி வாக்கில் அந்த பிரார்த்தனைக் கூடத்தின்

எதிரில் இருக்கும் கறிக்கடைக்குப் போகும்போது ஜெபங்களும், பிரார்த்தனைப் பாடல்களும் கேட்கும். முதலில் ஆங்கிலத்தில் கேட்டுக்கொண்டிருந்தது பிறகு மலையாளம், தமிழ் என்று கேட்டது. ஒரு ஞாயிற்றுக்கிழமையில் எல்லாம் நின்றுவிட்டது.. என்னடா இது? இடத்துக்காரன் காலி பண்ணச்சொல்லிவிட்டான் போல.. இதென்னப்பா அதிசயம்... ஒரு கோயில் எப்படி இப்படி இடம் மாறலாம்?இந்தியா தூணிலும் துரும்பிலும் ஆண்டவன் இருக்கக் கூடிய தேசம் தான்.. ஆனால் இங்கே எந்த சாமியாக இருந்தாலும் ஓரிடத்தில் குடியேறிவிட்டால் அங்கிருந்து நகர மாட்டார். சாமி மட்டுமில்லை.. சாமி சார்ந்த இடம் கூட நகராது. ஓசூர் ரோட்டில் மடிவாளா செக்போஸ்ட்டை அடுத்து முனீஸ்வரன் கோயில் இருக்கிறது. கோயிலுக்கு முன்னால் வலதுபக்கம் ஒரு பெரிய பாறை உண்டு. வாகன ஓட்டிகள் அந்த இடம் வரும் போது கொஞ்சம் தடுமாறுவார்கள். அந்த பாறையை எடுத்து விட்டால் எதிரில் வரும் வண்டிகள் நன்றாகத் தெரியும். ஆனால் கோயில் தர்மகர்த்தாக்கள் பாறையை உடைக்கும் சோலிக்கே இடமில்லை என்று சொல்லிவிட்டார்கள். மடிவாளா செக்போஸ்டிலிருந்து வரும்போது உக்கிரமான கண்களுடன் முனீஸ்வரன் நின்று கொண்டிருப்பது தெரியும்.. ரொம்ப காலமாக அங்கே கெடாய் வெட்டு நடந்து கொண்டிருந்தது. தமிழர்கள், கன்னடியர்கள், தெலுங்கர்கள் என்ற பேதமில்லாமல் தங்கள் வேண்டுதலை நிறைவேற்றிக்கொண்டிருந்தார்கள். குறிப்பாக வாகனங்களுக்குக் கெடாய் வெட்டிச்சாமி கும்பிடுவதென்பது பெரும் மரபாக மாறியிருந்தது. கோயிலுக்கென்று நிறைய இடம் இருந்தது. மெயின் ரோட்டிலிருந்து ஒரு ஐநூறு அடி உள்ளே போகவேண்டும். அங்கே குகை மாதிரி சிறு சிறு அறைகள் உண்டு. அங்கே தான் கெடாயை வெட்ட வேண்டும். வெட்டிய பிறகு தோலை உரித்து கறியை வெட்டிக்கொடுப்பதெல்லாம் முஸ்லிம்கள் தான். அதற்கு ஃபீஸ் உண்டு. அவர் தோலை எடுத்துக் கொண்டு போய் விடுவார். குமரவேல் இரண்டு முறை அங்கே கெடாய் வெட்டியிருக்கிறார்..புது வீடு கட்டியபோதும், புது கார் வாங்கியபோதும்.. சர்ஜாபுரா போய் ஆடு வாங்கி வந்தார்கள்.. ரத்தத்தைக் கொண்டு வந்து வீட்டின் நான்கு மூலைகளிலும் தடவியபிறகு தான் நிம்மதியாக இருந்தது.அன்றைய தினம் முழுவதும் ஊரில் இருப்பது மாதிரியே குமரவேல் உணர்வார். ஆனால் திடீரென்று அரசு ஒரு தடையைக் கொண்டு வந்தது. கோயிலில் மிருகபலி கூடாது. முனீஸ்வரன் கோயிலை ஒட்டியே ரேணுகாம்பா கோயிலும் இருந்தது. திருவிழா நாட்களில் அங்கே சிறப்பு பூஜைகள் நடக்கும்போது இங்கே கெடாய் விருந்து நடைபெறுவதை எப்படி ஏற்றுக்கொள்ள முடியும்? இதில் இன்னொரு விஷயமும்

உண்டு. கெடாய் வெட்டுக்கப்புறம் கோயில் வளாகத்திலேயே கூடாரங்கள் போடப்பட்டு விருந்து வைபோகங்களும் நடைபெற ஆரம்பித்தன. கெடாய் விருந்து என்னும்போது அதனோடிணைந்த சில உல்லாசங்களும் இருக்கும் தானே! அது எல்லை மீறி ஆன்மீகம் என்பதற்கே அர்த்தமில்லாமல் போய்விட்டது.. முனீஸ்வரன் சைவமான கதை இது தான்.

தான் கிறித்தவராக இல்லையென்றாலும் ‘புனித நற்செய்தித் தேவாலயம்’ இடம் மாறியது குமரவேலுவுக்கு வேதனையைத் தந்தது. பத்தாண்டுகளுக்கும் மேலாக ஆண்டவனை ஆத்மார்த்தமாக நினைத்து மனதோடு ஒன்றிப்போகும் தருணத்தை ஏற்படுத்திக்கொடுத்த இடத்தில் ஒரு வருடத்திற்குள் பெரிய பெரிய கேஸ் அடுப்புகளும், அண்டாக்களும், பாத்திரங்களும் வந்து உட்கார்ந்திருந்தன.. ‘விஷ்ணு சாகர்’ என்ற உடுப்பி ஓட்டல் அதன் சகல லட்சணங்களுடனும் (அதாவது கீழே சுயசேவை, முதல் மாடியில் சர்வீஸ் பகுதி, இரண்டாம் மாடியில் பார்ட்டி ஹால்... மூன்று தளங்களுக்கும் சேர்த்து கணிசமான அளவில் வாடகை இருக்கும். நிச்சயமாக இயேசுவின் பக்தர்களால் அவ்வளவு வாடகை கொடுக்க முடியாது. இந்த கிறித்தவர்கள் ஏன் பாரம்பரியமான பங்குத்தேவாலயங்களில் உறுப்பினராக முடியாமல் போய்விட்டது? ஒரு வேளை பொது மதத்திலிருந்து பிரிந்து வந்த ஒரு சிறிய குழுவாக இருக்கும். அவர்கள் எங்குப்போயிருப்பார்கள்?

பெட்ரோல் பங்கின் முன்னால் நின்று கொண்டிருந்தார்.. வாகன ஓட்டிகள் வெகுசீக்கிரம் கோபப்படக்கூடிய இடம் இது. வடக்கு நோக்கி இருக்கும் இந்த பங்க்கை ஒட்டி அதன் இடது புறத்தில் ஒரு ரோடு உள்ளே போகும். அதற்கு நேர் எதிரில் வெங்கட ரெட்டி லே அவுட்டுக்குப் போகும் குறுகிய பாதை. பங்கிற்கு எதிரில் எண்பதடி ரோடு...ஆக பங்கிற்குள் நுழைவதற்கும், பங்கிலிருந்து வெளியேறுவதற்கும் நான்கு வழிகள் இருக்கின்றன. தகராறு வராமல் என்ன செய்யும்? சரி...அதைப்பற்றி நமக்கென்ன கவலை? இந்த வெங்கட ரெட்டி லே அவுட்டுக்கு இப்படி ஒரு வாழ்வு வரும் என்று யார் எதிர்ப்பார்த்திருப்பார்கள்? கோரமங்கலா-இந்திரா நகர் இணைப்பு ரோடு வந்த பிறகு இதற்கு மவுசு கூடி விட்டது. இந்த ரோட்டிலிருந்து ஈஜிபுராவை இணைக்கும் ரோடு மட்டுமல்லாமல் ஈஜிபுரா எக்ஸ்டென்ஷன் என்று அழைக்கப்படும் அந்தப்பகுதி முழுவதுமே நுகர்வோர் வலயமாகி விட்டது.. இந்த மாதிரி பகுதிகளில் நிச்சயமாகக் காணப்படுவது அழகு நிலையங்களும், உடம்பு பிடித்து விடுதல் (மசாஜ், ஸ்பா) மையங்களும் தான். அதிலும் ஒரு பாலாருக்கு ஆனது, இருபாலாருக்குமானது என்று இரண்டு

வகைகள் உண்டு. கேரள ஆயுர்வேத சிகிச்சை மையங்களும் இதில் அடக்கம். இதை அடுத்து சேண்ட்விச், பர்கர், ரோல் என்பது மாதிரியான பதார்த்தங்கள் தரும் கடை, 'மது லோகா' என்ற பெயரில் மது பானங்களை சூபர் மார்க்கெட் போல விற்கும் கடைகள், கொஞ்சம் தள்ளி மெயின் ரோட்டுக்கு வந்தால் சீனா, தாய்லாந்து, வியட்நாம், மெக்சிகோ நாட்டு உணவு வகைகள் தரும் கடைகள், ரெஸ்டோ பார் என்று பியர் குடித்துக்கொண்டு தனிப்பட்ட விவகாரங்களையோ (பெரும்பாலும் ஆண்-பெண் உறவு தான்) உலக விவகாரங்களைப் பற்றியோ பேசிக்கொண்டிருக்கும் கடைகள்.. அதற்கிடையில் கிலோக்கணக்கில் துணிகளை சலவை செய்து தரும் லாண்ட்ரெட்டுகள், க்ரில் சிக்கன் மற்றும் ஷவர்மா (அரேபிய உணவு) விற்கும் கடைகள் .இவையெல்லாமே ஒரு குறிப்பிட்ட துறையில் இருப்பவர்களுக்கான வசதிகள் தான் என்பதை யூகிக்க ரொம்ப நேரம் ஆகாது. .கிட்டத்தட்ட மூன்று நான்கு கிலோமீட்டர் சுற்றளவுள்ள இந்தப்பகுதியில் தான் 'கோனார் ஹால்மார்க்' இருக்கிறது.

பெயரைக்கேட்டவுடன் இது 'ரஹேஜா ரெசிடன்சி', 'வாஸ்வானி கார்டென்ஸ்', 'ஜெயின் ஹைட்ஸ்' மாதிரியான செல்வச்செழிப்பைக் காட்டுகிற குடியிருப்பு என்று நினைத்து விடக்கூடாது. அதே சமயம் சிக்பேட், பலேபேட் அளவுக்கு நெருக்கடியானதும் கிடையாது. ஓரளவு ஜன நெருக்கடி மிகுந்த பகுதிக்குள் இருந்தாலும் இது கொஞ்சம் விசாலமானது தான். கோரமங்கலா எண்பதடி ரோட்டிலிருந்து இடதுபுறமாக உள்ளே நுழைந்து மோரியைத் தாண்டி வெங்கட ரெட்டி லே அவுட்டுக்குள் வந்தால் ஈஜிபுரா பஸ் நிலையத்துக்குப் போகும் குறுஞ்சாலையை அடையலாம். அந்த குறுஞ்சாலையின் வலதுபுறத்துச்சந்து ஒன்றில் சுமார் முன்னூறு அடி போனால் 'கோனார் ஹால்மார்க்' வரும். மேற்குப்புறம் நான்கு வீடுகள், கிழக்குப்புறம் மூன்று வீடுகள்.. நடுவில் ஒரு சிறிய தாமரைத்தடாகம். அந்தத் தாமரைத்தடாகத்தில் தண்ணீரும் கிடையாது. தாமரையும் கிடையாது. நடுவில் உயரப்பீச்சியடிக்கும் நீரூற்றும் கிடையாது. கோனாருக்கு ஒரு ஆசை. அவ்வளவு தான். சுற்றிலும் மதில் சுவர்.. தெற்குப்புறம் நுழைவு வாயிலில் பெரிய இரும்பு கேட்... இது தான் கோனார் கோலோச்சும் சமஸ்தானம்.

இதைவிடப் பெரிய சமஸ்தானத்தை கோனார் உருவாக்கியிருக்கலாம். ஆனால் அவரது மிலிடரி வேகத்தை விட பெங்களூர் வளர்ச்சி வேகம் அதிகமாகிப் போய் விட்டது. மதுரை மாவட்டம் தேனி வட்டம் காலுவப்பட்டி சுப்பையாக்கோனார் மகன் பாலகிருஷ்ணன். அந்தக்காலத்திய எல்லா தமிழ்

விடலைப்பையன்களையும் போலவே போலவே வீட்டை விட்டு ஓடிப்போய்த்தான் ராணுவத்தில் சேர்ந்தார். ஓடிப்போனவர் மதுரைக்கோ, சென்னைக்கோ போகாமல் பெங்களூருக்கு வந்ததற்கு சிறப்பான காரணங்கள் எதுவும் கிடையாது. அந்த சந்தர்ப்பத்தில் பெங்களூரில் தான் ராணுவத்திற்கு ஆள் எடுத்தார்கள். பத்தாவது பெயில்.. ரெண்டு ஏக்கர் நிலம் மட்டுமே இருந்த அந்த பெரிய குடும்பத்தைத் தூக்கி நிறுத்த இந்தப் பையனையே நம்பியிருந்தார்கள். பத்தாவது தேறி பதினொன்றாவதுக்குப் போய் பப்ளிக் பரீச்சை எழுதி அப்புறம் மதுரைக்குப்போய் மேல்படிப்புப் படிக்க அனுப்ப வேண்டும் என்ற திட்டம் இருந்தது. தந்தை சுப்பையாக்கோனாருக்கு இதிலெல்லாம் அவ்வளவு விவரம் கிடையாது. கோனாரின் தாய்மாமன் (மிலிடரி ரிடயர்டு) ஒருவர் டிரில் மாஸ்டராக இருக்கிறார். அவர் போட்டுக்கொடுத்த திட்டம் தான்.

சேலம் வந்து ரயில் பிடித்து ஒரு நவம்பர் மாத அதிகாலையில் வறண்டு போன தர்மம்புதி ஏரிக்கரையில் வந்து டவுன் பஸ்சுக்காக காத்து நின்றபோது பாலகிருஷ்ணனுக்கு முதலில் உறைத்தது குளிர் தான். தேனியில் பார்த்தறியாத குளிர். பேரேடு கிரவுண்டுக்கு அப்படி ஒன்றும் பஸ்கள் அதிகமாக இல்லை. அங்கிருந்த ஒரே டீக்கடையில் விசாரித்து பேரேடு கிரவுண்டுக்கு நடையைக் கட்டினான். ரயிலிலேயே எல்லாச்சோலியும் முடித்தாயிற்று.

ஒரு சில ஆண்டுகளுக்கு முன்னர் மட்டுமே விடை பெற்றுப்போ— யிருந்த பிரிட்டிஷ் ஏகாதிபத்தியத்தின் எச்ச தொச்சங்கள் இன்னுமிருந்தன. ஏகாதிபத்தியத்தின் கறார்த்தன்மையும், எழிலும் பேரேடு மைதானத்தின் பக்க வாட்டிலிருந்த மகாத்மா காந்தி ரோடு, தூரத்தில் தெரிந்த தேவாலயங்கள், இடது புறமிருந்த பி.ஆர்.வி. தியேட்டர் எல்லாவற்றிலும் துலக்கமாகத் தெரிந்தது.

அன்றைக்கு ஆளெடுப்புக்கு வந்திருந்த பெரும்பாலான பையன்கள் முகத்தில் நிலவியிருந்த பீதியும், கவலையும் ஒரே மாதிரியாகத் தான் இருந்தது. ஆனால் அதையெல்லாம் கவனிக்க அவர்களுக்கு நேரமும் இல்லை... ஆசையும் இல்லை. ஏதாவது தமிழ் முகம் தெரியாதா என்று பாலகிருஷ்ணன் ஏக்கத்துடன் தேடிக்கொண்டிருந்தான். எல்லாமே இந்தியாகத்தான் இருந்தது. வந்திருந்த அதிகாரிகளில் ஒன்றிருவர் தமிழர்களாகத் தெரிந்தாலும் அவர்களும் இந்தியிலேயே பேசினார்கள். வந்திருந்த பையன்களின் பெயர், வயது, ஊர், விலாசம் எல்லாம் பதிவு செய்யப்பட்ட பிறகு சில சோதனைகள் நடத்தப்பட்டன. பிறகு வரிசையாக குத்துக்கோடாக உட்கார

ப.சகதேவன்

வைத்தார்கள். பாலகிருஷ்ணனுக்கு முன்னால் கறுப்பாக ஒரு பையன் உட்கார்ந்திருந்தான். நிச்சயம் தமிழனாகத்தான் இருக்க வேண்டும். கொஞ்சம் முன்னால் வந்து அவனுக்கு மட்டும் கேட்கிறபடி கேட்டான்.

‘நீ தமிளா..?’

‘ஆமா..’

‘டெஸ்ட் எடுத்ததுக்கப்புறம் ஏ அந்தப் பசங்கள ரெண்டு வரிசையா உக்கார வச்சிருக்காங்க..?’

‘ஒரு வரிசை பாசானவங்க... அடுத்த வரிசையிலே இருக்கறவங்களுக்கு இன்னொரு சான்ஸ் குடுப்பாங்க..’

‘இதெல்லா உனக்கு எப்பிடித்தெரியி..’

‘எங்கப்பா சொல்லீருக்காரு.. அவரு மிலிட்ரி தா..’

ஒம்பேரென்ன..?

‘இருதயராஜ்..’

‘இதே ஊரா..?

‘ஆமா..’

பெங்களூர் பெருநகரம் தனது சரித்திரத்தில் உருவாக்கி வைத்திருந்த ஆயிரக்கணக்கான, லட்சக்கணக்கான மனித உறவுகளில் இருதயராஜ்-பாலகிருஷ்ணனின் நட்பு அன்றிலிருந்து தொடங்கியது. காலுவப்பட்டியிலிருந்த பாலகிருஷ்ணனின் வேர்கள் பிடுங்கப்பட்டு பெங்களூரில் நடப்பட்டன.

இருவரும் தேர்வானார்கள்... ஆஸ்டின் டவுனிலிருந்த தனது வீட்டிற்குக் கூட்டிக்கொண்டு போனான் இருதயராஜ். வெள்ளைக்காரன் காலத்திலேயே ராணுவத்தில் சேர்ந்திருந்த இருதயராஜின் தந்தை ஆரோக்கிய தாஸ் போரில் ஒரு காலை இழந்திருந்தார். இரண்டு அறைகள் கொண்ட ஒரு வீடு இருப்பதற்கும், அதற்கு முன்னால் ஒரு பெட்டிக்கடை வாழ்வாதாரத்திற்குமாக இருந்தது. ஒரே தங்கை லூர்து மேரி பக்கத்திலுள்ள வெஸ்லி தமிழ்ப்பள்ளியில் படித்துக்கொண்டிருந்தாள். நண்பனான பிறகு பாலகிருஷ்ணனை இருதயராஜ் கூட்டிக்கொண்டுபோன முதல் இடம் விதான சௌதா.. அப்போது தான் கட்டி முடிக்கப்பட்டிருந்தது. இருவரும் சைக்கிளிலேயே நகர் முழுவதும் சுற்றினார்கள்.

மெட்ராஸ் எஞ்சினீயரிங் குரூப் அல்லது மெட்ராஸ் சேப்பர்ஸ்சில் இருந்தாலும் அவர்கள் வெவ்வேறு ஊர்களில் வெவ்வேறு போர்களில் பணியாற்ற வேண்டி வந்தது. காலுவப்பட்டியின் தொடர்பை மீண்டும் ஏற்படுத்திக்கொண்டாலும் அதனோடுள்ள பற்றுதல் பாலகிருஷ்ணனுக்குக் குறைந்து கொண்டே வந்தது. ஆனால் கல்யாணம் மட்டும் சொந்த ஊருக்குப் பக்கமே பார்த்துக் கட்டிக்கொண்டான். குடி வைத்தது பெங்களூரில் தான். ஆஸ்டின் டவுனே தான். வெவ்வேறு இடங்களில் இருந்தாலும் விடுமுறை வரும்போது ஒரே மாதிரி இருக்கும்படி பார்த்துக் கொண்டார்கள். அது பெரும்பாலும் தீபாவளி அல்லது கிறிஸ்த்மஸ் பண்டிகையை ஒட்டியதாக இருக்கும். அன்று காலை பத்துப்பதினொரு மணிக்குத் தொடங்கும் மதுபானச்சடங்கு சாயந்திரம் ஐந்து ஆறு மணி வரை போகும். மெட்ராஸ் சேப்பர்ஸ்சின் வீர கீதத்தை இருவருமே சத்தம் போட்டுப்பாடுவார்கள்.

வெற்றி! வெற்றி! எதிலும் வெற்றி!
தம்பி-சென்ற காலங்கள் முழுதும்
எங்கும் வெற்றி எதிலும் வெற்றி
தம்பி-சேப்பர்சுக்கே!

பாரதத்தின் எல்லைக்காக முன்னே செல்லுவோம்
பார்முழுதும் சேப்பர்ஸ் பணியில் பெயரை வெல்லுவோம்
போட்டி விளையாட்டு எதிலும் வெற்றி கொள்ளுவோம்
மெட்ராஸ் சேப்பர்ஸ் என்று சொல்லி நிமிர்ந்து நில்லுவோம்

வருடங்கள் ஓடின. இரண்டு போர்களையும் பார்த்தாயிற்று. இருவரும் கிட்டத்தட்ட ஒரே வருடத்தில் மிலிடரியிலிருந்து வெளியே வந்தார்கள். விதானா சௌதாவைக் கட்டிய ஹனுமந்தையா மாநில அரசியலை விட்டு டெல்லிக்குப் போய் விட்டிருந்தார். மைசூர் மாநிலம் கர்நாடக மாநிலமாகியிருந்தது. நடிகர் ராஜ்குமார் 150 படங்கள் நடித்து முடித்து ஒரு ரவுண்டு வந்து விட்டிருந்தார். திண்டுக்கல் இடைத்தேர்தல் வெற்றிக்குப் பிறகு தமிழ்நாட்டில் எம்.ஜி.ஆர். மாபெரும் அரசியல் தலைவராக உருவாகிக் கொண்டிருந்தார். ராஜ்கபூரின் கடைசிப்பையன் ரிஷி கபூர் நடித்த 'பாபி' என்னும் படத்திலிருந்து பாடல்களை ஜனங்கள் பைத்தியம் போலப்பாடிக்கொண்டிருந்தார்கள்.

ஆஸ்டின் டவுன் மத்திய தர தமிழ் மக்களுக்கான பகுதியாக இருந்தது. உள்ளே தள்ளியிருந்த வண்ணாரப்பேட்டையில்

ஏழைப்பட்ட மக்கள் வசித்தார்கள். 1831-லிருந்து வெள்ளைக்காரர்களின் முழுமையான ஆட்சி தொடங்கிய பிறகு தான் பெங்களூரின் நிறமே மாறியது.. காலேஜ் வந்தது.. கரண்ட் வந்தது... ரயில் வந்தது... கிளப்புகள் வந்தன...அவர்களுக்குச் சேவகம் செய்வதற்காகவே வேலூர், ஆம்பூர், வாணியம்பாடி, ஆற்காடு முதலிய வடதமிழ்நாட்டுப் பகுதிகளிலிருந்து நம்ம ஜனங்கள் வந்தார்கள். ஏற்கனவே அல்சூர் பகுதியில் வணிகர்களும், அரசாங்க உத்தியோகஸ்தர்களும் வந்து அந்த பகுதியையே தமிழ்ப்பகுதியாக்கி விட்டார்கள். அங்குள்ள மிகப்பழைமையான சோமேஸ்வரர் கோயிலில் சைவநாயன்மார் சிலைகளைப் பார்த்தபிறகு இந்த ஊருக்குள்ள உறவை வலுப்படுத்திக் கொண்டார்கள். ரிச்மண்ட் டவுன், லேங்க்ஃபோர்டு டவுன் பக்கம் வந்தவர்கள் துரைமார்கள் குடியிருந்த பகுதிகளுக்குப் பக்கத்திலேயே தங்கள் குடிசைகளைப் போட்டுக்கொண்டார்கள். ஊரிலிருந்து பிடிமண் எடுத்துக் கொண்டு வந்து இங்கே சிறியதாகவோ, பெரியதாகவோ கோயில் கட்டிக்கொண்டார்கள். வண்ணாரப்பேட்டையிலுள்ள காசி விசுவநாதர் கோயில், வெள்ளேரியம்மன் கோயில்கள் மிகப்பிரசித்தமாயின. அந்தக் கோயில்களில் நடக்கும் திருவிழாக்கள் கிராமங்களில் நடக்கும் திருவிழாக்களைப் போலவே இருக்கும். பூமிதி ஒன்று மட்டும் இருக்காது. நகரத்தின் பிற பாகங்களுக்கும், வெளியூர்களுக்கும் பிழைக்கப் போனவர்கள் திருவிழாக்காலங்களில் மட்டும் வந்து விடுவார்கள். அது சாமியைப் பார்க்கவா அல்லது சாதி சனத்தைப் பார்க்கவா என்று தெரியாது. பெங்களூருக்குக் குடியேறியவர்களில் நிறையப்பேர் குடும்பங்களாக வந்தவர்கள். சில குடும்பங்கள் இப்போது பல குடும்பங்கள் ஆகியிருக்கின்றன;

ஓய்வுக்குப் பிறகு பிழைப்புக்கு என்ன செய்வது என்ற கேள்விக்கு இருதயராஜ் முடிவெடுத்த அளவுக்கு எஸ்.பி.கோனார் (எஸ். பாலகிருஷ்ண கோனார்) முடிவெடுக்க முடியவில்லை. ஒரு ராணுவ வீரனாக இந்தியாவெங்கும் சுற்றிய பிறகு பாலகிருஷ்ணனின் ஊர் அபிமானமும், சாதி அபிமானமும் கூடியிருந்தது. எனவே தன் பெயரையே இப்படி மாற்றி வைத்துக் கொண்டார். அதிகாரபூர்வமான பதிவேடுகளில் எஸ். பாலகிருஷ்ணன் என்று தான் இருக்கும். தன்னை எல்லோரும் கோனார் என்று அழைப்பதையே பாலகிருஷ்ணன் விரும்பினார். மற்றவர்களுக்கும் அது வசதியாக இருந்தது. அவர்கள் அப்படி அழைக்கும்போது தனது ஊரிலேயே தான் இருப்பதாக பாலகிருஷ்ணன் நினைத்தார். இது என்ன பெயர் என்று தமிழரல்லாதவர்கள் கேட்கும்போது ‘நாங்கள் யாதவர்கள்... எங்கள்

சமூகத்திற்கு தமிழ்நாட்டில் இப்படி ஒரு பெயர் உண்டு' என்று விளக்கம் சொல்வார்.. இருதயராஜ் மட்டும் எப்போதும் போலவே பாலு என்று தான் கூப்பிட்டார்.

இருதயராஜின் மனைவிக்கும் தனக்கேற்றபடி ஏதாவது தொழில் செய்ய வேண்டும் என்ற ஆசை உண்டு. உள்ளூர்க்காரியாதலால் அந்த ஊர்ப்பெண்களின் தேவை என்ன என்று அவளுக்குத் தெரியும். ஒரு ஃபேன்சி ஸ்டோர் நன்றாக ஓடும் என்பது அவள் நம்பிக்கை. எனவே அப்படி ஒரு ஸ்டோர் வைக்க இடம் பார்த்துத் தரும்படி கேட்டாள். மிலிடரி காம்பவுண்டுக்கு நேர் எதிரே இருந்த வரிசையாக இருந்த சிறிதும் பெரிதுமான கடைகளை அடுத்து மூலையில் ஒரு எட்டுக்கு எட்டு இடம் கிடத்தது. ஐயங்கார் பேக்கரிக்கு அடுத்து இருந்த அந்தக் கடையை பேக்கரிக்கு வரும் கிராக்கிகள் எல்லோரும் கவனிப்பார்கள். கடை அளவு தான் சிறியதேயொழிய சிறிய சிறிய பாலிதீன் பைகளில் அடைத்து வைக்கப்பட்ட பொட்டு போன்ற அலங்காரப்பொருட்கள் நீண்ட மாலைகளாக கடைக்கு வெளியே தொங்கவிடப்படுவதால் அது ஒரு நான்கைந்து அடிக்கு முன்னால் வந்து கடை பெரிதாகத் தெரியும்.

மிலிடரியில் சேர்ந்ததில் இருந்தே தான் ஓய்வு பெற்ற பிறகு ஒரு செக்யூரிடி ஏஜன்ஸி வைக்க வேண்டும் என்பது இருதயராஜின் திட்டமாக இருந்தது. அதில் கோனாருக்கு நாட்டமில்லை. இரண்டு பேரும் சேர்ந்து தொழில் செய்ய வேண்டும் என்ற எண்ணம் ரெண்டு பேருக்குமே இல்லை. நட்பு நட்பாகவே இருக்கட்டும் என்ற ஆசை தான்.வீடு கூட வேறு வேறு ஏரியாவில் தான். இருதயராஜ் சொந்த ஏரியாவான ஆஸ்டின் டவுனிலேயே இருக்க கொனார் ஜூளே சர்க்கிள் பக்கம் காசில் ஸ்ட்ரீட்டில் இருந்தார். இருதயராஜுக்கு இரண்டு பெண்கள்.. கோனாருக்கு ஒரு பையன்.. ஒரு பெண்..எல்லாருமே ஹைஸ்கூலில் இருந்தார்கள்..சேக்ரட் ஹார்ட் ஸ்கூல் அதிக தூரத்தில் இல்லை. எல்லாருமே நன்றாக இங்கிலீஷ் பேசினார்கள். அவர்கள் சமூகப்பின்னணியைக் கண்டுபிடிக்க முடியாதபடிக்கு அவர்கள் இங்கிலீஷ் இருந்தது. வெள்ளைக்காரன் அவர்களுக்குக் கொடுத்துச் சென்ற கொடை..அவர்களது கல்விக்கனவின் இறுதி லட்சியமாக செண்ட் ஜோசஃப் காலேஜ் இருந்தது.

இருதயராஜின் சொந்தக்கார வட்டத்திலேயே பல பேர் 'செக்யூரிடி ஏஜன்சி' களை நகரின் பல பகுதிகளில் நடத்திக் கொண்டிருந்தார்கள். ஆனால் அவர் அவர்கள் யாரிடமும் போகவில்லை. எப்படிப்பட்ட கம்பெனியாக இருந்தாலும் அதற்கு நகரின் மையப்பகுதியில் ஓர்

அலுவலகமும், சரியான விளம்பரமும் இருந்தால் மட்டுமே கம்பெனி வளரும். அப்படிப்பார்த்தால் ரெசிடென்சி ரோடு, பிரிகேட் ரோடு, செண்ட் மார்க்ஸ் ரோடு, இல்லை கொஞ்சம் உள்ளே தள்ளி மியூசியம் ரோடு, சர்ச் ஸ்ட்ரீட் போன்ற இடங்கள் கூடப் பரவா—யில்லை. எம்.ஜி.ரோடை நினைத்துப்பார்க்கவே முடியாது. வாடகை கன்னா பின்னாவென்று இருக்கும். ஆஸ்டின் டவுன் நிச்சயமாகப் பிரயோஜனம் இல்லை..ஒரு பயலும் இவ்வளவு தூரம் வரமாட்டான். இருதயராஜின் ராணுவ மூளை யோசித்தது. தற்போதைக்கு ஏதாவது ஒரு பெரிய கம்பெனிக்கு ஆட்கள் சப்ளை செய்து கொண்டிருந்தால் போதும். அது பிக் அப் ஆனால் பிறகு பார்த்துக் கொள்ளலாம். ரெசிடென்சி ரோட்டில் கேலக்ஸி தியேட்டருக்கு எதிர்த்தாப்போல் மாடியில் ஒரு போர்டைப் பார்த்து வைத்திருந்தார். 'காவேரி செக்யூரிடி அண்ட் டிடக்டிவ் ஏஜன்சி' சும்மா அங்கு போய் ஏன் பார்க்கக் கூடாது. வேலை தேடுபவரைப் போல அங்கு போவது... உரிமையாளர் இணக்கமானவராக இருந்தால் அவரிடம் இந்தத் தொழிலைப் பற்றி விஷயங்களைக் கேட்டுத் தெரிந்து கொள்வது... ஒரு நாள் காலை சுமார் பதினொரு மணிக்கு கோனாரும், அவரும் அங்கு போனார்கள். அதன் உரிமையாளர் மேஜர் குஷாலப்பா. பொன்னிற எழுத்துக்களில் போர்டு மின்னியது. ஏஜன்சியை நடத்துபவர் அவர்களைப்போலவே ஒரு முன்னாள் ராணுவ வீரர் என்பது ஆறுதலாகவும் அதே சமயம் கொஞ்சம் கலக்கமாகவும் இருந்தது. கொடகுப்பகுதி மிலிடரிக்காரர்கள் எல்லா விஷயங்களிலும் ரொம்பவும் கறாராக இருப்பார்கள். கொஞ்சமும் பிசிறு இருக்கக் கூடாது. சோம்பேறித்தனத்தை சகித்துக் கொள்ளவே மாட்டார்கள்.

அந்தத் தளம் முழுவதையும் அந்த ஏஜன்சியின் அலுவலகமே இருந்தது. பெட்டி பெட்டியாக கண்ணாடித் தடுப்புகள் இருந்தன. ஆண்களும், பெண்களுமாக ஒரு பத்திருபது பேர் வேலை செய்து கொண்டிருந்தார்கள். குஷாலப்பா அவர்கள் பின்னணியைக் கேட்டதும் அவர்களிடம் கொஞ்சம் பரிவாகவே நடந்து கொண்டார். அவர்கள் பாஷையில் ரெஜிமெண்ட், பட்டாலியன், லெஃப்டினண்ட், பிரிகேடியர் என்று அவர்கள் பேசியதில் அவர்களுக்குத் தெரிந்த பொதுவான சிலர் பெயர்களும் இருந்தன.பேசிக்கொண்டிருந்தபோதே ஒரு மத்தியதர வயதுப் பெண் டீ கொண்டு வந்து கொடுத்தார். அங்கேயே டீ போடுவார்கள் போல...

'பாருங்க சோல்ஜர்... இப்பத்தான் ஃபேக்டரி, ஆஃபீஸ், பேங்க் மாதிரியான எடங்கள்லெல்லாம் ப்ரைவேட் ஆளுங்கள எடுக்க ஆரம்பிச்சிருக்காங்க.. யூனியன் ஆட்களோட மல்லுக்கட்டி

அவங்களுக்கு போதும் போதும்னு ஆயிடுச்சி போல.. இந்த லைன்லே வளர்ச்சிக்கு நல்ல வாய்ப்பிருக்கு.. உளைக்கணும்... நெறைய தொடர்புகள ஏற்படுத்திக்கணம்.. நேர்மை இருக்கணும்.. உங்குளுக்கு நான் சொல்லத் தேவையில்லே..'

'புரியுதுங்க மேஜர்..'

'இப்பத்தக்கி எங்குளுக்கு இருபது பெர்சண்ட் கெடைக்குது..இதுலே மறைக்கறத்துக்கு ஒண்ணுமேயில்லே.. இதுவே கம்பெனிக்கு கம்பெனி மாறும்..எங்க அக்ரிமெண்ட் எல்லாம் பக்காவாகா இருக்கும்... உங்குளுக்கு இப்பத்தக்கி அஞ்சு பெர்சண்ட் குடுத்தர்றம்.. அப்புறம் பாக்கலாம். இந்த மாதிரி ஏரியாவுலே ஒரு ஆஃபீஸ் வெச்சு நடத்தறதுக்கு எவ்வளவு செலவாகும்னு உங்களுக்குத் தெரியுமில்லே.'

இருதயராஜ் தான் நினைத்ததை எவ்வாறு அவரிடம் சொல்வது என்று யோசித்தார். அவர் முகத்தில் தெரிந்த தயக்கத்தைப் பார்த்த மேஜர் கேட்டார்.

'வேற என்னன்னாலும் தயக்கமில்லாமக் கேளுங்க..'

கோனாருக்குக் கேட்பதற்கு ஒன்றுமில்லை. அவர் இருதயராஜின் முகத்தைப் பார்த்தார்.

மேஜர் தான் மறுபடியும் பேசினார்

'நீங்க ரெண்டு பேருமே சேந்து பண்ணப்போறீங்களா... இல்ல ஒருத்தர் தானா..'

'இல்ல மேஜர்..இருதய ராஜ் தான் பண்ணப்போறார்..'

இப்போது இருதயராஜ் பேசினார்.

'மேஜர்.. நாங்க இப்பத்திக்கி உங்குளுக்கு ஹேண்ட்ஸ் தர்றோம்.. ஆனா எங்க ஏரியாவுலே ஒரு சின்ன ஏஜன்சி போடத்திட்டமிருக்கு..'

குஷாலப்பா அவர்கள் இருவரையும் உற்றுப்பார்த்தார். நடத்தையிலும் பாஷையிலும் பணிவைக் கொண்டிருக்கிற இந்த இரண்டு கறுத்த தமிழர்கள் எந்தக்காலத்திலும் தனக்குப் போட்டியாக வந்துவிடுவார்கள் என்று அச்சம் கொள்ளத்தேவையில்லை..

'சேச்சே.. அதுக்கென்ன... நீங்களும் வளரணுமில்லையா.. பாக்கலாம்.. டிடக்வ்லே உங்குளுக்கு ஈடுபாடு இருக்கா... தம்பதிகள் மனவேறுபாடு..கம்பெனி ஊழியர்களின் ரகசியச்செயல்பாடுகள்..'

'இல்லே மேஜர் .. இப்பத்தக்கி செக்யூரிடி மட்டும் தான்...'

மேஜரிடம் விடை பெற்றுக்கொண்டு கீழே வந்தார்கள்.. மேஜர் சொன்ன மத்த ஐட்டங்களை ஏன் கருதவில்லை என்ற கோனாரின் கேள்விக்கு

‘நம்ம அத்து விடற வேலையெல்லாம் வெச்சுக்க வேண்டாம்..’

என்று சுருக்கமாகப் பதிலளித்தார் ராஜ். அந்த ரீதியில் சிந்திப்பதற்கு அவருடைய கத்தோலிக்க மனம் இடம் கொடுக்கவில்லை என்று கோனாருக்குப் புரிந்தது.

○○○

தொடக்கத்திலேயே எல்லாத்தையும் மிக ஆர்ப்பாட்டமாகச் செய்யவேண்டாம் என்று இருதயராஜ் நினைத்தார்.. இப்போதைக்கு இதற்குத் தனியாக அலுவலகம் திறக்கத் தேவையில்லை. தனக்குத் தெரிந்த நண்பர்கள், உறவினர்கள் மூலமாக நிறையப் பேரிடம் சொல்லி வைக்கலாம். இப்போதைக்கு ஒரு விசிட்டிங் கார்டு மட்டும் அடித்து வைத்துக்கொண்டு அதைக் கொடுத்தால் போதும். ‘தினச்சுடர்’ பத்திரிகையில் சின்னதாக ஒரு விளம்பரம் கொடுக்கலாம். மனைவியின் ஃபேன்சி ஸ்டோரிலேயே ஒரு போர்டு வைப்பதில் தப்பில்லை. இப்படியாக ‘இன்ஃபண்ட் செக்யூரிடி ஏஜன்சி’ உதயமாயிற்று. அந்த ஏரியா மற்றும் பக்கத்து ஏரியாக்களிலிருந்தே சிலர் வந்தார்கள். படித்து வேலையில்லாமலிருக்கும் இளைஞர்கள், இருதயராஜைப் போலவே ஓய்வு பெற்ற ராணுவ வீரர்கள், தனியார் அலுவலகங்களில் கடைநிலை ஊழியராக இருந்து ஓய்வு பெற்றவர்கள் என இப்படி... பெங்களூரின் பக்கத்து பகுதிகளான தும்கூர், கோலார், ராமநகரம், முதலிய இடங்களிலிருந்து இளைஞர்கள் வந்த போது அவர்களது பின்னணியைக் கண்டறிவது சிரமமாக இருந்ததால் ராஜ் அவர்களிடம் சாக்குப்போக்குச் சொல்லி அனுப்பி விட்டார். இப்படி எச்சரிக்கையாக இருந்ததனால் குஷாலப்பாவிடம் நல்ல பெயர் வாங்க முடிந்தது. வேலைக்கு அனுப்புவதற்கு முன்பாகவும், சேர்ந்ததற்குப் பிறகும் செக்யூரிட்டிகளுக்குச் சில பயிற்சிகள் கொடுக்க வேண்டியதாக இருந்தது. அதற்குப் பக்கத்திலிருக்கக் கூடிய செண்ட் ஜோசஃப் மைதானத்தில் அனுமதி வாங்கியிருந்தார் குஷாலப்பா. அந்தப் பயிற்சிகளை சில சமயங்களில் இருதயராஜை நடத்தச் சொன்னார். அவர்களது முக்கியப் பண்டிகையான ‘ஹுத்தரி ஹப்பா (அறுவடைத் திருநாள்)வுக்கு’ கொடகுக்குப் போன போது ஆஃபீசின் சில பொறுப்புகளையும் இருதயராஜிடம் விட்டுப்போ—யிருந்தார். அதற்குத் தனியாக ஊதியத்தைக் கொடுத்து விட்டார்.

கோனார் இன்னும் தனது தொழிலை முடிவு செய்யாமலிருந்தது அவருக்கு மட்டுமல்லாமல் இருதயராஜுக்கும் கவலையாக இருந்தது. சேமிப்பும் கரைந்து கொண்டிருந்தது. பென்சன் பணத்தை மட்டும் வைத்துக் கொண்டு குடும்பத்தை நடத்த முடியாது. பலமுறை ஊருக்குப் போய்வந்தார். ஊரோடு கொண்ட ஒட்டுதலை முழுவதுமாக வெட்டிக்கொள்ள முடியவில்லை. அவரது தலைமுறையைச் சேர்ந்தவர்கள் அவரைப் போலவே மத்திய வயதை அடைந்திருந்தார்கள். தேனி நகரம் சிறு தாலூகா என்னும் நிலை—யிலிருந்து உயர்ந்து பெரிய தாலூகாவாக மாறி ஒரு மாவட்டமாக உயர்வதற்கான வாய்ப்பை நோக்கிக்கொண்டிருந்தது. புதிதாக கல்லூரிகளும், ஆஸ்பத்திரிகளும், ஓட்டல்களும் வந்ததன் மூலமாக நகர வாழ்க்கையை நோக்கி மக்கள் போய்க்கொண்டிருந்தார்கள். மேற்குத்தொடர்ச்சி மலையின் ஏலக்காய் மணம் பல சிறு, பெரு விவசாயிகளின் வாழ்க்கையில் மணம் பரப்பிக் கொண்டிருந்தது. இவையெல்லாமிருந்தும் ஊருக்குப் போவதா என்ற யோசனையில் கோனார் ஒரு முடிவெடுக்க முடியாதவராக இருந்தார். பையனையும், பெண்ணையும் பொறுத்த அளவில் பெங்களூரை விட்டுக் கிளம்புவது என்ற பேச்சுக்கே இடமில்லை. சேக்ரட் ஹார்ட் பள்ளியும், கண்டோன்மெண்ட் ஏரியாவும் அவர்களை அப்படிக் கட்டிப்போட்டிருந்தது. மனைவிக்கு எந்த முடிவும் ஒன்று தான். சுமார் இரண்டு வருடங்கள் ஊருக்குப் போவதும், அங்கே சில நாட்கள் இருப்பதும் திரும்பி வருவதுமாக இருந்தார். அந்த கால கட்டத்தில் அவர் எடுத்த ஒரு முக்கியமான முடிவு சொத்தில் தனக்கு வந்த பாகம் முழுவதையும் தம்பிகளுக்குக் கொடுத்து விட்டது தான்.

இருதயராஜ் தனது வேலையில் முழுகி விட்டதால் அவர்களது சந்திப்புக் குறைந்து போனது. பென்சன் சம்பந்தமான விஷயங்கள், குழந்தைகளுக்குத் தேவையான சான்றிதழ்கள் முதலியவற்றுக்காக அது சம்பந்தமான அலுவலகங்களுக்குப் போவது, வீட்டுக்குத்தேவையான பொருட்கள் வாங்குவதற்காக ஏ.எஸ்.சி. கேண்டீனுக்குப் போவது என்கிற சந்தர்ப்பங்களில் மட்டுமே சந்தித்தார்கள். அப்படி ஒருமுறை மேயோ ஹாலிலிருந்து ரெசிடென்சி ரோட்டில் மேற்காக பிஷப் காட்டன் ஸ்கூலுக்குப் பக்கம் வந்து கொண்டிருந்தர்கள். மணி பன்னிரண்டரை இருக்கும். சாப்பாட்டுக்கு வீட்டுக்குப் போக வேண்டியது தான். ஆனால் ஒரு டீ குடித்தால் பரவாயில்லை என்று தோன்றியது. பிரிகேட் ரோடு முனையிலிருந்து பெங்களூர் கிளப் தாண்டி ரிச்மண்ட் சர்க்கிள் வரை அவர்களுக்குத் தோதான கடைகள் தென்படவில்லை. கேஷ் ஃபார்மசிக்கு வலதுபக்கம் எதிரில் ஒரு

'யூரோ ரெஸ்டாரெண்ட்' இருந்தது. எல்லாமே மேற்கத்திய சூழ்நிலை. வெளியில் கூட மேசை போட்டிருந்தார்கள். ஊழியர்கள் எல்லாம் யூனிஃபார்மில் இருந்தார்கள். பேச்செல்லாம் இங்கிலீஷ் தான்.. இங்கிலீஷ் மட்டும் தான். இவர்கள் பட்ஜெட்டுக்கு அங்கே பண்டங்கள் கிடைப்பது அரிது தான். ரோட்டின் இருபக்கங்களிலும் அதற்கு உள்ளேயும் அலுவலகங்கள், பெரிய பெரிய கடைகள், ஷோரூம்கள் இருந்தன. வீடுகள் எல்லாம் பெரிது பெரிதாக இருந்தன. பிரிட்டிஷார் குடியிருந்த அந்த வீடுகளில் அவர்கள் போன பிறகு புதிய துரைமார்கள் இருந்தார்கள். சுமார் நூற்றைம்பது ஆண்டுக்காலம் அந்தப் பகுதி ஆங்கிலேயக்கலாச்சாரத்தின் சொல்லத்தக்க மையமாக இருந்ததனால் அங்கே இந்தத் தமிழர்களின் 'டீக்கடை எதிர்பார்ப்பு' நிறைவேற வாய்ப்பில்லாமலிருந்தது. அந்தப் பெரும் கட்டடத்தின் மூலையில் 'தாவர் வைன்ஸ்' க்கு முன்னால் நின்று யோசித்துக் கொண்டிருந்த போது தான் அந்த சந்திலிருந்து 'பொத பொத' வென்று ஆட்கள் வருவதும் போவதுமாக இருந்தார்கள். உள்ளே சென்று பார்த்த போது இரண்டு வீடுகளுக்கிடையே இருந்த சந்து போன்ற ஒரு சிறு இடைவெளியில் சாப்பாட்டு விநியோகம் நடந்து கொண்டிருந்தது. சித்ரான்னம், அன்னா-சாம்பார், மசால்வடை, தயிர்சாதம் என்று மிக்குறைந்த ஐட்டங்கள் தான். வாடிக்கையாளர்களில் வர்க்க வேறுபாடு இல்லாமல் அழுக்கான ஓர்க்ஷாப் பையன்கள் முதல் 'டை' கட்டிக்கொண்டிருந்த ஆஃபீஸ் உத்தியோகஸ்தர்கள் வரை இருந்தார்கள். பெண்களும் உண்டு. எல்லாருமே தட்டைக் கையில் வைத்துக்கொண்டு ரோட்டில் நின்று கொண்டு தான் சாப்பிட்டுக் கொண்டிருந்தார்கள். எந்தக் கூச்சமும் இல்லை..

இந்தக்காட்சி நண்பர்களை யோசிக்க வைத்தது. மூன்று நேரம் இல்லையென்றாலும் பகல் சாப்பாட்டுக்காக, அதிகம் செலவில்லாமல் ஓரளவுக்கு வயிற்றை நிறைவேற்றிக்கொள்ளும் தேவைக்காக இங்கே ஒரு பெரிய கூட்டம் இருக்கிறது. அந்தத் தேவைக்காக இப்போது செய்யும் செலவை விட கொஞ்சம் அதிகம் செலவு செய்யவும் இவர்கள் தயங்க மாட்டார்கள். இருதய ராஜை விட கோனார் தான் அதிகம் யோசித்தார். அதற்குப்பிறகு அடுத்துச் சில நாட்கள் அங்குப் போனார். சாப்பாட்டை ருசி பார்த்தார்.. அங்கு வந்தவர்களிடம் பேசினார். அதற்குப்பக்கத்திலிருந்த கட்டடங்களை நோட்டம் விட்டார். திரும்பிப்போனார். மீண்டும் வந்தார்.அதறகு அடுத்ததாக பங்களா மாதிரி ஒரு வீடு இருந்தது. முன்னால் இடது புறத்தில் ஒரு கார் ஷெட் இருந்தது வலது பக்கம் பெரிய இரும்பு கேட்.. உள்ளே வீடு இருந்த இடத்துக்கும், கேட்டுக்குமிடையில் காலி இடம்.. அந்த வீட்டில் குடியிருந்தவர்களிடம் விசாரித்தார்.

அவர்கள் ரொம்ப நாளாக வாடகைக்கு இருப்பவர்கள். மங்களூர்க்காரர்கள்.. அந்தப் பெரிய வீட்டின் பின்பக்கத்திலிருந்த ஒரு அறையையும், அந்த கார் ஷெட்டையும் வீட்டுக்காரர்கள் தங்கள் உபயோகத்திற்கென்று வைத்திருந்தார்கள். ஷெட்டில் கார் எதுவும் வைக்கப்பட்டிருக்கவில்லை. அதில் ஏன் கார் எதுவும் நிறுத்து வைக்கப்படவில்லை என்று அந்த வீட்டில் குடியிருந்தவர்களிடம் கேட்டபோது அவர்கள் கார் எதுவும் இங்கே வருவதில்லை என்றும் தாங்களும் அதை உபயோகிப்பதில்லை என்றும் சொன்னார்கள். அவர்கள் சொன்ன விதத்தைக் கவனித்த போது அந்த ஷெட்டுக்கும் அவர்களுக்கும் சம்பந்தமில்லாதது மாதிரித் தெரிந்தது..

அந்த ஷெட்டை மட்டும் வாடகைக்குப் பிடித்து சின்னதாக ஒரு கேண்டீன் போட்டாலென்ன என்று கோனாருக்குத் தோன்றியது.. பாதியை மறைத்து சமையல் கட்டாகவும், இன்னொரு பாதியில் நான்கு மேசைகளையும் போடலாம். ஷெட்டுக்கு வெளியே இரண்டு மேசைகள் போடலாம். அந்தத் தெரு அகலமாக இருந்ததோடு மட்டுமல்லாமல் அதற்குப் பிறகு ஒன்றிரண்டு பெரிய வீடுகளை மட்டுமே கொண்டு தெரு முடிந்து விட்டிருந்தது.. எனவே வாகனங்கள் நடமாட்டம் அதிகமாக இருக்காது. அந்தக் குடித்தனக்காரர்களிடம் சொந்தக்காரரின் விலாசம் கேட்டார்கள். அவர்கள் வீட்டு விலாசம் தெரியாது என்று சொல்லி கடை விலாசம் கொண்ட ஒரு விசிட்டிங் கார்டைக் கொடுத்தார்கள்.

ராஜுவும், கோனாரும் மிஷன் ரோட்டிலிருந்த அந்தக் கடையை சுலபமாகவே கண்டு பிடித்து விட்டார்கள். பல்லவி தியேட்டருக்குப் பக்கத்தில் சௌடேஸ்வரி கோயிலை அடுத்து இருந்தது அந்த 'புவனேஸ்வரி சில்க்ஸ்'. முற்பகல் நேரமானதால் கடையில் அவ்வளவு கூட்டமில்லை.. கல்லாவில் நெற்றியில் குங்குமப்போட்டோடு சுத்தமாக உடையணிந்திருந்த ஒரு மத்தியதர வயதுக்காரர் இருந்தார். 'எங்க அப்பா தான்... வீட்லே இருக்கார்.. போய்ப்பாருங்க..' என்று கடைப்பையனைக் கூட அனுப்பினார்.

கடையிலிருந்து கொஞ்சம் முன்னால் வந்து ஜியோ ஓட்டலைத்தாண்டி இடதுபுற சந்தில் அந்த வீடு இருந்தது. அந்தப்பக்கத்திலேயே பெரிய வீடு அதுவாகத்தான் இருக்க வேண்டும். வராந்தாவிலிருந்த ஒரு சாய்வு நாற்காலியில் 'பிரஜாவாணி' பத்திரிகை படித்துக்கொண்டு ஒரு பெரியவர் உட்கார்ந்திருந்தார். எழுபத்தைந்து வயதிருக்கும். இவர்கள் ரெண்டு பேரும் தங்களை அறிமுகப்படுத்திக்கொண்டு வந்த விஷயத்தைச் சொன்னார்கள்.

சொன்ன விஷயங்களை அவர் கேட்டுக்கொண்ட விதமும், இடை—யிடையே கேட்ட குறுக்குக் கேள்விகளும் இவர்களுக்கு நம்பிக்கை தருவதாக இருக்கவில்லை. இவர்களது ராணுவப்பின்னணி மட்டும் அவருக்கு கொஞ்சம் நம்பிக்கையூட்டுவதாக இருந்திருக்கலாம்.

'ஒரு வெள்ளக்காரங்கிட்ட இருந்து தான் அந்த வீட்ட வாங்கிப்போட்டம்.. பசங்கள்லே யாராவது ஒருத்தன் அங்க போகட்டுமேன்னு நெனச்சம்.. ஆனா மூணு பசங்களுமே அங்கே போக இஷ்டப்படலே.. இங்கியே பக்கத்துலே இருந்துட்டாங்க.. சும்மா அப்பிடியே கெடக்குது..பசங்க திட்டம் என்னன்னு தெரியாமே நா உங்குளுக்கு என்ன பதில் சொல்றது..?'

பெரியவர் சொன்ன காரணம் சரியானதில்லையென்று தேவருக்குப் புரிந்தது. கொஞ்சம் விட்டுப்பிடிக்க வேண்டும் என்று நினைத்துக் கொண்டார்.

'சரி சார் .. யோசிச்சு வைய்ங்க.. நாங்க அப்பறமா வர்றம்..'

பெரியவர் மசிய மாட்டாரோ என்ற சந்தேகம் ரெண்டு பேருக்குமே வந்தது. இருதயராஜ் யோசனை செய்தார். அந்த ஷெட்டை வாடகைக்குக் கொடுப்பதில் அவர்களுக்கு ஒன்றும் பிரச்சினை இல்லை.. வந்திருக்கக் கூடிய கிராக்கிகள் யார், அவர்களை நம்பி எப்படிக் கொடுப்பது என்று யோசிக்கிறார்.. இதற்கு என்ன வழி என்று யோசித்த இருதயராஜ் அவர்களுக்கு சிபாரிசு செய்கிற மாதிரி அந்த ஏரியாவில் யாராவது தெரிந்தவர்கள் இருக்கிறார்களா என்று நோட்டம் விட்டார். சுப்பையா சர்க்கிள், சம்பங்கிராமன் நகர் எல்லாமே பூர்வகாலக் குடிமக்கள் இருக்கும் ஏரியாக்கள்.. அங்கு இவர்களுக்கான தொடர்புகள் மிகவும் குறைவு. இருதயராஜ் தன் அப்பாவிடம் விஷயத்தைச் சொன்னார்.

'எனக்கு ஒருத்தரைத் தெரியும்... ஆனா இதுக்கு ஹெல்ப் பண்ணுவாரான்னு தெரியலியே..' என்றார்.

அவர்களது வீட்டிலிருந்து மெயின் ரோடு போய்ச்சேரும் வழியில் ஓல்டு ரேஸ் கோர்ஸ் ரோட்டில் துணிக்கடை வைத்திருக்கும் நஞ்சப்பாவை இருதய ராஜின் அப்பாவுக்கு ரொம்ப நாளாகத்தெரியும். அவரது கடையில் தான் இவர்கள் துணி எடுப்பார்கள். சும்மா கேப்போம். என்ன சொல்கிறார் என்று பார்க்கலாம் என்று நினைத்துத்தான் கேட்டார்கள். அவர் முழுக்கதையையும் கேட்ட பிறகு 'அதுக்கென்ன போய்ப்பாக்கலாம்' என்று சொல்லி விட்டார்.

அடுத்த நாளே போனார்கள். நேரடியாகத் தொடர்பில்லையென்றாலும் துணி வியாபாரம் சம்பந்தமான விஷயங்கள், ஏரியாவுக்கு ஏரியா வித்தியாசப்படும் வியாபார முறைகள், இந்த லைனில் அவர்களுக்குத் தெரிந்த சில வியாபாரப் புள்ளிகள் என்று பேச்சு வளர்ந்து நஞ்சப்பா அவரது நம்பிக்கையைப் பெற்று விட்டார். அதோடு மட்டுமல்லாமல் இந்தத் தமிழனுகள் பேசுகிற கன்னடத்தை விட சுத்தமான கன்னடத்துக்காரர் பேசும் கன்னடம் கொஞ்சம் தூக்கிக்கொடுத்தது.

'என்ன வாடகை தர்றீங்க..' என்று இவர்களையே பார்த்துக் கேட்டார் பெரியவர்

'ஐயா..அந்த ஏரியாவுலே ஆஃபீசுகளும் கடைகளுந்தான் ஜாஸ்தி.. மத்தியானம் ஒரு நேரம் மட்டும் தான் வியாபாரம் ஆகும்..நாஙக எடத்த சுத்தமா வெச்சுக்குவம்..'

ஆயிரத்து இருநூறு ரூபாய் வாடகை பேசி பத்தாயிரம் ரூபாய் முன் தொகையாகக் கொடுத்து 'கோனார்'ஸ் ஃபுட் கார்னர்' ஆரம்பமாகியது. இருதயராஜுக்கு இந்தப் பெயர் ஆச்சரியத்தைக் கொடுத்தது. அவர்கள் இருவரும் பழக ஆரம்பித்த காலத்திலிருந்து சாதி அவர்களுக்கு ஒரு பிரச்சினையாக இருந்ததே இல்லை. பெங்களூர் கண்டோன்மெண்ட் ஏரியாவில் ஒரு கத்தோலிக்கப் பின்னணியில் வளர்ந்த இருதய ராஜுக்கு சாதி பற்றிய புரிதல் மிகவும் குறைவு. ஆனால் தமிழகத்தின் கிராமப்பின்னணியிலிருந்த பாலகிருஷ்ணனுக்கு எல்லாவற்றையும் சாதீய நோக்கில் பார்ப்பதென்பது இயல்பான ஒன்றாகவே இருந்தது. எத்தனை வருடங்களான போதிலும் இந்தப் பார்வையின் துல்லியம் குறையாமலே இருந்தது. அதுவும் ஊருக்குப்போய்விட்டு வரும்போதெல்லாம் மேலும் துலக்கமடைந்தது. ராஜிடம் தனது சொந்தக்காரர்களைப் பற்றிப்பேசும்போதெல்லாம் ராமுக்கோனார், முத்துக்கோனார் என்று சாதிப் பின்னொட்டைச் சேர்த்தே சொன்ன போதும் அதை ராஜு பெரிதாகக் கவனிக்கவில்லை.

இருதயராஜ் பல முறை பாலகிருஷ்ணன் ஊருக்குப்போயிருக்கிறார். ஒரு முறை போனபோது ஊரிலிருந்த ஆரம்பப்பள்ளிக்கூடம் சிதிலமடைந்திருந்த நிலையிலிருந்து ரிப்பேர் செய்யப்பட்டு புதிய கட்டடம் போல ஆக்கப்பட்டிருந்தது. அருகிலிருந்து புறம்போக்கு நிலத்தில் புதிதாக ஒரு சமுதாயக்கூடமும் கட்டப்பட்டிருந்தது. அரசு கொடுத்த பணத்தை விட உள்ளூர்க்காரர்கள் கொடுத்த நன்கொடை பெரிதாக இருந்தது. இரண்டு கட்டடங்களுக்கும் நன்கொடை கொடுத்தவர்களின் பெயர் அங்கே கல்வெட்டில்

பொறிக்கப்பட்டிருந்தது. அந்த ஊர் பாலகிருஷ்ணனின் சாதிக்காரர்கள் பெரும்பான்மையாக வசிக்கும் ஊர்..எனவே அவர்கள் பெயர்கள் அதிகமாக இருந்தன.

'பரவாயில்லயேப்பா.. உங்க ஜனங்க.. தாராளமா துட்டுக் குடுத்துருங்கறாங்க..' என்று சொன்னதுக்கு

'எங்க யாதவ வம்சத்தப்பத்தி என்ன நெனச்சிட்ருக்க..'

என்று பெருமையாகச் சொன்னவர் பாலகிருஷ்ணன்.

பெங்களூருக்கு வந்த பிறகு ஒன்றிரண்டு முறை

'என்ன கோனாரே... ரொம்ப யோசிக்கிறீங்க...' என்று கிண்டலடித்தாலும் அப்படி பாலகிருஷ்ணனை எப்போதும் அழைக்க வேண்டும் என்று ராஜுக்குத் தோன்றவில்லை. வெறும் 'பாலு' தான்.. 'என்ன சொல்றே பாலு..' 'இருக்கட்டும் வெய்யி பாலு..' 'கோவப்படாத பாலு' இப்படி 'கோனார்' என்று அழைத்தால் அதை பாலகிருஷ்ணன் உள்ளூர ரசிப்பார் என்றும் ராஜுக்குத் தெரியும். அனால் ராஜு ஏனோ அதை விரும்பவில்லை...அணையாமலிருக்கிற தனது சாதிப்பற்றுதலை இப்படி சந்தர்ப்பம் கிடைத்த இடத்திலெல்லாம் குறிப்பிடுவது மட்டுமே பாலகிருஷ்ணனுக்கு முடிந்தது. மற்றபடி அவரது பெண்ணுக்கோ பையனுக்கோ இந்த விவகாரமெல்லாம் சம்பந்தமில்லாத விஷயம்.

இங்கேயே சமையல்காரர்களைத் தேடிய போது அவர்கள் எல்லோரும் பெரும்பாலும் உடுப்பிக்காரர்களாவே இருந்தார்கள். அது சரிப்பட்டு வராது. தேவர் உடுப்பி சாப்பாட்டுக்கு எதிரானவர் அல்ல. ஆனால் தனது ஓட்டல் தமிழ் ஸ்டைலிலேயே இருக்க வேண்டும் என்று விரும்பினார். அப்படி ஸ்டைலில் சமைக்கும் மாஸ்டர்கள் என்று அல்சூர், லிங்கராஜபுரம், சோனனஹள்ளி பக்கமிருப்பவர்கள் எல்லாம் காண்ட்ராக்ட்டுக்காக சில நாட்கள் வருவார்களே தவிர மாதச்சம்பளத்திற்கு நிரந்தரமாக வர விருப்பப்படவில்லை. கோனார் ஊருக்குப் புறப்பட்டுப்போனார்.வரும்போது ஒரு சமையல்காரர், இரண்டு பையன்கள் கூட வந்தார்கள். அதில் ஒரு பையன் சமையல் வேலையும் செய்வான். வேறு வேலைகளும் செய்வான். அவர்களில் ஒரு மாஸ்டரைத் தவிர மற்றவர்கள் எல்லாருமே அவர் ஜாதி தான். அந்த இன்னொரு மாஸ்டர் தேவர் வகுப்பு.

பெரியவர் தேவசூரப்பாவிடம் பேசி கடைக்குப் பின்னாலிருக்கிற இடத்தில் ஒரு ஆறு, ஏழடி எடுத்துக்கொண்டு மொத்த இடத்துக்கும்

ஒரு எட்டடி சுவர் வைக்க அனுமதி கேட்டு வாங்கிக் கொண்டார். அந்த இடத்தை சிமெண்ட் தரையாகப் பண்ணி அங்கே பாத்திரம் கழுவ ஒரு பேசினும், பைப்பும் போட்டார். சமையல் கட்டின் நீட்சியாக அதன் ஒரு பகுதியாகவே அது ஆனது. அந்த நீட்சி சமையல் கட்டிலிருந்து ஒரு அடி கீழே இருந்தது. சிவாஜி நகர் இன்ஃபண்ட்ரி ரோட்டிற்குப் போய் மேசை நாற்காலிகள் வாங்கி வந்தார்கள். மொத்தமே மூணு மேசைகளுக்குத்தான் இடமிருந்தது. கல்லாப்பெட்டி ஏரியாவும் மிகச்சிறியது தான். கல்லாப்பெட்டிக்கு நேர்மேலே முருகன், லட்சுமி, வெண்ணெய் தின்னும் கண்ணன் என்று மூன்று படங்கள் இருந்தன. .. அக்கிப்பேட்டைக்குப் போய் மளிகை சாமான்கள் சப்ளை செய்யும் கடைகளைப் பார்த்தார்கள். 'கோனார்'ஸ் ஃபுட் கார்ன'ருக்கு அப்போதைய தேவைகள் மிகக் குறைவாக இருந்தன. அதனால் நேரடியாக சப்ளை செய்ய முடியாது என்றும் அந்தப் பக்கத்தில் வேறு யாராவது வாடிக்கையாளர் கிடைத்தால் வண்டி அனுப்புவதாகவும் சொன்னார்கள். கோனார் கல்லாவில் இருப்பதோடு மட்டுமல்லாமல் சமையலையும் மேற்பார்வை பார்க்கவேண்டியிருந்ததால் அக்கிப்பேட்டை வரை போய் வருவது சிரமமாக இருந்தது. ஞாயிறு கடை விடுமுறை. ஆனால் பேட்டையிலும் விடுமுறை. எப்படியோ சமாளித்தார். பூர்வாங்க ஏற்பாடுகள் செய்கிறவரை இருதயராஜ் கூடமாட ஒத்தாசை செய்தார். வண்டி ஸ்டார்ட் ஆகி ஓட ஆரம்பித்த பிறகு அவ்வப்போது வந்து போவார். இருதயராஜ் வரும்போது அவரைக் கல்லாவில் உட்கார வைத்து விட்டு பின்கட்டுக்குப் போய்விடுவார் பாலகிருஷ்ணன்.

இத்தகைய ஏற்பாடுகள் எதுவுமே இல்லாமல் இயங்கி வந்த முந்தைய தாற்காலிகக் கடையில் என்ன ஐட்டங்கள் கொடுத்தார்களோ அதையே முதலில் கோனாரும் கொடுத்தார். ஆனால் அதன் சுவை தமிழ்ச்சுவையாக இருந்தது. தக்காளி சாதம், எலுமிச்சை சாதம், தயிர்சாதம் என்பவற்றோடு ஒரு சிறு வடையும் இருக்கும். பத்து ரூபாய் மட்டும் தான். அவர் முதலில் அறிமுகப்படுத்திய மாற்றம் பிளேட் மீல்ஸ். கர்நாடகப் பாணியில் இருந்து அவர் எடுத்துக்கொண்டது அந்த பிளேட் மீல்சோடு ஒரு சப்பாத்தி தருவது மட்டும் தான். சாப்பாட்டோடு சப்பாத்தி அல்லது முத்தே (ராகிக்களி உருண்டை) தராத சாப்பாட்டை ஏற்றுக்கொள்வதற்கு பெங்களூர்வாசிகளுக்கு (எந்த மொழிக்காரர்களாக இருந்தாலும்) கொஞ்சம் கஷ்டம் தான். அதனால் தான் இந்த மாற்றம். மற்றபடி ஒரு பொறியல், சாம்பார், ரசம், அப்பளம், மோர் என்று எல்லா அயிட்டங்களும் இருக்கும். 'பாம்பும் சாகக்கூடாது..குச்சியும் ஒடியக்கூடாது' என்ற நோக்கில்

தான் இருந்தது கோனார் கடை சாப்பாடு. பசியை ஆற்றிவிடும். ஆனால் வயிற்றை ரொம்ப நிரப்பி தூக்கம் வரச்செய்யாது..அதற்கு கோனார் சொல்லும் காரணமும் சரியானது தான்..

'அய்யா... இங்க வர்றவங்க எல்லாருமே வேலைக்கெடயிலே மத்தியான நேரத்துலே வயித்தப் பாத்துட்டுப் போயிடாம்னு வர்றவங்க தான்.. விருந்து சாப்ட வர்றவங்க இல்லே.. பாத்துக்கிடுங்க..'

என்பார். பதினேழு ரூபாய்க்குக் கொடுக்கப்படும் சாப்பாடு வேறு எப்படி இருக்கும் என்று சொல்லுவதன் மறுவடிவம் தான் இந்த பதில் என்பது கேட்பவனுக்குப் புரியாது. அளவு தான் குறைவே தவிர சுத்தத்திலும், சுவையிலும் கோனார் குறை வைக்கவில்லை. அத்தோடு நிர்வாகத்தில் எப்போதும் ராணுவத்துல்லியம் இருக்கும். வரவேண்டும்.. சாப்பிடவேண்டும்.. போய்க்கொண்டேயிருக்க வேண்டும்.. சாப்பாட்டில் எதாவது குறை என்றால் வேறு சாப்பாடு.. இல்லையேன்றால் பணம் வாபஸ். அதைப் போலவே மத்தியானம் 150 சாப்பாடு தான். அது முடிந்தவுடன் கடை குளோஸ்..

நூற்றாண்டு காலமாக பிரிட்டிஷ்காரர்களின் கட்டுப்பாட்டிலேயே இருந்தது அந்தப்பகுதி. இங்கிருந்து சில நூறு அடி தூரத்திலேயே அவர்களுக்கென்று ஒரு பெரிய கிளப் இருந்தது. அந்த கிளப் இப்போதும் இருக்கிறது. ஆனால் அவர்கள் இல்லை..பல ஏக்கர் பரப்பளவில் இருக்கிற இந்த கிளப்பில் அவர்கள் நடனமாடினார்கள்.. விருந்துண்டார்கள்.. போலோ விளையாடினார்கள். நீச்சலடித்தார்கள். புத்தகம் படித்தார்கள்.. இந்தப் பராரி இந்தியர்களை எவ்வாறு கட்டி மேய்ப்பது என்று திட்டம் போட்டார்கள்.. திப்பு சுல்தானை மாதிரி இன்னொருத்தன் தோன்றிவிடக்கூடாது என்று எச்சரிக்கையாக இருந்தார்கள். அவர்கள் மதிக்கத்தகுந்த ஒரே இந்தியர் மைசூர் மகாராஜா தான் என்று அவருக்கு மட்டுமே கிளப்பில் நுழைய அனுமதி கொடுத்தார்கள்..இப்போதும் இந்த கண்டோன்மெண்ட் ஏரியாவில் பிரிட்டிஷ்காரன் கலாச்சாரம் தான் இருக்கிறது. இந்தப்பக்கம் ரிச்மண்ட் டவுன், லேங்க்ஃபோர்டு டவுன், அந்தப்பக்கம் லேவல் ரோடு, செண்ட் மார்க்ஸ் ரோடு, பிரிட்டிஷ் நூலகம், பிஷப் காட்டன் பள்ளிகள், செண்ட் மார்க்ஸ் தேவாலயம் எல்லாமே ஆங்கிலக் காற்று வீசும் பகுதிகள் தான்.. இப்போதும் அங்கே நுழைபவர்கள் தானாக இங்கிலீஷ் பேச ஆரம்பித்து விடுவார்கள்(?) ஆனால் இங்கிலீ—ஷ்காரனைப் போலக்காட்டிக் கொண்டால் அவனைப் போல செலவு செய்கிற தாக்கத்து இருக்க வேண்டாமா? என்ன தான் உத்தியோகம் என்றாலும் வீட்டிலிருந்து சாப்பாடு கொண்டுவராவிட்டால்

மத்தியான சாப்பாட்டை நூறு, இருநூறு கொடுத்து கோஷி ரெஸ்டாரெண்டிலா சாப்பிட முடியும்? இங்கே தான் எஸ்.பி.கோனார் உள்ளே நுழைகிறார். 'பாத்திரமறிந்து பிச்சையிடு' என்பதை நன்றாகப் புரிந்து கொண்டு அவர்கள் வீட்டிலிருந்து கொண்டுவரும் சாப்பாட்டுக்காகும் கிரயத்தின் அதே அளவு அல்லது அதைவிடக் கொஞ்சம் அதிகம் கொடுத்தால் சுடச்சுட மதியச்சாப்பாடு கிடைக்கும். இளநிலை எழுத்தர், முதுநிலை எழுத்தர், வரவேற்பாளர், மருத்துவப்பிரதிநிதி, பணிமனைப்பணியாளர், ஆசிரியர், வங்கி ஊழியர், அலுவலக வேலையாகவோ, வேறு வேலையாகவோ அந்த ஏரியாப் பக்கம் வருபவர்கள் எனப் பலதரப்பட்டவர்கள் கோனாரின் உணவுக்குடியரசின் பிரஜைகளானார்கள்

மதியம் பன்னிரண்டு மணியிலிருந்து இரண்டு இரண்டரை மணி வரை மத்தியானச் சாப்பாட்டுக்கென்றே திறக்கப்பட்ட 'கோனார்'ஸ் ஃபுட் கார்னர்' சுமார் ஐந்தாறு மாதங்களுக்குப் பிறகு 'பொது மக்களின் வேண்டுகோளுக்கிணங்க' காலையிலும் திறக்கப்பட்டு பலகாரங்கள் வழங்கப்பட்டன. மிகக் குறைந்த ஐட்டங்களே இருக்கும். இட்லி, தோசை, ஊத்தப்பம் அவ்வளவு தான். ஒரு பிளேட் (மூணு) இட்லி பத்து ரூபாய். தோசை ஒன்று ஐந்து ரூபாய்..தோசை என்றால் உடுப்பி ஓட்டல் தோசை மாதிரி ஓவல் வடிவத்தில் பரப்பப்பட்டு பாதி வெந்ததும் அதில் மிளகாயும், வெங்காயமும் போட்டரைத்த சட்னியைத் தடவி திருப்பிப்போட்டு முறுகலாக வெந்த பிறகு அழகாகச் சுருட்டித்தரப்படும் தோசை அல்ல. தோசையின் அளவே முழு நிலா அளவுக்குத் தான் இருக்கும். சட்னி, சாம்பார் தட்டிலேயே ஊற்றப்படும். மத்தியானச் சாப்பாட்டை ருசி பார்த்த அதே மாதிரியான வாடிக்கையாளர்கள் இதற்கும் இருந்தார்கள். இப்படியாக வளர்ந்த 'ஃபுட் கார்னர்' காலையில் பலகாரத்தோடு டீ, காபியும் தர வேண்டியிருந்ததால் அதே டீ, காபியை மதியம் பத்து பத்தரை மணிக்கும் வழங்க வேண்டி வந்தது.. அதே டீ, காபியை மாலையிலும் தர வேண்டி வந்ததோடு அத்தோடு வடை, பஜ்ஜியையும் தர வேண்டியதாக ஆயிற்று. அங்கேயும் 'கோனார் டச்' இருந்தது. சாதாரணமாக பெங்களூர் வடை, பஜ்ஜி, போண்டாக்களில் காரம், உப்பு மிகக் குறைவாக இருக்கும். தேவர் கடை பஜ்ஜியில் எல்லாமே ஒறப்பாக இருக்கும். காரணம் பஜ்ஜி போடும்போது கடலைமாவில் உப்பையும், மிளகாய்த்தூளையும் கலந்து போட்டெடுப்பது மாதிரியல்ல. பூண்டு, வரமிளகாய், பெருங்காயம்,சீரகம், ஓமம் போன்ற பொருட்களை அறைத்து அதைக் கடலைமாவில் கலந்து சுட்டெடுப்பது.. எனவே இந்த வித்தியாசமான

ருசிக்கு ஒரு கூட்டம் இருந்தது. எல்லாம் இருந்தாலும் மாலை ஆறு ஆறரையோடு வியாபாரம் முடியும். ஷட்டர் இறக்கப்பட்டு உள்ளே பாத்திரம் கழுவுதல், கடையைச் சுத்தம் செய்தல் என்னும் வேலைகள் ஆரம்பமாகும்.

○○○

தெரிந்தோ தெரியாமலோ இந்த சக்கரத்துக்குள் கோனார் விழுந்து விட்டார். ஞாயிற்றுக்கிழமை மட்டும் தான் கொஞ்சம் ஓய்வு.. மற்றபடி சக்கரம் தான். ஊரிலிருந்து இன்னொரு சமையல்காரர் கொண்டுவரப்பட்டார். இங்கிருந்தும் பணியாளர்களை வைத்துக்கொண்டார். இதற்கிடையில் அல்சூரிலிருந்த அவரது சாதி சங்கத்தோடு அவருக்குத் தொடர்பு ஏற்பட்டது. அதன் விளைவுகளில் ஒன்று மருதமுத்து என்னும் பெரியவர் அவருக்குக் கிடைத்தது. பெரியவர் சப்ளை முதற்கொண்டு எல்லா வேலைகளும் செய்வார். நம்பிக்கைக்குரியவர்.. கோனாரை விட அதிக காலம் பெங்களூரில் வாழ்ந்தவராதலால் சில விஷயங்களில் கோனாருக்கு ஆலோசனகளும் வழங்கினார்..

கல்லாவிலேயே உட்கார்ந்திருக்கக் கோனாருக்குப் பிடிக்காது.. கடையை 360 டிகிரி நேர்பார்வையில் வைத்திருக்க வேண்டும் என்பது அவரது நோக்கம்.. நாள் முழுவதும் கடை என்றான பிறகு, குறிப்பாக பகல் நேரத்துக் கூட்டத்தை சமாளிப்பது கஷ்டமாக இருந்தது. அதனால் கல்லாவில் ஒருத்தர் எப்போதும் இருக்க வேண்டியதாக இருந்தது. அதைச் சமாளிக்க ஒரு திட்டம் டோக்கன் முறையை அறிமுகப்படுத்துவது... கல்லாவில் உட்கார தனது வீட்டுக்குப் பக்கத்திலிருந்து சிவகாமி என்ற ஒரு பெண்ணைக் கொண்டுவந்தார் மருதமுத்து. ஏழைக்குடும்பம். அப்பா இல்லை.. மூன்று பெண்களில் மூத்த பெண்.. ஒரு தங்கைக்குக் கல்யாணம் ஆகிவிட்டது. இன்னொரு தங்கைக்கு ஆகவேண்டும். கார்மெண்ட் ஃபேக்டரி உள்பட பல இடங்களில் வேலை பார்த்திருக்கிறாள்..

சிவகாமியின் முகத்தில் முதிர்கன்னிக்குரிய அடையாளங்களெல்லாம் இருந்தன. கோனாரால் தட்டிச்சொல்ல முடியவில்லை.. 'இருக்கட்டும்.. பார்க்கலாம்..' என்று சொல்லிவிட்டார்.. சிவகாமி காலை ஒன்பது மணிக்கு வந்தால் போதும்.. ஐந்து மணிக்குப் போய்விடலாம்..காலக்கிரமத்தில் சிவகாமி கல்லாவைக் கவனிப்பதோடு மட்டுமல்லாமல் கடை நிர்வாகத்திலும் தலையிட்டு சிலவற்றை சரிப்படுத்தினாள். அவையெல்லாம் பெண்கள் மட்டுமே கவனிக்கக் கூடியவையாக இருந்தன. கோனார் ஆரம்பத்தில் அவற்றை

அங்கீகரித்த மாதிரியும்,அங்கீகரிக்காத மாதிரியும் இருந்தார். பிறகு முழுமையாக அங்கீகரித்த மாதிரி நடந்து கொண்டார். வந்த சில மாதங்களில் சிவகாமியின் கன்னத்து ஒடுக்கம் மறைந்து சதை கொஞ்சம் மேடேறியிருந்தது..

ஓட்டல் தொழில் ஆரம்பித்த பிறகு கோனாருக்கு ஏற்பட்ட மிகப்பெரிய நஷ்டம் இருதயராஜுடனிருந்த தொடர்பு வெகுவாகக் குறைந்தது தான்.. குஷாலப்பாவிடமிருந்து (அவரது ஆசியுடன்) பிரிந்த இருதயராஜ் ஆஸ்டின் டவுனிலேயே தனது ஏஜன்சி ஆஃபீசைப் போட்டு விட்டார். மனைவியின் கடையும் ஆஃபீசும் அடுத்தடுத்து இருக்கிற மாதிரி புது இடம். நிரந்தரமான கம்பெனி ஒப்பந்தங்கள் இருந்தன. ஆட்கள் கிடைப்பது தான் கஷ்டமாக இருந்தது. பெரும்பாலான கம்பெனிகள் கன்னடம் தெரியாவிட்டாலும் பரவாயில்லை.. இந்தி தெரிந்த ஆளாக இருக்க வேண்டும் என்று சொன்னார்கள்.மிலிட்டரிக்காரராக இருந்தாலும் அவரது வட்டத்தில் இந்தி தெரிந்தவர்கள் தேவையான அளவு கிடைக்கவில்லை.. மத்தபடி தொழில் சீராகத்தான் போய்க்கொண்டிருந்தது. புதிதாகக் கிடைத்த பலரில் கிராமத்திலிருந்து வந்தவர்களாக இருந்தார்கள். சிலர் தொழிலைக் கற்றுக்கொண்டு சில உபதொழில்களையும் வைத்துக்கொண்டு இங்கேயே செட்டில் ஆனார்கள். சிலர் இது நமக்கு ஒத்துவராதென்று சொல்லி சொந்த ஊருக்கே போய்விட்டார்கள். கோனாரின் மாமா பையன் மாரிமுத்துவும் இதில் அடக்கம்.. ஒரு முறை அவர் ஊருக்குப்போனபோது அவர் மாமா தான் சொன்னார்.' இந்தப் பய சொன்ன பேச்சுக் கேக்க மாட்டாங்கறாம்பா.. அங்க எதாவது தோதாக் கெடச்சாப் பாறேன்.' என்று பேச்சை விட்டார். மாமா மரியாதைக்குரியவர்.

பையன் வாட்டசாட்டமாகத்தான் இருந்தான். அவன் ஏன் மிலிட்டரியில் சேரவில்லை என்று கோனாருக்கு ஆச்சரியமாக இருந்தது. இந்தக்காலப் பையன்களின் ரசனையும், ஈடுபாடுகளும் வேறுவேறு எனத்தெரிந்தது. பையனைக் கூட்டிக்கொண்டு வந்து இருதயராஜிடம் விட்டார். சில நாள் பயிற்சிக்குப் பின் ஓல்டு மெட்ராஸ் ரோட்டில் ஒரு ஃபேக்டரியில் செக்யூரிட்டுக்குத் துணையாகப் போட்டார். நீல நிற உடையில் அரும்பு மீசையோடு டையெல்லாம் கட்டி ஷூ எல்லாம் போட்டு கம்பீரமாக இருந்தான் மாரிமுத்து.. ஆனால் தொழிலில் நிலைக்கவில்லை.. வாரவன் போறவனுக்கெல்லாம் சலாம் போட்டுத்திரியும் இந்தப் பொளப்பை அவனால் ஏத்துக் கொள்ள முடியவில்லை. ஐந்தாறு மாதத்திலேயே ஊருக்குப் போய்விட்டான். இப்போது விவசாயம், ஃபைனான்ஸ் என்று படு ஜோர்..

நாட்கள் வேகமாகப் போய்க்கொண்டிருந்தாலும் உழைப்புக்குத் தகுந்தபடி செல்வமும் சேர்ந்துகொண்டிருந்தாலும் கோனாருக்குள் ஒரு வெறுமை எப்போதும் குடிகொண்டிருந்தது. நாம் ஏன் இங்கிருக்கிறோம்.. நமது ஊரென்ன... தேசமென்ன.. இந்த மண்ணுக்கும் நமக்கும் என்ன சம்பந்தம்..நமது ஊரிலேயே நம்மால் ஏன் காலூன்ற முடியவில்லை.. அவர்களது அறியாமையையும், மூட நம்பிக்கைகளையும், சாதி அபிமானத்தையும் ஏன் தன்னுடையது என்று சுவீகரித்துக் கொள்ள முடியவில்லை.. ? இந்தியாவில் எத்தனை மாநிலங்களில் சுற்றியிருக்கிறோம்.எத்தனை பாஷைகளைக் கேட்டிருக்கிறோம்..எத்தனை பிரதேசங்களில் அலைந்து திரிந்திருக்கிறோம்.. கூடப்பணிபுரிந்த எத்தனை பேரின் கதைகளைக் கேட்டிருக்கிறோம்.எந்தச் சீமையாக.எந்த ஊராக இருந்தால் என்ன.. எல்லாக்கதைகளும் ஒன்று தான்.. நம்பிக்கையும், துரோகமும், எதிர்பார்ப்புகளும்,ஏமாற்றங்களும் நிறைந்த கதைகள்.. மனம் நிறைந்த வாழ்வு என்று சொல்லிக்கேட்ட கதைகள் ரொம்பவும் குறைவு..

வேலை முடிந்து வீட்டுக்குப்போய் மனைவி மகேஸ்வரியைப் பார்த்த உடனே தான் இதெல்லாம் ஞாபகத்திற்கு வரும்.. மகேஸ்வரிக்கு இதையெல்லாம் சொல்லிப்புரியவைக்க முடியாது. அவள் உலகம் மிகச்சிறியது.கலியாணமான புதிதில் இந்தியாவின் பல இடங்களையும், பலவகைப்பட்ட மனிதர்களையும் பார்த்தபோது அவள் கண்களில் தெரிந்த மிரட்சி இப்போதும் அப்படியே தான் இருக்கிறது. ஒரு பையனையும், பெண்ணையும் பெற்று வளர்த்து ஆளாக்கிய தளர்ச்சி உடலில் தெரிந்தபோதும், தன் கணவனுக்கு வேண்டியதை வேண்டியபோது செய்து கொடுத்த போதும் 'இன்னும் நான் உங்களுக்கு என்ன செய்ய வேண்டும்?' என்று கேட்கிற மாதிரித்தான் அவளது பார்வை இருக்கிறது... ஆனால் சகாயமேரி இதற்கு நேர்மாறாக இருக்கிறாள்.

அந்த வருடம் கிறிஸ்த்மசுக்கு இருதயராஜ் வீட்டில் இரண்டு குடும்பங்களும் சேர்ந்தபோது தான் தனக்கு வயதாகிவிட்டதாக கோனார் உணர்ந்தார். இருதயராஜின் பெரிய பெண் மருத்துவக்கல்லூரியில் சேர்ந்து இரண்டாவது வருடம் முடிக்க இருந்தாள்.இரண்டாவது வருடம் ஒன்றரை வருடங்களாமே..? ஒரு பெரிய மனுஷிக்குரிய தோரணை அவளிடம் வந்திருந்தது.. அகன்ற நெற்றியும், கூரிய மூக்கும் அவளது கறுத்த நிறத்துக்கு அழகு சேர்த்தன.இளம் சிவப்பு நிறத்தில் நீண்ட கவுன் அணிந்திருந்த அவள் கிறிஸ்த்மஸ் மரத்தின் அலங்காரத்தைச் சரி செய்துகொண்டிருந்தாள். அவர்கள் சர்ச்சிலிருந்து திரும்பிவருவதற்கும், கோனார் குடும்பம்

வந்து சேர்வதற்கும் சரியாக இருந்தது. கோனார் அவளையே பார்த்துக்கொண்டிருந்தார்.

'ஏண்ணா..அவள அப்பிடிப்பாக்கறீங்க... வருணுக்குப் புடிச்சுப்போட்ரலாமுன்னா..?'

சகாயம் பின்னாலிருந்து இப்படிச் சொன்னதைக் கேட்டு கோனாருக்கு அதிர்ச்சியாகவும். ஆச்சரியமாகவும் இருந்தது. சகாயத்துக்குள் இப்படி ஒரு எண்ணம் ஓடிக்கொண்டிருந்தது என்பதை அவரால் எண்ணிப்பார்க்கவே முடியவில்லை..குழந்தைகள் எல்லோரும் சின்ன வயசிலிருந்தே எந்த விகல்பமுமில்லாமல் தான் பழகிக்கொண்டு வந்திருக்கிறார்கள்..அதுவும் இப்பொது பெரியவர்கள் ஆன பிறகு குடும்ப உறுப்பினர்கள் போலத்தான் தங்களைக் கருதிக்கொள்கிறார்கள். வருண் பட்டப்படிப்பு முடிந்த பிறகு ஒரு தன்னார்வ நிறுவனத்தில் நல்ல பதவியிலிருக்கிறான். கொஞ்ச நாளைக்குப் பிறகு தானாகவே ஒன்றைத் தொடங்க எண்ணம். எடுத்துக்கொண்ட முயற்சியில் தீவிரமாகத்தான் இருக்கிறான். இருதயராஜின் பெண்ணும் தனது நீண்ட நெடிய மருத்துவக்கல்விப் பயணத்தில் திருமணம் என்பதை நினைத்துக்கூடப் பார்க்க மாட்டாள். அப்படியிருக்க... நல்ல வேளை.. இருதயராஜ் பக்கத்திலில்லை.. ஒருவேளை இருவரும் சேர்த்தே யோசித்திருப்பார்களோ ?

பெங்களூர்ப்பெருநகரத்தில் தன்னால் ஒருபோதும் காலூன்ற முடியாது என்று எப்போதும் யோசித்துக்கொண்டிருந்த கோனார் எங்காவது கொஞ்சம் தள்ளி கொஞ்சம் விவசாய பூமி கிடைக்குமா என்று பார்த்துக்கொண்டிருந்தார். நிறையப்பேரிடம் சொல்லியும் வைத்திருந்தார். எல்.ஐ.சி. ஆபீசுக்குப்பக்கத்தில் ஆபீஸ் வைத்திருக்கும் வக்கீல் ராஜப்பா கொடுத்த தகவலின் பேரில் பன்னார்கட்டா ரோடு துரைசானிப்பாள்யா கிராமத்தில் ஒரு மூன்று ஏக்கர் நிலம் கிடைத்து வாங்கினார். வாங்கி கிரயம் செய்து விட்டாலும் அங்கே உடனே போய் விவசாயம் செய்ய முடியவில்லை.. கொஞ்சம் கொஞ்சமாக வியாபாரத்தைக் குறைத்து பிறகு ஓரேயடியாக நிறுத்திவிட்டு அங்கே போய் செட்டிலாகி விடத்திட்டம்..திட்டத்தை மகேஸ்வரியிடம் சொன்னபோது அவள் அதைப் பெரிதாக எடுத்துக்கொள்ளவில்லை. தான் அங்கே போவதற்கு விரும்பவில்லை என்ற பொருளும் அதில் ஒளிந்திருந்தது. மகேஸ்வரியின் விருப்பமின்மைக்கு வேறொரு காரணமும் இருந்தது. அந்த வேதனையை எப்படிச்சொல்ல ?

ஓட்டல் தொழில் தீவிரமடைந்த பிறகு பாலகிருஷ்ணனின் நடவடிக்கைகளில் மாற்றங்கள் ஏற்பட்டன. வீட்டுக்கு வருவது

கொஞ்சம் தாமதமாகியது.. எப்போதும் வந்த பிறகு குளித்துவிட்டு பாட்டிலை எடுத்து வைத்து உட்கார்ந்தாரானால் சாவகாசமாக ஒன்றிரண்டு ரவுண்டுகளை முடித்துவிட்டு சாப்பிட்டுவிட்டு படுக்கப் போவார். வயதானாலும் மகேஸ்வரியின் மீது கொண்ட அன்பை தனக்கேயுரிய முறையில் வெளிப்படுத்திக்கொள்வார்.. சமீபகாலங்களில் இதில் மாற்றங்கள் தெரிந்தது.. வீட்டுக்கு வருவது தாமதமாகியது. குளிக்காத சில நாட்களும் இருந்தன. களைப்பைக் காரணம் காட்டினார். பாட்டில் ரவுண்டுகளின் எண்ணிக்கை அதிகமாகியது.

இன்னொரு பெரிய மாற்றம் அவர் ஊருக்குப்போகும் சந்தர்ப்பங்கள் குறைந்தது தான். அத்தியாவசியமாகப் போயே ஆக வேண்டிய சில நல்லது கெட்டதுகளுக்கு மனைவியையும், மகனையும் அனுப்பி வைத்தார். சில வேளைகளில் மனைவி, மகன், மகள் மூன்று பேருமே போனார்கள். அவர் போவது வருடத்திற்கு ஒரு முறை என்று ஆகியது. சொந்த ஊரோடு தொடர்புகள் குறைந்து வரும்போதெல்லாம் இங்கு சொத்துக்கள் வாங்குவது அதிகமாகியது. பெரும்பாலும் ரெவின்யூ அல்லது கிராமதானா சைட்டுகள் தான். இப்போது அவற்றிற்கு அங்கீகாரம் இல்லையென்றாலும் காலப்போக்கில் நிச்சயமாகக் கிடைக்கும். மட்டுமல்லாமல் அவை மட்டுமே குறைந்த விலைக்குக் கிடைத்தன. பிலக்கஹள்ளி, தொட்டகனள்ளி என்று கொஞ்சம் தள்ளியிருந்தாலும் அதற்கான மதிப்பு எப்போதும் இருக்கும். அவற்றைத்தவிர்த்து அவர் முதலீடு செய்ததில் மிக முக்கியமான பகுதி என்பது ஈஜிபுரா எக்ஸ்டென்ஷனில் மெயின் ரோட்டுக்கு உள்ளே வாங்கிய சதுரமான வடிவத்தில் இருக்கக் கூடிய ஒரு பத்தாயிரம் சதுர அடி தான். ஓய்வுக்குப் பிறகு அங்கே தான் போகவேண்டுமென்பது தேவரின் திட்டம்.

குடும்பத்தில் எல்லாத்திட்டங்களுக்கும் குடும்ப உறுப்பினர்களின் ஒத்துழைப்பு பூரணமாக இல்லாவிட்டாலும் ஓரளவுக்கு இருக்க வேண்டும். இந்த விஷயத்தில் சமீப காலமாக மகேஸ்வரியின் போக்கில் மாற்றங்கள் தெரிந்தன. பிள்ளைகள் எங்கேயோ இருக்கட்டும். தாங்கள் கடைசி காலத்தில் ஊருக்குப் போயே ஆக வேண்டும் என்றாள். அதிகம் படிக்காத பெண்ணாக இருந்தாலென்ன கிராமத்துப்பெண்ணாக இருந்தாலென்ன கணவனின் உடல்மொழியைப் புரிந்துகொள்ளும் சக்தியை ஆண்டவன் எல்லாப்பெணகளுக்கும் கொடுத்திருக்கிறான். கணவன் - மனைவிக்கிடையிலான கருத்து வேறுபாடுகள் பல சமயங்களில் மோதல்களாக வெடித்தன. அது பெரும்பாலும் ஞாயிறு பிற்பகல் வேளைகளில் இருந்தது. மிகமிக சாந்தமாக இருந்த மகேஸ்வரி

இப்படி புருஷனை எதிர்த்துப் பேசுவது மட்டுமல்லாமல் தான் கொண்ட முடிவில் பிடிவாதமாக இருப்பதுவும் ஆச்சரியமாக இருந்தது. அவளது கேள்விகளை நேரடியாக எதிர்கொள்ள தைரியமில்லாத கோனார் வன்முறையை மட்டுமே பதிலாகத் தந்தார். கேள்விகள் தீவிரமாகிறபோது எதிர்பார்த்தபடியே வன்முறையும் அதிகமாகியது.

அந்த வார ஞாயிற்றுக்கிழமை நடு இரவில் திடீரென்று உடம்புக்கு சவுகரியமில்லையென்று மகேஸ்வரி ஃபிலோமினா ஆஸ்பத்திரியில் அனுமதிக்கப்பட்டாள். அன்றிரவே இறந்தும் போனாள். இந்தத் தகவல்கள் எல்லாம் பாலகிருஷ்ணன் சொல்லித்தான் சொந்தக்காரர்களுக்கும், நண்பர்களுக்கும் தெரியும். நன்றாகத்தானே இருந்தாள் என்ன ஆயிற்று என்று எல்லோருக்கும் அதிர்ச்சியாக இருந்தது. ஆனால் பாலகிருஷ்ணனிடம் கேட்கும் தைரியம் யாருக்கும் இல்லை. பெங்களூர் மண்ணில் புதைந்து போன எத்தனயோ ரகசியங்களில் இதுவும் ஒன்று. தகவல் தெரிந்து வில்சன் கார்டன் மின்மயானத்திற்கு அவசர அவசரமாக வந்து விட்டுப்போன சாதிக்காரர்களுக்கும், நண்பர்களுக்கும் இதைத் தெரிந்து கொள்வதைக்காட்டிலும் கவனம் செலுத்துவதற்கு அதைவிட முக்கியமான பல விஷயங்கள் இருந்தன. தாயின் மரணத்திற்குப் பிறகு பாலகிருஷ்ணனின் பையனும், பெண்ணும் அப்பாவுடனான தொடர்பை வெகுவாகக் குறைந்து போனது

சரியாக இரண்டு மாதங்களுக்குப் பிறகு ஒரு அதிகாலையில் அல்சூர் சோமேஸ்வரர் கோயிலில் வைத்து பாலகிருஷ்ணன் சிவகாமியின் கழுத்தில் தாலியைக் கட்டினார். மனைவியான சிவகாமி தனது எல்லா ஆஸ்திகளையும் கொண்ட ஒரு சிறிய பெட்டியோடு வந்தது ஈஜிபுராவுக்கு மாற்றப்பட்ட புதிய வாடகை வீட்டுக்குத்தான். அவர்களது பெரிய சைட்டுக்கு அருகிலேயே இருந்தது அது.. வீடு கட்டும்போது பக்கத்தில் இருந்தால் வசதியாக இருக்கும் என்று பாலகிருஷ்ணன் காரணம் சொன்னார். அவர் சொன்ன எல்லாக்காரணங்களையும் போலவே அதுவும் மௌனமாக ஏற்றுக்கொள்ளப்பட்டது. சிவகாமிக்கும் அவருக்கும் பதினைந்து வயசுக்கும் மேல் வித்தியாசம் இருந்தது. இப்போது பஞ்சவர்ணம் கார் வாங்கியிருந்தார். காரிலேயே அவர்கள் வந்து போனார்கள்..

‘கோனார் ஃபுட் கார்னர்’ இருந்த மெக்கார்தர் ரோட்டில் ஏற்கனவே நிறைய மரங்கள் இருந்தன. அவற்றோடு கூட விடுபட்ட இடங்களில் மாநகராட்சியும் நிறைய மரங்களை நட்டு வைத்திருந்தது. அதற்கு அப்பாலிருக்கிற இடங்களெல்லாம் பெரிய பெரிய வீடுகள் கொண்ட பெரிய பகுதியாதலால் யாரும் மரங்களை

வெட்டுவதில்லை.. சாப்பிட வராவிட்டாலும் அங்கு வந்து போவதே ஒரு மன நிம்மதியைக் கொடுக்கும். ஒரு மூன்று மணி வாக்கில் சாப்பாட்டுக்கு அப்புறம் கோனார் வெளியில் போடப்பட்டிருக்கும் பெஞ்சுக்கு முன்னாலிருக்கிற நாற்காலியில் உட்கார்ந்து கொண்டு அங்கு வருகிறவர்களுடன் உலக விவகாரங்களைப் பற்றிப் பேசிக்கொண்டிருப்பார். பக்கத்தில் ஆஃபீஸ் வைத்திருக்கும் வக்கீல்கள், வங்கி மேனேஜர்கள், ரெடிமேட் துணிக்கடை முதலாளிகள், வீடு, நில புரோக்கர்கள், அந்தப்பகுதியைக் கடந்து போகும் முன்னாள் ராணுவ வீரர்கள், எல்.ஐ.சி. ஆஃபீஸ் ஊழியர்கள் என்று பல தரத்தினரும் அதில் இருப்பார்கள்.

கன்னட நடிகர் ராஜ்குமார் அப்போது தான் வீரப்பனின் பிடியிலிருந்து விடுவிக்கப்பட்டிருந்தார். கர்நாடக மண்ணை அவர் முத்தமிட்ட காட்சி அன்றைய பேப்பரில் இருந்தது..அவர் கடத்தப்பட்ட அந்த மூன்று மாதத்திற்கு மேற்பட்ட காலத்தில் எல்லாக்கடைகளும் அடைக்கப்பட்ட தினங்கள் தவிர மற்ற தினங்களிலெல்லாம் கடை திறந்தே இருந்தது. அதற்குக் காரணம் ஒன்று கடை உள்ளடங்கி இருந்தது. இரண்டு ‘கோனார் ஃபுட் கார்னர்’ என்ற பெயரில் இருக்கும் கோனார் என்ற சொல் தமிழ்ச்சமுதாயத்தின் பிரதானமான சாதிகளில் ஒன்று என்ற பூகோள அறிவு இங்கே அந்த அளவுக்கு எட்டியிருக்கவில்லை. இன்னொரு முக்கிய காரணம் கோனாருக்கு எதிரிகள் யாரும் கிடையாது. என்ன தான் வியாபாரத்தில் கறாராக இருந்தாலும் சுற்றி இருக்கும் ஏழைப்பட்டவர்கள் யாராக இருந்தாலும் அவர்களை நன்கு கவனித்துக் கொள்வார். அப்போதெல்லாம் தன்னை சிங்கம்பட்டி ஜமீந்தாராகவோ, ஊத்துமலை ஜமீனின் வாரிசாகவோ உணர்வது வழக்கம். பொதுவாக தனது வாடிக்கையாளர்கள் கடையில் சாப்பாட்டு நேரத்தின்போது அரசியல் பேசுவதை அனுமதிப்பதில்லை. அவர்கள் நெருங்கிய நண்பர்களாகவோ, நீண்ட நாள் வாடிக்கையாளர்களாகவோ இருந்தால் மட்டும் அந்த பிற்பகல் தர்பாரில் நடக்கும் பொது விவாதத்தில் கலந்து கொள்வார்.. தீவிர நிலைப்பாடுகள் அங்கு யாருக்கும் கிடையாது.. அன்றும் கூட தமிழ்நாடு, கர்நாடகா என்று இரண்டு அரசாங்கங்களும் இத்தனை நாள் என்ன முயன்றும் ஏன் ராஜ்குமாரை விடுவிக்க முடியவில்லை என்பது பற்றித்தான் பெசிக்கொண்டிருந்தார்கள். அப்படி ஒரு பகல் வேளையில் பேசிக்கொண்டிருந்த போது தான் இருதயராஜ் ஆஃபீசில் வேலை செய்யும் மார்டின் ஒரு டிவிஎஸ் 50-ல் வந்து இறங்கினான்.. அவன் வந்து இறங்கிய தோரணையிலும், பாலகிருஷ்ணனிடம் ஓடி வந்ததிலும் ஒரு அவசரம் தெரிந்தது.

‘என்ன மார்டின்.. இப்பிடி ஓடி வர்றே... எதாவது பிரச்சினையா..’

‘ஆமாங்க ஐயா... சாரை ஃபிலோமினாஸ்லே அட்மிட் பண்ணீருக்காங்க..’

‘அப்பிடியா... என்னாச்சு..’

‘ஒண்ணுமில்லே.. வழக்கம்போல இண்ணைக்கும் வீட்டுக்கு வந்து சாப்டுட்டு ‘கொஞ்ச நேரம் படுக்கறன்னு’ படுத்தாருங்களாமா.. படுத்த அர மணி நேரத்துலே ‘நெஞ்சு வலிக்குதுன்னு சொல்லீருக்கார்.. அவங்க ஓடனே பக்கத்து வீட்டுக்காரங்கள கூப்ட்டு வண்டி புடிச்சு ஆஸ்பத்திரிக்குக் கொண்டு போனாங்க..எங்க ஆஃபீசுக்குப் போன் பண்ணி சொன்னாங்க..அதான் உங்க கிட்ட சொல்லலாம்னு...’

‘ஓ..’

மருதமுத்துவிடம் சில விவரங்களைச்சொல்லி விட்டு மோட்டார் சைக்கிளை எடுத்துக் கொண்டு குறுக்கு வழியிலேயே ஓசூர் ரோட்டைக் கடந்து ஃபாத்திமா பேக்கரி சந்தின் வழியாக ஆஸ்பத்திரிக்குப் போனபோது அங்கே வாசலிலேயே இருதயராஜின் மைத்துனர் நின்று கொண்டிருந்தார்..

‘முடிஞ்சு போச்சு சார்... இப்பத்தா அர மணி நேரத்திக்கி முன்னாடி..’

என்று கையைப் பிடித்துக்கொண்டு அழுதார். ஐ.சியு வுக்குள் போனபோது அங்கே சகாயம் தலைமேட்டில் உட்கார்ந்திருந்தாள் அவரைக்கண்டதும் எழுந்து நின்று ஓங்கி அழ வந்தபோது . நிலைமையின் தீவிரத்தை உணர்ந்த பாலகிருஷ்ணன் சுட்டுவிரலை வாயின் குறுக்காக வைத்து நிதானமாக இருக்கும்படி சொன்னார். வெள்ளைத்துணியால் உடலைப்போர்த்தும் பணி கிட்டத்தட்ட முடிந்திருந்தது. மூன்று பக்கமும் தடுப்பு வைத்து மறைத்திருந்தார்கள்.

ஆஸ்டின் டவுனில் இருதயராஜின் சொந்தக்காரர்கள் மட்டுமல்லாது தெரிந்தவர்கள், நண்பர்கள் என ஒரு பெரிய கூட்டம் இருப்பதால் அன்று இரவு வைத்து அடுத்த நாள் காலையில் சர்ச்சுக்குக் கொண்டு போனார்கள். இருதயராஜின் உடலுடன் ஆஸ்டின் டவுனுக்குப்போன கோனார் இரவு முழுவதும் அங்கேயே இருந்தார். ஏற்பாடுகளுக்கு அவர் செய்ய வேண்டியது ஒன்றுமில்லையென்றாலும் சவ அடக்கம் வரை மானசீகமாக இருதயராஜுடன் இருக்க விரும்பினார். ஷாமியானாவுக்கீழ் இடது மூலையில் வலது உள்ளங்கையில் இடது முழங்கையை வைத்து உட்கார்ந்திருந்தார். நவம்பர் மாதக்குளிர் சுழட்டி அடித்துக்கொண்டிருந்தது.

சேக்ரட் ஹார்ட் தேவாலயத்தில் நடைபெற்ற ஆராதனையில் அவர் முதல் வரிசையிலிருந்தார். வெளியே வாகனங்கள் வழக்கம் போலவே போய்க்கொண்டிருந்தன. அவருக்கு மிகவும் பிடித்தமான இந்த தேவாலயத்தில் நடைபெற்ற இருதயராஜின் திருமணம் ஞாபகத்திற்கு வந்தது. ஒரு வாரம் விடுமுறை வாங்கி குஜராத்தின் பூஜியாவிலிருந்து வந்து கலந்து கொண்ட திருமணம்..எல்லாமே ஒரு கனவு மாதிரி முடிந்து விட்டது. இருதயராஜ் யாருக்கும் ஒரு குறையும் வைக்கவில்லை. மகள் டாக்டராகப் போகிறாள். இளையவளுக்கு இது கடைசி வருடம்.. சகாயம் தனியாகவே எல்லாத்தையும் சமாளிக்கக் கூடியவள்..எந்தக் காரியத்திலும் இருதயராஜின் உற்சாகம் பொறாமைப்பட வைப்பது.. சலிப்பு, சோர்வு என்பதே இருக்காது. மிகவும் பெருந்தன்மையானவன்.. அந்தக் குளிர் காலப் பிற்பகலில் பேரேடு கிரவுண்டிலிருந்து தன்னை வீட்டுக்குக் கூட்டிக்கொண்டு போனபோது இருந்த அதே உற்சாகம் கடைசி வரை இருந்தது.. எந்த வித மனத்தாங்கலையும் வெளியே காண்பித்துக் கொள்ள மாட்டான். தனது சொந்த வாழ்வில் தான் ஏற்படுத்திக்கொண்ட மாற்றங்களை அவன் அங்கீகரிக்கவில்லை என்பது பாலகிருஷ்ணனுக்கு நன்றாகத் தெரியும். அதனால் அவன் எந்த அளவுக்கு மனம் புண் பட்டிருக்கிறாண் என்பதை அவன் முகக்குறிப்பிலிருந்து தெரிந்து கொள்ள முடிந்தது. அவனுக்கு இப்படி ஒரு மன வேதனையைக் கொடுத்து விட்டோமே என்று கோனாருக்கும் வேதனையாகத் தான் இருந்தது. என்ன செய்வது? எல்லாக்காரியங்களையும் செய்து முடித்த பிறகு அதன் பாரதூரமான விளைவுகள் தெரிய வருகின்றன.. அதற்குள் நிலைமை கை மீறிப் போய்விடுகிறது... எல்லாவற்றையும் நினைத்துப் பெருமூச்சு விடுவதைத் தவிர பாலகிருஷ்ணனுக்கு வேறு வழி தெரியவில்லை. இந்தக்கூட்டத்தில் தன்னை விட இருதய ராஜுக்கு யார் நெருக்கமானவர்களாக இருந்திருக்க முடியும்? தன்னை விட ஒன்றரை வயது இளையவன். இப்போது அறுபது கூட முடிந்திருக்காது.. தனக்கு முன்னாலேயே போய்விட்டான். இனி பெங்களூரில் தனக்கு என்ன இருக்கிறது?

‘அதன் பின்னே நான் புதியதான ஒரு தேவலோகம் கண்டேன்..இந்த பூமியும் புதியதாக இருந்தது..ஆதியில் கண்ட தேவலோகமும், பூமியும் மறைந்து போயின. சமுத்திரமும் மறைந்து போயிற்று.. ஜெருசலேம் என்னும் புனித நகரத்தைப் புதிதாகப் பார்த்தேன்..ஆண்டவரிடமிருந்து பூமிக்கு இறங்கி வந்த நகரமது....அப்போது சிம்மாசனத்திலிருந்து ஒரு கனத்த குரல் கேட்டது: ‘ஆண்டவர் உம்முடனே இருக்கிறார்.. அவர் எப்போதும் உம்முடனே இருப்பார்..நீவிர் அவருடைய

பிள்ளைகளல்லவா..? உம்முடைய கண்களிலிருந்து வடியும் ஒவ்வொரு கண்ணீர்த்துளியையும் அவர் துடைத்தெறிவார்..அதன்பின்னே மரணம் என்ற ஒன்று இருக்காது..அழுது அரற்றுதலும், வேதனையும் இல்லாமலாகும்... நானே ஆதியும், அந்தமுமாயிருக்கிறேன்.. தாகமுள்ளவர்களுக்கு வற்றாத நீரூற்றிலிருந்து நீரெடுத்துத் தருவேன்..'

திருப்பலி செய்யும் இந்த ஆயர் தமிழ்நாட்டிலிருந்து வந்தவராக இருக்க வேண்டும். சொற்களெல்லாம் மிகச்சுத்தமாக வந்து விழுந்தன. ஆண்டவர் நிச்சயமாக இருதயராஜுடனே இருப்பார். தன்னை எந்த விஷயத்திலும் மனதைப் புண்படுத்தாமலிருந்த ஒரே காரணத்திற்காகவே கர்த்தர் அவனுடனே இருக்க வேண்டும் என்று பாலகிருஷ்ணன் விரும்பினார், தன்னைப் பேயாகப்பிடித்த ஆசைகள் இருதயராஜை ஏன் ஒன்றும் செய்யவில்லை? அவனும் பொருள் சம்பாதித்தான்.. அவனும் சக்தி இருக்கிறவரை உழைத்தான். மனைவியையும், பிள்ளைகளையும் நேசித்தான். பேக்பைபர் விஸ்கியை தான் ருசித்துக் குடிப்பது மாதிரியே அவனும் குடித்தான். எப்போதும் முறை தவறியதில்லை. அவனது கத்தோலிக்கப் பின்னணி மட்டுமே அதற்குக் காரணம் என்று பாலகிருஷ்ணனால் நம்ப முடியவில்லை. அவனை மாதிரி ஒரு நல்ல கத்தோலிக்கனைப் பார்க்க முடியாது. பிறரை மன்னிக்கும் குணம் அதில் மிக முக்கியமானது. அத்தோடு கூட இயல்பாகவே சில அபூர்வ குணங்கள் அவனுக்கு வாய்த்திருக்கின்றன.

வீட்டுக்கு வந்த கோனார் குளித்துவிட்டுப் படுத்துவிட்டார். வழக்கமான ரவுண்டுகளும் இல்லை. சாப்பிடவுமில்லை.. சிவகாமி ஒன்றும் கேட்கவில்லை.. கீழ்ப்படிதல் விஷயத்தில் மகேஸ்வரியை விட சிவகாமி ஒரு படி அதிகமாக இருந்தாள். எந்தக் கேள்வியும் கிடையாது.

அடுத்த நாள் வழக்கம்போல பாலகிருஷ்ணன் ஓட்டலுக்குப் போனார்.. எல்லாம் வழக்கம்போலவே நடந்தன. ஆனால் அவற்றில் எதனோடும் ஒட்ட முடியவில்லை.. மேற்கொண்டு என்ன செய்யலாம் என்று யோசித்தார். ஈஜிபுரா சைட்டைச் சுற்றிலும் கட்டடங்கள் வந்துவிட்டன.. ஈஜிபுராவின் முகமே மாறி விட்டது. வேங்கடரெட்டி லே அவுட் மட்டுமே ஒரு தன்னிறைவுள்ள பகுதியாக மாறிவிட்டது.. இனியும் தாமதப்படுத்த வேண்டியதில்லை..

வருண் எதிர்பார்த்த படியே படிப்படியாக முன்னேறிக்கொண்டிருந்தான். புராஜக்ட் விஷயமாக ஃப்ரான்ஸ், பெல்ஜியம் என்று போய் வந்தான். பெண்ணும் நன்றாகப்படிப்பவள் தான். நுழைவுத்தேர்வில் நல்ல தரவரிசை கிடைத்தும் தூரத்—

திலிருக்கும் நல்ல கல்லூரி வேண்டாம் என்று சொல்லி பக்கத்திலிருக்கும் சுமாரான கல்லூரியிலேயே சேர்ந்து கொண்டாள். இதோ அவளும் முடிக்கப் போகிறாள்.. சாஃப்ட்வேர் என்ஜினியராக வேண்டும் என்பது தான் அவள் திட்டம். அதற்கு எந்தப் படிப்பை எங்கு படித்தாலும் ஒன்று தான் என்கிற அடிப்படை அறிவை அவள் தெரிந்து வைத்திருந்தாள். அவர்களுக்குக் கல்யாணம் செய்து வைக்கும்போது தனது அந்தஸ்தைக் காட்ட வேண்டுன்றால் நல்ல வீடு இருக்க வேண்டும். அதற்கான முதலீடு என்ன என்பதைத் திட்டமிட வேண்டும்.. இந்த இருபத்தைந்து வருடங்களாக ஓட்டல் கட்டட உரிமையாளர்களிடமிருந்து பெரிதாக எந்த இடையூறும் இல்லை. ஆனால் இன்னும் எத்தனை நாளைக்கு இருப்பீர்கள் என்று மட்டும் கேட்டுக்கொண்டேயிருந்தார்கள். பெரியவர் தேவசூரப்பா தவறிவிட்டார். மூன்று பையன்களும் அதே ஒற்றுமையோடு தான் இருக்கிறார்கள். பனஷங்கரி, ஹெச்.பி.ஆர் ரோடு என்று இரண்டு புதிய ஷோரூம்கள் திறந்திருக்கிறார்கள். ரொம்ப வருஷம் ஆகிப்போச்சே.. பார்டி காலி செய்யுமா எதாவது கிரிக்கிரி பண்ணுமா என்னும் சந்தேகம் அவர்களுக்கு நிச்சயமாக இருக்கும். அந்த விஷயத்தில் கோனார் தெளிவாக இருந்தார். 'நீங்க எப்ப வேண்ணா சொல்லுங்க.. ஒளிச்சுத்தர்றேன்..' என்று சொல்லிவிடுவார்.

கடைக்குப் பின்னாலிருந்த பெரிய வீட்டில் வாடகைக்கு இருந்தவர்கள் மாறிக்கொண்டேயிருந்தார்கள்.. ஓட்டல் சமையல் கட்டிலிருந்து போகும் கழிவுத்தண்ணீர் சில சமயம் அடைத்துக் கொள்ளும். அவர்கள் வந்து சொல்வதற்கு முன்பாகவே கோனார் அதைச் சரி செய்து விடுவார். அந்தத் தெரு அதிக வாகன நடமாட்டமில்லாத தெருவாக இருந்தாலும் தான் தெருவில் போட்டிருக்கும் மேசைநாற்காலிகள் எந்த விதத்திலும் போக்குவரத்திற்கு இடைஞ்சல் ஏற்படாதபடி பார்த்துக் கொள்வார். மிலிட்டரி மிலிட்டரி தான்..ஆயிற்று. எல்லாவற்றுக்கும் ஒரு முடிவு இருக்கிறதல்லவா ?

ஒரு ஞாயிற்றுக்கிழமை நாளில் கட்டட உரிமையாளர்களைப் பார்க்க அனுமதி கேட்டிருந்தார். பதினொருமணி சுமாருக்கு வரச்சொன்னார்கள்.

எப்போதும் போல ஹட்சன் சர்க்கிளிலிருந்து மிஷன் ரோடு செல்லும் ரோடு சுறுசுறுப்பாக இயங்கிக் கொண்டிருந்தது. இனி எப்போது இங்கேயெல்லாம் வரப்போகிறோம் என்று அவருக்குத் தோன்றியது. கண்டோன்மெண்ட் ஏரியாவி—

லிருந்ததால் பிரிட்டிஷாரின் எச்சதொச்சமாக இருந்த அந்தக் கலாச்சாரமே அவருக்குப் பழக்கமாகி இருந்தாலும் கன்னடத்தோடு கன்னடக்கலாச்சாரத்தோடு தொடர்பே இல்லாமலிருந்தது என்று சொல்ல முடியாது. ஆனால் இங்கே ஹட்சன் மெமோரியல் சர்ச் பக்கம்..அல்சூர்கேட் போலீஸ் ஸ்டேஷன் பக்கம் வந்தால் பேட்டை நினைப்பு வந்துவிடும். சிக்கபேட்டே,பலேபேட்டே,மாமூல்பேட்டே, தரகுபேட்டே, நாகரத்துப்பேட்டே என்று பெரும்பாலும் எல்லாப்பேட்டேகளுக்கும் கோனார் போயிருக்கிறார். வரலாறு பேட்டைகளைத் தாண்டி அவென்யூ ரோடு, பி.வி.கே. ஐயங்கார் ரோடு என்று தாண்டியபோது அங்கு போவதற்கும் அவருக்குக் காரணம் இருந்தது. சங்கு மார்க் லுங்கிகள் பெங்களூர் நகரம் முழுவதற்குமாக இங்கே பி.வி.கே. ஐயங்கார் ரோட்டில் லக்ஷ்மி டெக்ஸ்டைல்ஸ்சில் மட்டுமே கிடைத்துக் கொண்டிருந்தது. ஒரு வியாபாரியாகவும், ஒரு குடிமகனாகவும் இந்தப்பகுதிகளோடு தனக்கு இருந்த உறவு முடிந்து போனதா ?

ஜியொ ஓட்டல் தாண்டும்போதே அவர்களிடம் என்ன பேச வேண்டும் என்பதை பாலகிருஷ்ணன் யோசித்து வைத்திருந்தார். தேவசூரப்பா வீடு பெரியதாகத்தான் இருந்தது. போர்டிக்கோவில் மூன்று கார்கள் நிறுத்தலாம். வீட்டுக்கும் கேட்டுக்கும் ரொம்பதூரம் இருந்ததால் வீட்டின் கதவு திறந்தே இருந்தது. இடைப்பட்ட பகுதியில் குழந்தைகள் விளையாடிக்கொண்டிருந்தார்கள். பெரிய மகன் தான் வீட்டில் இருந்தார்.. அவர்களிடம் ஏற்கனவே ஓட்டலை மூடும் விஷயத்தைச் சொல்லியிருந்தார்

'வாங்க கோனார்... திடீர்னு ஓட்டல மூடறேன்னு சொல்லீட்டீங்க... என்ன பண்ணப் போறீங்க..'

'ஆச்சு சார்.. இருவத்தஞ்சு வருசத்துக்கு மேலாச்சு.. புள்ளைங்களெல்லாம் வளந்துட்டாங்க.. முடியலே சார்... காலை—யிலெ அஞ்சு மணிக்கு எளுந்தா வீட்டுக்குப்போக ராத்திரி எட்டு மணி ஆகுது.. போதும்..அப்பா காலத்திலேர்ந்து நடந்த யாவாரம்... ஈஜிபுரத்துலே வீடு கட்டபோறேன்..'

'செரி... என்ன சொல்றீங்க.. அட்வான்ஸ் அந்தக்காலத்துலே நீங்க கொடுத்த பத்தாயிரம் ரூபாய்..அப்படியே இருக்கு...'

'அதிருக்கட்டுங் சார்... இப்ப நீங்க பெயிண்ட் பண்ணனும்னாலே பத்து முப்பது ரூபா ஆகும்..'

‘சொல்லுங்க... என்ன எதிர்பாக்குறீங்க..’

‘ஐயோ... அதெல்லாம் ஒண்ணுமில்லே சார்...’

பிறகு ரெசிடென்சி ரோடு ஏரியாவைப் பற்றியும், பெங்களூரின் அசுர வளர்ச்சியைப் பற்றியும் கொஞ்ச நேரம் பேசிக்கொண்டிருந்தார்கள்.

‘சரி... போங்க... மஞ்சுநாத் உங்கள வந்து பாப்பார்..’

சொன்னபடியே மஞ்சுநாத் காலிசெய்வதற்கு முந்தைய நாள் வந்தார். ஒரு பெரிய பொட்டலத்தைக் கையில் கொடுத்தார். வீட்டுக்கு வந்த பிறகு தான் தேவர் அதைப் பிரித்துப் பார்த்தார். அதில் மூன்று லட்சரூபாய் இருந்தது.

○○○

‘கோனார் வளாகம்’ நன்றாகத்தான் வந்திருந்தது. தானே முன்நின்று கட்டினார். பல காலம் ஒரு ஓட்டலை நடத்தியதால் வீடு கட்டுவதற்கான திட்டமிடுதலும், பொறுமையும் இருந்தன பன்னார்கட்டா ரோடு துரைசாணிப்பாளையத்திலிருந்த நிலம் தான் முதல் பலியானது.. வீட்டுக்கு முன்னால் நீண்ட பெரிய திண்ணையில் பிரம்பு நாற்காலியில் உட்கார்ந்து கொண்டு தென்னை, வாழை மற்றும் பிற பழ மரங்கள், கீரை உட்பட்ட காய்கறிச்செடிகள் உள்ள தனது தோட்டத்தைப் பார்த்துக்கொண்டு தனது கடைசி காலத்தைக் கழிக்கலாம் என கோனார் போட்ட திட்டம் பலிக்கவில்லை..முதல் காரணம் துரைசாணிப்பாளையம் வெகு வேகமாக நகர் மயமாகிக்கொண்டு வந்தது.. அங்கே இந்த மாதிரி இடத்தை நீண்ட நாள் வைத்துக் கொண்டிருப்பது பைத்தியக்காரத்தனம்.. பி.டி.ஏ. க்காரன் புதுப்புது லே அவுட்டுகளுக்காக இடம் பார்த்துக் கொண்டிருக்கிறான். இந்த இடத்தை அவன் எடுத்துக்கொண்டுவிட்டால் அதற்குரிய நல்ல தொகை கிடைக்காது. இரண்டாவது காரணம் அங்கே போய் விவசாயம் செய்யுமளவுக்கு உடம்பில் திராணி இல்லை.. மிலிடரி—யினால் உடம்பு கெடவில்லை.. ஓட்டல் தொழில் கெடுத்து விட்டது.. எனவே தனது கனவை சூழலுக்குத் தகுந்த படி சீர்திருத்தி அதை நனவாக்கினார்..

வட்டவடிவமான வளாகம். ஒரே மாதிரியாக ஐந்து வீடுகள்.. எல்லாமே வாடகைக்கு விடுவதற்காக.. ஒரு வீடு பெரியதாக... தனது குடும்பத்திற்கு மட்டும்... அதில் மட்டும் முதல் மாடி உண்டு..

வருண் சொன்ன மாதிரியே சூளே சர்க்கிளில் ஆஃபீஸ் திறந்து விட்டான். வெள்ளரா லாட்ஜிக்கு இடது புறமாக மாடியில் சிறிய அந்தத்தளம் முழுவதும் அவனது அலுவலகமே இருந்தது.. செயற்கை மரப்பலகையில் பிரிவினை செய்து வடிவமைக்கப்பட்டிருந்த தடுப்புகளில் ஐந்தாறு பேர் வேலை செய்தார்கள்..

காலையில் முடிந்த போதும், இரவில் அனேகமாக தவறாமலும் எல்லோரும் சேர்ந்து உணவு உண்ணும் பழக்கம் நடைமுறைக்கு வந்தது.. அதற்குத்தகுந்த படியே கோனார் தனது அன்றாட பாட்டில் சடங்கை ஏழரை மணி சுமாருக்கு ஆரம்பித்து விடுவார். பூப்பு நன்னீராட்டு விழாவில் சீர்த்தட்டம் வைப்பதைப்போல சிவகாமி நொறுக்குத்தீனிகளும், துண்டுகளாக்கப்பட்ட வெள்ளரிக்காய், நூல்கோல், வெங்காயம் என்பவற்றையும் வைத்து விடுவார்.. அதற்கென்று வீட்டில் தனி இடம் பின்னால் சமையலறையை ஒட்டி இருந்தது. கூப்பிட்ட உடனே சிவகாமி வருவதற்காக மட்டுமல்லாமல் இந்த மூலை கோனாருக்குப் பிடித்திருந்ததும் ஒரு காரணம்.. அன்றாடச்சடங்கின் போது கேட்கும் பாடல்கள் இரண்டு வகையாகப் பிரித்து வைக்கப்பட்டிருந்தன.ஒன்று சினிமாப்பாடல்கள்.. இரண்டு பக்திப்பாடல்கள்.. இரண்டுமே பழையவை தான்.. சினிமாப்பாடல்களில் வழக்கமான பாடகர்களோடு ஏ.எம்.ராஜா, ஜிக்கி, திருச்சி லோகநாதன், ஏ.எல்.ராகவன் ஆகியோரது பாடல்களும் விரும்பிக் கேட்கப்படும்..கண்ட சாலா பாடிய, 'முத்துக்கு முத்தாக... சொத்துக்குச் சொத்தாக..' என்ற பாடலைக்கேட்கும்போது அழுவதும், பாலமுரளிகிருஷ்ணாவின், 'ஒரு நாள் போதுமா..' பாடலைக் கேட்கும்போது கண்ணை மூடிக்கொண்டு தலையை மேலே தூக்கி அதை அசைத்துக் கொண்டேரசிப்பதும் வழக்கமாகிப்போய் விட்டன. இடையிடையே சில கன்னடப்பாட்டுக்களும் உண்டு. பெரும்பாலும் ராஜ்குமார் பாடிய பாட்டுக்கள் தான். 'கவிரத்ன காளிதாசா' படத்தில் வரும் 'பிரியத்தமா..' என்ற பாட்டு அடிக்கடி வரும்.. செவ்வாய்க்கிழமை, வெள்ளிக்கிழமைகளில் பக்திப்பாட்டுக்கள்.. அழவைக்கும் பாடல்களாக சூலமங்கலம் ராஜலட்சுமி சகோதரிகளும், ஆவேசப்பட வைக்கும் வகையில் கே.பி.எஸ்.சும் சீர்காழியும் இருந்தார்கள்.ஓட்டல் உரிமையாளர் சங்க உரிமையாளர்கள் கூட்டத்திற்குப் போனபோது பழக்கமான ருத்ரமூர்த்தியுடன் அவ்வப்போது சந்தித்துப் பேசுவது உண்டு. தனது கஷ்டங்களையும் அவரோடு பகிர்ந்து கொள்வது வழக்கம். அவர் தான் மாதேஸ்வரன் மலைக்கு ஒருமுறை போய்வரும்படி சொன்னார்.. அப்போது வாங்கி வந்த குறுந்தகட்டில் ஒன்று .. மகதேவா பாடியது..

அதில் குறிப்பாக 'மா.... ... ... தேஸ்வரா தய பாரதே..(மாதேஸ்வரனே... தயை செய்யக்கூடாதா..) என்ற பாடல் கோனாரை மிகவும் உருக வைத்துவிடும்.. சமஸ்கிருதம் அதிகமில்லாத கன்னடமாதலால் அதைப் புரிந்து கொள்வதும் கஷ்டமில்லை..மொழியே தெரியாதவர்கள் கூட அதை ரசிக்கலாம்..

ராத்திரிதோறும் நடக்கும் சாப்பாட்டு வைபவம் உற்சாகமாக மாறியிருந்தது.. கர்நாடகா, தமிழ்நாடு என்று இரு மாநிலங்களிலும் அரசியல், சினிமா என்ற தளங்களில் நடக்கும் கூத்துக்களைப் பற்றிப்பேசுவதற்கு நிறைய விஷயங்கள் இருந்தன..வருண் ஆஃபீ—சிலிருந்து வரும்போது ஃபாத்திமா பேக்கரியில் கட்லட், சமோசா, டார்ட், பை என்று நிறைய வாங்கி வருவான். அங்கே ஒரு தடவை பழைய விக்கட்கீப்பர் சையத் கிர்மானியைப் பார்த்ததையும் பரவசத்தோடு சொல்வான். ஆஃபீசுக்கு எதிரில் இருக்கும் ஃபானூரஸ் கடையில் கிடைக்கும் மாட்டுக்கறி கபாப்பின் சிறப்பைப் பகிர்ந்து கொண்ட போது அதை சாப்பிடுவதை தவிர்க்கும்படியும் அதைப்பற்றிப்பேசக்கூட வேண்டாம் என்று கொஞ்சம் கோபத்துடனேயே சொல்லிவிட்டார்.

'ஏம்பா... அதும் ஒரு நான் -வெஜ் அயிட்டம் தானே..?'

'இல்லப்பா.. அப்பிடியில்லே... பசு நமக்கு தெய்வம் மட்டுமில்லே... எல்லாவகையிலும் நம்ம குடும்பத்துலே கலந்துட்ட ஒண்ணு.. கண்ணுக்குட்டியா ஓடி வெளயாடற பருவத்திலேர்ந்து அது தாயாகற வரைக்கும் அத குடும்பத்து பெண்ணாத்தான் பாக்கறம்.. அதக்கும்புடறதத் தவிர வேற நெனப்பே நமக்கு வரக்கூடாது....'

புனிதம் என்று சிலவற்றைக் கருதப்பட வேண்டியதன் அவசியம் வருணுக்குப் புரிந்தது

... இப்படி வருண் நிறையவும், கோனார் ஓரளவுக்கும், சிவகாமி அவ்வப்போதும் விஷயங்களைப் பகிர்ந்து கொண்டாலும் அதில் மிகக் குறைவான பங்களிப்பு மகள் புனிதாவுடையதாக இருந்தது. அவள் பேசுவது பெரும்பாலும் அப்போது தெரிவிக்கப்பட்ட கருத்துக்கு எதிர்க்கருத்தாக இருக்கும். பொதுவான இந்தியப்பண்பாடு, அவர்கள் வாழும் கர்நாடகத்தின் பண்பாடு, கோனார் இப்போதும் மானசீகமாகப் பின்பற்றிக்கொண்டிருக்கிற தேனிப்பகுதிப்பண்பாடு என்று எதனோடும் ஒத்துப்போகாததாக அந்தக்கருத்துக்கள் இருந்தன. எப்போதுமே மகள் புனிதாவின் மீது கோனாருக்குப் பிரியம் உண்டு., அதில் ஆச்சரியம் ஏதுமில்லை.. மகேஸ்வரியின் மறைவுக்குப் பிறகு

அது இன்னும் அதிகமாகியது. குற்ற உணர்வு மாத்திரமே அதற்குக் காரணம் என்று சொல்ல முடியாது.. இந்த வயசில் பெங்களூர் மாதிரி நகரத்தில் வளர்ந்த பெண்கள் இப்படித்தான் இருப்பார்கள் என்று சமாதானப்படுத்திக் கொள்வார்.. புனிதா சம்பாதிக்க ஆரம்பித்த பிறகு அவருக்கு வாங்கிக் கொடுத்த சட்டைகள், பெர்ஃப்யூம்கள், ஒரு முறை ஃப்ரான்சுக்குப் போனபோது வாங்கிவந்த கோன்யாக் என்பவையும் பாசத்தின் அடையாளங்கள் தானே ! இருக்கட்டும்... காலம் மாற்றத்தைக் கொண்டு வரும்..

ஒரு சகாப்தத்தின் கடைசிக்கட்டம் மேலோட்டமாகப் பார்த்தால் நிறைவானதாகவும், மகிழ்ச்சியானதாகவும் தான் தெரிகிறது. ஆனால் பாலகிருஷ்ணன் என்கிற பயிர் எங்கோ முளைத்து, எங்கோ வளர்ந்து, அங்கிருந்து பிடுங்கப்பட்டு இன்னோரிடத்தில் நடப்பட்டு தனது கடைசிக்காலத்தைக் கழிக்கும்போது அதில் எந்த மண்ணுக்கு, எந்தக் காற்றுக்கு, எந்தத் தண்ணீருக்கு விசுவாசமாக இருப்பது என்று நினைக்கும்போது குழப்பமே மிஞ்சுகிறது..குழப்பத்தோடு பயமும் சேர்ந்து விடுகிறது..பயம் ஏமாற்றத்திற்கும், விரக்திக்கும் இட்டுச்செல்கிறது.. அன்றைக்கு வெள்ளிக்கிழமை.. ராத்திரி சாப்பாட்டுக்கடை எப்போதும் போலத்தான் இருந்தது.. வருணின் பங்களிப்பு கொஞ்சம் குறைவாக இருந்தது என்பதைத் தவிர.. புனிதா மேலே போய்விட்டாள்.. சிவகாமி பாத்திரங்களை ஒழித்துக் கொண்டிருந்தாள். வருண் அங்கேயே உட்கார்ந்து கொண்டிருந்தான். கை அங்கிருந்த கோஸ்டரைச் சுற்றிக்கொண்டிருந்தது..

‘அப்பா... உங்க கிட்டே ஒரு விஷயம் பேசணும்..’

‘என்னப்பா... சொல்லு... கல்யாண விஷயம் பத்தியா...?’

‘அதென்னப்பா கரெக்டாச் சொல்லிட்டீங்க..’

‘அதா.. ரெண்டு வருஷமா கேட்டிட்டிருக்கமேப்பா.. சொல்றேன்.. சொல்றேன்னே சொல்லீட்டிருந்தே.. இப்பத்தா அதப்பத்திப் பேசறே... என்ன பாக்க ஆரம்பிக்கலாமா..? ‘

‘இல்லப்பா... எங்கிளாஸ்மேட் ஒரு பொண்ணோட பழகீட்டிருந்தேன்... இப்ப கூட பழக்கமிருக்குது..’

‘ஓ... பேரு... எந்த ஊர்..?

‘கிரேஸ் டிசூசா... மங்களூர்.. ஆனா பொறந்து வளந்ததல்லாம் இங்கியே தான்... ஃப்ரேசர் டவுன்..’

ооо

ப.சகதேவன் ● 207

‘இங்க பாருங்க பாலகிருஷ்ணன்..எங்க சமுதாயத்திலியும் நெறைய கட்டுப்பாடுகள் இருக்குது..சில விஷயங்கள் ஜனங்களுக்குப் புடிக்காமத்தான் இருக்கும்..நம்ம என்ன செய்யறது..பசங்க எல்லாம் படிச்சவங்க.. நல்ல வேலயிலும் இருக்காங்க.. எங்களால உங்குளுக்கு எந்தத் தொல்லையும் வராது... கிரேஸ் எல்லாப் பெங்களூர்ப் பொண்ணுங்களயும் போலத்தான் வளந்தா.. சொல்லப்போனா எங்க ரெண்டு பொண்ணுங்களுமே எங்களுக்கு எந்தக் கஷ்டமும் குடுக்கலே..கல்யாணத்த எப்பிடி நடத்தறது அப்டீங்கறத உங்க கிட்டயே விட்டர்றம்.. உங்க இஷ்டபப்படியே நடத்திக்குங்க.. அடிப்படையிலே நம்ம எல்லாருமே இந்தியர்கள் தான..‘

வில்சன் டிசூசா சாப்பாட்டு மேசையின் ஒரு பக்கத்தில் உட்கார்ந்து கொண்டு இரண்டு உள்ளங்கைகளையும் மடித்து தாடையில் வைத்துக் கொண்டு மிக சாவதானமாகப் பேசினார். எந்தப் பதட்டமும் இல்லை. அவர் என் ஜி எஃப் இல் வேலை செய்து ஓய்வு பெற்று விட்டார். தனியாக சட்டம் படித்ததனால் ஏதோ கன்சல்டன்சிக்குப் போய்க்கொண்டிருக்கிறார். அந்தம்மாவுக்கு பேங்கில் வேலை.. இன்னும் ஒன்றிரண்டு வருடங்கள் இருக்கக் கூடும். வரவேற்பறை மிக அழகாக இருந்தது...ஆங்காங்கு இயேசு மற்றும் மேரிமாதாவின் படங்கள்.. முற்றிலுமான கிறித்தவச் சூழ்நிலை.. நுழைந்த சில நிமிடங்களிலேயே சூழ்நிலையை மிக சுமுகமாக மாற்றி விட்டார் டிசூசா.. கோனார், வருண், புனிதா என்று மூன்று பேர் மட்டுமே போயிருந்தார்கள். அதேன்னமோ இந்த மாதிரி முக்கியமான குடும்ப விஷயங்களில் சிவகாமிக்குரிய இடத்தை கோனார் தருவதில்லை.. சிவகாமியும் அதைப் பெரிதாகக் கண்டுகொள்வதில்லை.. தனக்கு விதித்தது அவ்வளவு தான் என்று நினைத்திருக்கக் கூடும்.

வரவேற்பறை மட்டுமல்லாமல் ‘பளிச்’ சென்று தெரியக்கூடிய பல வித்தியாசங்கள் அங்கே தென்பட்டன..முதல் வித்தியாசம் உடலின் நிறம்.. அப்போது முழுதாகப் பழுத்த எலுமிச்சை நிறத்தில் டிசூசா குடும்பத்தினர் இருந்தார்கள். திமிறிக்கொண்டிருக்கிற காளையின் சாம்பல் நிறம் பாலகிருஷ்ணன் குடும்பத்தாருடையது.மேலோட்டமாக கவனிக்காதது மாதிரி இருந்தாலும் மனசின் எத்தனை ஆழத்தில் இந்த வித்தியாசத்தைப் புதைத்து வைத்திருக்கிறார்கள் என்று கண்டுபிடிக்க முடியாதபடி இரு குடும்பத்தாருமே நடந்து கொண்டார்கள். மேன்மையான நாகரிகத்தின் வெளிப்பாடாக இருந்தது அது.

முதல் முறையாக பாலகிருஷ்ணனுக்கு பேசுவதற்கு ஒன்றுமே இல்லாமல் போயிற்று. ஒருவேளை அப்போது தன்னுள் வந்து புகுந்த

மௌனம் நிரந்தரமாகக் குடிகொண்டுவிட்டதைப் போல அவரது வழக்கமான ஆரவாரப்பேச்சு அதற்குப்பிறகு மிக அபூர்வமாகவே வெளிப்பட்டது.. வில்சன் மிக நிதானமாக இருந்தார் அவர் பேசிக்கொண்டே இருந்த போதிலும் அவ்வப்போது நிறுத்தி பாலகிருஷ்ணன் ஏதாவது கேட்க மாட்டாரா தங்களைப்பற்றியும், தங்களது குடும்பத்தைப் பற்றியும் இன்னும் அதிகமாகச் சொல்வதற்கு வாய்ப்புக் கிடைக்காதா என்று எதிர்பார்ப்பது மாதிரி இருந்தது. புனிதாவும், கிரேசும் எதிரில் இருந்த அறைக்குள் போய்விட்டார்கள்.. அவர்களை இங்கிருந்து பார்க்க முடியும். வருண் விட்டத்தைப் பார்த்துக்கொண்டு உட்கார்ந்திருந்தான். வில்சன் அவ்வப்போது தன் மனைவியிடம் கொங்கணியில் ஏதோ சொல்லிக்கொண்டிருந்தார். அடுத்து என்ன கொண்டு வருவது என்பது மாதிரியாக இருக்க வேண்டும்..

‘உங்க அப்பா அம்மா.. எல்லாம் இருக்காங்களா..?’

பாலகிருஷ்ணனின் இந்தக் கேள்வியில் ஒரு நோக்கமும் இருந்தது.

‘அம்மா ஒரு பத்து வருசத்துக்கு முன்னாலே தவறீட்டாங்க.. அப்பா மங்களூர்லே தம்பியோட இருக்கார்.. மொதல்லேயெல்லாம் அப்பப்ப இங்க வருவார்.. வந்து கொஞ்ச நாள் தங்குவார்..இப்ப ரொம்ப வயசாகிப்போச்சு.. அவரோட சித்தப்பா பையன் ஒருத்தர் போர்ச்சுகல்லே இருக்கார்..1961-லே கோவா விடுதலையானப்போ அங்கத்த நாட்டு சிடிசன்ஷிப் குடுத்தாங்க.. அப்ப அவர் அங்க போ—யிட்டார். இவரு அங்க போக ஆசப்படறதுக்கு ஒரு விசித்திரமான காரணமிருக்கு.. எங்க பேருலே சூசா அப்டீன்னு ஒரு ஒட்டு இருக்கு இல்லீங்களா.. அது வந்து அங்கே இருக்கற ஒரு நதியோட பேரு.. அந்த நதியப் பாக்கணும்னு அவருக்கு ஒராசை..இப்ப இனி அதெல்லாம் எங்க சாத்தியம்...’

‘நீங்க ரிடயர்மெண்டுக்கப்புறம்..’

‘இங்க ஒண்ணு ரெண்டு கம்பெனிகளுக்கு கன்சல்டண்டா இருக்கேன்.. அப்புறம் சர்ச்சோட கொஞ்சம் தொடர்பு ஜாஸ்தி.. எங்க பிள்ளைங்க யாரும் இப்ப கொங்கணி அதிகமா பேசறதில்லே.. சர்ச்சுக்கு வர்ற பிள்ளைங்களுக்கு கொஞ்சம் கொங்கணி சொல்லிக்குடுங்கன்னு ஃபாதர் சொன்னாரு.. அதுவும் நடக்குது.. நாங்க கோயில்லியே கொங்கணி மாசுக்குத்தான் போறம்..’

பேச்சோடு பேச்சாக வில்சன் தங்கள் முன்னோர் மதம் மாறுவதற்கு முன்னர் பிராமணர்களாக இருந்தார்கள் என்பதையும் சொல்லிவிட்டார்.

இந்து சம்பிரதாயப்படி திருமணத்தையும், வரவேற்பையும் ஒரே நாளில் வைத்து முடித்தாலும் அவர்கள் குடும்பத்தினர், உறவினர், நண்பர்களுக்கென்று ஒரு வரவேற்பு வைப்பதாகவும், அதற்கு வரும்படியும் வில்சன் அழத்தார். அதற்கு தனது உறவினர்களையும், நண்பர்களையும் கூட அழைக்கலாம் என்றும் சொன்னார். கோனாரின் மனதில் இருதயராஜ் குடும்பத்தினர் மட்டுமே இருந்தார்கள். தொம்லூர் பக்கம் இப்போது தான் கட்டி முடிக்கப்பட்டிருந்த ஒரு நட்சத்திர ஓட்டலில் தான் அந்த வரவேற்பு நடந்தது.. சம்பிரதாயப்படி பார்த்தால் அதை வரவேற்பு என்று சொல்ல முடியாது. பெண்ணும் பையனும் கழுத்தில் மாலையைப் போட்டுக்கொண்டு ஒரே இடத்தில் நிற்கவில்லை..கூட்டத்தோடு கூட்டமாகக் கலந்து ஒன்றாகவும், தனியாகவும் பேசிக்கொண்டிருந்தார்கள். அவ்வப்போது மேடைக்குப் போய் அங்கிருந்தவர்களுடன் நடனமும் ஆடினார்கள்.. நடனம் ஆடுவதில் இளையவர் - முதியவர், ஆண்- பெண் என்கிற வேறுபாடும் இல்லாமலிருந்தது..அந்த சந்தர்ப்பத்தில் எல்லாவற்றையும் விட சந்தோஷம் என்பதற்கு மட்டுமே முக்கியம் கொடுத்திருக்கிற மாதிரித் தெரிந்தது.

கோனார் அங்கே கவனித்த ஒரு முக்கியமான விஷயம் நமது சடங்குகளில் சீர்த்தட்டுக்கள் வைத்திருப்பதைப் போல ஒரு பரந்த மேசையில் விதம் விதமான மது பாட்டில்களும், குளிர்பானங்களும் வைக்கப்பட்டிருந்தது தான்.. அங்கே சீருடை அணிந்த இரண்டு பையன்கள் தேவைப்பட்டவர்களுக்கு தேவையானதை ஊற்றிக்கொடுத்துக் கொண்டிருந்தார்கள். மது என்பது ஒரு லாகிரி வஸ்து.. ஒழுக்கத்தின் மீது மதிப்பு வைத்திருப்பவர்கள் அதைக் குடிக்க மாட்டார்கள். தங்கள் மனைவி, மக்கள் முன்பு குடிப்பவர்கள் ஒரு மோசமான முன்னுதாரணத்தைக் காட்டுகிறார்கள்.. குடிப்பது என்பது குடும்பத்தை அழித்துவிடும்.. குடித்த பிறகு குடிகாரர்கள் தன்னிலை கெட்டு நடந்து கொள்வார்கள்..அது அவமானமாக இருக்கும்.. என்பது போன்ற மரபு வழி வந்த கோனாரது அபிப்ராயங்கள் எல்லாவற்றையுமே மாற்றிக்கொள்ளும்படியாக இருந்தது அந்த சூழ்நிலை.. ஆண்கள், பெண்கள், இளம் வயதினர் எல்லோருமே விருந்தின் ஒரு பகுதியாக இருக்கும் பாயசத்தைப் போன்று தான் மதுவைக் கருதினார்கள். இருப்பினும் அங்கு மது அருந்துவது கோனாருக்கு கூச்சமாகத்தான் இருந்தது.

மத அடையாளத்தை மட்டும் ஒதுக்கி விட்டால் கிரேஸ் இந்த வீட்டுக்கு பெருமை சேர்க்கும் சேர்க்கும் விதமாகத் தான்

நடந்துகொண்டாள். ஞாயிற்றுக்கிழமைகளில் சர்ச்சுக்குப் போகாவிட்டாலும் அவ்வப்போது சர்ச்சுக்குப் போகும் பழக்கமும் இருந்தது. சொல்லிக்கொண்டு தான் போவாள். மற்றபடி இருபத்தொன்றாம் நூற்றாண்டில் பெங்களூரிலிருக்கிற சாஃப்ட்வேர் வேலை பார்க்கும் பெண்ணுக்குரிய பெரும்பாலான குணங்கள் கிரேசிடமும் இருந்தன..நீண்ட கால பெங்களூர் வாழ்க்கையின் பலனாக அதைப் புரிந்து கொள்ளும் பக்குவமும் கோனார் குடும்பத்தினரிடம் இருந்தது. இருந்தது என்றால் கோனாருக்கு இருந்தது..வருணுக்கும், புனிதாவுக்கும் அது ஒரு பிரச்சினையே இல்லை.. சிவகாமியம்மாவுக்கு அது பிரச்சினையென்றாலும் யாரும் அதைக் கண்டுகொள்ளப் போவதில்லை.. எதுவுமே எல்லை மீறிப்போகாமலிருந்ததற்கு கிரேசின் கத்தோலிக்கப் பின்னணி பெருமளவு உதவியிருக்க வேண்டும். இவ்வளவும் இருந்தும் கோனாரின் மனத்தின் ஓரத்தில் ஒரு வெறுமை நிரந்தரமாக வந்து தங்கியிருந்தது..புனிதா தனக்கு வரும் மாப்பிள்ளைகளை ஏதாவது ஒரு காரணம் சொல்லித்தட்டிக் கழிப்பதும், புனிதாவுக்குப் பிடித்த மாப்பிள்ளைகள் அவளைத் தட்டிக்கழிப்பதும் நடந்தன. வயது ஏறிக்கொண்டே போனது அவளது சம்பாத்தியமும் ஏறிக்கொண்டே போயிற்று. அது கோனாருக்கு இருந்த வெறுமையோடு விரக்தியையும் சேர்த்தது.

ooo

கோரமங்கலாக்குடத்தின் நிறைந்து வழிந்த துளிகளில் ஒன்றான வெங்கடரெட்டி லேஅவுட்டின் நுழைவாயிலேயே இருக்கும் 'ஃபைவ் ஸ்டார் ரியேல்ட்டர்ஸ்' சில் தற்போது இருப்பது மூன்று நட்சத்திரங்கள் தான். முனிநஞ்சப்பா (முனி), லாரன்ஸ், ராஜசேகர், நவீத், ஜனாரெட்டி என்பவர்களில் நவீத்தும், ஜனாரெட்டியும் விலகிவிட்டார்கள். ஏதும் மனத்தாங்கல் காரணமாக அல்ல. பக்கத்து ஏரியாக்களிலேயே தனியாக ஆஃபீஸ் வைத்துக்கொள்ளும் அளவுக்கு அவர்கள் வளர்ந்துவிட்டது தான் காரணம்.. இந்த ஐந்து பேரும் தொழில்முறையில் புரோக்கர்களல்ல. எல்லோருமே சமவயதுடையவர்களும் அல்ல. அவர்களது பொருளாதாரப்பின்னணியும் வேறு வேறு தான். சந்தர்ப்பம் அவர்களை ஒன்றாகச் சேர்த்தது.. கோரமங்கலாவை ஒட்டிய ஒரு சிறு கிராமம் காலப்போக்கில் கோரமங்கலாவின் சர்வதேசீயக்கலாச்சாரத்தோடு ஒட்டிப்போகும் முயற்சியில் இவர்கள் தங்களைத் தாங்களே பண்படுத்திக்கொண்டார்கள். 'மூத்திரம் போய்விட்டு வருகிறேன்' என்று சொல்வதற்குப் பதிலாக 'வாஷ் ரூம்

போகணும்’ என்று ராஜசேகர் சொல்வதும், கோபம் வந்த உடனே ‘லவ்டே கே பால்’, ‘மாதர் சோத்’ என்ற புனித வாசகங்களைப் பேசுவதில்லை என்று நவீத் தீர்மானித்ததும் அதன் காரணமாகத்தான். மற்றபடி இந்த ரியல் எஸ்டேட் தொழிலுக்குண்டான எல்லா நடைமுறைகளையும் அவர்களுக்கு அத்துப்படி... வெங்கடரெட்டி லேஅவுட், ஈஜிபுரா, ஈஜிபுரா எக்ஸ்டென்ஷன், விவேக் நகர், ஆஸ்டின் டவுன், கோரமங்கலாவின் அனைத்து பிளாக்குகள், எஸ்.டி.பெட், முதல் கொண்டு சில வேளை அதையும் தாண்டி பி.டி.எம். லே அவுட் என்று இவர்களது ஆட்சி முகலாய சாம்ராஜ்யத்தைப்போல பரந்து விரிந்திருந்தது. வீடுகள் அல்லது சைட்டுகள் பற்றி தகவல் சொல்வதற்கும், தகவல் பெறுவதற்கும் அங்கங்கே ஆட்கள் உண்டு..

வருகிற கிராக்கிக்குத் தகுந்தபடி அவர்கள் பாஷையிலேயே பேசுவார்கள். இவர்களது அலுவலகம் கொஞ்சம் பெருசாக இருக்கும். மேசைக்கு முன்னால் ஒருவர் மட்டுமே உட்கார்ந்திருப்பார்.. வருகிற பார்ட்டிக்கு கூட உட்கார்ந்திருப்பவர்கள் பார்ட்னர்களா அல்லது தன்னைப் போலவே வீடு தேடி வந்திருக்கிறவர்களா என்று தெரியாது. ரேட் பேசும்போது இந்த இந்த ஏரியாவில் இவ்வளவு போகிறது.. இதற்குக் கம்மியாகக் கிடைக்காது என்ற ரீதியில் அவர்களுக்குள்ளேயே பேச்சுப்போகும். வந்தவன் இதை நம்பி விடுவான். இதெல்லாம் சின்ன மீன்கள். வீட்டு வாடகைக்கு வரும் கிராக்கிகள் என்ன கொடுத்து விடப்போகிறார்கள்.? ஒரு மாத வாடகை கமிஷன் என்று இவர்களே சட்டம் போட்டு வைத்திருந்தாலும் எல்லோரும் அப்படிக் கொடுத்து விடுவதில்லை.. அதையும் ஐந்தாகப் பிரித்தால் என்ன கிடைக்கும்?

ஆனால் சைட்டுகளை வாங்குவதிலும், விற்பதிலும் பெரும்பணம் இருக்கிறது என்று கொஞ்சகாலத்திற்குப் பிறகு தான் இவர்களுக்குத் தெரிய வந்தது. கொஞ்சம் தள்ளி தூரத்தில் போடப்படிருக்கும் லே அவுட்டுகளின் உரிமையாளர்கள் கொஞ்சம் நம்பகத்தன்மையுள்ள, பிரச்சினை பண்ணாத ஆட்களைத் தேடுவார்கள். ரேட் கொஞ்சம் முன்னுப்பின்னாக இருந்தாலும் எல்லாம் சீக்கிரத்தில் சுமுகமாக முடியவேண்டும். எல்லாப்பிரச்சினைகளையும் முடித்து சைட்டுகளை விற்க ஆரம்பித்து கையில் கொஞ்சம் காசு வந்த உடனே அந்த டெவலப்பர் அதே ஏரியாவிலேயோ அல்லது வேறு ஏரியாவில்லேயோ வேறு நிலம் பார்த்து அட்வான்ஸ் கொடுத்திருப்பான். அதைப் பதிவு பண்ணி முடிக்க வேண்டும். ஒரு காசு ரெண்டு காசைப் பார்த்துக்கொண்டிருந்தால் காரியமாகாது. எத்தனை லே-அவுட் போட்டாலும் விற்றுப் போகிறது

இவர்கள் கூட்டமாகப்போய் இந்தத் துறையில் தங்களிருக்கும் அனுபவங்களைப் பகிர்ந்து கொள்ளும்போது டெவலப்பருக்கு நம்பிக்கை வரும்.. மட்டுமல்லாமல் எத்தனை வகையான வாடிக்கையாளர்கள் தங்களிடம் இருக்கிறார்கள் என்ற விவரமும் அவருக்குத் தரப்படும்.

'சார்... சாஃப்ட்வேர் பசங்களா இருந்தாலும் அவுங்களும் எங்களப்பத்தி விசாரிப்பாங்க.. அதான் இப்ப எல்லாத்தையும் நெட்ல போட்டுப் பாத்தர்ராங்களே.. வாடகைக்கு வீடு எடுத்த பசங்களே கொஞ்ச நாளைக்கப்பறம் சைட் அல்லது அபார்ட்மெண்ட் பாக்கச்சொல்வாங்க.. அவங்களுக்குண்டான எல்லாத்தேவைகளையும் நாங்க பண்ணிக்குடுத்துருவம்..ஒரு பிரச்சினையுமில்லே.. ஆ..ஊன்னா இவங்க சட்டம் பேசுவாங்கில்ல.. நாங்க அதுக்கு எடமே குடுக்கறதில்லே..'

இதில் ஒரு விஷயம் லேஅவுட்டாகட்டும், அபார்ட்மெண்டாகட்டும் பிரஸ்டீஜ், சோபா, சாலார்புரியா என்ற பெரிய பெரிய கம்பெனிகளை விட்டுவிட்டு சிறிய அளவிலான கம்பெனிகள் மட்டுமே இந்த மாதிரியான ஆட்களைத் தேடுவார்கள். லேஅவுட்டில் மொத்தம் இருபது சைட், முப்பது சைட் என்று சதுர அடிக்கு இவ்வளவு என்று ஒரு தொகை பேசி முடித்துக் கொள்வார்கள். அதற்கு மேல் எவ்வளவு வந்தாலும் நீங்கள் எடுத்துக் கொள்ளுங்கள் என்று டெவலப்பரே சொல்லிவிடுவார். அவருக்கென்ன இதை முடித்து விட்டு வேறு ஏரியாவுக்குப் போகவேண்டும்..அது மட்டுமல்லாமல் பணம் புரட்ட வேண்டும்.. பணம் ஒரே இடத்தில் லாக் ஆகி விட்டால் பிசினஸ் படுத்துவிடும். இப்படி நம்பகத்தனமான ஆட்கள் கிடைத்தால் வசதி.. ஒட்டுமொத்தமாக இந்த விவகாரத்தில் இவர்களுக்குச் சாதகமாக இருப்பது வாங்கும் பார்ட்டிகளின் பலவீனம் தான். அவர்களுக்கு நேரம் இருக்காது.. சார்பதிவாளர் அலுவலகத்திற்குப் போய் வில்லங்க சர்ட்டிபிகேட் எடுப்பது, வக்கீலைப்பார்த்து அந்த லே அவுட் சம்பந்தமான பத்திரங்களைப் பரிசீலிப்பது, பேங்குக்குப் போய் கடன் சம்பந்தமான விவரங்களை அறிந்து கொள்வது ஆகிய இந்த விஷயங்களில் 'ஃபைவ் ஸ்டார் ரியேல்டர்ஸ்' ரொம்பவும் உதவியாக இருப்பார்கள்.

இவர்கள் நடத்தும் பஞ்சாயத்துக்களும் இரு சாராருக்கும் திருப்தி தருகிற மாதிரியே இருக்கும்.. கொஞ்சம் ஏமாற்றமடைகிற மாதிரித்தெரிகிற பார்ட்டிகளுக்கு இது நடக்காமல் போனால் ஏற்படும் விளவுகளைப் பற்றிய பூதாகரமான காட்சிகளைச் சுட்டிக்காட்டி

சமாதானம் அடையும்படி செய்துவிடுவார்கள்.அதாவது இந்த சைட்டை இப்போது வாங்காவிட்டால் அடுத்த மாதமே சதுர அடி ஐநூறு ரூபாய் ஏறிவிடும். பணம் கொடுத்தாலும் சைட் கிடைக்காத நிலைமை ஏற்பட்டு விடும். பார்ட்டி விழுந்து விடும். எங்காவது கடனை ஒடனை வாங்கி டீலை முடித்து விடுவார்கள். இவ்வளவு விவரங்கள் தெரிந்திருந்தும், இத்தனை பேர்களைத் தெரிந்து வைத்திருந்தும் இவர்கள் வாங்கியிருக்கும் சொத்துக்களே வில்லங்கத்தில் சிக்கிக்கொள்ளும் சங்கடங்களும் நடப்பதுண்டு. வில்லங்கம் வில்லங்கத்தைத் தானே கொண்டு வரும் அந்த முதலீடு லாக் ஆகி விடும். அப்போதும் கூட சில கிராக்கிகள் வருவார்கள். பவர் ஆஃப் அட்டர்னி போட்டு வாங்கிக் கொண்டு வீட்டைக் கட்டி விடுவார்கள். சட்டத்தில் ஏதாவது ஓட்டை கிடைக்கும். ரெகுலரைஸ் பண்ணி விடலாம்.

தனியாகத் தொழில் பண்ண ஆரம்பித்திருந்தாலும் நவீத்தும், ஜனாரெட்டியும் அவ்வப்போது வந்து போவார்கள். ஆஃபீசில் நிரந்தரமாக இருப்பது முனி(நஞ்சப்பா) மட்டுமே. அவர் அந்த ஏரியாவின் பூர்வீகக்குடிகளில் ஒருவர்.. 'திகுளர்' (தமிழர் என்பதன் மரூஉ) சமுதாயத்தைச் சேர்ந்தவர். ஆஃபீஸ் இருக்கும் கட்டடமும் அவருடையது தான். அவர் முன்னோர் அதே ஏரியாவில் விவசாயம் செய்து வாழ்ந்தவர்கள். சித்திரை மாசக் கரகத்திருவிழாவில் ஒரு பங்கு வகிப்பவர்கள். பாலகிருஷ்ணன் அந்த ஏரியாவில் இடம் தேடிக்கொண்டிருந்தபோது முனி தான் உதவினார். அப்போது முனி இந்த அளவுக்கு வளர்ந்திருக்கவில்லை. கோரமங்கலா வாசிகள் வெங்கடரெட்டி லேஅவுட் என்பது ஆப்பிரிக்காவின் ஒரு பகுதி என்று கருதியிருந்த காலம்.. பாலகிருஷ்ணனின் பின்னணி அறிந்த முனி ரொம்பவும் சந்தோஷப்பட்டார். 'உங்கள மாதிரி ஆளுங்க தான் நம்ம ஏரியாவுக்கு வரணும் சார்' என்றவர் இடம் வாங்குவதற்கான அனைத்து உதவிகளையும் செய்து கொடுத்தார்

முனிநஞ்சப்பா- பாலகிருஷ்ணக்கோனார்- குமரவேல் ஆகிய மூவரும் சந்திக்கும் ஒரு சந்தர்ப்பமும் ஏற்பட்டது. குமரவேலுவின் பக்கத்து வீட்டுக்காரர் அமானுல்லாவின் நெருங்கிய உறவினர் ஒருவருக்கு லே அவுட்டில் ஒரு பில்டிங் இருந்தது. அதை விற்றுவிட்டு வேறு ஒரு பகுதியில் ஒரு கட்டடம் வாங்க அவர்கள் திட்டம் போட்டிருந்தார்கள். தனக்கு அதில் ஏதாவது ஈடுபாடு இருக்கிறதா என அமானுல்லா கேட்டார். குமரவேலுவுக்கு அப்படி ஒரு எண்ணம் இல்லை..அங்கே யாராவது ஏஜண்ட் இருக்கிறார்களா எனத்தேடிக்கொண்டிருந்தபோது தான் இவர்கள்

கிடைத்தார்கள். அங்கு நடந்த பேச்சு வார்த்தையிலும், தகவல் பரிமாற்றத்திலும் ஏதேனும் விளைவுகள் ஏற்பட்டதோ இல்லையோ குமரவேல்-பாலகிருஷ்ணன் நட்பு துளிர்விட்டது. அவர்களது சொந்த உலகான பொள்ளாச்சிக்கும், தேனிக்கும் நூறு இருநூறு கிலோமீட்டர் தூரமிருந்தாலும் வரலாற்றுப் பயணத்தில் ஒரே மாதிரியாக ஓடியவர்கள் தான். இப்போது பெங்களூர் அவர்கள் ரெண்டு பேரையும் ஒரே பட்டியலில் சேர்த்திருந்தது. கிராம விவசாயப்பின்னணியும், முழுசாக ஒத்துப்போக முடியாத பெங்களூர் கலாச்சாரமும் தான் அந்தப்பட்டியல்..

அது இருக்கும் ஒரு ஏழெட்டு வருசம்.. அப்போதிருந்து ஆரம்பித்தது அவர்கள் தொடர்பு..எல்லா நகரத் தொடர்புகளையும் போலவே இந்தத்தொடர்பிலும் அவ்வப்போது நீண்ட இடைவெளிகள் ஏற்படுவதுண்டு. ஆனாலும் புதிதாகத் தொடர்பு ஏற்படும்போது எல்லாத்தகவல்களும் பறிமாறிக் கொள்ளப்படும். ஓய்வுக்குப்பிறகு கோனாருக்கு வெளியுலகத்தொடர்பு என்பது முனிநஞ்சப்பாவின் ஆஃபீஸ் மட்டுமேயானதாக இருந்தது. குமரவேலுவுடனான சந்திப்பென்றாலும், முனிநஞ்சப்பா ஆஃபீசில் பேசப்படும் விஷயங்களே தான் அவருடனும் பேசப்பட்டன. அந்த ஆஃபீசுக்கு வரும் இளம் வயது ஆண்களும், பெண்களும் என்ன மாதிரி நடந்து கொள்கிறார்கள், அவர்கள் வாடகைக்குக் குடியிருக்கும் வீடுகளிலிருந்து என்ன மாதிரியான குற்றச்சாட்டுக்கள் வருகின்றன என்கிற விஷயங்கள் விவாதிக்கப்பட்டன. இது சாஃப்ட்வேர் துறையில் இருப்பவர்கள் மட்டுமே சம்பந்தப்பட்டது என்று சொல்ல முடியாது.

ஆனால் அவர்கள் சம்பந்தப்பட்ட செய்திகள் தான் அதிகம்.. ஆஃபீசுக்கு வந்துபோகும் இளம்வயது ஆண் பெண்களிடமிருந்து கிடைக்கும் செய்திகளை விட கோனாரின் வீட்டு அங்கத்தினரான அவரது பெண் மூலமாகக் கிடைக்கும் செய்திகள் அதிகம். மேலும் நம்பகத்தன்மையானவையும் கூட. இத்தனைக்கும் புனிதா தானாகத் தெரிவிக்கும் செய்திகளை விட கோனார் கேட்டுக்கேட்டுத் தெரிந்து கொள்ளும் செய்திகள் அதிகம். அதில் முக்கிய பங்கு வகிப்பது கைபேசி.. 'அறுக்க மாட்டாதவங்கையிலே அம்பத்தெட்டு அருவாளு..' என்பது மாதிரி நம்பர் அழுத்தும் கைபேசி இருந்த வரை பிரச்சினை இல்லை.. இந்த 'ஸ்மார்ட் ஃபோன்' எனப்படும் 'புத்திசாலிப்பேசி' வந்த பிறகு அதில் என்னென்ன வசதிகள் இருக்கின்றன என்று கண்டுபிடிப்பதே பெரிய பாடாகப் போய் விட்டது. அதே மாதிரி ஒரு மடிக்கணிணி வைத்துக் கொண்டால் வாழ்க்கை வண்ணமயமாக இருக்கும் என்று சொல்லிய புனிதா அதில் என்னென்ன வசதிகள்

இருக்கின்றன என்பதையும் சொல்லிக்கொடுத்தாள். மிலிடரிப் பயிற்சியினால் எதையும் கற்றுக்கொள்ளும் பணிவு இருந்த போதிலும் மிக மிக நுணுக்கமாக இருக்கக் கூடிய சில விஷயங்களை வேகமாகக் கற்றுக்கொள்ளும் திறமை தனக்குக் குறைந்து விட்டதை உணர்ந்த பாலகிருஷ்ணன் மடிக்கணிணியில் அவ்வளவு ஆர்வம் காட்டவில்லை. என்றாலும் இந்த மாதிரி உபகரணங்களைத் திறமையாகக் கையாளுவதோடு மட்டுமல்லாமல் பல முடிவுகளை தன்னை விட வேகமாக எடுக்கக் கூடிய பக்குவமும் மகளுக்கு இருப்பது கண்டு அவருக்கு உள்ளூரப் பெருமை தான்..இந்த மாதிரி குணங்கள் தான் அவளை முற்றிலுமாக வெறுப்பதிலிருந்து தவிர்த்து வந்தன..

ஒரு கட்டத்திற்குப் பிறகு எல்லாமே புதிதாகத் தெரிந்தன. ஈஜிபுரா வெங்கடரேட்டி குடியிருப்புக்கு வந்த போது தான் தனக்கு வயதாகி விட்டதாகவும், தனக்கு அடுத்த தலைமுறை தன்னை விட வேகமாக ஓடிக்கொண்டிருப்பதாகவும், அவர்களைத் துரத்திப்பிடிப்பது தனது சக்திக்கு எட்டாத காரியம் எனவும் கோனார் உணர்ந்தார். இதை ஒப்புக்கொள்வது மாதிரியும், ஒப்புக்கொள்ளாத மாதிரியும் அவரது 'ஃபைவ் ஸ்டார்' நண்பர்கள் பேசினார்கள். அதற்கு முக்கியக் காரணம் அவர்களது வியாபாரமும், அந்த வியாபாரத்தின் முக்கியக் கதாபாத்திரங்களான ஐ.டி. ஆட்களும் தான்.. கோரமங்கலா மிக வேகமாக இருபத்தொன்றாம் நூற்றாண்டுக்கு மாறுகிற போது அதன் துணைக்கோளான வெங்கட ரெட்டி லேஅவுட் பின் தங்கி—யிருப்பதில் அர்த்தமில்லை என்பது அவர்களது வாதம். அவர்களது இந்த நெகிழ்வான அணுகுமுறை கோனார் அங்கு குடிவருவதற்கு பல காலம் முன்னாலேயே ஆரம்பமாகி விட்டது. அந்த மாற்றத்தின் முதல் படி கக்கூசிலிருந்து தான் ஆரம்பமாயிற்று.. லேஅவுட்டின் பூர்வகுடி மக்கள் இந்தியப்பாணிக் கழிப்பறை தான் வைத்திருந்தார்கள். கழிப்பறையே பெரிய வசதி என்று கருதுபவர்களுக்கு அது இந்தியக்கழிப்பறையாக இருந்தாலென்ன? ஐரோப்பியக் கழிப்பறையாக இருந்தாலென்ன? ஆனால் சம்பாதிக்கும் இளைய தலைமுறை அதை ஏற்றுக்கொள்ளவில்லை.வரவேற்பறையில் இருக்கும் நேர்த்தி கழிப்பறையிலும் இருக்க வேண்டும் என்பது அவர்களது வாதம். மட்டுமல்லாமல் இந்தியப்பாணியில் உட்கார்ந்து எந்திரிக்க வேண்டும். அது ஆகாது. நோகாமல் நோம்பி கும்பிடவேண்டும் என்பது தான் அவர்களது தத்துவம். நோக வைப்பதத்தைத்தான் ஐ.டி.க்கம்பெனிக்காரன் செய்து விடுகிறானே? அங்கே மறுபேச்சே பேசமுடியாதே!

ஈஜிபுரா எப்படி ஏழைகள், மத்தியதர வர்க்கத்தினர், பணக்காரர்கள் என்று எல்லோருக்கும் இடம் கொடுத்ததோ அவ்வாறே ஈஜிபுரா

எக்ஸ்டென்ஷனும் இடம் கொடுத்தது. ஒரே வித்தியாசம்.. ஈஜிபுராவில் பணக்காரார்கள் பெரிய பெரிய சைட்டுகள் வைத்திருந்தார்கள். எக்ஸ்டென்ஷனில் சிறிய சைட்டுகளிலேயே பணக்காரர்கள் இருந்தார்கள். ஒரு முப்பதுக்கு நாப்பது சைட் இருந்து வீடு கட்டினால் மாசம் ஒன்றரை லட்சம் வாடகையோ, வருமானமோ கிடைக்கும். முறைதவறி வருகிற எல்லா வருமானத்திற்குப் பின்னாலும் ஒரு பாவச்செயல் இருக்கும். கிராமத்திலிருந்து ஓடி வந்த பையன் என்கிற நிலையிலிருந்து தான் கடந்து வந்த எல்லாக் கட்டங்களையும், வாழ்ந்த எல்லாச்சமுதாயச் சூழல்களையும் திரும்பிப்பார்த்த பாலகிருஷ்ணன் அவை எந்த விதத்திலும் தனது கிராம சமுதாயச்சூழலிருந்து அப்படி ஒன்றும் வேறுபட்டிருக்கவில்லை என்று உணர்ந்திருந்தார். அதாவது அவரவர்களுக்கென்று ஒரு தொழில் இருக்கிறது.. அந்தத் தொழிலேயே அவர்கள் சில தர்மங்களைக் கடைப்பிடிக்கிறார்கள். அவர்களுக்கென்று சில குறைகள் இருக்கின்றன. அவர்களுக்கு அநீதிகள் இழைக்கப் படுகின்றன. ஆனாலும் இன்னும் ஏன் அவரவர் தொழிலை விடாமல் செய்து கொண்டிருக்கிறார்கள்? வேறு வழி—யில்லாததாலா அல்லது அந்தத் தொழிலில் அவர்களுக்கிருக்கும் பிடிமானம் காரணமாகவா? மகள் புனிதா இப்போது தான் சொன்னாள். தான் படித்த சிவில் எஞ்ஜினீயரிங் துறைக்கும், இப்போது தான் பார்க்கும் மென்பொருள் துறைக்கும் எந்த சம்பந்தமும் இல்லை.. இது அநியாயம் இல்லையா? அந்தக்காலத்தில் எஞ்ஜினியரிங் படிப்பு என்பது அபூர்வமாக இருந்தது. மின்சார வாரியம், பொதுப்பணித்துறை என்பவற்றிலிருந்து எஞ்ஜினியர்கள் வரும்போது அவர்களுக்கு டாக்டர்களுக்குச் சமமான கவுரவம் கொடுப்பார்கள். இப்போது ஒரு பெண்ணையோ பையனையோ பார்த்தால் நீ எந்த எஞ்ஜினியரிங் காலேஜில் படித்தாய் என்று தான் கேட்க வேண்டியதாக இருக்கிறது. எந்தப் பிரிவில் படிக்கிறாய் என்று கூடக் கேட்கத் தேவையில்லை. அத்தோடு பெற்றோர்களைப் பார்க்கும்போது இப்போது தான் இங்கிலாந்திலிருந்தோ, அமெரிக்காவிலிருந்தோ திரும்பியதாகக் கூறுவார்கள். யார் இதைச் சாதித்திருந்தாலும் அவர்களுக்கு ஒரு பெரிய சலாம் போடவேண்டும். ஆனால் இதனது மறுபக்கம் எப்படியிருக்கிறது?

சாஃப்ட்வேர் என்ஜினியர் உலகம் என்பது ஒரு சமுத்திரம் மாதிரி.. கட்டுமானவியல், கட்டிடவியல், இயந்திரவியல், மின்னணுவியல், உலோகவியல், மின்னியல் என்று எதை எடுத்துப் படித்திருந்தாலும் தற்போது அவை கிளை நதிகள் தான்..எல்லாக்கிளை நதிகளும் ஒரு கட்டத்தில் சாஃப்ட்வேர் என்ஜினீயரிங் என்ற ஆழம் கொண்ட பெரும் சமுத்திரத்தோடு கலந்து விடும்.. அந்த சமுத்திரம் பொறி—

யியல் துறைகளை மட்டுமல்லாமல் தன்னைச் சுற்றி இருக்கக் கூடிய எல்லாவற்றையும் விழுங்கக்கூடியது. எல்லாவற்றையும் புரட்டிப்போடக்கூடியது. அப்படிப்புரட்டிப்போற்றவற்றை வரிசைப்படுத்திப்பார்த்தால் முதலில் வருவது தகவல் தொடர்பு சாதனங்கள். ஒரு தொலைபேசிக்காக எட்டு வருடங்கள், பத்து வருடங்கள் காத்திருந்ததெல்லாம் போய் இப்போது எல்லா நேரமும் கையிலேயே வைத்திருக்கும் கைபேசி. எல்லா விஞ்ஞானக்கண்டுபிடிப்புக்களையும் போலவே இதனாலும் நல்ல விளைவுகளும், மோசமான விளைவுகளும் ஏற்பட்டிருந்தாலும் நல்ல விளைவுகளே அதிகம். இரண்டாவது போக்குவரத்து. இடங்களெல்லாம் பக்கத்தில் வந்து விட்டன. பட்டாளத்துக்காரர் கோபிநாத் விமானத்தையே தரைமட்டத்துக்குக் கொண்டுவந்து விட்டார். வரிசையில் மூன்றாவதாக வருவது உணவு. பீஸ்சா, பர்கர், சலாமி, சாசேஜ், பஸ்தா மற்றும் டோ நட், ஹாட் டாக் போன்ற அடுமனைப்பண்டங்கள் (பேக்கரி புராடக்ட்ஸ்) என்று மேலைநாட்டு உணவு வகைகள் பெருவாரியாக உள்ளே நுழைந்திருந்தாலும் நமது பாரம்பரிய உணவு வகைகள் புறந்தள்ளப்படவில்லை. ஒவ்வொரு பிரதேச ருசியும் அறிமுகப்படுத்தப் படுகிறது. திண்டுக்கல், மதுரை, குண்டூர், தலச்சேரி, வடகர்நாடகம், மேற்குக்கடற்கரை என்ற பகுதியிலுள்ள மக்கள் எத்தனை ருசியான உணவுவகைகளை வைத்திருக்கிறார்கள் என்று அறிய முடிகிறது. அதிலும் இந்த பிரியாணி என்ற பண்டம் இந்த மனிதர்களை ஆட்டிப்படைப்பது மாதிரி எதுவுமே இல்லை. ஒவ்வொரு பிரதேசமும், ஒவ்வொரு சமூகமும் ஒவ்வொரு வகையான பிரியாணியைக் கண்டுபிடித்து வைத்திருக்கிறது என்பதே இப்போது தான் தெரிகிறது. இறைச்சியை இத்தனை வகையான வடிவங்களில் உருவாக்கிக்கொடுக்க முடியுமா என்பதுவும் ஒரு ஆச்சரியமான விஷயம் தான். அதிலும் சில இறைச்சி வகைகளுக்குத் தொட்டுக்கொள்ள 'மேயனீஸ்' என்றொரு 'தொடுப்பானை'க் கொடுக்கிறார்கள். அது அந்த இறைச்சியோடு கச்சிதமாகப் பொருந்திப்போகிறது. நான்காவதாக வருவது வீட்டு அமைப்பு முறை.. இதில் இரண்டு விஷயங்கள். ஒன்று கழிப்பறை.. இது சுகந்தம் வீசுவதாகவும், நமது உடம்பு வேண்டாம் என்று வெளித்தள்ளுவதை விளக்கெண்ணெய்க்குள் போட்ட வாழைப்பழத்தைப்போல மிக எளிதாக, மிக வேகமாக குழாய்க்குள் தள்ளும் சக்தி கொண்டதாகவும் இருக்கிறது. அங்கு பயன்படுத்தப்படும் பெரும்பாலான பொருட்கள் இறக்குமதி செய்யப்பட்டவை..விலையும் நான்கு மடங்கு அதிகம்.

அடுத்து படுக்கையறை.. ஒரு படுக்கையறைக்கும், இன்னொரு படுக்கையறைக்கும் எந்த விதமான தொடர்பும் இருக்கக் கூடாது. படுக்கையறை தானே மன அமைதியைத் தீர்மானிக்கிறது? மொழியில் வந்திருக்கும் மாற்றங்களையும் ஒதுக்கித்தள்ளி விடமுடியாது.. யாரையாவது வேலையை விட்டுத்தூக்குவது என்றால் அதற்குக்காரணம் கூறும்போது ‘உழைப்புச்சக்தியின் அளவில் மாற்றங்களை ஏற்படுத்துவதன் காரணத்தால்’ என்று கூறுவதும், ‘நீ ஒரு மக்கு, உதவாக்கரை’ என்று கூறுவதற்குப் பதிலாக, ‘உங்கள் திறன் அளவுக்கும், எங்கள் தேவைக்கும் ஒப்புமை இல்லாத காரணத்தினால்’ என்று கூறுவதும் அதிபுத்திசாலித்தனத்தின் வெளிப்பாடு என்றாலும் அதைப் பாராட்டாமல் இருக்க முடியாது.

காலங்காலமாக எதையுமே சாதாரணமாக, இயல்பாக எடுத்துக்கொண்ட ஒரு சனக்கூட்டத்திற்கு இந்த மாற்றங்கள் உள்ளூற சந்தோஷத்தைக் கொடுத்தாலும் கொஞ்சம் சங்கடத்தையும், பயத்தையும் கொடுத்தன.. தங்கள் வீட்டுப்பிள்ளைகள் எஞ்ஜினியரிங் காலேஜில் சேர்வதற்கு முன்னர் ஒரு அடையாளத்தையும், படிக்கும்போது ஒரு அடையாளத்தையும், படித்து முடித்து வேலைக்குப் போன பின் ஒரு அடையாளத்தையும் மிகவேகமாக மாற்றிக்கொள்வதற்குப் பின்னாலிருந்த விஷயங்கள் அவர்களுக்குப் புரிந்தும் புரியாமலும் இருந்தன. வேலைக்குப்போய் இரண்டு வருடங்கள் ஆகிவிட்டால் முடிந்தது கதை.. பெற்றோர்களுக்கும் அவர்களுக்குமிடையேயான தொடர்பு வழிகள் எல்லாமே அடைக்கப்பட்டு விடும். ஏற்கனவே விதிகளாக இருந்தவை இப்போது விதிவிலக்குகளாக மாறி விட்டன.

பள்ளி என்பது பள்ளியாக இல்லை. கல்லூரி என்பது கல்லூரியாக இல்லை. பல்கலைக்கழகம் என்பது பல்கலைக்கழகமாக இல்லை. இவற்றுக்குண்டான இலக்கணங்கள் என்ன என்பதே இப்போது அங்கே படிப்பவர்களுக்குத் தெரியாது. புனிதம் என்பது தான் இது வரையான நாகரிகங்களுக்கு அடிப்படையாக இருந்து வந்தது. அதுவும் இந்தியாவில் சொல்லவே வேண்டாம். சாணியைப் புனிதமாக மாற்றமுடியும். மாட்டு மூத்திரம் புனிதமாகும். இந்த சிந்தனைக்கெல்லாம் இனி இடம் இருக்குமா எனத்தெரியவில்லை. மூடநம்பிக்கை, நல்ல நம்பிக்கை, மறக்க முடியாத நினைவுகள், மறக்க நினைக்கிற நினைவுகள், உடலோடு சேர்ந்த காதல், காதலைப் புறக்கணித்துச் சேரும் உடல்கள், காலங்காலமாகச் சடங்குகளை முன்வைத்து நடத்தப்பட்ட திருமணங்கள், சடங்குகளே இல்லாமல் நடத்தப்பட்ட திருமணங்கள், மணமுறிவு, மணமுறிவுக்குப்பின்

தொடரும் உறவு இப்படிப் பல அம்சங்களும் கலந்தது தான் பெங்களூர் சமுத்திரம்.. இதே மாதிரியாக சென்னை சமுத்திரம், ஹைதராபாத் சமுத்திரம் என்று பல வகை உண்டு. இருந்தாலும் பெங்களூர் சமுத்திரத்துக்கு ஒரு தனிக்குணம் உண்டு. இங்கே உள்ளூர் கலாச்சாரம் என்பது ஒரு சில பகுதிகளிலேயே பார்க்க முடிகிற ஒன்றாக ஆகி விட்டது. அதனால் தாராளவியம் கடைப்பிடிக்க விரும்பும் மாந்தர்கள் எதிர்கொள்ள வேண்டிய எந்த கலாச்சார எதிரியும் இங்கே இல்லை.அதற்குத் துணைபோகிற தரகர்கள் ஏராளமாக இருக்கிறார்கள். அப்படிப்பட்ட ஒரு தரகர் கூட்டத்தோடு தான் இப்போது பாலகிருஷ்ணக்கோனாருக்குச் சகவாசம்..

வழக்கமாக மாலை ஐந்து மணிக்கு தேவர் முனியின் ஆஃபீசுக்குப் போனபோது முனி நாற்காலியில் உட்கார்ந்திருக்க எதிரிலுள்ள நாற்காலிகளில் லாரன்சும், ராஜசேகரும் உட்கார்ந்திருந்தார்கள். ஒரு தீபத்தை இரு உள்ளங்கைகளில் ஏந்திக்கொண்டிருப்பதைப் போல ஒரு ஸ்மார்ட் போனைக் கையில் வைத்திருந்த ராஜ சேகர் அதிலேயே லயித்துப் போயிருந்தான். லாரன்ஸ் அவ்வப்போது அதை எட்டிப்பார்ப்பதும் பிறகு வாசலைப் பார்ப்பதுமாக இருந்தான்.

‘என்ன பாலண்ணா... நாலஞ்சு நாளா இந்தப் பக்கமே காணம்’

‘ஊருக்குப் போயிருந்தேம் முனி.. ரெண்டு மூணு விசேஷங்கள்.. ஏனு ராஜ சேகர்... ஏனோ நோடுத்தாயித்திரா..?’ (என்ன பாத்துட்டிருக்கே..?)

‘ஏய்.. ராஜா.. சொல்பா ஈ முதுக்கனிகே தோர்சப்பா.. ஹளே ஞாபககளு பரலி..’ (இந்த பெரியவருக்குக் கொஞ்சம் காமி... பளய ஞாபகங்களெல்லாம் வரட்டும்..)

ராஜசேகர் தன் மார்போடு அதை அணைத்துக்கொண்டு பாலகிருஷ்ணனை திரைச்சீலை போட்டு மறைத்து வைத்திருந்த பகுதிக்குக் கூட்டிக் கொண்டு போனான்.

‘கொஞ்ச நேரம் நல்லாப் பாத்துட்டு அப்பறமா வெளீலே வாங்க..’

தனியாக இருந்த அந்த சிறு பகுதியில், கையடக்கமாக இருந்த அந்த சிறு கைபேசியில் தேகத்தோடு சம்பந்தப்பட்ட அந்தரங்க உலகம் பரந்து விரிந்தது.. ஒம்பதாவது பத்தாவது படிக்கும்போது மக்கிப்போன சாணிக்காகிதத்தில் அச்சுப்பிழைகளோடும், எழுத்துப் பிழைகளோடும் தெரிந்த உலகம், பிறகு பல சூழ்நிலைகளில் கேசட் வடிவத்திலும். சி.டி. வடிவத்திலும் தெரிந்த உலகம் இப்போது விதம் விதமாக இந்திய வடிவத்திலேயே இங்கே காணக்கிடைக்கிறது.

வயது, குடும்பச்சூழல் என்னும் சாம்பல் மூடியிருந்த தேகக்கனலின் காந்தத்தை பஞ்சவர்ணம் மறுபடியும் உணர்ந்தார். தனக்கு முன்னே பல நூற்றாண்டு காலம் வாழ்ந்திருந்த மனிதர்களுக்கிடைக்காத ஒரு வாய்ப்பை இந்தக்காலத்து மனிதர்களுக்குக் கொடுத்த இந்த அறி—வியலைப் பாராட்டுவதா, சபிப்பதா என்று தெரியாமல் விழித்தார். ஒரு பத்து நிமிட நேரத்திற்குப் பிறகு ஒரு குற்ற உணர்வு அவரைச் சூழ்ந்து கொண்டது.. முகத்திலெல்லாம் வியர்வை தோன்றி மனசு 'பக்..பக்' கென்று அடித்துக்கொள்ள வெளியே வந்தார்..

ராஜசேகர் தான் பேசினான்

'பாலகிருஷ்ணன் சார்... ஒரு லேப்டாப் வாங்கிக்கோங்கோ... எப்ப வேண்ணாப்பாக்கலாம்..' என்றான்.

'ஏய்... சும்மா இருப்பா நீ..'

என்று சொல்லி கைபேசியை அவன் கையில் கொடுத்தார் பாலகிருஷ்ணன்

அதற்குப் பிறகு கொஞ்ச நாட்களுக்கு அந்தப்பக்கம் போகாமலிருந்தார். அவருடைய பழைய நண்பரொருவர் டேன்னரி ரோட்டில் ஆட்டோமோபைல் ஸ்பேர்பார்ட்ஸ் கடை வைத்திருந்தவர் ஈஜிபுரா பக்கம் வீடு பார்க்கச் சொல்லியிருந்தார். மூன்றாவது கிராசிலேயே ஒரு வீடு விற்பனைக்கு இருந்தது. முனி பார்க்க வரச்சொல்லியிருந்தான்.பயல்கள் ஏற்கனவே ஏதாவது பேசிவைத்திருக்கிறார்களோ என்னவோ .. பாய் வேறு தப்பாக நினைக்கக் கூடாது. என்று யோசித்துக்கொண்டே அவர்களையும் கூட்டிக்கொண்டு வீட்டைப் பார்க்கப் போனார். கடைசியில் வீடு பிடித்திருந்தாலும் பாய் வேண்டாமென்று சொல்லிவிட்டார்.

'இல்லே பாலு... அக்கம்பக்கத்துலே முசல்மான்களே இல்லாதமாதிரித்தெரியுது.. எல்லாக்காலமும் ஒரே மாதிரி இருக்கும்னு சொல்லமுடியாது இல்லீங்களா..?'

லேப்டாப் வாங்க வேண்டும் என்ற யோசனை பல தடவை தோன்றினாலும் அதை வாங்கக்கூடிய தைரியம் கடைசி வரை கோனாருக்கு வரவில்லை. மகளின் பிடிவாத குணமும் அவளின் நிறைவேற்றவொண்ணாத நிபந்தனைகளும் வேறு எதைப்பற்றியும் அவரை யோசிக்க விடவில்லை. வருணுக்கு அடுத்தடுத்து ரெண்டு பெண்பிள்ளைகள் பிறந்தன. இரண்டும் மணிமணியான, லட்சணமான குழந்தைகள்.. இரண்டையும் அவர்களது தாய்

கிரேஸ் கத்தோலிக்க முறையிலேயே வளர்ப்பது மாதிரித் தெரிந்தது. அவர்களுக்கென்று தனியாக வீடு இருந்தாலும் பெரும்பாலான சமயங்களில் இங்கேயே வந்து விடுவார்கள்.. குழந்தைகளுக்கு தாத்தா மீது ரொம்பப்பாசம்.. மேலே விழுந்து புரளுவார்கள். எந்த விதத்திலும் குற்றம் சொல்ல முடியாதபடி நடந்து கொண்டாள் கிரேஸ்..பையனது குடும்பத்தைப் பொறுத்த வரையில் இனி தனக்குச் சொல்லவோ, செய்யவோ ஒன்றுமில்லை என்று கோனாருக்குத் தோன்றியது. எதையாவது இழந்திருக்கிறோமா, அப்படி இழந்திருந்தால் வேண்டுமென்றே இழந்திருக்கிறோமா அல்லது நிர்ப்பந்தத்தின் காரணமாக இழந்திருக்கிறோமா என்று அவரால் நிச்சயமாகக் கூறமுடியவில்லை. ஆனால் மனசுக்குள் ஒரு வெறுமை மட்டும் நிரந்தரமாகக் குடி கொண்டுவிட்டது.. அந்த வெறுமையை எவ்வளவு அகலப்படுத்த முடியுமோ அவ்வளவு அகலப்படுத்தினாள் மகள் புனிதா.. வரும் செப்டம்பர் வந்தால் முப்பத்து நாலு முடிந்து முப்பத்தைந்து ஆரம்பிக்கப் போகிறது. மகேஸ்வரி இருந்திருந்தால் நிச்சயமாக இந்த அளவுக்கு விட்டிருக்க மாட்டாள். இந்தத் தடவை கண்டிப்பாக ஒரு முடிவெடுக்கச் சொல்ல வேண்டும் என்று அவர் நினைக்கும்போதெல்லாம் சாதனை என்று சொல்வதற்கு புனிதாவிற்கு ஏதாவது இருந்தது. கடைசியாக நடந்தது எலக்ட்ரானிக் சிட்டிப்பக்கம் அவளுடைய பணத்தில் ஒரு பெரிய சைட் வாங்கிப் போட்டது தான். பதிவுப்பத்திரம் எழுதும்போது கூட அவர்கள் தாமாகவே கணவர் பெயர் என்ன என்று தான் கேட்டார்கள். இன்னும் கல்யாணம் ஆகவில்லை.. தகப்பனார் பெயர் எழுதிக்கொள்ளுங்கள் என்று சொன்ன போது அவள் வயதைப்பார்த்து விட்டு பாலகிருஷ்ணனைப் பார்த்த பார்வை ஏளனப்பார்வையா அல்லது பரிதாபப்பார்வையா என்று சொல்ல முடியவில்லை. அந்த திருப்தி ஒரு நாலஞ்சு நாளைக்கு நீடித்தது.

அன்று மாலை ஆறரை மணிக்கு புனிதா ஆஃபீசிலிருந்து திரும்பி வந்தாள். வீடுகளை ஒரு சுற்றுச்சுற்றி விட்டு கோனார் திண்ணையில் உட்கார்ந்திருந்தார்.

‘அப்பா.. எனக்குச் சென்னைக்கு மாற்றலாகியிருக்கு...’

‘என்னம்மா... திடீர்னு..’

‘அங்க ஒரு புராஜக்ட் லீடர் ரிசைன் பண்ணீட்டாருப்பா..அந்த போஸ்ட்லே... உண்மைல எனக்கு இது ப்ரமோஷன் டிரான்ஸ்ஃபர்..’

‘அங்க எங்கம்மா தங்கப்போற..?’

‘எல்லா ஆஃபீஸ்லெயெ பாத்துக்குவாங்கப்பா.. பக்கத்துலேயே அப்பார்ட்மெண்ட் இருக்குதாம்..’

‘எத்தன நாள்மா அங்க..’

‘இருக்கும்பா.. ஒரு ரெண்டு வருசம்...’

‘ரெண்டு வருசமா..?

கோனாருக்கு இருந்த கொஞ்ச நஞ்ச நம்பிக்கையும் போயிற்று..

●

புனிதா சென்னை போன பிறகு கோனாருக்கு ஒரு வெறுமை சூழ்ந்து கொண்டது. தற்கால தொழில் நுட்ப யுகத்தின் பல்வேறு முகங்களைக் காண்பது, பெங்களூர் இளைய தலைமுறையின் விருப்பு - வெறுப்புகளை அறிந்து கொள்வது இவையெல்லாவற்றையும் விட மறைந்து போன தன் மனைவி மகேஸ்வரியின் நினைவை மீட்டுக்கொடுப்பவளாக புனிதா இருந்தாள். குறிப்பாக எதுவுமே நினைவில் இல்லையென்றாலும் தனது வாழ்வின் முக்கியமான கட்டங்களில் கண்ணில் வெளித்தெரியாத மாதிரி அவள் தன்னுடன் துணை நின்ற பலம் மறக்க முடியாததாக இருந்தது. அது இல்லாமலிருந்திருந்தால் அந்தக் கட்டங்களை அவ்வளவு சுலபமாகக் கடந்து வந்திருக்க முடியாது. கண்ணுக்குத் தெரியாத நமது மனதுக்குள்ளேயே தங்கியிருக்கிற அம்சங்கள் தான் நமக்கு நல்ல பலத்தைத் தருகின்றன.

சாகசமாகவும், ஆரவாரமாகவும் போய்க்கொண்டிருந்த தனது வாழ்க்கை இப்படி ஒரு வீதிக்குள்ளேயே முடங்கிவிட்டதே என்று கோனாருக்கு ஆயாசமாகத்தான் இருந்தது. பையனோ அவன் குடும்பமோ தனக்கு எந்த விதத்திலும் பிரச்சினையாக இருக்கவில்லை. பேத்திகள் இரண்டு பேரும் பிரமாதமாகப் படிக்கிறார்கள் என்பதுவும் கூட ஒரு இயல்பான விஷயமாக இருந்ததேயொழிய மிக அதிகமாகப் பெருமைப் பட்டுக்கொள்ளக்கூடிய ஒரு விஷயமாகத் தெரியவில்லை.. பிரச்சினை எல்லாமே புனிதா தான். தனது செல்லப்பிள்ளையானாலும் கறுப்பாக, பார்ப்பதற்கு மிக சுமாராக இருக்கும் அவளுக்கு இனி மாப்பிள்ளை கிடைத்து வாழ்க்கையில் செட்டிலாகும் வாய்ப்பு மிகமிகக் குறைவாக இருப்பதாகவே அவருக்குத் தோன்றியது. நிச்சயமாக அவரது சமூகத்திலிருந்து மாப்பிள்ளை அமைவது அரிது. கிடைக்க மாட்டார்கள் என்றில்லை.. புனிதாவின் ரசனைக்குத் தகுந்த மாதிரி, அவளது

எதிர்ப்பார்ப்புகளுக்குத் தகுந்த மாதிரி நிச்சயம் அமையாது.. அப்படியானால் ஒரு பக்கம் திருப்தியாக வந்து அமைந்த தனது வாழ்க்கை இன்னொரு பக்கம் மிகப் பெரிய வெறுமையைத் தந்துவிட்டுப் போகிறது.. தனது வாழ்க்கைப்போக்கில் பல சமூக நிகழ்ச்சிகளை இழந்திருந்த அவர் தனது இறுதிச் சடங்கிலும் இழக்கப்போகிற அம்சங்களை நினைத்துப் பார்த்தார். தாரை தப்பட்டையோடு விடிய விடிய ஒப்பாரிகளும், பங்காளிகள், மாமன் மச்சான் என்று பல ஊர்ச்சனங்கள் வந்து இடுகாடு வரை குழுமியிருப்பதுமான காட்சிகள் நிச்சயமாக நடை பெறாது. மங்கலமான நிகழ்ச்சிகளை விட இந்த மாதிரியான சந்தர்ப்பங்களில் தான் அவர்களது அருமை தனது குடும்பத்தாருக்கும், ஊர்க்காரர்களுக்கும் தெரிய வரும். வருண் தன்னிடம் கேட்கவில்லையானாலும் தனது இறுதி நாட்கள் சம்பந்தமான எந்த ஆசையையும் வெளிப்படுத்தப் போவதில்லையென்பது கோனாரின் தீர்மானம்.. சொந்த ஊரிலேயே தான் மண்ணாகி மக்கிப்போக வேண்டும் என்ற ஆசை இருந்தாலும் தனக்கு வாழ்வு கொடுத்து தன்னை மனிதனாக்கிய இந்த ஊரிலேயே தனது கட்டை வேகட்டுமே என்கிற ஆதங்கமும் இருந்தது. தனது ஊரிலேயே மின்மயானம் கொண்டு சென்று எரிக்கப்படுவது இயல்பான, பெருமைக்குரிய காரியமான ஒன்றாக ஆகிப்போன பிறகு எந்த மின்மயானமாக இருந்தால் தான் என்ன?

காலை பதினொரு மணி இருக்கும். 'இது பொது வழி அல்ல' என்ற போர்டு மாட்டப்பட்ட தனது பெரிய கேட்டின் கம்பிகளைப் பிடித்துக்கொண்டு தனக்கு முன்னால் தெரிந்த அந்த நீண்ட வீதியை வெறித்துப் பார்த்துக்கொண்டிருந்தார் கோனார்... அப்போது ஒரு ஆட்டோ கேட்டின் முன்னால் வந்து நின்றது... லாரன்ஸ் அதிலிருந்து இறங்கினான். அவனைத்தொடர்ந்து ஒரு இளம்வயது பையனும், பெண்ணும் இறங்கினார்கள்.

'சார்.. காலியிருக்குன்னு சொன்னீங்க இல்லியா... அந்த வீட்டப் பாக்கலாமா சார்...' என்றான் லாரன்ஸ்

000

குமரவேல் வீட்டிற்குத் திரும்பி வந்தார். கதவைத் திறந்த சுலோச்சனா புருவத்தை உயர்த்தி அவரைப் பார்த்தார். 'இந்நேரம் எங்க போய்த் தொலச்சீங்க..' என்பது மாதிரியான பார்வை. கோதுமைச் சோறும், கோவைக்காய் பொறியலும் கலந்த முதல் ரவுண்டு அப்புறம் கொஞ்சம் அரிசி சாதத்தோடு தயிர் இரண்டாவது

ரவுண்டு...அடித்து விட்டு டி.வி.யில் தமிழ், ஆங்கிலம், கன்னடம் என மாற்றி மாற்றி ஒரு ரவுண்டு போய்விட்டு படுக்கையில் சாய்ந்தார். படுத்துக் கொண்டு விட்டத்தைப் பார்த்தார்.

விட்டத்தில் என்ன இருக்கிறது? அதுவும் இந்த கான்க்ரீட் கூரை போட்ட அறைகளில் விட்டமே கிடையாது.. விட்டம் இல்லாததால் கற்பனைக்கு இடமே இல்லை.. ஊரில் மரச்சட்டங்களும், அதற்குக் குறுக்காக தப்பைகளும் அதன் மேல் மங்களூர் ஓடுகளுமாக இருக்கும். பகல் நேரமாக இருந்தால் ஓட்டைகள் வழியாக ஒளிக்கீற்றுகள் வரும்.. இரவில் மரச்சட்டங்களின் வரிசை மங்கிய வெளிச்சத்தில் சீராக இருப்பது மாதிரியும், இல்லாத மாதிரியும் தெரியும். இளமையில் படித்துமுடித்து வேலையில்லமல் இருந்தபோது விட்டத்தைப் பார்த்தால் அப்போது ஆசை வைத்திருந்த பெண்கள் தேவதைகளாகத் தெரிவார்கள். பக்கத்து வீட்டு ரேடியோவிலிருந்து ‘விழியே கதை எழுது’ பாடலோ அல்லது ‘போய் வா நதியலையே..’ பாடலோ கேட்டுவிட்டால் இன்னும் இம்சையாக இருக்கும். அந்தப்பருவத்தில் அந்த மாதிரிப்பாடல்கள் ஏற்படுத்திய மனோரஞ்சித உணர்வு அதற்குப் பிறகு எந்தப் பாடல் மூலமாகவும் ஏற்பட்டதில்லை.

இன்றைக்கு வீட்டுக்கு வருவதற்கே மனசில்லாமல் இருந்தது. அப்படியே தேசாந்திரம் போய்விடலாமா என்று கூட இருந்தது. உடம்பை தேசாந்திரம் போக வைத்து விடலாம். மனசை என்ன செய்வது? அது எப்போதோ கட்டுக்குள் சிக்கிக்கொண்டுவிட்டது. தன்னால் அதை இப்போது அவிழ்க்க முடியாது. கிராமத்திலேயே முதன் முதலாக எஸ்.எஸ்.எல்.சி. பாசானபோது, பட்டதாரி ஆனபோது, நல்ல வேலை கிடைத்தபோது, தனக்கு நிகரான படிப்பும், அதற்குத் தகுந்த வேலையுமுள்ள ஒரு பெண்ணைக் கல்யாணம் பண்ணியபோது, ‘ஆசைக்கு ஒரு பெண்ணும், ஆஸ்திக்கு ஒரு ஆணுமென’ குழந்தைகள் பிறந்த போது, அதில் ஒரு குழந்தை நன்றாகப்படித்து டாக்டர் ஆன போது இப்படி கட்டுக்கள் மேல் கட்டாகத் தன்னைச் சுற்றிப்பல கட்டுக்கள் இறுகிக் கிடக்கின்றன. தானாகப் போட்டுக் கொண்ட கட்டுக்கள், குடும்பமும், சமூகமும் போட்ட கட்டுக்கள்... அறுவை—சிகிச்சை செய்யும்போது போடப்படும் தையல்களைப் போல இந்தக்கட்டுக்கள் தோலோடும் சதையோடும் மறைந்து கிடக்கின்றன. ஒரு சந்தர்ப்பத்திலாவது இப்படி ஒரு கட்டு நமக்குத் தேவையா என்று எண்ணியதில்லை.. இப்போது மூச்சு முட்டும்போது கட்டுக்களை அவிழ்த்து விடு என்று சொன்னால் யார் அவிழ்த்து விடுவார்கள்? போட்டுக்கொண்டது நீ... அவிழ்த்து விட வேண்டியதும் நீ தான்... ஒரு கன்னடக்கவி சொன்னார்:

'இந்த தீபமும் உன்னுடையது தான்
இங்கு வீசும் காற்றும் உன்னுடையது தான்
அணையாமலிருக்கட்டும் இந்த விளக்கு'

கடலும் உன்னுடையது தான்
படகும் உன்னுடையது தான்
முழுக வேண்டாம் இந்த வாழ்வு'

ஆனால் அணையாத விளக்குக்கும், முழுகாத படகுக்கும் எங்கே போவது? படைக்கும்போதே எரிவதும், அணைவதும். மிதப்பதும், முழுகுவதுமாக நியாயமான முறையில் தானே படைப்பு நிகழ்ந்திருக்கிறது? இப்போது ஏன் அடித்துக் கொள்ள வேண்டும்?

ஒரு முக்கால் மணி நேரம் கழித்து குமரவேல் விழித்துக்கொண்டார்...ஆண்-பெண் சமத்துவம் பேணவேண்டும் என்கிற தனது சித்தாந்தத்தின் ஒரு பகுதியாக இருக்கும் பாத்திரம் கழுவுதல், டீ போடுதல் என்பதையெல்லாம் முடித்துவிட்டு இருக்கும்போது அடுத்து என்ன செய்வது என்கிற யோசனை வந்தது.. எல்லாமே கண்ணிழந்தோர் ஓட்டப்பந்தயம் மாதிரித்தான் இருக்கிறது. எங்கும் முட்டிக்கொள்ளாமல், எந்தப் பள்ளத்திலும் விழுந்து விடாமல் இது வரை வந்தாயிற்று. இறுதிக்கோடு எங்கேயிருக்கிறது என்றே தெரியவில்லை.. ஓட்டத்தை நிறுத்தவும் முடியவில்லை..ஓட்டத்தைத் தொடங்கி வைத்தது யார்? ஓட்டத்தை முடித்து வைப்பது யார்?

கதவைத்திறந்து வெளியே வந்த போது சூரியனின் தாக்கம் குறைந்திருந்தது. காலையில் நடைப்பயிற்சிக்குப் போகாததனால் இப்போது போனால் என்ன என்று தோன்றியது. பிரம்மா கோரமங்கலாவைப் படைக்கும்போது சிறிதும் பெரிதுமான நிறையப் பூங்காக்களையும் படைத்திருந்தார். ஆனால் அவை எல்லாமே பொதுப்பூங்காக்களாக இருந்த படியினாலும், மரங்கள், செடிகொடிகள், மலர்கள் என்பவை மனிதர்கள் மனதில், குறிப்பாக இளைஞர்கள் மனதில் அற்புதமான காதல் எண்ணங்களை உருவாக்கும் என்பதினாலும், அவ்வெண்ணங்கள் பெரும்பாலும் மாலை வேளைகளிலேயே வரும் என்பதாலும் இந்தப் பூங்காக்களில் அத்தகைய எண்ணம் தோன்றுகிற இளம் வயது ஆண்களும், பெண்களும் ஆங்காங்கே பெஞ்சுகளில் உட்கார்ந்திருப்பார்கள். 'உட்கார்ந்திருப்பார்கள்' என்பது நாகரிகம் கருதி இடக்கரடக்கலாகச் சொல்லப்படுவது... இந்த 'உட்கார்ந்திருப்பது' குமரவேல் போன்றவர்களுக்கு மிகுந்த

சங்கடத்தைத் தரக்கூடிய 'உட்கார்ந்திருப்பது'. இயற்கை மனிதனுக்கு எல்லாக்காலத்திலும், எல்லா வகையிலும் உதவக்கூடிய மாதிரித்தான் தன்னைக் காண்பித்துக் கொள்கிறது..இந்தப் பூங்காக்களில் இளம் வயதுக்காரர்களுக்கு உதவக்கூடிய மாதிரியே பொருத்தமான இடங்களில் தனது கிளைகளை நீட்டியும், வளைத்தும் சரியான சூழலை அமைத்துக் கொடுத்திருக்கிறது. கோபம், அகங்காரம், பொறாமை என்பவற்றை மட்டுமே மனிதனின் மிருக குணங்கள்.. அதில் உணர்ச்சி வசப்படுவது சேராது என்று குமரவேல் கருதினாலும் தனது வயது கருதியும், இந்த விஷயத்தில் தன் மீதே தனக்கு நம்பிக்கை இல்லாததனாலும் மாலை நேர நடைப்பயிற்சிக்காக பூங்காக்களுக்குப் போவதை குமரவேல் தவிர்த்து வந்தார். ஜோடிகளை கொஞ்சம் உற்றுப்பார்த்தாலும் அநாகரிகம் என்று சொல்லும்படியான வயதை எட்டி விட்டதால் தான் இந்த தவிர்ப்பு. மற்றபடி பூங்காக்கள் மேல் அவருக்கு நல்ல மதிப்புண்டு. அதிலும் 'யோகா பூங்கா' வின் மேல் நிஜமாகவே மதிப்புண்டு. 'யோகா பூங்கா' என்று பெயர் வந்ததற்கு ஒரு காரணம் அந்தப்பூங்கா நிர்மாணிக்கப் பட்டபோது அதன் ஒரு பகுதியை யோகாப்பயிற்சிக்கு ஒதுக்க வேண்டும் என்று சொல்லி அதன்படியே ஒதுக்கி ஒரு யோகாப்பயிற்சியாளரை அங்கேயே குடியும் வைத்து விட்டார்கள். யோகா இப்போது இந்தியாவின் தேசீயப்பயிற்சி ஆகிவிட்டபடியினாலும் அதில் பல்வேறு பாணிகள், பல்வேறு உத்திகள் என்று ஆகிவிட்டபடியினாலும் இந்த யோகா மையத்திற்கு முன்பிருந்த மாதிரி கூட்டம் இல்லை.. ஆனால் பயிற்சியாளர் அங்கேயே குடியிருக்கிறார். ஆசிரமம் மாதிரி இருக்கும் அவரது வீட்டு அடுக்களையிலிருந்து காலை நேரத்தில் சமையல் மணம் வரும்.

○○○

தனது நோயின் தீவிரம் தெரிந்ததிலிருந்து, தனது குடும்ப உறுப்பினர்கள் எல்லோருமே தனக்கு எதிராகத்திரும்பி தனது நிம்மதியைக் குலைத்ததிலிருந்து குமரவேலுக்கு வாழ்க்கையின் மீதிருந்த பிடிப்பு குறைந்து மரணத்தை எதிர்நோக்கும் நிலைக்கு வந்திருந்தார். இதில் அதிசயத்திற்கோ, அதிர்ச்சிக்கோ என்ன இடம் இருக்கிறது? தனது வீதியிலேயே ஒவ்வொரு குடும்பத்திலும் மூத்தவர், இளையவர் என்று எல்லோரும் தான் இறந்திருக்கிறார்கள். கடந்த இருபத்தைந்து வருடங்களாக இது நடந்துகொண்டிருக்கிறது. அதற்காக அந்த வீதியில் நடைபெறும் எதுவுமே நிற்கவில்லை.. எல்லோரும் அவரவர் பாட்டுக்கு, இறப்புகள் நடந்த வீட்டுக்காரர்கள் உள்பட, வேலைகளைச் செய்து கொண்டு நாட்களை ஓட்டிக்கொண்டு

தான் இருக்கிறார்கள். ஏன் சந்தோஷப்படுகிறோம், ஏன் துக்கப் படுகிறோம், ஏன் கோபப்படுகிறோம் என்று அமைதியாக உட்கார்ந்து யோசிப்பதற்குக் கூட அவர்களுக்கு நேரம் இருப்பதில்லை. நேரம் கிடைக்காமலே ஒரு நாள் இறந்து போகிறார்கள். தனக்குப் பரவா—யில்லை. இப்போது நேரம் கிடைத்திருக்கிறது.. இதோ கிட்டத்தட்ட நாற்பதாண்டுக்காலம் இந்த மண்ணில் தனது கால்கள் நடமாடி—யிருக்கின்றன.. தான் பல் துலக்குவதற்கான பேஸ்டும், பிரஷ்ஷும், குளிப்பதற்கு சோப்பும், சமைத்துச்சாப்பிடுவதற்கான அரிசி பருப்பும், மற்றும் குடும்பம் நடத்துவதற்கான எல்லாப்பொருட்களையும் கொடுத்ததோடு தான் ஆன்மீகமாக சரணடைவதற்கான சாமிகளையும் காண்பித்து உதவியிருக்கிறது..அதற்காக நன்றி சொல்ல வேண்டும். இருந்தாலும் மனம் வெறுத்து சிந்தித்துப்பார்த்தால் இந்த நகரமாகட்டும், இந்த கோரமங்கலாவாகட்டும் இன்று நம்மைப் போஷித்து விட்டு நாளை இன்னொருவர் வந்தால் அவர்களையும் போஷிக்கத்தான் போகிறது. நாம் இந்த இடத்தை விட்டுப் போன பின்னும் இந்த போஷனை தொடந்து நடக்கத்தான் போகிறது. இதை என்னவென்று சொல்வது?

ஒன்றுமே மிச்சமில்லை என்று ஆகிவிட்டது. மனசுக்குப்பிடிச்சதைச் செய்வோம்.. மனசுக்குப் பிடிச்சதைப் பார்ப்போம்.. மனசுக்குப் பிடிச்சதைச் சாப்பிடுவோம்.. மனசுக்குப் பிடிச்சவர்களுடன் பேசுவோம்.. இத்தகைய ஒரு தத்துவ நிலைக்கு வந்த அடுத்த நாள் குமரவேல் நேற்று நின்றிருந்த அதே பார்க்கின் முன்னால் நின்று கொண்டிருந்தார். யார் வந்து நம்மை என்ன கேட்கப்போகிறார்கள்? ஒவ்வோரு கட்டிடத்தோடும் தனக்கு ஒரு உறவு இருந்திருக்கிறது. ஒன்றைப்பார்த்தாலே, அதைக்கடந்து போனாலே ஒரு உறவு ஏற்பட்டு விடும் தானே? எனவே இவை எல்லாவற்றையும் ஒரு முறை பார்க்கலாம். அமைதியாகப் பார்க்கலாம்.

குமரவேலுவின் வாழ்க்கையில் நடந்த ஒரு முக்கியமான கட்டம் இந்தப் பூங்காவோடு தான் சம்பந்தப்பட்டிருக்கிறது. குமரவேல் முதன்முதல் புகை பிடிக்க ஆரம்பித்தது பதினொன்றாவது படிக்கும்போது தான். அந்த வருடம் பள்ளியின் கடைசி வருடம் ஆதலால் இரண்டு நாட்கள் மதுரை, கொடைக்கானல் என்று சுற்றுலாவை பள்ளி ஏற்பாடு செய்திருந்தது. காலை ஐந்து மணிக்கே கிளம்ப வேண்டியிருந்ததால் பக்கத்து கிராமங்களிலிருப்பவர்கள் முன்னத்த நாள் ராத்திரியே வந்து ஸ்கூலில் தங்கிக்கொள்ள வேண்டும் என்று சொல்லிவிட்டார்கள். சொந்தக்காரர் வீடு இருப்பவர்கள் அங்கேயும் தங்கிக்கொள்ளலாம். காலையில் ஐந்து மணிக்கு பஸ்

ஏற வேண்டும் அவ்வளவு தான். நெகமம் என்கிற பெரிய கிராமம் அதைச் சுற்றியுள்ள கிட்டத்தட்ட ஐம்பது அறுபது கிராமங்களுக்கு மையமாக இருந்தது. மளிகை, ஜவுளி, இரும்புச்சாமான்கள், ஸ்டேஷனரி என்பதோடு மட்டுமல்லாமல் அனந்தராம ஐயர் சைவ ஓட்டலும், சந்தைப்பேட்டை நாகராஜ் மிலிடரி ஓட்டலும் கிராமவாசிகளுக்கு அவர்களின் சக்கர வாழ்க்கையிலிருந்து ஒரு விடுதலையைக் கொடுத்துக் கொண்டிருந்தன. அங்குள்ள போகர் மைதானத்தில் தான் இந்தி எதிர்ப்புக்கு ஆதரவாக குன்னத்தூர் அன்பரசு, காட்டூர் கோபால் என்று திராவிட முன்னேற்றக்கழகத் தோழர்கள் முழங்கினார்கள்.

நெகமத்தில் குமரவேலுவின் குழுத்தலைவன் வாசுதேவன் குடும்பத்தாருக்கு ஒரு வீடு இருந்தது. வாசுதேவன் தெலுங்கு பேசும் குடும்பத்தைச் சேர்ந்தவனாக இருந்தாலும் அவன் தெலுங்கு பேசுவதில்லை. அவர்கள் வீட்டிலேயே அவன் அப்பாவும், அம்மாவும் மட்டும் தான் தெலுங்கு பேசுவார்கள். மற்றபடி ஒரே சமுதாயத்தைச் சேர்ந்த மக்கள் பெருவாரியாக வசிக்கக் கூடிய காரிபாளையத்தில் அவர்கள் கலாச்சாரத்தையே பின்பற்றி அவர்கள் பாஷையையே பேசி வாழ்வதில் என்ன ஆச்சரியம் இருக்கிறது? வாசுதேவன் குடும்பத்தாருக்கு நிறைய நிலம் இருந்தது. நெகமத்தில் ஒரு வீடு இருக்கட்டும் என்று வாங்கிப் போட்டிருந்தார்கள். தனது குழுவில் இருக்கும் எல்லோரும் தங்கள் வீட்டில் வந்து தங்கிக்கொள்ளலாம் என்று வாசுதேவன் சொல்லிவிட்டான். எல்லா விஷயங்களிலும் கெட்டிக்காரனாக இருக்கும் வாசுதேவன் படிப்பில் சோடை தான். கீழ்வகுப்புக்களில் தட்டித்தடுமாறி வந்ததனால் இப்போதே மீசை எல்லாம் முளைத்து ஆம்பிளை மாதிரி இருப்பான்.. வாசுதேவன் குழுவில் மூன்று மட்டத்திலான உறுப்பினர்கள் உண்டு. முதல் மட்டத்தில் அவனை மாதிரியேயானவர்கள் (பிஞ்சிலே பழுத்தவை) இரண்டாவது எல்லா கெட்ட பழக்கங்களும் தெரியும். ஆனால் செய்வதில்லை. படிப்பு முக்கியம். மூன்றாவது குமரவேலுவைப் போன்ற சோணகிரிகள்... பார்த்தால் பதினொன்றாவது படிக்கும் பையன்கள் மாதிரியே தெரிய மாட்டார்கள்..படிப்பும் பிரமாதமாக இருக்காது. முதல் மட்ட உறுப்பினர்களிடம் கேனத்தனமான கேள்விகளையெல்லாம் கேட்டுக்கொண்டிருப்பார்கள். இதனாலேயே வாசுதேவன் மட்ட உறுப்பினர்களிடம் அடி, உதை எல்லாம் வாங்குவதுண்டு. ஆனால் இவர்களிடம் தான் வகுப்புப் பெண்கள் அதிகம் பேசுவார்கள்.

வாசுதேவனுக்கு தனது தலைமைப்பண்பையும், செல்வாக்கையும், அதிகாரத்தையும் காண்பிப்பதற்கு இது நல்ல வாய்ப்பாக அமைந்து

விட்டது. அவனது முதல் அறிவிப்பு தனது குழுவில் இருக்கும் ஏழு பேருக்கும் இரவு உணவு (புளிச்சோறு) இரண்டு நாளைக்குத் தேவையான நொறுக்குத்தீனிகள் (துட்ட வடை, முறுக்கு) முதலியவற்றை அவனே கொண்டுவந்து விடுவான். (சவாரி வண்டி இதற்கென்றே காரிபாளையத்திலிருந்து வரும்) எல்லோரும் சரியாக மாலை ஆறு மணிக்கு வீட்டுக்கு வந்து விட வேண்டும். இந்த ஏற்பாட்டைப் பற்றி இம்மானுவேல் வாத்தியாரிடம் வாசுதேவனே சொல்லிவிட்டான்.

வீடு பெரிய காம்பவுண்டு. உயரமான மதிலுக்கு நடுவில் இருக்கும் கதவைத்திறந்து கொண்டு உள்ளே நுழைந்தால் வலதுபுறமுள்ள வீட்டில் ஒரு தேவாங்கக் குடும்பம் வாடகைக்கு இருந்தது. இடதுபுறமுள்ள நீளமான போர்ஷனில் இரண்டு அறைகள், கிணறு, எடுப்புக்கக்கூஸ் என்பவை இருந்தன.

குமரவேல் வந்த உடனே இருட்டி விட்டது.. இரண்டாவது மட்டத்தில் கணேசனைத் தவிர எல்லோரும் வந்து விட்டார்கள். வாசுதேவனைப் பார்த்த உடனே தான் கொண்டு வந்திருந்த ஐந்து ரூபாயை அவனிடம் கொடுத்து விட்டான். இனி பயணம் முடிகிற வரை எல்லாச்செலவும் அவனுடையது.. வாசுதேவனது வீட்டில் அவன் செலவுக்கு தாராளமாகப் பணம் கொடுப்பார்கள் என்றாலும் தனது வீட்டிலேயே அவ்வப்போது பணத்தைத் திருடவும் செய்வான். பீரோ பூட்டப்படாமல் இருக்கும்போது, தூங்கும்போதோ, குளிக்கும்போதோ அப்பா தனது கச்சையை அவிழ்த்து வைத்திருக்கும்போது என்று மட்டுமல்லாமல் அம்மா பால் தயிர் விற்ற பணத்தை குறுமிளகு டப்பியில் இருப்பதை எடுப்பது பணத்தை வீட்டில் எப்பொது, எப்படித் திருடினான் என்று சொல்லும்போது அவனது சாகசத்தை எல்லா மட்ட உறுப்பினர்களும் வாயைப் பிளந்து கேட்டுக்கொண்டிருப்பார்கள்.

குமரவேல் போனபோது வாசுதேவனும், இன்னொருத்தனும் வீட்டு முன்னாலேயே நின்று கொண்டிருந்தார்கள்.

‘ஏண்டா இவ்வளவு லேட்டு..?

‘எங்கப்பா வந்ததுக்கப்பறம் பணம் வாங்கீட்டுத்தாண்டா வர முடியி..’

‘செரி... செரி... வா..’

குமரவேல் தனது பிளாஸ்டிக் பேக்கை எல்லா பேக்குகளும் வைக்கப்பட்டிருந்த மூலையில் வைத்தான். புளியோதரையின் மணம்

அறை முழுவதும் நிரம்பியிருந்தது. அங்கிருந்த பாயில் உட்கார்ந்த குமரவேல் எல்லோரையும் ஒரு முறை ஏறிட்டுப் பார்த்தான்

'இவனயே உடலாமாடா..'

'செரி'

'டேய் குமரா.. இந்தா போய் சீரெட்டு வாங்கிட்டு வாடா..'

என்று ஒரு ரூபாய் நோட்டு ஒன்றைக்கொடுத்தான்

குமரவேல் தனது பக்கத்து வீட்டு வேலுச்சாமி அண்ணனுக்கு வாங்குவது போலவே போய் ராமுலு கடையில் டொப்பி சிகரெட் (பாசிங் ஷோ) வாங்கிக்கொண்டு வந்தான். பாக்கெட்டை அங்கிருந்த ஸ்டூலின் மேல் வைத்துவிட்டு அங்கே பாயில் படுத்திருந்த கனகு பக்கத்தில் உட்கார்ந்தான். உள் அறையிலிருந்து வெளியே வந்த வாசு ஸ்டூலின் மீதிருந்த சிகரெட் பாக்கெட்டைப் பார்த்துவிட்டு

'டேய்... இந்தக் கருமத்த ஏண்டா வாங்கீட்டு வந்தெ.. கத்திரி சீரெட்டு கெடக்கிலியா..'

என்று சொல்லி குமரவேலுவின் குண்டியின் மீது ஒரு உதை விட்டான்.

'நீ என்னன்னு சொல்லவே இல்லியேடா..'

'கேட்டுட்டு போயிருக்க வேண்டியது தானே..'

கத்திரி சிகரெட் குடிக்கும் அளவுக்கு வாசுதேவனின் செல்வாக்கும், ரசனையும் இருக்குமென்று குமரவேல் நினைக்கவில்லை. யானை சிகரெட் அளவுக்கு மட்டமாக இருக்காது என்று நினைத்துத்தான் அதற்கும் சற்று மேலான டொப்பியை வாங்கினான். சிகரெட் பிடிப்பது ஒரு பழக்கம் என்றாலும் அதை ஒரு சாகசமாகக் கருதியதால் குழு உறுப்பினர்கள் எல்லோரும் எந்த நேரத்தில் எப்படிப் பிடிப்பது என்பவற்றைப் பற்றிக் கவலைப்படாமலே குடித்துத் தீர்த்தார்கள். அன்று குமரவேலுவுக்கும் ஞானஸ்நானம் போல புகைஸ்நானம் செய்து வைக்கப்பட்டது. பிறகு படிப்படியாக முன்னேறிய அந்தப் பழக்கம் பல காலம் அவருடனேயே இருந்தது. அந்த 'யோகா பூங்கா' நிகழ்ச்சி வரை.

ராகுலுக்கு அப்போது மூன்று வயதிருக்கும். சிவப்பாக 'கழுக்.. மொழுக்' கென்று இருப்பான். ஆனால் அந்த வயதுக்குரிய சுறுசுறுப்பில்லை. பேச்சும் அவ்வளவு சுத்தமாக இல்லை. இது

கவலையைத் தந்தாலும் போகப்போகச் சரியாகிவிடும் என்ற நம்பிக்கையில் தங்கள் வேலையைப் பார்த்துக் கொண்டிருந்தார்கள். அப்போதைய குடும்ப நடைமுறைப்படி ஒரு அரைமணி இடைவெளியில் கணவனும் மனைவியும் வீட்டுக்கு வந்ததும் ஒரு டீ போட்டுக் குடித்துவிட்டு மனைவி சமையலை ஆரம்பிப்பதும், கணவன் கடைக்குப்போவதுமாக இருந்தது. பெண் வீட்டுப்பாடம் செய்வாள். பையன் விளையாடுவான். எல்லோரும் படுக்கையறையில் இருந்தால் குமரவேலுவின் மார் மீது ஏறி ராகுல் குதித்து விளையாடுவான்.. சிறுவயதுக் குழந்தைகளிடல் இருக்கும் மணம் அவனிடம் கொஞ்சம் அதிகமாகவே இருக்கும். உப்பியிருக்கும் கன்னங்களில் முத்தமிடுவது சுகமாக இருக்கும்.

அப்போதெல்லாம் வெளியே போய் புகை பிடித்துவிட்டு வரும்போது நன்றாக வாயைக் கழுவி விட்டோ, அல்லது மிண்ட் போன்ற மிட்டாயைப் போட்டுக்கொண்டோ வருவது வழக்கம். ‘இத்தன பாடுபட்டு அந்தக் கருமத்தக் குடிக்காட்டி என்னோ..’ என்று சுலோச்சனாவும் சொல்வதுண்டு. ஒரு மாற்றத்துக்காக சிகரெட்டிலிருந்து பீடிக்கு மாறியது பீடியிலேயே நின்று விட்டது. அன்றும் வழக்கம்போல சாமான்கள் வாங்குவதற்காக சைக்கிளில் பையைப் போட்டுக் கொண்டு ‘யோகா பார்க்’ பக்கம் போய் சைக்கிளை நிறுத்திவிட்டு ஒரு பீடியைப் பற்ற வைத்தார். அப்போது பார்க் ஒரு அரை வளர்ச்சியை அடைந்திருந்தது. இந்த லேஅவுட்டை வடிவமைத்தவன் எந்த ஏரியாவிலெல்லாம் கொஞ்சம் வளர்ந்த மரங்கள் இருந்தனவோ அங்கெல்லாம் பார்க் இருக்கட்டும் என்று வடிவமைத்தான் போல. புது லேஅவுட் என்றாலும் எல்லா பார்க்குகளிலும் ஒரு சில வளர்ந்த மரங்கள் இருந்தன.. மற்றபடி ஆங்காங்கு புதர்கள்.. சில புதர்கள் ஆளுயரத்திற்கு மேலே இருந்தன.. சில புதர்கள் அடுத்தடுத்து இருந்தன. மாலை ஏழு ஏழரை மணி அளவில் இருள் கவிந்த நேரம். அப்போதெல்லாம் சோடியம் வேபர் தெருவிளக்குகள் வரவில்லை. எங்காவது ஒரு தெருவிளக்கு ‘புளிச்..புளிச்’ என்று எரியும். எனவே ‘முறைசாரா’ ஆண்-பெண் உறவுக்கு அது தக்க சூழ்நிலையை ஏற்படுத்திக் கொடுத்திருந்தது.

இப்போதெல்லாம் ‘சேவைதரு அடுக்ககங்கள்’ (சர்வீஸ் அபார்ட்மெண்ட்ஸ்) கோரமங்கலாவில் நிறைய இருக்கின்றன. ‘வீட்டுத்தங்கல்’ (ஹோம் ஸ்டே மற்றும் ‘செலவு பகிர் விருந்தினர்’ (பேயிங்க் கெஸ்ட்) என்று பல ஏற்பாடுகள் உண்டு. கோரமங்கலா என்ன பெங்களூர் மற்றும் பெருநகரங்கள் எல்லாவற்றிலும் இருக்கின்றன.. தாராளவியம் கொடுத்த கொடையினால் மக்கள் குறிப்பாக இளம்

சமுதாயத்தினர் மகிழ்ச்சியாக இருக்கிறார்கள்.. தாராளவியத்தின் எல்லா மகிழ்ச்சி வடிவங்களுமே உடல் சார்ந்தவையாக இருக்கின்றன. இதை நன்கு உணர்ந்த உச்ச நீதிமன்றம் கூட திருமணத்திற்கு முந்திய உறவுகளில் தவறில்லை என்று தீர்ப்புச்சொல்லி விட்டது. அதனால் மேற்கூறிய பல தங்குமிடங்கள் ஒரு வாசகத்தை தங்கள் இடத்தைப் பற்றிய குறிப்பில் சுலபமாக உள்ளே சேர்த்து விடுகின்றன. அது ‘தம்பதிகளுக்கு இணக்கமானது’ என்னும் வாசகம். திருமணமானவர்கள் மட்டுமே தம்பதிகளாகக் கருதப்படுவார்கள் என்ற வாசகம் எங்குமில்லை. இரண்டாயிரது இருபதில் இருக்கும் இந்த சவுகரியம் துரதிர்ஷடவசமாக ஆயிரத்துத் தொளாயிரத்துத் தொண்ணூறுகளில் இருக்கவில்லை.. ஆனால் உடலும், உடல் சார்ந்த தேவைகளும், மனமும், மனம் சார்ந்த உணர்வுகளும் கட்டுப்பாட்டியம், தாராளவியம் என்ற கோட்பாடுகளைக் கொண்டா இயங்குகின்றன ?

இந்த சூழ்நிலையில் அப்போது குமரவேல் ‘யோகா பார்க்’ கின் வலது ஓர மூலையில் நின்று கொண்டு பீடியின் மத்தியப்பகுதி சுவையை ருசித்துக் கொண்டிருந்தார். பின்னாலிருந்து பொத பொதவென்று ஆட்களைப் பிடித்துக் கொண்டு வரும் சத்தம் கேட்டது..‘சர்..’ரென்று ஒரு போலீஸ் ஜீப் குமரவேலுவின் சைக்கிளுக்கு முன்னால் பிரேக்கடித்து நின்றது..

‘சார்.. சார்.. நாங்க சும்மா பேசீட்டுத்தான் சார் இருந்தோம்..’

‘அதெல்லா அங்க வந்து ஸ்டேஷன்லே சொல்லு..’

‘சார்... நா வீட்டுக்குப் போகணும்... எங்கம்மா தேடுவாங்க..’

‘அதெல்லா இந்தப் பையங்கூட வந்த அப்பவே யோசிச்சிருக்கணும்...’

தனது கண்முன்னாலேயே மூன்று ஜோடிகள் சிக்கின..ஒன்றிரண்டு ஓடியும் போயின. அந்த இருட்டில் ஒன்றும் தெரியவில்லை..

குமரவேல் நின்றிருந்ததை அவர்கள் பார்த்தார்களா ? பார்த்தும் விட்டுவிட்டார்களா ? அந்த பார்க்குக்கு இரண்டு வழிகள் உண்டு.. ஒன்று மேற்குப்பகுதி..இரண்டு வடக்குப்பகுதி.. இந்த ஜோடிகள் பெரும்பாலும் தெற்குப்பகுதியில் தான் இருக்கும். எனவே போலீ—ஸ்காரர்கள் வடக்குப்பகுதி வழியாகத்தான் வந்திருக்கிறார்கள். இருந்தாலும் மேற்குப்பகுதி வழியாக ஒருவராவது வந்திருந்தால் தன்னைக் கவனித்திருக்க முடியும். சந்தேகக் கேஸ் என்று வந்து விட்டால் செயலில் ஈடுபடுபவர்கள் என்பது மட்டுமல்லாது

செயலுக்கு உடந்தையாக இருந்தவர்களும் (குரூரமாகச் சொன்னால் மாமா வேலை செய்து கூட்டிக்கொடுப்பவர்கள்) சிக்குவார்கள். தான் நின்றிருந்த தோரணையும். பீடி குடித்துக்கொண்டிருந்த லட்சணமும் அதற்குத் தகுதியானவனாகக் காண்பித்திருக்கும் என்று குமரவேல் உறுதியாக நம்பினார். பெருத்த அவமானத்திலிருந்து மயிரிழையில் தப்பித்துவிட்ட குமரவேல் அங்கிருந்து மின்னல் வேகத்தில் ஓட்டமெடுத்தார். இது போன்ற நிகழ்ச்சிகள் பத்திரிகைகளிலும் வரும் என்றாலும் அப்போது வெளிவந்துகொண்டிருந்த தமிழ் மாலைப் பத்திரிகையான ‘தினச்சுடர்’ அதைக் கட்டம் கட்டி வெளியிடும். சில சமயம் புகைப்படமும் கூட இருக்கும். ‘ஏன்... அலுவலகத்திற்குத் தெரிய வந்து தனது வேலைக்குக் கூட வேட்டு வைத்திருக்கலாம். காளியாத்தா தான் காப்பாற்றினாள். எந்தத் தப்பும் செய்யாமலே இப்படி ஒரு சோதனை.. திருமணத்திற்கு முன்னால் அப்போதைய தனது பெண் தொழியுடன் ஒரு தனியார் விடுதியில் தங்கியிருந்தபோது இப்படி நடந்திருந்தால் என்ன ஆகியிருக்கும் என நினைத்த போது ‘கிலி’ அதிகமாகியது..

குற்றங்களுக்கும் பாவங்களுக்கும் இரண்டு முகங்கள் உண்டு. பிறருக்குத் தெரியாத வகையில் நடக்கும்போது அது தனது உடலின், ஆன்மாவின் தேவையைப் பூர்த்தி செய்கிறது. அதை இல்லை என்று சொல்ல முடியாது. இரண்டுமே ஒரு தவிப்பில் தான் அதைத் தேடுகின்றன. பிறர் அறியும்போது குற்றமாகவும், பிறர் அறியாதபோது மகிழ்ச்சியைத் தருவதாகவும் இருப்பது வேடிக்கை தான்

குமரவேல் பார்க்கிலிருந்து நேராக வீட்டுக்கு வந்து விட்டார். சுலோச்சனா கேட்டபோது பணம் எடுத்துப் போக மறந்து விட்டதாகச் சொன்னார். ராகுல் ஓடி வந்து கழுத்தைக் கட்டிப்பிடித்தான்.

‘ச்சீ.. அப்பா வாயிலிருந்து நாத்தம் வருது...’

என்று சொல்லி கழுத்தை விட்டு விட்டு ஓடிபோனான். சரிதான்.. இந்தக் களேபரத்தில் வாயைக்கழுவவோ மிட்டாய் எதையும் வாயில் போடவோ முடியாமல் போச்சு...

தாங்கள் வாழ்க்கையில் ஒரு கட்டத்திற்கு வந்திருப்பதாக குமரவேல் இப்போது உணர்ந்தார். வனிதா வளர்ந்து வந்தாள். சுலோச்சனா எப்போதும் ‘யு ஆர் கோயிங் டு பிகம் எ வுமன்’ என்று சொல்லிக்கொண்டேயிருப்பது வனிதாவுக்கு எரிச்சலூட்டும் விஷயங்களில் ஒன்றை அதிகரித்தது. இதையெல்லாம் கவனித்திருந்த குமரவேல் ஒரு இந்திய, தமிழ், மத்தியதர குடும்பத்தலைவன் என்ற

முறையில் ஒழுக்கத்திற்கும், நன்னடத்தைக்கும் முன்னுதாரணமாக விளங்க வேண்டியது அவசியம் என்று முடிவு செய்ததன் விளைவாக அன்றிலிருந்து புகை பிடிப்பதை விட்டுவிடத் தீர்மானித்தார். தியாகம் செய்வதால் மட்டுமே குடும்பம் முன்னேறிவிடும் என்று நம்பியது பொய்த்துப்போனது.

ராகுல் பீடி நாத்தத்தைக் கண்டறிந்து தெரிவித்த பின் சுலோச்சனா அவரைப்பார்த்த பார்வை அவளது பேசாமொழியின் ஒரு பாகம் தான்.. பேசும் மொழி சீக்கிரம் தோன்றி சீக்கிரம் மறைந்து விடும். பேசாமொழிக்கு அர்த்தம் அதிகம் என்பதால் அது நீண்ட நேரம் நிலைத்து நிற்கும். சுலோச்சனாவைப் பொறுத்த வரை அது நாட்கணக்கில் ஏன் வாரக்கணக்கில் கூட நீண்டு போகலாம். ஒரு பத்து நிமிடம் கழித்து மீண்டும் சைக்கிளை எடுத்துக் கொண்டு கிளம்பினார். தன் வீட்டிலிருந்து கிளம்பி பதினெட்டாவது மெயின் ரோட்டுக்கு வந்தாலே மனசு விசாலமாகி விடும். ஏனென்றால் ரோடு விசாலமாக இருக்கும். அதோடு இரண்டு பக்கமும் பெரிய பெரிய சைட்டுகள். எல்லாவற்றையுமெ இப்போது யாருக்கு இடம் ஒதுக்கப்பட்டதோ அவர்களே வைத்திருந்தார்கள். வீடு கட்டிக்கொண்டிருந்தார்கள் அல்லது காலி இடத்தை வைத்திருந்தார்கள். பார்க்குக்கு எதிரில் இருக்கும் பெரிய சைட்டுகள் எல்லாமே பெரிய பெரிய காண்ட்ராக்டர்களுடையது..அவர்களுக்கே நேரிடையாக ஒதுக்கப்பட்டதா அல்லது ஏதாவது வேறு ஏற்பாட்டில் வாங்கிக் கொண்டார்களா எனத்தெரியவில்லை. நேர் எதிரில் இருக்கும் சைட் கே.பி.பி. பில்டர்ஸ் உடையது.. இப்போது தான் புதிதாகக் கட்டி குடிவந்திருக்கிறார்கள். வீட்டுக்கு வெளியே உள்ள சலவைக்கல் பெயர்ப்பலகையில் அவர் பெயருடன் ‘ஏ ஒன் கவர்மெண்ட் காண்ட்ராக்டர்’ என்று பதித்திருந்தது. அதற்குபின்னால் ஒரு பெரிய கிணறு இருந்ததாகவும், லே அவுட் அமைக்கப்பட்ட பிறகு கூட அது மூடப்படாமல் இருந்ததாகவும் அதில் நிறையப்பேர் குறிப்பாகப் பெண்கள் விழுந்து தற்கொலை செய்து கொண்டதாகவும் கோரமங்கலாவின் வரலாற்று ஆர்வலர்கள் குறிப்பிடுவார்கள். அதனால் பல ஆவிகள் அந்த இடத்தைச் சுற்றி வருவதாகவும், கேபிபிபில்டர்ஸ்காரர் வீடு கட்டிய போதும் கூட முன் தாழ்வாரத்தின் ஒரு பகுதியில் கான்கிரீட் ஒட்டவேயில்லை என்றும், பல முறை முயற்சி செய்தும் முடியாததால் அந்தப் பகுதியை அப்படியே விட்டு விட்டார்கள் என்றும் கூறினார்கள். அது எப்படியிருந்தாலும் கே.பி.பி. அடுத்தடுத்து காண்ட்ராக்ட்கள் எடுத்துக் கொண்டு தான் இருந்தார். அதற்கு அடுத்து இடதுபுறத்தில் மூன்று நான்கு காலி சைட்டுகள்.

அதற்குப் பிறகுள்ள ஒரு பெரிய சைட்டில் தான் இன்னொரு காண்ட்ராக்டர் நாகப்பா வீடு கட்டிக்கொண்டிருந்தார். கோரமங்கலா ஐந்திலிருந்து எட்டு வரையுள்ள பிளாக்குகளிலுள்ள மிகப்பெரிய சைட்டுகளில் ஒன்றாக இருந்தது. பக்கத்திலுள்ள சைட்டுகளை விடப் பெரியது.. அதற்குக்காரணம் உண்டு. அந்த சைட்டுக்குப் பின்னால் ஒரு பெரிய உயர் அழுத்த மின்கம்பி போகிறது. சாதாரணமாக அப்படிப்பட்ட உயர் அழுத்த மின் கம்பிகள் போகும் இடங்களில் வீட்டுமனைகள் போடக்கூடாது. எப்படிப்போட்டார்கள் என்று தெரியவில்லை. அதைச் சுட்டிக்காட்டி அந்த சைட்டை நாகப்பா வளைத்துப் போட்டிருக்கக் கூடும்.

இரண்டு நாளைக்கு முன்னால் ஞாயிற்றுக்கிழமை அந்த வழியாகப்போன போது சும்மா எப்படிக் கட்டிக்கொண்டிருக்கிறார்கள் என்று பார்க்கப்போனார். வெளி—யிலிருந்து பார்ப்பதற்கே பிரமிப்பாக இருப்பது மட்டுமல்லாமல் குழப்பமாகவும் இருந்தது. தரைத்தளமும், மேலே இரண்டு தளங்களுமாக இருந்தாலும் அது செங்குத்தாக ஒன்றன் மீது ஒன்றாக இல்லை. எத்தனை தளம் இருக்கிறது என்று வெளியிலிருந்து பார்த்தால் தெரியாது..மாடியின் மீது ஆங்காங்கு உப்பரிகைகள் மாதிரி முன்னே நீட்டப்பட்டிருந்தன. வருங்காலத்தில் ஜூலியட்டுகள் சவுகரியமாக நிற்கும் அளவுக்கு அவை விசாலமாக இருந்தன. உள்ளே போய்ப் பார்த்தபோது தான் கட்டிடத்தின் பிரம்மாண்டம் தெரிந்தது. முழுக்கட்டிடமும் கட்டி முடிக்கப்பட்டிருந்தாலும் இன்னும் மேல்பூச்சு ஆரம்பிக்கப்படவில்லை. தரைத்தளத்தில் வரவேற்பறை, சமையலறை என்பவற்றோடு ஒரு பெரிய அறையும் இருந்தது. அது படுக்கையறை மாதிரித்தெரியவில்லை.. ஹாலின் ஓரத்தில் நடுநடுவே ஓட்டைகள் கொண்ட மாடிப்படிகள்.. மேலே ஏறிப்பார்த்தால் ஜெய்ப்பூர் அரண்மனை அல்லது கோட்டைகளில் உள்ளது மாதிரி ரகசியம் பாதுக்காக்கப்படுவதற்கென்றே கட்டப்பட்டது மாதிரியான அறைகள் அல்லது தடுப்புகள்..எந்த மகராசன் இதை வடிவமைத்தானோ தெரியவில்லை.. கையிலுள்ள எல்லாவற்றையும் சேர்த்துப்போட்டு, எல்லாக்கடன்களையும் வாங்கி பொண்டாட்டியின் நகைகளை அடமானம் வைத்து எட்டாவது பிளாக்கில் ஒரு இருபதுக்கு முப்பதுள்ள அறுநூறு அடி சைட்டை வாங்குவதற்குள் குமரவேலுவுக்கு 'டங்குவார்' அந்து விட்டது. இன்னும் நான்கு ஐந்து வருடங்களுக்கு அங்கே வீடு கட்டுவதை நினைத்துக்கூடப் பார்க்க முடியாது. இவர்களுக்கெல்லாம் எங்கிருந்து பணம் கிடைக்கிறது? அது சரி... இவ்வளவு பெரிய கட்டடத்தை

எப்படி நிர்வகிக்கப் போகிறார்கள்? எத்தனை வேலைக்காரர்கள் இருப்பார்கள்? இன்றைக்கு இல்லாவிட்டால் நாளைக்கு இந்த வீட்டுக்கு வாரிசாக வரக்கூடிய மகன், மகள், பேரன், பேத்தி யாராவது இவ்வளவு பெரிய வீடு தனக்கு வேண்டாம் என்று வெளியேறிப் போய்விடுவார்களா? மானுடர்களின் துக்கம் கௌதம சித்தார்த்தனுக்குத் தெரிந்த மாதிரி அவர்களுக்குத் தெரியுமா? அதற்கு வாய்ப்பிருக்காது. இப்போதே அப்படிப்பட்ட ஏழை ஜனங்கள் கோரமங்கலாவில் அதிகம் கிடையாது. இங்கே இருக்கும் வாட்ச்மேனையும் கட்டடம் முடிந்த பிறகு துரத்தி விட்டு விடுவார்கள். எதிரில் பார்க்குக்கு வரும் கிராக்கிகள் கூட தன்னைப்போல மத்திய தர வர்க்க கிராக்கிகளாகவோ அல்லது அதற்கும் மேல்பட்ட வாழ்க்கை வசதியுடையவர்களாகவோ தான் இருப்பார்கள். நோயாளிகள் இங்கு வருவதற்கும் வாய்ப்பில்லை.. பிணங்கள் எங்கே இங்கு ஊர்வலம் போகின்றன?

அங்கிருந்த வாட்ச்மேன் ஒரு தமிழன் தான்.. விழுப்புரம் பக்கம் என்று சொன்னான். அன்று ஞாயிற்றுக்கிழமையாதலால் வேலையில்லாமலிருந்தது. கட்டடத்திற்குப்பின்னால் கல்லடுப்பை வைத்து வாட்ச்மேன் மனைவி சமையல் செய்து கொண்டிருந்தாள். பரட்டைத்தலையோடு இரண்டு குழந்தைகள் விளையாடிக்கொண்டிருந்தன. உயர் மின் அழுத்தக் கம்பி போகும் இடத்தில் கட்டடம் எதுவும் கட்டப்படவில்லை. கட்டவும் முடியாது... அதுவே ஒரு ஆயிரம் ஆயிரத்து ஐநூறு சதுர அடி இருக்கும்... நாகப்பா அங்கே ஒரு சிறிய தோட்டம் போடுவார்.. மங்கிய வெளிச்சத்தில் மெல்லிசைப் பின்னணியில் கையில் மதுக்கிண்ணங்கள் அல்லது பழரசக்கிண்ணங்களை வைத்துக் கொண்டு ஆண்களும், பெண்களும் விருந்து சார்ந்த உரையாடலில் ஈடுபட்டுக்கொண்டிருப்பார்கள். அல்லது மொத்த இடத்தையும் குடோனாக்கி அங்கே கட்டடப்பணிக்குத் தேவையான பொருட்களைப் போட்டு வைத்துக்கொள்ளுவார். எதுவாக இருந்தாலும் அது நடக்கும்போது அங்கே குமரவேலுவுக்கு நிச்சயம் அனுமதி இருக்காது..

'சார்.. சார்..'

'ஒகர்ரா வாடு... ஏமி காவலாண்ட...'

'பக்கமு இல்லண்டி.. ரோப்பல சூடாவலண்ட..'

'பேற பணி லேதா... பொய்யேக்கி செப்பறா... டொங்கனு கொடுக்கா..'

என்று சொல்லி தன்னை விரட்டி விடுவார்கள். வெளியே வந்து ரோட்டுக்கு இந்தப்பக்கம் வந்து அந்தப் பெரிய கட்டடத்தை மேலிருந்து கீழ் வரை ஒரு நோட்டமிட்டார் குமரவேல். தன்னையே சாக்ரடீசாக உணர்ந்த மாதிரி இருந்தது..ஏதென்ஸ் கடைவீதியில் பல வகையான பொருட்கள் விற்கக்கூடிய ஒரு பெரிய கடையின் முன்னால் நின்றுகொண்டு அந்தக் கடையையே உற்றுப்பார்த்துக் கொண்டிருந்தார் சாக்ரடீஸ்.

'ஏன் இப்படி ரொம்ப நேரமாக இந்தக் கடையையே இப்படி உற்றுப்பார்த்துக் கொண்டிருக்கிறீர்கள்?

என்று கேட்டதற்கு

'இல்லை... இந்தக்கடையில் எத்தனை பொருட்கள் இருக்கின்றன.. இதில் எதுவுமே எனக்குத் தேவையில்லை...'

என்று சொன்னாராம். தனது மகிழ்ச்சியையும், நிம்மதியையும் தீர்மானிப்பதற்கு பொருட்கள் தேவையில்லையென்று சாக்ரடீஸ் சொல்லலாம். கோரமங்கலாவுக்கு வரும் யாரும் அந்த மனநிலை கொண்டவர்களாக இருக்க மாட்டார்கள். சதாசிவ நகர், பேலஸ் ஆர்ச்சேட்ஸ் முதலிய பகுதிகள் மாதிரி கோரமங்கலா ஆகும் என்பது இங்கத்த புரோக்கர்கள் தங்களிடம் வரும் கிராக்கிகளுக்கு சொல்லும் வழமையான வாசகம்.. அப்படியானால் இங்கு வரும் எல்லோரும் செலவச்செழிப்போடு தான் வருவார்கள்.இங்கு எல்லாப் பொருட்களும் கிடைக்கும்..

பத்தொன்பதாவது மெயின் ரோட்டிலிருந்து கல்யாணமண்டபத்தை ஒட்டிப் பிரிந்து கனரா பேங்க்கை நோக்கிப் போகிற ரோட்டில் வீட்டு மனைகள் தான் ஒதுக்கப் பட்டிருந்தன. ஆனால் வீட்டைக்கட்டியவர்கள் முன்னால் இரண்டு மூன்று கடைகள் இருப்பது மாதிரிக் கட்டிக்கொண்டிருந்தார்கள்..எழுபதுகளின் ஆரம்பத்திலேயே விண்ணப்பங்கள் வாங்கி ஒதுக்கப்பட்ட மனைகள். அப்போது விண்ணப்பித்தவர்கள் பெரும்பாலும் அரசு ஊழியர்கள் அல்லது எச்.ஏ.எல், பி.இ.எல், ஐ.டி.ஐ. மாதிரியான பொதுத்துறை நிறுவன ஊழியர்களாக இருந்தார்கள். அடுத்த படியாக மைகோ, பின்னி மில்ஸ், மைசூர் லேம்ப்ஸ், என்.ஜி.இ.எஃப். மாதிரியான நிறுவன ஊழியர்கள்.. சுதந்திரத்திற்குப் பிறகு தனது புண்ணிய பூமியான பாரதத்தை தொழில்மயப்படுத்தவேண்டும் என்கிற ஜவகர்லால் நேருவின் பெருங்கனவு காரணமாக உருவாக்கப் பட்ட பொதுத்துறை நிறுவனங்களில் வேலை வாங்குவது ஐம்பதுகளிலும், அறுபதுகளிலும் சுலபமானதாகத்தான் இருந்தது..

சென்னபட்னா பக்கத்திலிருந்து வந்த நஞ்சப்பாவும் தனக்கு ஒதுக்கப்பட்ட இடத்தில் பின்னால் வீடு கட்டிக்கொண்டு முன்னால் இரண்டு கடைகள் கட்டினார். தனக்கு வந்த ஐ.டி.ஐ. சம்பளத்தில் கொஞ்சம் கொஞ்சமாகச் சேமித்துக் கட்டப்பட்ட வீடு. ஒரு கடை ஒரு தையல் கடைக்கு வாடகைக்கு விடப்பட்டது. இன்னொன்றில் மளிகைக்கடை திறந்து ஊரில் பத்தாவது முடித்து கொஞ்ச வருசமாகி மேலும் படிக்க விருப்பமில்லாதிருந்த தனது தம்பி பையன் ஒருத்தனைக் கொண்டு வந்து போட்டார். ஊரில் கூட்டுக்குடும்பம்..நான்கைந்து அண்ணன் தம்பிகள்.. எல்லாம் ஒரே குடும்பமாக இருந்தார்கள். விவசாயம் எல்லாம் ஒன்றாகவே இருந்தது.. பெரியவர் எல்லாவற்றையும் பார்த்துக் கொள்வார்..நஞ்சப்பா பெங்களூர் வந்த பிறகு தோட்டத்தில் வேலை செய்வதும் இல்லை.. அதிலிருந்து வருமானமும் பெறுவதில்லை.. ஊருக்குப்போகும்போது அவ்வப்போது சேலை, துணிமணி என்று மரியாதை செய்வார்.. நஞ்சப்பாவை என்ன செய்வது என்று பெரியவருக்கு குழப்பம்.. ஊரிலிருக்கும் தொடர்பை என்ன செய்வது என்று நஞ்சப்பாவுக்குக் குழப்பம்.. நஞ்சப்பாவின் குழந்தைகள் ஊருக்குப்போகும்போது சென்னப்பட்னாவுக்கும், பெங்களூருக்குமிடையிலிருந்த கலாச்சார வேறுபாட்டைப் பார்த்து ஒரே குழப்பம்..வளர்ந்து வரும் பெங்களூர் எதிர்காலத்தில் தரக்கூடிய வணிக வாய்ப்புக்களை உத்தேசித்தும், நகரத்தில் நன்றாகக் கால்பதித்திருக்கொண்டிருக்கிற மண்ணின் மைந்தனான தனக்கு இருக்கும் அனுபவம் மற்றும் தொடர்புகளை மனதில் வைத்தும் நஞ்சப்பா தன் தம்பி மகன் ருத்ரமூர்த்தியை பெங்களூருக்குக் கொண்டுவந்தார். ருத்ரன் நல்ல உயரமும், திடகாத்திரமான உடம்பும் கொண்டிருந்தான். படிக்கும்நேரம் போக மற்ற நேரங்களில் தோட்டத்தில் வேலை செய்ததால் உடம்பு சேகேறி இருந்தது.

ஒருமுறை அறிமுகப்படுத்திக்கொண்டால் மளிகைக்கடைக்கு சப்ளை தானாக வந்து சேரும். நஞ்சப்பா பெங்களூர் டயரி ஆட்களைப் பிடித்து நந்தினி பால் ஏஜன்சியும் எடுத்துக்கொடுத்தார். ஒரு எஸ்.டி.டி. பூத்தும் போடப்பட்டது. பையன் சுறுசுறுப்பாக இருந்தால் இங்கேயே அவனுக்கு ஒரு வாழ்க்கையை அமைத்துக் கொடுப்பது நஞ்சப்பாவின் திட்டம். ஆனால் கிராமத்தில் நில உரிமை கொண்ட உயர்சாதிப் பையனாக இருந்து பழகி அதே மனநிலையோடு பெங்களூர் வந்த ருத்ரனுக்கு பலவகைப்பட்ட மக்களும் வந்து போகும் ஒரு கடையை நடத்தும்போது அங்கே எப்படி நடந்துகொள்ள வேண்டும் என்று தெரியவில்லை..ஒரு முறை குமரவேல் பத்து மணி சுமாருக்கு அரை

லிட்டர் பால் பாக்கெட் வாங்கிக்கொண்டு போய்க் காய்ச்சியபோது அது திரித்திரியாகப் போய்விட்டது. வந்து ருத்ரனிடம் கம்ப்ளெயிண்ட் பண்ணினார்.. 'எங்கிட்ட வந்து ஏஞ்சொல்றீங்க... போய் பெங்களூர் டயரியிலே சொல்லுங்க..' என்று திமிராகச் சொன்னான். கடையில் வேலை செய்யும் பையனை காரணமே இல்லாமல் 'போளி மகனே... முண்டே மகனே..' என்று திட்டுவான். அது மட்டுமல்லாமல் ஆடுகோடி, வில்சன் கார்டன், ஜெயநகர் போன்ற பகுதிகளில் வேலையில் இருக்கும் அல்லது தொழில் நடத்தும் அவர்கள் ஜாதிப் பையன்களோடு தொடர்பு ஏற்பட்டுவிட்டது.. அவர்களோடு சேர்ந்து தண்ணி போடுவதும் பழக்கமாகி விட்டது.. இவையெல்லாம் அரசல் புரசலாக நஞ்சப்பாவின் காதுகளுக்கு எட்டியது. அவருடைய ஊருக்குப் பக்கத்திலிருந்து வந்தவர்கள் பின்னாலிருந்த தெருவில் ஒரு அரிசிக்கடை திறந்து மொத்த விலையில் கொடுத்து போடு போடு என்று வியாபாரம் செய்து கொண்டிருந்தார்கள்.. இவனுக்கு அப்படி முன்னேற வேண்டும் என்ற எண்ணம் இருப்பதாகத் தெரியவில்லையே..

ஒன்றிரண்டு வருடங்களிலேயே நகரத்தின் நெளிவு சுளிவுகள் ருத்ரனுக்குப் பிடிபட்டுவிட்டன... செல்வம், சுகம் என்னும் பேரொளியின் பிரகாசம் அவன் கண்களை உறுத்தியது. அவனுக்குத் தகுந்த மாதிரி ஒரு வாய்ப்பு வந்தது.. பொதுவாக அவர்கள் ஊர்ப்பக்கத்துக்காரர்கள் ரியல் எஸ்டேட் தொழிலில் இருப்பது குறைவு. அப்படியே இருந்தாலும் மைசூர் ரோட்டுப்பக்கம் தான் லே அவுட் போடுவார்கள்.. ரொம்ப அபூர்வமாக மாளவள்ளிப்பக்கத்துக்காரர் ஒருவர் இங்கே ஓசூர் ரோட்டுப்பக்கம் ஒரு லே அவுட் போட்டார். அவர் குடியிருப்பது நஞ்சப்பா கடைக்கு எதிரில் இரண்டாவது தெரு.. அவர்களுக்கு மொத்தமாக மளிகை சாமான்கள் நஞ்சப்பா கடையிலிருந்து தான் போகும்.. அவருக்கு மூன்று பெண்கள்.. முதல் பெண்ணுக்குக் கல்யாணமாகி விட்டது.. இரண்டாவது பெண் படித்து வீட்டிலிருந்தாள். எப்படியோ தொடர்பு ஏற்பட்டுவிட்டது..வீட்டோடு மாப்பிள்ளையாக மாறி மாமனாரின் ரியல் எஸ்டேட் தொழிலில் முழுகி விட்டான். நஞ்சப்பா கொஞ்ச நாள் ஆட்களை வைத்துக் கடையை நடத்திப்பார்த்தார்.. சாத்தியப்படவில்லை.. அப்படியே கடையிலிருக்கும் பொருட்களுக்கு ஒரு விலை போட்டு வாடகைக்கு விட்டுவிட்டார்.

அதற்கு நேர் எதிரில் இருக்கும் இரண்டு மாடிக்கட்டடம் ராசியில்லாத ஒன்று அந்தக் குறைந்த ஜனத்தொகை மக்களுக்குத் தெரிந்திருந்தது. அது ஓரளவுக்கு உண்மை தான் என்று குமரவேலுவும்

நம்பினார். காரணம் அதில் குடியிருந்த குடும்பங்களில் ஒன்றில் மனைவி சுலோச்சனாவுடன் பேங்கில் வேலை செய்த சீதம்மாவும் ஒருவர்.. அதே ஏரியாவில் ஒன்றாக வேலை செய்து கொண்டிருந்த போது இருவரும் நெருக்கமாக இருந்தார்கள். சீதம்மாவுக்கு கல்யாணம் ஆகி சில வருடங்கள் ஆகியிருந்தது.. குழந்தைகள் இல்லை..அவர்கள் வீட்டுக்கு நிறையத் தடவை போயிருக்கிறார்கள். சுலோச்சனா அந்தப் பெண்ணுடன் நெருங்கிப் பழகுவதற்கு ஒரு முக்கியக் காரணம் இருந்தது. அவர்கள் உரையாடல் முழுவதும் ஆங்கிலத்தில் தான் இருக்கும்.. எனவே அவர்கள் ரசனையும் ஆங்கிலம் சார்ந்தது தான் என்று சொல்லத்தேவையில்லை.. கொடகுப்பகுதிக்காரர்கள் பொதுவாகவே கொஞ்சம் வசதியுடையவர்களாகத்தான் இருப்பார்கள்..சீதம்மாவின் கணவன் ஏதேதோ பிசினஸ் செய்வதாகச் சொல்லப்பட்டது. கடைசியில் ஒரு நாள் சீதம்மா வீட்டிற்கே வந்து ஒரு பத்திரிகை கொடுத்தாள். அவர்கள் தாங்கள் குடியிருக்கும் வீட்டின் முற்பகுதியில் உள்ள கடையில் ஒரு பி.பி.எல். ஷோரூம் திறக்கப்போகிறார்கள். சிறிய கடை தான். அதற்கான அழைப்பு. குமரவேலுவுக்குக் கொஞ்சம் பெருமையாகத்தான் இருந்தது. கல்யாண மண்டபா ரோடு ஒரு வணிக மையமாக மாறப்போகிறது என்பது சீதம்மா கணவனின் கணிப்பு. ஒனிடா டி.வி. யை விட பி.பி.எல். டி.வி. விலை கொஞ்சம் குறைவு. தரமும் உண்டு. தவிரவும் இப்போது கோரமங்கலாவுக்குக் குடிவருகிறவர்கள் வீடு கட்டுவதற்கே எல்லாக் காசையும் செலவழித்திருப்பார்கள். ஓனிடா வாங்கும் அளவுக்கு அவர்களிடம் துட்டு இருக்காது.. கணிப்பெல்லாம் சரி தான். ஆனால் கிரக நிலை வேறாக இருந்தது..

எல்லா ஞாயிற்றுக்கிழமைகளையும் போல அந்த ஞா—யிற்றுக்கிழமையும் குழந்தை வனிதாவை அழைத்துக் கொண்டு அந்த வழியாகப் போனபோது கடை சாத்தியிருந்தது..வழக்கமாக ஞாயிறு மாலைகளில் கடை கொஞ்சம் சுறுசுறுப்பாக இருக்கும். கடையைக் கடந்து போகும்போது கடையின் உள்ளிருந்தே கண்ணாடித்தடுப்பு வழியாக சீதம்மா கையைக் காண்பிப்பாள்.. இப்போது என்ன ஆயிற்று என்று ஆச்சரியப்பட்ட சுலோச்சனா 'நாம் வீட்டுக்குப் போய்ப்பார்க்கலாம்' என்று சொல்லி பின்னாலிருந்த வீட்டுக்குக் கூட்டிக்கொண்டு போனாள். கதவைத்திறந்த சீதம்மா குழந்தை வனிதாவைப் பார்த்ததும் 'ஹலோ... பேபீ... கம்... கம்..' என்று சொல்லி அணைத்துக் கொண்டு உள்ளே கூட்டிக்கொண்டு போனாள். வீடு காலி செய்யக்கூடிய லட்சணத்தில் இருந்தது.. இருந்தாலும் இன்னும் சில நாளைக்கு இருக்கலாம் என்று சொல்லக் கூடிய அளவில் அத்தியாவசியப்பொருட்கள் அப்படியே இருந்தன..

'என்ன ஆச்சு... சீதம்மா...?'

'நாங்க காலி செய்யப் போறோம்.. சுலோ..'

சீதம்மா அதற்கு மேல் ஒன்றும் பேசவில்லை..வனிதாவைக் கொஞ்சிக்கொண்டிருந்தாள். சுலோச்சனா கேட்ட கேள்வி அவ்வளவு முக்கியமில்லாதது மாதிரியும் சாவகாசமாகப் பதில் சொல்லிக்கொள்ளலாம் என்பது மாதிரியும் அவளது போக்கு இருந்தது. அப்படித்தான் சுலோச்சனா எடுத்துக் கொள்ள வேண்டும் என்கிற எதிர்பார்ப்பும் இருந்தது.. சீதம்மா புத்திசாலிப்பெண்ணாக இருந்தாலும் எதையும் நேரடியாகப் பேசக்கூடியவள். எதையும் மறைத்து வைக்காமல் திறந்த மனதோடு எதைப்பற்றியும் விவாதிக்கக் கூடியவள். மிலிடரிக்காரரான அவரது அப்பா ஏற்படுத்திக் கொடுத்த கறாரான ஒழுக்க முறைகள் அவளது எல்லா நடவடிக்கைகளிலும் தெரியும். அப்படிப்பட்டவள் தன்னிடம் இந்த விஷயத்தை ஏன் சொல்லவில்லை என்று சுலோச்சனாவுக்கு வருத்தமாக இருந்தது.. ஆனாலும் ஒன்றும் சொல்லாமல் வாசலைப்பார்த்தபடி உட்கார்ந்திருந்தாள்.சீதம்மாவின் மடியிலிருந்த வனிதா இறங்கிப்போய் ஒரு பெட்டியின் மீது உட்கார்ந்து கொண்டாள்.. இப்போது சீதம்மா சுலோச்சனாவைப் பார்த்தே ஆக வேண்டும்..சுலோச்சனாவின் கேள்விக்குப் பதில் சொல்லியே ஆக வேண்டும்..

'முத்தப்பாவும் நானும் பிரியப்போகிறோம்.. சுலோ...'

இந்த பதிலைக் கேட்ட சுலோச்சனா சீதம்மாவை ரொம்ப நேரம் உற்றுப்பார்த்துக் கொண்டிருந்தாள்.

'என்ன சீதா சொல்றே.. இதப் பத்தி இதுவரைக்கும் ஒரு ஹிண்ட் கூட குடுக்கலியே... எம்மேலே உனக்கு நம்பிக்கை இல்லியா..?'

'சுலோ... இதப் பத்தி நீ மேலே ஒண்ணும் கேக்காம இருந்தா எனக்கு நிம்மதியாருக்கும்.'

ஆங்கிலத்தில் இந்த வாசகத்தைச் சொல்லும்போது மிக இயல்பாக இருக்கும். ஆனால் இதன் உண்மையான பொருள் எவ்வளவு வேதனையானது என்பது அதில் சம்பந்தப்பட்டவர்களுக்குத் தான் தெரியும்.. சுலோச்சனா அதற்கு மேல் அதைப் பற்றி மட்டுமல்ல வேறு எதைப்பற்றியும் பேசவில்லை.. சரியாக அப்போது முத்தப்பா உள்ளே வந்தான்.. தான் போட்டிருந்த ஜெர்கினை கழட்டி அங்கேயிருந்த சோபாவின் மீது போட்டவன் சுலோச்சனாவைப் பார்த்து 'ஹலோ மேடம்' என்றான். குமரவேலுவிடம் கை குலுக்கினான். வனிதாவை

நோக்கிக் கையை நீட்டி 'கம் டார்லிங்' என்றான். கீழே குனிந்து தரையைப் பார்த்துக்கொண்டிருந்த சீதா முத்தப்பாவைப் பார்த்து, 'டீ போடட்டுமா?' என்றாள். இது என்ன வேடிக்கை! இவர்கள் உண்மையாகவே பிரியப் போகிறார்களா இல்லை எதாவது டிராமாக் காண்பிக்கிறார்களா? இந்த சூழ்நிலையில் ஒரு தமிழ்த் தம்பதி எப்படி நடந்து கொள்வார்கள் என்று குமரவேல் நினைத்துப் பார்த்தார். முதலில் அவர்கள் ஒருத்தருக்கொருத்தர் ஏறிட்டுப் பார்த்துக் கொள்ளவே மாட்டார்கள். அப்புறம் இறுதிவரை சூடேற்றப்பட்ட வார்த்தைகள் அஸ்திரங்களாகப் பறந்து கொண்டிருக்கும். பெரும்பாலும் ஆண் தனது அதிகாரத்தைக் காண்பிக்க முயற்சி செய்வான். பெண் படித்தவளாக இருந்தால், தனி மனித கௌரவத்தில் நம்பிக்கை உடையவளாக இருந்தால் அதை நிலைமையை மிக நாகரீகமாகக் கையாளுவாள். கூடுமான வரை திருமண பந்தத்தை நிலை நிறுத்த முயற்சி செய்வாள். மீறிப்போனால் தலைவிதி என்று வருவதை ஏற்றுக்கொள்வாள். இது படித்து வேலையிலிருக்கும் பெண்ணின் அணுகுமுறை. தொண்ணூறுகளின் நிலைமை.. இனி எதிர்காலம் எப்படியிருக்கும் என்று யாருக்குத் தெரியும்?

நிலைமை ரொம்ப இறுக்கமாக ஆவதைப் பார்த்த சுலோச்சனா 'சரி... சீதா... நாங்க கௌம்பறோம்... நாளைக்குப் பாக்கலாம்' என்று சொல்லிவிட்டு வெளியே வந்தார்கள்..

அடுத்த நாள்... அதற்கடுத்த நாள் என்று தாம்பத்தியம் விரிசலடைந்த கட்டங்களைக் கோடி காட்டிச் சொன்னாள்.. சுலோ குறுக்குக் கேள்வி எதுவும் கேட்கவில்லை.. மேலும் இரண்டு நாட்கள் கழித்து ஒரே கேள்வி மட்டும் கேட்டாள்.

'சீதா... அதெப்படி இவ்வளவு நடந்ததுக்கப்புறம் உங்களால இவ்வளவு சாதாரணமா இருக்க முடியுது..?'

'சுலோ... நடக்கறத எத நம்மால தடுத்து நிறுத்த முடியும்.. சும்மா தலயில கைய வச்சு உக்காரதாலயும், தடிச்ச வார்த்தைகளப் பேசறதுலயும் என்ன பிரயோஜனம் சொல்லு ..எனக்கு இன்னும் அவர் மேல மரியாதை இருக்குது..'

'உங்க அப்பா அம்மா ஒண்ணும் சொல்லலியா..?'

'உனக்கு எது சரீனு தோணுதோ அதப்பண்ணுன்னு சொல்லீட்டாங்க..''

அடுத்த சில மாதங்களில் சீதம்மா அவங்க ஊர்ப்பக்கமே மாற்றம் வாங்கிக்கொண்டு போய்விட்டாள்

ooo

மாலைகள் எப்போதுமே கணக்கெடுப்பு நேரங்களாக இருக்கின்றன. நாளைக்கு என்ன என்பதை விட இன்றைக்கு நினைத்ததெல்லாம் நடந்து முடிந்திருக்கிறதா என்பதில் தான் மனசு செல்கிறது..அந்த விதத்தில் பல ஆண்டுகளாக குமரவேலுவின் கணக்கு நஷ்டத்தில் தான் ஓடிக்கொண்டிருக்கிறது..இருப்பினும் மனதை சமாதானப்படுத்துவதற்கான காரணங்கள் கிடைக்கின்றன. சமாதானப்படுத்தும் மனிதர்களும் இருக்கிறார்கள்..கமலம்மாவும், லீலா ராஜசேகரும் குமரவேலு குடும்பம் கோரமங்கலாவுக்கு வந்த காலத்திலிருந்தே இருக்கின்றன..கமலம்மாவின் குடும்பம் பூர்வீகத்தில் ஆந்திராவைச் சேர்ந்ததாக இருந்தாலும் குறைந்தது நூறு வருடங்களாக பெங்களூரில் இருக்கிறார்கள். அதாவது பெங்களூரின் பல பாகங்களிலும் அவர்கள் சொந்தக்காரர்கள் பரவி இருக்கிறார்கள். அரசு அவர்களது சமூக நிலையைப் பார்த்துக் கொடுத்திருந்த சலுகைகளை சரியாகப் பயன்படுத்திக்கொண்டிருந்த காரணத்தால் குடும்பம் முந்தைய தலைமுறையை விட கடும் வேகத்தில் முன்னேறி முன்னே சென்று விட்டது..மூன்று ஆண்களும், ஒரு பெண்ணுமாக கமலம்மாவுடைய எல்லாப்பிள்ளைகளுமே காலாகாலத்தில் கல்யாணமாகி ஒன்று இரண்டு எனப் பிள்ளைகளையும் பெற்றுக்கொண்டு விட்டார்கள்.இங்கேயும் கிறித்தவ நிலையங்களில் படித்த ஆங்கில வழிக்கல்விப் படிப்பு அவர்களது வேர்களை முற்றிலுமாக மறக்கச் செய்துவிட்டது. இப்பொது புதிய வேர்களைக் கொண்டிருக்கவும் வகை செய்து விட்டது..இது புதிய சமூகம்.. இங்கே பாரம்பரியத்திலிருந்து சுவீகரித்துக்கொண்டதான எதிர்மறையான குணங்கள் ஏதும் இல்லை... தனியாகத் தொழில் செய்தாலும். ஒரு நிறுவனத்தில் வேலை செய்தாலும் நீ பொருள் தேடிக்கொள்கிறாய்.. செலவழிக்கிறாய்.. சில தர்மங்களைக் கடைப்பிடித்து வாழ்க்கையை நடத்திக்கொள்கிறாய்.. அத்தோடு சரி.. மற்றது எதுவும் உன்னைப் பற்றிக்கொண்டு உன் கூட வராது. கமலம்மாவுக்கு இந்தத் தத்துவமெல்லாம் தெரியாது.. ஆனால் மிகப்பெரிய புத்திசாலி..சரியான வாய்ப்புக்கிடைத்திருந்தால் இஸ்ரேலின் கோல்டா மீயரைப் போலவும், இங்கிலாந்தின் மார்கரெட் தாட்சரைப் போலவும் வந்திருக்கக் கூடும். வீட்டிலேயே ஒரு தையல் மெஷினை வைத்துக் கொண்டு பெண்கள் உடைகளைத் தைத்துக்கொடுக்கக்கூடிய ஒரு தையல்காரருக்கு வாழ்க்கைப்பட்ட

கமலம்மாவின் மிகப்பெரிய சொத்து எப்பேர்ப்பட்டவருடனும் ரொம்பவும் சீக்கிரமாக நெருங்கிவிடுவது தான்.. அது அவரிடம் உண்மையாகவே அமைந்திருந்த சினேக பாவமா அல்லது ஏதாவது ஒரு கட்டத்தில் உதவி பெற்றுக்கொள்வதற்காகவா என்று உறுதியாகச் சொல்ல முடியாது.

கணவர் தைத்துக்கொடுப்பதற்காக வீடு வீடாகச்சென்று துணிகள் வாங்கி வருவது, தைத்த துணிகளை திரும்ப அவர்களிடம் கொண்டுபோய்க் கொடுத்து கூலியை வாங்கி வருவது என்கிற பணியில் அவரது வணிக மண்டலம் கோரமங்கலா ஆறாவது பிளாக் மட்டுமல்லாமல் அடுத்தடுத்த பிளாக்குகளிலும் விரிந்திருந்தது.. அப்படிப்போகும்போது அவர் மேற்கொள்ளும் விசாரணைகள் பெரும்பாலும் குடும்ப முன்னேற்றத்தை நோக்கியதாகவே இருக்கும். பையன்கள் ஏற்பாடு செய்யும் ட்யூஷனிலிருந்து அவர்கள் எழுத வேண்டிய போட்டித் தேர்வுகள், தற்போது டிமாண்ட் அதிகம் இருக்கும் வேலை வாய்ப்புத் துறைகள், பள்ளி அல்லது கல்லூரிக் கட்டணம் கட்டுவதற்கு அல்லது வேறு ஏதாவது ஒரு அவசியத் தேவைக்குத் தேவைப்படும் பணத்தைக் கடனாகப் பெறுவதற்குரிய வழிமுறைகள் என எல்லாப்பிரச்சினைகளையும் மிக சாமார்த்தியமாகத் தீர்த்துக்கொள்வார். இதில் நாணயமாக நடந்துகொள்வதினால் அவருக்கு எப்போதும் ஒரு நல்ல பெயர் இருந்தது.. தையல் தொழிலைத்தவிர குறிப்பிட்ட வருமானம் வரும் வழி சீட்டுப்பிடிப்பதிலிருந்து தான்.. சீட்டு உறுப்பினர்கள் எல்லோருமே மாத சம்பளம் பெறக்கூடிய கோரமங்கலாவாசிகளாக இருந்ததனால் பிரச்சினை இல்லை. உனக்கும் பிரயோஜனம் எனக்கும் பிரயோஜனம்.... பி.டி.ஏ. சைட்டுக்குப் பணம் கட்டியதே ஒரு சீட்டுப் பணத்தை எடுத்துத் தான்.. கோரமங்கலா வளர்ந்து வந்தபோது அதன் பூர்வீகக் குடிகளுக்கு இணையாக அல்லது அதற்கும் அதிகமாக வெளியிலிருந்து வந்தவர்கள் குடியேறியபோது அதிகமாக காசு பார்த்தவர்கள் பிளம்பர், எலக்ட்ரீஷியன், பெயிண்டர் ஆகியவர்கள் தான். அந்தக்காலத்திலும், இந்தக்காலத்திலும் அவர்கள் பாச்சா கமலம்மாவிடம் பலிக்காது. வருகிறபோது அவர்கள் என்ன மொழி பேசுபவர்கள் என்று தெரிந்து கொண்டு அவர்கள் மொழியிலேயே பேசுவார்.. தெலுங்கு தாய்மொழியாக இருந்தாலும் கன்னடம், தமிழ் மொழிகளும் தெரியும்.. எல்லா தொழிலாளர்களும் இந்த மூன்று மொழிக்குள் தான் இருந்தார்கள். தொழிலாளி வந்தவுடன் அவருடைய வேலை என்னவென்று சொல்லப்படும்..(ஒரு சில துணை வேலைகள் அப்போது சொல்லப்படாது) பிறகு அவர் உள்ளே அழைக்கப்பட்டு தகுந்த உபசரிப்புடன் டீ வழங்கப்படும்.

‘என்னப்பா உங்க கூலியெல்லாம்.. சொல்லுங்க...’

‘குடுங்கம்மா... உங்களுக்குத் தெரியாததா..’

‘அதில்லப்பா... நீ ஒரு தொழிலாளி.. இத நம்பிப் பொளப்பு நடத்தறவ..’

(தொழிலாளி குளிர்ந்து போவான்)

இத்தனை கொடுத்து விடுங்கள் என்று அவர் சொன்ன பிறகு

‘ஓ.. அப்பிடியா.. இப்ப இவ்வளவு தான் ரேட் போகுது போல இருக்குது.. செரி.. செரி.. செய்யுங்க பாக்கலாம்’

(இந்த ‘பாக்கலாம்’ என்பதில் தான் விஷயமே இருக்கிறது என்று அப்போது தொழிலாளிக்குத் தெரியாது)

வேலை ஆரம்பமாகும்.முற்றிலுமாக கமலம்மாவின் மேற்பார்வை—யிலேயே நடப்பதால் வேலை பெண்டெடுத்து விடும். இடையில் அவன் பணம் ஏதாவது கேட்டால் தவறாமல் கொடுத்து விடுவார் (அது அவர் உத்தேசித்திருக்கும் கூலிக்கு உட்பட்டிருக்கும் பட்சத்தில்.). வேலை நடந்துகொண்டிருக்கும்போதே தனக்குத் தொடர்புள்ள வீடுகளிலெல்லாம் விசாரித்து இப்போதுள்ள கூலி நிலவரத்தைப் பற்றித் தெரிந்து கொள்வார்..வேலை முடிந்த பிறகு அந்த அடிப்படையில் கூலி பைசல் செய்யப்படும்.. முதலில் அதிர்ச்சி அடையும் தொழிலாளி ஒரு நீண்ட விவாதத்திற்குப் பிறகு (சில வேளைகளில் சண்டை என்று தோன்றுமளவுக்கு) கொடுக்கும் பணத்தைப் பெற்றுக்கொண்டு போவார்.. கூலியொன்றும் மோசமிருக்காது.. ஆனால் கோரமங்கலா ஒரு செல்வந்தர் பகுதி... என்ன கூலி கேட்டாலும் கிடைக்கும் என்று எதிர்பார்த்து வந்தால் அது கமலம்மாவிடம் பலிக்காது.... மிகக்காரசாரமான இந்த விவாதங்கள் நடைபெற்றுக்கொண்டிருக்கும்போது டெய்லர் அவர் பாட்டுக்குத் தைத்துக்கொண்டிருப்பார். ‘இந்தம்மா இந்தப்போடு போடுதே... இந்தாளு சும்மா தெச்சுட்டிருக்கானே..இவ இந்தம்மா புருஷனா.. இல்ல கூலீக்கி.. கீலிக்கித் தெய்க்கிறானா..’ என்று அவர்கள் சந்தேகப்படுவார்கள். பேச்சு வார்த்தையின் போது டெய்லர் எழுந்திருந்து வெளியிலோ அல்லது பாத்ரூமுக்கோ கூடப் போய்வருவார்.. அப்போது அவர் முகத்தில் இப்படியொரு பேச்சு வார்த்தை நடந்து கொண்டிருக்கிறது.. அதில் தன் மனைவி தீவிரமாகப் பங்கு கொண்டிருக்கிறார் என்று உணர்ந்ததற்கான எந்த அறிகுறியும் இருக்காது.. சிலசமயம் அவர் எழுந்த வேகத்தைப்

பார்க்கும் தொழிலாளி தனக்குச் சாதகமாக ஏதாவது சொல்வார் என்ற எதிர்பார்ப்புடன் அவர் முகத்தைப் பார்ப்பார்.ஊஹுூம்.. இந்த சம்பவங்கள் வேறு ஒரு கிரகத்தில் நடப்பது மாதிரித்தான் டெய்லர் அணுகுமுறை இருக்கும்... 'இந்தப் பொம்பளை கிட்ட இனி என்னத்தப் பேசறது' என்று தொழிலாளி கொடுத்த காசை வாங்கிக்கொண்டு போய்விடுவார். இதே மாதிரியான அணுகுமுறை தான் மின்சார வாரியம் மற்றும் குடிநீர் வாரிய ஊழியர்களிடமும் இருக்கும். வார்டு கவுன்சிலர் தெலுங்கு பேசுபவராக இருப்பது கமலம்மாவுக்கு ஒரு பெரிய சவுகரியம்

பையன்கள் வளர்ந்து வரவர தெரிந்தவர்களிடம் சொல்லி அவர்களுக்கு ஒரு பகுதி நேர வேலை வாங்கித்தருவதன் மூலம் ஒரு வருமானம் வருவது மட்டுமல்லாமல் குடும்பத்தின் நிலைமையையும் உணர வைக்க முடிந்தது. பெரிய பையனை ஒரு பாதையை நோக்கித் திருப்பி விட்டால் அடுத்த வரும் பையன்கள் தானாகப் பழகிக் கொள்வார்கள். கடைசிக்குழந்தையான பெண்ணையும் செல்லமாகவும் அதே சமயம் பொறுப்பாகவும் வளர்க்க முடிந்தது. 1976-ல் பெங்களூர் டெவலப்மெண்ட் அதாரிட்டி வருவதற்கு முன்பாக சிட்டி இம்ப்ரூவ்மெண்ட் ட்ரஸ்ட் போர்டு என்று பெயர் இருந்த காலத்திலேயே சைட்டுக்கு விண்ணப்பித்து கோட்டாவின் மூலம் வெறும் ரெண்டாயிரத்துத் தொச்சத்திற்கு வாங்கிப்போட்டு வீடு கட்டிக்கொண்டதனால் தான் இப்போது ஐம்பதாயிரம் வாடகை வாங்க முடிகிறது. இப்போது கோடீஸ்வரர்கள் தான் கோரமங்கலாவில் சைட் வாங்க முடியும்..

இந்த வகையான எல்லா சாமார்த்தியமும் அவர் கணவரின் ஒரு பழக்க விஷயத்தில் செல்லுபடியாகவில்லை..காலையில் ஒன்பது மணிவாக்கில் ஆரம்பமாகும் டெய்லரின் தையல் பணி பொழுது சாயும் வரை தொடர்ந்து போகும்.. இருட்டியவுடன் இரண்டு கைகளையும் கோர்த்து தலைக்கு மேலே கொண்டுபோய் மார்பை முன்னே நீட்டி சோம்பல் முறித்து விட்டு கொஞ்ச நேரம் தனக்கு நேர் எதிரில் இருக்கும் சுவர்க்கடிகாரத்தையோ அல்லது சுவரில் தொங்கும் ஏழுமலையான் படத்தையோ உற்றுப்பார்த்துக் கொண்டிருப்பார்பிறகு குளித்துவிட்டு பொடிநடையாக ஆஞ்சநேயர் கோயிலுக்குப் பக்கத்—திலிருக்கும் காயத்ரி வைன் ஷாப்பில் ஒரு ஓல்டு மாங்க் ரம் குவார்டர் பாட்டில் மற்றும் ஒரு சோடா பாட்டில் வாங்கிக்கொண்டு வந்து அந்த தையல் மெஷினுக்குப் பக்கத்திலேயே உட்கார்ந்து அருந்துவார்.. இதை ரகசியமாகச் செய்வதெல்லாம் கிடையாது. அதைப்போல குடிக்கும்போது நொறுக்குத் தீனி தின்பதெல்லாம் கிடையாது..

பிறகு முத்தே, சொப்பின சாறு (ராகிக்களியும். கீரைக்குழம்பும்) சாப்பிட்டுவிட்டுப் படுத்துக் கொள்வார். ஞாயிற்றுக்கிழமைகளில் இந்த சடங்கில் கொஞ்சம் மாற்றமிருக்கும்.. அன்று துணி தைப்பது கிடைப்பது கிடையாது. காலையில் அதே ஒன்பது மணி சுமாருக்கு நாஷ்டா சாப்பிட்டு விட்டு தனது உறவினர்களைப்பார்ப்பதற்காக பின்னி மில்ஸ், ஸ்ரீராமபுரம், ஒக்கலிபுரம் என்று கிளம்பி விடுவார்.. வருவதற்கு மத்தியானம் அல்லது சாயந்திரம் ஆகும்.. ஞாயிற்றுக்கிழமை அவரது மதுபானப்பழக்கத்திலும் மாற்றமுண்டு.. பத்துமணி வாக்கில் வெளியே போய் போட்டி (ஆட்டுக்குடல்) அல்லது தலைக்கறி வாங்கிக் கொண்டு வருவார்.. கமலம்மா அதைச் சமைப்பதில் சிறப்புப்பயிற்சி பெற்றவர். பாரம்பரியமாக அது வம்சாவளியில் வருவது..பிறகு கடைக்குப்போய் ரம்முடன் சோடாவுக்குப் பதிலாக ஒரு பியர் வாங்கி வருவார்..இன்று மட்டும் தொட்டுக்கொள்வதற்கு போட்டி அல்லது தலைக்கறி இருக்கும்.. இப்படி எத்தனை ஆண்டுகள் !

பையன்கலெல்லாம் தனியாகப் போய்விட்டார்கள். ஒருத்தன் அமெரிக்காவிலும், ஒருத்தன் ஹைதராபாத்திலும் இருக்கிறார்கள். நடுவலவன் ஹெப்பால் பக்கம் இருக்கிறான். ஒரு ஞாயிற்றுக்கிழமை குடிச்சடங்கு பாதியில் இருக்கும்போதே வயிற்றைப் பிடித்துக்கொண்டு உட்கார்ந்து விட்டார். சமையலிலிருந்த கமலம்மாவும் பெண்ணும் அவரைப் படுக்கையில் படுக்க வைத்தார்கள். வலி குறையவில்லை.. செயிண்ட் ஜான்சுக்குக் கொண்டு போனார்கள்.. ஏற்கனவே சர்க்கரை இருந்தது.. இப்போது லிவர் சேதமாகியிருந்தது.. சிரோசிசின் ஆரம்பக்கட்டம்.. இனிக்குடித்தால் உயிருக்கு ஆபத்து என்று டாக்டர்கள் சொல்லியபிறகும் கூட வாரமொரு முறை தொடர்ந்து வந்த சடங்கு ஒரு கட்டத்தில் நின்றே விட்டது..அதை விட ஆச்சரியம் மாலை வேளைகளில் நடைப்பயிற்சிக்குப் போவது.. பக்கத்திலிருக்கும் 'இந்தியப்பண்பாட்டு மையத்தில்' நடக்கும் பஜனைகளில் கலந்து கொள்வது என்று டெய்லரின் வாழ்க்கைப்பாதையே முற்றிலும் மாறி விட்டது. நிலைமையை உணர்ந்த கமலம்மா பெண்ணின் கல்யாணத்தையும் சட்டுபுட்டென்று முடித்து விட்டார். வீடு நிறையக் குழந்தைகள். திருமணங்கள், சீமந்தம், பிரசவங்கள், பேரன்கள், பேத்திகள் விளையாட்டு என்றிருந்த 'லட்சுமி வெங்கடேஸ்வர நிலையம்' திடீரென்று வெறுமையாகிப் போனது..டெய்லரின் அடுத்த உடல் பாதிப்பு இதயத்தில் ஓட்டை என்றானது.. அடுத்த ஆறுமாதத்தில் அவரது கதையும் முடிந்து போனது..ஐம்பது வருடத்துக்கும் அதிகமாக நீண்டு நின்றிருந்த தனது தாம்பத்தியத்தில் கமலம்மா கணவருடன் எத்தனையோ சண்டைகளைப் போட்டிருக்கிறார்.. தனது புருஷன்

ஒரு மூர்க்கன் என்பது கமலம்மாவுக்குத் தெரியும்..ஒரு தடவை அவர் தன்னை வீட்டை விட்டே துரத்தி விட்டு தான் போய் ஹைதராபாத் மகன் வீட்டில் மாசக்கணக்கில் இருந்ததுண்டு.. கடைசியில் அங்கே மருமகளுடன் ஒத்துக்கொள்ளாமல் இங்கே வந்து கையைப்பிடித்து காலைப்பிடித்து மறுபடியும் சேர்ந்து கொண்டார். இதில் மூத்த மகனின் பங்கும் உண்டு. அவன் பேச்சைக் கொஞ்சம் கேட்பார்.. இத்தனையும் இருந்தும் கணவரின் இறப்போடு தொடர்புடையதாக இரண்டு விஷயங்கள் நடக்க வேண்டும் கமலம்மா தீர்மானமாகச் சொல்லிவிட்டார். ஒன்று, முடியுமென்றால் பாவகடா அல்லது முல்பாகலிலிருந்து ஒரு குழுவைக்கொண்டு வந்து 'ஹரிச்சந்திரன் கதை' நடத்த வேண்டும். இரண்டு: பதிமூன்றாவது நாள் ஊரார் உற்றாரைக் கூப்பிட்டு விருந்து வைக்க வேண்டும்.. (விருந்து என்றால் கறி விருந்து தான்)

இதில் அவரது கணவர் இறந்தது மாலை ஆறு மணிக்கு என்பதாலும், பிள்ளைகள் எல்லோரும் வரவேண்டும் என்பதாலும் இரவு பிணத்தை ஷாமியானா போட்டு வீதி—யிலேயே வைத்திருந்தார்கள். ஆனால் ஹரிச்சந்திரன் கதை பார்ட்டி கிடைக்கவில்லை. இதிலும் ஒரு மாற்று ஏற்பாடு இருந்தது.. ஆந்திராவில் இந்த நிகழ்ச்சியை நடத்துவதில் மிகப்பெயர் பெற்ற ஒரு குழு நடத்தியதனுடைய ஒலிப்பதிவு நாடாவை அவர்களது சமுதாயச் சங்கத்தில் வைத்திருந்தார்கள் அதை இரவு முழுவதும் போட்டார்கள்.. ஒரு பத்து மணி வரை அதிக சத்தத்துடனும் பிறகு ஷாமியானாவுக்குள்ளிருப்பவர்கள் மட்டும் கேட்கிறமாதிரியும் வைத்திருந்தார்கள்.. மிகப்பிரமாதமான நிகழ்ச்சி அது.. அரிச்சந்திரன் விசுவாமித்திர முனிவருக்கு அரிச்சந்திரன் தனது நாட்டைக் கொடுத்தல், தானம் கொடுப்பதற்குத் தட்சணையாகத் தன் மனைவியையும், பையனையும் ஒரு பிராமணனுக்கு விற்பது, தன்னையே ஒரு புலையனுக்கு விற்பது, பாம்பு கடித்துச் செத்துப் போன மகனைத் தூக்கிக்கொண்டு சந்திரமதி சுடுகாட்டுக்கு வந்தபோது அவளிடம் காவல்காரனான அரிச்சந்திரன் புதைப்பதற்கான வரியைக் கேட்பது முதலிய சம்பவங்கள் வசனம் மூலமாகவும், பாடல்கள் மூலமாகவும் மிகச்சிறப்பாகச் சொல்லப்பட்டிருந்தது.பெரிசுகள் எல்லோரும் கதையை அனுபவித்துக் கேட்டார்கள். இளையவர்கள் தூங்கப்போய்விட்டார்கள். அது ஒரு கோடை காலமாதலால் பத்து மணிக்கு மேல் சுகமான காற்று வீசிக்கொண்டிருந்தது.. அவர்கள் வீட்டிற்கு நேர் எதிரில் இருக்கக் கூடிய வகாபிய முஸ்லிம் குடும்பத்தினர் கூட எதுவும் எதிர்ப்புச்

சொல்லவில்லை. அனேகமாக கமலம்மாவின் கணவருக்குத்தான் கடைசியாக அத்தகைய புண்ணியம் கிடைத்திருக்க வேண்டும்.. தென்னிந்திய வரலாற்றின் வெளிப்படையான ஒரே இந்து சாம்ராஜ்—யமாக இருந்த விஜய நகர சாம்ராஜ்யத்திலிருந்து தான் இந்த மரபு வந்திருக்க வேண்டும் என்று குமரவேலுவுக்குத் தோன்றியது.

அதைப்போலவே பதிமூன்றாம் நாள் சடங்கிற்கு ஏற்பாடு செய்திருந்த விருந்தும் அட்டகாசமாக இருந்தது. இந்து சாஸ்திரப்படி இறந்த பதிமூன்றாம் நாள் புருஷனின் லிங்கதேகம் இந்தப்பூலோகத்தின் அனைத்து பந்தங்களையும் அறுத்துக் கொண்ட பிறகு பூமியின் புவியீர்ப்பு மண்டலத்தைக் கிழித்துக் கொண்டு தேவலோகத்தில் பரம்பொருளோடு சேர்கிறது என்றும் அதைக்கொண்டாடுவதற்குத்தான் இந்த விருந்து என்கிற ஞானமெல்லாம் கமலம்மாவுக்குத் தெரியாது. இந்த விருந்தைப் பற்றித் தனது உறவினர்களும், சமுதாயத்தினரும் பெருமையாகப் பேச வேண்டும் என்பது தான் அவர் நோக்கம்.. அது நல்ல படியாகவே நிறைவேறியது.. ஒரு முன்னூறு பேருக்கு மேல் சாப்பிட்டிருப்பார்கள்.. முதலில் உப்போடு வெள்ளரி, வெங்காயம் மற்றும் தக்காளித்துண்டுகள், பிறகு பொறியலுக்கு பதிலாக குடல் ரத்தம் மற்றும் தலைக்கறி, இரண்டாக வெட்டப்பட்ட முட்டை, பிறகு முத்தே (ராகிக்களி) அல்லது சப்பாத்தி, அதற்கு ஆட்டுக்கறிக்குழம்பு, கோழி வறுவல், அடுத்து சாதம் அதற்கு எலும்புக்கறிக்குழம்பு (ரசத்திற்குப் பதிலாக) பிறகு தயிர் கடைசியாக பால் பாயசம் என்று விஸ்தாரமாக இருந்தது. ஆண்கள் வீட்டிற்குப் பின்னாலேயே இருக்கக் கூடிய வைன் ஷாப்புக்குப் போய்வந்தார்கள்.சுலோச்சனா இந்த விருந்துக்கு வரவில்லை என்பதைச் சொல்லத்தேவையில்லை. தனது மக்கள் தன்னைப் பெருமைப் படுத்தியது கமலம்மாவுக்கு பெரிய கவுரமாக இருந்தது. அவர்கள் எல்லோரும் எடுத்துக் கொடுத்த புதிய சேலைகளை ஒன்றன் மேல் ஒன்றாகப் போர்த்திக்கொண்டு சோஃபாவின் மீது உட்கார்ந்திருந்தார்..

எல்லாம் முடிந்தவுடன் கமலம்மாவின் தம்பி பெரிய பையனைக் கூப்பிட்டுக் கேட்டார்

'ஏம்பா... அம்மாவுக்கு என்ன ஏற்பாடு செஞ்சிருக்கீங்க..'

'அதுக்கென்ன மாமா.. அவுங்க யாரு கூட வேண்ணாலும் இருக்கலாம்..'

'செரி.. அவங்களக் கேட்டு ஒரு முடிவு பண்ணுங்க...'

'செரீங்க மாமா..'

இத்தோடு தன்னுடைய கடமை முடிந்ததென அவர் போய்விட்டார். கமலம்மா ஒரு ஒன்றரை மாதம் வீட்டில் இருந்த பிறகு ஹைதராபாத்தில் போய் கொஞ்ச நாள் இருந்தார்..மருமக்கள் மேல் பெரிதாக ஒன்றும் தப்புச்சொல்ல முடியாது.. என்னமோ தெரியவில்லை. யாருடனும் கமலம்மாவால் ஒத்துப்போக முடியவில்லை.. மகளிடத்தில் கூட கொஞ்ச நாள் இருந்து பார்த்தார். மருமகன் ரொம்பவும் மாடர்னாக இருந்தார். அவர் மனசைப் புரிந்து கொள்ள முடியாமலிருந்தது. கோரமங்கலாவின் நிம்மதி வேறெங்கும் கிடைக்கவில்லை. தனியாக இருந்தாலும் பரவாயில்லை என்று இங்கேயே இருந்து விட்டார்.

வெறுமை.. வெறுமை.. வெறுமை..எல்லாவற்றிலும் வெறுமை.ஒரு காலத்தில் இந்தக்குடும்ப இம்சைகளெல்லாம் இல்லாமல் தனியாக இருக்க முடியாதா என்று ஏங்கியது உண்மை தான்.. ஆனால் அது கிடைத்தபோது அதைக் கொஞ்சமும் ஏற்றுக்கொள்ள முடியாமல் இருக்கிறது.வெறுமை என்பது பயத்தில் கொண்டுபோய் விடுகிறது. அது மட்டுமல்லாமல் காய்கறிகளாகட்டும், இறைச்சி மீனாகட்டும் தானாகப் போய் கொஞ்சமாக வாங்குவது பெரிய இம்சையாக இருக்கிறது..பின்னி மில்ஸ் பக்கத்திலேயே வளர்ந்து அங்கேயே வாழ்க்கைப்பட்டு மாமனார் மாமியார் மைத்துனர்கள், மைத்துனிகள் என்று கும்பலாக வாழ்ந்து நான்கு குழந்தைகளைப் பெற்று வளர்த்து ஆளாக்கி அவரவர் பாட்டுக்குப் போன பின் கட்டியவனும் இந்த உலகை விட்டுப் போனபின் தானே நட்டு வளர்த்து இப்போது மிக உயர்ந்து வளர்ந்து குலை குலையாகத் தேங்காயைத் தருகிற, வீட்டுக்கு முன்னால் இருக்கிற இரண்டு தென்னை மரங்களின் ஓலை வீசுகிற காற்றின் ஓசையை மட்டும் கேட்டு வாழ்நாளைக் கழிக்கிறபடி ஏன் நாம் சபிக்கப்பட்டிருக்கிறோம்? என்.டி.ராமராவும். நாகேஸ்வரராவும், அஞ்சலிதேவியும், பானுமதியும் வரும் படங்களையும் ஆசை தீரப்பார்த்தாயிற்று.. இப்போதும் நாள் பூராவும் டி.வி. முன்னால் உட்கார்ந்து 'மொகலி ரேகுலு'வும், 'கார்த்திகா தீப'மும் கண்டு சலித்தாயிற்று. சில வேளைகளில் அவை சுவாரஸ்யமாக இருக்கின்றன. சில வேளைகளில் அவற்றின் மீது எந்தப் பிடிப்பும் இல்லாமல் போகிறது.. காரணம் என்னவென்றால் அதில் வரும் காட்சிகளோடு தன்னைத் தொடர்பு படுத்திப் பார்க்க தற்போதைய வாழ்க்கையில் எந்தச் சூழ்நிலையும் இல்லாமலிருப்பது தான்..

எனவே இளம் வயதில் கூட்டுக்குடும்பமாக இருந்தபோது பாசம் மட்டுமே வாழ்வதன் பொருளாக இருந்ததால் அதை

மீட்டெடுப்பதன் மூலமே இப்போதைய வாழ்க்கையில் ஏதாவது சுவை இருக்கும் என்பதனால் அருகிலேயே இருக்கக் கூடிய தனது மானசீகத்தம்பியான குமரவேலுவிடம் தனது ஆதங்கங்களைத் தெரிவித்து அவருக்கும் ஆதரவாக இருக்கத் தீர்மானித்தார். எப்போதோ தனது கிராமத்தில் விட்டு விட்டு வந்த, ஊர் முழுவதும் நிரம்பியிருந்த நங்கையாக்கள், சின்னாத்தா பெரியாத்தாக்கள், கல்யாணமாகி வேறு ஊருக்குப் போயிருந்தாலும் கண்ணில் தட்டுப்படும்போதெல்லாம் கட்டிப்பிடித்து கண்ணீர் விட்டு பாசத்தைத் தெரிவிக்கிற அக்கா தங்கச்சிகள் என்று தான் சொந்தம் கொண்டாட முடிகிற பெண்ணினத்தின் சகல பிரிவினருக்கும் ஒரே பிரதிநிதியாக இருக்கும் கமலம்மாவை 'கமலக்கா' என்று கூப்பிடுவதன் மூலமாகத் தனக்குள்ளிருந்த ஏதோ ஒரு பள்ளத்தை குமரவேல் நிரப்ப முயற்சி செய்துகொண்டிருந்தார்.சுலோச்சனாவுக்கு இதில் கொஞ்சம் கூட சம்பந்தம் கிடையாது. ஒரு வங்கி அதிகாரி இந்த மாதிரி ஒரு வீட்டிலேயே மெஷின் போட்டுத் தைக்கும் டெய்லர் பொண்டாட்டியோடு உறவாடுவது எந்த வகையிலும் பொருத்தமாக இருக்காது..ஆனால் இதற்கும் மேலாக ஒரு காரணம் இருந்தது. அது பாஷை..

சுலோச்சனாவின் குடும்பம் அவர்களது அப்பாவின் காலத்திலேயே ஆங்கிலமயமாகி விட்டது..அவர் ரொம்ப காலம் மலேசியாவில் ஒரு ரப்பர் எஸ்டேட் மானேஜராக இருந்தார். அங்கே இருக்கும் கூலித்தமிழர்களோடு வர்க்க இடைவெளியைக் கடைப் பிடிப்பது அவர்களுக்கு நிர்ப்பந்தமாகப் போய்விட்டது. அதற்கு மிகச்சவுகரியமாக இருந்தது ஆங்கிலப்பரிவர்த்தனை.. சொந்த ஊர் நாமக்கல்லுக்குப் பக்கம் என்றாலும் ஓய்வு பெற்று குடும்பம் இந்தியா திரும்பிய பிறகு எங்கே செட்டில் ஆவது என்ற கேள்வி வந்த போது கிராமத்துக்குப் போவதை மொத்தக்குடும்பமும் நிராகரித்து விட்டது. அவர்கள் அப்பா கிராமத்துப் பக்கம் இருந்தால் சாதி சனத்துடன் நன்றாக இருக்கலாமே என்று நினைத்தார். அதற்கு வாய்ப்பே இல்லை. இப்போது திருச்சி அல்லது சென்னை என்ற இரு நகரங்களில் தலைநகரின் வசதியைக் கருதி சென்னை முடிவாயிற்று. சேமித்துக் கொண்டுவந்த பணத்தில் நகருக்குள் வீடு வாங்குவது சாத்தியமில்லை. எனவே தாம்பரம், வளசரவாக்கம்,போரூர் என்று அலைந்ததில் கடைசியில் பல்லாவரத்தில் தான் ஒரு வீடு கிடைத்தது ஏழெட்டுப் பிள்ளைகளைக் கொண்ட பெரிய குடும்பத்தில் அப்போதும் சிலர் பள்ளியில் படித்துக் கொண்டிருந்தார்கள். அங்கிருந்த பள்ளிகளில் சேர்ந்த பிறகு அங்கு அப்போதும் நிலவி—

லிருந்த ஆங்கிலோ-இந்தியக்கலாச்சாரம் அவர்களுக்கு ரொம்பவும் பொருந்திப் போய்விட்டது.. 'கம் மேன்'... 'கோ மேன்.' 'திஸ் பக்கர்' 'தட் பக்கர்' 'ஹைட் ஆஃப் ஸ்டுபிடிட்டி' ஆகியவை எல்லோருடைய நாக்கிலும் சரளமாகப் புரளும். கிறித்தவ வழிபாட்டு முறைகளும், கிறிஸ்த்மஸ் கேரல்களும் சுலோச்சனாவுக்கு அத்துப்படி.. ஆனால் ஆச்சரியப்படத்தக்க விதத்தில் ஆங்கிலத்தின் மிகப்பிரபலமான கெட்ட வார்த்தைகளை அதிகம் பயன்படுத்துவதில்லை. அதைப்போல மாட்டுக்கறி, மதுப்பழக்கம் என்பதுவும் இல்லை. சுலோச்சனாவின் ஒரே ஒரு அண்ணன் மட்டும் இதற்கு விதிவிலக்கு.. ஆனால் வீட்டுக்குள் இல்லை..

சுலோச்சனா கமலம்மாவுடன் உரையாடாததற்கு வர்க்க வேறுபாட்டோடு கூட மொழியும் காரணமாக இருந்தது.. அவர் நாக்கு அடிப்படையில் ஆங்கில நாக்காக இருந்ததனால் தமிழ் மொழியே ததிகினத்தாம் போடும்.. இதில் கன்னடத்துக்கும், தெலுங்குக்கும் எங்க போறது.. திருடத்தான் போகணும்..மொழி மட்டுமல்லாமல் கமலம்மாவுடனான உரையாடலில் பேசுபொருளுக்கும் பெரும் பஞ்சம் இருந்தது. 'காண்ட் மேக் அவுட் வாட் திஸ் பக்ரெஸ் சேஸ்' என்பது சுலோச்சனா பிறகு உதிர்க்கும் வாசகம்.. ஏதோ புருஷனுக்காக அவரைச் சகித்துக்கொண்டாள்.

கமலம்மாவுக்கும், குமரவேலுவுக்கும் ஏழெட்டு வயசு வித்தியாசம் இருக்கும். ஆனால் கமலம்மாவின் இல்லறக்கடமைகள் முடிந்து எத்தனையோ வருடங்கள் ஆகிவிட்டன. இரண்டாவது தலைமுறையும் எத்தனையோ கட்டங்களைக் கடந்து விட்டது..

'என்ன தம்பி... எதாவது பண்ணி சட்டுபுட்டுனு முடிச்சுருப்பா..'

'நாங்களும் பாத்துட்டுத்தானிருக்கோம் கமலக்கா... ஒண்ணும் அமைய மாட்டேங்குது..'

வனிதாவின் மாப்பிள்ளைத் தேடல் குறித்த கமலம்மாவுடனான உரையாடல் இப்படியே தான் போய்க்கொண்டிருந்தது.. இதில் குமரவேலுவின் பதிலில் உண்மையில்லையென்று கமலம்மாவுக்குத் தெரியாது. மகள் ஒரு டாக்டர் என்பதால் பெரிய இடமாக, இன்னும் அதிகத் தகுதி கொண்ட மாப்பிள்ளையாகப் பார்க்கிறார்கள் என்று அவர் நினைத்துக் கொண்டிருந்தார். ஆனால் உண்மையில் வனிதாவிடம் அவர்கள் இந்தப் பேச்சை எடுப்பதேயில்லை என்று கமலம்மாவிடம் எப்படிச்சொல்ல முடியும்? மட்டுமல்லாமல் வனிதா அவர்களை குமரவேலுவின் கிராமத்துப் பாஷையில்

சொன்னால் ‘குசு’வில் கூட மதிப்பது கிடையாது.. கமலம்மா அதிகம் நெருக்கும்போது கமலம்மாவின் பேத்தி ஷிவானியைப் பற்றிக் குறிப்பிடுவது சவுகரியமாகப் போயிற்று. சாஃப்ட்வேர் எஞ் ஜினியராக இருக்கும் ஷிவானிக்கும், வனிதாவுக்கும் ஏறக்குறைய சமவயது தான்.. புத்திசாலிப்பெண் தான்.. என்ன செய்வதுஞ் ? புத்திசாலித்தனத்துடன் கூட கிறுக்குத்தனமும் சேர்ந்து வந்து விடுகிறதே!

○○○

குமரவேலு வீடு கட்டும்போது இரண்டு இடங்கள் மிகவும் விசாலமாக இருக்க வேண்டும் என்று விரும்பியிருந்தார். ஒன்று ஆசாரம் அல்லது மெயின் ஹால். கொங்கு நாட்டில் ஆசாரத்தின் அளவை வைத்துத்தான் அந்தக்குடும்பத்தின் அந்தஸ்தைத் தீர்மானிப்பார்கள். எனவே முப்பதுக்கு நாப்பது என ஆயிரத்து இருநூறு சதுர அடி வீடாக இருந்தாலும் கீழே ஒரு படுக்கையறை மட்டும் வைத்துக் கொண்டு ஆசாரத்தைக் கொஞ்சம் பெரிதாக வைத்துக் கொண்டார். இரண்டாவது முதல் மாடியிலிருக்கக்கூடிய பால்கனி.. ஆசாரம் நல்ல பயன்பாட்டில் தான் இருந்தது.. ஆனால் பால்கனியைப் பயன்படுத்துவதற்கு ஒரு சந்தர்ப்பத்தைக் குறித்து வைத்திருந்தார்.. அங்கே தானும் பிற குடும்ப உறுப்பினர்களும் உட்கார்ந்திருக்கும்போது வீட்டு மருமகள் டீயும், பலகாரங்களும் கொண்டுவரவேண்டும் என்பது தான் அந்த சந்தர்ப்பம்.. அது கிட்டத்தட்ட ஒன்பது ஆண்டுகளுக்கு முன்னால் நிறைவேறியிருக்க வேண்டும். நிறைவேறவில்லை. மருமகள் வந்தபோது அந்த ஆசை விட்டுப்போய் விட்டது

இது மட்டுமல்லாமல் வேறு சில (மூட) நம்பிக்கைகளும் குமரவேலுவுக்கு இருந்தன.. குமரவேலுவின் சமுதாயத்தினர் சக்தி வழி பாட்டுக்காரர்கள். விரும்பியது நடக்கவேண்டுமென்றால் ‘ஆத்தா மனசு வச்சா நடக்கும்’ என்பதை அவரவர்களுடைய குலதெய்வப் பெயரைச் சேர்த்துச் சொல்வது வழக்கம். தங்கள் குலதெய்வம் காளியாத்தா தன்னையும், தனது குடும்பத்தையும் கவனித்துக்கொண்டிருப்பதாகவும், நேரம் வருகிறபொழுது தங்கள் தேவைகளை நிறைவேற்றிக் கொடுப்பாள் என்று குமரவேலு நம்பினார். அதற்கு என்ன அறிகுறி? தான் காரில் போகிறபோது எதிரிலோ பக்கவாட்டிலோ அம்மன் பெயர் மேலே குறிக்கப்பட்டிருக்கிற லாரியோ, டெம்போவோ, ஆட்டோவோ வரவேண்டும். ஆனால் காளியம்மன் என்ற பெயர் கர்நாடகத்தில் குறைவு. வண்டிகள்

வந்தால் தமிழ் நாட்டிலிருந்து தான் வரவேண்டும்.. தமிழ்நாட்டில் கூட காளியம்மனைக் குலதெய்வமாகக் கொண்டவர்கள் எத்தனை பேர் இருப்பார்கள்? எனவே இந்த விஷயத்தில் ஒரு சமரசம் செய்து கொண்டார்.. பெங்களூரில் எல்லம்மன் தான் அதிகமாகக் கொண்டாடப்படும் பெண் தெய்வம். பெரும்பாலான வாகனங்களில் 'எல்லம்மன்' அல்லது 'ரேணுகா எல்லம்மன்' பெயர் தான் இருக்கும். எல்லாமே சக்தியின் வடிவம் தானே! எனவே ரோட்டில் எல்லம்மன் என்ற பெயரைப் பார்த்தாலே ஒரு நம்பிக்கை வரும். வனிதாவுக்கு கல்யாணம் ஆவதாகவும், மருமகன் தனது மனதுக்கு ஏற்றபடியான ஒரு பெரிய ஸ்பெஷலிஸ்ட் டாக்டர் எனவும் கனவு பெருகியது.. இப்படிப்பல நாட்கள் போயிற்று. ஒன்றும் நடக்கவில்லை. பிறகு அந்த எதிர்பார்ப்பில் ஒரு சிறு சமரசம் செய்தார். அம்மனுக்கு அடுத்து தங்களுக்கு காவல் தெய்வமாக இருப்பது முனியாண்டி அப்புச்சி.. எனவே அந்தப் பெயரில் இல்லாவிட்டாலும் முனீ—ஸ்வரன் என்ற பெயரை வாகனங்களில் பார்த்தால் தான் நினைத்தது நடக்கும் என்று எதிர்பார்த்தார். தென் கர்நாடகத்தில் மாதேஸ்வரன் மிகச் சக்தியுள்ள தெய்வம்.. தமிழ் மக்களுக்கும் கூட மாதேஸ்வரன் முக்கியமான தெய்வம். மாதேஸ்வரன் மலையில் கோயில் அமைந்திருக்கும் இடத்தைப் பார்த்தாலே ஒரு நிம்மதி கிடைக்கும். எனவே சிவனின் வடிவமாகிய மாதேஸ்வரன் பெயரைப் பார்த்தாலும் தனக்கு விடிவுகாலம் கிடைக்கும் என்று நம்பினார். இந்தப் பெயர்களைத் தாங்கிய ஏராளமான வாகனங்கள் சாலையில் போயின. ஆனால் குமரவேலுவுக்கு விடிவு காலம் வரவேயில்லை. அதன் பிறகு குமரவேலுவின் இறைநம்பிக்கையில் ஒரு மாற்றம் ஏற்பட்டது. எதையும் எதிர்பார்த்து இறைவனை வணங்கக்கூடாது. நமது எதிர்ப்பார்ப்புகளுக்கு அப்பால் இருப்பவனே இறைவன்.. இறைவனிடம் அதைக்கொடு இதைக்கொடு என்று கேட்பதன் மூலமாக உன்னை நீயே சிறுமைப் படுத்திக்கொள்கிறாய். இதன் மூலமாக வனிதா ஏன் இப்படிப் பிடிவாதமாக இருக்கிறாள் என்று நினைத்துப்பார்ப்பதற்கு ஒரு வாய்ப்புக்கிடைத்தது..

காலம் மாறிக்கொண்டிருக்கிறது..இயற்கை விதிகளிலேயே மாற்றங்கள் வரவேண்டும் என்று இளைய தலைமுறை எதிர்பார்க்கிறது.. அப்படியானால் புதிய இயற்கை விதிகள் உருவாகிக் கொண்டிருக்கின்றன. அதன்படி திருமணம் என்பது மனிதனுக்கு அத்தியாவசியமான ஒன்றாகக் கருதப்படுவதில்லை..சாதனை என்பது தான் முக்கியம்.. ஒவ்வொரு மனிதனுக்கும் குறிக்கோள் என்பது முக்கியம்..ஒவ்வொரு கட்டத்திலும் இந்த குறிக்கோள்

உண்டு.. ஒவ்வொன்றாகத் தாண்டிப் போய்க்கொண்டேயிருக்க வேண்டும்.. கல்யாணம் செய்வது, குழந்தை பெற்றுக்கொள்வது என்பதைப் பற்றி ஏன் கவலைப்படுகிறாய்.. இந்திய மக்கள் தொகை இப்போதே நூற்று முப்பத்தைந்து கோடியாக இருக்கிறது. அதைக் கட்டுப்படுத்துவதற்கு எந்த முயற்சியும் இல்லை.. இந்தியா ஒரு ஜனநாயக நாடாக இருப்பதனால் மக்களை ஒரு கட்டத்திற்கு மேல் நிர்ப்பந்திக்க முடியாது.. சீன மாதிரியான அரசமைப்பு முறை நமக்கு சாத்தியமில்லை.. இது இப்படியே தான் போய்க்கொண்டிருக்கும்.. எனவே நான் குழந்தை பெற்று என்ன சாதிக்கப் போகிறேன்? அது எனது சொந்த விஷயமல்லவா? எனக்கு எது சந்தோஷம் அளிக்கிறது என்பதை நான் தானே தீர்மானிக்க வேண்டும்? வனிதாவின் இடத்திலிருந்து சிந்திக்கும்போது எல்லாமே நியாயமாகத்தான் தெரிகிறது.

ஆனால் 'பாரத் திருமணச்சேவை மையம்', 'கொங்கு திருமணத்தகவல் நிலையம்', 'அருக்காணி மணமாலை' உள்பட்ட கிட்டத்தட்ட பத்து திருமணச்சேவை மையங்களில் மாப்பிள்ளை வேண்டும் என்று பதிவு செய்திருந்தார். இது வனிதாவுக்குத் தெரியாது. பதிவைப்பார்த்தவர்கள் அங்கு கொடுக்கப்பட்டிருக்கிற தொலைபேசி எண்ணைக் குறித்துக் கொண்டு தன்னுடன் தொலைபேசியில் பேசுகிறவர்களிடம் என்ன மாதிரியான பதிலைத்தருவது என்று நினைத்து பைத்தியமே பிடித்து விட்டது. சில பேர் 'உடனே பெண்ணைப் பார்க்க வேண்டும், வரலாமா?' என்று கேட்பார்கள். அப்படி யாராவது வந்திருந்தால் குமரவேல் ஊரை விட்டே ஓடியிருப்பார். இதை விட இன்னுமொரு இம்சை..

தன்னுடன் வேலை செய்தவர்கள், பக்கத்து வீட்டுக்காரர்கள், இந்த ஏரியாவில் இத்தனை வருசமாகப் பழக்கமானவர்கள், கணபதி கோயில் ராகவேந்திர பட், ஊரிலிருக்கிற சாதி சனம் என்று இவர்களெல்லோரும் தன்னைப் பார்த்தவுடன் கேட்கக்கூடிய முதல் கேள்வி 'வனிதாவுக்கு எப்போது கல்யாணம்?' என்பதாகத்தான் இருக்கும். என்ன தான் யோசித்து வைத்திருந்தாலும் அது சரியான பதில் என்று தோன்றாது. இவர்களுக்கு இதை எப்படிப் புரிய வைப்பது? முடியவே முடியாது.. என்ன செய்யலாம்? அவர்களிடமிருந்து தப்பித்து விடலாம். அப்படியே சிக்கிக் கொண்டாலும் அப்போதைய வெயில் நிலைமை, மழைக்கான சாத்தியக்கூறுகள், கமலா ஹாரிசின் சாதனை என்பவற்றைச் சாக்காக வைத்துக் கொள்ளலாம். பேச்சைத் திசை திருப்புவது என்பது இப்போது சுலபமாக இருக்கிறது என்பது மட்டுமல்லாமல் கேட்பவர்களும் அதைப் புரிந்துகொள்கிறார்கள். ரெண்டு பேருக்கும் சவுகரியம்.

இப்படித்தாற்காலிகமாக இந்தப்பிரச்சினையைத் தீர்த்த பிறகு நம்முடைய அருமைப்புதல்வி ஏன் இப்படிப்பிடிவாதம் பிடிக்கிறாள் என்று ஆற அமர யோசிக்குத் தொடங்கினார். அது குமரவேலுவுக்கு ஒரு புதிய அனுவமாக இருந்தது.. காரணங்கள் ஒவ்வொன்றாகப் பிடிபடத் தொடங்கின..முதலில் படிப்பு... தானெல்லாம் படிக்கிறகாலத்தில் என்ன படிப்புப் படிக்கிறோம் என்ன வேலைக்குப் படிக்கிறோம் எத்தனை ஆண்டு காலம் ஆகும் முதலிய விஷயங்களைப் பற்றி அவ்வளவு யோசித்ததில்லை.. என்னவோ படித்தோம் என்னவோ வேலை கிடைத்தது என்பது மாதிரியாகத் தானிருந்தது. குமரவேலுடன் அந்தக்காலத்திய எஸ்ஸெஸெல்சி படித்த நூற்றுத்தொச்சம் பேர்களில் ஒரு நான்கைந்து பேர் தான் பட்டப்படிப்பு வரை படித்து வேலைக்குப் போயிருப்பார்கள். அப்படியானால் அவர்கள் தங்களது எதிர்காலம் பற்றி என்ன மாதிரியான திட்டத்தை வைத்திருந்திருப்பார்கள் ? சித்தன் போக்கு சிவன் போக்குத்தான்.. இப்போது அப்படியில்லை.. எல்லா நிலைகளிலும் அவர்கள் சரியான திட்டத்துடன் தான் இருக்கிறார்கள். வனிதாவுடன் படித்த பெண்கள் எல்லோருமே ஏதாவது ஒரு தொழில் அல்லது வேலையில் இருப்பதாகத் தெரிகிறது.அப்படியானால் அவர்களது திட்டங்கள் சரியாகத்தான் இருக்கின்றன. அடுத்தது அவர்கள் தேர்ந்தெடுத்த துறையில் எவ்வளவு தூரம் போக முடியுமோ அவ்வளவு தூரம் போக முயற்சி செய்கிறார்கள். அதில் சாதனை புரிகிறார்களா இல்லையா என்பது தெரியாது.. கடைசி வரை போகிறார்கள்.. சாதனை என்பது தான் என்ன ? நாலு மனிதர்களுக்கு நல்லது செய்தோம் அவர்களுக்கு கஷ்டநேரத்தில் உதவி செய்தோம் என்பதை விட என்ன சாதனை இருக்கிறது.. சாதனை என்று சுட்டிக்காட்டுவதே அகம்பாவத்தின் அறிகுறி தானே !

அப்படிப்பார்த்தால் மருத்துவக்கல்லூரியில் சேர்ந்ததிலிருந்தே வனிதாவின் சேவை துவங்கி விட்டதாகச் சொல்லலாம்.. அதற்குப்பிறகு மயக்க மருந்தியலில் பி.ஜி.டிப்ளமா, பிறகு அதிலேயே மேல் படிப்பு, இடையில் ஒன்றிரண்டு ஃபெலோஷிப்புகள் அதற்குப்பிறகு சூப்பர் ஸ்பெஷாலிடியாக அவசர சிகிச்சையில் ஒரு பட்டம்.. ஒன்றும் புரியவே இல்லை...

○○○

பால்கனி நன்றாகத்தான் இருக்கிறது.. வலது பக்கத்து வீட்டு ஜன்னல் திறந்திருக்கிறது என்றாலும் அவர்கள் எப்போதும் ஜன்னலை மூடியே வைத்திருப்பார்கள். அந்தப்பக்கத்தை மறைத்தால் இன்னும் கொஞ்சம்

தனிமை கிடைக்கும். ஆனால் ஏதோ எடங்காட்டில் இருப்பது மாதிரி இருக்கும். வீடு கட்டியதிலிருந்து இது வரை தனியாகவோ, குடும்பத்தோடோ, நண்பர்களுடனோ ஒரு நாளும் இங்கே உட்கார்ந்து ஒரு டம்ளர் டீ குடித்ததில்லை. வசதியே இல்லாமலிருப்பது ஒன்று.. வசதி இருந்தும் அனுபவிக்க முடியாதது இன்னொன்று.. மேலும் மேலும் வசதிகள் வந்த பிறகு அனுபவிக்கலாம் என்று தள்ளிப்போடுவது இன்னுமொன்று..அம்மா எப்போதும் சொல்வது மாதிரி 'எல்லாத்துக்கும் ஒரு ரொணம் வேண்டும்' கீழே எப்போதும் மாலை ஆறு மணிக்கு வருகிற தள்ளுவண்டி காய்கறிக்காரர் தன் மனைவியுடன் போய்க்கொண்டிருந்தார். காலையில் ஆடுகோடி மஞ்சண்ணா லே அவுட்டிலிருந்து தொடங்கும் அவர்களது பயணம் இந்த ரவுண்ட் முடிந்து பாஸ்போர்ட் ஆஃபீசுக்கு எதிரிலிருக்கும் அவர்களது வீட்டுக்குப் போவதோடு முடியும். அதாவது காய்கறிகள் மிச்சமானால் இந்தப்பக்கம் வருவார்கள். இல்லாவிட்டால் சிவா டாக்கீசைச் சுற்றி அப்படியே போய்விடுவார்கள்.

'இந்த நேரத்துக்கு வர்ரீங்களே... இப்ப யாருங்க வாங்குவாங்க..'

'சார்... ஆஃபீசு உட்டு வர்ற பொம்ப்ளீங்க இருக்காங்க இல்லியா.. அவங்க தா 'எதோ ஒண்ணப் போடுப்பான்னு சொல்லி வாங்குவாங்க.. மத்தபடி ஃப்ரிட்ஜுக்குள்ள வெக்கறவங்க எப்ப வேண்ணா வாங்குவாங்க...'

அவர் மனைவி ஊரெல்லாம் சுத்திக்களைத்திருந்தாலும் கூட எப்போதும் 'பளிச்' சென்று தான் இருப்பாள். வண்டியைத் தள்ளுவது கூட சலிப்போடு தள்ளுவதாக இருக்காது. முழுமனதோடு தள்ளுவதாகத் தான் இருக்கும்..காய்கறிக்காரர் புண்ணியம் செஞ்சவர் தான்.. அதுக்கென்ன 'சூர்யா டெண்டல் கிளினிக்' கின் சுவற்றோடு ஒட்டி அயர்னிங் செய்யும் ராஜூ கூட புண்ணியம் செய்தவன் தான்.. எங்கோ அனந்தப்பூர்ப்பக்கத்திலிருந்து கரி போட்டு தேய்க்கக்கூடிய ஒரு பழைய இரும்புப்பெட்டியைத் தூக்கிக்கொண்டு வந்தான். ஆஸ்பத்திரி கட்டடத்திலிருந்து மோரிக்கு ஒரு ஐந்தடி இடைவெளி இருந்தது. அந்த மோரியின் மீது ரெண்டு பலகைகளைப் போட்ட பிறகு கிட்டத்தட்ட எட்டு அடி அகலம் கிடைத்தது. ரெண்டு இரும்புப்பைப்புகளை நிற்க குறுக்கே ஒரு சட்டத்தை வைத்தான். மேலே மூன்று ஃபைபர் ஷீட்டுகளை வைத்ததுமே கடை ரெடியாயிற்று.

ஒரே மாதத்தில் ஊரிலிருந்து மனைவியையும், ரெண்டு பையன்களையும் கூட்டிகொண்டு வந்தான். போஸ்ட் ஆஃபீஸ்க்கு அடுத்திருக்கிற டி.என்.எஸ். ஸ்கூலில் ரெண்டு பையன்களையும்

சேர்த்து விட்டான். இந்த ஏரியாவிலிருக்கிற ஐ.டி. கிராக்கிகளின் மனசையும், தேவைகளையும் அறிவதற்கு ராஜுவுக்கு ஒன்றிரண்டு மாதங்கள் மட்டுமே போதுமானதாக இருந்தது. ஆந்திர நிலப்பிரபுத்துவத்தின் மூச்சடைக்கிற சூழலிருந்து பில் கேட்ஸின் சுதந்திரக்காற்று வீசுகிற நந்தாவனத்துக்குள் நுழைந்தாயிற்று. இனி அந்தப் பையன்கள் படித்து வந்தாலோ, ஏதாவதொரு தொழிலைப் பிடித்துக்கொண்டாலே ராஜூ அனந்தப்பூர்க் கிராமத்தை மறந்து விடலாம்.. டி.என்.எஸ்.ஸ்கூல் எப்பேர்ப்பட்டதொரு அற்புதமான ஸ்கூல்.. கோரமங்கலாவின் மையப்பகுதியில் அமைதியான சூழலில் மிக மிகக் குறைந்த கட்டணத்தில் மிக மிக ஏழைப்பட்டவர்கள் (நகர அளவீட்டின்படி) கூட படிக்க வைக்க முடிகிற ஸ்கூல்.. அவ்வளவு பெரிய கட்டடத்தைப் பார்த்து புதிதாக வந்த ஐ.டி.கிராக்கி அல்லது அதே வசதி இருக்கிற யாராவது போனால் முதலில் அவர்கள் சொல்லும் ஒரு வாசகம்: ‘இங்க பாருங்க... இது சாதாரணக் குடும்பத்திலிருந்து வர்ற பிள்ளைங்க படிக்கிற ஸ்கூல்.. ஹைஃபை கிடையாது.. எங்களப்பத்தி விசாரிச்சிட்டு அப்பறமா வாங்க..’ என்று சொல்லி அனுப்பி விடுவார்கள். கிராக்கி போய் ரெண்டு இடங்களில் விசாரிக்கும். மீண்டும் அந்தப் பள்ளிக்குப் போகாது.. பக்கத்திலேயே ஒரு ஹைஃபை ஸ்கூல் இருக்கிறது..இன்னொரு முக்கியமான விஷயம் கட்டணம் கட்டுவது தாமதமாகிப் போனதற்காகவோ, சிறுசிறு ஒழுங்குப் பிரச்சினைகளுக்காகவோ பிள்ளைகளை வெளியேற்றிவிட மாட்டார்கள். பெற்றோரும் நோவு அவர்களுக்குத் தெரியும். இத்தனைக்கு பெரும்பான்மை உயர்சாதிக்காரர்களான ரெட்டியார்களும், நாயுடுக்களும் தான் இந்தப் பள்ளியை ஆரம்பித்து நடத்துகிறார்கள். அது ஆயிற்று ஒரு நாற்பது வருடம்.. குமரவேலுவின் கண் முன்னால் உதித்து வளர்ந்த ஸ்கூல்..அயர்னிங் ராஜு புண்ணியம் செய்திருக்க வேண்டும்.

நிலப்பிரபுத்துவக் கலாச்சாரம் மோசமானது என்று ஒரேயடியாகச் சொல்லிவிடமுடியாது.. ராஜுவுக்கு ‘அயர்னிங் செண்டர்’ வைக்க இடம் கொடுத்ததோடு மட்டுமல்லாமல் அங்கெ ஒரு எறப்பு எறக்கி அதை ஒரு கடை மாதிரி ஆக்கிக்கொள்ளவும் சூர்யா அனுமதி அளித்திருந்தார். வரலாற்று ரீதியாக கிழக்கு கோதாவரிப் பகுதியில் இப்படித் தன்னை அண்டிப்பிழைப்பவர்களுக்குத் தேவையானதைச் செய்து கொடுப்பது அவர்கள் மரபாக இருந்திருக்க வேண்டும்.. கிளினிக்குக்குள்ளிருந்து கரண்ட் கனெக்ஷன் எடுத்தானா அல்லது தானாகவே விண்ணப்பித்து வாங்கிக் கொண்டானா என்று தெரியவில்லை.. தங்களது குலதெய்வப்படம், வெங்கடாசலபதி ஆகிய

படங்கள் சுவரில் ஆணியடித்து மாட்டி வைக்கப் பட்டிருந்தன. ஒரு துணிக்கு ஆறு ரூபாய் என்று ஆரம்பித்த ரேட் கிராக்கிகளின் நாடியை அறிந்த பிறகு எட்டு ரூபாய்க்கு ஏறியது. ராஜுவின் மனைவி உள்பட குடும்பமே பாடுபட்டது. ராஜுவின் மனைவி சின்ன வயசுப்பெண்... காலையில் இருவரும் வந்தார்களென்றால் சாய்ந்திரம் வரை நின்றுகொண்டே தேய்த்துக் கொண்டேயிருப்பார்கள். கடுமையான உழைப்புத்தான். ஆனால் அவர்களிடம் உள்ள ஒரே பலவீனம்... கொஞ்சம் பணம் சேர்ந்ததும் ஊருக்குப் போய் எல்லாவற்றையும் உதறிவிட்டு வந்து விடுவது...கோரமங்கலா நகர்ப்பகுதியின் தாழ்ந்த பொருளாதாரத் தோற்றத்தை அனந்தப்பூர்க் கிராமத்தின் உயர்ந்த தோற்றமாக மாற்றுவதற்கு அவர்களுக்கு அது ஒரு அரிய வாய்ப்பு. இன்றைக்காக வாழ்வதா நாளைக்காக வாழ்வதா என்பதில் அவர்கள் இன்றைக்காக வாழ்வதையே தேர்ந்தெடுத்தார்கள்..

○○○

'ட்ட்ட்ட்ட்ட்' டென்று ஷஷாங்கின் புல்லட் மோட்டார் சைக்கிள் போனது... எப்போது அவனைப் பார்த்தாலும் குமரவேலுவின் வாய் 'பரதேசி' என்ற சொல்லைத்தான் உதிர்க்கும்.. தமிழிலுள்ள மிக மிகக் கடுமையான வசைச் சொல்லின் ஒரே பிரதிநிதியாக மிக மென்மையான பிரதிநிதியாக இந்த 'பரதேசி' என்ற சொல்லைப் பயன்படுத்துகிறார். காரணம் குடும்ப உறுப்பினர்கள் குறிப்பாக தந்தையார் மூலமாகவும், பிற கிராமத்துக் குடிமக்கள் மூலமாகவும் குமரவேல் அறிந்திருந்த அத்தனை கெட்ட வார்த்தைகளையும் உபயோகிக்க விடாமல் அவற்றை குமரவேலுவின் மனக்கிடங்கின் மூலையில் சுலோச்சனா போட வைத்து விட்டது தான்.

முட்டாள், பரதேசி என்ற இரு சொற்களையும் சுலோச்சனா தானே உபயோகித்தது மட்டுமல்லாமல் குமரவேல் உபயோகித்த போதும் அதைக் கண்டுகொள்ளாமல் இருந்தாள். உண்மையில் ஷஷாங்க் மீது இதைவிடக் கடுமையான சொற்களைப் பிரயோகிக்கலாம். குமரவேலுவின் இன்னொரு மானசீக சகோதரியான லீலா ராஜசேகரின் ஒரே மகன் தான் ஷஷாங்க்.. லீலா மேடம் குமரவேலுவின் இன்னொரு மானசீக சகோதரி... குமரவேல் வாடகை வீட்டில் இருந்தபோது இந்த ஏரியாவில் பிறகு தமிழ் பேசும் குடும்பமாக ராமகிருஷ்ண மாமா குடும்பம் மட்டுமே இருந்தது. பிறகு இதே ஏரியாவில் ரெண்டு மூன்று தெருக்கள் தள்ளி ஒரு சைட் வாங்கினார்கள். மூன்று வருடங்கள் கழித்து புது வீடு கட்டிக்கொண்டு இங்கே குடிவந்தார்கள். வாடகை வீட்டிற்கும், சொந்த

வீட்டிற்கும் அதிக தூரம் இல்லை. இருந்தாலும் சொந்த வீட்டிற்கு வந்த பிறகு ராமகிருஷ்ண மாமா வீட்டுடனான தொடர்பு குறைந்து விட்டது. அப்போது ஏற்பட்ட புதிய சொந்தம் தான் லீலா மேடம். லீலாவின் கணவர் அரசியலில் தொடர்புள்ளவர்.. கோரமங்கலா அப்போது ஜெயநகர் தொகுதியின் ஒரு பகுதியாக இருந்தது. தனது கட்சிக்கு வாக்குச் சேகரிப்பதற்காக கட்சிக்காரர்களுடன் அவர் தனது வீட்டிற்கு வந்தபோது தான் பரிச்சயம் ஏற்பட்டது.. பெயரைப்பார்த்தாலே தமிழன் என்று தெரிந்துவிட்டதால் கூட வந்த கன்னடக்காரர்கள் ராஜசேகரைப் பார்த்து 'நீவே மாத்தாடி' என்று சொல்லி விட்டுவிட்டார்கள். அவர் குமரவேலின் சொந்த ஊர் பூர்வீகம் எல்லாம் விசாரித்துத் தெரிந்து கொண்டார். அதை அவர் மனைவியிடம் சொல்லியிருக்க வேண்டும். அப்போது இரண்டு வரிசைகளிலுமிருந்த மொத்தமுள்ள இருபத்தெட்டு சைட்டுகளில் ஐந்து வீடுகள் மட்டுமே இருந்தன. அவர்களது வீடு இருக்குமிடம் தெரிந்திருந்தாலும் யார் எவர் என்ற விவரமெல்லாம் தெரிந்திருக்கவில்லை.. இத்தனைக்கும் ஒவ்வொரு தடவையும் அவர்கள் வீட்டைக் கடந்து தான் போக வேண்டும்.. அவர் ஓட்டுக்கேட்ட கட்சிக்கு ஓட்டுப்போடவில்லையென்றாலும் அவர்கள் வீட்டுக்கு குமரவேல் போனார். சிறிய சைட்டில் கட்டப்படும் வீட்டைப் பெரியதாக ஆக்கிக்கட்டுவது ஒரு சாமார்த்தியம். ஆனால் பெரிய சைட்டில் கட்டப்படும் வீட்டை மிகவும் குறுகலாக ஆக்கிக்காட்டுவது முட்டாள் தனம்.. அப்படித்தான் ராஜசேகர் வீடு இருந்தது.. இப்போதெல்லாம் வாஸ்து என்பது ஒரு அந்தஸ்தின் அடையாளமாகவும், மூட நம்பிக்கையின் வெளிப்பாடாகவும் இருக்கிறது. ஆனாலும் அதனால் ஒரு பிரயோஜனமும் இருக்கிறது. கிழக்குப்பார்த்த சைட்டாக இருந்தால் சமையல் கட்டை கிழக்கு வலது பக்கத்தின் மூலையில் வைக்கிறார்கள். இது காற்றோட்டமாகவும், கழிவுத்தண்ணீர் போகும் குழாய்கள் நேரடியாக மெயின் குழாயில் கலப்பதற்கு வசதியாகவும் இருக்கிறது. ராஜசேகர் வீடு வாஸ்து இல்லாத அந்தக்காலத்தில் கட்டப்பட்ட வீடாக இருந்ததால் சமையல் கட்டை வலது பக்கம் மேற்கு மூலையில் வைத்திருந்தார்கள்..அங்கே ஒரே இருட்டு.. காற்று வசதியும் இல்லாததால் அங்கிருந்து வந்த வாடை ஹால் வரை வந்தது.. அது ஒரு பெரிய கூட்டுக்குடும்பம்.. ராஜசேகரின் அப்பா, லீலாவின் அம்மா, திருமணமாகாத ராஜசேகரின் தங்கை, அவர்கள்து மூன்று பிள்ளைகள் ஏன பெரிய கும்பல்.. ஆனால் யாரும் அதைப் பொருட்படுத்தியாகத் தெரியவில்லை.. எல்லோரும் சந்தோஷத்துடனும், எரிச்சலுடனும் இருப்பதாகவே தோன்றியது.. தரைத்தளம், முதல் தளம் இரண்டும் முழுதாகக் கட்டப்பட்டு மூன்றாம் தளத்தில் ஒரு அறை மட்டும் கட்டப்பட்டிருந்தது..

ராஜசேகர் அமைதியானவர். அதிகம் பேச மாட்டார். லீலா பழகிவிட்டால் ரொம்பவும் பிரியமாக இருப்பார். அந்தப் பிரியம் செயற்கையானதாகத் தெரியாது. ராஜசேகர் மூலமாகப் பழகினாலும் வீட்டுக்கு வந்து சுலோச்சனாவுடனும், பிள்ளைகளுடனும் இருந்து பேசிவிட்டுப் போவார். சுலோச்சனாவைப் போறுத்த வரை இந்த நட்பு மேலோட்டமாகப் பேண வேண்டிய நட்பு. அப்படியே பேணப்பட்டது..அதற்கு முக்கியக்காரணம் அவர்களது ஆங்கிலம் சொல்லிக்கொள்ளும்படி இல்லை. இரண்டாவது அவர்கள் யாருமே சுலோச்சனா விரும்பும் உடல் நிறம் கொண்டிருக்கவில்லை. பாவம் லீலாவுக்கு இதுவெல்லாம் புரிந்ததா எனத்தெரியவில்லை. ஒரு தடவை தீபாவளிக்கு மூத்த பெண்ணிடம் ஏராளமான பலகாரங்களைக் கொடுத்து விட்டிருந்தார் லீலா... அதற்குப் பதிலாக சுலோச்சனா திருப்பி அனுப்பியது மிகக் குறைவாக இருந்தது.. ரெண்டு நாளைக்குப் பிறகு அவரைச் சந்தித்தபோது

‘என்னங்க இது... அண்ணந் தம்பி தான் பொறந்தவளுக்கு சீர் குடுக்கணும்..இங்க பொறந்தவ குடுக்கறா...’

என்று விளையாட்டாகக் கேட்டதற்கு

‘அதுக்கென்ன இந்தப் பொறந்தவளுக்கு தம்பியப் புடிச்சிருக்கு... சீர் குடுக்கறா... இதுலென்ன தப்பு..’

என்றார். தம்பி அக்காவை மனப்பூர்வமாக ஏற்றுக்கொண்டார். ஆனால் தம்பியின் பெண்டாட்டி தான் லீலாவை அண்ணியாக ஏற்றுக் கொள்ளவில்லை..

‘என்ன கொழுந்தி.. என்ன பண்றீங்க’ என்று கேட்கும்போதெல்லாம் வெறும் வெளிச்சமில்லாத புன்சிரிப்பு அல்லது... ‘நத்திங்’ என்பது மாதிரியான பதில் தான் வரும். உலக நாகரிகத்திற்கு தமிழ்ச்சமூகம் அளித்த மிக முக்கியமான பங்களிப்பான ‘உறவு முறையில் விளித்தல்’ ஆங்கில நாகரிகத்தைக் கடைப்பிடிக்கும் சுலோச்சனாவிடம் செல்லுபடியாகவில்லை. ஆனால் குமரவேல் அந்தக் குடும்பத்தின் ஒரு பாகமாகி விட்டார். அவர்கள் வீட்டின் எல்லா நல்லது கெட்டதுகளுக்கும் அழைப்பு வரும்..ராகுலும் அவரும் மட்டும் போய்வருவார்கள். அவர்களது விருந்து விஷயத்தில் குமரவேலுவுக்குப் பிடித்தமான ஒன்று இருந்தது. குமரவேலுவுக்கு மட்டுமல்ல பெங்களூர் தமிழர்கள் எல்லோருக்கும் பிடித்தமானது தான். அது பிரியாணியும், அது சார்ந்த ஐட்டங்களும்... இந்த விஷயத்தில் சிவாஜி நகர் இசுலாமியர்களுக்கும், தமிழர்களுக்கும் நல்ல ஒற்றுமை இருந்தது.

நல்ல சீரகச்சம்பா அரிசியில் கொழுத்த ஆட்டின் மாமிசம் கலந்து செய்யப்படும் இந்த பிரியாணிக்கு 'பகரா பைங்கன்' எனப்படும் கத்தரிக்காய் தொக்கு கொடுக்கப்படும்.. மாமிசத்துண்டுகள் நன்றாக வெந்து மாவு மாதிரி வாயில் கரையும். ஒரு மார்க்கண்டம் அல்லது நல்லி எலும்பு கடிக்கக் கிடைக்கும்.. இத்தோடு மீடியம் சைசில் சிக்கன் கபாப் உண்டு..கடைசியில் 'சாவல் கி கீர்' அல்லது 'ஃபிர்னி' உண்டு. பருப்பு, ரசம், பொறியல் என்ற சோலியே கிடையாது. தயிர்ப்பச்சடி உண்டு. அதை யாரும் பெருசாகக் கண்டு கொள்ள மாட்டார்கள் அந்த ரைத்தா அனாதையாக அங்கே கிடக்கும்.

குமரவேலுவுக்கு லீலாவின் வீட்டிலிருந்த இரண்டு பெரிசுகள் நல்ல பேச்சுத் துணையாக இருந்தார்கள்.. இரண்டு பேரிடமும் நிறையக் கதைகள் இருந்தன. லீலாவும் ராஜசேகரும் தூரத்து உறவினர்கள். இரண்டு பேரின் உறவினர்களும் ஒன்று பெங்களூரில் இருந்தார்கள் அல்லது கோலார் தங்க வயலில் இருந்தார்கள். இருபதாம் நூற்றாண்டின் இருபது முப்பதுகளில் வட ஆற்காடு மாவட்டத்திலிருந்து கிளம்பிய தமிழர் குடியேற்றம் கோலார் தங்க வயல், பெங்களூர் இரண்டுக்குமாக இருந்ததென்றாலும் இரண்டு குழுக்களின் வாழ்க்கை முறையில் மாற்றங்கள் இருந்தன.. பெங்களூர் குடியேற்றம் அதற்கு முன்னமேயே நிகழ்ந்திருந்தது.. ராஜசேகரின் அப்பா தங்க வயலுக்கு வந்தபோது அவருக்கு வெறும் பதினெட்டு வயது தான். லீலாவின் குடும்பம் அதற்கு முன்னமேயே பெங்களூரிலிருந்தது. ராஜசேகர் ஆற்காடு மாவட்டத்திலிருந்து கோலார் தங்கவயலுக்கு வந்த கதையை அறிந்து கொள்வதற்கு குமரவேலுக்கு ஆர்வமாக இருந்தது

'நீங்களே பொறப்ட்டு கோலாருக்கு வந்துட்டீங்ளா..?'

'இல்லிங்கோ...அப்பா தான் அனுப்ச்சாரு...எங்குளுது பெரிய குடும்பம்.. கூலி வேல தான..நாந்தா பெரிய பைய.. மள இல்லே.. என்னா பண்றது சொல்லுங்கோ... '

'நீங்க எத்தன பேரு உங்க ஊர்லேர்ந்து வந்தீங்க'

'நாங்க மூணு பசங்கோ... வந்த ஒடனே எங்கள சேத்துக்கல.. அங்க இங்க திரிஞ்சம்..

'எப்டி... ரொம்ப தூரம் உள்ளே போவீங்ளா ?'

'அது போகுங்கோ... முவ்வாயிரோ..நாலாயிரோ..அடி.. நீங்க இப்பப்பாத்தீங்கன்னா ரெண்டு கிலோமீட்டர் மூணு கிலோ மீட்டர் எல்லாம்போவும்..'

‘எப்டி அவ்ள தூரம் தைரியமாப் போனீங்கோ...?’

‘இன்னா பண்றது சொல்லுங்கோ... தொழில்னு வந்தாச்சு... செஞ்சு தான ஆகணும்..’

‘அது வெள்ளக்காரங்கம்பினி தான.. அவங்க கீள வருவாங்களா?[

‘இல்லீங்கோ... அவங்களுக்கு வேற லெவல்லே..வெல...எல்லாமே அவங்களுக்குத் தனி தா..ஊடு, பங்களா, கிளப்பு, காரு..’

‘உங்குளுக்கு வசதி ஒண்ணும் செஞ்சு தரலியா..?’

‘ஐயோ... செஞ்சாங்க... செஞ்சாங்க.. இல்லேன்னு சொல்ல முடியாது.. பள்ளிக்கூடம், ஆசுபத்திரி.... வீடுங்க... எல்லாமே இருந்துச்சு.. என்ன..நம்மாளுங்க அத்த யூஸ் பண்ணிக்கிட்டு மேல வரப்பாக்கல... கெட்ட பளக்கங்க ஜாஸ்தி... வெள்ளக்காரன் பரவால்லே.. நல்ல சம்பளந்தாரான்.. இது எண்ணைக்கும் இருக்கும்னு நெனச்சாங்க.. கடேசீலே இளுத்து மூடீட்டான்..”

‘நீங்க கடெசி வரைக்கும் இருந்தீங்களா?’

‘ஆமாங்க.... நமக்கு 1980-ல ரிடயர் ஆச்சு... அப்பவே தங்கம் கெடக்கிறது கம்மியாப்போச்சு..கடசீலே 2001-ல தான் குளோஸ் பண்ணாங்க.. நல்ல வேளயா எங்க பசங்க எல்லாரும் நல்லாப் படிச்சாங்க..எல்லாமே இனி பெங்களூர் தான்னு அவங்களே முடிவு பண்ணீட்டாங்க..எங்க தங்கச்சிங்க ரெண்டு பேரு, பெரீப்பா பையன் எல்லாரும் இங்க தான இருந்தாங்க.. அங்க இருந்த எல்லாத்தியும் வித்துட்டு இங்க வந்துட்டம்... ராஜா தான் பெரிய பையன்... லீலா தங்கச்சி பொண்ணு தான.. கட்டி வச்சுட்டம்..அப்டிப்பாத்தீங்கன்னா.. எங்க குடும்பத்துலே எல்லாம் ஒண்ணுக்குள்ள ஒண்ணாத்தான் இருக்கும்..ஆனா.. இப்ப அப்பிடியில்லப் பாருங்க... அவங்கங்க அவுங்குளுக்குப் புடிச்சவங்களக் கட்டிக்கிறாங்க.. நம்ம இன்னா சொல்றத்துக்கு இருக்குது.. எல்லாரும் நல்லா இருந்தாச் சரி..’

இப்படி குடும்ப ஷேமத்தையும், உலக ஷேமத்தையும் விரும்பிய பெரியவர் ஒரு ராத்திரியில் தூக்கத்திலேயே உயிரை விட்டார். சிவாஜி நகரில் ‘பீட்டர் அந்திமச்சடங்குப் பணி மையம்’ மிலிருந்து மிக அழகான கண்ணாடிப் பெட்டி கொண்டு வந்து வைத்து சடங்குகள் செய்து அவரைக் கொண்டு போய் சேர்த்தார்கள்.

இந்தக் குடும்பங்களில் ஒரு வியக்கத்தக்க ஒற்றுமை.. பெரியவர்களுக்குக் கொடுக்கப்படும் மரியாதை.. ராஜசேகரின்

அப்பா இறந்த பின் லீலாவின் அம்மா பொறுப்பை எடுத்துக் கொண்டார்.. அத்தை என்றாலும் ராஜசேகர் தனது அம்மாவுக்குக் கொடுக்க வேண்டிய மரியாதையைக் கொடுத்தார்..பிள்ளைக்களும் பாட்டியைச் சுற்றியே வருவார்கள். ராஜசேகருக்கு ஐடிஐயில் வேலை.. வேலையில் ஒன்றும் பெரிதாகச் சாதித்ததாகத் தெரியவில்லை.. அப்போது மத்திய அரசு நிறுவனங்களில் எதையும் சாதித்தேயாக வேண்டும் என்ற நிபந்தனை ஏதும் இருக்கவில்லை..லீலா ஸ்டேட் எக்சைஸ் டிபார்ட்மெண்டில் சேர்ந்து படிப்படியாக உயர்ந்து இப்போது மதிக்கத் தக்க ஒரு இடத்தில் இருக்கிறார்.. ஜீப் ஒன்று வீட்டு முன்னாலேயே இருக்கும்.. அடிக்கடி யார்யாரோ வந்து பார்த்து விட்டுப்போவார்கள். வருபவர்களுக்கு ஒரு நிபந்தனை.. வாகனங்களை பதினெட்டாவது மெயின் ரோட்டிலேயே நிறுத்தி விட்டு வரவேண்டும். இதற்குக் காரணம் இங்கே பார்க்கிங் வசதி இல்லை என்பதாலா அல்லது வேறு ஏதாவதற்கா எனத்தெரியவில்லை.. குடும்பத்திற்கு விவேக் நகரில் ஒன்றிரண்டு வீடுகள், சர்ஜாபுரா பக்கம் மூணு ஏக்கர் நிலம் எல்லாம் உண்டு.. லீலாவின் ஒரு சகோதரி இதே மாதிரி பந்தாவான ஒரு பதவியில் கமிஷனர் ஆஃபீசில் இருந்தார். ஜீப் வீட்டுக்கு வரும்.

லீலாவை குமரவேலு அக்காவாகக் கருதிக்கொண்டு அவரிடம் உரிமை எடுத்துக் கொண்ட சந்தர்ப்பங்களும் உண்டு. அது அவர் சைட் வாங்கியபோது ஏற்பட்ட பண நெருக்கடியில் அவ்வப்போது உதவி கேட்டுப் பெற்றது.. இரண்டாவது தனது பக்கத்து வீட்டுக்காரர் அஞ்சனப்பா ஒரு சிக்கலில் மாட்டிக்கொண்டபோது அவரைக் காப்பாற்ற வேண்டி உதவி கோரியது..அதில் இரண்டாவது தான் முக்கியமானது..

அஞ்சனப்பாவுக்கு அரிசிகெரே பக்கம் ஒரு கிராமம். குருபர் இனத்தவரான அவர் கல்வித்துறையில் செக்ஷன் ஆஃபீசராக இருந்து ஓய்வு பெற்றவர்.. மூன்று பெண்மக்கள் இருந்ததால் குடும்பத்தில் பணிவு, அடக்கம், ஒழுக்கம், கட்டுப்பாடு என்பவை அளவுக்கு மீறியே இருந்தன. மூன்று பேரையும் கட்டிக்கொடுத்து விட்டார். ஒரே ஒரு பிரச்சினை.. மூன்று மருமகன்களும் எதிரும் புதிருமாக இருந்தார்கள். இரண்டாவது மருமகன் மட்டும் கொஞ்சம் பரவா—யில்லை.. மாமனார்-மாமியார் மீது அக்கறை உண்டு.. ஆனால் அது உண்மையான அக்கறையா அல்லது தான் வைத்திருக்கும் கொஞ்சம் டெபாசிட்டுகளின் மீதா என்று அஞ்சனப்பாவுக்கு சந்தேகம் உண்டு. அவர் மனைவிக்கு அந்த வயதில் வரவேண்டிய நோய்களுக்கு அதிகமாகவே நோய்கள் இருந்தன. மிகப்பருமனான பெண்மணி..

அஞ்சனப்பாவுக்கு மனைவியின் மீது பிரியம் அதிகம். 'பரிமு..பரிமு' (பரிமளா) என்று ஏதொன்றுக்கும் கூப்பிட்டுக்கொண்டே இருப்பார். பெண்கள் இருந்த போது வீட்டுவேலைகளை முனகிக்கொண்டே செய்து வந்தார்கள்..அவர்கள் வீட்டு சாப்பாட்டின் தரம் குறித்து குமரவேலுவுக்கு ஒன்றும் பெரிதாகத் தெரியாது... 'நீவு தினா பல்யா மாடுத்திரா?' (நீங்கள் தினமும் பொறியல் பண்ணுவீர்களா?) என்று திருமதி அஞ்சனப்பா தன்னிடம் கேட்டதாக சுலோச்சனா ஒரு முறை சொன்னார். அது எப்படியிருந்தாலும் அவர்கள் வீட்டு ஹோளிகே (ஒப்பட்டு) ருசி பிரமாதமாக இருக்கும். யுகாதி, தீபாவளி சமயங்களில் சரியாக பன்னிரண்டு மணிக்கு வந்து விடும். கடலைப்பருப்பு ஒப்பட்டு, தேங்காய் ஒப்பட்டு, கார ஒப்பட்டு எனத்தனித்தனியாக வைத்துக் கொடுப்பார்கள்.. எப்போது வரும் எனக்காத்திருந்து வனிதாவும், ராகுலும் முடித்து விடுவார்கள்.. பெற்றோர்களுக்கு ஒன்றிரண்டு கிடைக்கும்.. கிடைக்காமலும் போகும்.. கார ஒப்பட்டு சூடு சூடாக இருக்கும்.

உண்மையில் சொல்லப்போனால் அஞ்சனப்பாவுடன் பேசுவது சலிப்பூட்டும் விஷயம். மனித வாழ்வின் எல்லாக்கட்டங்களையும் மிகச் சாதாரணமாகவே எடுத்துக் கொண்டு அல்லது மிகவும் பயந்து கொண்டு எந்த சாகசத்திற்கும் இடங்கொடுக்காமல், எந்த வரம்பு மீறலுக்கும் போகாமல் உப்புச்சப்பற்ற வாழ்க்கையை வாழ்பவரிடத்தில் என்னத்தைப் பேசுவது என்று விட்டு விடுவார். ஆனாலும் பக்கத்து வீட்டுக்காரர் ஆயிற்றே! அதுவுமல்லாமல் அஞ்சனப்பா யாருக்கும் எதற்காகவும் கெடுதல் நினைக்காதவர்.. நாளை காவிரி கலாட்டா என்று ஏதாவது வந்தால் நிச்சயம் உதவுவார். இப்படிப்பட்டவருக்குத்தான் வேலைக்காரப்பெண் வடிவத்தில் சோதனை வந்தது

அஞ்சனப்பா குடும்பம் இப்பொழுது தான் ஒன்றிரண்டு வருடங்களாக வீட்டு வேலைக்கு அதாவது பாத்திரம் கழுவ, வீடு கூட்டித்துடைக்க என்று ஆள் வைத்துக் கொள்கிறார்கள். அவர் மனைவி சுலோச்சனாவைப்போல எந்தக்காரணத்தைக் கொண்டும் சமையலுக்கு ஆள் வைத்துக்கொள்வதில்லை என்று முடிவு செய்திருந்தார். கோரமங்கலா ஐ.டி.ஆட்களின் பிடியில் பூரணமாக வந்த பிறகு வீட்டு வேலை, சமையல் வேலைகளுக்கு வரும் பெண்களின் பணி நேரம், பணி அம்சங்கள், பணி நிபந்தனைகள், பணி ஊதியம் முதலியவற்றில் வெகுவான மாற்றங்கள் வந்து விட்டன. கோரமங்கலாவுக்கு அருகில் இருக்கக் கூடிய கஜேந்திர நகரின் பொருளாதாரப் பின்னணி மிகப் பெரிய உச்சத்தைக்

கண்டது. சில சமூகவியலாளர்கள் அதை பெங்களூரின் 'பணக்காரச் சேரிப்பகுதி' யாகப் பார்த்தார்கள். ஆனால் அதே சமயத்தில் புருசன் குடிகாரன் - மகன் உதவாக்கரை என்ற பாரம்பரிய வகைப்பாடும் தொடர்ந்து வந்தது.. இந்த வகைப்பாட்டில் தான் அஞ்சனப்பா குடும்பத்திற்கு பெண்கள் கிடைத்தார்கள். அஞ்சனப்பாவின் மனைவி கொஞ்சம் சுத்தம் பார்ப்பவர்.. இந்தப் பெண்களிடம் அவ்வளவு சுத்தம் இருக்காது..ஒரு கட்டத்தில் இவர்களுக்கும் கூட டிமாண்ட் வந்தது.. இன்னொருமொரு பிரச்சினை திருமதி. அஞ்சனப்பாவிற்கு கொஞ்சம் கால் பிடித்து விட வேண்டும். இவையெல்லாம் சேர்த்து பணிப்பெண்களின் பணிக்காலத்தைக் குறைத்தது.இன்னொரு முக்கியமான காரணம் அஞ்சனப்பா வீட்டில் கொடுக்கப்படும் உணவு. சூடாக இருக்கும்போதே அதைச் சாப்பிட முடியாது.. பழையதாக அதை எப்படிச் சாப்பிடுவது... இந்த ஐ.டி.காரர்களிடம் ஒரு நல்ல பழக்கம்.. தேவைக்கு அதிகமாகவே சாப்பாடு செய்வார்கள் அல்லது வரவழைப்பார்கள்.. அத்தோடு அவர்களிடம் இருக்கும் ஃப்ரிட்ஜ் முதலிய வீடுசார் பொருட்கள் எல்லாமே பெரியதாக இருக்கும். அவற்றில் எவ்வளவு உணவுப்பண்டங்களை வேண்டுமானாலும் வைத்து அடுத்த நாள் எடுக்கலாம். வெளியிலிருந்து வாங்கிய உணவாக இருந்தால் அதில் சேர்க்கப்படும் 'ருசிப்பாதுகாப்புப் பொருட்கள்' காரணமாக சுவை கெடாமல் இருக்கும். ஆன்லைன் வர்த்தகத்தின் விளைவாக அடிக்கடி பொருட்கள் மாற்றப்படுவதால் புதியது போன்றதேயான பொருட்கள் அவர்களுக்குக் கிடைத்துக் கொண்டேயிருக்கும்.இன்னொரு முக்கியமான அம்சம் ஐடிக்காரர்கள் இடம் மாற்றிக்கொண்டேயிருப்பார்கள். அப்போது ஒரு அதிர்ஷ்டம் அடிக்கும் பாருங்கள். கட்டில், மெத்தை, வாஷிங் மெஷின், ஃப்ரிட்ஜ், அலமாரி, துணிமணிகள் என்று எது வேண்டுமானாலும் கிடைக்கும்..

இவர்களோடு அஞ்சனப்பா எப்படிப் போட்டி போட முடியும்? ஆனாலும் ஒரு பெண் கிடைத்தாள். ரொம்ப லட்சணமான பெண்.. ஒரே பெண்..அம்மா தமிழ்.. அப்பா கன்னடா... அப்பா கட்டிட வேலையில் ஹெல்பராக இருந்தான்..கொஞ்சம் சுறுசுறுப்புப் பத்தாது. அதே மாமூல் கதை.. இந்தப் பெண் பக்கத்திலேயே ஒரு கன்னடப்பள்ளிக்கூடத்திற்கு போயிருக்கிறாள். போயிருந்தாலும் படிப்பில் சுமாராக இருந்ததால் நிறுத்தி விட்டார்கள்.. இரண்டு பேரும் வேலைக்குப் போவதால் பெண்ணை வீட்டில் வைத்திருக்க முடியாது. கன்னடம், தமிழ், தெலுங்கு எல்லா மொழிகளிலும் வரும் சினிமாப் பாட்டுக்கள் இந்த வயதுப் பெண்கள், பையன்கள் மீது அதிக கவனம் செலுத்துகின்றன. அப்பனுக்குப் பெண்ணின்

மீது அளவு கடந்த பாசம்.. அதிக கவனமும் கூட... அவனே நேரில் வந்து பார்த்து சூழ்நிலை சரியாக இருந்தால் தான் வேலைக்கு அனுப்புவான்.. இங்கே வந்து பார்த்த பிறகு சரி... அஞ்சனப்பா மூலம் எந்தப் பிரச்சினையும் வராது என்று தெரிந்து கொண்டு வேலைக்கு விட்டான். கொஞ்ச நாளில் அஞ்சனப்பா மனைவியும் பெண்ணும் நன்றாக ஒட்டிக்கொண்டு விட்டார்கள். 'பெண் ராத்திரியும் இங்கேயே தங்கிக் கொள்ளட்டுமே' என்று கேட்ட பொழுது கொஞ்சம் யோசித்து விட்டு சரி என்று சொல்லி விட்டான்.

கோரமங்கலா மட்டுமல்லாமல் பெங்களூரில் மாநகராட்சியால் நிர்வகிக்கப் படுகிற எல்லாப்பூங்காக்களும் இன்ன நேரத்தில் திறந்து இன்ன நேரத்தில் மூடப்படவேண்டும் என்பது விதி.. ஆனால் இதற்குச் சில விதிவிலக்குகள் உண்டு. இந்த விதிவிலக்குகள் மாநகராட்சி ஏற்படுத்தியதல்ல.. அந்தந்தப் பூங்காக்களின் வாட்ச்மேன்கள் ஏற்படுத்தியது.. இளமைப்பிராயத்தில் தோன்றும் காதல் உணர்வுகள் என்பவை மிகப்புனிதமானவை என்றும், அவற்றை வெளிப்படுத்துவதற்கு அந்தப் பிராயத்து பையன்கள், பெண்களுக்குத் தேவையான வாய்ப்பை அளிக்க வேண்டுமென்றும் அவர்களது பெற்றோர்கள் மற்றும் மாநகராட்சியை விட அந்தந்தப் பூங்கா வாட்ச்மேன்களுக்குத் தெரிந்திருந்தது. எதையும் இலவசமாகக் கொடுத்துவிடக்கூடாது என்பதற்காக ஒரு சிறு தொகையை ஜோடிகளிடம் பெற்றுக்கொண்டு அனுமதி இல்லாத நேரத்திலும் உள்ளே விட்டு விடுவார்கள். நம்மால் வாட்ச்மேனுக்குத் தொந்தரவு வந்து விடக்கூடாது என்பதற்காக ஜோடிகளும் பூங்காவுக்குள் மறைவான இடத்திற்குப் போய்விடுவார்கள். வெளியிலிருந்து பார்த்தால் தெரியாது.. அஞ்சனப்பா வீட்டில் வேலை செய்யும் பெண்ணுக்கும். அவளது நண்பனுக்கும் இந்த மாதிரியான முக்கியமான தகவல்களைத் தெரிவிப்பதற்கு கஜேந்திர நகரில் நிறைய தகவல் மையங்கள் இருந்தன.. இந்தப் பூங்காக்களை வடிவமைத்தவர்களை விட பல முக்கியமான தகவல்கள் அவர்களுக்குத் தெரிந்திருந்தன.

அன்றைக்கு சுமார் பதினொரு மணிக்கு 'என்னைப் பார்க்க வேண்டுமென்று அம்மா வீட்டுக்கு வரச்சொன்னார்கள்' என்று சொல்லிவிட்டுப்போனாள். அன்றைக்கே சுமார் ஐந்து மணிக்கு அந்தப் பெண்ணின் அம்மா அஞ்சனப்பா வீட்டிற்கு மகளைப் பார்க்க வந்தாள். கதவைத் திறந்த அஞ்சனப்பாவின் மனைவி அவளுக்குப் பின்னால் மகள் வருகிறாளா எனப்பார்த்து விட்டு அவளைக்காணாததால் 'இனி மேல் அவள் வேலைக்கு வர

மாட்டாள்' என்று சொல்வதற்காகத்தான் வந்திருக்கிறாளோ என்று நினைத்துக் கேட்டாள். பிறகு தான் விஷயம் தெரிந்தது.. பெண் திரும்பி வரவில்லை..ராத்திரி வரை வரவில்லை. அப்பன்காரன் வந்தான். அவனிடம் பக்குவமாக எடுத்துச் சொன்னார்கள். அவன் அவர்கள் கடை எதையும் கேட்கவில்லை. குதி.. குதி..யென்று குதித்தான்.. நேராக கோரமங்கலா போலீஸ் ஸ்டேஷனுக்குப் போய் கேசைக்கொடுத்து விட்டான்..

ராத்திரி எட்டு மணிக்கு ரெண்டு போலீஸ்காரர்கள் வந்து அஞ்சனப்பாவைக் கூட்டிக்கொண்டு போனார்கள்.. இந்த சமயத்தில் அவருக்கு உதவ பக்கத்தில் குமரவேலுவைத் தவிர யார் இருக்கிறார்கள் ? மருமக்களுக்குத் தகவல் தெரிவிக்க வேண்டாமா எனக்கேட்டதற்கு அந்த அம்மா உதட்டைப் பிதுக்கிக் கொண்டு தலையை ஆட்டி வேண்டாம் என்று சொல்லிவிட்டார்..மூத்த மருமகன் வருவதே கிடையாது... நடு மருமகன் எல்லாவற்றிலும் ஆதாயம் தேடப்பார்ப்பார்.. கடைசி மருமகன் ஐ.டி. அப்படியானால் இந்த மாதிரி விஷயத்தில் பிரயோஜனமில்லை என்று பொருள்.. அஞ்சனப்பாவின் மனைவி ஒரே அழுகை.. அவர் பக்கத்திலிருந்த சுலோச்சனா குமரவேலுவைப் பார்த்து 'சீக்கிரம் போங்கள்' என்று சைகை காட்டினார்

குமரவேலு குடியிருந்த வாடகை வீட்டிற்கும் கோரமங்கலா போலீஸ் ஸ்டேஷனுக்கும் ரொம்பப் பக்கம்.. ஸ்டேஷனின் தொடக்கவிழா அன்று அந்தப் பக்கத்திலிருந்த எல்லோரையும் அழைத்திருந்தார்கள். அப்போதைய கமிஷனர் தான் திறந்து வைத்தார். ஷாமியானா போட்டு எல்லோருக்கும் கேசரிபாத், காராபாத்(உப்புமா) மைசூர்பா எல்லாம் கொடுத்து உபசரித்தார்கள். அவர்கள் வீடுகளுக்கு வந்து அவர்களை அழைத்த இன்ஸ்பெக்டர் என்ன உதவி வேண்டுமானாலும் வாங்க சார் என்று சொல்லி—யிருந்தார். அதற்குப் பிறகு அங்கே போக வேண்டிய சந்தர்ப்பமே வாய்க்கவில்லை..ஸ்டேஷனுக்கு அடுத்தது ஒரு சிவிக் அமெனிட்டி ஏரியா..அப்போது தான் கொஞ்சம் செடிகள் நட்டு வைத்திருந்தார்கள். அதனால் ராத்திரி கைதிகளை அடித்துத் துவைக்கும்போது அவர்கள் போடுகிற சத்தமெல்லாம் குமரவேலு வீட்டுக்குக் கேட்கும்.. அது ஒரு பத்து வருசம் இருக்கும்.

எதிர்வீட்டு மதுகரும், குமரவேலுவும் ஸ்டேஷனுக்குப் போனார்கள். இன்னும் கூட ஸ்டேஷன் முழு மூச்சுடன் செயல்பட்டுக்கொண்டிருப்பதாகத் தெரியவில்லை.. காம்பவுண்ட்

சுவர் எதுவும் கட்டப்படாமல் மொட்டையாக இருந்தது.. ரோட்டிலிருந்து உள்ளே நுழைந்து இடது பக்கம் பத்தடி போனால் தான் கட்டிடம் வரும். வாயிலில் நின்றிருந்த இரண்டு போலீ—ஸ்காரர்கள் வைத்திருக்கும் துப்பாக்கியைப் பார்த்தால் யாருக்கும் பயம் வரும் எனத்தோன்றவில்லை. கிராமத்துத் திண்ணை மாதிரி இருந்த முன்றிலில் ஸ்டேஷன் தொடங்கப்பட்ட வருடம், அங்கிருக்கும் உத்தியோகஸ்தர்கள், அந்த ஸ்டேஷன் கவர் செய்யும் ஏரியாக்கள் முதலியவை மரப்பலகையில் வெள்ளை பெயிண்டால் எழுதப் பட்டிருந்தன..

திண்ணையைத்தாண்டி உள்ளே நுழைந்தால் வலதுபுறம் ஒரு தடுப்புக்குள் இன்ஸ்பெக்டர் மேசை இருந்தது.. அவர் இல்லை.. வெளியே போயிருந்தார். ஒம்பது மணிக்கு மேல் வருவார் என்றார்கள். இடது பக்கம் கிழக்குப்பார்த்து ரைட்டர் உட்கார்ந்திருந்தார். அவருக்கு நேர் எதிரில் இரண்டு லாக் அப் ரூம்கள் இருந்தன..ஒன்றில் மட்டும் இரண்டு பேர் உட்கார்ந்திருந்த காட்சி மிருகக் காட்சி சாலையை நினைவு படுத்தியது. இடது மூலையில் அஞ்சனப்பா நின்றிருந்தார். மகாபாரதத்தில் எல்லாவற்றையும் சூதாட்டத்தில் வைத்து இழந்து விட்டு நிராதரவாக நிற்கிறான் தருமன். உன்னையே பணயமாக வைத்து இழந்தபிறகு என்னைப் பணயமாக வைப்பதற்கு உனக்கு என்ன உரிமை இருக்கிறது என்று கேட்கிறாள் பாஞ்சாலி. அந்தக்கோலத்தில் இருந்தார் அஞ்சனப்பா.. குமரவேலுவையும், மதுகரையும் பார்த்த போது முகத்தில் கொஞ்சம் தெம்பு வந்திருந்தது. அந்தப் பெண்ணின் அப்பனும் அம்மாவும் எதிரில் ஒரு மரத்தடியில் நின்று கொண்டிருந்தார்கள். அக்டோபர் மாசத்துக் குளிர் லேசாக வீசிக்கொண்டிருந்தது.

ஒம்பதேகால் மணி சுமாருக்கு ரெண்டு போலீஸ்காரர்கள் சகிதம் வந்தார் இன்ஸ்பெக்டர்.. கூட வந்த ரெண்டு போலீஸ்காரர்களும் முன்னாலிருந்த ஆஃபீசுக்குள் போனார்கள்.. தொப்பியைக் கழற்றி மேசை மீது வைத்த இன்ஸ்பெக்டருக்கு பக்கத்து மேசையிலிருந்த குடுவையில் இருந்து டீயை ஊற்றிக்கொடுத்தார் ஒரு போலீஸ்.. டீயை ஒருமுறை உறிஞ்சிக்குடித்தபடியே சுற்றுமுற்றும் நோட்டம் விட்ட போது கண்ணில் தட்டுப்பட்டார் அஞ்சனப்பா..அதற்குள்ளேயே அந்தப் பெண்ணின் அம்மாவும், அப்பாவும் கதவுக்கு முன்னால் ஓரங்கட்டி நின்றார்கள்..

‘யாருய்யா இவங்க...?’

‘ஒரு மிஸ்ஸிங் கேஸ் சார்..’

‘எங்கேர்ந்து..?’

‘இங்க தா சார்.. பதனெட்டாவது மெயின்.. தோ நிக்கறாரே.. அவுரு வீட்லேர்ந்து... இவங்க பேரெண்ட்ஸ்..’

அப்போது டிராஃபிக் போலீஸ்காரர்கள் இரண்டு பேர் உள்ளே நுழைந்தார்கள்.. அவர்கள் இடுப்பு வார்க்கச்சையிலிருந்து ‘கரபுர’ வென்று செய்தியாக வந்து கொண்டிருந்தது. அதை அவர்கள் கண்டு கொண்டதாகவே தெரியவில்லை...

‘ஃபைல் போட்டுட்டியா..?’

‘இன்னம் இல்லே சார்.. நீங்க வரட்டும்னு..’

‘இங்க வாங்க சாயிபரே...’

அஞ்சனப்பா முன்னால் வந்தார்.. கையைக்கட்டிக்கொண்டு நின்றார்..

‘எங்க வேல செய்றீங்க ?

‘ரிடயர்டு சார்... எஜுகேஷன் டிபார்ட்மெண்ட்லே செக்ஷன் ஆஃபீசரா இருந்தன்..’

‘எங்க டி.பி.ஐ.யா..?’

‘இல்ல... பல எடங்கள்லே... கடைசிலே டைரக்டர் ஆஃப் காலேஜியேட் எஜுகேஷன் ஆஃபீசுலே..’

‘என்ன ஆச்சு... சொல்லுங்க..’

அஞ்சனப்பா எவ்வளவு பரிதாபமாக முகத்தை வைத்துக் கொள்ள முடியுமோ அவ்வளவு பரிதாபமாக வைத்துக் கொண்டு எல்லா விவரத்தையும் சொன்னார்..

‘சரி... நீங்க கொஞ்சம் வெளியே இருங்க.. யோவ்... அவங்களக் கூப்டுய்யா..’

அவர்களிடமும் எல்லா விவரங்களையும் கேட்டார்.. அதற்குள் அந்த இரண்டு ட்ராஃபிக் போலீஸ்காரர்கள் மறுபடியும் உள்ளே வந்து இன்ஸ்பெக்டரிடம் ஏதோ பேசினார்கள். வெளியே நான்கைந்து பேர் நின்று கொண்டிருந்தார்கள். கேட்டுக்குப் பக்கத்தில் முன்னால் சேதமடைந்திருந்த ஒரு மோட்டார் சைக்கிளும், ஒரு மாருதி காரும் நிறுத்தப் பட்டிருந்தன. ஏதோ ஏக்சிடெண்ட் விஷயமாக இருக்கும்...

இன்ஸ்பெக்டர் வந்து பார்த்து விட்டு மறுபடியும் உள்ளே போனார்.. அப்போது குமரவேலுவும், மதுகரும் அவருடனேயே போனார்கள்.

மதுகர் தான் பேசினார்

'சார்... அஞ்சனப்பா மேல எந்தத் தப்பும் இல்ல சார்... இந்தப் பொண்ணு அவுங்கள ஏமாத்திட்டுப் போயிட்டுது சார்..'

'நீங்க யாரு..?'

'நாங்க பக்கத்து வீடு.. ரொம்ப வருசமா அதே வீதிலே இருக்கறோம்..'

'சார்.. இது சீரியஸ் கேஸ்... பெங்களூர்ல இப்ப டிராஃபிக்கிங் நெறயா நடக்குது... யாரையும் நம்ப முடியலே.. சர்வண்ட் மெய்ட்ச வெச்சுக்கறத்துக்கே நெறய்ய ஃபார்மாலிட்டீஸ் இருக்கு... அதய யாரும் ஃபாலோ பண்றதில்லே..'

'அந்த ஃபார்மாலிட்டீசெல்லாம் யாருக்கு சார் தெரியும்..'

இப்போது அஞ்சனப்பா பேசினார்..கொஞ்சம் தைரியம் வந்திருக்க வேண்டும்..

இன்ஸ்பெக்டரின் எரிச்சல் முகத்தில் தெரிந்தது..

'ஓ... அப்ப யாரக்கேட்டு அந்தப் பொண்ண வேலைக்கி வெச்சுட்டீங்க..?'

'எங்க வீட்டுலே வேலக்கி ஆள் வேணும்னு கேள்விப்பட்டு இந்த அம்மா பொண்ணக் கூட்டீட்டு வந்தாங்க..'

'இப்ப என்னாச்சு....?'

'அந்தப் பொண்ணு எங்க போச்சுன்னே தெரியலே..'

இன்ஸ்பெக்டர் அந்தப் பெண்ணின் அம்மாவைப் பார்த்துக் கேட்டார்

'ஏம்மா... உம்பொண்ண இவுரு வீட்லே உடும்போது என்ன சொல்லி உட்டே.. அவுங்க என்ன சொன்னாங்க..?'

'நாங்க நல்லாப்பாத்துக்கரம்னு தான் சொன்னாங்க..'

'கேட்டியாய்யா... *(மரியாதை குறைந்தது)*... நீங்க பொறுப்பை எடுத்திட்டீங்க.. பொண்ணு உங்க பொறுப்புல இருந்திருக்குது... இப்ப பொண்ணக் கொண்டாந்து உடுங்க... அது வரைக்கும் நீங்க உள்ள இருங்க..'

என்னடா இது... கதயே சுத்தமா மாறிப்போச்சு... குமரவேலுவுக்கு வேர்த்தது. அஞ்சனப்பா ஒண்ணுக்கு இருந்து விடுவார் போல இருந்தது..

வாசலில் நிழலாடியது.

அஞ்சனப்பாவின் கடைசி மருமகன் ஏதோ பஸ்சுக்காகக் காத்திருப்பதைப் போல நின்றிருந்தார்.

குமரவேல் மதுகரின் கையைப் பிடித்து இழுத்துக் கொண்டு வெளியே வந்தார்.. போலீஸ்காரங்க லஞ்சம் எதாவது எதிர்பார்க்கிறார்களா அல்லது பெண்ணின் அப்பனே எதாவது பிளாக் மெயில் நாடகம் எதாவது நடத்துகிறானா ஒன்றும் பிடிபடவில்லை..வீட்டில் வேறு சுலோச்சனா எதிர்பார்த்துக் கொண்டிருப்பாள்.. அவளைப் பொறுத்தவரை தனக்குக் கெடுதல் வரும் எனத் தெரிந்தால் பொதுமக்கள் சேவையிலிருந்து உடனே வெளியேறி விடவேண்டும். தான் இப்போது அந்தக் கட்டத்தில் இருப்பதாகத் தெரிந்தது. அதே சமயத்தில் குமரவேலுவுக்குப் பொறி தட்டியது. லீலாக்காவின் சகோதரி கமிஷனர் ஆஃபீசில் தானே வேலை செய்கிறார்.

'மதுகர்... கொஞ்சம் இங்கயே இருக்கீங்களா..நம்ம வீதீலே கடசீல இருக்காங்களே.. அவங்களுக்கு ஒருத்தரத்தெரியும்.. எதாவது செய்ய முடியுமான்னு பாத்துட்டு வர்றேன்..'

என்று சொல்லி விட்டு பின்வாசல் வழியாக பெத்தனி ஸ்கூலைத் தாண்டி வேகமாக ஓடி வந்தார். வீதியில் ஈ காக்கா இல்லை.. குமரவேலுவுக்கு கொஞ்சம் நாய் பயம் உண்டு.. அதற்காக கொஞ்சம் ஓடுவதும் பிறகு வேகமாக நடப்பதுவும் ஆக சீக்கிரம் லீலாக்கா வீட்டை அடைந்து விட்டார்.. நல்ல வேளையாக வீட்டினுள் விளக்கு எரிந்துகொண்டிருந்தது.. ராஜசேகர் தான் கதவைத் திறந்தார்

'என்ன வேலு... இந்த நேரத்துலே..'

'ஒண்ணுமில்லே சார்.. ஒரு சின்னப் பிரச்சன.. அக்கா இருக்காங்களா..?'

'இப்பத்தாம் படுத்தாங்க... இருங்க எழுப்பறேன்...'

அதற்குள் லீலாக்காவே எழுந்து 'என்ன தம்பி..' என்று கேட்டுக்கொண்டே வந்தார்..

கதையை முழுசாகக் கேட்டபின் ‘இருங்க ரேக்கா தூங்கீட்டாளான்னு பாத்துட்டு சொல்றேன்..’ என்று சொல்லிவிட்டு உள்ளேபோய்ப் போனை எடுத்துப் பேசினார்..உரையாடல் ஹாலுக்குத் தெளிவாகக் கேட்டது. பேச்சின் ஆரம்பத்திலேயே ‘இண்ணைக்கி என்ன சமைச்சே..’ என்று லீலா கேட்டது விசித்திரமாகத் தெரிந்தது. அஞ்சனப்பா இருந்திருந்தால் இதை எப்படி எடுத்துக் கொண்டிருப்பாரோ ?

ஒரு பத்து நிமிடம் கழித்து லீலா வெளியே வந்தார்.

‘குமரவேல்... கொஞ்சம் இருங்க.. ரேக்கா இப்ப போன் பண்ணுவா..’

என்று சொல்லிவிட்டு ஹாலில் வந்து உட்கார்ந்தார்.

‘டீ சாப்ட்ரியாப்பா.. பரவாயில்லயே .. பக்கத்தூட்டுக்காரர் மேல இவ்வளவு அக்கற வச்சிருக்கே..’

‘இல்லக்கா... அவரு ரொம்ப அப்பாவி.. யார் வம்புக்கும் போக மாட்டாரு.. யாரையும் அனாவசியமா தொந்தரவும் பண்ண மாட்டாரு.. ‘

‘ஆமாமா... நாங்கூட அவங்க ரெண்டு பேரயும் பாத்திருக்கேன்..’

மறுபடியும் ஒரு பத்து நிமிஷம் கழிச்சு போன் அடித்தது.. ரேக்கா தான். லீலா உள்ளே போய் கொஞ்ச நேரம் பேசிவிட்டு வந்தார்.

‘வேலு.. பேசியாச்சு... நீங்க போய் அஞ்சனப்பாவக் கூட்டீட்டு வீட்டுக்குப் போங்க.. மத்ததெல்லாம் அப்பறம் பாத்துக்கலாம்..’

‘ரொம்ப தேங்க்ஸ்க்கா..;

குமரவேல் அதே ஓட்டமும் நடையுமாக ஸ்டேஷனுக்கு வந்தார்..

இன்ஸ்பெக்டர் குமரவேலுவைப் பாத்ததுமே

‘என்ன சார்.. நானே விட்றலாம்னு இருந்தே.. அதுக்குள்ள எங்கிங்கியோ போய்ட்டீங்களே..’ என்றார். பிறகு பெண்ணின் தகப்பனைப் பார்த்து,

‘யோவ் .. கம்ப்ளய்ண்ட் குடுத்தட்டேயல்லே... நாளைக்கி வரைக்கும் பாக்கலாம்.. இப்ப போய்ட்டு வா..’ என்று சொல்லி அனுப்பி வைத்தார்.

வெளியே வந்த உடனே அஞ்சனப்பா குமரவேலுவின் கையைப் பிடித்துக் கொண்டு நன்றி சொன்னார். அவருக்குப் பேச்சே

வரவில்லை.. மதுகர், குமரவேல், அஞ்சனப்பா மூவரும் மெதுவாக வீட்டை நோக்கி நடந்தார்கள். மருமகன் ஒரு பத்தடி விட்டு பின்னால் வந்தார்..

வீட்டுக்குப் போனதும் அஞ்சனப்பாவின் மனைவி அவரைக்கட்டிக் கொண்டு 'ஓ'வென்று அழுதார்.. மூன்று பெண்களை வளர்த்துக் கட்டிக்கொடுத்த போது கூட இந்த மாதிரி ஒரு நெருக்கடியைச் சந்தித்திருக்க மாட்டார்கள். அடுத்த நாள் மாலை அந்த வேலைக்காரப்பெண் அவர்கள் வீட்டிற்கே நேரடியாகப் போய்விட்டாள்.

000

அதற்குப்பிறகும் வழக்கம்போல லீலா குடும்பத்தாருடனான குடும்ப உறவு தொடர்ந்தது.. குடும்ப உறவு என்பது இங்கே குமரவேலுடனான உறவு என்று கொள்ள வேண்டும்.. பண்டிகைகள், நல்லது கெட்டதுகள் இவற்றோடு சேர்த்து அவ்வப்போது மேற்கொள்ளும் சுற்றுப்பயணங்களும் சேர்ந்து கொள்ளும். இதில் சுலோச்சனாவின் கலந்துகொள்ளல் மிக மிகக் குறைவு என்று சொல்லத்தேவையில்லை..

குயின்ஸ் ரோடு பக்கம் வரும்போது தன்னை வந்து ஆஃபீசில் பார்க்கும்படி லீலா சொல்லியிருந்தார். அந்தப் பக்கம் போவது குமரவேலுவுக்கு ரொம்பப் பிடிக்கும். ஓசூர் ரோட்டில் ஆடுகோடியைத் தாண்டி மிலிடரி காம்பவுண்ட் ஓரமாகவே போவது நல்ல அனுபவம். அந்தக்காலத்தில் 164 பஸ்சில் போகும்போதும் சரி... பிறகு சைக்கிள், அப்புறம் ஸ்கூட்டர், கார் என்று எந்த வாகனத்தில் சென்றாலும் அது நல்ல அனுபவமே தான்.. எல்ஜின் ஃப்ளவர் மில் தனது செங்கல் புறவடிவத் தோற்றத்தில் கம்பீரமாக நிற்கும். நூற்றைம்பது வருடங்களுக்கு மேலான காலனியக்காரர்களின் மரண வரலாற்றைக் கூறும் ஐரோப்பியக் கிறித்தவ மயானம் அதே காலத்தில், அதற்கு முன்னர், பின்னர் மறைந்த இந்தியக் கிறித்தவர்கள், பிற இந்தியர்கள், கன்னடியர்கள், தமிழர்கள், தெலுங்கர்கள், மலையாளிகள், வட இந்தியர்கள் எல்லோரும் நிரந்தர உறக்கம் கொண்ட இடம், ஏன் அவர்களில் சில யூதர்களும் உண்டு.. பிறகு பால்ட்வின் பள்ளி, மசூதி, தேவாலயம் என்று வரிசையாக வரும்.. ஃபாத்திமா பேக்கரியும் அதற்கு எதிர்த்தாற்போல் இருக்கிற ஃபானூஸ் கபாப் செண்டரும் ஒரு காலத்தில் குமரவேலுவுக்கு தவிர்க்க முடியாத இடங்களாக இருந்தவை.. டாம்ஸ் கஃபேயில் கிடைக்கும் சிரியன் ஸ்டைல் பீஃப் வறுவலை மலையாளி நண்பர்கள் வாலிபப் பருவத்தில்

அறிமுகப்படுத்திக் கொடுத்திருந்தார்கள். இப்போது அது ஹராம்.. அதைத் தாண்டிப்போனால் முக்கோண வடிவத்தில் குட் ஷெப்பேர்டு கான்வண்ட், செண்ட் ஜோசஃப் காலேஜ், , செண்ட் பேட்ரிக் தேவாலயம், கேத்தலிக் கிளப் என்று வெள்ளைக்காரர்கள் நூற்றாண்டுகளாக நடமாடிய இடம்.. மகாத்மா காந்தி ரோட்டில் செயிண்ட் மார்க்ஸ் கதீட்ரலிலிருந்து ஆரம்பித்தால் ஈஸ்ட் பேரேடு சர்ச், அதற்குப் பின்னால் செயிண்ட் ஏண்ட்ரூஸ் பிறகு ரோட்டின் கடைசியில் டிரினிடி சர்ச் என்று ஒரே சர்ச் மையம்.. அங்கெல்லாம் வெள்ளைக்காரர்கள் தங்கள் தொழுகையை நடத்தியபோது 'நாம் இன்னொருவர் பூமியிலிருந்து கொண்டு அவர்களை அதிகாரம் செய்து கொண்டு அவர்கள் சொத்துக்களைக் கொள்ளையடித்துக் கொண்டிருக்கிறோம்' என்று தோன்றியிருக்காதா ?

டெக்கான் ஹெரால்டு ஆஃபீசையும், ஹிக்கின்பாதம்ஸ் புத்தகக் கடையையும் விட்டுவிட்டு மகாத்மா காந்தி ரோட்டை எப்படிப்பார்ப்பது ? மாபாவிகள்.. பிளாசா தியேட்டரையும், ப்ளூ மூன், ப்ளூ டைமண்ட் தியேட்டரையும் இடிப்பதற்கு எப்படித்தான் மனசு வந்ததோ ? எத்தனை ஆங்கிலப்படங்களும், மலையாளப்படங்களும் அங்கே பார்த்திருப்போம்.அதை விட்டுத் தள்ளுங்கள்... இந்தியன் காஃபி ஹவுஸ்... லேக் வியூ ஐஸ்கிரீம் பார்லர்... போச்சு .. எல்லாம் போச்சு.. கோஷி ரெஸ்டாரெண்டுக்குப் பக்க வாட்டில் இருக்கும் பெட்ரோல் பங்க் வளாகத்துக்குள் கோடை காலங்களில் மட்டும் ஒரு ஜூஸ் செண்டர் இருக்கும். எண்பதுகளின் ஆரம்பத்தில் அங்கே மாம்பழ ஜூஸ் ரெண்டு ரூபாய் மட்டுமே.. கோஷீசுக்கு எதிராக சர்ச் ஸ்ட்ரீட்டுக்குப் போகும் வழியில் இடதுபுறமாக ஒரு காக்கா ஓட்டல் இருக்கும். அங்கே நெய்ச்சோறும், மட்டன் கீமாவும் வெறும் முப்பது ரூபாய்.. அதைச் சாப்பிட்டு விட்டு அந்த மூலையில் இருக்கும் கே.சி.தாஸ் கடைக்குள் நுழைந்தால் கல்கத்தாவுக்கே நேரடியாகப் போய்விட்டது போல இருக்கும்.. அவர் தான் அந்தக்காலத்திய பல கலை நிகழ்ச்சிகளுக்குப் புரவலராக இருந்தார். மகராசன் இருக்கிறாரோ போய்விட்டாரோ ?

இப்பொது மால்களுக்குப் போய் கண்ணாடிக்குள்ளிருக்கும் பொருள்களை வேடிக்கை பார்ப்பதைப் போலவே அந்தக்காலத்தில் ப்ரிகேட் ரோடை வேடிக்கை பார்ப்போம். சுற்றி முடித்து இறுதியில் நீல்கிரீசில் ஒரு பேஸ்ட்ரி அதோடு ஒரு வெங்காய சமோசா... ஜென்மம் சாபல்யம் அடைந்து விடும்.. பல ஆங்கிலப்படங்கள் ரெக்ஸ் தியேட்டரில் பார்த்தவை தான்.. அதற்கு எதிரில் இருக்கும் ஆபரா தியேட்டரில் அதன் கடைசி காலத்தில் படம் பார்த்த

அனுபவமும் உண்டு. அவ்வளவு ஏன்.. பி.ஆர்.வி. தியேட்டரில் கூட படம் பார்த்திருக்கிறோமே! அதற்கு வெறும் நாற்பது ஆண்டுகளுக்கு முன்னால் எத்தனை வெள்ளைக்காரச் சிப்பாய்கள் அங்கே ஆபரா பார்த்திருப்பார்கள்? எத்தனை பேர் திரையில் தங்கள் தாய் நாட்டைக் கண்டு களித்திருப்பார்கள்? அது புனையப்பட்டதாக இருந்தாலும் கூட...

தியேட்டர் என்று வந்து விட்டால் அந்த ஏரியாவில் கேலக்ஸியையும், லிடோவையும் எப்படி மறக்க முடியும்? 'டைடானிக்' படத்தை வெளியிடுவதற்கென்றே கேலக்ஸியைப் படைத்தானா அல்லது கேலக்ஸியில் வெளியிடுவதற்கென்றே 'டைடானிக்' கை எடுத்தார்களா எனத் தெரியாது. லிடோ தியேட்டரில் ரிச்சர்ட் ஆட்டன்பரோவின் 'காந்தி' படத்தைப் பார்த்து விட்டு வெளியே வந்த போது அந்த இடம் பூராவுமே எப்படி வெறுமையாகத் தெரிந்தது..

சிவாஜி நகர் பஸ் ஸ்டேண்டிலிருந்து நடந்து போய் அல்சூர் அஜந்தா தியேட்டரிலும், லாவண்யா தியேட்டரிலும் எத்தனை தமிழ்ப்படங்களைப் பார்த்திருப்போம்?

இதற்காக உயில் எழுத முடியாது..ஆனால் சொல்லியே ஆக வேண்டும்.. தனது கல்லறையில் தனக்குப் பிடித்தமான உணவு வகைகளைப் படைக்கும்போது அதில் நிச்சயமாக ஓ.பி.எச். ரோடு தாஜ் ஓட்டலிலிருந்து கொஞ்சம் பிரியாணியும், மட்டன் ட்ரை கோட்டரும் வைக்கச் சொல்ல வேண்டும்.. அதோடு கொஞ்சம் முன்னால் வந்து வீரப்பிள்ளை ரோட்டின் முனையில் இருக்கும் நூர் பேக்கரியிலிருந்து டம் கா ரொட்டி ஒரு துண்டும் வைக்கச் சொல்ல வேண்டும்.. ஆத்மா நிச்சயமாக சாந்தி அடைந்து விடும்..

ooo

கஸ்தூரிபா ரோடு, குயின்ஸ் ரோடு, மகாத்மா காந்தி ரோடு என்று மூன்று ரோடுகளும் சங்கமிக்கும் இடத்தில் தான் கலாச்சார இடைவெளி ஆரம்பமாகிறது. என்ன இடைவெளி. இப்ப எல்லாம் ஒண்ணாத்தானே இருக்கு... அது எப்பிடீன்னாலும் நகரத்தின் நுரையீரலான இந்தப்பூங்காவுக்கு ஈடு இணை ஏது? பல நூற்றாண்டுகளுக்கு முன்னால் தனது மலைநாட்டுச்சீமையில் மகாதேவி அக்கா தத்தைமொழி பேசும் கிளிகளிடமும், ஓங்காரம் பயிலும் குயில்களிடமும், ஏரிக்கரையோரம் நடை பயிலும் அன்னங்களிடமும், ஓடி விளையாடும் மயில்பெட்டையிடமும் தனது அன்புக்குரியவனான சென்னமல்லிகார்ச்சுனனைப்

பார்த்தீர்களா என்று கேட்ட மாதிரியான அதே சூழல் இப்போது இந்தப் பெருநகரத்திலும் இருக்கிறது என்பது ஆச்சரியமான விஷயம் இல்லையா? இப்போதிருக்கும் நிலையிலும் கூட நகர ராட்சசி—யிடமிருந்து தப்பித்துப்போய் மனதார இளைப்பாறுவதற்குரிய இயற்கைத் தேவதையாக இருப்பது கப்பன் பார்க் தானே!

ஹைதர் அலியும். திப்பு சுல்தானும் லால்பாக்கைப் போஷித்த அளவு கப்பன் பார்க்கைக் கவனிக்கவில்லை. அவர்கள் காலத்தில் அது இவ்வளவு பெரிய பூங்காவாகவே இருந்திருக்காது. அது மட்டுமல்லாமல் திப்புவின் ராஜாங்கம் சீரங்கப்பட்டணத்தில் தானே நடந்தது.

1799-ல் திப்பு சுல்தான் கொல்லப்பட்ட பிறகு மைசூர் சமஸ்தானவாசிகள் ‘சரி.. இனி பழைய படி ராஜா பார்த்துக்கொள்வார் என்று தான் எதிர்பார்த்தார்கள். ஆனால் நிலைமை அப்படியில்லை. வம்சக்கொழுந்து மூன்றாம் கிருஷ்ணராஜ உடையாருக்கு ஐந்து வயது தான் ஆகியிருந்தது. ராஜாவின் பெயரில் திவான் ஆட்சியாக இருந்தது. லஞ்சத்தின் பல வாய்க்கால்களில் ஒன்றான வரிவாங்குதல் காரணமாகக் கலகங்கள் வெடித்தன. அப்படியொரு சூழ்நிலையில் தான் இந்த வெள்ளைக்காரன் மார்க் கப்பன் வந்தான். இங்கிலாந்தில் ஒரு பாதிரியாரின் மகனாகப் பிறந்து கிழக்கிந்தியக்கம்பெனியில் ஒரு சாதாரண சிப்பாயாக கப்பன் இந்தியாவுக்கு வந்தபோது அவருக்கு வயது இருபத்தைந்து. படிப்படியாக ராணுவத்தில் உயர்ந்து பிறகு நிர்வாகப்பணிக்கு மாறி மைசூருக்கு வந்தபோது ஐம்பத்தெட்டு வயசாகியிருந்தது.

குழம்பிக்கிடந்த சூழ்நிலை கொஞ்சம் கொஞ்சமாக நேராகியது.. அரசாங்க அதிகாரிகளுக்கு முறையான சம்பளம் கொடுத்தாலே பாதிப்பிரச்சினை தீர்ந்து விடும் என்று அவனுக்குத்தான் தோன்றி—யிருக்கிறது. என்ன தான் வீரனாக இருந்தாலும் கவர்மெண்டு ரிக்கார்டுகளை உருதுவிலும், பெர்சியனிலும் மாத்திரம் எப்படி திப்பு வைத்துக்கொள்ளலாம்? கப்பன் அதைக் கன்னடத்திற்குக் கொண்டுவந்தார். நீண்ட காலம் மைசூர் சமஸ்தானத்தை நிர்வகித்து வந்தவராக இருந்தாலும் மைசூரை விட பெங்களூர் தான் அவருக்குப் பிடித்திருந்தது. கொஞ்சம் கொஞ்சமாக மைசூர் சமஸ்தானத்தின் கீர்த்தி குறைந்து பெங்களூர் மையம் கொண்டது.. கப்பன் இந்த வட்டத்திலிருந்து எல்லா தாலுக்காக்களுக்கும் சரியான கோடுகள் போட்டார். நிர்வாகம் பரவலாகியது. எல்லாத்துக்கும் சம கவனம்.. வியாபாரம்னா வியாபாரம்.. நிர்வாகம்னா நிர்வாகம்..

இத்தனைக்கும் இந்த மனுசன் இங்க வந்த பிற்பாடு தன்னோட சொந்த நாட்டுக்கு ஒரு தடவை கூடப் போனது கெடயாது. இங்கயும் அவங்க ஜனங்க இருந்தாங்க தான்.. ஆனாலும் அங்க பங்காளிங்க, மாமன் மச்சான், சாதிசனம், பெத்துப்பெறப்புன்னு இல்லாமயா இருந்திருப்பாங்க.. அவரும் ஏழெட்டுப்பேரு கூடப் பொறந்தவர் தானெ... அவங்கள்ல யாரயாவது பாக்கணும்னு ஒரு தடவ கூடவா தோணலை.. எத்தனை காலம்... அறுபது வருசத்துக்கும் மேலே.. இங்க தான் சொகமா இருந்தாரா அதுவும் கெடயாது.. கல்யாணம் பண்ணிக்கலை..சர்ச்சுக்கும் போறது கெடயாது.. அப்ப இருந்த வெள்ளைக்காரத் தொரைகளும், தொரைசானிகளும் கட்டிப்புடிச்சு ஆட்ற டான்ஸ் நிகழ்ச்சிகளுக்கும் போறதில்லை.. மைசூர்- பெங்களூர்- நிர்வாகம்- நிர்வாகம் அவ்வளவு தான்...

சவுகரியமா வீடு வேணும்னு தன்னோட சொந்த வருமானத்திலே ஒரு வீடு கட்டிக்கிட்டார். அது தான் இப்ப இருக்கற ராஜ்—பவன்..முன்னூறு ஏக்கர்லே இப்பொ இந்த கப்பன் பார்க் அவர் பேர்ல இருந்தாலும் அவர் காலத்துலே இது வெறும் சாதாரணப் பூங்கா தான். பூங்காவாக் கூட இருந்திருக்காது..கொஞ்சம் மரம் செடிகொடிகளும், காலி மைதானமுமா இருந்திருக்கும். அவர் பேர்ல இப்ப இருக்கிற ரோடு, பேட்டை, பூங்கா எல்லாமே அவர் இங்கிருந்து போனதுக்கப்புறம் வெச்சது தான்.

எல்லோருக்கும் நல்லது செஞ்ச அவர் கடைசியில் ஒருத்தருக்கு மட்டும் மனவருத்தத்தைக் கொடுத்து விட்டுப் போய்விட்டார்.இந்தியாவை விட்டுப்போகும் முன் அவருடன் 26 வருஷம் பழகிய மைசூர் மகாராஜா மூன்றாம் கிருஷ்ணராஜ உடையாரிடம் சொல்லிக்கொள்ளக் கூட இல்லை...இருவருக்கும் ஏதாவது மனத்தாங்கலா அல்லது பெங்களூரிலிருந்து மைசூருக்குப் பயணம் போகுமளவுக்கு அவரது உடல் நிலை அனுமதிக்கவில்லையா எனத்தெரியவில்லை...அது கூடப்பரவாயில்லை. சொந்த ஊருக்கே போகாமல் வாழ்நாளின் பெரும்பகுதியை இங்கே கழித்தவர் கடைசி காலத்தில் உடல் ஒத்துக்கொள்ளாத நிலையிலும் அவ்வளவு நீண்ட பயணத்தை மேற்கொள்வதற்கு ஏன் முடிவு செய்தார்? அத்தனை காலம் நிர்வாகம், மேலாண்மை, சமூகப்பணி என்று இருந்து விட்டு கடைசி காலத்தில் எல்லாம் முடிந்த பிறகு தன்னைப்போன்றே விட்டத்தைப் பார்த்துக்கொண்டிருந்திருப்பாரோ? ஊருக்குப் போனாலும் அவருக்குத் தெரிந்த எத்தனை பேர் உயிரோடு இருந்திருப்பார்கள்? எத்தனை பேரோடான உறவைப் புதுப்பித்திருக்க முடியும்? அது முடியாத பட்சத்தில் அங்கே போயும் விட்டத்தைப்

பார்த்துக் கொண்டு தான் உட்கார்ந்திருக்க வேண்டுமா? அப்படியானால் இங்கேயே இருந்திருக்கலாமே?

அந்தச் சங்கடத்துக்கெல்லாம் ஆண்டவன் கப்பனை ஆளாக்கவில்லை.. அவர் இங்கிலாந்து சென்று சேர்வதற்கு முன்னால் எகிப்தின் சூயஸ் கால்வாய் பக்கம் போய்க்கொண்டிருந்த போதே இறந்து போனார், அவர் விட்டத்தைப் பார்த்து பழைய ஞாபகங்களை நினைத்துப் பார்க்கக் கூட முடியவில்லை.. மாதக்கணக்கில் மேற்கொண்ட அந்தப் பயணத்தில் கடலை மட்டுமே பார்த்துக்கொண்டிருக்கக் கூடும். வெள்ளைக்காரர்களின் எல்லா முகங்களும் கோரமுகங்கள் அல்ல. இப்படி சாந்தமும், கருணையும் கொண்ட முகங்களும் உண்டு. என்னதான் இந்த ஜனங்களுக்கு உதவி செய்து சொந்த ஊருக்கே போகாமல் இவர்களோடு கலந்து வாழ்ந்திருந்தாலும் அந்தக் கடைசி காலத்தில் சொந்த ஊருக்குப் போக வேண்டும் என்று ஏன் அவருக்குத் தோன்றியது?

கப்பன் அளவுக்கு நாம் என்ன இந்த கன்னட ஜனங்களுக்குச் சேவை செய்திருக்கிறோம்? இந்த மண்ணிலேயே மாண்டு மடிந்து போக விருப்பப்படுமளவுக்கு நமக்கு என்ன ஒட்டுதல் இருக்கிறது? எவனோ தனியார் கம்பெனிக்காரன் வேலை குடுத்தான். அவன் தயாரித்த பொருள்களெல்லாம் கர்நாடக மாநிலத்தில் மட்டுமல்ல இந்தியாவெங்கும் தான் விற்பனை ஆகியது.அப்படி உண்மையிலேயே தியாகம், சேவை என்று நினைத்திருந்தால் .மிகவும் பின் தங்கிய கர்நாடகக் கிராமங்களில் ஒன்றில் போய் அந்த மக்களுக்கு சேவை செய்து அவர்களுடனேயே வாழ்ந்து அதே மண்ணில் மடிந்திருக்க வேண்டும். நகரம் தந்த எந்த சவுகரியத்தை விட்டுக் கொடுக்க நீ தயாராய் இருந்தாய் குமரவேல்... ஒன்றுமில்லை.. இந்தப் பெரிய நகரம்... எந்த ஒட்டும் உறவும் இல்லாமல் சுகமே ஒன்றே பெரிதாக நினைக்கும் இந்த ஜனங்கள்.. இங்கே ஒட்டுதல் எங்கிருந்து வரும்? முருகா... கடைசி காலத்தில் நம்மால் ஊருக்குப் போக முடியுமா? பெருநகரம் என்னும் இந்த மாயப்பிசாசிலிருந்து தப்பிக்க முடியுமா?

○○○

சுற்றிலும் அரசாங்க அலுவலகங்கள் இருந்தாலும், சரமாரியாக வாகனங்கள் போய்க்கொண்டிருந்தாலும் கப்பன் பார்க் இன்னும் அமைதியாகத்தான் இருக்கிறது. அமைதி என்றால் மார்க் கப்பன் காலத்து அமைதியல்ல. இருப்பத்தொண்ணாம் நூற்றாண்டு அமைதி. எப்படிப்பட்ட அமைதியாக இருந்தால் தான் என்ன? எத்தனை முறை அங்கு போய் நிம்மதியாக உட்கார்ந்து அந்த இயற்கையை ரசிக்க

முடிந்திருக்கிறது? குறிப்பான காரணங்கள் ஏதுமில்லை. அமைதி போன்ற மற்ற சுகங்களை ரசிக்க முடியாமலிருப்பதற்கான அதே காரணங்கள் தான்.. ஆனால் பூங்காவின் தென்மேற்குப்பகுதியில் இருக்கும் மீன் கேண்டீனுக்குப் போவதற்கு மட்டும் எப்படி முடிந்திருக்கிறது? தனியாகவும், குடும்பத்துடனும் எத்தனை முறை அங்கு போயிருக்கிறோம்? காரணம் நாக்கு. மங்களூர் ஸ்டைல் மீன் குழம்பு என்ற வித்தியாசமான சுவைக்காக ஏங்கும் நாக்கு.. ஒவ்வொரு சமயத்திலும் புத்தி இப்படித்தான் போகிறது..இதனால் அவமானங்களும் ஏற்பட்டிருக்கின்றன. ஒரு முறை ஏற்பட்ட அவமானத்தால் கப்பன் பார்க்கின் இந்த மூலையில் நுழைவதற்கு குமரவேலுவுக்குக் கூச்சமாக இருக்கும்..

சேஷாத்ரி ரோடும், போஸ்ட் ஆஃபீஸ் ரோடும் சந்திக்கும் கே.ஆர். சர்க்கிளிலிருந்து நேராக வந்தால் கப்பன் பூங்காவுக்குள் நுழையலாம். இரண்டு மூன்று கட்டடங்களைக் கடந்த பிறகு இடது பக்கம் மீன்வளத்துறையின் மீன் கேண்டீன் வரும்.. வலது பக்கம் விஸ்வேஸ்வரய்யா அவர்கள் வெள்ளைக்காரனுக்கு மாதிரியே ஒரு கிளப் நமக்கும் வேண்டும் என்று ரோஷத்தோடு நிர்மாணித்த சுதேசி 'சென்ச்சுரி கிளப்' இருக்கும். கொஞ்சம் முன்னால் வந்து இடதுபுறம் திரும்பினால் இந்திரா பிரியதர்ஷினி குழந்தைகள் நூலகம் இருக்கும். அங்கே ஒரு குழந்தைகள் நூலகம் வந்ததே ஒரு கதை தான். அங்கே ஒரு மிலிடரி ஓட்டல் தான் இருந்தது. கப்பன் பார்க்கோடு சேர்ந்ததாக இருந்ததாலும், வெள்ளைக்காரனை மாதிரியே மரம், செடி கொடிகளுக்கிடையில் உட்கார்ந்து சாப்பிடும் வசதி இருந்ததாலும் சாப்பாடு செரியில்லையென்றாலும் அங்கு போய் சாப்பிடுவதை ஒரு கௌரவமாகக் கருதி அங்கே போய் சாப்பிடுபவர்கள் இருந்தார்கள். ஆனால் சரியாக போணி ஆகவில்லையா அல்லது அரசு வேறு முடிவை எடுத்துவிட்டதா எனத்தெரியவில்லை. அங்கே ஓட்டல் போய் ஒரு 'பியர் பார்லர்' வந்தது. எந்த அரசியல்வாதி மகராசன் யோசனை சொன்னாரோ நகரத்தின் நடுநாயகமாக இருக்கும் ஒரு பெரிய பூங்காவில் அந்த அரசுக்கட்டிடத்தில் ஒரு 'பியர் பார்லர்', சும்மா இருப்பார்களா ஊடகங்களும், சமூக ஆர்வலர்களும்...? 'கரேம்.. புரேம்' என்று கூச்சல் எழுப்ப அது பிறகு 'இந்திரா பிரியதர்ஷினி' குழந்தைகள் நூலகமாக மாற்றப்பட்டது. அதற்கு முன்னால் வரிசையாக இருக்கக் கூடிய புங்க மரங்களில் ஒன்றில் தான் குமரவேலுவுக்குக் கிடைத்த பல வகையான ஞானோதயங்களில் ஒன்று ஏற்பட்டது.

கொள்கை, சித்தாந்தம், மரபு எதிர்ப்பு, போராட்டம் என்கிற உணர்வுகள் இளமையில் தொடங்கி பெரும்பாலும் இளமையிலேயே

முடிந்து போகும்.அந்த உணர்வுகளை வாழ்நாள் முழுவதும் தக்க வைத்துக் கொள்பவர் தானே ஒரு சித்தாந்தியாகவோ, தலைவராகவோ உருவாகிறார். ஒரே வித்தியாசம் இளமையில் இந்த உணர்வுகள் வரும்போது பாலியல் உறவுகள், பாலியல் உணர்வுகள் குறித்து ஒரு குழப்பம் இருக்கும். தனது இளமைப்பருவத்தில் பெங்களூர் வந்த புதிதில் குமரவேலுவுக்கு இந்தக் குழப்பங்கள் மிக அதிகமாக இருந்தன.

பள்ளிக்காதல், கல்லூரிக்காதல், அலுவலகக்காதல் என்பவற்றில் அதிகம் ஆழ்ந்துபோகாமல் இருப்பதற்கு குமரவேலுவின் சித்தாந்த ஈடுபாடும், கலை உணர்வும் காரணமாக இருந்திருக்கலாம். வந்த பெண்களும் 'இவன் ஒரு கிறுக்கு' என்று சொல்லி ஒதுங்கிகொண்டார்கள். காதல் அனுபவத்தின் தேகம் சார் பரிமாணமும் லேசாகத் தலை காட்டி மறைந்து போயிற்று. படித்து விட்டு வேலையில்லாமலிருந்த காலத்தில் கோயமுத்தூரில் நடந்த இலக்கியக்கூட்டங்களில் கலந்து கொண்டது மற்றும் திரைப்படக்கழகங்கள் திரையிட்ட திரையிட்ட திரைப்படங்களைப் பார்ப்பது என்பதன் மூலமாக ரசனையும் வளர்ந்தது, சிலபல தொடர்புகளும் கிடைத்தன. பெங்களூருக்கு வந்த போதும் அது தொடர்ந்தது.

அப்போது தென்னிந்தியாவில் மற்ற நகரங்களைப் போலவே பெங்களூரிலும் நிறைய திரைப்படக்கழகங்கள் இருந்தன. ஆனால் ஒன்றுக்கும் நிரந்தரமான தியேட்டர்கள் இல்லை. ஃபிலிம் ஃபெஸ்டிவல்கள் பெரும்பாலும் சௌடையா மெமோரியல் ஹாலில் தான் நடக்கும். இரண்டு, மூன்று பஸ் பிடித்து அங்கு போய்வருவது பெரிய இம்சை என்றாலும் அங்கு பார்க்கக் கிடைக்கும் படங்களின் தரம் கருதி குமரவேலு அதைப் பொருட்படுத்தாமலிருந்தான். அப்படி ஒரு திரைப்படவிழாவில் இரண்டு காட்சிகளுக்கிடையில் தியேட்டரின் முன்னாலிருந்த சிறிய பரப்பில் ஒரு 'வீதி நாடகம்' போடப்பட்டது. அதைப் போட்டவர்கள் நகரத்திலிருந்த பெண்கள் அமைப்பான 'முக்தி' பெண்ணுரிமை இயக்கம்.

கோயமுத்தூர்க் கூட்டங்களில் கலந்து கொண்டிருந்த போதே தான் ஒரு நிலப்பிரபுத்துவ சமூகத்தைச் சார்ந்தவன் எனவும். தனது மதிப்பீடுகள் எல்லாம் அந்த சமூகம் காலங்காலமாகத் தூக்கிப்பிடித்துக் கொண்டிருக்கிற சீரழிந்த மதிப்பீடுகள் எனவும் குமரவேல் நம்பிக் கொண்டிருந்தான். நிலப்பிரபுத்துவச் சமுதாயத்துக்கும், குடியானவச்சமூகத்திற்குமான வேறுபாடு தெரியாததால் ஏற்பட்ட குழப்பம் அது.. பிற்காலத்தில் அது நீங்கி விட்டது. ஆனால்

பெண்ணுரிமை தொடர்பாகவும், இந்த குடியானவச்சமுதாயம் கூட பெண்களை நடத்தும் விதம் குறித்தும் குமரவேலுவுக்கு ஒரு தெளிவு இருந்தது. தானே சமைக்கக் கற்றுக்கொண்டதும், பாத்திரம் கழுவுவது போன்ற வேலைகளை இழுத்துப் போட்டுக்கொண்டு செய்வதுமான பழக்கங்கள் எல்லாம் அந்தத் தெளிவினால் வந்தவை.. குடியானவச் சமூகப்பெண்கள் கல்வி கற்க வேண்டும், ஆண்கள் வீட்டு வேலைகளைப் பகிர்ந்து கொள்ள வேண்டும் என்பதோடு முடிந்து விடுபவையாக அந்தப் புரிதல் இருந்தது

நகரத்தில் இருக்கக்கூடிய சமூகம் வேறுபட்ட சமூகமாக இருந்தது. உண்மையில் அது ஒரு குறிப்பிட்ட சமூகமாக இல்லை.. தனிப்பட்ட அடையாளம் எதுவும் அதற்கில்லை..அதில் தொடர்புடையவர்களில் பெரும்பான்மையினர் உதிரிச்சமூகத்தைச் சேர்ந்தவர்களாக இருந்தார்கள். எனவே இதில் தான் என்ன பங்களிப்புச் செய்வது என்று ஒரு குழப்பம் குமரவேலுவுக்கு இருந்தது. அப்போது கோயமுத்தூரிலிருந்து நண்பர் ரகுநாதன் லெட்டர் போட்டிருந்தார். ரகுநாதன் தபால் துறையில் ஊழியராக இருந்தாலும் இடது சாரிப்பின்னணி கொண்டு அவரது துறை சார்ந்த தொழிற்சங்க ஈடுபாடுகளும் கொண்டிருந்தார். வழக்கமான தகவல்களைத் தெரிவித்து விட்டு இன்னுமொரு தகவலையும் சேர்த்திருந்தார். நேத்ரா.எஸ்.பிள்ளை என்கிற ஒரு தோழர் வங்கிப் பணி மாற்றமாக பெங்களூர் வந்திருப்பதாகவும், அவருக்கு 'முக்தி' இயக்கத்துடன் தொடர்பிருப்பதாகவும், ஏதாவது ஒரு 'முக்தி' நிகழ்ச்சியிலோ அல்லது திரைப்படக்காட்சியிலோ சந்திக்கலாம் என்று எழுதியிருந்தார். நேத்ராவிடம் தன்னைப் பற்றிச் சொல்லி—யிருப்பதாகவும் குறிப்பிட்டிருந்தார். குமரவேலுவுக்கு உள்ளுக்குள்ளே தீ பற்றிக்கொண்டது..

அப்போது பெங்களூரில் முன்னணியிலிருந்த பல திரைப்படக்கழகங்கள் சேர்ந்து பத்து நாட்கள் நீண்டு நிற்கக்கூடிய ஒரு திரைப்பட விழாவை ஒழுங்கு செய்திருந்தன. அந்தக் கால கட்டத்தில் வெளியான வணிகப்படமல்லாத, வித்தியாசமான எல்லாத்திரைப் படங்களையும் பார்க்கும் வாய்ப்புக்கிடைத்ததால் ஒரு சில நாட்கள் லீவு போட்டும் இரண்டு ஞாயிற்றுக்கிழமைகள் முழுவதுமாகவும் குமரவேல் சௌடையா மெமோரியல் ஹாலிலெயே பழியாகக் கிடந்தான்.

அது ஒரு ஞாயிற்றுக்கிழமை.. அன்று மொத்தம் நான்கு காட்சிகள் இருந்தன. முதல் காட்சி காலை பத்து மணிக்கு.., கௌதம் கோஷின்

தெலுங்குப்படம் ‘மா பூமி’.. சத்யஜித் ரேவுக்கும், மிருனாள் சென்னுக்கும் பிறகு அவர்கள் இடத்தில் யார் வரப்போகிறார்கள் என்ற எதிர்பார்ப்பில் கோஷ் ஒரு விண்ணப்பத்தைப் போட்ட மாதிரி இருந்தது. ஆனால் அதற்கு அவர் இன்னும் ரொம்ப தூரம் பயணம் செய்யவேண்டும் என்கிற மாதிரி படம் இருந்தது.

குமரவேல் முழு ஃபெஸ்டிவலுக்கும் டிக்கெட் எடுத்திருந்ததால் அடுத்த இரண்டு காட்சிகளும் ம பார்த்துவிட்டுப்போகலாம் என்று திட்டம் வைத்திருந்தான். வெளியே வந்தபோது இடதுபுறம் இருந்த அந்தச் சிறிய தோட்டத்தின் நடுவில் கறுப்பு சுடிதார் அணிந்த ஆறேழு பெண்கள் வட்டமாக நின்றிருந்தார்கள்.. நடுவில் சேலை அணிந்த ஒரு பெண் காலை மடித்து உட்கார்ந்திருந்தாள்.. அந்தப் பெண்கள் வட்டத்திற்கு இடது பக்கத்திலும், வலது பக்கத்திலும் இரண்டு ஆண்கள் தப்பட்டையுடன் நின்றிருந்தார்கள்.. அரங்கத்திலிருந்து திரைப்பட ரசிகர்கள் வெளியே வந்து கொண்டிருக்கும்போதே பறையை அடிக்கத் தொடங்கினார்கள். அங்கேயே தாற்காலிகமாகப் போடப்பட்டிருந்த ஒரு ஸ்டாலில் ஏதாவது சாப்பிட்டு விட்டு வரலாம் என்று நினைத்தவர்கள் அந்தப் பறையொலியின் தாக்கத்தில் ஈர்க்கப்பட்டு அதற்குப் பக்கத்தில் அதைச் சுற்றிலும் நின்று கொண்டார்கள்.. அந்தப் பறையொலியில் பொதுவாக ஆரவார உணர்ச்சியை எழுப்பும் தொனி இருக்கவில்லை. ஒரு வேதனையை வெளிப்படுத்துவதாக இருந்தது.. ஓசையிலேயே ஏற்ற இறக்கங்களைக் கொண்டு வந்து ஒரு குறிப்பிட்ட மனநிலைக்கு பார்வையாளர்களைக் கொண்டு வரும் முயற்சி அதில் இருந்தது.. ஒரு குறிப்பிட்ட அளவு கூட்டம் சேர்ந்ததும் இரண்டு பறைகளும் வாசிப்பை நிறுத்தின.. பார்வையாளர் கூட்டத்திலிருந்து ஒரு பெண் வெளிப்பட்டார்.

‘மஹாஜனங்களே! அடுத்த படத்தப் பாத்துட்டு வீட்டுக்குப்போறத்துக்கு முன்னாலே இதா இந்தப் பொண்ணோட கதயக் கொஞ்சங் கேளுங்க..’

இப்படி இந்தப் பெண் சொல்லிக்கொண்டிருக்கும்போதும், ஒவ்வொரு வாக்கியம் சொல்லி முடித்த போதும் இரண்டு தப்பட்டைகளும் தனித்தனியாகவோ, சேர்ந்தோ விதம் விதமான ஒலியை எழுப்பின. அந்த ஒலி விவரணையோடு ஒத்துப் போவதாக இருந்தது. நடுவில் இருக்கும் பெண் அன்றாட வாழ்க்கையில் ஏழைப்பெண்கள் அல்லது மத்தியதர வர்க்கத்தைச் சேர்ந்த பெண்கள் அன்றாடம் செய்யும் பல வேலைகளைச் செய்வதாக இருந்தது. வாசல் தெளிப்பது, தண்ணீர் கோருவது, அடுப்பு வேலை, பாத்திரம்

கழுவுவது, சாப்பாடு விளம்புவது, வேலைக்குப்போவது, திரும்பி வந்து மீண்டும் வீட்டு வேலைகளைச் செய்வது என்னும்படியான அபிநயங்களை அந்தப் பெண் கிரமமாகச் செய்தாள். சுத்தமாக வசனம் கிடையாது..

'நீங்க ராமாயணத்துலே சீதையப் பாத்திருப்பீங்க... புராணத்துலே நளாயினியப் பாத்திருப்பீங்க.. இதோ இப்ப சித்ராவ பாருங்க...'

அப்போது சுற்றிலும் நின்று கொண்டிருந்த பெண்களில் ஒருத்தி முன்னால் அந்தப் பெண்ணுக்கு அருகில் வந்து இடுப்பில் கையை வைத்துக்கொண்டு அதிகாரம் செய்கிற மாதிரி நடித்தாள். தன் கழுத்தில் இருந்த ஒரு நகையைச் சுட்டிக்காட்டி 'அது மாதிரி எங்கே என்று கேட்டாள்.

'கிராமத்துப் பொண்ணா இருந்தாலும், பட்டணத்துப் பொண்ணா இருந்தாலும் இத்தன வருசமாகியும் பொண்ணோட நெலம மாறவே இல்ல..அதே செக்கு மாட்டு வேல.. அதே திட்டு வாங்கறது.. அதே அடி ஒத வாங்கறது'

இப்போது புருஷனை மாதிரி ஒரு பெண் அந்தப் பெண்ணிடம் வந்து (சம்பளப்) பணம் வாங்குவது மாதிரியும், அதைப்பாக்கட்டில் வைத்துக்கொண்டு பக்கத்தில் நின்றுகொண்டிருந்த தனது அம்மாவைக் காட்டி அவள் சொல்வது போல் ஏன் கேட்பதில்லை என்றும் நடித்தாள். இந்த பாவனைகளைக் காட்டிக்கொண்டிருக்கும்போதே அறைகிற மாதிரியும், உதைக்கிற மாதிரியுமான நடிப்பும் இருந்தது. தப்பட்டையிம் பின்னணி வாசிப்புடன்..

'ஒரு பொம்பள இது மாதிரி எத்தன கஷ்டங்கள அனுபவிக்க வேண்டியதா இருக்குது..'

வர்னணை பெண் அனுபவிக்கும் பல்வேறு கொடுமைகளை கன்னடம், தமிழ், தெலுங்கு, இங்கிலீஷ் என்று பல்வெறு மொழிகளில் இருந்தது. சுற்றி நின்று கொண்டிருந்த பெண்களும் மாறி மாறிப் பேசினார்கள். ஒருங்கிணைப்பு நன்றாக இருந்தது.

அப்போது சுற்றி நின்று கொண்டிருந்த பெண்கள் எல்லோரும் கொஞ்சம் பக்கத்தில் வந்து ஒரு கன்னட நாட்டுப்புறப்பாடலைப் பாடிக்கொண்டே கும்மியடித்தார்கள். மிக மென்மையாகத் தொடங்கிய அந்தப்பாடலின் ஓசை கொஞ்சம் கொஞ்சமாக ஏறி உச்ச ஸ்தாயியை அடைந்து மீண்டும் இறங்கி வந்தது.. அதற்குத் தகுந்த மாதிரியே பறையொலியும் இருந்தது..இப்படி ஒரு மூணு நாலு

ரவுண்டுகள் இப்படிப்பெண்களின் துயரத்தைக் கலாபூர்வமாக நடித்துக் காட்டிய பின் நடுவில் உட்கார்ந்திருந்த பெண்ணை நோக்கி அவள் புருஷனும், மாமியாரும் கையே நீட்டி ஆவேசமாகப் பேசுகிற மாதிரி நடித்தார்கள். 'சரி.. இனிமே இதெல்லாம் சரிப்பட்டு வராது.. அத்த எடுத்தாடா..' என்று சொல்கிற மாதிரி அந்த மாமியார் பையனிடம் சொன்னார். ஒரு மண்ணெண்ணெய் கேனிலிருந்து மண்ணெண்ணெயை ஊற்றுவது மாதிரி ஊற்றி தீக்குச்சியைக் கிழித்துப் பற்ற வைப்பது மாதிரியும் அபிநயம் செய்தார்கள். இது நடந்து கொண்டிருக்கும்போதே சுற்றியிருந்த பெண்கள் பாட்டுப்பாடிக்கொண்டே மிக வேகமாகச் சுற்றுக்கொண்டே வந்தார்கள். அவர்கள் பாடி முடித்த பிறகு வரிசையாகப் பின்னால் நின்று கொண்டார்கள். நடுவில் இருந்த பெண் தீயில் வெந்து கருகியது போலத் துவண்டு கிடந்தாள். கூட்டத்தில் பெரும் அமைதி..

அப்போது இன்னொரு பெண் பார்வையாளர்களுக்கு நன்றி சொல்லி விட்டு நிகழ்ச்சியில் பங்கு கொண்டவர்களை அறிமுகப்படுத்தினார். அதில் ஒரு பெயர் நேத்ரா.. குமரவேல் அந்தப் பெண்ணை நன்றாகப்பார்த்துக் கொண்டான். அப்போது விநியோகம் செய்யப்பட்ட துண்டுப்பிரசுரத்தில் 'முக்தி பெண்கள் அமைப்பு' வழங்கும் சேவைகள், அதன் விலாசம், அவசரத்திற்கு அழைக்க வேண்டிய தொலை பேசி எண் எல்லாம் இருந்தன..

நிகழ்ச்சிக்குப் பிறகு குமரவேல் ஒருவிதமான கிளர்ச்சி—யிலிருந்தான். இந்த மாதிரி முழுசும் பெண்களே பங்கு கொள்ளும் நிகழ்ச்சியை அவன் இதுவரை பார்த்ததில்லை. அதே சமயம் அங்கு வந்த பார்வையாளர்களில் பலர் தங்கள் மனைவி, மகள், சகோதரி ஆகியோருடன் வந்திருந்தார்கள். அவர்களுக்கு ஏற்கனவே இது சம்பந்தமான விழிப்புணர்வு கண்டிப்பாக இருக்கும். 'முக்தி' அமைப்பு இது எங்கே தேவைப்படுகிறதோ அங்கே அல்லவா போட்டிருக்க வேண்டும்?

திட்டமிட்ட மாதிரியே நிகழ்ச்சி முடிந்து எல்லோரும் கலைந்து செல்லும் போது அந்த நேத்ராவிடம் குமரவேல் போனான்.

'சாரி... நீங்க தான் நேத்ரா.எஸ்.பிள்ளையா..?'

அப்போது இரண்டு பெண்கள் கூட இருந்தார்கள். அதில் ஒரு பெண்ணின் முகத்தைப் பார்த்துச் சிரித்துக்கொண்டே

'எஸ்.. ஆனா.. நேத்ரா.எஸ்.பிள்ளை வேண்டா.. வெறும் நேத்ரா போதும்.. நம்ம எல்லோருமே கடவுளோட பிள்ளைங்க தானே..'

என்று சொல்லி விட்டு மீண்டும் சிரித்தாள். குமரவேல் தன்னை அறிமுகப்படுத்திக்கொண்டு ரகுநாதனைப் பற்றியும் சொன்னான்.

'ஓ... நீங்க தானா.. ரகு எழுதீருந்தாரு..'

உரையாடல் தமிழிலேயே இருந்தது.. நேத்ரா பக்கத்திலிருந்த ஒரு பெண்ணை அறிமுகப்படுத்தினாள்.

'இவங்களும் தமிழ் தா.. பேரு... மெர்லின்... மெர்லின் ஜெபமலர்.. நீங்க மெர்லின் அப்டீன்னே கூப்டலாம்..'

நேத்ரா குமரவேல் எதிர்பார்த்த மாதிரி தமிழ் பிள்ளை இல்லை..கேரளா நாயர் பிள்ளை.. சொந்த ஊர் திருவனந்தபுரம் பக்கம்.. அப்பா நேவியில் இருந்ததனால் இந்தப் பெண் கோயமுத்தூர் அக்ராணி நேவி குவார்ட்டர்சில் தான் பிறந்தாள். அவருக்கு மாற்றல் ஆனபோதும் அவர்கள் எல்லோருக்கும் கோயமுத்தூர் பிடித்து விட்டதனால் குடும்பம் கோயமுத்தூரிலேயே தங்கிக்கொண்டது..

ஒரு தமிழனுக்குப் பார்த்த உடனேயே பிடித்துப் போவது மாதிரியான தோற்றம் நேத்ராவிடம் இல்லை.. சராசரி உயரத்திற்கும் குறைவு.. அகலமான நெற்றி.. அதில் கண்ணுக்குத் தெரியாதபடி ஒரு சிறிய போட்டு. மாநிறம்.. உடையில் அவ்வளவு கவனம் இல்லை.. எம்ப்ராய்டரி வேலைப்பாடு கொண்ட ஒரு சணல் ஜோல்னாப்பை... இந்தத் தோற்றத்தில் ஒரு பெண் எப்படி ஒரு தேசீய வங்கியில் வேலை செய்ய முடியும் என்று குமரவேலுவுக்கு ஆச்சரியமாக இருந்தது.

ஒரு தன்னார்வக்குழு தான் இந்த 'முக்தி பெண்கள் அமைப்பை' நடத்தி வந்தார்கள். மெர்லின் அதில் முழுநேர ஊழியராக இருந்தாள். அதாவது தன்னார்வக்குழு அலுவலகத்தில் வேலை. 'முக்தி'யிலும் ஈடுபாடு.. சம்பளம் என்று பெரிதாகக் கிடையாது. ஆனால் பயணம் செய்யலாம். உள்நாடு, வெளிநாடு என்று பயணம் இருந்து கொண்டே இருக்கும். உலகெங்குமுள்ள பெண்கள் அமைப்புகளுடன் அவர்களுக்குத் தொடர்பு இருந்தது.. குமரவேல் தனக்கிருக்கும் இடதுசாரிச் சிந்தனைகளையும், கலை உணர்வுகளையும் பகிர்ந்து கொண்டான். எம்ஜிஆர் சகாபதம் தொடங்கியிருந்த அந்தக்கால கட்டத்து தமிழ்க்கலாச்சாரச்சீரழிவும் அதில் ஒரு பாகமாக இருந்தது. மெர்லின் அவர்கள் அலுவலக முகவரியைக் கொடுத்து அங்கே அவ்வப்போது நடக்கும் சிறு சிறு நிகழ்ச்சிகளிலும் கலந்து கொள்ளச்சொன்னாள்.

அந்த அலுவலகம் லிங்கராஜபுரத்துப்பக்கம் இருந்தது. ரெண்டு பஸ் பிடித்துப்போக வேண்டும். ஃப்ரேசர் டவுன், காக்ஸ்

டவுனையெல்லாம் தாண்டி மாருதிசேவா நகருக்குப்பக்கத்—திலிருந்த அந்த இடங்களெல்லாம் அப்போது தான் டெவலப் ஆகிக்கொண்டிருந்தன. அங்கே அவர்கள் ஒரு பெரிய வீட்டைப் பிடித்துப் போட்டிருந்தார்கள். ஒரு சிவத்த, தடிமனான பெண்மணி, மங்களூரைச் சேர்ந்தவர் அதன் இயக்குநராக இருந்தார். மெர்லின் குமரவேலுவை அவரிடம் அறிமுகப்படுத்தியபோதும் அந்த அம்மா பேசிய இங்கிலீஷைக் கண்டு மிரண்டு மேலும் சம்பாஷணையைத் தொடர முடியாமல் ஒதுங்கிக்கொண்டான்.

ஒவ்வொரு அறையும் அவர்கள் நடத்திக்கொண்டிருந்த அமைப்புகளின் அலுவலகமாக இருந்தது. பிர்ச்சினையோடு வருபவர்களுக்கு ஆலோசனை கொடுப்பதற்குத் தனி அறையும் இருந்தது.. ஹாலில் பொறுக்கி எடுத்த மாதிரியான புத்தகங்களைக்கொண்ட ஒரு சிறிய நூலகம் இருந்தது. இலக்கியக் கோட்பாடுகள், இடதுசாரி மார்க்சீயச்சிந்தனையாளர்கள், சிமோந்த் தே பேவூர், ஜெர்மேன் கிரீயர் போன்ற பெண்ணியவாதிகள் பற்றிய புத்தகங்கள் இருந்தன..அடூர் கோபாலகிருஷ்ணன், கோவிந்த் நிகலானி போன்ற இயக்குநர்கள் அந்த மையத்திற்கு விஜயம் செய்ததற்கு அடையாளமாக ஃபோட்டோக்கள் இருந்தன.

நேத்ராவின் மீது ஒரு கண் இருந்துகொண்டே இருந்தது..அலைபேசி இல்லாத அந்தக்காலத்தில் அவளோடு தொடர்பு கொள்வதற்கு பேங்க் நம்பர் மட்டும் தான். அங்கும் உடனே லைனுக்கு வந்து விட மாட்டாள். வேறு யாராவது எடுப்பார்கள்.. அவளைக்கூப்பிட்டு அவள் வருவதற்குள் லைன் அறுபட்டுவிடும்.. அது மீறி அவள் வந்தாலும் ஒன்றிரண்டு நிமிடங்கள் தான். எனவே நிகழ்ச்சிகளில் சந்திப்பதோடு சரி... 'முக்தி' யோடு தனக்கு சித்தாந்த ரீதியாக ஒட்டுதல் இருக்கிறது என்பதைக் காண்பிப்பதற்காக அங்கே அடிக்கடி போக வேண்டியதாக இருந்தது. அப்போதெல்லாம் மெர்லின் தான் கம்பெனி.. சில வேளைகளில் அவளோடு சேர்த்து ஒன்றிரண்டு பெண்கள் மட்டுமே இருப்பார்கள். சில ஆண்களும் வருவார்கள். குமரவேலுவும், மெர்லினும் பக்கத்திலிருந்த உடுப்பி ஓட்டலுக்கு காபி குடிக்கப் போவார்கள். அடிக்கடி காபி குடிப்பது மட்டுமல்லாமல் ஓயாமல் சிகரெட் பிடிக்கும் பழக்கமும் மெர்லினுக்கு இருந்தது. மெர்லினின் அப்பா ஐ.டி.ஐ.யில் ஒரு சாதாரண வேலையிலிருந்தார். அம்மா டீச்சர். ஆச்சாரமான தமிழ் கத்தோலிக்கக் குடும்பம்.. கல்லூரியில் படிக்கிற காலத்திலேயே இவளது பேச்சையும், போக்கையும் கண்டு தண்ணி தெளித்து விட்டுவிட்டார்கள். வீட்டுக்குப் போகும் நாட்கள் குறைவு. சில நாட்களில் மையத்திலேயே படுத்துக்கொள்வாள்.

பல நாட்கள் பயணத்திலேயே போகும்.. ஆகும்பே பக்கத்திலிருந்து வந்த ஒரு மலைஜாதிப்பையனுடன் தொடர்பு இருந்தது. அவன் நன்றாக ஓவியம் வரைவான். ஆனால் நிரந்தரமான வேலை ஒன்றும் கிடையாது.

மெர்லினின் போராட்ட உணர்வு பெங்களூரிலிருந்து தான் கிடைத்திருக்க வேண்டும். பிறருக்கு உதவ வேண்டும் என்ற குணத்திற்கு அவளது கத்தோலிக்கப் பின்னணி பெரும் பங்களிப்புச் செய்திருக்கும். 'முக்தி' குடும்ப வாழ்க்கையில் பிர்ச்சினையைச் சந்திக்கும் பல பெண்களுக்குப் புகலிடமாக இருந்தது. கணவனால் அடித்துத் துரத்தப்பட்ட பெண்ணாக இருந்தால் அவளை மையத்திலேயே வைத்திருந்து பிரச்சினைக்கு தீர்வு காணும் வரை அவளுடன் இருப்பாள். தனது சொந்தச்செலவில் அவளுக்கு சாப்பாடு எல்லாம் வாங்கிக்கொடுப்பாள். குழந்தை இருந்தால் அதற்கு பால், பிஸ்கெட் முதலிய செலவுகளும் இருக்கும். மையத்தில் எப்போதும் இப்படிப்பட்ட ஒன்றிரண்டு கேசுகள் இருக்கும். அப்படிப்பட்ட பெண்கள் சமரசமாகி மறுபடியும் கணவன் வீட்டுக்கோ, அது சாத்தியப் படவில்லையென்றால் பெற்றோர் வீட்டுக்கோ போவது வரை அவர்களுக்கு உதவுவாள்.. இது சம்பந்தமாக வக்கீலுடன் பேசுவது, கோர்ட்டுக்குப் போவது, பத்திரிகைகளுடன் பேசுவது எல்லாமே மெர்லின் தான். இப்படிப்பட்ட பெண்களுக்காக அரசாங்கமே சில திட்டங்களை வைத்திருக்கிறது என்பதெல்லாம் மெர்லின் சொல்லித்தான் தெரியும். ஒவ்வொரு முறை சந்திக்கும்போதும் அப்போது வந்த ஒரு கேசைப்பற்றிச் சொல்வாள். முதல் கேசைச் சொன்னபோதிருந்த அதே உற்சாகம் குன்றாமல் குறையாமல் இருக்கும்.

இதில் ஒரு வேடிக்கை இப்படி வரும் சில பெண்கள் மையத்—திலிருக்கக் கூடிய 'விட்டு விடுதலையாகி' சூழ்நிலையைப் பார்த்த பிறகு ஆண்கள் சங்காத்தமே வேண்டாம் என்று இவர்களுடனேயே ஐக்கியமாகி விடுவார்கள். இதில் எல்லாத்தரத்துப் பெண்களும் உண்டு. இங்கிலீசைத் தவிர வேறு ஒரு பாஷையும் பேசாத மேல்தட்டு வர்க்கத்துப் பெண்கள். பல பாஷைகள் பேசுகிற கூலி வேலை செய்யும் பெண்கள்.. ஒன்றிரண்டு பாஷைகள் பேசுகிற மத்தியதர வர்க்கத்துப் பெண்கள்..என்று இப்படி.. அவர்கள் மையத்தில் இணைவது என்று முடிவு செய்து விட்டால் அவரவர் திறமைக்கும், தகுதிக்கும் தகுந்தபடி அவர்களுக்கு வேலைகள் கொடுக்கப்படும்.. இவை எல்லாமும் சாத்தியப்படும்படியாக ஒரு சித்தாந்தம் அவர்களைக் கட்டிப்போட்டிருந்தது.

ப.சகதேவன்

நண்பனாக நெருங்கி வந்தாலும் குமரவேலுவின் சமூகப்பின்னணியையும், வர்க்கப் பின்னணியையும் சுட்டிக்காட்டி அவனைக் குதறுவது மெர்லினுக்கு ஒரு பொழுதுபோக்காக இருந்தது.. 'இன்னும் உனக்கு அதிலிருந்தெல்லாம் விடுபட முடியவில்லையா?' என்று கேட்பாள்.

'ஓ இப்ப உன் ஜாதி குறுக்க வருதா?'என்று குத்துவாள். 'உன்னோட ஆம்பளத்தனத்துக்கு இது அவமானமா இருக்குமோ?' என்று கேலி செய்வாள்' பெங்களூருவின் ஆங்கிலக் கலாச்சாரப்பின்னணி மற்றும் பன்முகக்கலாச்சாரப் பின்னணியிலிருந்து பார்க்கும்போது வெளிறித் தெரியும் அவனது தமிழ்ப்பின்னணியும் ஒரு சாக்காக இருந்தது. இருந்தாலும் அவள் காரணமாக மையத்தில் அவனுக்கென்று ஒரு மரியாதை இருந்தது. பொதுவாக ஆண்கள் அங்கு அவ்வளவு சீக்கிரம் ஏற்றுக்கொள்ளப்படுவதில்லை. அதற்குக் காரணம் ஆண்களே தான். இது பெண்கள் அமைப்பு. இங்கிருக்கும் பெண்கள் பெரும்பாலும் தனியாக இருப்பவர்கள்... தனியாக வசிப்பவர்கள் என்ற எண்ணத்தினால் பல ஆண்கள் பெண்ணிய அனுதாபிகள் என்கிற போர்வையில் வேறு நோக்கத்திற்காக அங்கு வருவார்கள். இவர்களை அடையாளம் காண்பதில் இந்தப் பெண்கள் பலே கில்லாடிகள்..அடித்துத் துரத்தி விட்டு விடுவார்கள். நிகழ்ச்சிக்கே வந்தாலும் நிகழ்ச்சி முடிந்த பிறகு ஜூட் விட்டுவிட வேண்டும்.. இத்தகைய கிராக்கிகளில் மத்தியதர வயதுடைய ஆண்களே ஜாஸ்தி..

ரொம்ப அபூர்வமாக சந்தித்துக்கொண்டாலும் நேத்ராவுடனான சந்திப்பு மணிக்கணக்கில் நீண்டு நிற்கக்கூடியதாக இருந்தது.. கோயமுத்தூர்ப் பெண்ணாக இருந்ததால் கொங்குத்தமிழ் கேட்க நன்றாக இருந்தது. பெண்கள் பேசினால் எந்தத் தமிழும் நன்றாகவே இருக்கும்.. நேத்ராவின் மலையாளம் பாலக்காட்டு மலையாளமாக இருந்தது.. காரணம் கோயமுத்தூர் மலையாள சமூகம் பெரும்பாலும் பாலக்காட்டிலிருந்து குடியேறிய சமூகம். நேத்ராவின் பூர்வீகமான திருவாங்கூர் மலையாளத்திலும் தமிழ் கலந்திருக்கும். அது பாண்டித் தமிழ்.. இது கொங்குத்தமிழ்.. நேத்ராவுக்கு நீளமான முடியிருந்தது. அதைப் பெரும்பாலும் சுருட்டிக்கட்டி தாற்காலிகக் கொண்டையாகப் போட்டிருந்தாள். பெண்விடுதலையின் ஆரம்ப கால வெளிப்பாடான முடி வெட்டிக்கொள்ளுதல் நேத்ராவை அவ்வளவாகக் கவரவில்லை. இவையெல்லாம் மேற்போக்கான அம்சங்களானாலும் நேத்ராவுடனான ஈர்ப்பு கலை, இலக்கியம், பெண்ணியம், கலாச்சார விமர்சனம் என்கிற அளவில் தானா அல்லது அதையும் தாண்டியதா என்று குமரவேலுவால் தீர்மானிக்க

முடியவில்லை.. அது அந்த அளவில் தான் என்று நேத்ரா தெளிவாக இருப்பதாகத் தோன்றியது. ஆனால் அதிலும் சில சமயங்களில் குழப்பம் ஏற்பட்டது. அப்படிக் குழப்பம் ஏற்பட்டபோதெல்லாம் குமரவேலுவுக்கு மிகவும் சந்தோஷமாக இருந்தது. அந்தக் குழப்பத்தைத் தாண்டி அதற்கு அப்பால் கூடப்போகலாமா என்று தோன்றியது. ஆனால் அதற்கு அப்பால் தெரியும் காட்சிகளோடு தனது கிராமத்தை இணைத்துப்பார்த்தபோது வெறும் குழப்பமே தேவலை என்று நினைக்கும்படியாக ஆனது.

மெர்லின், நேத்ரா இரண்டு பேருமே பெண்ணியம் என்கிற பொதுத்தளத்தில் நின்றாலும் இரண்டு பேரும் இரு வேறு வகையான பெண்ணியத்தில் நிற்பதாகத் தோன்றியது. மெர்லினுடையது பொதுவாக மனிதாபிமானம், அன்பு, குடும்ப உறவுகள் என்னும் அம்சங்களை வலியுறுத்தக்கூடியது. நேத்ராவுடையது சம உரிமை, வாழ்வில் சாதிக்க வேண்டிய சில லட்சியங்கள் என்பதில் கவனம் கொள்வது... குமரவேலு அறிந்திருந்த கிராமத்துப்பெண்கள் இந்த இரண்டு நிலைகளிலும் முன்னேற வேண்டியவர்களாக இருந்தார்கள். ஆனால் அவர்களால் இப்படி ஒரேயடியாக தெருவுக்கு வரமுடியாது. அது மட்டுமல்லாமல் ‘முக்தி’ பெண்ணின் உரிமையை நிலை நாட்டுதல் என்ற பெயரால் அவர்களை மேலும் மேலும் ஆண்களிடமிருந்து அந்நியப்படுத்துவதாகவும் தோன்றியது.. இது எப்படி நியாயமாகும்? சேர்த்து வைக்கத்தான் பார்க்க வேண்டுமேயொழிய பிரித்து விட்டால் எப்படி?

ஒரே வித்தியாசம்.. இவர்கள் யாரும் தனிமனித சுதந்திரம் என்ற பெயரில் ‘கண்டதே காட்சி.. கொண்டதே கோலம்..’ என்று நடந்துகொள்ளவில்லை.. கொஞ்சம் பேர் சிகரெட் குடித்தார்கள்.. கொஞ்சம் பேர் எப்போதாவது பியர் குடித்தார்கள். மற்றபடி அடிப்படை சுதந்திரம் கிடைக்கிற சூழ்நிலையில் இவர்களும் நல்லதொரு குடும்பப் பெண்களாகவே இருப்பார்கள் என்று குமரவேலுவுக்குத் தோன்றியது.

இந்த சூழ்நிலையில் மார்ச் எட்டாந்தேதி உலகப்பெண்கள் தினம் வந்தது.. ‘முக்தி’ இயக்கப் பெண்களுக்கு இந்த தினம் மிக முக்கியமான தினம். ஊர்வலம், திரைப்படங்கள், பேச்சு, வீதி நாடகம் என்று அந்த நாள் முழுவதும் நிகழ்ச்சிகள் அதகளப்படும். பிரேசில், கம்போடியா என்று ஏதாவது ஒரு நாட்டிலிருந்து ஏதாவதொரு பெண்ணியவாதி வந்து பேசுவார். பெரும்பாலும் அவர்கள் நாட்டு பெண்கள் பிரச்சினைகளும் நம்முடைய நாட்டுப் பெண்கள் பிரச்சினைகளை

ஒத்ததாகவே இருக்கும். காரணம் அந்தப் பெண்களும் பெரும்பாலும் பெங்களூர் போன்ற பெருநகரச்சூழ்நிலையில் வருபவர்களாகவே இருப்பது தான்.. நகரங்கள் எல்லா நாடுகளிலும் ஒரே முகத்தைத் தானே கொண்டிருக்கின்றன ?

அந்த நாளைப்பற்றியும், அதில் கலந்துகொள்ள வேண்டிய முக்கியத்துவம் பற்றியும் மெர்லின் எடுத்துச்சொல்லி அன்று காலையில் டவுன்ஹாலிலிருந்து தொடங்கும் ஊர்வலத்தில் கலந்து கொள்வதற்காக நேராக அங்கேயே வரும்படி சொல்லிவிட்டாள். அது ஒரு ஞாயிற்றுக்கிழமையாக இருந்தது. நேத்ராவிடமிருந்து ஒரு தகவலும் இல்லை. ஆனால் நிச்சயமாக அவள் நிகழ்ச்சிக்கு வருவாள் என்று தெரியும். அவளும் நேரமே டவுன் ஹாலுக்கு வந்தால் நன்றாக இருக்கும் என்று ஆசைப்பட்டான். ஆனால் அவள் வரவில்லை.

காலையில் சுமார் எட்டரை மணியளவிலேயே கூட்டம் சேர்ந்து விட்டது.. ஊர்வலம் தொடங்கும்போது இருநூறு இருநூற்றைம்பது பேர் இருந்தார்கள்..அதில் ஒரு இருபது முப்பது பேர் ஆண்கள்..வரதட்சணைக் கொடுமை, கணவனின் அடக்குமுறை, பெண்களை வியாபாரப் பொருளாகச் சித்தரிப்பது போன்றவற்றுக்கெதிரான வாசகங்கள் அடங்கிய தட்டிகள், பேனர்கள் ஆகியவை தூக்கிச் செல்லப்பட்டன. குமரவேலுவின் கையிலும் ஒன்றைக்கொடுத்திருந்தார்கள். ஒரு கார் விளம்பரத்திற்கு தொடை தெரிகிற மாதிரி உடையணிந்த பெண் காட்சிப்பொருளாகி—யிருந்தாள். இந்த விளம்பரம் யாருக்கு எதிரானது என்பது குமரவேலுவுக்கே விளங்கவில்லை..இருந்தாலும் அந்த அட்டையைத் தூக்கிப் பிடித்தபடியே கன்னடத்திலும், ஆங்கிலத்திலும் கோஷமிட்டுக்கொண்டே போனார்கள். ஊர்வலம் பல்லவி தியேட்டரை அடைந்தது.. தான் ஊர்வலத்தில் பங்கெடுத்ததை தெரிந்தவர்கள் யாராவது பார்த்து விடுவார்களோ என்ற பயத்துடன் குமரவேல் சுத்துமுத்தும் பாத்துக்கொண்டே போனான்.

அன்று திரையிடப்பட்ட படங்களில் ஹங்கேரியன் டைரக்டர் மார்த்தா மசாரஸ் இயக்கிய ‘ஒன்பது மாதங்கள்’ என்னும் படம் பெண்ணியவாதிகளின் கவனத்தை மிகவும் கவர்ந்ததாக இருந்தது, கிராமப்பகுதியிலிருந்து நகரத்துக்கு வந்து ஒரு ஃபேக்டரியில் வேலை செய்யும் பெண் மீது அந்த ஃபேக்டரி மேனேஜருக்கு காதல் ஏற்படுகிறது. அவளுக்கு ஏற்கனவே திருமணமாகி ஒரு குழந்தையும் இருக்கிறது. ஆனால் மேனேஜருக்கு அந்த குழந்தை அவசியமில்லாத ஒரு பொருளாகத்

தெரிகிறது.. அவளுடைய சுதந்திரமான போக்கும் அவனுக்குப் பிடிக்கவில்லை. அவனது ஆணாதிக்க மனோபாவத்துக்கும், அவளது கௌரவம் மிக்க தனித்தன்மைக்குமுள்ள முரண்பாடு நன்றாகக் காண்பிக்கப்பட்டிருந்தது.. 'என்னப் பத்தி எல்லா விஷயமுந்தெரியுந்தானே... இப்ப என்னோட மொதல் புருஷன் வருவான். அவங்கிட்டே பேசீரு..; என்று சொல்லி விட்டு ஒன்றுமே நடக்காதது போல தன்னுடைய வேலயப்பார்த்துக் கொண்டிருப்பாள். அந்த ஹங்கேரியன் டைரக்டர் மார்த்தா தனிப்பட்ட வாழ்க்கையிலும் நொம்பலப்பட்டவள் தான்.. பல திருமணங்கள்.. பல மண முறிவுகள்.. பெண்ணாக இருப்பது அதிலும் சுயசிந்தனையுடைய பெண்ணாக இருப்பது எவ்வளவு சிக்கலானது வேதனையானது என்று படம் பலரை பாதித்திருந்தது - நேத்ராவைத் தவிர

காசு எப்படிப்புரட்டினார்கள் எனத்தெரியவில்லை.. அன்றைய நிகழ்ச்சிகள் முழுவதையும் ஹட்சன் சர்க்கிளிலிருந்த பல்லவி தியேட்டரிலேயே நடத்தினார்கள்.. ஒரு நாளைக்கு முழுவதுமான வாடகை கொடுத்திருக்க வேண்டும். நிகழ்ச்சி முடிந்ததும் கப்பன் பார்க் மயூரா ரெஸ்டாரண்டில் டின்னர் தருவதாக மெர்லின் சொல்லியிருந்தாள். அவளுடைய தோழனும் வருவதாகவும், கணக்கு வழக்கையெல்லாம் முடித்துக்கொண்டு நேராக அங்கேயே வந்து விடுவதாகவும், சொல்லி எங்களை முன்னே போகச்சொன்னாள்.

கப்பன் பார்க்கின் தென்மேற்கு மூலையிலிருந்த கேட்டின் வழியாக உள்ளே நுழைந்து சேஷாத்ரி பொது நூலகம் வழியாக மயூரா ரெஸ்டாரண்டுக்குப் போகலாம். மாலை ஆறு ஆறரை மணி இருக்கும். கோடை தொடங்கிவிட்டாலும் கப்பன் பூங்காவின் மரங்களும், செடிகொடிகளும் இன்னும் வசந்தகாலத்தின் எச்ச தொச்சங்களைக் கொண்டிருந்தன. ரம்மியமாக இருந்தது.. நேத்ரா தனது ஜோல்னாப் பையில் நிறையப் புஸ்தகங்கள் இருந்தன.

'கொஞ்சம் புஸ்தகங்களக் குடு.. நா எடுத்துக்கறேன்..'

'இல்ல வேண்டா..'

'இந்தப்படத்துல வர்ற பொம்பள மாதிரி ரொம்ப சுதந்திரமா இருக்கணும்னு ஆசப்பட்றியோ..?

'சினிமாவப் பாத்து நா மாடல்கள எடுத்துக்கறதில்லே..'

'அப்ப இந்தப் படம் உன்ன கொஞ்சங்கூடப் பாதிக்கலியா..?'

‘இல்லியே... படம் நல்லாத்தான இருந்துது... தி திங் ஈஸ் ஐ டோண்ட் கோ ஓவெர்போர்டு வித் திங்ஸ்’

‘எதுலயாவுது கரஞ்சாத்தான மனசு லேசாகும்..’

‘அதுக்காக பாக்கற எல்லாத்திலியும் கரைஞ்சுக்க முடியாது..’

இப்படி இந்த மாதிரி இடத்தில் இந்த நேரத்தில் நடந்து வருவது அவர்களுக்கு இது தான் முதல் தடவை..மனோரஞ்சித உணர்வுகள் அறிவார்த்த மேற்பூச்சைத் தாண்டியும் உள்ளே வரக்கூடிய சூழ்நிலை.. மயூரா ரெஸ்டாரண்ட் விளக்குகள் எல்லாம் போட்டு களை கட்டி இருந்தது. புதர்களுக்குள்ளே எல்லாம் விளக்குகள் போட்டிருந்தார்கள். ரெஸ்டாரண்டுக்குள் வெளிச்சம் அதிகமாகவும், வெளியே குறைவாகவும் இருந்தது. வெளியே ரோட்டோரம் இருந்த ஒரு புங்கமரத்தின் கீழிருந்த திட்டில் உட்கார்ந்தார்கள். இருவருக்கும் ஒன்றும் பேசிக்கொள்ளத் தோன்றவில்லை..

முதல் தடவையாக நேத்ரா தனது குடும்ப விஷயங்கள் சிலவற்றைப் பற்றிப்பேசினாள். அவையெல்லாம் சந்தோஷத்தைப் பகிர்ந்துகொள்ளக்கூடியவையாக இல்லை..

குமரவேல் அவள் தோளைத்தொட்டு ஆறுதலாக சில வார்த்தைகள் சொன்னான். நேத்ரா ஒன்றும் சொல்லவில்லை. பேச்சு கொஞ்சம் கொஞ்சமாக வேறு திசைகளுக்கு மாறியது. அப்போது தெற்குப்பக்கமிருந்து வரக்கூடிய வாகனங்கள் பீச்சியடித்த வெளிச்சம் அவர்கள் கண்களைக் கூச வைத்தது. ‘வா அந்தப் பக்கம் உட்காரலாம்’ என்று சொல்லி மரத்துக்கு வடபுறமாகக் கூட்டிக்கொண்டு போனான். அங்கே வெளிச்சம் சுத்தமாக இல்லை

குமரவேலு சொன்ன ஆறுதல் வார்த்தைகளா அல்லது அவளுக்காகவே மனம் லேசாகி விட்டதா எனத்தெரியவில்லை. அவன் நெருங்கி உட்கார்ந்து அவள் கையைப்பிடித்து ஏதோ பேசினான். தோளிலிருந்து முழங்கை வரை அவனது கைப்பகுதிகள் முழுவதும் அவள் உடம்பில் பொருந்தியிருந்தன.. அர்த்தமில்லாத பேச்சுகள் கொஞ்ச நேரம் தொடர்ந்த பிறகு அவள் கழுத்தைச் சுற்றிக் கையைப் போட்டான். ஆண்மையின் ஒரு பகுதி சுதந்திரம் எடுக்கத்தொடங்கியிருந்தது. கொஞ்ச நேரம் மௌனம்....

‘வேலு... கைய எடு..

‘..........’

'... இதுக்கெல்லாம் யாரு உனக்கு லைசென்ஸ் குடுத்தது...'

'...........'

'எல்லாருமே பல போர்வைகளப் போத்தீட்டுத்தா வர்றீங்க இல்லியா.. ?'

'..........'

'செரி... வா போலாம்...'

ரெஸ்டாரண்டுக்கு வெளியே ஒரு புதருக்குப் பக்கம் காலியாக இருந்த ஒரு மேசையில் உட்கார்ந்தார்கள். மெர்லினும், அவள் நண்பனும் வந்தால் அவர்களை நன்றாகப் பார்க்க முடியும்.

'ஐம் சாரி நேத்ரா..'

'பரவால்லே... யாரும் செய்யாத ஒரு தப்ப நீ ஒண்ணும் செஞ் சர்லே..'

நேத்ராவின் இந்த பதில் எந்த வகையிலும் வேலுவுக்கு ஆறுதலைத் தரவில்லை. அவள் மேல் இன்னதென்று சொல்ல முடியாத ஒரு கோபம் வந்தது. இத்தகையதொரு அவமானம் இதற்கு முன்னால் ஏற்பட்டதில்லை. ஒரே வித்தியாசம் நேத்ரா சாதாரணமாக இருப்பதாகக் காண்பித்துக் கொள்கிறாள். அது அவன் தன்மானத்தை மேலும் குத்திக் கிழித்தது. கலை, இலக்கியம், பண்பாட்டு விமர்சனம் என அவன் கட்டி வைத்திருந்த எல்லாக்கோட்டைகளும் பெரும் புழுதியைக் கிளப்பி தரையில் வீழ்ந்திருந்தன. ஒரு மிகச்சிறிய அவகாசம் கிடைத்தாலும் ரிச்மண்ட் சர்க்கிள் வழியாக ஓடி அறையை அடைந்து விடலாம்.

மெரிலினும் அவள் நண்பனும் வந்தார்கள். அன்றைய நிகழ்ச்சிகளைப் பற்றி மெரிலின் 'லொட புட' வென்று பேசிக்கொண்டிருந்தாள். நேத்ரா மிகவும் இயல்பாக தனது கருத்துக்களை அவ்வப்போது தெரிவித்துக் கொண்டிருந்தாள். ஆர்டர் செய்ததற்குப் பின் வந்த உணவுகள், அங்கே ஓடிப்பிடித்து விளையாடிய குழந்தைகள். அந்த முன்னிரவு நேரத்திலும் மரத்தின் மேலிருந்து கரைந்த ஒற்றைக்காகம் எல்லாமே இயல்பாக இருந்தன. குமரவேலு என்னும் மண்புழு மட்டும் சித்திரை மாச வெய்யிலில் செம்மண் புழுதியில் கிடந்தது.

ooo

அதன் பிறகு கப்பன் பார்க் வேண்டாததாகி விட்டது. அங்கு போவதற்கான நேரமும் கிடைக்கவில்லை. அந்த இடத்தைக் கடக்கும்போது இரண்டு சிலைகள் மட்டும் கண்ணில் தெரியும். ஒன்று நகருக்கும், நாட்டுக்கும் பெரும் சேவை செய்த மார்க் கப்பன் சிலை. இன்னொன்று யாருடைய மேன்மை தங்கிய ஆட்சியின் கீழ் கப்பன் நிர்வாகம் செய்தாரோ அவருடைய சிலை. பல்லாயிரம் மைலகளுக்கப்பால் இருந்தபோதிலும் கூட அருள் கூர்ந்து எம்மைக் குடிமக்களாக ஏற்றுக்கொண்ட விக்டோரியா மகாராணியாரின் சிலை கப்பன் பூங்காவின் தென்கிழக்குப் பகுதியில் இருந்தது. நியாயமாகப்பார்த்தால் விக்டோரியா மகாராணிக்கு முன்னால் நம்மை ஆட்சி செய்தது கிழக்கிந்தியக் கம்பெனி தான். அதன் நிறுவனர்கள் ஜான் வாட்ஸ் அல்லது ஜார்ஜ் ஒயிட் ஆகியோரில் ஒருவருக்கோ அல்லது இருவருக்கும் சேர்த்தோ தான் சிலை வைக்கப்பட்டிருக்க வேண்டும்.

ஆங்கிலேயர்களுக்கு நன்றி சொல்வதற்கு வேறு சில காரணங்களும் இருக்கின்றன. அவற்றில் ஒன்று கிரிக்கெட் விளையாட்டு. இந்தியத்தத்துவத்தின் ஒரு பகுதியாகவே பார்க்கப்படும் இந்த விளையாட்டுக்குத் தான் நாம் பலப்பல அரங்கங்களைக் கட்டி வைத்திருக்கிறோம். கப்பன் பார்க் முனையில் நின்று கொண்டு ஒரு முறை எதிரில் பாருங்கள். எவ்வளவு கம்பீரமாக இருக்கிறது இந்த சின்னசாமி விளையாட்டரங்கம்.. நாப்பதாயிரம் பேர் இதில் உட்கார்ந்து பார்க்கலாம். வெள்ளைக்காரன் இந்த விளையாட்டைக் கண்டுபிடித்திருக்கலாம். ஆனால் இதில் எத்தனையோ சாதனைகளை நம்ம ஆட்களும் நிகழ்த்தியிருக்கிறார்கள்.. 1932-ல் தான் அதிகார பூர்வமான டெஸ்ட் போட்டி நடந்தது. நமக்கு முதல் வெற்றி இருபது வருடங்களுக்குப்பிறகு 1952-ல் தான் கிடைத்தது. என்ன தான் இருந்தாலும் ஆட்டத்தைக் கண்டுபிடித்த அவங்க ஊருக்கே போய் அவஙகளை ஜெயிக்கறது பெரிய விஷயம் இல்லையா? விக்டோரியா மகாராணியின் நேரடி பிரஜைகள் என்பதை விடக் கேவலமானதில்லையா ஒரு வியாபாரக்கம்பெனிக்கு பயந்து நமது மானம் மரியாதையை விட்டுக் கொடுத்தது? அப்படித்தான் நடந்தது..1857-க்கு அப்புறம் தானே ராணியார் வந்தார்கள். அதற்கு முன்னால் எத்தனை வருசம் வெள்ளைக்காரன் வச்சது சட்டமாக இருந்தது..குமரவேலுவை மாதிரி காடுமேடுகளில் திரிந்தவனெல்லாம் படித்து உத்தியோகம் பார்க்கும் நிலைமைக்கு வந்தபோது தான் ‘என்னடா இது.. பெரிய சித்து வேலை.. அப்படி என்ன தான் இருக்குது இந்த ஆட்டத்தில்..’ என்று முயன்ற போதும் கூட அவர்களுக்கு

எதிராக அவர்கள் நாட்டிலேயே ஜெயிப்பதற்கு முப்பத்தொன்பது வருசங்கள் ஆச்சு.. இத்தனைக்கும் கிரிக்கெட் மாதிரி ஒரு நம்ப முடியாத விளையாட்டு ஒன்றுமேயில்லை. அரசனை ஆண்டியாக்கும்.. ஆண்டியை அரசனாக்கும்.. அப்படிச்சொன்னாலும் அந்தத் தத்துவத்தைப் புரிந்து கொள்வதற்கும் கொஞ்சம் மூளை வேண்டுமே.. அதுவே இல்லாமப்போச்சே.. இத்தனைக்கும் காலனியாதிக்கத்தில் இருந்த போது இரண்டு மூன்று நோபல் பரிசுகள் கூட வாங்கி விட்டார்கள்.. அது மூளை சம்பந்தப்பட்ட விஷயம்..கிரிக்கெட் விளையாட்டுக்கு உடல் உழைப்பு மட்டுமல்லாமல் புத்திகூர்மையும் தந்திர குணங்களும் வேண்டும்.. இந்த இரண்டும் சேர்ந்த கலவை இந்தியனுக்கு வர மாட்டேன் என்கிறது..ரொம்ப காலமாக காலனியாதிக்கத்தின் கீழேயே இருந்து மூளை மழுங்கி விட்டதா அல்லது அதிபுத்திசாலியாக இருப்பதால் பலன் ஒன்றுமில்லை என்று தத்துவார்த்தமாக முடிவு செய்து விட்டதா எனத்தெரியவில்லை..

அப்போது குமரவேலு காலேஜில் சேர்ந்து முதல் வருடம் படித்துக்கொண்டிருந்தார். மாலையில் விளையாட்டெல்லாம் முடிந்து பசங்கள் ஹாஸ்டல் ரூமுக்கு வந்து சிலர் குளித்து விட்டும் சிலர் குளிக்காமலும் தட்டையும், டம்ளரையும் எடுத்துக்கொண்டு மெஸ்சுக்குப் போய்க்கொண்டிருந்தார்கள். போகிற வழியில் கொடிக்கம்பத்தின் முதல் படியில் அனந்த பத்மநாபனின் டிரான்சிஸ்டரை வைத்துக் கொண்டு கொஞ்சம் பையன்கள் கிரிக்கெட் நேர்முக வர்ணனை கேட்டுக்கொண்டிருந்தார்கள். வெள்ளைக்காரன் இங்கிலீஷ்.. ஒரு எழவும் புரியாது.. ஆனால் விளையாட்டின் போக்கைத் தெரிந்து கொள்வதற்கு இங்கிலீஷ் தெரியவேண்டும் என்கிற அவசியமில்லை.. ரன் அடிப்பதும், விக்கெட் விழுவதும் பார்வையாளர்களின் கோஷத்திலேயே தெரிந்துவிடும். அது மட்டுமல்லாமல் பெயர்களும் மாறி வருமே.. பசங்கள் ரொம்ப அமைதியாகக் கேட்டுக்கொண்டிருந்தார்கள்.. மயான அமைதி.. கமெண்ட்ரி சத்தம் மட்டுமே வந்துகொண்டிருந்தது.. சாப்பாட்டுத்தட்டைத் தட்டிக்கொண்டும், ‘ரூப்தேரா மஸ்தானா’ பாட்டுப்பாடிக்கொண்டும் வந்த பசங்களும் கூட இவர்கள் முகத்தில் தெரிந்த சவக்களையைப் பார்த்து அமைதியானார்கள். இப்படியே ஒரு பத்துப்பதினஞ்சு நிமிஷம் போயிற்று.. திடீரென்று ‘யேய்..’ என்று ஒரு சத்தம்.. எல்லோரும் சாப்பாட்டுத்தட்டை டம்ளரால் தட்டிக்கொண்டு பாடி ஆடத்தொடங்கினார்கள்.. ஆங்கிலேய மண்ணில் முதல் முறையாக இந்தியர்கள் வெற்றிக்கொடி நாட்டியிருக்கிறார்கள். இது ஒரு தேசீயப் பெருமை.. அதற்குப் பிறகு

கிரிக்கெட் கமெண்ட்ரி கேட்பதற்கென்றும், அது தொடர்பான விஷயங்களைப் பேசுவதற்கென்றும் ஒரு கூட்டம் உருவானது. அதற்கு முன்னமேயே இருந்தது. இப்போது அது கொஞ்சம் பெரிதானது. குமரவேலுவுக்கும் அந்தப் பைத்தியம் பிடித்துக்கொண்டது. விடுமுறைக்கு ஊருக்கு வந்தாலும் கூட ரேடியோ அல்லது டிரான்சிஸ்டர் இருக்குமிடமாகப் பார்த்துப் போய் கமெண்ட்ரி கேட்பது வழக்கமாயிற்று. தமிழக வீரர் வெங்கட்ராகவன் தாங்கள் எதிர்பார்த்த அளவுக்கு சோபிக்கவில்லையே என்பதில் கிராமத்— திலிருந்த குமரவேல் குழுவினருக்கு மிகவும் வருத்தம். கிரிக்கெட் வாரியம் வேண்டுமென்றே அவருக்கு அநியாயம் செய்தது என்றும் ஒரு பேச்சு இருந்தது.. இதெல்லாம் இருந்தாலும் வாழ்க்கையின் போக்கையும். சிக்கல்களையும் வெளிப்படுத்துவதில் கிரிக்கெட்டைப் போன்ற ஒரு விளையாட்டு இருக்க முடியாது என்ற குமரவேலுவின் நம்பிக்கை மேலும் மேலும் வலுப்பட்டது..

தனது பெண்ணுக்கும் பையனுக்கும் தனக்கிருக்கும் அளவுக்கே கிரிக்கெட் ஆர்வம் இருந்தால் அவர்களுக்கு வாழ்க்கையைப் பற்றிய ஒரு தெளிவு இருக்கும் என்று எதிர்பார்த்து அவர்களுக்கு கிரிக்கெட் பற்றிய நுணுக்கங்கள், விளையாட்டு வீரர்களைப் பற்றிய செய்திகள் என்பவற்றைப் பற்றிச் சொல்லிப் பார்த்தார். ஒரு வயசுக்கு மேல் வனிதாவுக்கு அதில் ஈடுபாடு தங்கவில்லை. ராகுல் எல்லா விஷயங்களையும் போலவே இதையும் எடுத்துக் கொண்டான். அதாவது, 'என்னவோ சொல்றீங்க... சொல்லுங்கஞ் கேட்டுக்கறேன்'.. என்பது மாதிரி.. இருந்தாலும் வருங்காலத்தில் கிரிக்கெட்டில் அவர்களுக்கு ஆர்வம் ஏற்பட்டு 'இவ்வளவு பெரிய நகரத்தில் இந்த விளையாட்டு தொடர்பான பல்வேறு சாதனைகள் நிகழ்த்தப் பட்டிருக்கும். பிற்காலத்தில் நாங்கள் அவற்றை நினைத்துப் பார்ப்பதற்கு நீங்கள் வாய்ப்பு ஏற்படுத்திக் கொடுத்திருக்கலாமில்லையா? 'என்று அவர்கள் தன் மீது குற்றம் சாற்றக்கூடாது என்று குமரவேல் அப்படி ஒரு சாதனை நிகழ இருப்பதற்கான வாய்ப்பை எதிர்பார்த்துக் கொண்டிருந்தார். வாய்ப்பும் வந்தது.

கிரிக்கெட் என்பது போர்க்களம் தான். ஒரு பந்தும் ஒரு மட்டையும் தான் ஆயுதங்கள். சுமார் இருபது மீட்டர் தூரத்திலிருந்து உனது எதிரி வேகமாக ஓடி வந்து உங்களை நோக்கி எறிகிறான். உங்களை வெற்றி கொள்ள வேண்டும் என்ற அவனது ஆங்காரமும், ஆவேசமும் அந்தப் பந்தை எவ்வளவு லாவகமாக உங்களை நோக்கி வீசுகிறான் என்பதில் தெரியும்.. இதனாலேயே கிரிக்கெட் விளையாட்டுச்

சரித்திரத்தில் வேகப்பந்து வீச்சாளர்களைப் பற்றிய கதைகள் அதிகம்.. 1930-களில் டக்ளஸ் ஜார்டீன் என்கிற இங்கிலாந்து வேகப்பந்து வீச்சாளர் பேட்ஸ்மனின் உடலைத்தாக்குவதற்காகவே பந்தை வீசியது 'பாடிலைன் சீரீஸ்' என்ற பெயரில் பெரிய விவகாரமாகி அந்த விவகாரத்தில் சம்பந்தப்பட்டிருந்த இரண்டு நாடுகளான இங்கிலாந்தும் ஆஸ்திரேலியாவும் நேரடியாகத் தலையிட்டு பிரச்சினைக்குத் தீர்வு காண வேண்டி வந்தது..எதிரியை நேருக்கு நேராகச் சந்திக்க முடியாத போது இப்படிப்பட்ட நேர்மையில்லாத அநியாயமான வழிகளைக் கையாளுகிறார்கள். ஆஸ்திரேலியாவுக்கும், இங்கிலாந்துக்குமான கிரிக்கெட் போட்டி வெறும் கிரிக்கெட் சம்பந்தமான போட்டி மட்டுமே என்று கொள்ளமுடியாது. இங்கிலாந்தில் குற்றம் செய்தவர்களையே ஆஸ்திரேலியாவுக்கு நாடு கடத்தினார்கள் என்ற காரணத்தினால் அந்த நாட்டினர் எல்லோரையுமே குற்றவாளிகளாகக் கருதும் போக்கும் இருந்தது.. இங்கிலாந்தின் புகழ்பெற்ற வீரர் இயன் போத்தம் ஒரு முறை ஆஸ்திரேலியாவுக்கு விளையாடப்புறப்பட்ட போது 'பதினொரு கயவாளிப்பயல்களுடன் பதினோராயிரம் களவாணிப்பயல்கள் முன்னால் ஆடப்போகிறோம்' என்று சொன்னதும் பலத்த சர்ச்சைக்குள்ளாயிற்று..

இத்தோடு கூட விளையாட்டாயினும், வேறு எந்த மனித செயல்பாடாயினும் அதில் வியாபாரம் வந்து நுழைவதும் தவிர்க்க முடியாதது தான். டெலிவிஷன் வந்த பிறகு இது இன்னும் அதிகமாகியது. ஆஸ்திரேலியாவில் கெர்ரி பேக்கர் என்று ஒருவர் இருந்தார். பத்திரிகைகள் உள்பட பல ஊடக வடிவங்களை சொந்தமாக நடத்திக்கொண்டிருந்தார். கிரிக்கெட் போன்ற ஒரு பிரபலமான விளையாட்டு அது விளையாடப்படும் மைதானங்களிலிருந்து மக்களின் வரவேற்பறைக்குள்ளே வந்த போது அதன் வியாபார மதிப்பு உணரப்பட்டது. மற்ற எல்லா விளையாட்டுக்களும் அதிக பட்சம் ரெண்டு மணி நேரத்தில் முடிந்து விடும்..ஆனால் கிரிக்கெட்டை நாள் முழுதும் விளையாடிக்கொண்டே இருப்பார்கள்.. ஐந்து நாட்களுக்கு விளையாடுவார்கள்.. விளையாட்டையே பார்த்துக்கொண்டிருக்கும்போது இடையே விளம்பரங்களும் வந்தால் மக்களின் 'பொது அறிவு' வளருமில்லையா? இப்படிப்பட்ட சூழ்நிலையில் மனித முகத்தை வியாபாரமுகமாக மாற்றுவதற்கு எத்தனை நாள் ஆகும்? எனவே விளையாட்டுக்களை டெலிவிஷனில் காண்பிப்பதற்கு உரிமை பெறுவதற்காக போட்டி ஆரம்பமாகியது. இந்தத் துறையில் பழம் தின்று கொட்டை போட்ட

கெர்ரி பேக்கர் சும்மா இருப்பாரா? தனது தொலைக்காட்சியில் ஒளிபரப்புவதற்காக உரிமை கேட்டார். அரசாங்கம் இழுத்தடித்தது. 'இந்த வெளயாட்ட வெச்சுத்தாண்டா பீத்திக்கிறீங்க.. நானே இந்த வெளயாட்ட நடத்திக்காமிக்கறன்.. பாருங்கடா.' என்று சொல்லி அப்போது பிரபலமாக இருந்த கிரிக்கெட் வீரர்களை விலைக்கு வாங்க ஆரம்பித்தார்.. அப்போது அவர் சொன்ன வாசகம் மனித நாகரிக வரலாற்றில் குறிப்பிடப்பட வேண்டிய ஒரு வாசகமாக இருந்தது. ஒரே வித்தியாசம் அது எதிர்மறைக் காரணங்களுக்காக இருந்தது. யாராக இருந்தாலும், எதுவாக இருந்தாலும் அவற்றுக்கு, அவர்களுக்கு ஒரு விலை இருக்கும், நமது சாமார்த்தியத்தைப் பொறுத்து அவர்களை விலைக்கு வாங்கிவிடலாம். கிரிக்கெட் வீரர்கள் மட்டும் பிரமாதமா என்ன?

'தம்பி... நம் எல்லாரு கிட்டயும் கொஞ்சமாகவேனும் வேசித்தனம் ஒளிஞ்சிருக்கு... உன்னோட வெலை என்ன..? சொல்லுப்பா.'

அப்போதிருந்த பல கிரிக்கெட் வீரர்கள் விலை போனார்கள். சுமார் ஒன்றரை வருட காலம் மேட்சுகள் ஆஸ்திரேலியாவிலும், மேற்கிந்தியத்தீவுகளிலும் நடந்தன. நாடுகளுக்கிடையேயும், தேசிய இனங்களுக்கிடையேயும் போட்டி மனப்பான்மையை ஊக்குவிப்பதற்காகவும், மனிதனின் சாதனைகளை மேலும் முன்னெடுத்துச் செல்வதற்காகவுமென இருந்த விளையாட்டுப் போட்டிகள் வெறும் வியாபாரத்திற்கென்றே மாறிப்போன கதை இது.. இதில் இந்தியர்கள் எப்போதும் பெருமைப்பட்டுக் கொள்ளக்கூடிய ஒரு விஷயம் இந்திய கிரிக்கெட் வீரர்கள் யாரும் இதில் சேரவில்லை. பேக்கர் விலைக்கு வாங்கிய பல கிரிக்கெட் வீரர்களையும் விட திறமையான, பல சாதனைகள் புரிந்த வீரர்கள் அப்போது இருந்தார்கள். யாரும் அதில் சேரவில்லை.. இந்தியா ஒருபோதும் பிற நாடுகளை அடிமை கொண்டதில்லை என்னும் சத்திய வாக்கிற்கேற்ப இந்த வரலாற்றுச் சம்பவம் நிகழ்ந்தது. தரித்திரம் இருக்கலாம். ஆனால் அதற்காகத் தன்மானத்தை விட்டுக் கொடுக்க முடியுமா? இப்படியே இருந்தால் போதும் சாமி.. நமக்கு சொத்து சுகம் வேண்டாம். சொல்வதற்கு நன்றாகத்தான் இருக்கிறது. ஆனால் வியாபாரம் ஏதாவது ஒரு வடிவத்தில் நம்மைத் தாக்கத்தான் செய்கிறது. எப்போது எங்கு என்பது தான் பிரச்சினை...

1970-களில் குமரவேலுவுக்கு கிரிக்கெட்டில் ஆர்வம் வந்தபோது சோல்கர், அபிட் அலி என்ற இரண்டு வேகப்பந்து வீச்சாளர்கள் மட்டுமே இருந்தார்கள். அவர்கள் ஆளுக்கு நான்கைந்து ஓவர்கள்

போட்டுவிட்டு பிறகு சுழற்பந்து வீச்சாளர்களிடம் கொடுத்து விடுவார்கள். அப்போது உலக அளவில் விளையாடிய எல்லா டீம்களிலும் வேகப்பந்து வீச்சாளர்களுக்குத் தான் மதிப்பு இருந்தது. டென்னஸ் லில்லி, ஜெஃப் தாம்சன், ஏண்டி ராபர்ட்ஸ், மைக்கேல் ஹோல்டிங் என்று அவர்கள் பெயரைக்கேட்டாலே பேட்ஸ்மென்கள் நடுங்குவார்கள்.அவர்கள் தான் ஆண்மை மிக்கவர்களாகக் கருதப்பட்டார்கள். ஃபாஸ்ட் பௌலிங்கிற்கு மதிப்பு இருப்பது மாதிரி ஸ்பின் பௌலிங்கிற்கு அவ்வளவு மதிப்பு இல்லை.. அபூர்வமாக ஒரு டீமுக்கு ஒருத்தர் இருப்பார்..ஆனால் இந்தியா அப்போது சுழற்பந்து வீசுபவர்களை மட்டுமே நம்பி—யிருந்தது. சுழன்று போகிற மாதிரி பந்து வீசுவதில் வீரம் இல்லை.. ஆனால் விவேகம் இருக்கிறது. இதற்கு என்ன காரணம்? இந்தியர்கள் அடிப்படையிலேயே பெண்மை உணர்வு மிக்கவர்கள் என்பதுவா? கிட்டத்தட்ட ஒரு பத்தாண்டுக்காலம் அப்படியே இருந்த பிறகு இந்திய கிரிக்கெட் வானில் ஒரு வேகப்பந்து வீச்சாளர் தோன்றினார். கபில்தேவ் நிகான்ஞ்ச்.. ஹரியானாக்காரர்... அவரைக்கூட வேகப்பந்து வீச்சாளர் என்று சொல்லாமல் மிதவேகப் பந்து வீச்சாளர் என்று தான் சொன்னார்கள். ஆனால் பேட் செய்வதற்காகட்டும், பௌல் பண்ணுவதற்காகட்டும் அவர் ஆடுகளத்துக்குள் வந்தாலே மைதானமே அதிர்ந்தது. அவரால் அவருடன் பந்து வீசிய மதன்லால், கார்சன் காவ்ரி என்பவர்களுக்குக் கூட மதிப்புக் கூடியது..அதுவும் 1983-ல் அவர் தலைமையில் உலகக்கோப்பையை வென்றபோது அவரை புதிய இந்தியாவின் எழுச்சி வீரனாகப் பார்த்தார்கள். நம்மாலும் உலக அளவில் சாதிக்க முடியும் என்ற நம்பிக்கையை கபில்தேவ் கொடுத்தார். ராணா பிரதாப் சிங்கைப் போல சத்ரபதி சிவாஜியைப் போல இந்தியாவை உலக அரங்கில் மேலும் தலை நிமிரச்செய்வார் என்றும் எதிர்பார்த்தார்கள். அவர்களது எதிர்பார்ப்புகளை கபில்தேவ ஓரளவுக்கு நிறைவேற்றினார் என்று சொல்லலாம். குமரவேல் கபில் விளையாடிய ஒன்றிரண்டு மேட்ச்சுகளைப் பார்த்திருந்தார். அது அவரது இளமைக்காலம். கபில்தேவே அவரை விட வயதில் இளையவர் தான். கபில் தேவ் இப்போது கிட்டத்தட்ட விளையாட்டிலிருந்து ஓய்வு பெறும் கட்டம் வந்து விட்டது. வயதும் ஆகி விட்டது. வேகப்பந்து வீச்சாளர்கள் இந்த விளையாட்டில் அதிக நாள் தாக்குப் பிடிக்க முடியாது. கடைசிமுறையாக ஒரு முறை அவர் விளையாடுவதைப் பார்க்க ஒரு வாய்ப்பு. அது மட்டுமல்லாமல் அது வரை அதிக விக்கட்டுக்களை வீழ்த்தியவர் என்ற சாதனை நியூஜிலாந்து வீரர் ரிச்சர்ட் ஹேட்லியிடம் இருந்தது. அவர் 431 விக்கெட்டுகள் எடுத்து முதல் இடத்தில் இருந்தார். அப்போது

தான் மூன்று டெஸ்டுகள் உள்ளிட்ட ஒரு தொடர் விளையாட ஸ்ரீலங்கா இந்தியாவுக்கு வந்தது. ரிச்சர்ட் ஹேட்லியின் சாதனையை முறியடிக்கும் கட்டத்தில் கபில்தேவ் இருந்தார். அந்தத் தொடரின் முதல் டெஸ்ட் லக்னோவில் நடந்தது. அந்த டெஸ்டிலேயே அவர் உலக சாதனை படைப்பார் என்று இந்தியாவே ஆவலுடன் எதிர்பார்த்துக் கொண்டிருந்தது. ஆனால் விதியின் திட்டம் அதாவது கிரிக்கெட்டின் திட்டம் வேறாக இருந்தது. இத்தனைக்கும் ஸ்ரீலங்கா அந்த டெஸ்டில் இரண்டு இன்னிங்ஸ்சும் விளையாட வேண்டி—யிருந்தது.... பௌலர்களுக்கு இரண்டு தடவை பந்து வீசும் வாய்ப்பு. இருந்தாலும் இரண்டு இன்னிங்ஸிலும் சேர்த்து கபில்தேவ் ஒரு விக்கெட் மட்டுமே எடுக்க முடிந்தது. அந்த ஆடுகளம் சுழற்பந்து வீச்சாளர்களுக்கு சாதகமாக இருந்ததால் அனில் கும்ப்ளே புகுந்து விளையாடி பதினொரு விக்கெட்டுகள் எடுத்திருந்தார். அதைப் பாராட்டக்கூட முடியாத அளவுக்கு கபில்தேவைப் பற்றிய ஏமாற்றம் மக்களுக்கு இருந்தது. பெங்களூரில் தான் அந்த சாதனை நிகழவேண்டும் என்பது காலம் நிர்ணயித்த திட்டமாக இருந்தது. குமரவேலுவின் அதிர்ஷ்டம் தான்.

அது ஒரு ஞாயிற்றுக்கிழமையாக இருந்ததால் குழந்தைகளையும் அழைத்துக்கொண்டு போகலாம் என்பது திட்டம். ராகுல் வெளியே போகவேண்டுமானால் எப்போது அழைத்தாலும் ரெடியாக இருப்பான். விதம் விதமாகத் திங்கக் கிடைக்கும் என்பது தான் காரணம்.. ஏற்கனவே இந்த ஸ்டேடியத்தைப் பற்றிக் கேள்விப்பட்டிருந்ததால் வனிதாவும் அங்கு போவதற்கு விருப்பம் கொண்டிருந்தாள். சுலோச்சனாவுக்கு பெரிதாக ஈடுபாடு இல்லை. கிரிக்கெட்டின் ஆட்ட நுணுக்கங்களைப் புரிந்து கொள்ள முடியாத அளவுக்கு அவளது பேங்க் வேலையும், சமையல் வேலையும் மாற்றி விட்டிருந்தன. எந்திரத்தனமான இரண்டு வேலைகளும் அவளைக் கொஞ்சம் கொஞ்சமாக மக்காக மாற்றிக்கொண்டிருந்தன. என்ன தான் அவளது வேலைகளைத் தான் பங்கு போடுவதாக நினைத்து சில வேலைகளைச் செய்தாலும் சமையலின் சில விஞ்ஞானபூர்வமான விஷயங்கள் பங்கு போட முடியாதவை. எண்ணெய் எப்போது காயும், எப்போது கடுகு போடவேண்டும், சட்னிக்கு எவ்வளவு தேங்காய், எவ்வளவு கடலை என்பது மாதிரியான விஞ்ஞானபூர்வமான விஷயங்கள்..

எதிர்பார்த்த அளவு கூட்டம் இல்லை. சுலபமாக டிக்கட் கிடைத்தது. சின்னசாமி ஸ்டேடியத்தைப் பார்க்கும்போது ஒரு பிரமிப்புத்தான். எழுபதுகளின் ஆரம்பத்தில் சுழற்பந்து வீச்சாளர்கள்

கொடிகட்டிப்பறந்தார்கள். முதலில் இங்கிலாந்து அப்புறம் மேற்கிந்தியத்தீவுகள் என தொடர்ந்து வெற்றிகள் கிடைத்தன. ஆனால் கிரிக்கெட் ஆட்டம் என்பது சுழற்பந்து வீச்சாளர்களை மட்டுமே வைத்துக்கொண்டு வெற்றியைத் தேடுகிற ஆட்டமாக இருக்க முடியாது என்பது கொஞ்சம் கொஞ்சமாகத் தெரிய வந்தது. இதே சின்னசாமி ஸ்டேடியம் கட்டி முடிக்கப்பட்ட போது முதல் ஆட்டம் மேற்கிந்தியத்தீவுகளுடன் இருந்தது..மிகப் பெரிய பேட்ஸ்மெனாக வருவார் என்று எதிர்பார்க்கப்பட்ட விவியன் ரிச்சர்ட்ஸ் இங்கு தான் தனது முதல் மேட்சைத் துவங்கினார். ரெண்டு இன்னிங்ஸிலுமே சந்திரசேகரின் சுழற்பந்து வீச்சைப் புரிந்து கொள்ளமுடியாமல் அவுட் ஆனார். அப்புறம் மீதமிருந்த மேட்சுகளில் அவர் விளாசித்தள்ளியது வேறு கதை.. தான் பெரிதாக சாதித்திருக்கிறோம் என்று ஒருத்தர் நினைக்கிறார் இன்னொருத்தர் அதை ஊதித்தள்ளி விடுகிறார்.. ஒருவர் சாதித்ததை அவரது சனமே தான் சாதித்ததாக நினைத்துக் கொள்கிறது...ஆனால் அதே மனிதன் தொடர்ந்து சாதிக்க முடியாமல் போனால் அவனை ஒதுக்கித்தள்ளி விடுகிறது. ரிச்சர்ட்ஸ் வேறு ஒரு வகையான விளையாட்டை இந்திய மண்ணில் விளையாடியதைப்பற்றியும் ஜனங்கள் பேசினார்கள்.

எதிர்பார்த்த படியே ரிச்சர்ட் ஹேட்லியின் சாதனையை கபில்தேவ் சமன் செய்தார். ஸ்டேடியம் முழுவதும் எழுந்து நின்று ஆரவாரம் செய்து அவரை வாழ்த்தியது. குமரவேலுவின் மிகப்பெரிய ஏமாற்றம் தனது குழந்தைகளிடத்தில் குறிப்பாக வனிதாவிடம் அவர் பெரிய உற்சாகம் எதையும் பார்க்காதது தான்..தனது முட்டாள்தனம் அப்போது தான் புரிந்தது. அவர்கள் வயதில் தான் இருந்தபோது பாபு நட்கர்னியையும், பங்கஜ் ராயையும் அறிமுகப்படுத்தியிருந்தால் எப்படி இருந்திருக்கும்? அதுவும் வனிதா ஒரு பெண் பிள்ளை. இயற்கை விளையாட்டைக் கூட பாலின அடிப்படையில் வேறு படுத்தி வைத்திருக்கிறது...அடுத்த தலைமுறையின் விருப்பு வெறுப்புகளை அறிவதற்கு ஏற்பட்ட வாய்ப்பை குமரவேல் நினைவில் வைத்திருக்கவில்லை. அவர்களது திட்டங்கள் பற்றியும், ஈடுபாடுகள் பற்றியும் எதுவும் புரிந்து கொள்ளாமல் தனது அல்லது (சுலோச்சனாவையும் சேர்த்து) தங்களது முடிவுகளை அவர்கள் மீது திணித்துக் கொண்டிருப்பதைத் தொடர்ந்து செய்தார்கள். திரும்பி வரும்போது எம்.ஜி.ரோட்டில் நிறுத்தி 'லேக் வியூ' வில் ஐஸ்கிரீம் சாப்பிடுவதை ராகுல் மறக்காமல் ஞாபகப்படுத்தினான்.

ஸ்டேடியத்தைத் தாண்டி குயின்ஸ் ரோடு வழியாக அம்பேத்கர் வீதியை அடையும்போது அதன் இடது புறமாக மூலையில் நிற்கும்

ப.சகதேவன்

தலைமைத் தபால் நிலையம், அதே ரோட்டில் கொஞ்ச தூரம் போனால் வலதுபுறத்தில் வரும் விதானா சௌதா, ஜிபிஓ வுக்கு வலது புறமாக இருக்கும் விஸ்வேஸ்வரய்யா டவர், நேராகப் போனால் வரும் ராஜ் பவன் இவற்றையெல்லாம் பார்க்கும்போது குமரவேலுவுக்கு ஒரு வகையான பயம் சூழ்ந்து கொள்ளும். 'இவையெல்லாம் எந்த வகையில் தன்னோடு சம்பந்தப்பட்டிருக்கின்றன.. தனக்கு இவற்றின் மீது என்ன உரிமை இருக்கிறது.. இங்கு எடுக்கப்படும் சில முடிவுகள் தன்னைப் பாதிக்குமோ என்கிற மாதிரியான பயன்.. ஒரு வேளை இதே மாதிரியான அதிகாரமெடுக்கும் மையங்களைத் தனது சொந்த மாநிலமான சென்னையில் பார்க்க நேருமானால் தனது உரிமையையும், அதிகாரத்தையும் நிலைநாட்டிக்கொண்டிருப்பார். ஒரே வருத்தம்.. விதானா சௌதாவின் படிக்காட்டில் நின்று கொண்டு வீராவேசமாகப் பேசுவது மாதிரியான வசதி சென்னை தலைமைச்செயலக வாயிலில் இருப்பதாகத் தெரியவில்லை.

○○○

குமரவேலு போன போது லீலா அவரது அறையில் இல்லை.. அவரது அறைக்கு முன்னால் உட்கார்ந்திருந்த பியூன் மேடம் ஒரு மீட்டிங்கில் இருப்பதாகவும், இப்போது வந்து விடுவதாகவும் சொன்னார். அது படியே ஒரு பத்து நிமிடத்தில் வந்து விட்டார். ஒரு மாநில அரசு அலுவலகமாக இருந்தாலும் அது 'பளிச்' சென்று இருந்தது.. குமரவேலுவை உட்காரச்சொல்லி விட்டு டீயும், பிஸ்கட்டும் வரவழைத்துக் கொடுத்தார்..அவ்வப்போது யார் யாரோ வந்து கோப்புகளில் கையெழுத்து வாங்கிக்கொண்டு போனார்கள். அவர்கள் காட்டும் பணிவில் ஒரு செயற்கைத்தன்மை தெரிந்தது..அந்த சூழ்நிலை முழுவதுமே கன்னட மயமாக இருந்தது.. சுவர்களில் மைசூர் மகாராஜா, புரந்தர தாசர், குவெம்பு, மாஸ்தி படங்கள் மாட்டப்பட்டிருந்தன. கன்னட ராஜ்யோத்சவாவுக்குப் போடப்பட்டிருந்த தோரணங்கள் இன்னும் அவிழ்க்கப் படாமல் இருந்தன.. பியூன் வந்து யாரோ சந்திக்க வந்திருக்கிறார்கள் எனச்சொன்னார். அவர்களைக் காத்திருக்கும்படி சொன்னார்.. சன்னலுக்கு வெளியே இருந்த மரத்தின் கிளைகள் அசைந்தாடின.

இடது கையை நீட்டி நாற்காலியின் மீது வைத்துக் கொண்டு அந்தக்கையின் மேல் வலது உள்ளங்கையை வைத்துக் கொண்டிருந்த லீலா கொஞ்ச நேரம் மௌனமாக இருந்தார்.. ஒரு நீண்ட பெருமூச்சு விட்ட பிறகு,

‘எனக்கு ஒண்ணும் பிரச்சினையில்லே.. வேலு.. இந்தப் பையன் ஷஷாங்க் தான் பிரச்சினையா இருக்கான்.. வீணாப்போ—யிருவானொன்னு பயமா இருக்கு..’

‘வயசு தானேக்கா.. எல்லாம் சரியாயிரும்.. கவலப்படாதீங்க..’

என்றார் வேலு... விடை பெற்று வெளியே வந்தபோது படிக்கட்டு வரை வந்து வழியனுப்பி வைத்தார்.

சிவாஜி நகர் வந்து பஸ் பிடித்து வீடு வரும் வரை லீலாக்காவையே நினைத்துக் கொண்டிருந்தார் குமரவேல்..

○○○

லீலாக்காவின் இரண்டு பெண்களின் கல்யாணமும் அடுத்தடுத்து நடந்து முடிந்தன.. ஒரு பையன் பெங்களூரே தான்.. இன்னொரு பையன் வேலூர்ப்பக்கம்.. அங்கே தாலூக்கா ஆஃபீசில் வேலை.. கொஞ்சநாளிலேயே தாசில்தார் ஆகிவிடுவதாகச் சொன்னார்கள். ரெண்டு கல்யாணங்களுமே ஆஸ்டின் டவுன் கே.என்.ஆர். கல்யாண மண்டபத்தில் தான் நடந்தன..லீலாக்கா தாராளமாகச் செலவு செய்தார்.. பெண்கள் முடிந்த வரை அழுதுவிட்டுப் புருஷன் வீட்டுக்குப் போனார்கள். பேத்திக்குக் கல்யாணம் முடியட்டும் என்றே காத்திருந்தது மாதிரி லீலாவின் அம்மா இரண்டாவது பேத்தியின் கல்யாணம் முடிந்து மூன்று மாதங்களுக்குப் பிறகு இந்த உலகத்திலிருந்து விடை பெற்றுக்கொண்டார்.. எப்போதும் வீட்டுக்கு முன்னால் ஸ்டூல் போட்டுக்கொண்டு தலையை மைகோதியால் பிரித்து விட்டுக்கொண்டு உட்கார்ந்திருக்கும் அந்தப்பாட்டி இல்லாமல் அந்த வீடு வெறிச்சோடிப்போயிருந்தது.. வீட்டின் முழு தலைமைப் பொறுப்பும் இப்போது தன் கைக்கு வந்து விட்டாலும் அதைத் தான் முழு மனதோடு ஏற்றுக்கொண்டதாக லீலா நினைக்கவில்லை. அவரது கவனம் முழுவதும் இப்போது ஷஷாங்க் மீதே இருந்தது.. ஆச்சரியப்படத்தக்க விதத்தில் அவன் பட்டப்படிப்பை முடித்து சைகாலஜியில் மேற்படிப்புக்காக பெங்களூர் பல்கலைக்கழகம் கெங்கேரி ஞானபாரதிக்குப்போனான்.. அதிலும் நல்ல மார்க் வாங்கிப் பாஸ் செய்தான்.இடையில் ஆராய்ச்சிக் கட்டுரைகளெல்லாம் எழுதினான். இவையெல்லாமே லீலாவுக்குச் சந்தோஷத்தைக் கொடுத்தன..ஆனால் அதனோடு கூடவே அவன் வெளியிலிருந்து உள்ளே நுழையும்போதே அடிக்கும் ‘கப்’ பென்ற சிகரெட் நாத்தம், அவன் ‘ஓமேகா பார் அண்ட் ரெஸ்டாரெண்டி’லிருந்து வெளியே வந்ததாகக் கேட்ட செய்தி என்பவை வேதனையையும் தந்தன.

இங்கேயுள்ள பள்ளிகளில் படிக்கும்போது வீட்டோடேயே இருந்ததால் ஒரு கட்டுப்பாடு இருந்தது. ஞானபாரதி ஒரு சமுத்திரம். கர்நாடகத்தின் எல்லாப்பகுதிகளிலிருந்தும் மாணவர்கள் இருப்பார்கள். சில நாட்களில் விடுதியிலேயே தங்கிக்கொண்டதாகக் கூட செய்திகள் அனுப்புவான். கடைசிப்பிள்ளை ஒரே பையன் என்று செல்லம் கொடுத்து வளர்த்தியது தப்பாகிப் போய்விட்டதே என்று லீலாவுக்கு ஒரே மன வேதனை.

எம்.ஏ. முடித்த பிறகு அவன் என்ன செய்யவேண்டும் என்பதை அவனுடைய முடிவுக்கே விட்டுவிட்டார்கள்..தேவையான அளவுக்கு வசதி இருந்தது.. அம்மாவின் பின்புலத்தையும் அவன் நன்கு அறிந்தே வைத்திருந்தான். இங்கிலாந்தில் ஒரு பல்கலைக்கழகத்தில் ஆராய்ச்சிப்படிப்புக்கு இடம் கிடைத்தது.. ஆனால் உதவித்தொகை தற்போது கிடைக்காது. ட்யூஷன் ஃபீஸ், விடுதிக்கட்டணம், பயணச்செலவு எல்லாவற்றையும் சேர்த்து ஒரு தொகையைச் சொன்னான். சைகாலஜியில் எதிர்காலத்தில் தன்னால் நன்றாகப்பிரகாசிக்க முடியும் என்றும் இந்தியாவில் அதற்கான சாத்தியக்கூறுகள் இல்லையென்றும் அவன் சொன்னதை எதிர்த்து லீலாவால் ஒன்றும் சொல்ல முடியவில்லை. ஆரம்ப காலத்—திலிருந்தே தனது பையனை மற்ற உறவினர் பையன்களிடமிருந்து வேறுபடுத்திக்காண்பிக்க வேண்டும் என்பது லீலாவின் நோக்கமாக இருந்தது.. அதனாலேயே சாதாரணப்பள்ளிகளில் இல்லாமல் அதிகமாகக் கட்டணம் வசூலிக்கிற பெரிய இடத்துப்பிள்ளைகள் படிக்கிற பள்ளிகளில் படிக்க வைத்தார். ஆனால் இந்த கம்ப்யூட்டர் வந்து எல்லாவற்றையும் திருப்பிப் போட்டு விட்டது. தனது நாத்தனார், மைத்துனர், சகோதரர் பிள்ளைகளெல்லாம் சாதாரணப் பள்ளிகளில் சாதாரணமாகவே படித்தார்கள். எஞ்சினியரிங் நுழைவுத்தேர்வில் தர வரிசை கூட அவ்வளவு பிரமாதமாக இல்லை. ஆனால் அவர்கள் படித்து வரும்போது பார்த்த இடங்களிலெல்லாம் எஞ்சினியரிங் காலேஜ்கள் வந்து விட்டன. எந்த ரேங்க் எடுத்தாலும் என்சி—னியரிங் படிக்கலாம் என்று வந்து விட்டது.. அது மட்டுமில்லை. இத்தனை காலம் சுமாராகப்படித்திருந்தாலும், எஞ்சினியரிங்கும் சுமாராகப் படித்திருந்தாலும் எப்படியாவது செலக்ட் ஆகி ஒரு கம்பெனிக்குள் நுழைந்துவிட்டாயானால் சொர்க்கத்தின் கதவுகள் உனக்கு அகலமாகத் திறந்து வைக்கப்பட்டிருக்கும். லண்டன் என்ன, கலிஃபோர்னியா என்ன, சிட்னி என்ன எல்லாமே உனக்கு மிக அருகில் வந்து விடும். ஷஷாங்கோடு படித்த பல உறவுக்காரப் பையன்களும் பெண்களும் அப்படிப் போய் கொழுத்த சம்பளம்

வாங்குகிறார்கள்.. இவன் என்னடாவென்றால் சொந்தச்செலவில் போய் இன்னும் படிக்க வேண்டும் என்கிறான்..

ஆனாலும் லீலா மறுப்புச் சொல்லவில்லை.. அனுப்பி வைத்தார். அவன் இங்கிலாந்துக் கிளம்புகிற அன்று ஒரு உறவினர் பட்டாளமே விமானநிலையம் போய் அவனை வழியனுப்பி வைத்தது. இது ராஜசேகர் மேல் கொண்ட பிரியத்தாலும், லீலா தேவையறிந்து செய்த உதவியின் காரணமாகவும் தான்.. எந்த சந்தர்ப்பத்திலும் எந்த விதமான உதவியையும் செய்யும் மனசு லீலாவுக்கு இருந்தது.. அதற்கான வசதிகளும் இருந்தன.. தொடர்புகளும் இருந்தன. அரசு நிர்வாகம் மற்றும் காவல்துறையில் தொடர்புகள் இருந்தால் அது தகுந்த சமயத்திற்கு உதவும். ரொம்ப அநியாயமான ஒரு காரியத்தைச் செய்வதாக அது தோன்றக்கூடாது. அவ்வளவு தான். அதை லீலா மிகவும் ஜாக்கிரதையாகச் செய்து வந்தார். அவர் பேசும் முறை— யிலேயே யாரும் பணிந்து விடுவார்கள். ரொம்பவும் கறுப்புத் தான்.. வாரத்தில் இரண்டு மூன்று நாட்கள் மஞ்சள் தேய்த்துக்குளிப்பதால் முகமெல்லாம் மஞ்சளாக இருக்கும்.. இடது மூக்கில் ஒரு பெரிய மூக்குத்தி இருக்கும். அவர் உடுத்தியிருக்கும் சேலைகள் எப்போதுமே புதியதாகத் தெரியும். அவ்வப்போது சேலையின் ஒரு நுனியை வலது மணிக்கட்டில் சுற்றிக்கொள்வார். பார்த்த உடனே இவர் ஒரு தமிழ்ப்பெண் என்று சொல்லி விடுவார்கள். இந்துக்கள் கடைப்பிடிக்க வேண்டிய எல்லா விரதங்கள், கொண்டாட வேண்டிய பண்டிகைகள் எல்லாம் விமரிசையாகக் கொண்டாடப்படும். எல்லாவற்றிலும் ஒரு தமிழ் அம்சம் இருக்கும். பித்ருக்களுக்குச் செய்யவேண்டிய அனைத்து தர்ப்பணங்களும் நடக்கும். இவையெல்லாவற்றிலும் லீலாவின் அம்மாவுடைய பங்கேற்பு மிகவும் குறைவாகவே இருந்தது.. அதற்குக் காரணமும் இருந்தது. ஏதோ ஒரு கால கட்டத்தில் கிறித்தவத்தின் ஒரு பிரிவினருடன் அவருக்குத் தொடர்பு ஏற்பட்டு வில்சன் கார்டன் ஏழாவது கிராசில் இருக்கும் ஒரு சிறிய வழிபாட்டுத் தலத்துக்கு அடிக்கடி போய் வருவார். அவ்வப்போது அங்கிருந்து வெள்ளை ஜிப்பா, வெள்ளை வேஷ்டி அணிந்த ஒரு நடுத்தர வயதுக்காரரும், அதே மாதிரி வெள்ளை நிறத்தில் அன்னை தெரிசா மாதிரி ரவிக்கை அணிந்த ஒரு அம்மாவும் வருவார்கள்...அது பெரும்பாலும் வெள்ளிக்கிழமைகளில் தான் இருக்கும். சாயந்திரமாக வருவார்கள். வந்தவுடன் மாடியில் இருக்கும் தனி அறைக்குப் போய் பிரார்த்தனையும், தியானமும் செய்து முடித்து ஒரு மணி நேரத்துக்குப் பிறகு வருவார்கள். அவர்கள் வருகிறபோதும், விடை பெற்றுச் செல்கிறபோதும் குடும்ப உறுப்பினர்கள் நிலைமை

பரிதாபகரமாக இருக்கும்.. எப்போதிருந்து அந்த அம்மாவுக்கு இந்தக் கிறித்தவத்தொடர்பு ஏற்பட்டது, யார் மூலமாக ஏற்பட்டது, லீலாவின் அப்பாவுக்கும் இந்த ஈடுபாடு இருந்ததா என்பதையெல்லாம் லீலாவிடம் கேட்கவேண்டும் என்று பல முறை குமரவேலுவுக்குத் தோன்றியதுண்டு. ஆனால் கேட்கவில்லை. அவருக்கு ஏன் சங்கடத்தை உண்டாக்க வேண்டும்?

ஆனால் சங்கடம் வேறு ரூபத்தில் வந்தது.. அந்த அம்மாள் இறந்த அன்று எப்படியோ அவர்களுக்குத் தகவல் வந்து ஒரு நாலைந்து பேர் கும்பலாக வந்து விட்டார்கள்.. வந்து அடக்கம் அவர்களுடைய முறைப்படி தான் நடத்தப்பட வேண்டும் என்றார்கள்.. லீலாவின் குடும்பம் மட்டுமல்லாமல் துக்கத்திற்கு வந்திருந்த மற்ற உறுப்பினர்களுக்கும் கோபம் வந்துவிட்டது.. குமரவேலுவும் மற்ற சில உறவினர்கள், நண்பர்களும் சேர்ந்து அவர்களிடம் பேசி ஒரு சமாதானத்தீர்வை முன் வைத்தார்கள். சடங்குகள் முதலில் இந்து முறைப்படி நடக்கும்., பிறகு அவர்களும் அவர்களுக்குண்டான பிரார்த்தனையை நடத்திக்கொள்ளலாம். அந்தக் காலகட்டத்தில் இந்துக்களும் கிறித்தவர்களைப் போல அமரர்களைக் கண்ணாடிப் பெட்டியில் வைக்கும் பழக்கத்தைக் கைக்கொண்டு விட்டதால் அவர்களுக்குப் பிரச்சினையில்லை. என்ன இருந்தாலும் அவர்களது மதப்பற்றையும், ஆன்மீகப்பற்றையும் பாராட்டித்தான் ஆக வேண்டும். அமரர் ஊர்தி ஓசூர் ரோடு இந்துக்கள் மயானத்தைப் போய்ச் சேர்வதற்குள் அடித்துப்பிடித்து அங்கேயும் வந்து விட்டார்கள். அங்கும் அவர்கள் பிரார்த்தனை நடந்தது. இப்படியாக லீலாவின் அம்மா கிறித்தவ நம்பிக்கையின் படி அவர் தனது நீண்ட வாழ்வில் செய்த பாவங்கள் மன்னிக்கப்பட்டும், இந்து நம்பிக்கையின்படி பல புண்ணியக் கருமங்கள் செய்ததால் தேவலோகத்திற்குச் செல்லும் வாய்ப்புக்களைப் பெற்றும் அவர்கள் எல்லோரிடமிருந்தும் விடை பெற்றார். மூன்றாம் நாள் நடைபெற்ற கருமாதிக்காரியங்களுக்குப் பிறகு குமரவேலுவுக்கு லீலா நன்றி சொன்னார். அது ஆத்மார்த்தமாகச் சொல்லப்பட்ட ஒன்றாக இருந்தது.. அவர் குடும்பத்திற்கு உதவி செய்யும் வாய்ப்புக் கிடைத்த மிகக்குறைந்த சந்தர்ப்பங்களில் அது ஒன்றாக இருந்தது..

ஒரு அரசுத்துறையில் அவ்வளவு பெரிய உத்தியோகத்தில் இருக்கும் ஒரு பெண்மணி ஒரு மனைவியாகவும், குடும்பத்தலைவியாகவும், உறவினராகவும், அண்டை வீட்டுக்காரராகவும் எல்லோருக்கும் பிடித்தமானவராக இருப்பது அபூர்வம் தான். கீழ்மத்தியதரக் குடும்பச் சூழ்நிலையில் வளர்ந்திருந்தாலும் பெங்களூரின் பல வசதிகளையும்

அவர்கள் பயன்படுத்திக் கொண்டிருந்தார்கள்.. குறிப்பாக அவர்கள் முன்னோர்கள் வட ஆற்காடு மாவட்டக் கிராமத்தில் அனுபவிக்க நேர்ந்த சமூகக் கொடுமைகள் எவற்றையும் அவர்கள் அனுபவிக்க நேர்ந்ததில்லை. சொல்லப்போனால் இந்தத் தலைமுறைக்கு அவற்றைப் பற்றி ஒன்றுமே தெரியாது.. வெள்ளைக்காரன் விட்டுவிட்டுப் போன பல மரபுகள் அவர்களது கண்ணியத்தையும், தன்மானத்தையும் காப்பாற்ற உதவியிருக்கின்றன. இந்தத் தலைமுறை அரசு கொடுக்கும் சலுகைகள் எதையும் பெரிதாகப் பயன்படுத்தியதாகத் தெரியவில்லை.

யு.கே. போன சில மாதங்கள் ஷஷாங்க் கிடமிருந்து வந்த செய்திகள் உற்சாகமூட்டுபவையாகவே இருந்தன. அவனது பேராசிரியருடன் இருப்பது, ஆராய்ச்சிக் கட்டுரை படிப்பது, நண்பர்களுடன் பிக்னிக் போனது என்னும்படியாக... பிறகு கொஞ்ச நாட்களுக்குத் தகவலே இருக்காது..ஒரு பகுதி நேர வேலை கிடைத்ததும் மீண்டும் உற்சாகம்.. கிட்டத்தட்ட ஒன்றரை வருடங்களுக்குப் பிறகு முதல் அதிர்ச்சி வந்தது.. தன்னுடன் ஆராய்ச்சி செய்யும் மைலீன் என்னும் பிலிப்பைன்ஸ் பெண்ணுடன் எடுத்துக் கொண்ட படம் வந்தது. அந்தப் படம் வெறும் வகுப்புத்தோழியுடன் எடுத்துக் கொண்ட படமாகத் தெரியவில்லை...அடுத்தடுத்து அம்மாவிடமும், சகோதரிகளிடமும் பேசும்போது மைலீனின் பெயர் நிறையத்தடவை வந்தது, அத்தோடு பிலிப்பைன்சில் மணிலாவிலிருந்து சுமார் இருநூறு கிலோமீட்டர் தூரத்திலிருக்கும் குவெசான் என்னும் ஊரில் சிவில் எஞ்சினியராக இருக்கும் அவள் அப்பா, செவிலியராக இருக்கும் அவள் அம்மாவைப் பற்றியும் விவரங்கள் வந்தன. வரும் இலையுதிர் காலத்தில் அவன் அங்கே போவதற்கான திட்டமும் இருக்கிறது என்று தெரிவித்தான். இங்கிலாந்திலேயே குடியுரிமை பெற்று நிரந்தரமாகத் தங்கி விடுவதற்கான எண்ணம் இருக்கிறது என்பதையும் பல முறை குறிப்பிட்டிருக்கிறான். முதன்முதலாக லீலா பெரும் மனத்தளர்ச்சியடைந்தார். ஆனால் யாரிடமும் அதை வெளிப்படுத்திக்கொள்ளவில்லை. பெரிய பெண்ணுக்கு அம்மாவின் வேதனை புரிந்தது. அவளுக்கு டி.ஆர்.டி.ஓ.வில் வேலை. பக்கத்திலேயே கக்கதாசபுராவில் இருந்தார்கள். வாரக்கடைசியில் பிள்ளைகளோடு வந்து இருந்து விட்டுப் போவாள்.. அது அம்மாவுக்குப் பெரும் ஆறுதலாக இருக்கும். இதற்கிடையில் அவருக்கு பதவி உயர்வு வந்து மங்களூருக்கு மாற்றல் ஆகியது.. ஓய்வு பெறுவதற்கு இன்னும் ஒன்றரை வருடங்கள் இருக்கும்போது இப்படி வந்தது கஷ்டமாகத்தான் இருந்தது. இருந்தாலும் அங்கே போய் இரண்டு மாதங்கள் இருந்து விட்டு மறுபடியும் பெங்களூருக்கே வந்து விட்டார். சாதாரணமாக

வேலை கிடைப்பது, பதவி உயர்வு முதலிய சந்தர்ப்பங்களில் வீட்டில் ஒரு சிறிய பார்ட்டி இருக்கும். குடும்ப உறுப்பினர்களைத் தவிர குமரவேலு மட்டுமே இருப்பார்.

மங்களூர் வெயில் ஒத்துக்கொள்ளாததால் நிறைய குறுக்கள் உடல் முழுவதும் வந்து விட்டன..அது மட்டுமல்லாமல் ஏற்கனவே இருந்த ஆஸ்த்மா பிர்ச்சினையும் சேர்ந்து கொண்டதால் அவருடைய தோற்றமே மாறிவிட்டது. வாசலிலேயே காத்திருந்த முதுமை வேகமாக உள்ளே வந்து சம்மணம் போட்டு உட்கார்ந்து கொண்டது. இந்தப் பையன் மேல் இவ்வளவு பாசம் ஏன் வைத்திருந்தார் எனத் தெரியவில்லை..கேட்டது எதையும் வாங்கிக்கொடுக்க மறுத்ததில்லை.. எம்.ஏ. முடித்த உடனே அவனே வேலை தேடிக்கொள்ளட்டும் அல்லது நாம் ஏதாவது வேலை வாங்கித்தரலாம். அதுவும் இல்லாவிட்டால் சர்ஜாபுரம் நிலத்தில் ஸ்கூல், காலேஜ் ஏதாவது ஆரம்பிப்பது என்றால் கூட அதற்கும் உதவி செய்யலாம் என்று நினைத்திருந்தார்.. கல்யாணத்தைக் கூட அப்போது புதிதாகப் பிரபலமாகியிருந்த பன்னார்கட்டா ரோடு ராஜேஸ்வரி கல்யாண மண்டபத்தில் வைக்கவேண்டும், சமையலுக்கு அல்சூர் பார்த்தசாரதியைக் கொண்டுவரவேண்டும் என்று திட்டமிருந்தது. இதற்கெல்லாம் கணவர் ராஜசேகர் ஒன்றும் சொல்ல மாட்டார்.. இதற்கு மட்டுமல்ல குடும்பம் சம்பந்தமான எல்லா விஷயங்களையும் லீலாவே முடிவு செய்தார்.. 'அதுக்கென்ன செஞ்சுட்டாப்போச்சு' என்கிற ஒற்றைவரிப் பதில் தான் அவரிடமிருந்து வரும். அதற்காக கணவர் மீது கொண்ட மரியாதையை லீலா ஒருபோதும் குறைத்துக் கொண்டதில்லை. ஒருபோதும் அவரைத் துச்சமாகப் பேசியதில்லை. இப்போது ராஜசேகர் மனைவியின் வேதனையைப் புரிந்து கொண்ட போதும் ஒன்றும் செய்ய முடியாத நிலைமையிலிருந்தார்..எந்த நல்லது கெட்டதுகளுக்குப் போவதாக இருந்தாலும் சேர்ந்தே போவார்கள். அதற்காகவே ஒரு பழைய அம்பாசடர் வாங்கப்பட்டிருந்தது. ஒரு டிரைவரும் இருந்தார்.

குமரவேல் அன்று ஏதோ ஒரு சின்ன விஷயத்துக்காக சுலோச்சனாவிடம் சண்டை.. போட்டுக் கொண்டு சாப்பிடாமல் கூட ஆஃபீசுக்குப்போனால் அபிஷேகம் ஒரு கத்தை மெடிகல் பில்களைக் கொண்டு வந்து அவற்றைப் பாஸ் செய்யச்சொல்லி ரகளை பண்ணினான். அந்த பில்களெல்லாம் போலி என்பது மட்டுமல்லாமல் அவன் கேடருக்கென்று ஒதுக்கப்பட்ட தொகைக்கும் மிக அதிகமாக இருந்தது. குமரவேல் பாஸ் செய்தாலும் மேலே இருக்கக்கூடிய திரிவேதி பிடித்துக் கொள்வார்.. ஆடிட்டில் மாட்டிக்கொண்டால் அவருக்கும் ஆபத்து.

‘திரிவேதி சார் கிட்டக்காமிச்சிட்டு ஒரு இனிஷியல் மட்டும் போட்டுக் கொண்டாந்திருப்பா..’

என்று சொல்லி அவனை அனுப்பி வைத்து விட்டு கேண்டீன் பக்கம் நடந்தார். அவன் நிச்சயம் வர மாட்டான்.

ஒரு பதினொரு மணி இருக்கும்.. ஒரு சமோசாவும், டீயும் வாங்கிக்கொண்டு அங்கே காலியாக இருந்த சேரில் உட்கார்ந்தார்.. அங்கிருந்து பார்த்தால் குமரவேலுவின் ஆஃபீஸ் தெரியும். அங்கிருந்து ஜன்னல் வழியாகக் கையசைத்து நரசிம்மலு கூப்பிட்டார் .. ஃபோன் என்று சாடை செய்தார்.. மிக அவசரமாக இருந்தாலொழிய அப்படிக் கூப்பிட மாட்டார்கள்.. டீ கப்பை அப்படியே வைத்து விட்டு ஓடினார்..

பக்கத்து வீட்டு அஞ்சனப்பா தான் பேசினார்.

‘வேலு... லீலா மேடம் எறந்துட்டாங்கப்பா...’

‘என்ன சார் சொல்றீங்க..’

‘ஆமாப்பா... எங்கியோ கல்யாணத்துக்குப் போயிருக்காங்க.. அங்கேயே கார்டியாக் அரெஸ்ட்..பாடிய வீட்டுக்குக் கொண்டு வந்துட்டாங்க..’

அரை நாள் லீவு சொல்லிவிட்டு அடுத்த ஒரு மணி நேரத்தில் வேலு லீலா வீட்டிலிருந்தார். கிளிப்பச்சைக் கலரில் அரக்குக் கலர் பார்டர் போட்ட பட்டுச்சேலை அணிந்திருந்த லீலாக்கா வாடிய கனகாம்பரச்சரம் போல ஒரு பாயில் கிடந்தார்.. எல்லோருக்கும் தகவல் போய்க்கொண்டிருந்தது.. கொஞ்சம் கொஞ்சமாக ஜனங்கள் வந்து கொண்டிருந்தார்கள்.

ஷஷாங்குக்குத் தகவல் போனது.. போனிலேயே அழுததாகவும் அடுத்த ஃப்ளைட்டுப் பிடித்து வருவதாகவும் சொன்னார்கள்.. பெட்டி கொண்டு வருவதற்காக செண்ட் பீட்டர்ஸ்க்குச் சில பேர் போனார்கள். வேலை நாளாக இருந்ததால் நிறையப் பேர் ஆஃபீஸ் உடையிலேயே வந்திருந்தார்கள். வேலூர்ப்பெண் மாலை ஏழு மணி சுமாருக்கு வந்து சேர்ந்தாள்.அவள் வரும்போது உறவினர்கள் பெரும்பாலும் எல்லாரும் வந்து விட்டார்கள். வீட்டுக்கு முன்னால் ஷாமியானா எல்லாம் போடப்பட்டு விட்டது.

இரண்டு மருமக்கள், ராஜசேகரது தம்பி, லீலாவின் சகோதரர்கள் ஆகியோர் ஏற்பாட்டு வேலைகளைச் செய்தார்கள்.. லீலாவின்

சகோதரர் ஒருவர் பேராசிரியராக இருந்தார். அவர் தான் ஷஷாங்கோடு தொடர்பில் இருந்தார்..அவன் வர எப்படியும் நாளை ஆகிவிடும். எனவே உடலை செயிண்ட் ஜான்ஸ் மார்ச்சுவரியில் வைத்துவிடலாமா என்று யோசித்து ராஜசேகரிடம் கேட்டார்கள்.. அவர் வேண்டாம் என்று சொல்லி விட்டார்..அகல ஜரிகை போட்ட பட்டுப்புடவை கட்டிக்கொண்டு லீலாவும், கோட்டும் சூட்டும் போட்டுக்கொண்டு ராஜசேகரும் இருக்கும் புகைப்படம் சுவரில் தொங்கிக் கொண்டிருந்தது.. அதற்குக் கீழே இருக்கக்கூடிய ஷோ கேசின் முன்னால் வைக்கப்பட்டிருந்த பெட்டியில் லீலாவின் உடல் வைக்கப் பட்டிருந்தது..

அடுத்த நாள் மதியம் வரை ஷஷாங்கிடமிருந்து வந்த செய்திகள் கீழ்க்கண்டவாறு இருந்தன

'விசா தொடர்பாக சில பிரச்சினைகள் இருக்கின்றன.. அந்த ஆஃபீசுக்குப் போய்க்கொண்டிருக்கிறேன்..'

'விமான டிக்கெட் கிடைப்பது சிரமமாக இருக்கிறது.. முயற்சி செய்து கொண்டிருக்கிறேன்'

'விசாவில் பிரச்சினை வந்து விட்டது.. தீர்ப்பதற்கு ஒன்றிரண்டு நாளாகலாம்..'

வீட்டிற்கு வெளியே இருந்த உறவினர்கள், நண்பர்கள் வட்டத்தில் பேச்சு வேறாக இருந்தது

'அந்தப் பெண் அவனை விடாமல் பிடித்து வைத்திருக்கிறாள். விட்டால் திரும்ப வர மாட்டான் என்று சந்தேகம்..'

'அவர்களுக்கு ஏற்கனவே திருமணமாகி விட்டது. குழந்தையெல்லாம் இருக்கிறது..'

'ஷஷாங்க் அங்கேயே செட்டில் ஆவதற்குத் திட்டமிட்டிருக்கிறான். இப்போது வந்தால் தொடர்ச்சியாகக் குடியிருக்கும் கண்டின்யுடி போய்விடும்'

வீட்டிலிருந்த சடலத்தை மாலை ஐந்து மணிவாக்கில் மார்ச்சுவரிக்குக்குக் கொண்டு போனார்கள். அதற்குப் பிறகு மேற்கூறிய காரணங்களை ஒட்டிய மாதிரியே புதிய புதிய காரணங்கள் சொல்லப்பட்டன. ஆள் வருகிற வழியைக் காணோம். நான்கு நாட்கள் ஓடி விட்டன. இது போன்றதொரு இம்சையை அந்தக் குடும்பத்தினர் மட்டுமல்ல கோரமங்கலா வாசிகள் மட்டுமல்ல பெங்களூர் வாசிகள் கூட அனுபவித்திருக்க மாட்டார்கள்.

வாழ்வின் கடைசிக்கட்டத்தில் நிம்மதியில்லாமலிருந்த லீலாக்காவுக்கு ஒரு மரியாதையான அடக்கம் கூட நடைபெறாத சூழல் ஏற்பட்டுவிட்டதே என்று குமரவேலுவுக்கு வருத்தமாக இருந்தது. இதற்கு யாரைக் குற்றம் சொல்வதென்றே தெரியவில்லை. விதி ஷஷாங்கின் வடிவில் விளையாடியது.

ஒரு கட்டத்தில் தொடர்புகள் மிகத்தாமதமாயின. அல்லது நின்றே போயின..இனியும் தாமதிப்பது பைத்தியக்காரத்தனம் என்று முடிவு செய்த உறவினர்கள் அடக்கம் செய்ய முடிவு செய்தார்கள். உயிர் பிரிந்த நான்காவது நாள் தாயாரைப் புதைத்த அதே இந்து மயானத்தில் அடக்கம் செய்யப்பட்டார். ராஜசேகரது தம்பி மகன் கொள்ளி வைத்தான்.

தெருவாசிகள் ஷஷாங்கை அனேகமாக மறந்தே விட்டார்கள்.. சுமார் ஒன்றரை வருடங்களுக்குப் பிறகு கோரமங்கலாவில் அவன் தலை தெரிந்தது. மிகவும் பருத்துப்போய், வயிறு முன் தள்ள முடி உதிர்ந்த தலையுடன் வந்த அவனை சில பேருக்கு அடையாளமே தெரியவில்லை.. வந்தவன் ஏதோ கம்பெனியில் கொஞ்சகாலம் வேலை பார்த்தான். பிறகு தனியாக ஒரு கம்பெனியை ஆரம்பித்தான். சைகாலஜியில் சாதிக்க வேண்டும் என்ற நோக்கம் இருந்தது. நோக்கம் நல்ல நோக்கம் தான்..ஆனால் சைகாலஜி என்கிற அறிவுத்துறை மனித சமுதாயத்திற்கு குறிப்பாக பல்வேறு இனமக்களும், பல்வகை கலாச்சாரங்களும் கலந்து வாழ்கிற, மிக அதிகமான ஏற்றத்தாழ்வுகளைக் கொண்ட இந்திய சமுதாயத்திற்கு எந்த அளவுக்கு அவசியமானது என்பது இந்திய மக்களுக்குப் புரிந்திருக்கவில்லை.. இது துரதிர்ஷடமானது தான். இந்தியமக்களுக்கு மட்டுமல்லாமல் ஷஷாங்குக்கும் துரதிர்ஷடமாகப் போய்விட்டது. இதற்குள் அவனுடைய வயதையொத்த பையன்களும், பெண்களும் வாழ்க்கையில் எங்கேயோ போய்விட்டார்கள். உலகமயமாதல், தாராளவியம் என்று எதுவுமே இல்லாத ஒரு காலகட்டத்தில் வேண்டுமானால் ஷஷாங்க் அளவுக்கு வசதி இருந்தவர்கள் பணம் மூலம் தங்களது மேல்நாட்டுக்கல்வித்தகுதியைப் பெருமையாகக் காட்டியிருக்கலாம். ஆனால் உலகம் இப்போது திறந்த மேடையாகி விட்டது. மனக்கட்டுப்பாடும், திறமையும் மிக்கவர்கள் மிக வேகமாக வாழ்க்கையில் முன்னேறலாம். ஒரு பகுதி நேரவேலை, ஒரு மன நல ஆலோசனை மையம் என்று இப்போது ஷஷாங்கின் வாழ்க்கை போய்க்கொண்டிருக்கிறது. லீலா ராஜசேகரின் கனவுகள் கோரமங்கலாவின் காற்றில் கரைந்து போயின.

○○○

'தினமும் இவர் எங்கே போய் வருகிறார்' என்று சுலோச்சனாவுக்கு சந்தேகமாக இருந்தது. நல்ல வேளை பின் தொடர்ந்து வந்து அவர் என்ன செய்கிறார் என்று பார்க்கவில்லை. தெருமுனையில் நின்று தன்னுடனேயே பேசிக்கொண்டிருப்பது, கட்டடங்கள் முன்னால் நின்றுகொண்டு இடது கையை மடக்கி அதன் உள்ளங்கையை கிண்ணமாக்கி அதில் வலதுகையை வைத்து அதன் உள்ளங்கையை கன்னத்தில் வைத்துக்கொண்டு ஒரு கட்டடத்தையே பார்த்துக் கொண்டிருக்கும் மனிதனை பைத்தியம் என்று யார் சொல்ல மாட்டார்கள்? ஆனால் குமரவேலுவுக்கு இவையெல்லாம் சலிக்கவில்லை.. தனக்கு முடிவு நெருங்கிவிட்டது என்று தெரிந்ததனால் மட்டும் இவற்றையெல்லாம் இந்தக் கண் கொண்டு பார்க்கிறோம் என்று அவருக்குத் தோன்றவில்லை..அப்படி இல்லையென்றாலும் கோரமங்கலாவில் இருக்கும் ஒவ்வொரு ஏரியாவையும். ஒவ்வொரு கட்டடத்தையும் வரலாற்று நோக்கில் பார்க்க வேண்டும் என்பது அவரது ஆசை.. தனக்கு முடிவு நெருங்கி விட்டது என்பது குறித்து அவருக்கு பயமோ, வருத்தமோ இல்லை..அவருக்கும் கொஞ்சம் வரலாறு தெரியும். வரலாற்று நாயகர்களையும் தெரியும். யார் எத்தனை காலம் வாழ்ந்தார்கள்? பெரிய சாதனை புரிந்தவர்களை மக்கள் கொஞ்சம் நினைக்கிறார்கள்.. எல்லோரையும் நினைக்க வேண்டும் என்றால் அவர்கள் மனசு என்ன கார்ப்பொரேஷன் குப்பை லாரியா? எனவே எனக்கு இஷ்டப்பட்ட, என்னை வசீகரிக்கிற காலத்தையும், இடத்தையும். மனிதர்களையும் நினைத்துப் பார்க்கிறேன். எங்கே, எப்பொழுது, எப்படி நினைத்துப் பார்க்கிறேன் என்பது என்னுடைய விருப்பம் இல்லையா?

பல காலம் வரை கல்யாண மண்டபா ரோடு வசிப்பிட ரோடாகவே இருந்தது. அதாவது கல்யாண மண்டபாவிலிருந்து கனரா பேங்க் வரை. வணிக ரோடாக மாறவில்லை. காரணம் கோரமங்கலாவைத் தாண்டிப்பொகும் சோலி உள்ளவர்கள் யாரும் அந்த ரோட்டைப் பயன்படுத்துவதில்லை. அதுவும் கோரமங்கலாவின் எல்லையைச் சுற்றிக்கொண்டு வருவதுவும், அகலமானதும், இடையில் தடுப்புச்சுவர் உள்ளதுமான எண்பதடி ரோடு வந்த பிறகு இந்த ரோட்டுக்கு ஏற்கனவே இருந்த மவுசும் குறைந்துவிட்டது. ரோடு அகலத்தைப் பொறுத்துத் தான் அங்கிருக்கும் கடைகளின் மதிப்பும் இருக்கும் போல. கொஞ்சகாலத்திற்குப் பிறது அதை ஒன் வே பண்ணி விட்டார்கள். ஐந்தாவது பிளாக்கையும், ஆறாவது பிளாக்கையும் பிரிக்கும் அந்த ரோட்டைப் பற்றிய பசுமையான நினைவுகள் இருபகுதிச்சாராருக்கும் இருக்கும். தமிழ்நாட்டில்

பழைய முதலமைச்சர் கருணாநிதி கொண்டுவந்த சமத்துவபுரம் மாதிரி இந்த லே அவுட் அமைக்கப்பட்ட போது இருபதுக்கு முப்பது, முப்பதுக்கு நாப்பது, நாப்பதுக்கு அறுபது, ஐம்பதுக்கு எண்பது, நூறுக்கு நூறு என்று பல அளவுகளில் மனைகள் இருந்ததால் அந்தந்த அந்தஸ்தில் ஜனங்கள் இருந்தார்கள். அந்தந்தப் பகுதிகளுக்குத் தக்கவாறே கடைகளும் இருந்தன. இப்போது நிலைமை மாறி விட்டது. வர்க்கங்கள் ஒன்று சேரவில்லையாயினும் ஏற்கனவே இருந்த கூர்மையான வேறுபாடுகள் மறைந்து விட்டன. பஸ் டிப்போ இருக்கும் எண்பதடி ரோடு இருக்கும் ரோட்டின் நிறம் மட்டும் மாறிவிட்டது. அது இப்போது பணக்கார ரோடு. எச்.எஸ்.ஆர். லே அவுட் போன்ற பணக்கார லே அவுட்டுகளை இணைக்கும் ரோடு

ஒரே வித்தியாசம்… கல்யாண மண்டபா-கனரா பேங்க் ரோட்டுக்கு ஒரு நினைவு வரலாறு உண்டு. அந்த ரோட்டுக்கு இருபுறமும் வாழ்ந்த மக்கள் ஒவ்வொரு கடையோடும் தங்கள் வாழ்க்கையை நினைத்துப் பார்ப்பார்கள். பையன்கள், பெண்கள் கூட தங்கள் பெற்றோர்கள் கையைப் பிடித்துக்கொண்டு இந்தக் கடைகளுக்கு வந்ததை நினைத்துப் பார்ப்பார்கள். எண்பதடி ரோடு அகலம் தான். ஆனால் அதற்கு இப்படிப்பட்டதான நினைவு வரலாறு இல்லை. இதே ரோட்டில் தினமும் போய்க்கொண்டிருக்கும்போது ஒரு கடை மாறி இன்னொரு கடை வந்ததை அவர்கள் கவனிக்காமல் இருந்திருக்க முடியுமா? கவனித்திருந்து விட்டு ஏன் தன்னை மாதிரி அதை யோசித்துப் பார்க்கவில்லை என்று குமரவேலுக்கு ஆச்சரியமாக இருந்தது.

இதே கல்யாண மண்டபா-கனரா பேங்க் ரோட்டில் எத்தனை கடைகள் வந்து போய்விட்டன. இப்படிப்பட்ட பகுதிகளுக்கும், ரோடுகளுக்கும் என்றே சில கடைகளும், நிறுவனங்களும் காலத்துக்குத் தகுந்த படி வருகின்றன. எஃப்.எம்.ரேடியோ மையங்கள், 'பை அண்ட் சேவ்' (அச்சடிக்கப்பட்ட விலையிலிருந்து தள்ளுபடி செய்து பொருள்கள் விற்கும் கடை), தாய்லாந்திலிருந்து இறக்குமதி செய்யப்பட்ட அற்புதக்கலையான மசாஜ் என்பதற்கு இந்திய மரபுக்கேற்ப அர்த்தம் கொடுத்து வாடிக்கையாளர்களை மகிழ்விக்கும் மசாஜ் பார்லர்கள், தாவணகெரே பெண்ணே தோசே (தாவணகெரே வெண்ணை தோசை ஓட்டல்), உள்ளூர் செருப்புக்கடைகள், தையல் கடைகள், ஓமியோபதி டாக்டர்கள் இத்தியாதி… இத்தியாதி… எண்பதடி ரோடு கடைகளை விட இங்கே கொஞ்சம் வாடகை குறைவு என்றாலும் இந்தக் கடைகள் நீண்ட நாள் தாக்குப்பிடிக்கும் அளவுக்கு வியாபாரம் நடக்காது.. எனவே அந்தக் கடைகள் மாறிக்கொண்டே இருக்கும். இதே மாதிரி எத்தனை

ப.சகதேவன்

கடைகள்.. எத்தனை முதலீடுகள்.. லாபம் தந்தவை... நஷ்டத்தைக் கொடுத்தவை.. ரோட்டின் இரண்டு பக்கங்களிலும் சிறிதும் பெரிதுமாக இப்போது கிட்டத்தட்ட நூறு கடைகள் இருக்கும்.

எண்பதுகளில் பத்துக்கும் குறைவான கடைகளே இருந்தன. இரண்டு கடைகள் மட்டும் மாறவே இல்லை.. ஒன்று அமுதா டெக்ஸ்டைல்ஸ்.. சேலத்திலிருந்து வந்த தேவாங்க செட்டியார்களில் ஒருவர் வைத்திருக்கும் கடை... வசதியான குடும்பம்....ரொம்ப காலத்துக்கு முன்னாலேயே இடம் வாங்கி கீழே கடையும். மேலே வீடுமாக வைத்துக்கொண்டார்.. பெரியவர் தட்சிணாமூர்த்தி காமராஜர் சட்டை மாதிரி ஒரு வெள்ளை சட்டையைப் போட்டுக்கொண்டு அமைதியாக ஒரு ஓரத்தில் உட்கார்ந்திருப்பார். கஷ்டப்பட்டு முன்னுக்கு வந்தவர்.. இரண்டு பையன்கள்.இன்னொரு பையனுக்கு ஹெச்.எஸ்.ஆர். லே அவுட்டில் ஒரு கடை வைத்துக் கொடுத்துவிட்டார். அவர்கள் இங்கே கடை வைத்தபோது சிறு நகரங்களில் இருப்பது மாதிரியான கடை இங்கே ஓடுமா என்று எல்லோருமே சந்தேகப்பட்டார்கள். ஆனால் அதற்கும் அங்கே தேவை இருந்தது.. விலை குறைந்தது, அதிகமானது என்று எல்லாத் தரத்திலும் சேலைகள், சட்டைத்துணிகள், வேஷ்டி, உள்ளாடைகள் என எல்லாமிருந்தாலும் கடையின் தனித்தன்மை என்பது அவர்கள் வெளியே மாடலுக்காகத் தேர்வு செய்யும் சேலைகள் தான். அதைப் பார்த்தே வாங்கிக்கொண்டு போகும் வாடிக்கையாளர்கள் இருந்தார்கள். ஆரம்பத்தில் எல்லாவகையான துணிகளுக்கும் கிராக்கி இருந்தாலும் போகப்போக அது குறைந்து பெண்கள் துணிகளுக்கு மட்டுமே கிராக்கி என்றானது.. துணிகளோடு சேர்த்து கொஞ்சம் ரெடிமேட் ஐட்டங்களையும் வைத்திருந்தார்கள். அதற்கு அத்தனை டிமாண்ட் இருக்கவில்லை. அதில் ஒரு சிக்கல் என்னவென்றால் சட்டையின் காஜா ஓட்டையிலேயே அது தயாரிக்கப்பட்ட தேதி இருக்கும்.. வருகிற கிராக்கிகள் அதைப் பார்த்து விட்டு துணி பழையது என்று வாங்காமால் போய்விட்டார்கள். அது மட்டுமல்லாமல் பல ரெடிமேட் கம்பனிகள் இப்போது தங்களது ஷோ ரூம்களைத் திறந்து விட்டார்கள். வருஷத்தில் ரெண்டு மூணு தடவை ரெண்டு சட்டை எடுத்தா ஒண்ணு ஃப்ரீ, மூணு எடுத்தா மூணு ஃப்ரீ என்று ஆஃபர்கள் கொடுத்தார்கள். அது எப்போது வரும் என்று எதிர்பார்த்து அதில் எடுக்கும் பழக்கம் ஜனங்களுக்கு வந்து விட்டது..அப்படி எதிர்பார்த்துப் போகும் குடும்பங்களில் குமரவேல் குடும்பமும் ஒன்று.. காலப்போக்கில் துணிக்கடைக்கு வருவதை ஆண்கள் நிறுத்தி விட்டார்கள். என்ன காரணமோ

தெரியவில்லை. பெண்கள் வருகிறார்கள். எல்லா வயது பெண்களும் வருகிறார்கள். சுடிதார், கமீஸ், டாப்கள், கைத்தறி சேலைகள், பட்டு சேலைகள், உள்ளாடைகள் என்று அவர்களுக்குத் தேவை இருக்கிறது. செட்டியார் பார்த்தார். பையனும், அவரும் கலந்தாலோசித்தார்கள். கடையைக் கொஞ்சம் மாற்றி அமைத்து முற்றிலும் பெண்களுக்கான கடை என்றே மாற்றி விட்டார். கடைக்குப் போகும்போதெல்லாம் சுலோச்சனாவும், வனிதாவும் குமரவேலையும் இழுத்துக்கொண்டு போவது வழக்கம். குமரவேலுவும் புலம்பிக்கொண்டே போவார், அந்தப் புலம்பலின்போது ‘எள்ளுத்தான் எண்ணைய்க்குக் காயுது.. எலிப்புளுக்கை எதுக்குக் காயுது’ என்கிற சொலவடையும் கூட வரும். வழக்கம்போல வனிதா எதைக்காண்பித்தாலும் நன்றாக இருக்கிறது என்று சொல்லி எடுத்துக் கொள்வாள்..சுலோச்சனா நேர் எதிர்.. எதை எடுத்துப் போட்டாலும் திருப்தி வராது. சேலைக்கு மேட்ச்சாக ரவிக்கைத் துணியைக் காண்பிப்பதற்குள் கடைக்காரப்பையனுக்கு டங்குவார் அந்துவிடும். கடையின் எல்லா நடவடிக்கைகளையும் செட்டியார் கவனித்துக் கொண்டேயிருப்பார். வாடிக்கையாளர் போனபிறகு கடைப்பையனிடமோ, பெண்ணிடமோ தனது அபிப்ராயங்களைச் சொல்வார்.

மனைவியும், பெண்ணும் துணிகளை எடுக்கும்போது குமரவேல் செட்டியாரிடம் பேச்சுக்கொடுத்து பழைய கதைகளைக் கேட்பார்..அறுபதுகள் எழுபதுகளில் சேலம், ஈரோட்டிலிருந்து செட்டியாரோடு இரண்டு மூன்று பேர் வந்தார்கள்.சிக்பெட்டிலிருந்து துணிகள் எடுத்துக் கொண்டு போய் ஊரில் வியாபாரம்.. ..பிறகு ஒவ்வொருவராக இங்கேயே கடைபோட்டுக்கொண்டார்கள். ஆரம்பத்தில் செட்டியார் ஸ்ரீராமபுரத்தில் கடை வைத்தார்... ஒக்கலிபுரத்தில் ஓண்டிக்குடித்தனம்.. அந்தக்காலத்தில் சேலம், ஈரோடு மட்டுமல்லாமல் திண்டுக்கல், ஒட்டன்சத்திரம் முதலிய இடங்களிலிருந்தெல்லாம் வந்து வெண்ணெய், நெய் வியாபாரம், டயர் வியாபாரம் என்று பல வகையான தொழில் செய்பவர்கள் இருந்தார்கள். அவர்களில் பலர் நகரம் முற்றும் சுற்றுபவர்களாக இருந்தார்கள்..அவர்களுக்குள் ஒரு தொடர்பு இருந்தது.எல்லாமே வியாபாரத்தை எப்படிப் பெருக்குவது, எப்படி முதலீடு செய்வது, எப்படிப் பணம் சம்பாதிப்பது என்பதைப் பற்றித்தான் இருக்கும். அப்படி அவர்களிடமிருந்து விஷயங்களைக் கிரகித்துக்கொண்ட செட்டியார் ஒரு விஷயத்தைத் தெளிவாகத் தெரிந்து கொண்டார்.. அதாவது ஏற்னவே இருக்கிற பழைய ஏரியாக்களை விட புதிய லேஅவுட்டுகளில் இடம் வாங்கி கடை வைத்தால் காலப்போக்கில்

அது விருத்தி அடையும். ஆரம்பகட்டத்தில் முதலீடு குறைவாகப் போட்டால் போதும்.. அதிக வியாபாரம் இருக்காது.ஆனால் ஏரியா டெவலப் ஆக ஆக வியாபாரம் பெருகும்.. சரியாகக் கணித்து வெற்றி கண்டவர் செட்டியார்.. பையன்கள் நன்றாகப் படித்திருந்தாலும் இந்தத் தொழிலுக்கே வந்து விட்டார்கள். அதற்குக் காரணமும் இல்லாமலில்லை. தாங்கள் இந்த நிலைமைக்கு வருவதற்குப் பட்ட கஷ்டங்களை புருஷனும், பெண்டாட்டியும் அவ்வப்போது சொல்லியே அவர்களை வளர்த்திருந்தார்கள். பெரிய பையனின் மகனும், மகளும் கூட அவ்வப்போது கடைக்கு வருவார்கள். என்.பி.எஸ். ஸ்கூலில் படிக்கும் அவர்களுக்கு சிக்பெட், பலேபெட், ஸ்ரீராமபுரம், ஒக்கலிபுரம் முதலிய ஏரியாக்களைப் பற்றித்தெரியாது. கோரமங்கலாவைப் பற்றியும், ஹெச்.எஸ்.ஆர். லே அவுட்டைப் பற்றியும் தான் தெரியும். எனவே செட்டியாருக்கு அவர்களுக்கென்று சொல்லும் சேதிகள் அதிகமாக இல்லை.

கோயமுத்தூர் பொள்ளாச்சி என்று குமரவேலுவின் ஊர்களைப் பற்றித் தனக்குத் தெரிந்த தகவல்களை செட்டியார் பரிமாறிக்கொண்டாலும் குமரவேல் மிகவும் எதிர்பார்க்கும் ஒரு விஷயம் மட்டும் நடக்கவே நடக்காது. பில்லில் ஏதாவது தள்ளுபடி செய்வது தான் அது. அந்த சமயம் பார்த்து செட்டியார் வெளியே இடியுடன் பெய்கிற மழையைப் பார்த்துக்கொண்டிருக்கிற மாதிரி முகத்தை வைத்துக் கொண்டு விடுவார். அதற்குப் பிறகு குமரவேல் அவரைக் கண்டு கொள்வதில்லை..

எதையோ யோசித்துக் கொண்டு வந்த குமரவேல் அமுதா டெக்ஸ்டைல்ஸ் வாசல் முன் நின்று கொண்டிருந்தார். பாவிகள் அங்கிருந்த பெரிய மரம் ஒன்றை வெட்டி விட்டார்கள். அந்த ரோட்டிலிருந்த மரங்களிலேயே பெரிய மரம் அது.. அது வெட்டப்பட்ட பிறகு கடைகளெல்லாம் தெளிவாகத் தெரிந்தன.. ஒரு வேளை கடைகளெல்லாம் தெளிவாகத் தெரிய வேண்டும் என்பதற்காகவே இந்த வேலையைச் செய்தார்களோ என்று கூடச் சந்தேகம் வருகிறது.லே அவுட்டில் இப்படிப்பட்ட சதி வேலைகள் நிறைய நடக்கின்றன.. அதுவும் கார் வாங்குவது பரவலான பிறகு அதை நிறுத்துவதற்கு இடைஞ்சலாக இருந்தால் அவர்கள் கண் படுவது வீட்டுக்கு முன்னால் நிற்கும் மரங்களின் மீது தான்..அதைத் தட்டி எறிவது மிகவும் சுலபம். உளி சுத்தியல் எடுத்து வெளியே தெரியாதவாறு வேருக்குப் பக்கத்தில் ஓட்டை போடவேண்டும்.. வேருக்குக் கொஞ்சம் மேலே கூடப் போடலாம். கொஞ்ச நாளைக்குப் பிறகு அந்த ஓட்டை காய்ந்து ஒரு பொந்து கணக்காக

இருக்கும். ஹார்டுவேர் கடையில் ரெண்டு மூணு லிட்டர் ஆசிட் வாங்கிக்கொண்டு வந்து வைத்துக்கொண்டு ராத்திரி பத்து மணிக்கு மேல் ஒவ்வொரு பொந்திலும் விடவேண்டும். நாளாவட்டத்தில் ஆசிட் அந்தப் பகுதியைத் தின்று தின்று பொந்து பெருசாகிக் கொண்டே வரும். ஆசிட்டை ஊத்திக்கொண்டே வர வேண்டும். ஒரு குறிப்பிட்ட அளவுக்குப் பெருசான பிறகு அரசு வனத்துறைக்கு ஒரு விண்ணப்பம் போட வேண்டும். நகரமாக இருந்தாலும் அங்கிருக்கக் கூடிய மரங்களெல்லாம் வனத்துறைக்குச் சேர்ந்தவையாகத் தான் இருக்கின்றன.. எந்த மரத்துக்கும் தீங்கு விளைவிப்பது சட்டப்படி குற்றம். தனது வீட்டிற்கு முன்னால் இருந்தாலும் அதை வெட்டுவதற்கு வீட்டுக்காரனுக்கு உரிமையில்லை. இதனால் வனத்துறை அதிகாரிக்கு மரம் ஏன் வெட்டப்பட வேண்டும் என்பது குறித்த முழுத்தகவலும் தரப்பட வேண்டும். எனவே அவருக்கு எழுதப்படும் விண்ணப்பம் கீழ்க்கண்டவாறு இருக்கும்.

அனுப்புநர்

   அனுமந்தப்பா (மற்றும் தெருவாசிகள்)
   678, 6-வது 'எல்' கிராஸ், 38-வது மெயின் ரோடு,
   6-வது பிளாக், கோரமங்கலா
   பெங்களூர்-95

பெறுநர்

   மாவட்ட வனத்துறை அதிகாரி
   நகர்சார் வனத்துறை
   33, சிங்கசேந்திரா
   பெங்களூர் -560112

மதிப்பிற்குரிய ஐயா

நாங்கள் பெங்களூர் கோரமங்கலா ஆறாவது பிளாக்கில் மேற்கண்ட விலாசத்தில் வசித்து வருகிறோம். பெங்களூர் அபிவிருத்தி ஆணையம்(பிடிஏ) ஏற்படுத்திய குடியிருப்பான இப்பகுதி மரங்கள் நிறைந்து பசுமையாக இருக்கிறது. பல ஆண்டுகளுக்கு முன் நடப்பட்ட மரக்கன்றுகள் நன்றாக வளர்ந்து நிழல் தந்து கொண்டிருக்கின்றன.. ஆனாலும் சில மரங்கள் நோய்வாய்ப்பட்டிருக்கின்றன. எங்களது ஆறாவது 'எல்' கிராசில் 678-வது நம்பர் வீட்டின் முன்னால் இருக்கும் ஒரு புன்னை மரம் அப்படிப்பட்ட ஒரு நோய் வாய்ப்பட்ட மரமாகும்.

சில காலத்திற்கு முன்னால் மரத்தின் அடியில் சிறியதாக இருந்த ஒரு பொந்து தற்போது மிகவும் பெரியதாகி இருக்கிறது. இதனால் மரம் விழுந்து விடுமோ என்கிற அச்சம் எங்களுக்கு ஏற்பட்டிருக்கிறது.. இந்த மரம் பெரியதாக உயர்ந்து படர்ந்து இருப்பதால் அதன் அடியில் எங்கள் தெருவிலுள்ள குழந்தைகள் பலரும் விளையாடக்கூடிய இடமாக இருக்கிறது.. மழைக்காலங்களில் வேகமாகக் காற்று வீசும்போது ஏதாவது அசம்பாவிதம் ஏற்பட்டுவிடுமோ என்ற அச்சம் எங்களுக்கு ஏற்பட்டிருக்கிறது.. நகரத்தின் பல இடங்களில் ஆரோக்கியமாக இருக்கும் மரங்கள் கூட வேகமாகக் காற்றடிக்கும்போது விழுந்து விடும் சம்பவங்களை நீங்கள் அறிவீர்கள்.. எனவே இதற்கு ஒரு பரிகாரமாக நீங்கள் ஏதாவது ஒரு முடிவு எடுக்கும்படி தாழ்மையுடன் கேட்டுக்கொள்கிறோம்.

இப்படிக்கு தங்கள் நன்றியுள்ள
அனுமந்தப்பா மற்றும் தெருவாசிகள்

இந்த விஷயத்தில் தெருவாசிகளின் அபிப்ராயங்கள் ஒன்றாக இருக்காது. வீதியின் அழகில் அக்கறையுள்ள சில பேர் முரண்டு பிடிப்பார்கள். அவர்களுக்கு இந்த ஆசிட் விஷயமெல்லாம் தெரியாது. இன்னும் கொஞ்சநாட்கள் பார்க்கலாமே என்று சொல்வார்கள். இதற்கு முக்கிய காரணம் அந்த பழுதுபட்ட மரம் அவர்கள் வீட்டு முன்னால் இல்லாமலிருப்பதே.. சொல்லப்போனால் அவர்கள் வீட்டு முன்னால் மரமே இருக்காது. எப்போதோ வெட்டப்பட்டிருக்கும். காரை வசதியாக நிறுத்திக்கொள்ளலாம்.

விண்ணப்பம் கொடுத்தபிறகு பிடிக்க வேண்டியவர்களைப் பிடித்து, கொடுக்க வேண்டியதைக் கொடுத்து மரத்தை வெட்டுவதற்கு ஏற்பாடுகள் செய்யப்படும். இந்த விஷயத்தில் அரசு தார்மீகமாகவே முடிவெடுக்கும். பொதுமக்களின் அச்சத்தையும், அக்கறையையும் நகர்சார் வனத்துறை உணர்வதாகவும், இது குறித்து விரைவில் முடிவெடுப்பதாகவும் முதலில் பதில் வரும். பிறகு வெட்டுவதற்கு முடிவெடுத்து விட்டதாகவும் ஆனால் துறையினுடைய சட்ட நெறிகளின் படி ஒரு மரம் வெட்டப்படும்போது அதற்குப் பதிலாக அதே இடத்தில் அல்லது அதற்கு அருகில் ஒன்று அல்லது இரண்டு மரக்கன்றுகள் நடப்படவேண்டுமென்றும் அதற்கு நீரூட்டிப் பேண வேண்டிய பொறுப்பு அந்தப் பகுதி மக்களையே சார்ந்தது என்றும் அடுத்து ஒரு ஓலை வரும். மரத்தின் கதை முடிந்தது. வனத்துறையே கொண்டுவந்து நட்ட மரக்கன்று கொஞ்சகாலம் உயிரோடிருந்து பிறகு அதுவும் உயிரை விடும். அனுமந்தப்பாவின் மாருதி அல்லது ஹியூண்டாய் அங்கே கம்பீரமாக நின்று கொண்டிருக்கும்.

நிறைய மரங்கள் வெட்டப்பட்ட பின்னும் கல்யாண மண்டபா ரோட்டின் அழகு இன்னும் குலையாமல் தான் இருக்கிறது. புதிய மரக்கன்றுகளுக்கு இரும்புக்கம்பியால் கூண்டு போட்டிருந்தார்கள்.. ஆனாலும் மல்லேஸ்வரத்தின் மார்கோசா ரோடு மாதிரியோ, பசவங்குடியின் காந்தி பஜார் மாதிரியோ இந்த ரோடு அமையவில்லை.. அந்த விதத்தில் பார்த்தால் ஜெயநகர் மாதிரி ரோடுகள் வரவே வராது. மிக அகலமான ரோடுகள் காரணமாக மரங்கள் எதுவும் வெட்டப்படாமலிருக்கும்..என்ன இருந்தாலும் முறையாகத் திட்டமிடப்பட்டு அமைக்கப் பட்ட பெரிய லே அவுட் அல்லவா? என்ன அங்கு குடிபோன மக்களின் இரண்டாம் தலைமுறை மூன்றாம் தலமுறை எல்லாம் அமெரிக்கா, ஐரோப்பா என்று போய்விட்டார்கள்.. பல வீடுகளில் பெரிசுகள் மட்டும் தான் இருப்பார்கள். அவர்களும் போன பிறகு அந்த இடங்களில் அபார்ட்மெண்டுகள் முளைக்கும்.

ooo

இன்று புதன்கிழமை. ஒன்பது மணி ஆகியும் கல்யாணமண்டபா ரோட்டில் சுறுசுறுப்பு ஒன்றும் தெரியவில்லை. இந்த ரோட்டில் அலுவலகங்கள் என்று அதிகமாக இல்லை.. ஒன்றிரண்டு சிறிய சாஃப்ட்வேர் கம்பெனிகள் இருந்தாலும் அவர்கள் இருக்கும் கட்டிடத்தின் பெரிய கண்ணாடிக்கதவுகள் ஒரு மர்மத்தை அடைத்து வைத்திருக்கிற மாதிரி எப்போதும் ஒரே மாதிரியாகத்தான் இருக்கும். செக்யூரிடி மட்டும் வெளியே உட்கார்ந்திருப்பார். உள்ளே ஆட்கள் இருக்கிறார்களா இல்லையா, யார் வருகிறார்கள், யார் போகிறார்கள் என்று ஒன்றும் தெரியாது. அதைப்பற்றி ஜனங்கள் கவலைப்படுவதும் இல்லை. குமரவேலுவுக்கு அதைத் தெரிந்து என்ன ஆகப்போகிறது?

குமரவேல் நின்றிருந்த இடத்திற்கு எதிரில் பாட்டா ஷோரூமை ஒட்டி இருந்த கட்டடம் இடிக்கப்பட்டு நிரவப்பட்டிருந்தது. கட்டடத்தை இடிப்பது இப்போது பெரிய காரியமே இல்லை. இரண்டு நாளில் சோலி முடிந்து விடும். அங்கே இருந்தது வீடா அல்லது கடையா என்று குமரவேலுவுக்கு உடனே ஞாபகத்திற்கு வரவில்லை.. ஆங்... சரிதான்.. ஈரே கௌடா கட்டடம் இலையா இது? ஈரே கௌடா பழக்கமானவன் தான்.. திப்தூர் பக்கத்துக்காரன்.. எல்லா கிராமத்து ஆட்களையும் போலவே கௌடாவும் தனது அரசியல் தொடர்புகளைப் பயன்படுத்தி ஆரம்ப காலத்தில் பெங்களூர் பால்பண்ணையில் ஒரு சாதாரண உத்தியோகத்தில் தான் சேர்ந்தான்.. பிறகு எப்படியாவது பணம் சம்பாதிக்க வேண்டும்

என்று உத்வேகம் கொண்ட போது அவனுக்கு நகரத்தின் தேவைகள் ஒவ்வொன்றாகப் பிடிபடலாயின. முதலாவதாக அவன் கண்டு கொண்டது தனது ஊர்ப்பொருளான திப்தூர்த் தேங்காய்க்கு இங்கு இருக்கும் மதிப்பு. பெரிய பெரிய ஓட்டல்கள், கல்யாண மண்டபங்கள், ஹாஸ்டல்கள் என்பவற்றில் தேங்காய்கள் பெரும்பாலும் கலாசிபாளையம் அல்லது யஷ்வந்த்பூர் மார்க்கெட்டிலிருந்து தான் வாங்குகிறார்கள். அங்கு வாங்கப்படும் தேங்காயின் விலையையும், தானே நேரடியாக திப்தூரிலிருந்து வண்டி வைத்து சப்ளை செய்தால் விழும் தேங்காயின் விலையையும் கணக்குப் போட்டுப் பார்த்தான். நல்ல மார்ஜின் இருந்தது.. திப்தூருக்கும், பெங்களூருக்கும் என்ன 150 கிலோ மீட்டர் தூரம் தானே.. வண்டி வைத்துக் கொள்ளலாம். கௌடா எந்த சூழ்நிலையிலும், யாரிடமும் சாமார்த்தியமாகப் பேசுபவன்.. அடாவடி இருக்காது.. அதாவது அவன் திட்டம் போட்டு மடக்கி விடக்கூடிய ஆளிடம் கடைசி வரை மிகவும் பணிவாகவும், அந்நியோன்யமாகவும் நடந்து கொள்வான்.. பார்ட்டி வசப்படாமல் வீம்பு பிடித்தால் அவன் பேச்சும், அணுகுமுறையும் மாறும்.. இந்த மூர்க்கனிடம் எதற்கு வம்பு என்று விட்டுக்கொடுத்து விடுவார்கள்.. மங்களூர்க்காரர்களிடம் மட்டும் கௌடாவின் பாச்சா பலிக்காது.. அவர்களை வளைக்க முடியாத பட்சத்தில் 'அதுக்கென்ன ஸ்வாமி... செஞ்சுட்டாப் போச்சு...' என்று ஒதுங்கிக் கொள்வான்.

கௌடாவின் வியாபாரக்கொள்கைகள் பெரும்பாலும் கார்ப்பொரேட் வியாபாரக் கொள்கைகளுடன் ஒத்துப் போகும்.. கொடுக்கிற காசுக்குத் தகுந்தபடி பொருளும் இருக்கும்.. சர்வீசும் இருக்கும்.. தொடங்கி விட்டோம் என்பதற்காக ஒரே வியாபாரத்தைக் கட்டிக்கொண்டு அழுவதில்லை.. சரியான சந்தர்ப்பம் வரும்போது அதைக் கை மாற்றிக்கொடுத்து விட்டுப் போய்க்கொண்டே—யிருக்க வேண்டும்.. இதில் கௌடா ஈடுபாடு காட்டுவது ஏஜன்சி எடுக்கும் விஷயத்தில் தான்..வேடிக்கையாக இருந்தாலும் மத்தியதர வர்க்கம் எப்போதும் செம்மறியாட்டு மனப்பான்மையுடன் தான் இருக்கும்.. அது படிப்பாக இருந்தாலும் சரி... அன்றாடம் புழங்கும் பொருளாக இருந்தாலும் சரி.. எஞ்சினியரிங் படிப்பா அதிலேயே உளுந்து சாகு... தண்ணீரா.. வீட்டில் மினரல் வாட்டர் மட்டுமே குடி... மளிகை ஜாமானா .. பை அண்டு சேவில் மட்டுமே வாங்கு.. என்பது மாதிரியான தத்துவங்கள்.. கௌடா மினரல் வாட்டருக்கு ஏஜன்சி எடுத்தான். பக்கத்திலேயே கத்தாலி பாளையத்தில் ஒரு கோடவுனை எடுத்துப் போட்டான்..அது பாட்டுக்கு நடந்தது.. அரிசி மண்டிகள் இப்போது புது அவதாரத்தில் முளைத்தன.. கடையில்

வாங்குவதை விட மலிவு. . தரமுண்டு.. அரிசி மட்டுமில்லை.. பருப்புவகைகள்... சர்க்கரை.. வெல்லம் எல்லாம் உண்டு.. நீ ஆர்டர் கொடுத்துவிட்டால் வீட்டிலேயே கொண்டுவந்து போட்டுவிட்டுப் போய்விடுவான் இக்கடைகளின் மீது மத்திய தர வர்க்கத்திற்கு (ம.த.வ.வுக்கு) பெரும் நம்பிக்கை வந்ததற்குக் காரணம் அங்கு விற்கப்பட்ட சுத்திகரிக்கப்பட்ட சூரியகாந்தி எண்ணெய்ப் பாக்கெட்டுகளின் விலை தான். 130 ரூபாய் அதிக பட்ச விலையாக பாக்கட்டின் மேல் அச்சடிக்கப்பட்டிருக்கும்.. அதை 85 ரூபாய்க்குத் தருவார்கள்.. நுகர்வோர் இதை ஒரு பெரும் விலைப் புரட்சியாகப் பார்த்தார்கள்.இந்தக் கடைக்காரர்களின் வியாரபார நேர்மை அவர்களைப் புல்லரிக்க வைத்தது. பட்சி நம்ம பக்கம் வந்து விட்டது என்பதைத் தெரிந்து கொண்ட வியாபாரிகள் அதற்குப்பக்கத்திலேயே பலசரக்குக்கடை ஒன்றையும் ஆரம்பிப்பார்கள்.. 'வாடிக்கையாளரே நமது தெய்வம்' என்று நமது தேசப்பிதா காந்தியடிகள் கூறியதை இவ்வளவு விசுவாசமாகக் கடைப்பிடிக்கிறார்களே என்று ம.த.வ. மிகவும் பெருமைப்படும்.

ஈரே கௌடா தனது சமூக அக்கறையையும், பிறந்த ஊர்ப்பி—ரியத்தையும் தனது வியாபாரத்திலும் காண்பிப்பான். ஊரிலிருந்து வந்த நிறைய வாலிபப் பசங்களுக்கு வேலை கொடுத்தான்.. திப்தூர் தென்னந்தோப்புகளும், பாக்குமரத்தோப்புகளும் நிறைந்த வசதியான பகுதி.. கௌடாவின் சொந்தக்காரர்கள், பரிச்சயக்காரர்கள் என்று ஊர்ப்பக்கம் நிறையப் பேர் இருந்தார்கள்.. ஊருக்குப்போகும்போதெல்லாம் அவர்களிடம் நகரத்தில் பொருளீட்டக்கூடிய வாய்ப்புக்களைச் சொல்லி அவர்களை பெங்களூருக்கு வரச்சொல்லுவான்...அவர்கள் ஒன்றிரண்டு முறை வந்து பார்த்து விட்டுப்போய் விட்டால் கௌடாவின் ஏதாவது ஒரு ஏஜன்சி அல்லது கடை அவர்களுக்குக் கை மாறும்.

தனக்காகவே ஒதுக்கப்பட்டதா அல்லது வேறு ஏதாவது வகையில் பெறப்பட்டதா என்று தெரியவில்லை. ஈரே கௌடாவுக்கு நாற்பதுக்கு அறுபது சைட் ஒன்று கல்யாண மண்டபா ரோட்டில் வாய்த்தது.. அந்த இடத்தின் மூலம் எப்படி அதிக வருவாயை உண்டாக்கலாம் என்று கௌடா போட்ட திட்டம் கட்டிடக்கலைக்கே சவால் விடுவது மாதிரி இருந்தது..கௌடா கோரமங்கலாவுக்கு வந்த போது ஜனத்தொகை கம்மியாக இருந்தது.. எனவே கடைகளின் விஸ்தீரணமும் அதிகமாக இருந்தது.. எனவே விசாலமாக கீழே இரண்டு கடைகள்.மேலே இரண்டு கடைகள்.. கீழ்த்தளத்தில் இரண்டு கடைகளுக்குப் பின்னால் இருக்கும் இடத்தில் பாதியில் ஒரு

ப.சகதேவன்

இரண்டு படுக்கையறை வீடு, அதற்கும் பின்னால் இன்னொருமொரு இரண்டு படுக்கையறை வீடு.. இரண்டு வீடுகளுக்கும் பொதுவாக இருப்பது சுமார் பத்தடி அகலமுள்ள நீளமான இடம்.. அது கார் நிறுத்தப்படும் இடமாகவும் இருக்கும். பின்னால் இருக்கக் கூடிய வீட்டின் வரவேற்பறை அந்த கார் கராஜ்-கம்-பொதுப்பாதையின் கடைசியில் இருக்கும். அதன் பாதியிலிருந்து முதல் தளத்திற்குப் போகக்கூடிய மாடிப்படி தொடங்கும்..அங்கிருந்து கௌடாவோ அல்லது அவர் குடும்பத்தாரோ பின்னால் வீட்டுக்கு வருபவர்கள், முதல் தளத்திற்குச் செல்பவர்கள் ஆகியோரைக் கவனிக்க முடியும். கீழ்த்தளத்தில் ஒரு ஐயங்கார் பேக்கரி மற்றும் ஒரு ஸ்டேஷனரி மற்றும் ஜெராக்ஸ் கடை. மேல் தளத்தில் ஒரு லேடீஸ் டெய்லரிங் அடுத்து ஒரு ஹோமியோபதி கிளினிக் (மருந்துக்கடையும் சேர்த்து).. மொத்தமுள்ள ஐந்து வாடகைகளும் ஈரண்ணாவின் மனைவி வாங்கிக்கொள்வாள். இது ஈரண்ணாவின் ஏற்பாடு. அன்றாடச்செலவுகளுக்கு வீட்டுப் பெண்கள் தனது கையை எதிர்பார்க்கக் கூடாது என்பது அவன் எண்ணம்..

எவ்வளவு தான் பிசியாக இருந்தாலும் ஈரண்ணா சிலவேளைகளில் தொழிலே எதுவும் இல்லை என்பது மாதிரி ரொம்பவும் ஓய்வாக இருப்பான். அப்போது ஏதாவது ஒரு கடையில் அவனைப் பார்க்கலாம். இந்த அத்து மீறல் தங்களுக்குப் பிடிக்காது என்பது கடைக்காரர்களின் முகத்தைப் பார்த்தாலே தெரியும். என்ன செய்வது? கடை உரிமையாளனுக்கும், வாடகைக்கு இருப்பவனுக்குமிடையில் வெறும் வியாபார ஒப்பந்தம் மட்டுமெ என்று சொல்லக்கூடிய அளவுக்கு கோரமங்கலா இன்னும் வளர்ந்திருக்கவில்லை. ஒரு சிறு நகரத்திலிருப்பது மாதிரியான பழக்கவழக்கங்கள் தான் அங்கே கடைப்பிடிக்கப் பட்டு வந்தன. முதல் தளத்தில் லேடீஸ் டெய்லர் கடைக்கும், ஓமியோபதி கிளினிக்குக்குமிடையில் ஈரண்ணாவுக்கு ஒரு ஸ்டூல் போடப்பட்டிருக்கும். அங்கிருந்து கீழே வேடிக்கை பார்ப்பதும் அந்தக் கடையை நடத்தும் டெய்லரின் மனைவியோடு பேச்சுக்கொடுத்துக் கொண்டிருப்பதும் ஈரண்ணாவுக்கு பொழுது போக்கு.. டெய்லர் சிந்தாமணிப்பக்கத்துக்காரன். வேலை அதிகமிருந்தால் மட்டுமே கடையில் இருப்பான். இல்லாவிட்டால் வேறு கடைகளுக்கு பீஸ் ஓர்க் தைக்கப் போய்விடுவான். டெய்லர் மனைவி எதார்த்தமான பொம்பளை.. கடையில் ரெண்டு மூணு பெண்களும் வேலை செய்தார்கள்.எல்லாம் ஏழைப்பட்ட குடும்பத்துப் பெண்கள். சுற்றி என்ன நடந்தாலும் தங்கள் காரியத்திலேயே கண்ணாக இருப்பார்கள்.. அய்யங்கார் பேக்கரிக்கு அடுத்து

ஜனநடமாட்டம் அதிகமாக இருக்கும் கடை அந்த லேடீஸ் டெய்லர் கடை தான்.

ஈரண்ணாவின் வீடு, கடை, அதற்குப்பக்கத்திலுள்ள கடைகள் அவற்றுக்குச் சொந்தக்காரர்கள் என்பவை பற்றிய தகவல்கள் குமரவேலுவுக்குக் கிடைப்பதற்குக் காரணமாக இருந்தவன் அவருடன் வேலை செய்யும் திவாகர சர்மா.. அவன் ஈரண்ணாவின் பின்கட்டு வீட்டிற்குக் குடிவந்திருந்தான். ஒரே ஆஃபீஸ் என்றாலும் அவர்களுக்குள் அவ்வளவு பழக்கமில்லை,,சர்மாவுக்கு சொந்த ஊர் ஆந்திராவில் சித்தூர்ப்பக்கம்... கல்யாணமாகி பத்து வருடம் ஆகியும் குழந்தைகள் இல்லை. இதனால் ஒரே ஏரியாவில் இருப்பது பேஜாராக இருக்கிறது என்று சொல்லி அடிக்கடி இடம் மாற்றிக்கொண்டே இருப்பான். சொல்லப்போனால் அவன் ஈரண்ணாவின் வீட்டிற்குக் குடிவந்ததே குமரவேலுக்குத் தெரியாது. ஒரு ஞாயிற்றுக்கிழமை சாயங்காலம் அந்தப்பக்கம் வாக்கிங் போனபோது அய்யங்கார் பேக்கரிக்கு முன்னால் சிகரெட் பிடித்துக்கொண்டு நின்றிருந்தான். அவர்களைப் பார்த்ததும் சிகரெட்டைக் கீழே போட்டு மிதித்துவிட்டு அவர்களை வீட்டிற்குக் கூட்டிக்கொண்டு போனான். அவன் மனைவிக்கு வனிதாவை ரொம்பவும் பிடித்துப் போய்விட்டது.. அதன் பிறகு அந்தப்பக்கம் போகும்போதெல்லாம் சர்மா வீட்டிற்குப் போவது வழக்கம்.. ஒரு ஆறு மாதத்திற்குப் பிறகு திடீரென்று வீட்டைக்காலி செய்து விட்டு வேறு ஏரியாவுக்குப் போய்விட்டான். கேட்டதற்கு தனது மனைவிக்கு அந்த ஏரியா பிடிக்கவில்லை என்று சொன்னான். ஒரு சில மாதங்களுக்குப் பிறகு அந்த டெய்லர் கடையும் மூடப்பட்டிருந்தது. ஈரண்ணாவின் குடும்பத்தையும் கொஞ்ச நாளாக அங்கே காணவில்லை., இது தொடர்பான செய்திகளை விசாரிக்க வேண்டும் என்ற அக்கறையோடு அங்கே இருக்கும் கடைகள் ஒன்றில் விசாரிக்கப்போனால் அவர்கள் உங்களை எந்த சட்டையும் செய்யாமல் 'கொத்தில்லா சார்..' என்று சொல்லிவிட்டு தங்கள் வேலையைப் பார்ப்பார்கள்.

கடைசியில் திவாகரே தான் ஆஃபீசில் வைத்து அந்த மர்மத்தை அவிழ்த்தான். டெய்லரம்மா தானாகவே வந்து வலையில் விழுந்தார்களா அல்லது ஈரண்ணா ஏதாவது மாய்மாலம் பண்ணி விழ வைத்தானா எனத்தெரியவில்லை.. கொஞ்ச நாளாக இது நடந்து வந்திருக்கிறது. ஈரண்ணாவின் மனைவியும் குழந்தைகளும் ஊருக்குப்போன சமயம் இது கொஞ்சம் அதிகமாகவே நடந்திருக்கிறது. என்ன தான் ரகசியமாக நடந்தாலும் இது வெளியில் தெரியாமலா போகும்? ஈரண்ணாவின் மனைவி நெட்டுக்கு நேராகவே

அவனைப்பார்த்துக் கேட்டிருக்கிறாள். ஈரண்ணா சரியான பதில் சொல்ல வில்லை. எப்படிச்சொல்வான்? அவன் மனைவி அவனைப் பழி வாங்க வேண்டிய விதத்தில் பழி வாங்கிவிட்டாள். எப்படி? வீட்டுக்குள்ளேயே தூக்குப்போட்டுக்கொண்டு செத்து விட்டாள். ஈரே கௌடாவின் சகாப்தம் அத்தோடு முடிந்தது

நிரவி விடப்பட்டிருக்கும் ஈரண்ணாவின் இடத்திற்கு வலது பக்கத்தில் ஒரு பெரிய நாலு மாடிக்கட்டடம் வந்திருந்தது. கீழ்த்தளத்தில் முழுவதுமாக ஒரு சூப்பர் மார்க்கட்.. மேல்தளங்களில் பெண்கள் ஆரோக்கியமாக முடியைப் பேணுவதற்கான ஒரு கூடம், ஒரு, ஆஸ்திப் பராமரிப்பு ஆலோசனை மையம் என்று ஈரண்ணாவின் அக்கறைகளுக்குக் கொஞ்சமும் சம்பந்தமில்லாத அம்சங்களைக் கொண்ட இடங்கள் இருந்தன.கொஞ்ச நேரம் அந்தக் காலி இடத்தையே பார்த்துக் கொண்டிருந்த குமரவேலு அங்கிருந்து நகர்ந்தார்.

○○○

பாடா ஷோரூமுக்கு எதிரில் புதிதாக ஒரு மெடிகல் லேப் திறந்திருக்கிறார்கள். ரோட்டிலிருந்து ஏழெட்டுப் படிகள் ஏறித்தான் லேபுக்குள் நுழைய வேண்டும். காரிலிருந்து இறங்கிய ஒரு முதியவரை ஒரு இளம்பெண் கையைப் பிடித்து ஒவ்வொரு படியாக ஏறச்செய்து கூட்டிக்கொண்டு போனாள். பேத்தியாக இருக்க வேண்டும். அவளது கைப்பிடியில் வாத்சல்யமும் பிரியமும் இருந்தது. தாத்தா என்பதையும் மீறி ஏதாவது ஒரு வகையில் அந்தத் தாத்தா அவளைப் பாதித்திருக்க வேண்டும். எந்த வயதுப் பெண்ணாக இருந்தால் தான் என்ன? மனது வைக்கும்போது பெண் நிம்மதி தருபவளாக இருக்கிறாள். அவளது ஸ்பரிசத்தில், இரண்டு வார்த்தைகளில் எல்லாத்துன்பங்களும் மறைந்து போகின்றன. ஆனால் எத்தனை பேருக்கு அந்த பாக்கியம் கிடைக்கிறது?

தனக்கு மிகுந்த மனநிம்மதியைத் தருபவர்களும், அதேசமயம் மிகுந்த மன உளைச்சலைத் தருபவர்களும் பெண்களாகவே இருக்கிறார்களே என்று குமரவேலுவுக்கு வருத்தமாக இருந்தது.

மகள் வனிதாவைக் கூட புரிந்து கொள்ளலாம். மருமகள் ப்ரீத்தியைப் புரிந்து கொள்வது மிகவும் கடினம். இப்போதெல்லாம் பெண் பார்ப்பதற்கு அழகாக இருக்கிறாளா இல்லையா என்பதை வெளிப்படையாகச் சொல்வதற்குத் தயங்குகிறார்கள். தோற்றத்திற்கு அதிக மதிப்புத் தருவதில்லை என்று வெளிப்படையாகச்

சொல்லிக்கொண்டாலும் கவனிக்கத்தான் செய்கிறார்கள். ஆனால் முன்பு போல அது வெளிப்படையாகச் செய்யப்படுவதில்லை.. கல்வியறிவு, தொழில் திறமை, எத்தகைய சூழலையும் சமாளிக்கும் கெட்டிக்காரத்தனம் ஆகிய குணங்களை இப்போது பெண்களுக்கு வந்திருக்கின்றன. அது படித்து முடித்த உடனே வந்து விடுகிறதா அல்லது வேலைக்குப் போன பிறகு வருகிறதா என்பது தான் தெரியவில்லை.. எப்படியானாலும் அது அவள் குடும்பத்திற்கும், சமுதாயத்திற்கும் ரொம்பவும் பிரயோஜனமாக இருக்கிறது. ஆனால் பெண்ணுக்கு மட்டுமல்ல மனிதர்கள் எல்லோருக்கும் பொதுவான பிடிவாதக்குணம், பழிவாங்கும் போக்கு என்பவை அவளிடம் இருக்கக்கூடாது என்று சமுதாயம் எதிர்பார்க்கிறது.. குமரவேலுவின் குடும்பமும் எதிர்பார்த்தது. ஆனால் ப்ரீத்தியிடம் இவற்றில் எதுவுமே இல்லை..

இவையெல்லாம் இருந்தால் தான் ராகுலோடு குடும்பம் நடத்த முடியும். குடும்பம் நடத்துவது என்ன? சகித்துக் கொள்ளவே முடியும். அப்படி ஒரு ஆளுமை ராகுலுடையது.. சரியான படிப்புக் கிடையாது.. சரியான வேலை கிடையாது. விஷயங்களை சீக்கிரம் புரிந்துகொள்ளும் திறமை இல்லை..எதைச் செய்தாலும் அதில் ஒரு நேர்த்தி கிடையாது. என்ன தான் ஏழைப்பட்ட குடும்பமாக இருந்தாலும், என்ன தான் சுமாரான தோற்றமுள்ள பெண் என்றாலும் மனசு என்பது தனித்த குணங்களையுடைய ஒன்றாகத்தான் இருக்கிறது. தர்க்கத்திற்கும், பகுத்தறிவிற்கும் இடம் தராத மனசு. தர்க்கத்தினாலும், பகுத்தறிவினாலும் அளந்தறிய முடியாத மனசு... சரிதான்.. வெறும் தர்க்கத்திற்கும், பகுத்தறிவிற்கும் வளைந்து கொடுக்கக் கூடிய மாதிரி மனசு இருந்து விட்டால் அப்புறம் மனசு என்பதற்கு என்ன மரியாதை இருக்கும்? இன்று தான் எதிர்பார்க்கிற மாதிரி இல்லை என்ற காரணத்துக்காக ராகுலை வெறுத்தொதுக்கும் ப்ரீத்தியே நாளை கணவனே கண் கண்ட தெய்வம் என்று அவனோடு ஒட்டி வந்தாலும் வரலாம்..அதுவும் அவள் மனசாகத்தான் இருக்கும். குமரவேலுவுக்கு இதில் சம்பந்தப்பட்ட ஒரே விஷயம் தற்காலம் தாங்க முடியாத அழுத்தத்தைத் தருவதாகவும், எதிர்காலம் சூதாட்டம் மாதிரி நிச்சயமில்லாமல் இருப்பதுவும் தான்..இது தான் ஒட்டுமொத்தமாக எல்லோருக்கும் விதிக்கப்பட்டதென்றால் என்ன செய்ய முடியும்?

தன்னை நோக்கி இருப்பது. தன்னால் சகித்துக்கொள்ள முடியாமல் இருப்பது வறுமையா, அகம்பாவமா, அறியாமையா, வன்முறையா எதுவாக இருந்தாலும் அதை தன் வசப்படுத்துவது, தான் அதைத் தாண்டிச்செல்வது தனது சாமார்த்தியத்தில் தான் இருக்கிறது.

தன்னை நோக்கி இருக்கிறது என்பதாலேயே அது தன்னோடு பின்னிப்பிணைந்திருக்கிறது என்று தான் பொருள்.. தான் அதை உதறிவிட்டுச் செல்லக்கூடாது என்பதுவும் அதன் பொருள் தான்.. வாழ்க்கையின் எல்லாக்கட்டங்களிலும் இந்தப் பிணைப்பு ஏதாவது ஒரு வகையில் இருந்து கொண்டு தான் இருக்கிறது.. எத்தனையை உதறிவிட்டுச் செல்ல முடியும்? உதற உதற பிணைப்புகள் சேர்ந்து கொண்டு தான் இருக்கின்றன. உதறி விட்டு எங்கு செல்வது? இதற்கு ஒரே பரிகாரம் எல்லாவற்றையும் அன்பு என்ற போர்வைக்குள் கொண்டு வந்து விடுவது தான்.. போர்வை எப்போதுமே கதகதப்பைத் தருகிறது.. நிகழ்காலப் பிரச்சினையின் தாக்கத்தைக் குறைக்கிறது.

ஆனால் அத்தகைய மனநிலையை அடைவதற்கு ஒரு பக்குவம் தேவையாக இருக்கிறது. அது வயதின் காரணமாக வரலாம். அல்லது சூழ்நிலைகளின் காரணமாக வரலாம். குமரவேலுவின் அப்பா அடிக்கடி சொல்வது மாதிரி 'கண்ணுக்குட்டி பன்னிக்குட்டிகூட சேந்தா நாளாவட்டத்துல கண்ணுக்குட்டியும் பன்னிக்குட்டியாத்தான் ஆவும்' இப்போது குமரவேலுவின் முன்னால் உள்ள பிரச்சினை காலக்கெடு... இதுநாள் வரை தனக்கு எல்லா காலக்கெடுக்களையும் ஓரளவுக்கு சமாளித்து மேலே வந்தாயிற்று. இப்போது வைக்கப்பட்டிருக்கக் கூடிய காலக்கெடு இறுதியான ஒரு காலக்கெடு. இந்த காலக்கெடு ஏற்கனவே வைக்கப்பட்டிருந்த காலக்கெடுக்களிலிருந்து முற்றிலும் மாறுபட்டது. இந்த காலக்கெடு குறிப்பிட்ட காலத்திற்குள் எதையும் சாதித்து விடு என்று சொல்ல வில்லை.. அப்படிப்பட்ட நிபந்தனைகள் ஏதும் இல்லை.. ஆனாலும் கெடு முடிந்து விடும்.. முடிந்தது, முடியாதது, சாதித்தது, சாதிக்காதது என்று எதனோடும் சம்பந்தப்படாத ஒரு காலக்கெடு ஒரு வேடிக்கையான காலக்கெடு தான்..அப்படிப் பார்த்தால் எல்லாக்காலக் கெடுக்களுமே ஒரு வகையில் வேடிக்கையானவை தானே!

சம்பந்தமிருந்தாலும் இல்லாவிட்டாலும் காரியத்தைச் செய்து முடிப்பதற்குத்தான் காலக்கெடு என்று மனசுக்குள் ஊறிப்போ—யிருக்கிறது..எனவே அதைச் செய்து முடித்தாக வேண்டும் என்கிற வேகம் குமரவேலுவுக்கு இருக்கிறது.. ஆனால் துரதிர்ஷ்டவசமாக அதை அவருக்காக வேறொருவர் தான் செய்து முடிக்க வேண்டும் என்கிற கட்டம் வந்து விட்டது..குமரவேலு செய்வதற்கு அங்கே ஒன்றுமில்லை. அது குமரவேல் சம்மந்தப்பட்டதாக இருந்தாலும் அது தொடர்பான விளைவுகளைப் பற்றி வேறு பலரே அக்கறைப்படுகிறார்கள். விளைவுகள் சாதகமாக இல்லையென்றால்

வருத்தப்படுகிறார்கள். அல்லது வருத்தப்படுகிற மாதிரி காண்பித்துக் கொள்கிறார்கள். அது சரி ஏதாவது ஒரு வகையில் அவர்கள் தாங்கள் இருக்கிறார்கள் என்று காண்பித்துக் கொள்ளவில்லையென்றால் இங்கே நாம் யாரைப் பார்ப்பது? இந்த மரங்கள், செடிகொடிகள், பறவைகள், விலங்குகள் எல்லாம் யாருக்காக? பகல் மாறி ஏன் இரவு வரவேண்டும்? இரவில் ஏன் குளிர் அடிக்க வேண்டும்? ஏன் இடி இடிக்கிறது? இடிக்குப் பிறகு ஏன் மழை பெய்கிறது? இவற்றுக்கெல்லாம் பெயர் கொடுத்தது யார்? நாம் இருந்தாலும் இல்லாவிட்டாலும் இவையெல்லாம் நடந்து கொண்டு தான் இருக்கும்..

அப்படியானால் காலக்கெடு மயிரு மங்குனி மாங்கொட்டை என்று ஏன் கவலைப்படவேண்டும்? ஏனென்றால் காலக்கெடு என்ற ஒன்று வருகிறபோதே அது இன்னொருவருக்காக என்று தான் ஆகி விடுகிறது.. இந்த ஒருவர் பலராகி, பலர் இன்னும் பலராகி பலராகி அந்தப் பெருங்கூட்டத்தில் குமரவேலு என்கிற தனிநபர் மறைந்து விடுகிறார். ஆனால் குமரவேலுவின் மனசிலிருந்து அந்த காலக்கெடு என்கிற மன அழுத்தத்தைத் தருகிற அம்சம் மறைவதே இல்லை. ஏதாவது ஒரு அளவில் ஏதாவது ஒரு வடிவத்தில் அது இருந்து கொண்டே இருக்கிறது.நிகழ்ந்து கொண்டே தான் இருக்கிறது.. அப்படி நிகழ்ந்து கொண்டே தான் இருக்கும்.. மழை பெய்யும்போது ஆகாயத்துக்கே குடை பிடிக்க முடியுமா? சூரியன் உக்கிரமாகக் காய்ந்து கொண்டிருக்கும்போது பூலோகம் முழுவதும் வீழ்கிற வெப்பத்தைக் கட்டுப்படுத்த முடியுமா?

தனக்கு தனிப்பட்ட முறையில் பிரச்சினை வராமலிருந்திருந்தால் குமரவேல் இதனையெல்லாம் நினைத்தே பார்த்திருக்க மாட்டார். மகனது வாழ்க்கை சரியான திசையில் போகவில்லை... மகள் வாழ்க்கையையே ஆரம்பிக்கவில்லை... வாழ்நாள் முழுவதும் சொல்லிக்கொடுத்தும் மனைவி எதையும் கற்றுக்கொண்டதாகத் தெரியவில்லை.. இது பிரச்சினையின் ஒரு பக்கம்..

அவரவருக்கு தன்னிஷ்டப்படி வாழ்வதற்கான உரிமை இருக்கிறது.. பிறப்பில் எல்லோருமே சமமான புத்திசாலித்தனம் உடையவர்களாகத்தான் இருக்கிறார்கள்.. அல்லது அவரவர்களுக்கென்று ஒரு புத்திசாலித்தனம் இருக்கிறது.. சமயம் வரும்போது தங்கள் புத்திசாலித்தனத்தைக் காண்பிப்பார்கள்.. இது பிரச்சினையின் மறு பக்கம்..

இதில் எந்தப்பக்கம் சரி என்று எடுத்துக் கொள்வது? எந்தப் பக்கத்தையும் எடுத்துக் கொள்ளாமல் இருக்கிற வரை நல்லது.

அப்படியானால் நான் ஒரு ஜடப்பொருளா? அத்தன் போக்கில் இயங்குகிற மழையாகவும், இடியாகவும், வெயிலாகவும் இருந்து விட்டுப் போய்விடலாமே? இது என்ன மடத்தனம்..? இப்படி இருந்திருந்தால் உலகம் இந்த அளவுக்கு வளர்ந்திருக்குமா? உலக வளர்ச்சிக்கும், மனநிம்மதிக்கும் சம்மந்தமே இல்லை.. கொத்தனார் வீடு கட்டுகிறார்.. அவர் கட்டும் வீடுகளுக்கும், அவர் மன நிம்மதிக்கும் என்ன தொடர்பு?

அரஃபா பழக்கடையின் வழியாக வந்து கல்யாணமண்டபா ரோட்டின் இணைரோடான ஜோதிநிவாஸ் காலேஜ் ரோட்டுக்கு வந்து விட்டிருந்தார். இந்த ரோட்டுக்கு ஜோதிநிவாஸ் காலேஜ் ரோடு என்று ஏன் பெயர் வந்தது? பஸ் எந்த இடத்தில் நின்றாலும் இந்தப் பெண் பிள்ளைகள் ரொம்பதூரம் நடக்க வேண்டும். அதற்கென்ன செய்வது? மிஷனரி நிறுவனங்கள் சவுகரியமான இடத்தில் இடம் வாங்க முடியாததற்கு ஒரு காரணம் அவர்கள் கிரயத்தொகையில் கறுப்பு, வெள்ளை என்றெல்லாம் காண்பிக்க முடியாது. எல்லாம் வெள்ளை தான். இதற்கு பெரும்பாலான பேர் ஒத்துக்கொள்ள மாட்டார்கள். ஒரு காலத்தில் அந்த ஏரியா முழுவதுக்கும் ஜோதிநிவாஸ் மட்டுமே அடையாளமாக இருந்தது. காரணம் ஐந்தாவது பிளாக்கில் அதைச்சுற்றியிருந்த ஏரியாக்கள் எல்லாவற்றையும் தொழிற்பேட்டையாக அறிவித்து அந்த அடிப்படையிலேயே இடம் ஒதுக்கினார்கள். எல்லாம் பெரிய பெரிய இடங்கள். ஒரு லாண்டரிக்குக் கூட இடம் ஒதுக்கப்பட்டிருந்தது. கருங்கல் தூண்களை குறுக்கும் நெடுக்குமாக நட்டி அதில் கயிறுகளை இழுத்து துணிகள் காயப்போட்டிருந்த காட்சியை ஓசூர் நெடுஞ்சாலையிலிருந்தே பார்க்கலாம். அந்த இடம் ஒதுக்கப்பட்டபோது அதன் விலை மொத்தமாக ஒரு ஐம்பதாயிரம் ரூபாய் இருந்திருக்கும். இப்போது ஒரு சதுர அடிக்கு இருபத்தைந்தா—யிரம் ரேஞ்சில் போகும்.. நகர சரித்திரத்தின் புரிந்து கொள்ள முடியாத பக்கங்களில் இதுவும் ஒன்றாக இருக்கிறது.. இடங்களை வாங்குவதும் விற்பதுமே ஒரு பெரு நகரவாசிகளின் பொருளாதார ஏற்றத்தாழ்வைத் தீர்மானிக்கிறது. இதுவே தான் என்.ஜி.வி. மற்றும் பஸ் டிப்போ இருக்கக் கூடிய எண்பதடி ரோடு பிரபலமானதற்குக் காரணம் அது நகரின் செல்வச்செழிப்பு மிக்க குடியிருப்புக்களை இணைக்கிறது என்று சொல்லலாம். ஆனால் ஜோதிநிவாஸ் காலேஜ் ரோடு பிரபலமானதற்குக்காரணம் உலகவியமும், ஐ.டி. துறையும் தான்..அதுவும் கடந்த பத்தாண்டுகாலத்தில் அது ஒரு பிரளயமாகவே வந்து எல்லாவற்றையும் தலைகீழாக உருட்டிப்

போட்டுவிட்டது.. இதில் பெரும்பாலும் அடிபட்டது ஜோதி—நிவாஸ் காலேஜைச் சுற்றி இருந்த புஸ்தகக் கடைகள் தான்.. சிறிதும் பெரிதுமாக நான்கைந்து கடைகள் இருந்தன.. அவை போன இடமே தெரியவில்லை.. புஸ்தகக்கடை என்று மட்டுமில்லை.. சிறிய முதலீட்டில் நடத்தப்பட்டு வந்த எல்லாக்கடைகளும் பறந்து விட்டன. அப்படித்தான் குந்தாபுராவிலிருந்து வந்த வாசு ஸ்டேட் பாங்க் ஆஃப் திருவாங்கூருக்கு எதிராக ஒரு சிறிய லாண்டரிக்கடை போட்டிருந்தான். உண்மையில் அது ஃப்ரான்ச்சைஸ் மாதிரித்தான். உலர்சலவை ஏரியாவில் பேண்ட்பாக்ஸ், ஸ்னோ வைட் மாதிரியான பெரிய கம்பெனிகளைத் தவிர்த்து அதை விடக் கொஞ்சம் குறைவான ரேட்டுக்கு சலவை செய்து கொடுக்கிற கம்பெனிகளும் இருந்தன.. ஆரம்பத்தில் அப்படிப்பட்ட ஒரு கம்பெனியில் பெட்டி போடுபவனாகத்தான் வாசு சேர்ந்தான். அவன் பெங்களூர் வந்ததே ஒரு கதை..அவள் அக்காவை இங்கே கட்டிக்கொடுத்திருந்தது.. அவள் புருஷன் டிப்ளமோ முடித்து இங்கே பிஎச்இஎல்லில் வேலையில் இருந்தான். வாசு கல்யாண வயசு வந்தும் அதில் ஈடுபாடு காட்டாதவனாக இருந்தான்.. தென்கன்னட மாவட்டம் கல்வியிலும், பொருளாதாரத்திலும் கொஞ்சம் முன்னேறிய பகுதியாக இருந்தாலும் ஜாதிப்பிரிவினை என்பது இந்தியாவுக்கே உரிய பொதுச்சொத்துத் தானே! அதனால் புருஷனிடம் சொல்லி வாசுவை பெங்களூருக்குக் கொண்டுவந்துவிட்டால் அந்த ஜாதிக்கொடுமையிலிருந்து தப்பிக்க வைக்கலாம். மெதுவாக அவன் மனசை மாற்றி கல்யாணத்துக்கும் சம்மதிக்க வைக்கலாம் என்று அக்கா நினைத்தாள். ஆனால் பாவிப்பயல் அதிகம் படிக்காதவனாக இருந்தான். அது மட்டுமல்லாமல் அவனது சாதிக்குணமும் அவனை விட்டுப் போகவில்லை. என்ன தொழில் செய்யப்போகிறாய் என்று கேட்டால் சலவைத்தொழில் சம்பந்தமான தொழில்களையே சொல்வான். எனவே இந்தக் கம்பெனியில் அயர்ன் மாஸ்டராகச் சேர்ந்தான். அதுவும் பெரிய கம்பெனி தான்..அவர்கள் ஊர்க்காரரான மங்களூர்க்காரர் தான்..பன்னார்கட்டா ரோட்டில் ஹுளிமாவு கிராமத்தில் சொந்தக்கட்டடத்திலேயே வைத்திருந்தார். நல்ல தண்ணீர் வசதி... பத்து முப்பது பேர் பல்வேறு வேலைகளைச் செய்துகொண்டிருந்தார்கள். ஒரு பெரிய ஹாலில் வரிசையாக மேசைகள் போடப்பட்டிருக்கும். ஒவ்வொரு மேசைக்கும் ஒரு பிளக் பாயிண்ட் இருக்கும்... துணிகளைத் தேய்த்துக் கொண்டே இருக்க வேண்டும்..

அப்போது கோரமங்கலா வேகமாக வளர்ந்துகொண்டிருந்தது.. ஃபேக்டரி இருந்த இடம் மெயின் ரோடாக மாறி போக்குவரத்தும்

அதிகமாகியிருந்தது.. ஓனர் பார்த்தார்..ஒரு மூலையில் கட்டடத்தில் கொஞ்சம் மாற்றங்கள் செய்து அங்கே ஒரு கடையைத் திறந்து விட்டார். வாசு அங்கே அனுப்பப் பட்டான். சம்பளம் கொஞ்சம் ஜாஸ்தி.. ஆனால் கடையின் எல்லாப்பொறுப்புக்களையும் அவனே பார்த்துக் கொள்ளவேண்டும். இப்படிக்கொஞ்ச வருசங்கள் போயிற்று. அவன் அக்காவுக்கு தம்பி இப்படியாக உருப்படியாக ஏதாவது பண்ணுகிறானே என்று சந்தோஷம் தான். ஆனால் கல்யாண விஷயத்தில் அவன் அசைந்து கொடுக்காததில் வருத்தம்.. 'உனக்கிருக்கும் ரெண்டு குழந்தைகளைப் பார்த்துக் கொள்கிறேன்' என்று சொல்லிவிட்டான்.மாதாமாதம் ஒரு தொகையை அக்காவிடம் கொடுத்து விடுவான். எந்த கெட்ட பழக்கமும் கிடையாது. தினமும் சாப்பாட்டில் மீன் குழம்பு மட்டும் இருக்க வேண்டும்.

கோரமங்கலாவின் ஐந்தாவது பிளாக் தொழிற்பேட்டை கொஞ்சம் கொஞ்சமாக மறைந்து கொண்டிருந்தது.. நான்கு மெஷின்கள் வைப்பதற்கும், பத்து நூறு துணிகள் காயப்போடுவதற்கும் சதுர அடி இருபதாயிரம் பொறுமான இடத்தை எந்த மடையனும் பயன்படுத்த மாட்டான்.. வாசுவின் கம்பெனி முதலாளியும் முட்டாள் இல்லை.. இப்போதுள்ள விலையில் சில சதுர அடிகளின் விலையை மட்டுமே கிரயமாகக் கொடுத்து வாங்கிய ஆறாயிரம் சதுர அடிப் பரப்புள்ள இடம் ஒரு நல்ல விலைக்குக் கை மாறியது.. எங்கேயோ நாய் கடித்து எங்கேயோ நெறி கட்டியதைப் போல அந்த முடிவு வாசுவைப் பாதித்தது. அவனுக்கு இரண்டு வழிகளைக் காண்பித்தார் அவனுடைய முதலாளி. பன்னார்கட்டா ரோடு மெயின் ஃபேக்டரிக்கே வந்து விடுவது.. இதே மாதிரி மேஸ்திரி வேலை போட்டுத் தரலாம். அல்லது அவனுக்குச் சாமார்த்தியமிருந்தால் இங்கேயே எங்காவது கடை போட்டுக் கொள்ளலாம். அவரது கம்பெனிக்கே உலர் சலவைக்குத் துணிகளை அனுப்பலாம்.துணிக்குத் தகுந்த படி கமிஷன் தரப்படும்.. கடையில் வேலைக்கிருந்தாலும் ஒரு முதலாளியைப் போலவே தன்னிச்சையாகச் செயல்பட்ட வாசு இரண்டாவது வழியையே எடுத்துக் கொண்டான். ஃபேக்டரிக்கு நேர் எதிரில் இடது புறமாக ஸ்டேட் பேங்க் ஆஃப் திருவாங்கூருக்கு எதிராக பேஸ்மெண்டில் ஒரு கடை கிடைத்தது.. தான் சேமித்து வைத்திருந்த பணத்தோடு சேர்த்து அங்கே இங்கே புரட்டி அட்வான்ஸ் கொடுத்து விட்டான்.. கிட்டத்தட்ட அட்வான்சின் அளவு தொகை உள்ளே பீரோக்கள் மேசைகள் வாங்குவதற்கும் ஆகிவிட்டது. இத்தனைக்கும் எல்லாமே எளிமையானவை தான். இடத்தின் உரிமையாளர் அந்த இடத்திற்கு வரக்கூடிய எல்லா வாடகைதாரர்களிடம் சொல்லுவது போலவே இவனிடமும் சொன்னார்:

‘இத பாருப்பா... இது பேஸ்மெண்டுல இருக்கற இடம்.. பி டி ஏ க்காரன் எப்ப வேண்ணாலும் வருவான். வந்து எல்லாத்தையும் தூக்கி வெளியில வீசுவான்....அப்ப என்னக் குத்தம் சொல்லக்கூடாது.. உன்னோட அட்வான்சுக்கு எந்த வில்லங்கமும் வராது.. அப்பிடியே குடுத்துருவன்...’

நகர்ப்புறத்தில் இருக்கும் எல்லா பலமாடிக் கட்டடங்களிலும் இருக்கும் பேஸ்மெண்ட் பகுதி வாகனங்கள் நிறுத்துவதற்கு மட்டுமே ஒதுக்கப்பட்ட இடம்.. அதை வேறு வணிகக் காரியங்களுக்குப் பயன்படுத்தக் கூடாது.. அப்படி அந்த இடத்தில் கடைகள் ஏதேனும் இருந்தால் அதை அப்புறப்படுத்தும் உரிமை பி டி ஏ வுக்கு உண்டு.. சட்டப்படி தமக்கு அளிக்கப்பட்டுள்ள அதிகாரத்தைப் பயன்படுத்தி நகரத்தின் வாகன நிறுத்தங்களை ஒழுங்குபடுத்தவும் அத்துமீறிப் பயன்படுத்தப்படும் இடங்களில் அசம்பாவிதங்கள் எதுவும் நிகழாமல் தடுக்கவும் பி டி ஏ இந்த முயற்சியை மேற்கொள்கிறது. துரதிர்ஷ்ட வசமாக இந்த அதிகாரத்தைப் பயன்படுத்துவதற்கு பி டி ஏ வுக்கு நேரமே கிடைப்பதில்லை. எப்போதாவது இருபது முப்பது வருடங்களுக் கொருமுறை எங்காவது ஓரிடத்தில் அசம்பாவிதம் நடந்தாலோ அல்லது வேலையிலிருந்து ஓய்வு பெற்ற கிழடுகள் பத்திரிகைகளுக்கு எழுதிப்போட்டாலோ அல்லது விரோதிகள் எவனாவது வத்தி வச்சாலோ ஒன்றிரண்டு இடங்களில் ரெய்டு நடக்கும். மற்றபடி கவலை இல்லை..

வாசு கொஞ்சம் பழகி விட்டால் பழகுபவர்களை அவன் உலகத்திற்குக் கொண்டு போய்விடுவான்.. நீங்கள் யாராயிருந்தால் எனக்கென்ன ? எனது சேவை உங்களுக்குத் தேவையாக இருக்கிறது... உங்களது பணம் எனக்குத் தேவையாயிருக்கிறது..எனது தேவைகளும் ஒன்று தான்.. உங்களது தேவைகளும் ஒன்று தான்.. வாருங்கள்... இந்த வெயிலைப்பற்றிப் பேசுவோம்.. வேகமாகப் போகும் இந்த ஆட்டோவைப் பற்றியும் அந்த ஆட்டோக்காரரின் அவசரத்தைப் பற்றியும் பேசுவோம்.. பதினொரு மணி ஆயிற்று.. எனக்கு டீ வரும்.. நீங்களும் டீ குடிக்கிறீர்களா ?

வாசுவின் தோற்றத்திலும் சரி.. பேச்சிலும் ஒரு மென்மை இருக்கும். அதனாலேயே வருபவர்கள் எல்லோருமே அவனுடன் கொஞ்ச நேரம் வம்பளந்துவிட்டுப் போவார்கள்..இதில் பெண்கள் ஜாஸ்தி.. காரணம் ஸ்டார்ச் போட்ட சேலைகளை வாசு ரொம்ப நல்ல முறையில் அயர்ன் பண்ணித்தருவான். ரோட்டிலிருந்து பார்க்கும்போது கடை சரியாகத் தெரியாது..அதனால் அவர்களுக்குக்

கூச்சமும் இருக்காது.. நிறைய சமயங்களில் சலவை செய்த துணி மட்டும் வரும். பெட்டி போட்டுக்கொடுப்பது வாசுவின் வேலை. அதில் அவன் கிரமமாக இருந்ததால் அவன் மேல் ஒரு மரியாதையும் ஏற்பட்டிருந்தது.. கடை போடுவதற்கு அக்கா புருஷன் ஏற்பாடு செய்து கொடுத்திருந்த லோனைக்கூடக் கட்டி விட்டான்.. கையில் கொஞ்சம் காசு புரண்டது.. செலவு என்று பார்த்தால் அக்கா பிள்ளைகளுக்குச் செய்யப்படும் செலவு மட்டும் தான்..கடை ஓனரும் கூட அதிகம் தொந்தரவு கொடுப்பவர் இல்லை.. ஆனால் தொந்தரவு வேறு ரூபத்தில் வந்தது.

அந்தக்கட்டடம் பழைய கட்டடம்.. அதுவும் அவசர அவசரமாகக் கட்டப்பட்டதாக இருக்க வேண்டும். அல்லது பேஸ்மெண்ட் கட்டப்பட்ட போது வயரிங் வேலைகள் சரியாக செய்யப்படாலிருந்திருக்க வேண்டும்.. பெட்டி போடுவதற்கு எப்போதும் கரண்ட் பயன்படுத்தப்பட்டு வந்ததால் ஒரு மழைக்காலத்தில் ஷார்ட் சர்க்யூட் ஆகி கடைக்குள்ளே தீப்பிடித்து விட்டது. மாலை ஆறு மணி இருக்கும். எல்லோரும் ஆஃபீஸ் விட்டு வீட்டுக்குப் போய்க்கொண்டிருந்தார்கள்.. அப்போது வாசு அங்கே இல்லை.. யாருமே இல்லை.. வாசு டீ குடிக்கப்போயிருந்தான்.. பாவி மகன்.. ஸ்விட்சை அணைக்காமலே போய் விட்டான். எனவே புகை எழும்பி சடசடவென்று துணிகளிலும், மேசை, ஷோ கேசுகளிலும் பரவிய போது தான் தெரிந்திருக்கிறது. வாசு ஓடி வந்தான்..அக்கம் பக்கம் உள்ளவர்கள் எல்லாரும் சேர்ந்து ஒரு மாதிரி தீயை அணைத்து விட்டார்கள். பன்னிரண்டுக்கு பத்தடி உள்ள அந்தக்கடையில் சுத்தமாக காற்று வரக்கூடிய வழிகள் எதுவுமே இல்லாமல் சுவர்களை முட்டி முட்டிப் பார்த்து விட்டு தீ வெளியே வருவதற்குள் முற்றிலுமாக அணைக்கப்பட்டு விட்டது.. தீயணைப்புத்துறைக்குத் தகவல் கொடுக்கவில்லை.. அதனால் போலீசுக்கும் தகவல் போகவில்லை.. அப்படியிருந்தும் பொருளாதார அளவில் ஆரம்பித்த இடத்திற்கே வந்திருந்தான் வாசு.. அதற்கு முக்கியக்காரணம் கடைக்குள்ளிருந்த பொருட்கள் மட்டுமல்லாமல் அங்கிருந்த துணிமணிகள் எல்லாம் கருகிப்போனது தான்..

கடைக்காரன் வாசுவின் மீது அனுதாபம் செலுத்தினால் கூட மேற்கொண்டு தன்னால் எதுவும் செய்யமுடியாதென்று சொல்லிவிட்டான். மட்டுமல்லாமல் தீ விபத்து அவனுக்கு ரொம்பவும் விசனத்தை உண்டுபண்ணி விட்டது.. அதை ஒரு கெட்ட சகுனம் என்று நினைத்தான். தற்போதைக்கு கடையை வாடகைக்கு விடும் எண்ணம் எதுவும் இல்லையென்றும் பூட்டி வைத்திருக்கப்

போவதாகவும் சொன்னான். இந்த ஸ்டேட்மெண்ட் பொதுவாக இப்போதிருக்கும் பார்ட்டியை அங்கிருந்து கிளப்பி விடுவதற்காகச் சொல்லப்படுவது தான்.. வாசு ரொம்பவும் சோர்ந்து போகவில்லை. அக்கா புருஷன் ஒரு நாள் லீவு போட்டுவிட்டுக் கூட அலைந்தான். அலைவதற்கு ஒன்றுமேயில்லை. தகவல் கேட்டு அங்கே வரும் வாடிக்கையாளர்களுக்கு சமாதானம் சொல்ல வேண்டும். நஷ்ட ஈடு கேட்பவர்களுக்கு ஒன்று அரை என்று பைசல் செய்ய வேண்டும்.. கம்பெனிக்காரனிடம் நேரடியாகக் கேட்க முடியாது. இந்தப் பட்டுப் புடவைகள் தான் உயிரை எடுத்து விடும்.. ஐயாயிரத்துக்கும் இருக்கிறது.. ஐம்பதாயிரத்துக்கும் இருக்கிறது.. பார்ட்டி சொல்வதைத் தான் கேட்க வேண்டும்..அவர்கள் பேசுவதற்கு ஒரேயடியாக மறுத்தும் சொல்ல முடியாது.. அந்த நாளின் கலெக்‌ஷன் முழுவதும் சாம்பலாகி விட்டது. அக்கா எந்த வேலையையும் மறுபடி ஆரம்பிப்பதற்கு முன்னால் குக்கே சுப்பிரமணியசாமி கோயிலுக்கு ஒரு தடவை போய்விட்டு வந்துவிடவேண்டும் என்று சொல்லுகிறாள்..

இது நடந்தது ஒன்றுமே தெரியாமல் குமரவேல் வழக்கம்போல குறிப்பிட்ட தேதிக்கு நாலு நாள் கழித்து பெட்டி போடக்கொடுத்திருந்த சுலோச்சனாவின் மூன்று கைத்தறிச் சேலைகளை வாங்கப் போனான். கீழே பேஸ்மெண்டுக்குப் போகக்கூடிய படிக்கட்டையொட்டி—யிருந்த திட்டின் மேல் உட்கார்ந்து யாரோ ரெண்டு பேருடன் பேசிக்கொண்டிருந்தான் வாசு.. குமரவேலுவைப் பார்த்ததும் எழுந்திருந்து ‘வாங்க சார்’ என்றான்.

‘என்னப்பா பிசினெஸ் டயத்துல இங்க ஒக்காந்து நாயம் பேசீட்டிருக்க..’

‘ஒண்ணுமில்ல சார்... கட கொஞ்சம் ஸ்டாப் ஆயிடுச்சி..’

‘ஏங்.. என்னாச்சு..’

என்று கேட்டபிறகு தான் குமரவேல் கீழே பார்த்தான். அப்போது தான் பக்கத்திலிருந்தவன் எல்லா விவரத்தையும் சொன்னான். அந்தக் கட்டத்தில் வாசுவோடு குமரவேலுவுக்கு அவ்வளவு நெருக்கம் உண்டாகியிருக்கவில்லை.. கடைக்காரன் - வாடிக்கையாளன் உறவு வியாபார உறவுக்கு மேம்பட்டதாக இருக்க வேண்டும் என்பதில் இரண்டு பேருக்குமே நம்பிக்கை இருந்தது. வாடிக்கையாளனுக்கு எது நல்லது என்பதில் கடைக்காரனுக்கு நம்பிக்கை இருக்க வேண்டும்.. வாடிக்கையாளனுக்கு நல்லது செய்ய வேண்டும் என்று கடைக்காரனுக்கு மனசு இருக்க வேண்டும். கடைக்காரன் நன்றாக

இருக்க வேண்டும் என்பதில் வாடிக்கையாளனுக்கும் அக்கறை இருக்க வேண்டும்.. வாசு ஒரு விதத்தில் இதைக் காண்பித்தான். பொதுவாக ட்ரைகிளீன் என்பதே பம்மாத்து வேலை என்பது குமரவேலுவின் அபிப்ராயம்.. எனவே தன்னிடமிருக்கும் ஒன்றிரண்டு பட்டு வேஷ்டிகள், ஒரே கோட்டு, சுலோச்சனாவின் பட்டு சேலைகளை மட்டுமே அபூர்வமாக ட்ரைகிளீனுக்குக் கொடுப்பார்கள்.ஆனால் எப்படியும் இரண்டு வாரங்களுக்கு ஒரு முறை சுலோச்சனாவின் கைத்தறிச்சேலைகள் பெட்டி போடக் கொடுக்கப்படும்.. சேலைகள் ஏற்கனவே துவைக்கப்பட்டு கஞ்சி போடப்பட்டு வைக்கப்பட்டிருக்கும்.. துவைப்பது வேலைக்காரி.. கஞ்சி போடுவது சுலோச்சனா..

ஒரு கஞ்சி போடப்பட்டிருப்பதில் உள்ள குளறுபடிகளைப் பார்த்த வாசு குமரவேலுவுக்கு ஒரு யோசனை சொன்னான்.

'சார்.. எப்படியும் ஒரு சேலைக்கு பத்து ரூபா குடுக்கறீங்க.. நாங்க வெறும்அயர்ன் பண்றதா இருந்தாலும், கஞ்சி போட்டு அயர்ன் பண்றதா இருந்தாலும் ஒரே ரேட்டுத்தான் வாங்கறோம்.. அதனால இனிமே தொவச்சு மட்டும் கொண்டுட்டு வாங்க.. நாங்களே கஞ்சி போட்டு அயர்ன் பண்ணித் தந்துட்றம்..'

என்று சொல்ல அதுவும் சரியென்று குமரவேலுவுக்குத் தோன்றியது...ஆனால் இவர்கள் இருவரையும் அல்லாமல் சேலையோடு சம்பந்தப்பட்ட நபரான சுலோச்சனாவுக்கு அதில் உடன்பாடு இல்லை.. கஞ்சியை அதிகமாகப் போட்டுவிடுகிறார்கள். சேலையைக் கட்டிய பிறகு தோளில் அது தூக்கிக் கொண்டு நிற்பது ரோமானியப்போர் வீரர்கள் போருக்குச் செல்வது மாதிரி இருக்கிறது என்றாள்.

குமரவேலுவுக்கு இப்போது ஒரு தருமசங்கடமான நிலைமை.. கடைக்காரனின் இந்த கஷ்டமான சூழ்நிலையைப் பார்த்து அவனுக்கு ஏதாவது பொருளுதவி செய்ய வேண்டும்..எரிந்து போன சேலையைப் பற்றி பிரஸ்தாபிக்கவே கூடாது.. அது வீடு கட்டி பேங்க் லோனைத்தவிர்த்த பிற கடன்களைக் கொஞ்சம் கொஞ் சமாகக் கட்டிக்கொண்டிருந்த நேரம். எனவே ஒரு சிறு தொகை கூடக் கொடுக்க முடியாத சூழ்நிலை...அடுத்ததாக சேலைக்கு ஏன் நஷ்ட ஈடு கேட்கவில்லை என்று சுலோச்சனா கேட்டால் அதற்குப் பதில் சொல்ல வேண்டிய நிலைமை. இந்த மாதிரி சந்தர்ப்பங்களில் மத்தியதர வர்க்கம் முன் வைக்கும் வாதங்கள் தர்க்க சாஸ்திரத்திற்கே சவால் விடுவது மாதிரி இருக்கும்.. மனதில் ஈரமே இல்லாமல் முனவைக்கப்படும் விவாதங்கள்.

‘இந்தக் கடையை வைத்து அவன் நிறைய சம்பாதித்திருக்கிறான். அவனுக்கு லாபம் கிடைத்த போது நமக்குக் கொடுத்தானா ?’

‘நாம் இத்தனை நாள் காசு கொடுத்துத் தானே அயர்ன் பண்ணிக்கொண்டிருந்தோம்.. அவன் ரேட்டில் பத்துப்பைசாவாவது குறைத்திருப்பானா..?’

‘கடையை இன்ஷூர் செய்திருப்பார்கள்.. அவனுக்கு ஒரு நல்ல தொகை இன்ஷூரன்ஸ் கம்பெனியிலிருந்து கிடைத்திருக்கும்..’

இந்தக் கேள்விகள் எல்லாம் கேட்காமலே உதவி செய்தவர்களும் இருந்தார்கள்..அவர்களில் பாட்டியா மேடம் ஒருவர்.. ஃபேக்டரியோடிருந்த கடையிருந்த காலத்திலிருந்தே அவர்கள் பழக்கம்.. முதன் முதலில் அவர்கள் வந்தது வாசுவுக்கு ஞாபகம் இருந்தது. வழக்கம்போல அவன் அன்று கடைக்கு வந்த போது முதல் ஷிஃப்ட்டிலிருந்தவர்கள் ஏற்கனவே வேலை செய்துகொண்டிருந்தார்கள். காம்பவுண்டுக்குள்ளேயே இருந்த கடையைப் பின்வாசல் வழியாகத் திறந்து உள்ளே இருந்தவற்றையெல்லாம் ஒழுங்கு செய்து வெளியே கதவில் தொங்கிக் கொண்டிருந்த பூச்சரத்தை எடுத்து சாமி கும்பிடுவதற்குத் தயாராகிக் கொண்டிருந்தான். அப்போது ஒரு நீளமான கார் திடீரென்று ‘பிரேக்’ அடித்து நின்றது.. சிவப்பான, உயரமான ஒருத்தர், நன்றாக டிரஸ் செய்து கொண்டிருந்தவர் அங்கு வந்து இந்தியில் ஏதோ கேட்டார். வாசுவுக்கு அரைகுறையாக இந்தி தெரியும்.. ‘அவசரமாகத் தேவையென்றால் எத்தனை நாளில் கொடுப்பீர்கள் ?’ என்று கேட்டார். வாசு கன்னடத்தில் பதில் சொன்ன பிறகு அவரும் கன்னடத்திலேயே பேசினார். காரில் இருந்த பெண்ணை நோக்கி ஏதோ கத்தினார்.. அந்த அம்மா காரிலிருந்து இறங்கி வந்தார். கொஞ்சம் தாட்டிக்கமான உடம்பு. ஆனாலும் இயல்பாகவே நடந்து வந்தார்.. அவர்கள் இரண்டு பேருமே இந்த மண்ணுக்கு சம்பந்தமில்லாத தோற்றத்தை உடையவர்களாக இருந்தார்கள். அது மட்டுமல்லாமல் அவர்களது அணுகுமுறையும் வித்தியாசமாக இருந்தது... ‘வெடுக் வெடுக்’கென்று பெசினாலும் அவையெல்லாம் தேவை கருதிப் பேசுவதாகவே இருந்தது. தேவை—யில்லாமல் ஒரு பேச்சும் இல்லை. வாசு அவர்கள் சொன்ன தேதியில் கொடுக்க முடியாவிட்டாலும் சீக்கிரம் தருவதாக ஒப்புக்கொண்டான். அப்புறம் மூட்டை மூட்டையாக துணிகள் வந்து இறங்கின.. அதே மாதிரி சொன்ன தேதியில் வந்து வாங்கிக் கொண்டு போனார்கள். அவர்கள் கொண்டு வந்த துணியெல்லாம் அவர்களது புதிய வீட்டு கிரகப்பிரவேசத்திற்காக வந்த அவர்களது உறவினர்களுடையது..

அதற்குப் பிறகு அந்த அம்மாவே வந்தார். பிறகு ஃபோன் பண்ணி வீட்டில் கொண்டு வந்து கொடுக்க முடியுமா என்று கேட்டார். வாசு தன்னுடைய டி.வி.எஸ். 50-யில் துணிகளைப் பின்னால் வைத்துக்கட்டிக் கொண்டு போய்க் கொடுத்து விட்டு வந்தான். அவர்கள் வீடு ரஹேஜா ஆர்கேட்டுக்கு எதிரில் ரோட்டுக்கு அந்தப்பக்கம் ஏழாவது பிளாக்கில் இருந்தது.. ஏழாவது பிளாக் முழுவதுமே மிக சிறிய சைட்டுகளும், பெரிய சைட்டுகளாக இருந்தது மட்டுமல்லாமல் அசாதாரணமான வடிவத்திலும் இருந்தன..ஒசூர் ரோட்டிலிருந்து கோரமங்கலாவிற்குள் நுழையும்போது முதல் இடது பக்கத் திருப்பத்தில் இருந்தது அவர்கள் வீடு.. இரண்டு பெரிய சைட்டுகளைச் சேர்த்துக் கட்டியிருந்தார்கள்.. தரைத்தளம் பார்க்கிங்குக்காக இருந்தது. அங்கே ஒரு சிறிய அறையும் இருந்தது.. ஷட்டர் போட்டிருந்தார்கள். முதல் மாடி முழுவதுமாகவும், இரண்டாவது மாடியில் பாதியும் கட்டி எல்லாம் அவர்களது உபயோகத்தில் இருந்தன.

வாசு வீட்டிலேயே டெலிவரி கொண்டு போய்க் கொடுத்த ஒரே வாடிக்கையாளர் பாட்டியா மேடம் தான்.. சுதந்திரத்திற்குப் பிறகு பாகிஸ்தானிலிருந்து ஓடி வந்த குடும்பங்களில் கொஞ்சம் பேரை அப்போதைய மைசூர் அரசு அகதிகளாக ஏற்றுக்கொண்டது.. வந்த குடும்பங்களை கண்டோன்மெண்டிலிருந்த தருமச்சத்திரங்களில் தங்க வைத்திருந்தார்கள். பெரியவர்களுக்கு பன்னிரண்டு ரூபாயும், குழந்தைகளுக்கு எட்டு ரூபாயும் நிவாரண நிதியாகக் கொடுக்கப்பட்டன.. அப்படி வந்த குடும்பங்களில் ஒன்று தான் பாட்டியா குடும்பம்.. பாட்டியா மேடம் இதையெல்லாம் சொல்லும்போது கொஞ்சம் கூட உணர்ச்சியே இல்லாமல் தான் சொல்லுவார்.. இந்தக்கதைகளெல்லாம் அவர்களது பெற்றோர்களிடம் கேட்டுத் தெரிந்து கொண்டது தான்.. ஒரு கட்டுக்கோப்பான அவர்களது சமுதாயத்தில் எல்லா விசேஷங்களிலும் பெரியவர்கள் பிரிவினைக்காலத்துக் கதைகளையே பேசிக்கொண்டிருப்பார்கள். முதலில் கொஞ்சம் ஆர்வத்தோடு அந்தக் கதைகளைக் கேட்ட இளைய தலைமுறைக்கு பிறகு அந்தக்கதைகள் சலித்துப்போயின.. பாட்டியாவுக்கு ரெசிடன்சி ரோட்டில் கண்ணாடி விளக்குகள், ஷாண்ட்லியர்கள், கண்ணாடிக் கலைப்பொருட்கள் விற்கக் கூடிய கடை ஒன்று இருந்தது. பையன் கானடாவில் செட்டிலாகி விட்டான். பெண் கல்யாணமாகி டெல்லிக்குப் போய்விட்டாள். இருந்தாலும் வீடு எப்போதும் உறவினர்களாலும் நண்பர்களாலும் நிறைந்திருக்கும்.. சேத்தி சந்தின்(புதுவருடப்பிறப்பு) போது நிறைய பூஜைகள் இருக்கும். வாசுவுக்கு புதிய துணிமணிகள் எடுத்துக் கொடுப்பார்கள்.

விபத்து நடந்த அடுத்த நாள் காலை வாசு அவர்கள் வீட்டுக்குப் போய் நடந்ததைச் சொன்னான். பாட்டியா எங்கோ வெளியூர் போயிருந்தார். மேடம் அந்தப் பெரிய ஹாலில் உட்கார்ந்து பேப்பர் படித்துக்கொண்டிருந்தார்.. ஒரு பெண் சமையல் கட்டில் சமைத்துக்கொண்டிருந்தாள். ஒரு பெண் வீட்டைத் துடைத்துக் கொண்டிருந்தாள்.. அழகான காலை நேரம். பாட்டியா வீட்டுக்கு ஒரு விசேஷ குணம் உண்டு..அவர்கள் ஒரு வகையில் அதிர்ஷ்டக்காரர்கள் என்று சொல்ல வேண்டும். வீட்டுக்குப் பின்னாலிருந்த ஒரு சைட்டும் எப்படியோ அவர்களுக்கு வாங்கக் கிடைத்து விட்டது. அது வேறொரு தெருவில் இருக்கிறது..அதாவது ஒரு தெருவில் முன்வாசலும், இன்னொரு தெருவில் பின்வாசலும் இருக்கிற மாதிரியான வீடு.. முதல் தளத்தில் இருக்கும் விட்டின் பாதிக்குப்பிறகு இடம் காலியாக விடப்பட்டிருந்தது. அங்கே ஒரு சிறிய தோட்டம் மாதிரி நிறையச் செடிகள்... அந்தக் காலியிடத்தை மறைக்க முற்றிலுமான கண்ணாடித்தடுப்புகள். கண்ணாடிக்கதவைத் திறந்து கொண்டுதான் அந்தக் காலியித்துக்குப் போகவேண்டும்.. இரண்டாவது தளத்திலும் இப்படி ஒரு ஏற்பாடு இருக்க வேண்டும்.. அங்கே தான் அவர்களது பார்டிகளையெல்லாம் நடத்துவார்களாக இருக்கும்..சிந்து நதி தீரத்தில் பிறந்தவர்களுக்கு ரசனை தானாக வந்து விடுகிறது

‘கடைய இன்ஷூர் எதாவது பண்ணீருந்தையா..?’

‘இதுக்கெல்லாம் இன்சூரன்ஸ் இருக்குன்னே எனக்குத் தெரியாது..’

‘உங்க ஓனர் என்ன சொன்னார்..?’

‘அவர்ட்டே நா எப்பிடி கேக்கறது மேடம்.. ஒவ்வொரு துணிக்கும் கமிஷனே ஜாஸ்தியாத்தான் தர்றார்.. அது மட்டுமல்லாம அயர்ன் பண்ணாம வர்ற துணிகளுக்கு நா அயர்ன் பண்ணா அதுக்கு வேற ரேட்டு.. என்ன பண்றது.. என்னோட விதி...’

வாசு கொஞ்ச நேரம் அமைதியாக உட்கார்ந்திருந்தான். மேடம் தனது துணிகளைப் பற்றி ஒன்றுமே கேட்கவில்லை.

‘துணிகள்லே சிலது முழுசுமா எரிஞ்சு போச்சு.. சிலது பாதி, முக்காவாசின்னு எரிஞ்சிடுச்சு.. ஒண்ணுமே செரிப்படாது...’

பாட்டியா மேடம் ஒன்றும் சொல்லவில்லை.. .பேப்பர் மடியில் கிடந்தது.. கன்னத்தில் கை வைத்துக்கொண்டு அவனையே சற்று நேரம் உற்றுப்பார்த்து விட்டு வெளியே பார்த்தார்..

வாசு சாதாரணமாக சோபாவில் உட்கார மாட்டான். அவனை மாதிரி ஆட்கள் உட்காருவதற்கென்றே ஸ்டூல் மாதிரி சில இருக்கைகள் அங்கே இருக்கும். அதிலொன்றில் அவன் உட்கார்ந்திருந்தான்.. அவன் குடித்த டீ கப் இருக்கைக்குக் கீழே இருந்தது.

'சரி.. அப்ப நான் வர்றன் மேடம்...'

அவன் கிளம்புவதை எதிர்பார்த்திருந்தாற்போல மேடம் எழுந்திருந்து அவனுக்கு விடை கொடுத்தார்.

ooo

அடுத்த சில நாட்களுக்கு வாசு எங்கும் போகவில்லை.. எரிந்து போன கடைக்கு முன்னால் வந்து உட்காருவதும் அங்கு வரும் வாடிக்கையாளர்களுக்கு பதில் சொல்வதுமாக இருந்தான். இடையில் அதே ஏரியாவில் வேறு கடைகள் கிடைக்குமா என்றும் சில ஏஜண்டுகளுடன் போய்ப்பார்த்தான். வாசு இந்தக்கடையைப் பிடித்து ஆறேழு வருசங்கள் இருக்கும்.. வாடகையும், முன்பணமும் குறைவாகவே இருந்தது.. இந்த இடைப்பட்ட காலத்தில் இரண்டுமே கன்னா பின்னாவென்று ஏறிவிட்டன.. கட்டட ஓனரிடம் போய் அவனுக்கு ஏற்பட்ட விபத்தைப் பற்றிச் சொல்ல முடியுமா? பழைய கடை ஓனர் திரும்பக்கொடுக்கும் முன் தொகைக்கும், இப்போது ஓனர்கள் கேட்கும் முன் தொகைக்கும் பெரிய இடைவெளி இருந்தது..

இன்னுமொரு பிரச்சினை.. இந்த இடைப்பட்ட காலத்தில் கட்டடங்களின் வடிவங்களும், பின்னணியுமே மாறி விட்டன. முதலில் இருந்த சின்னச்சின்னக் கடைகள் இப்போது இல்லை. இருந்தாலும் அவையெல்லாம் குளிர்சாதன வசதி செய்யப்பட்ட கண்ணாடிக்கூண்டுகளாக இருந்தன.. 'பூடிக்' எனப்படும் அழகுசார் கடை மாதிரி.. அல்லது 'ஸ்டூடியோ' எனப்படும் 'நவீன மோஸ்தர்' கடைகளாகவோ இருந்தன...அங்கெல்லாம் பக்கத்திலேயே போக முடியாது. சில இடங்களுக்கு இப்போது சதுர அடிக்கணக்கில் வாடகை சொன்னார்கள்.. அதென்ன சதுர அடிக்கணக்கு என்று வாசுவுக்கு ஒன்றும் புரியவில்லை. பெரும்பாலான இடங்களுக்கு பேச்சு வார்த்தை ஃபோன் மூலமாகவே இங்கிலீஷ் அல்லது இந்தியில் இருந்தது.. வாசுவின் துளு வாடை வீசும் கன்னடம் மட்டுமல்ல அவன் பின்னணியையும், அவன் தேவையையும் அவர்களுக்கு உகந்ததாக இல்லை.. அவனைப் பேசச்சொல்லிக் கேட்டுவிட்டு உடனே ஃபோனை வைத்து விடுகிறார்கள்... என்ன காரணத்தாலோ வாசுவுக்கு கோரமங்கலாவை விட்டுப்போக மனமில்லை. அதுவும்

ஐந்தாவது அல்லது அதற்கு எதிராக இருக்கும் ஏழாவது பிளாக்கில் தான் வேண்டும்.. ஆசையிருக்கு தாசில் பண்ண... அதிர்ஷ்டமிருக்குது கழுதை மேய்க்க...

இது நிச்சயமாக குலதெய்வம் கொடுத்த தண்டனை தான். எனவே ஊருக்குப்போய் ‘சிரி பாடுதனா’ பார்த்து குலதெய்வத்தைக் கும்பிட்டு குறி கேட்டுக்கொண்டு வரவேண்டுமென்று வாசுவின் அக்கா கட்டாயப்படுத்தினாள். ஒரு கடையைப்பார்த்து முன்பணம் கொடுத்துவிட்டுப் போகலாம் என்று வாசு சொல்லி விட்டான். ஒன்றும் அமைகிற மாதிரித்தெரியவில்லை...

ooo

‘என்ன குரு.. மறு படியும் வேலைக்குப் போகப் போறியாமே?’

லட்சுமி விலாஸ் பேங்குக்கும் மலபார் கோல்டு ஜ்வெல்லரிக்குமிடையில் பெட்டிக்கடை வைத்திருந்த நரசிம்மலு வாசுவை நோக்கி வந்து கொண்டிருந்தான். அவனது கேள்வியில் தொனித்தது பரிகாசமா அக்கறையா என்றே தெரியவில்லை. எதுவாக இருந்தாலும் அவன் மேல் கோபப்பட முடியாது. ஆத்திர அவசரத்திற்குக் கடன் கொடுப்பவன்.. தினமும் பத்து மணி சுமாருக்குத் தான் அவன் தம்பி அவனுக்கு வீட்டிலிருந்து நாஷ்டா கொண்டுவருவான். அதைச் சாப்பிட்டு விட்டு வாசு கடைக்கு வந்து கொஞ்ச நேரம் பேசிக்கொண்டிருந்து விட்டுப் போவான். இதே முறை மாலை மூன்று மணிக்கு மத்தியான சாப்பாட்டுக்குப் பின் மீண்டும் பேச்சுத் தொடரும்..

‘எனக்கே என்ன பண்றதுண்ணு தெரியலே நரசு...’

என்றான் வாசு. அப்போது அவனது ஃபோன் அடித்தது..

‘வாசு... எங்கிருக்க..?’

‘கடைக்கிட்ட தான் மேடம்..’

‘செரி... கொஞ்ச நேரம் இங்க வந்துட்டுப் போறியா...’

‘ஓ கே மேடம்..’

வாசு போன போது மாட்டியா மேடம் பாட்டியா ஹாலில் உட்கார்ந்திருந்தார். டிரஸ் செய்து கொண்டு கடைக்குப் போவதற்குத் தயாராக இருந்தது மாதிரித் தெரிந்தது.

‘எப்படியிருக்க வாசு... அப்பறமா உன்னப் பாக்கவே முடியலியே...’

‘இல்ல மேடம்... தினோமும் கடைப்பக்கம் வருவன்... பழைய கிராக்கிக வந்தா அவங்களுக்குச் சமாதானம் சொல்லணுமில்லே...’

‘எல்லாருமே நஷ்ட ஈடு கேட்டாங்களா..?’

‘இல்ல மேடம்.. கொஞ்ச பெரு தான்.. அவங்க புதுசா வந்தவங்க.. பழையவங்கள்ள கொஞ்சம் பேரு கேட்டாங்க.. சில பேருட்ட நானே கேட்டன்.. அவங்க துணி புதிய துணின்னு எனக்குத் தெரியும்.. சில பேரு வாங்கீட்டாங்க... சில பேரு வேணாட்டுட்டாங்க..’

‘இப்ப எப்படியிருக்குது நெலமை..?’

‘ஒரு மாதிரியா சமாளிச்சுட்டு வர்றன் மேடம்...அக்கா வீட்லயும் ஹெல்ப் பண்றாங்க..’

‘சரி.. கீள போயி பேஸ்மெண்டுக்கு வலது பக்கமா ஒரு எடம் இருக்குது பாரு... அதப்பாத்துட்டு வா..’

பாட்டியா வீட்டுக்கு ரோட்டிலிருந்து ரெண்டு பக்கமும் மாடிப்படி இருந்தாலும் வலதுபக்கம் இருந்த மாடிப்படி பேஸ்மெண்டுக்கு மட்டுமே போனது.. இடதுபக்கம் இருப்பது இன்னும் மேலே தொடர்ந்து போய் வீட்டிற்கான வழியாக இருந்தது.. ஆர்க்கிடெக்டுகள் வடிவமைத்தது.. இந்த பேஸ்மெண்ட் அறையை கட்டடத்தின் ஒரு பகுதியாகவும் பார்க்கலாம். ஒரு தனிக்கடையாகவும் எடுத்துக்கொள்ளலாம்.

வாசு கீழே போனான். பாதி வரை திறந்திருந்த ஷட்டரை மேலே தூக்கிப் பார்த்த போது அது ஒரு கடை மாதிரித்தெரிந்தது.. ஒரு பழைய டெரெட் மில். வேக்குவம் கிளீனர் எனப் பழைய சாமான்களைப் போட்டு வைத்திருந்தார்கள்.. கொஞ்சம் விசாலமான இடம் தான்..

வாசு மறுபடியும் மேலே போனான்.

‘பாத்தேன் மேடம்.. ‘

‘இப்பத்தக்கி அங்க உன்னோட கடைய போட்டுக்க.. அப்பறம் பாக்கலாம்..’

வாசுவுக்கு என்ன சொல்வதென்று தெரியவில்லை.. கடையின் லொகேஷன் என்று பார்த்தால் ஜோதிநிவாஸ் ரோடு அளவுக்கு இது பிரபலமான இடம் என்று சொல்ல முடியாது.. மேற்குப்பகுதியில்

கர்நாடகப்போக்குவரத்துக் கழகத்தின் குவார்ட்டர்சின் மதில் சுவர் இருந்தது. கிழக்குப்பக்கம் மெயின் ரோடு.. வாசுவின் பழைய கிராக்கிகள் மெயின் ரோட்டைத் தாண்டி இந்தப் பக்கம் வரத்தயங்குவார்கள். அப்படியே வந்தாலும் அவர்கள் திரும்பிப்போக வேண்டுமென்றால் மெயின் ரோட்டுக்கு வந்து மசூதியைச் சுற்றிக்கொண்டு போக வேண்டும். என்ன தான் வாசுவின் மீது பிரியம் இருந்தாலும், அவனது சேவை பிரமாதமானது என்றாலும் நகரச்சூழ்நிலையில் இத்தகைய அசௌகரியங்களை கிராக்கிகள் பொறுத்துக் கொள்வார்களா என்பது சந்தேகம் தான்.. வாசுவின் கடை மாதிரியே இன்னொரு கடை அங்கே வந்து விட்டால் போச்சு...

அங்கே இங்கே மறுபடியும் பணத்தைப் புரட்டி 'ராகவேந்திரா டிரைகிளீனர்ஸ்' மறுபடியும் உதயமானது.. இரண்டு வருடம் போல இருக்கும்... பாட்டியா குடும்பம் பெங்களூரை விட்டுப்போக முடிவு செய்தார்கள். வீடும் விற்கப்பட்டது..

○○○

வாசுவின் பழைய கடை முன்னால் நின்று கொண்டிருந்தார் குமரவேல். நிறைய வருடங்கள் உருண்டோடி விட்டன. வாசு இப்போது எங்கிருக்கிறான் என்றே தெரியவில்லை. அந்தக்கட்டடம் அப்படியே தான் இருந்தது. வாசுவின் கடையை ரிப்பேர் செய்து கதவை எடுத்துவிட்டு அங்கே சுவரை வைத்து விட்டார்கள். என்னதான் பெயிண்ட் அடித்து கொஞ்சம் ஷோக்குப் பண்ணி—யிருந்தாலும் பக்கத்தில் புதிதாக எழுப்பப்பட்டிருந்த பல கடைகளோடு சேர்த்துப் பார்க்கும்போது இந்தக் கடையின் பழசுத்தனம் தெரியத்தான் செய்தது. அதிலும் மேக்டோனால்டு மாதிரி ஒரு கடை இருந்து விட்டால் சொல்லவே வேண்டாம். மேக்டோனால்டு வந்து விட்டாலே அந்தப் பகுதியின் கலாச்சாரமே மாறிவிடுகிறது. பெங்களூரின் பன்முக கலாச்சாரமாக இருந்த பிரிகேடு ரோடு பகுதியும், அதன் கலாச்சாரமும் இப்போது நகரத்தின் மூலை முடுக்குகளுக்கெல்லாம் வந்துவிட்டது. அதில் ஒரு முடுக்குத்தான் இந்த ரோடு..

ரோட்டின் மேற்கு நுனியில் மசூதியும் சில ஃபேக்டரிகளும் இருந்தன. கிழக்கு நுனியில் ஐ.ஏ.எஸ். அதிகாரிகளின் பெரிய பெரிய சைட்களும் இருந்தன. இப்போது மசூதி மட்டும் அப்படியே இருக்கிறது. மற்றவையெல்லாம் கலிஃபோர்னியா, அரேபியா, தாய்லாந்து, தெலிங்கானா, குண்டூர், விஜயவாடா, உடுபி, வியட்நாம், சீனா முதலிய பகுதி உணவுகள் வழங்கும் இடங்களாகவும்,

பல்வேறு வகையாக அலங்கரிக்கப்பட்ட சூழ்நிலையில் உள்நாட்டு மற்றும் வெளிநாட்டு மதுவகைகள் வழங்கப்படும் இடங்களாகவும் மாறிவிட்டன. ஒட்டுமொத்தமாகப் பார்த்தால் தண்ணியடித்து விட்டு வகைவகையாகச் சாப்பிடுவதற்காக மட்டுமே ஏரியாக்கள் உருவாகிவிட்டன. இதில் புலம்பி என்ன பிரயோஜனம்? பெங்களூர் தான் கர்நாடகத்தையே வாழவைக்கிறதாம். அதாவது மாநிலத்தின் அறுபத்தைந்து சதவிகித வருமானம் இங்கிருந்தே வருகிறதாம்.. அப்படி இருக்கும்போது இந்தப் பசங்களை அத்தைச் செய்யாதே இத்தைச்செய்யாதே என்று சொன்னால் கதை முடிந்து போகும். அது மட்டுமல்லாமல் இந்தியா ஒரு ஜனநாயக நாடு..தனிமனித சுதந்திரத்தை மதிக்கும் நாடு.. நீ என்ன சொல்றது... நானென்ன கேக்கறது...

இதே ரோட்டில் தான் இந்தப்பகுதியின் முதல் ஓட்டல் வந்தது என்று சொன்னால் யார் நம்புவார்கள். கார்டன் ரெஸ்டாரண்டு என்று தான் அதற்குப் பெயர். உடுப்பி ஓட்டல் தான். அதிலிருந்து ஐந்தாறு கட்டடங்கள் தள்ளித்தான் இன்ஃபோசிஸ் இயங்கி வந்தது.. ஆனால் அந்தக்கம்பெனி ஊழியர்களை நம்பி இந்த ஓட்டலை ஆரம்பித்ததாகத் தெரியவில்லை.. வழக்கமாக உடுப்பி ஓட்டல்களில் கிடைக்கும் இட்லிகள் தமிழர்களுக்குப் பிடிக்காது. காரணம் அவை குருணை அரிசியில் செய்யப்படுபவையாகவும், உளுந்து கொஞ்சமாகக் கலந்தவையாகவும் இருக்கும். எனவே அவர்கள் எதிர்பார்க்கிற மாதிரி இட்லி மல்லிகைப்பூ மாதிரி இருக்காது. ஆனால் கார்டன் ரெஸ்டாரண்டு இட்லி அப்படியும் இல்லாமல் இப்படியும் இல்லாமல் தனி ஐட்டமாக இருக்கும். அப்போது குமரவேலுவின் ஒன்றுவிட்ட அக்காவும் அவள் குடும்பமும் வந்து பெங்களூரில் சில நாட்கள் தங்கியிருந்தார்கள்.. அந்த மச்சானுக்கு இந்த இட்லியும், வெல்லம் போட்ட சாம்பாரும் எப்படியோ பிடித்துப்போனது.. ஆறாவது பிளாக்கின் ஒரு மூலையிலிருந்து இந்த ஓட்டலுக்கு வந்து சாப்பிட்டு விட்டு பார்சலும் வாங்கி வருவார்.. அந்த ஓட்டல்காரனுக்கு என்ன ஆயிற்று? ஐந்தாறு வருடங்களுக்குப் பிறகு அங்கே வேறொரு பெயரில் வேறொரு ஸ்டைல் ஓட்டல் வந்தது.. இப்போது அது காஃபி டே..

○○○

முப்பது வருடத்துக்கு முந்தைய கோரமங்கலாவை நினைத்து குமரவேலுவுக்கு ஏக்கமாக இருந்தது.. அப்போதிருந்த வீடு இப்போதைய வீட்டை விட சவுகரியக்குறைவானது தான். இருப்பினும் கோரமங்கலா முழுவதுமே தன்னுடையது என்றும் இங்கிருக்கும்

எல்லோருமே தனக்குத் தெரிந்தவர்கள் தான் நட்புக்கொண்டவர்கள் தான் என்றும் கருதியிருந்த காலம்.. இருபத்து நாலு மணி நேரமும் காவிரித்தண்ணீர் பைப்புகளில் சிவசமுத்திர நீர் வீழ்ச்சியாகக் கொட்டிக்கொண்டிருந்த காலம். மெஜஸ்டிக்கிலிருந்தோ, சிவாஜி நகரிலிருந்தோ வரும்போது கல்யாணமண்டபம் ஸ்டாப்பிலிருந்து இறங்கி கல்யாணமண்டபத்திற்குப் பின்னாலிருக்கிற ரோடு வழியாக நடந்து வீட்டிற்கு வருவதற்கு பத்துப்பதினைந்து நிமிடம் ஆகும்.. அடர்த்தியாக வளர்ந்து கிடக்கிற பார்த்தீனிய செடிகளுக்கிடையில் ஆங்காங்கு ஒன்றிரண்டு வீடுகள் மட்டுமே இருக்கிற, குண்டும், குழியுமாக இருக்கிற அந்த ரோட்டில் நடந்து வரும்போது ஒரு மன அமைதி கிடைக்கும். பல விஷயங்களைப் பற்றி யோசித்துக் கொண்டே வரலாம். இது சாதாரணமாக கிராமத்தில் தான் சாத்தியமாகும். வருடங்கள் கடந்து செல்ல அந்த ரோடு மாயமாய் மறைந்து போனது.. பார்த்தீனியச்செடி கூட பார்க்கக் கிடைக்காமல் அதனிடத்தில் கான்கிரீட் காடுகள் தோன்றின. தகரங்களால் கூடச்செய்யப்படாமல் மிக மலிவான ஃபைபர் சாதனங்களைக் கொண்டு உருவாக்கப்பட்ட கார்கள் அவை நிறுத்தப்பட்ட இடங்களுக்குப் பொருந்தாமல் பிதுங்கிக்கொண்டு நிற்கின்றன. குடியிருப்புப் பகுதிகளில் இவை என்றால் மெயின் ரோடுகளில் கண்ணாடியும், இரும்பும் தான் ஆட்சி செய்கின்றன..மாலை நேரமானால் விதம் விதமான விளக்குகள் இதனுடைய செயற்கைத் தனத்தை அதிகரித்துக் காட்டுகின்றன. தனக்கு வயதாக ஆக இந்த நகரம் தனக்கானதில்லை என்று குமரவேலுவுக்குத் தோன்றிக்கொண்டே இருந்தது.. பஸ் ஸ்டாப் கூட வீட்டுக்குப் பக்கத்திலேயே வந்து விட்டது. கோரமங்கலா பஸ் டிப்போவிலிருந்து இறங்கி வீட்டிற்கு வரும்போது பார்ப்பதற்கு இரு இன்ச் காலி இடம் கிடையாது.இப்போது தான் பஸ்சிலேயே ஏறுவதில்லையே.. கார் ஓட்டும்போது கண் எப்போதும் முன்னால் தான் பார்த்துக்கொண்டிருக்குமே தவிர காலியிடம் இருக்கிறதா, கட்டிடம் இருக்கிறதா என்று பார்ப்பதற்கு எங்கே வாய்ப்பு?

அப்படி இருந்தும் சில இடங்களில் பெரிய காலியிடங்கள் இருக்கத்தான் செய்தன. ரஹேஜா ஆர்க்கேடுக்கு எதிராக வலதுபுறத்தில் அப்படி ஒரு காலியிடம் இருந்தது. ரொம்ப நாளாக காலியாக இருந்தது. அப்புறம் தான் தெரிந்தது அது ஒரு பெட்ரோல் பங்குக்காக ஒதுக்கப்பட்ட இடம் என்று... அப்படி அங்கே ஒரு பெட்ரோல் பங்க் வந்தபோது குமரவேல் மிகவும் சங்கடப்பட்டான். தனது நிலத்திலேயே தனது அனுமதியின்றி ஏற்படுத்தப்பட்ட ஒரு பெட்ரோல் பங்க் மாதிரி அவனுக்கு ஒரு வருத்தம் ஏற்பட்டது.

இந்த மாதிரி ஒரு பைத்தியக்காரத்தனம் எங்காவது இருக்குமா? நீ யார்? பிழைப்புத்தேடி இந்த நகரத்திற்கு வந்த ஒரு பரதேசி.. நகரம் இப்படித்தான் இருக்க வேண்டும், இப்படித்தான் வளர வேண்டும் என்று சொல்வதற்கு உனக்கு என்ன உரிமை இருக்கிறது? கெம்பே கௌடா தான் இந்த நகரத்தை நிர்மாணித்தார். அவரது சந்ததிகள் எங்கே இருக்கிறார்கள் என்றே தெரியவில்லை. அது மீறி அவர்களே கண்டுபிடிக்கப்பட்டாலும் அவர்களைக் கேட்டுக்கொண்டா இந்த நகரம் வளரும்? உனக்குக் கிராமத்து அமைதி வேண்டுமென்றால் எல்லாத்தையும் உட்டுத்தொலச்சிட்டு காட்டுக்குப் போ..உனக்கு இந்த நகரத்து வசதிகளும் வேண்டும்.. கிராமத்து அமைதியும் வேண்டும்..நீ என்ன ராசா ஊட்டுக்குழந்தையா?

கொஞ்ச நாளைக்கப்புறம் இந்த மாதிரி யோசனைகள் வருவதே நின்று விட்டது. எல்லாம் அத்தன் போக்கில் போகட்டும் என்கிற மாதிரியான மனநிலை வந்துவிட்டது. குழந்தைகள் இருவரும் பதின்பருவத்தில் இருக்கிறபோது முழுக்கவனமும் அவர்களது எதிர்காலத்தில் இருந்தபோது சில சமயங்களில் தீவிர சலிப்பும், இயலாமையும் வந்து குவிந்தன. எல்லாமே இயந்திரத்தனமாகியது. ஒரு மாற்றத்திற்காக மனசு ஏங்கியது. அப்போது தான் தன்னைப்போன்ற நிர்வாகப்பொறுப்பிலிருக்கிற அதிகாரிகளுக்காக போபாலில் ஏற்பாடு செய்யப்பட்டிருந்த கணிணிப் பயிற்சி முகாமில் கலந்துகொள்ள வேண்டுமென்ற தகவல் வந்தது..

ஏற்கனவே தான் ஒரு பத்து நாள் பயிற்சிக்காக திருவனந்தபுரம் போய்வந்ததால் இப்போது குமரவேல் முறை வந்ததும் சுலோச்சனாவால் ஒன்றும் சொல்ல இயலவில்லை. அரை மனதாக போய் வாருங்கள் ஏன்றாள். கொஞ்சம் பெரிய குழந்தைகள் என்றாலும் வேலக்குப் போகிற ஒரு பெண் தனியாக மூன்று வாரம் சமாளிக்கக் கூடியதென்பது கொஞ்சம் சிரமம் தான். இதற்கு முன்பும் இப்படி அலுவலகக் காரணங்களுக்காக இருவரும் தனித்தனியாக இப்படிப் போனதுண்டு. அது போலத்தான் இதையும் சமாளிக்க வேண்டும். மூன்று வாரங்கள் தான் இல்லாதபோது என்னென்ன செய்ய வேண்டும், எது எது எப்படி நடக்க வேண்டும் என்று குடும்பம் திட்டமிட்டது ஒரு போருக்குத்தேவையான ஏற்பாடுகளைச் செய்வது மாதிரித் தோன்றியது.

போபாலில் போய் இறங்கியபோது குளிர்காலம் முடிந்து கோடைகாலத்தின் அறிகுறிகள் தோன்ற ஆரம்பித்திருந்தன. வெறும் முப்பது பேர் மட்டுமே கொண்ட அந்தப் பயிற்சி முகாமில் ஒன்பது

பேர் பெண்கள். அந்தப் பெரிய வளாகத்தில் விருந்தினர் மாளிகை—யிலேயே இருந்த ஒரு கருத்தரங்க அறையில் தான் முழு நாளும் பயிற்சி.. அந்த இரண்டு வாரங்களும் என்ன செய்யப்போகிறோம் என்று கொடுத்திருக்கக்கூடிய குறிப்பில் திறன் மேம்பாடு, செயல் மேம்பாடு, நிர்வாகத்திறன் என்று அந்த மாதிரிப் பயிற்சிகளுக்கேயுரிய சொல்லாக்கங்கள் எல்லாம் இருந்தன.. பயிற்சியாளர்களில் பெரும்பாலோர் நாற்பத்தி ஐந்திலிருந்து ஐம்பது வயதுக்குள் இருந்தார்கள்.இவர்கள் இந்தப் பயிற்சியின் ஒரு பகுதியை ஊருக்குத் திரும்பிப்போய் அவர்களுக்குக் கீழே இருக்கும் அலுவலர்களுக்குச் சொல்லித்தர வேண்டும். பயிற்சியின் சில பகுதிகள் அவர்களுக்கு மட்டுமேயானவை.. ரகசியம் காக்கப்பட வேண்டியவை.

முதல் நாள் தொடக்க விழா மிக எளிமையாக இருந்தது.. சுமார் ஒரு மணி நேரத் தொடக்கத்திற்குப் பிறகு அமர்வுகள் ஆரம்பமாயின. ஒரே இடத்தில் ரொம்ப நேரம் உட்காராமல் இருப்பதற்காகவும், பயிற்சி தீவிரமாக இருக்க வேண்டும் என்பதற்காகவும் அரங்கத்திற்கு வெளியிலும் சில பயிற்சிகள் இருந்தன. மார்க்கெட்டில் எப்போதும் கிராக்கி இருக்கக் கூடிய பொருட்களைத் தயாரிக்கக்கூடிய நிறுவனம் என்பதாலும், சம்பளம் மற்றும் இதரப்படிகள் கணிசமாக இருப்பதாலும் இதன் ஊழியர்கள் பொதுவாக கொஞ்சம் சுறுசுறுப்பாகவே இருப்பார்கள். ஆனாலும் எப்படிப்பட்டவர்களாக இருந்தாலும் வயது அதற்கேயுரிய பாதிப்பைக் கொண்டுவரத்தானே செய்யும்? என்ன தான் உற்சாகமாக இருப்பதாகக் காட்டிக்கொண்டாலும்

‘இனி என்னத்த பயிற்சி எடுத்து என்ன ஆகப்போகுது? எதோ கூப்ட்ருக்காங்க.. வந்து ஒப்பேத்திட்டுப் போலாம்..’

என்பது மாதிரியான மனநிலையைக் கொண்டவர்களும் அதில் இருந்தார்கள்.. அதே நேரத்தில் இந்த இந்த சலிப்பைத் தாண்டிப்போகவேண்டும் நாம் மேலும் கற்றுக்கொள்ள வேண்டு என்ற விருப்பம் கொண்டவர்களையும் பார்க்க முடிந்தது..

உலகமயமாதல் வருவதற்கு முன்னமேயே பெங்களூரில் செயல்பட்டு வந்த அந்தப் பன்னாட்டு நிறுவனத்திற்கு எல்லா பன்னாட்டு நிறுவனங்களையும் போலவே சில தொழில் நெறிமுறைகள் இருந்தன. அந்த நெறிமுறைகள் அவர்களது தனிப்பட்ட வாழ்க்கையிலும், குடும்ப வாழ்க்கையிலும் கூடப் பிரதிபலித்தது. தனிமனிதனின் தன்மானம், கௌரவம் என்பது அதிமுக்கியமாகப் பேணப்பட வேண்டும் என்பது அதில் முக்கியம். இப்படிப்பட்ட

சூழ்நிலையில் வேலை செய்ததால் சாதாரணமாக இந்தியர்களிடம் பார்க்கக்கூடிய கூச்சம், சங்கோஜம், பாசாங்கித்தனம், மிக அதிகமாக உணர்ச்சிவசப்படுதல் என்பவை அங்கு ரொம்பவும் கொஞ்சமாக இருந்தது.. எனவே இந்த சந்திப்பு தங்களது உத்தியோகம் கருதியதாக இருந்தாலும் தொழில் சம்பந்தமாகவோ, தனிப்பட்ட முறையிலோ வித்தியாசமாக, விரும்பத்தக்கதாக இருக்கும் என்ற எதிர்பார்ப்பும் அவர்களிடம் இருந்தது.

தாங்கள் வேலை செய்யும் அதே நிறுவனத்தில் ஆனால் வேறு நகரத்தில் வேலை செய்யும் இவர்களைப்பார்த்து ஒருவருக்கொருவர் கை குலுக்கிக் கொண்டார்கள். இதில் ஆண்-பெண் என்ற வேறுபாடு பார்க்கவில்லை. எல்லோரும் ஒரே துறையில் (நிர்வாகம் மற்றும் மேலாண்மை) வேலை செய்வதனால், வேறு வேறு நகரங்களில் வேலை செய்தாலும் வேலையின் தன்மை அல்லது பிரச்சினையின் தன்மைகளைப் புரிந்து வைத்திருந்தார்கள். முன்பு தங்களோடு வேலை செய்து இப்போது வேலையை விட்டுப்போய்விட்டவர்கள், இப்போதும் அதே நிறுவனத்தில் வேறு நகரத்தில் வேலை செய்பவர்கள் தங்களுக்குத் தெரிந்தவர்களாக இருந்தால் அவர்களைப் பற்றி விசாரித்தார்கள். இவையெல்லாம் நடந்து கொண்டிருக்கும்போதே மனதுக்குள் அவர்களைப் பற்றிய இணையான ஒரு பிம்பமும் உருவாகியிருந்தது. இன்னுமிருக்கிற அவர்களோடு நெருங்கி அவர்களைப் புரிந்து கொள்ளுமும் திட்டமும் அதில் இருந்தது.

என்ன தான் படித்து நல்ல வேலையிலிருந்தாலும் இந்தப் பெண்களைப் பார்க்கும்போது பரிதாபமாகத்தான் இருந்தது..அங்கு வந்திருந்தவர்களில் பாதிப்பேருக்கு மேல் உடல் பருத்திருந்தது. கொஞ்சம் பேருக்கு தலைமுடி நரைத்திருந்தது அல்லது உதிர்ந்திருந்தது. அந்த அளவுக்கு உடல் மாற்றம் ஆண்களிடம் ஏற்படவில்லை.. சலிப்பும் சோர்வும் பெண்களை விட ஆண்களிடம் கொஞ்சம் குறைவாக இருந்தது..இயற்கை ஏன் இப்படி ஒருபாலாரிடம் வஞ்சகம் செய்கிறது என்று குமரவேலுவுக்கு வருத்தமாக இருந்தது.

அன்றைய நாள் அமர்வுகள் முடிந்த பிறகு அறைக்குப்போய் முகம் கழுவிக்கொண்டு கீழே டைனிங் ஹாலுக்கு வந்தவர்கள் அப்படியே வெளியே போவதற்கான ஆயத்தங்களுடனும் வந்திருந்தார்கள். வழக்கம்போலவே பெண்கள் குழுக்களாகப் பிரிந்திருந்தார்கள். அப்படி இரண்டு குழுக்களும், வேறு ஒரு இடத்தில் இரண்டு பெண்கள் தனியாகவும் உட்கார்ந்திருந்தார்கள். முதலில் ஒரு பெண் தான் உட்கார்ந்திருந்தாள். அவள் கையில் அயன் ரேண்ட் எழுதிய 'நீரூற்று'

என்னும் புத்தகம் இருந்ததை குமரவேலுவால் பார்க்க முடிந்தது. அதைப் படித்துக் கொண்டிருக்கும்போது தான் அந்த மற்ற பெண் வந்து உட்கார்ந்திருந்தாள். தான் படித்துக்கொண்டிருக்கும்போது தொந்தரவு செய்ததை விரும்பவில்லையென்றாலும் ஒரு நாகரிகம் கருதி அதைக் காண்பித்துக்கொள்ளாத மாதிரி இருந்தது. அவர்களுக்கு மிக அருகில் குமரவேல் இருந்ததனால் அவர்கள் பேசிக்கொள்வதைக் கேட்க முடிந்தது. அவர்கள் எந்தெந்த ஊர்களிலிருந்து வந்திருக்கிறார்கள், பெயர் என்ன என்கிற மிக சம்பிரதாயமான கேள்விகளாக அவை இருந்தன.. கொஞ்ச நேரம் பேசி விட்டு அந்தப் பெண் போய்விட்டார். இந்தப் பெண்ணிடம் லெளகீக விவகாரங்கள் சம்பந்தமான பேச்சுக்கள் பேசமுடியாது என்பது அந்தப் பெண்ணிற்குத் தெரிந்திருக்க வேண்டும். அயன் ரேண்ட் புத்தகம் படித்துக்கொண்டிருந்த பெண்ணின் பெயர் கமலவேணி.

குமரவேல் உட்கார்ந்திருந்த இடத்திலிருந்து அந்தப் பெண்ணை நன்றாகப் பார்க்க முடியும். ஏன் பேசக்கூட முடியும்... கறுப்பு நிறம்.. பெண்களின் சாதாரண உயரத்திலிருந்து கொஞ்சம் ஜாஸ்தி உயரம்.. மிக லட்சணமான முகம். கொஞ்சம் மங்கிய ஆரஞ்சுக்கலரில் சேலையும், கறுப்பு ஜாக்கெட்டும் அணிந்திருந்தாள். ('என்ன வேணி இந்த கலர் சேலைக்குப் போயி கறுப்புக் கலர்லே ப்ளவுஸ் எடுக்கறே. மேட்ச்சா இருக்குமா?... 'இருக்கட்டுமே... எனக்குப் புடிக்குது... எடுக்கறெ..') மற்ற பெண்களெல்லாம் அமர்வு முடிந்தவுடன் தங்கும் விடுதிக்குப் போய் முகம் கழுவி புடவையை மாற்றி சுடிதார் அல்லது சவுகரியமான வேறு உடைக்கு மாறி வந்திருந்தார்கள். ஆண்கள் டீ ஷர்ட்டுக்கு மாறியிருந்தார்கள். இந்தப் பெண் அறைக்குப் போகவில்லை.. எப்படா அமர்வு முடியும்.. எப்பப் படிக்கலாம் என்று புஸ்தகத்தைப் பையிலேயே வைத்துக்கொண்டிருந்திருக்க வேண்டும்.. இப்படி ஒரு சுதந்திரம் எப்போது கிடைக்கும் என்று பார்த்துக் கொண்டேயிருந்து நேரம் கிடைத்த உடன் புத்தகத்துடனான குதூகலம்..

'அயன் ரேண்ட் படிக்கிறீங்க போல இருக்கு...?'

முகத்திற்கு நேராக இருந்த புத்தகத்தைக் கீழே இறக்கி குமரவேல் முகத்தைப் பார்த்தாள்..

'ம்ம்ம்.....'

இரண்டு கண்களையும் மேலே உயர்த்தி இலேசாகப் புன்னகை செய்தாள். எந்த விதமான செயற்கைத்தன்மையும் இல்லாமல் தெளிவான செய்தியைத் தருவதாக இருந்தது அந்தப்புன்னகை..

○○○

'மிக்க நன்றி நண்பரே! அனல்காற்று வீசுகிற இந்தப் பாலைவனத்தில் உங்களது மாதிரியான இரண்டொரு சொற்கள் தான் ஆசுவாசம் தருகின்றன.. இந்த நெடுந்தூரப்பயணத்தில் நம்மைப் போன்றோர் கை கோர்க்கும் வாய்ப்புக்கிடைக்கும்போது தான் பயணத்தைத் தொடர கொஞ்சம் உற்சாகம் கிடைக்கிறது..'.

'கை கோர்ப்பதா? என்ன விளையாடுகிறீர்களா? இது பொது இடம்.. நாம் ஒரு நிறுவனத்தின் ஊழியர்கள்.. இரண்டு பேருமே மத்திய வயதுக்காரர்கள். நான் ஆண்.. நீங்கள் பெண்.. கை கோர்ப்பது எப்படி சாத்தியம் தோழியே..?'

'உங்கள் மனம் எத்தனை திரைகளால் மூடப்பட்டிருக்கிறது நண்பரே! இப்போதே நான் உங்களைப் படுக்கைக்கு அழைப்பது மாதிரியல்லவா பதட்டப்படுகிறீர்கள்..'

'மன்னிக்கவும்... இப்போது நான் பேசுகிற பாஷையும். தெரிவிக்கிற அபிப்பிராயமும் முழுசுமாக என்னுடையதல்ல... என்னைப் போன்றே பல பேர் காலங்காலமாகப் பேசியதால் அதில் நிறையத் துருப்பிடித்து விட்டது. மட்டுமல்லாமல் எனது பார்வை தனியானதல்ல.. அதில் சுலோச்சனா, ராகுல், ப்ரீத்தி, வனிதா என்ற பல பார்வைகள் பிரிக்க முடியாமல் கலந்திருக்கின்றன'

'கவலைப்படாதீர்கள்.. என்னுடைய நிலைமையிலும் பெரிய வித்தியாசமில்லை.. அப்பாவியானாலும் பாலசுந்தரம் எனது பார்வையில் இணைந்தே இருக்கிறார். மகள் ரேஷ்மாவும் அதில் உண்டு'

'முன்பு போல பளபளப்பில்லாத, காதின் ஓரத்தில் நரைமுடிகள் தெரிகிற உங்கள் முகத்தில் நான் முத்தமிடட்டுமா தோழியே?'

'என் புன்னகையில் உங்கள் கேள்விக்கு விடை தெரியவில்லையா நண்பா..?'

○○○

'ஏங்கேக்கறீங்க... அயன் ரேண்ட் படிக்கக்கூடாதா..?'

'அப்படியில்லே... வழக்கமா சின்ன வயசுப்பொண்ணுக தா அயன் ரேண்ட் படிப்பாங்க.. குறிப்பா கல்யாண வயசுலே இருக்கற நல்ல வேலயில் இருக்கற பொண்ணுங்க..'

'அப்படின்னா சொன்ன பேச்சுக்கேக்காத அடங்காப்பிடாரிப் பொண்ணுங்க..'

'நா அப்பிடிச்சொல்லலே.... உண்மைலே இது பொண்ணுங்களுக்கு மட்டுமில்லே.. பசங்களுக்கும் பொருந்தும்.. அயன் ரேண்ட் பொம்பளையா இருந்தாலும் அவர் உருவாக்குன கதாபாத்திரம் ஆம்பள தான... அவந்தான நம்மளப்பாத்து..'ஏண்டா... செம்மறியாடு மாதிரி சாஞ்ச பக்கமே சாயறீங்க.. புதுசா ஒரு தடத்தக் கண்டுபிடீங்களேண்டான்னு சொல்றான்...'

'அங்க கூட ஆம்பளயத்தான காமிக்கறாங்க.. ஒரு பொம்பள சாதிக்கறான்னு சொல்லல... இல்லீங்ளா.. மிஸ்டர்...

'வேலு... குமரவேலு... பொதுவா என்ன வேலுன்னு கூப்புடுவாங்க...'

'நீங்க சென்னை ஆஃபீசா..?'

'இல்லே பெங்களூர்...'

'நீங்க..?'

'சொந்த ஊர் தமிழ்நாடுதான்... இப்ப ஜோத்பூர்லே..'

இப்போது வேலு அந்தப் பெண்ணின், வேணியின், பக்கத்திலேயே வந்து உட்கார்ந்தான். மனித நாகரிகமும், இந்திய தமிழ் மத்தியதர வர்க்கமும் விதித்திருந்த எல்லா வரம்புகளுக்கும் உட்பட்டு (மனித நாகரிகம் மற்றும் மத்தியதர வர்க்க மரபுகளான இவற்றை 'மநாமதவ' மரபுகள் என்று சுருக்கமாக அழைக்கலாம்) அவர்கள் தங்களைப் பற்றிய விவரங்களைப் பரிமாறிக்கொண்டார்கள். போபால் நகரத்தின் அழகும், இன்னும் மீதமிருந்த அந்த மாலையும் நிச்சயமாக அவர்கள் ஒன்றிணைவையும், உரையாடலையும் மேலும் அர்த்தமுடையதாக ஆக்குபவை தான். ஆனால் மேற்கூறிய நாகரிகம் மற்றும் வரம்புகள் ('மநாமதவ மரபுகள்' பிரச்சினையாக இருந்தன. எனவே தாங்கள் ஒருவரை ஒருவர் சந்தித்தது மிக சாதாரணமான ஒரு நிகழ்வு என்று பாவனை பண்ணிக்கொண்டு அன்றைய நாள் அவர்கள் பிரிந்தார்கள்.

அடுத்த நாள் ஒரு விடலைப்பருவத்திலிருக்கும் ஒரு பள்ளிமாணவனைப் போல குமரவேல் கொஞ்சம் முன்னாலேயே போய் அறைக்குள்ளே நுழைபவர்கள் பார்வையில் எளிதாகப்

படும்படி உட்கார்ந்து கொண்டான்.. எதிர்பார்த்தபடியே வேணியும் சற்று முன்னதாகவே வந்தாள். அறையில் நுழைந்ததும் கண்கள் குமரவேலுவின் முகத்தைத் தேடின. அங்கிருந்து ஆரம்பித்து குமரவேலுவின் முன்னாலிருந்த நாற்காலிக்கு வந்து சேரும் வரை குமரவேலுவை நோக்கிய ஒரு புன்னகை வேணியின் முகத்தில் இருந்தது

இது தான்... இது தான் வேணி.. இந்தப் புன்னகை தான் இழந்துபோன எல்லாவற்றையும் மீட்டுக்கொண்டு வருகிறது. மநாமதவ மரபுக்குட்பட்டு இந்தப் புன்னகையை வழங்கியதற்காக உங்களுக்கு மிகவும் நன்றி கூறுகிறேன். இந்தக்குறுஞ்சிரிப்புத்தான் தாண்ட முடியாத பள்ளங்களையெல்லாம் தாண்டிச்செல்ல உதவுகிற மின்னல் வெளிச்சம்.. இதில் பாதை மாறிப் போக என்ன இருக்கிறது? உனது நான்கு சுவர்கள் எப்படி வரையறுக்கப் பட்டிருக்கின்றன என்பதில் தான் உனது பிம்பங்கள் பாதுகாக்கப்படுகின்றன. ஆத்மாவை எந்த சுவர்களுக்குள் அடக்குவாய்? இந்தக் குறுஞ்சிரிப்பைக் கொண்டு வருவதற்காக உனது மநாமதவ மரபுக்குள் நீ எத்தனை கஷ்டபட்டிருப்பாய் என்பதை நான் அறிவேன் வேணி... அதேசமயம் ஒரு காட்டாறு வேனல் உண்டாக்கியிருந்த எல்லாக்கசடுகளையும் அடித்துக்கொண்டு தானே ஒரு கசடாக மாறி ஓடிய பிறகு தான் தெளிந்த நீர் ஓடுகிறது என்பதையும் அறிவேன்.. உனக்குள் பல பருவத்து வேனல்கள் உருவாக்கியிருந்த கசடுகளையெல்லாம் அடித்துக்கொண்டு போனபிறகு உருவான அந்தக் குறுஞ்சிரிப்பு எவ்வளவு பவித்திரமானது? பன்னிரண்டாண்டுகளுக்கு ஒரு முறை பூக்கும் குறிஞ்சியைப் போல எவ்வளவு அபூர்வமானது? இது பாலசுந்தரத்திற்காகவும் உருவாகியிருக்கலாம். எனக்காக உருவாகியது என்பது தற்செயலானது தான்..நாளை இன்னொருவருக்காகவும் இது உருவாகலாம். மநாமதவ மரபுகளுக்குட்பட்டு வெளிப்படுகிற பட்சத்தில் இதில் அருவருப்பு எதுவும் கிடையாது, இது வெறும் மருந்து.. நோயின் தாக்கத்திலிருந்து தாற்காலிகமாகவோ, நிரந்தரமாகவோ விடுபடுவதற்கான மருந்து. ஒரு மருந்துக்கான மரியாதை இதற்கும் தரப்படவேண்டும். செவிலியர்களின் பரிசத்தில் விரசத்தைக் காண்பவன் எப்படி மனிதனாவான்?

அந்தக் குறுஞ்சிரிப்பின் கால அளவு ஒரு முப்பது செகண்டுகள் இருக்கலாம். அறைக்குள் நுழைவதிலிருந்து தனது நாற்காலிக்கு வருகிற வரையான தூரம் ஒரு இருபது அடிகள் இருக்கலாம். ஆனால் அந்த நேரத்தில் தான் ஆன்மப்பட்சி அந்தச் சிறிய கூண்டிலிருந்து வெளியே வந்து சிறகடித்துப் பறக்கிறது. அது பறக்கும் காலம் அனாதி

காலம்.. ஒரு நிமிடம் என்பதையும், ஒரு யுகம் என்பதையும் யார் தீர்மானித்தார்கள்? நேரம் என்பது ஒரு மோசடிக்கருத்து என்பதை எத்தனை முறை உணர்ந்திருக்கிறோம்! அது பறக்கும் இடம் இந்த முழுப் பிரபஞ்சம்.. மழைக்கும், காற்றுக்கும், இருட்டுக்கும், வெளிச்சத்திற்கும் அப்பாற்பட்ட ஒரு பிரதேசம்.. இந்தக் குறுஞ்சிரிப்பை உதிர்த்தது வேணி என்கிற கரிய நிறமுள்ள, மத்தியதர வயதுடைய, சாதாரண முகவெட்டுள்ள, சராசரியான புத்திகூர்மையுடைய ஒரு பெண்.. பல இருண்ட இரவுகளில் இந்த முகம் பார்வையாலும், ஸ்பரிசத்தாலும் துய்க்கப்பட்டிருக்கும்.. பல சந்தர்ப்பங்களில் இந்தக் கரிய நிறம் பரிகாசம் செய்யப்பட்டிருக்கும்.. பல கட்டங்களில் இந்த வயது அவமதிக்கப்பட்டிருக்கும்.... ஏன் இந்த முகம் கொண்டிருக்கும் வாயிலிருந்து துர்நாற்றம் வீசவில்லையென்பது என்ன நிச்சயம்? இவையெல்லாம் இந்தக் குறுச்சிரிப்புக்கு ஒரு பொருட்டே இல்லை.. இந்த பூமியில் வந்து விழுந்தபிறகு சிசு மிதந்து விளையாடிய பனிக்குடத்தையும், அது வெளியே வந்த பாதையையும் பற்றி யார் நினைத்துப் பார்க்கிறார்கள்? ஆயிரமாயிரம் சந்தோஷங்களைக் கொண்டல்லவா அது இந்தப் பூலோகத்திற்கு வருகிறது? அது போலத்தான் இதுவும்.

நமது மநாமதவ மரபுகளில் எந்த வித சமரசமும் இல்லையல்லவா வேணி ? தனது குரலை அமுக்கி விடுவார்கள் என்று ஒருபோதாவது குயில் தனது கூவுதலை நிறுத்தியிருக்கிறதா? தனது பீலிகளை ஒடித்துவிடுவார்கள் என்று மேகம் கண்ட மயூரம் எப்போதாவது தனது நடனத்தை நிறுத்தியிருக்கிறதா ?

அதை ஒரு பயிற்சிப்பட்டறை என்று சொல்லலாம். தொழில் ரீதியான, அனுபவ ரீதியான பல உரைகள் அந்த நிறுவனத்தின் மேலதிகாரிகளும், வேறு பல நிறுவனத்தைச் சார்ந்தவர்களும் நிகழ்த்தினார்கள். பெரும்பாலும் அலுவலக நிர்வாகத்தைச் சார்ந்தவர்களாக இருந்தாலும் நிறுவனம் பற்றிய முழுமையான 360 டிகிரி புரிதல் இருக்க வேண்டும் என்பதற்காக நிறுவனத்தின் எல்லா அம்சங்களைப் பற்றியும் தகவல்கள் பறிமாறிக்கொள்ளப்பட்டன. உணவு தென்னிந்திய, வட இந்திய. ஐரோப்பியப் பாணியில் அமைந்ததாக எல்லோருக்கும் பிடித்தமானதாக இருந்தது. ஒன்றிரண்டு நாட்களில் மாலையில் மதுவுடனான சிறப்பு விருந்து கொடுக்கப்பட்டது. கம்பெனி நிர்வாகத்தின் மூத்த அதிகாரிகள் அதில் கலந்து கொண்டார்கள். குமரவேலுவுக்கு மிகுந்த சிரமத்தைக் கொடுத்த விருந்துகள் அவை. அவனுடைய மிருக இச்சையை வெகுவாகச் சோதிக்கும் சந்தர்ப்பங்கள்.

எல்லாமே இலவசம் என்பதால் அளவுக்கு அதிகமாகக் குடிப்பதும், சாப்பிடுவதும் வழக்கமாகிப் போய்விட்டது. இதில் தான் செய்வது அதிகம் என்பதால் தான் குடிப்பதையோ, சாப்பிடுவதையோ யாரும் பார்த்துவிடக் கூடாது என்பதில் அதிக கவனம் எடுத்துக் கொள்வான். இத்தகைய விருந்துகள் தொழில் ரீதியாகவும், தனிப்பட்ட முறையிலும் இருக்கும் உறவுகளை மேம்படுத்துவதற்காகத் தரப்படுபவை.. எனவே இவற்றில் உரையாடல் மிக முக்கியத்துவம் வாய்ந்ததாக இருக்கும். சிறு சிறு குழுக்களுக்கிடையிலேயான உரையாடல். இது இந்தியப்பாணியிலானதா அல்லது ஐரோப்பியப்பாணியிலானதா என்று சொல்ல முடியவில்லை. எப்படியானதாக இருந்தாலும் குமரவேலுவுக்கு இது மிகுந்த எரிச்சலைக்கொடுக்கும்.. 'வர்றதே குடிக்கறதுக்கும், திங்கறத்துக்கும் தானே... இதுலே ப்ரைவேட் டிஸ்கஷன் என்ன போட்டுக் குசுக்குது..' என்பது அவனுடைய கேள்வி.. எனவே விருந்து ஆரம்பமாகும்போதே அங்கே போய் மதுவகைகள் வைக்கப்பட்டிருக்கும் இடம், பரிமாறப்படும் உணவு வகைகள் என்பவற்றைப் பற்றி ஒரு சர்வே நடத்தி விடுவான். பிறகு ஓரமாக உள்ள மேசையில் உட்கார்ந்து கொண்டு அங்கு வருகிறவர்களிடம் சம்பிரதாயமாக சில வார்த்தைகள் பேசுவான். விருந்தின் ஆரம்பத்தில் வந்த விருந்தினரைப் பற்றி ஒரு சிறிய அறிமுகமும், பிறகு அவருடைய சிறிய ஓர் உரையும் இருக்கும். அவர் தனது உரையாடலில் குறிப்பிட்ட சில அம்சங்களைப்பற்றி அவருடன் நேரடியாக உரையாடிக்கொள்ளலாம் என்று ஆற்றுநர் சொல்வார். அதை மிகவும் சீரியசாக எடுத்துக் கொண்டு சிலர் அவர் பின்னாலேயே போவார்கள். அதே விஷயத்தைப் பற்றி சில குழுக்களும் தனியாக விவாதித்துக் கொண்டிருப்பார்கள். குமரவேலுவுக்கு இது பிரமிப்பாக இருக்கும். காரணம் இவ்வளவு தீவிரமாக ஒரு விஷயத்தைப் பற்றி யோசிப்பதும், விவாதிப்பதும் எப்போது நிகழ்கிறது? ஷிவாஸ் ரீகல், ஜானி வாக்கர், ஸ்மெர்ன் ஆஃப், மார்ஃபீயஸ், கிங் ஃபிஷர் போன்ற தேவ பானங்களும், அவற்றோடு சேர்ந்து சாப்பிட ஷீக் கபாப், சிக்கன் டிக்கா, பன்னீர் டிக்கா, லாலி பாப், சாசேஜ், ஃபிஷ் மஞ்சூரியன், சலாமி போன்ற அற்புதப்பண்டங்களும் இருக்கும்போது தான். அப்படியானால் அவற்றை ருசித்து அனுபவிக்காமலிருக்கும் அளவுக்கு இருக்கும் அவர்களது அர்ப்பணிப்பு மனப்பான்மை பிரமிப்பில்லாமல் வேறு என்ன?

இந்த அயிட்டங்கள் எல்லாமே மனிதனின் ஆதிகால உணவுப்பழக்கத்தை நினைவு படுத்துபவை. குமரவேலுவின்

கலாச்சாரப்பின்னணியோடு நெருக்கம் கொண்டவை. மாசிமாதத்தில் முனியாண்டி அப்புச்சிக்குக் கெடாய் வெட்டி விருந்து வைத்த பிறகு மீதமிருக்கும் கறியை உப்பு, மிளகு, இஞ்சி போட்டறைத்த களிம்பைத்தடவி வீட்டுக்கு மேல் ஒரு நீண்ட குச்சியில் தோரணமாகத் தொங்கவிடும்போது அதற்குக் காவலிருந்தது, பிறகு அம்மா அதைச் சுட்டுத் தரும்போது அதைப் பள்ளிக்கும்போகும்போதும், பள்ளியை விட்டு வந்த பிறகு விளையாடப்போகும்போதும் கறித்துண்டுகளை டவுசர் சோப்பில் போட்டுக்கொண்டு போய் ரசித்துச் சாப்பிட்டது எல்லாம் அவனது சுயசரிதத்தின் பாகங்கள். இதன் விளைவு கன்னா பின்னாவென்று அவற்றைச் சாப்பிட்டு செரியாக்குணம் பிடித்து அடுத்த நாள் முழுவதும் கஷ்டப்படுவது.. இந்த விஷயத்தில் வேணியும் சுலோச்சனாவைப் போலவே இருந்தாள். எல்லாவற்றிலும் அளவு... கட்டுப்பாடு... கவனம்... முன்னெச்சரிக்கை...

அப்படியெல்லாம் இருந்தும் மனசு ஏன் வேலி தாண்டுகிறது? வேலியா? எது வேலி குமரவேல்? யார் போடுகிறார்கள் வேலியை? வேலிக்குள் அடைபட்டவர்கள் வேலிக்குள்ளேயே இருந்ததாக சரித்திரம் உண்டா? வேலிக்குள் அடைபட்ட பிறகு வேலியைப் புரிந்துகொள்கிற மாதிரி நடித்து, பிறகு வேலியை மதிக்கிற மாதிரி பாவனை செய்து அப்புறம் வேலியை நேசிக்கிற மாதிரிப் பாசாங்கு செய்து... வேலியுடனேயே பந்தத்தை ஏற்படுத்தி.. வேலியுடனேயே அவர்கள் கதையும் முடிந்து விடுகிறது. வேலியை அவர்கள் மனப்பூர்வமாக நேசித்ததாக வரலாறு இல்லை. இது வேலுவுக்கும் பொருந்தும்..சாம்ராஜ்யங்களுக்கும் பொருந்தும்....

வேலி ஏன் இவ்வளவு கவர்ச்சியாக இருக்கிறது? இது கவர்ச்சி இல்லை.. தனக்கென்று விதிக்கப்படும் எந்த நியமங்களையும் முழுமையாக ஏற்றுக்கொள்ளாத சாதாரண மனித இயல்பு.. மனசு என்பது எவ்வளவு பெரிய விஷயம்.. வரலாற்றில் எவ்வளவு பெரிய சாதனைகளை இந்த மனசு சாதித்திருக்கிறது.. எவ்வளவு பேரழிவுகளுக்குக் காரணமாக இருந்திருக்கிறது..ஆக்கத்திற்கும், அழிவுக்கும் இந்த அளவுக்குக் காரணமாக இருக்கும் மனசு எங்கே? யாரோ எப்போதோ எங்கோ போட்டு வைத்த இந்த வேலிகள் எங்கே? ஆனால்.... ஆனால்.. வேலிகள் தான் மன சமாதானத்தைத் தருகின்றன..என்ன தான் சாதனைகள் புரிந்தாலும், எத்தனை தான் வேதனைகள் அடைந்தாலும் கடைசியில் நமக்குத் தேவையானது என்ன? மன சமாதானம் தானே! எனவே இந்த வேலிகளை எப்படி உதாசீனமாகக் கருதமுடியும்?

பயிற்சி போய்க்கொண்டேயிருந்த போது குமரவேலுவின் மனசும், வேணியின் மனசும் வெவ்வேறு தளங்களில் அல்லாடிக்கொண்டிருந்தன. இது வெளிப்பட்ட விதம் தான் வேறு வேறாக இருந்தது.. பயிற்சியின் ஒரு அம்சம் கம்பெனி தயாரிக்கும் பொருளை எவ்வாறு சந்தைப்படுத்துவது என்பது பற்றிய ஒரு விளக்க உரை.. இதைத் தனியாகவும் செய்யலாம்.. இரண்டு மூன்று பேர் கொண்ட ஒரு குழுவாகவும் செய்யலாம்.. வேணி தனக்குத் துணையாக ஒரே ஒருவரை மட்டும் வைத்துக்கொண்டு பல காணொலிக்காட்சிகளுடனும், புள்ளி விவரங்களுடனும் மிகப் பிரமாதமாக அந்த விளக்கவுரையைத் தந்தார்..பயிற்சியில் இருந்தவர்கள் எல்லோரும் அதைப் பாராட்டினார்கள். குமரவேலுவும் பாராட்டினாலும் 'இப்படிப்பட்ட மனநிலையில் எப்படி இந்தப் பெண்ணால் எப்படி இந்த விளக்கவுரையில் இப்படி முழுமையாக ஈடுபட முடிந்தது..?' என்று ஆச்சரியமாக இருந்தது.. குமரவேலு இரண்டு மூன்று பேர் கொண்ட குழுவில் இருந்தார். சொதப்பி விட்டார்கள்

அன்று மாலை ஆச்சரியமாக இருவரும் வெளியே போகும் சந்தர்ப்பம் கிடைத்தது.. பொதுவாகவே ஒரு நகரத்தில் எல்லோரும் பார்க்க விருப்பப்படும் இடங்களைப் பார்க்க குமரவேலுவுக்கு விருப்பம் இருந்ததில்லை.. பெரும்பாலும் வரலாற்று முக்கியத்துவம் வாய்ந்த இடங்களையே தேர்ந்தெடுப்பதுண்டு. அங்கு போவதற்கு முன்னால் அதைப் பற்றிய பல செய்திகளையும் படித்துக் கொண்டுபோவார். இந்த முறை அதற்கான நேரம் கிடைக்கவில்லை. மனநிலையும் ஒத்திருக்கவில்லை. எனவே கொஞ்ச நேரம் சோம்பேறித்தனமாக படுத்திருந்து விட்டு டீ குடிக்கலாம் என டைனிங் ஹாலுக்கு வந்தபோது அங்கே வேணி அதே அயன் ரேண்ட் புத்தகத்தைப் படித்துக்கொண்டிருந்ததைப் பார்க்க முடிந்தது.. விடுதி முழுவதும் காலியாக இருந்தது.. எல்லோரும் வெளியே போயிருக்கிறார்கள்.. உள்ளே சமையலறையில் மெல்லிசான உரையாடலும், பாத்திரங்களின் ஓசையும் கேட்டது.

'இன்னம் நீங்க அயன் ரேண்டை விடலே போல இருக்கு..'

எதிரில் இருந்த நாற்காலியில் உட்கார்ந்தான்.

'நீங்க நெனைக்கிற மாதிரி அயன் ரேண்ட் மேல எனக்குப் பைத்தியமெல்லாம் கெடயாது.. அந்தம்மா விவாதம் பண்ற மொற புடிச்சிருக்கு.. நீங்க சொன்ன மாதிரி தன்னோட கருத்த நெல நாட்டறதுக்கு ஒரு பொம்பளயவே படைச்சிருக்கலாமே... ஏன்

ஹோவர்டு ரோர்க்குன்னு ஒரு ஆம்பளயப் படைச்சார்னு நாங்கூட நெனச்சுப்பாத்தன்.. இதுலே ஆம்பள.. பொம்பளன்னு வித்தியாசம் என்ன இருக்கு... எல்லாருமே சாதிக்கணும்னு நெனக்கிறாங்க.. எல்லார் கிட்டயும் செம்மறியாட்டு மனப்பான்மையும் இருக்கு... பொம்பளைன்னா பொம்பளக் கதாபாத்தரத்ததா படைக்கணும்னு என்ன எழுதியா வச்சிருக்கு...'

'அய்யய்யோ... அதுக்குச் சொல்லலீங்க... பாக்கப்போனா அவனுக்கு எதிரா வேல செய்யறது கூட ஒரு பொண்ணுத்தானே... இந்த மாதிரி சூழ்நிலயெல்லாம் நம்ம நாட்டுலே பாக்க முடியுமா .. நீங்க இதயெல்லாம் படிச்சு இதே மாதிரி இங்கயும் நடக்கணும்னு எதிர்பாத்து ஏமாந்து போயிடுவீங்களோன்னு நெனச்சேன்..'

'ரொம்ப அக்கற..'

'ரொம்ப முன் ஜாக்கிரதயோட எடுக்கப்பட்ட அக்கற..'

'முன் ஜாக்கிரதயோட எடுக்கப்பட்றது உண்மையான அக்கறையாகாது..'

'செரி... இப்பிடியே உக்காந்து படிச்சிட்டிருக்கப் போறீங்ளா..?'

'இல்ல என்ன பண்றதுன்னு தெரியலே..இங்க உக்காந்து படிக்கறதுக்கும், வெளிய போறதுக்கும் நா பெரிய வித்தியாசத்தப் பாக்கறதில்லே..;

'வாங்களேன்... போஜ்தால் ஏரியப்பத்தி ரொம்ப சொல்றாங்க.. போய்ப்பாக்கலாம்..'

'அப்டியா... சரி.. இருங்க .. ரூமுக்குப் போய்ட்டு அஞ்சு நிமிஷத்துல வந்துர்றன்..'

இந்தி மொழியை ஜென்ம வைரியாகப் பார்க்க வேண்டும் என்ற உயரிய சித்தாந்தத்தில் வளர்க்கப்பட்ட குமரவேல் அவர்கள் இருவரும் ரோட்டுக்கு வந்த உடனே வந்து முதல் ஆட்டோவை நிறுத்தி அவனிடம் போகவேண்டிய இடத்தைச்சொன்னதும், அவன் வாடகையை அதிகமாகக் கேட்டபோது வேணி அவனிடம் வாதித்து வாடகையைக் குறைத்ததையும் பார்த்து அசந்து போனான். ஆட்டோவில் ஏறி உட்கார்ந்ததும் அவன் கேட்ட முதல் கேள்வியும் அதைப்பற்றியதாகவே இருந்தது

'இந்தி பொளந்து கட்றீங்க..'

‘உண்மைலே எனக்கு பெங்காலி தா நல்லாத்தெரியும்..எங்கப்பா எக்ஸ்ப்ளோசிவ் டிபார்ட்மென்ட்லே... இருந்தாரு காமெர்ஸ் மினிஸ்ட்ரிக்குக்கீழே இருக்குது அது.. . பெங்கால்லே தான் ரொம்பநாள் இருந்தோம்..பெங்காலி எனக்கு ரொம்பப்புடிக்கும்.. கல்யாணத்துக்கப்புறந்தான் ஜோத்பூருக்குப் போனது.. என்னமோ இந்த பாஷைகள்லாம் தானா நாவுலே வந்து உக்காந்துட்டுது... சரஸ்வதி வந்து உக்காந்தாளோ இல்லியோ பாஷை உக்காந்துட்டுது..’

ஆட்டோ மேற்கு நோக்கிப் போய்க்கொண்டிருந்தது... மாலை நேரத்து போபால் காற்று ரம்மியமாக இருந்தது.

ஒரு தமிழச்சி சுயமாகச் சிந்திக்க வேண்டுமென்றால் தமிழ்நாட்டிற்கு வெளியே தான் வாழ்ந்தாக வேண்டும் போல இருக்கிறது...

‘நீங்க பொட்டு வச்சிக்கறதில்லப் போல இருக்குது..’

முன்னால் விழுந்த முடியை ஒதுக்கி விட்டுவிட்டு அவனையே உற்றுப்பார்த்தாள்.

(திரு. குமரவேல்.. உங்கள் கேள்விக்குப் பல அர்த்தங்கள் இருக்கு..பொட்டு வச்சாத்தான் இந்தியப் பாரம்பரியத்த... தமிழ்ப்பாரம்பரியத்தத் தூக்கிப்புடிச்ச மாதிரியாகும்.. இல்லியா.. ஒரு கன்னியா, ஒரு மனைவியா.. ஒரு தாயா நா முன்ன முன்னப் போய்ட்டேயிருக்கேன் அப்டீன்னு சொல்லுவாங்க... ஒரு வேளை நா உங்களோட மனைவியா இருந்தா பொட்டு வய்க்காம வெளியே போகாதன்னு கண்டிஷன் கூடப் போடுவிங்களோ..?...)

‘வெக்கக் கூடாதுன்னில்லே... சில வேளைகள்லே வெச்சுக்கறதில்லே..எனக்கு அது ஒரு தவிர்க்க முடியாத நிர்ப்பந்தமில்லே’

வேணி சேலை தான் கட்டியிருந்தாள். பெரும்பாலான சமயங்களில் சேலையிலேயே தான் இருந்தாள். சேலை கட்டியிருந்த விதமும் நேர்த்தியாக இருந்தது..தனது கறுப்பு நிறத்திற்குத் தகுந்த மாதிரியான நிறங்களில் தேர்ந்தெடுத்துக் கட்டியிருந்தாள்..ஒரே ஒரு முறை தான் சுடிதாரில் பார்க்க முடிந்தது...அந்த உடை பொருந்தியிருக்கவில்லை.. பயிற்சிக்கு வந்திருந்த ஒன்றிரண்டு பெண்கள் வெளியே போகும்போது டீ ஷர்டும், பேண்டும் அணிந்து போனார்கள். உடை ஒரு வேடிக்கையான விஷயம் தான்.

வேணி ஆட்டோவின் ஓரத்தில் உட்கார்ந்து கொண்டு தனது கைப்பையை நெஞ்சோடு சேர்த்துப் பிடித்துக்கொண்டு வெளியே பார்த்துக் கொண்டிருந்தாள்.

‘ஓரத்தில உக்காந்திட்டிருக்கறது ஜாக்கிரதயா இருக்கணுங்கறதுக்காகவா..?’

‘இருக்கலாம்... எனக்கு எப்பவுமே ஜன்னல் பக்கத்துலே உக்காந்துட்டு வேடிக்கை பாத்துட்டே போறது ரொம்பப் புடிக்கும்... இப்ப அது தான் காரணம்’

ராஜாக்களாலும், ராணிமார்களாலும் ஆளப்பட்டு ஒரு சமஸ்தானமாக இருந்த பழமையான நகரம் என்று சொல்வதற்கு பல சாட்சிகள் வழி நெடுகிலும் இருந்தன..மசூதிகள், மண்டபங்கள், வீடுகள் எல்லாமெ ஒரு பழங்கால சமஸ்தானத்தை நினைவூட்டுவதாக இருந்தது... தாங்களும் கூட அப்படி மறைந்துபோன ஒரு சாம்ராஜ்—யத்தின் பிரஜைகள் தானோ என்று குமரவேலுவுக்குத் தோன்றியது.. உறவுகள் கேள்விக்குட்படாத சாம்ராஜ்யம் எந்தக் காலத்தில் இருந்தது?

ஆட்டோ நின்றது..கண் முன்னால் விரிந்து கிடந்த போஜ்தால் ஏரியைப் பார்த்தபோது பிரமிப்பாக இருந்தது..இது என்ன ஏரியா அல்லது சமுத்திரமா..? ஆண்டவன் நம்ம ஊருக்கு ஏன் இப்படிப்பட்ட ஏரிகளைக் கொடுக்கவில்லை... வேணி இருப்பதையே மறந்து கையைக் கட்டிக்கொண்டு குமரவேல் ஏரியையே பார்த்துக் கொண்டிருந்தான். சலிக்கவேயில்லை..

ஏரியின் வலதுபக்கமாகத் திரும்பி நடக்கத் தொடங்கினார்கள்.

‘உங்க கல்யாணம் நடந்து எத்தன வருசமாச்சு..?

திடீரென்று வேணி இப்படி ஒரு கேள்வியைக் கேட்பாள் என்று குமரவேலு எதிர்பார்க்கவில்லை.

‘ஓ... அதாச்சு பதினாலு வருசம்...’

‘நீங்க உங்க மனைவியோட சந்தோஷமா இருக்கீங்களா?’

இது ஒரு பலமான அஸ்திரம் தான்.. .வேண்டுமென்றே தான் இந்த அஸ்திரத்தை விடுகிறாள். இந்த அஸ்திரம் வரவேண்டுமென்று குமரவேலுவின் புசித்தல் பக்கம் மிகவும் விரும்பியிருந்தது.. இந்த புசித்தல் பக்கம் என்பது குமரவேலுவின் இருண்ட பகுதிகளில் ஒன்று. அவனுடைய முழுக்கட்டுப்பாட்டில் இல்லாதது. எப்போது எதை நோக்கிப் போகும் என்று சொல்ல முடியாதது. மநாமதவத்தின் கட்டுப்பாட்டில் தான் இந்தப் புசித்தல் பக்கம் இது வரை வரம்பு மீறாமல் இருந்ததா என்று தீர்மானமாகச் சொல்ல முடியாது. வரம்பு மீறுதலுக்கான சந்தர்ப்பம் வரவில்லை என்று சொல்வதே

சரியாக இருக்கும். வேணியின் இந்தக் கேள்வி மிகத்தந்திரமானது. ஒரு மத்திய தர வயதுடைய ஆணுக்கு மகிழ்ச்சி என்பது பூரணமாக தாம்பத்தியத்தில் தான் அதன் அந்நியோன்யத்தில் தான் இருக்க வேண்டும். அந்த அந்நியோன்யம் 'எல்லா' அம்சங்களையும் அடக்கிய முழுமையான ஒன்று. மனமும், மனம் தாண்டியும், உடலும் உடல் தாண்டியுமான எல்லாத்தேடல்களையும் இது உள்ளடக்கியது .. சொல்லப்போனால் அந்தத் தேடல்கள் கூட்டுத்தேடல்களாகவே இருக்க வேண்டும். மிகக் குறைந்த இடைவெளிகளே அங்கு இருக்க வேண்டும். இதற்கான நேர்மையான பதிலைத் தான் வேணி எதிர்பார்க்கிறாள். .அதை குமரவேலுவால் நன்றாகப் புரிந்து கொள்ள முடிந்தது..இது அஸ்திர வடிவத்தில் இருக்கிறது... வேணி தந்திரமாகக் கேள்வி கேட்கிறாள் என்கிற அவதானிப்புகள் வேலுவின் புசித்தல் நோக்கிலிருந்து எழுந்தவை. இதுவரை தான் பார்த்த பெண் இனத்தின் பிரதிநிதிகளிலேயே மிகவும் வித்தியாசமான ஒரு பெண்ணைச் சந்திப்பதற்கு கடவுள் உதவியிருக்கிறார். ஆனால் அந்த வாய்ப்பை மண்ணில் போட்டு மிதிக்கிறான்..இன்ன வகை ஆடு, இன்ன வகை மாடு என்று இனம் பிரித்து பட்டியில் அடைப்பதற்குத் தான் அவனது மனம் முதலில் முற்படுகிறது..எல்லாம் சரி... ஆனால் இந்த விஷயத்தில் நேர்மையாக இருப்பது என்றால் என்ன என்பதை மட்டும் தீர்மானிக்க முடியவில்லை.

வேலு திடீரென்று நின்றான். வேணியை மேலும் கீழுமாக அமைதியாக ஒரு பார்வையை விட்டான். அது மிகவும் இயல்பாக இருந்தது.. பரிச்சயமான பிறகு அடுத்த நாள் அமர்வுக்கு வந்தபோது வீசிய அதே மந்திரப்புன்னகை இப்போதும் வேணியின் உதடுகளில் அரும்பியது.

'சிவபெருமானே வந்தாலும் இந்தக் கேள்விக்கு நேர்மையான பதிலச் சொல்ல முடியாது..'

'ஏன்,,,, உங்க தமிழ்க்கடவுள் முருகனே கூடச் சொல்ல முடியாதுன்னு சொல்லுங்களேன்..'

'அதென்ன.. 'உங்க தமிழ்க்கடவுள்'... நீங்க தமிழர் இல்லியா... உங்குளுக்கு முருகன் கடவுள் இல்லியா..?'

'சாதாரணமாவே சாமிகள் கிட்ட இருந்து கொஞ்சம் வெலகி இருக்கறது வழக்கம்..'

ஒரு இளம் தம்பதி குழந்தையை பெராம்புலேட்டரில் வைத்துத் தள்ளிக்கொண்டு வந்தார்கள்..வண்டி சற்று நின்றது.. அந்தப் பெண் தனது கைப்பையில் எதையோ தேடிக்கொண்டிருந்தாள்.

கடந்து வந்த சிமெண்ட் பெஞ்சில் உட்கார்ந்திருந்த ஒரு வயதான தம்பதியினர் எதைப் பற்றியோ பலமாக விவாதித்துக் கொண்டிருந்தார்கள். கரைக்கு மிக அருகில் போய்க்கொண்டிருந்த ஒரு படகிலிருந்து பலமான ஆரவாரம் கேட்டது..

'மேலே ரோட்டைச் சுத்தியே கொஞ்ச நேரம் நடக்கலாமா?'

வேலுவுக்குப் புரியவில்லை.. ஏரியின் ஓரமாக நடப்பது சவுகரியமாகவும், சந்தோஷமாகவும் இருந்தது.. படிகள் ஏறி மேலே போய் நடந்தால் வாகனங்களின் ஓசையும், புகையும் ஏரியை அனுபவிக்க விடாது..

மேலே ரோட்டுக்குப் போக பத்திருபது படிகள் ஏற வேண்டும். வேணியை விட வேலு வேகமாகவே ஏறினான். நாலு படிகள் முன்னே போய் திரும்பி வேணி ஏறுவதற்காக தனது வலது கையை நீட்டினான். வேணி தலையை உயர்த்திக் கொஞ்ச நேரம் அவனை உற்றுப்பார்த்தாள். பிறகு லேசான புன்னகையுடன் கையை நீட்டினாள். வேலுவின் கையைப் பிடித்துக்கொண்டு இரண்டு படிகள் ஏறிய வேணி பிறகு கையை விடுவித்துக் கொண்டு தானாகவே ஏறினாள். இருவருமே அதை மிகவும் இயல்பாக எடுத்துக் கொண்டதாகக் காண்பித்துக் கொண்டார்கள்.

இல்லை வேலு.. இல்லை.. நிச்சயமாக இது இயல்பானதில்லை.. இதற்கு முன்னால் எத்தனையோ பெண்களுடன் கை குலுக்கியிருக்கிறாய்.. ஏன் லேசாக அணைத்தும் கூட அன்பைத் தெரியப்படுத்தியிருக்கிறாய்.. அவையெல்லாம் அலுவல் நிமித்தமாகவும், ரத்த சொந்தம் மூலமாகவும், நட்பின் அடையாளமாகவும் நிகழ்ந்தவை. நிஜத்தில் அவை சாரீரத் தொடர்புகள் அல்ல.. சில நொடிகளே நீண்டு நின்றாலும் இது முற்றிலுமான சாரீரத்தொடர்பு. உங்களது மன உறுதி, சம்சயங்கள், ஞாபகங்கள், பணிவு, ஞானம், கோபம், பயம், ஒழுக்கம், தாபம், கருணை என இவை எல்லாமும் ஒரு சேர எழுந்து நின்று இனி என்ன செய்யப்போகிறாய் என்று அச்சத்தோடும், பதட்டத்தோடும் கவனித்துக் கொண்டிருக்கும் தருணம் தான் அது.. நிலம், நீர், காற்று, அக்னி,ஆகாயம் என பஞ்சபூதங்களின் திடீர் வெளிப்பாட்டை அந்த சில நொடிகளில் நீ உணரவில்லையா என்ன? இப்போது இது மநாமதவக் கோட்பாட்டுக்கு உட்பட்டு நடந்திருக்கிறதா என உன்னால் உறுதியாகச் சொல்லமுடியாது..

.... ஆர்ப்பரித்து எழும்போது தானே பஞ்சபூதங்களின் பண்புகள் புரிகின்றன. மநாமதவக் கோட்பாடுகள் மாதிரி பஞ்சபூதங்களைக்

கட்டி வைக்கும் சக்தி ஏதாவது உண்டா? பஞ்சபூதப் பண்புகளை எதிர்கொள்ளாவிட்டால் இந்த திரேகம் வெறும் கூடல்லவா? எந்தத் தற்காப்பும் இல்லாமல் நீ நின்று கொள்ள வேண்டும். இந்தப் பஞ் சபூதங்கள் உன் உடலுக்குள் ஊடுருவிக் கடந்து செல்ல வேண்டும்.. அது உன்னைக் கடந்து சென்ற பிறகு உனது பவித்திரம் முழுமையாக உன்னிடம் தங்கியிருக்க வேண்டும்.. இந்தப் பவித்திரத்தை வைத்துக் கொண்டு என்ன செய்யப்போகிறாய் குமரவேல்? எந்தச் சந்தையில் இது விலை போகும்?

மாட்டுக்கூட்டத்தைக் கைப்பற்றுவதே வீரத்தின் அறிகுறியாகக் கொண்ட காலத்தில் அந்த மாடுகளின் பவித்திரத்தை யார் நினைத்துப் பார்த்தார்கள்? மேய்ச்சலுக்குப் போவதும், பால் தருவதும் தானே அதனுடைய தருமமாக இருந்தது? எந்த எசமானன் அதை வேறுவகையாக நினைத்துப் பார்த்திருப்பான்? தனது தருமம் இது என உணர்ந்த பசுவுக்கு யார் எசமானனாக இருந்தால் தான் என்ன? நீ யார் குமரவேல்? பசுவா? எசமானனா? மேய்ச்சலுக்குப் போவதையும், பால் தருவதையும் தவிர்த்த வேறோர் தருமத்தைக் கொண்டிருக்கும் பசு வம்சம் ஏதாவது இனிமேல் வரப்போகிறதா என்ன?

இத்தனை தென்னை மரங்கள் இருந்தும் அதனடியில் இத்தனை பேர் நடந்துசென்றும் தேங்காய் தலை மீது விழுந்து செத்துப்போனவர்கள் எத்தனை பேர்? தருமம் எல்லா சேதன, அசேதனப்பொருட்களுக்கும் விதிக்கப்பட்டிருக்கிறது மகனே! இல்லை விதிக்கப்படவில்லை.. அவை அவற்றுக்கே இயல்பாக அமைந்திருக்கின்றன.. இதில் எதை நீ மாற்றி விட முடியும்? அத்தனை தண்ணீரையும் கரைக்குக் கொண்டுவந்துவிடுகிறேன் என்று எத்தனை நூற்றாண்டுகளாக இந்த அலைகள் சத்தியம் செய்து கொண்டிருக்கின்றன? இனி தண்ணீரே சுரக்காது என்று வறண்டு போன கிணறுகளிலும் நீரூற்றுத் தோன்றவில்லையா?

வேணி மேலே நடந்து வரும்போது குமரவேல் அவளது ஸ்பரிச அனுபவத்தையே நினைத்துக் கொண்டிருந்தான். மென்மையுமில்லாத, சொரசொரப்பும் இல்லாத ஒரு மிருதுத் தன்மை அந்த ஸ்பரிசத்திற்கு இருந்தது. ஒரு மத்தியதர வயதுப் பெண்ணின் உள்ளங்கைக்கு உண்டான இயல்பு அது.. தானாக மேலேறி ரோட்டை அடைந்த வேணி ஏரியின் பக்கம் திரும்பி அங்கே தடுப்புக்காகப் போடப்பட்டிருந்த நீண்ட இரும்புக்குழாயின் மீது முழங்கையை வைத்துக் கொண்டு ஏரியையே பார்த்துக் கொண்டிருந்தாள்.

வேலுவின் கையைப் பற்றியதற்கான எந்த பின் அனுபவப் பாதிப்பும் இல்லாமல் அவளது பார்வை ஏரியின் மீதே இருந்தது. இது ஏரியா, சமுத்திரமா? தன்னிடம் சரணடைந்தவற்றைப் பாதுக்காப்பதில் இரண்டுமே ஒன்று தானே?

‘நானும் அதே கேள்வியை உங்க கிட்டக் கேட்டா..?

‘ஐயோ... பாலசுந்தரம் ஒரு பாவம்... நெறயப் படிச்சிருக்குது... நல்ல வேலயில இருக்குது..எங்கிட்ட ப்ரியமா இருக்குது...’

‘என்ன அது இதுன்னு அஃறிணைலே பேசறீங்க...’

‘என்னமோ தெரியலே... மொதல்லேருந்தே அத ஒரு மொசக்குட்டி மாதிரித்தான்.. பாத்த ஒடனே மார்போட சேத்து கட்டி அணைச்சுக்கத் தகுந்ததாத்தான் நெனச்சுக்குவேன்... அப்பிடித்தானே இருக்கணும்...’

‘சுலோச்சனாவைப் பத்தி என்னாலே அப்பிடிச் சொல்ல முடியாது...’

தன் மனதில் ஏற்பட்ட தடுமாற்றத்தை வேணி எந்த வகையிலும் வெளிக்காட்டிக் கொள்ளவில்லை. கடைசியில் வேலுவும் ஒரு சராசரி மனிதன் தான் என்பதை அவளால் ஏற்றுக்கொள்ள முடியவில்லை.. எப்படி அவனிடம் தனக்கு ஓர் ஈர்ப்பு ஏற்பட்டது என்பதை நினைத்து ஆச்சரியப்பட்டாள். அதே சமயம் அவன் சொல்வது முறையில்லாதது என்று முற்றிலுமாக ஒதுக்கித் தள்ளவும் அவளால் முடியவில்லை.. தனக்கு வலது புறம் நின்று கொண்டு ஏரியைப் பார்த்துக்கொண்டிருந்த வேலுவை முகம் திருப்பிப் பார்த்தாள் வேணி..

‘.........’

வேலு தன் சங்கடத்தை உணர்ந்தான். வாழ்க்கை முழுவதிலுமே தான் தவிர்க்க நினைக்கும் பார்வைகளில் ஒன்றாக அது இருந்தது.

ஆரம்பத்திலிருந்தே அவர்களது உரையாடல் ஆங்கிலத்திலும் தமிழிலுமாக நடந்தது. வேணியின் ஆங்கிலம் சற்று மிரட்டுவதாக இருந்தாலும் வேலு சமாளித்தான். தனது இனக்குழு சமுதாயத்தைப் போன்ற ஒரு பின்னணியிலிருந்து வருகிற ஒரு பெண்ணாக இருந்ததால் அவளுடன் தமிழில் பேசும்போது ஒரு கிளர்ச்சி ஏற்படுவதை அவனால் உணர முடிந்தது. மும்முரமாக நடக்கும் ஒரு போரில் மூன்றாம் நாள் அல்லது நான்காம் நாள் இறுதியில் பாசறையில் ஒரு பெண் தளபதியோடு போர்த்தந்திரங்களை விவாதிக்கும் அனுபவம் அதில் கிடைத்தது. இப்போது இந்தப் பார்வையின் மூலமாக அவனது

போர்த்தந்திரங்களில் ஒன்றை முற்றிலும் பிரயோஜனமில்லாதது என்று தூக்கிக் கடாசிவிடும் போக்கை அந்தப் பார்வை வெளிப்படுத்தி விட்டது.

மாலை தன் நிறமிழந்து இரவிடம் சரணடையத் தயாராகிக் கொண்டிருந்தது.. தங்களுக்கேயுரிய தனித்த ஓசையை எழுப்பியபடி பறவைகள் கூடு நோக்கிப் போயின.

விடுதிக்குத் திரும்பும் திட்டமேதுமில்லாமல் மீண்டும் படிகளிலேயே இறங்கி ஏரிக்கரைக்கு வந்தார்கள். கரையோரமெங்கும் மின் விளக்குகள் எரியத்தொடங்கியிருந்தன. ஆங்காங்கிருந்த சிமெண்டுப் பெஞ்சுகளில் பெரும்பாலும் இளம் ஜோடிகளும், சில குடும்பங்களும் இருந்தார்கள்.. அவைகளில் சில காலியாகிக் கொண்டிருந்தன..

ஒரே வரிசையில் காலியாக இருந்த மூன்று பெஞ்சுகளில் நடுவே இருந்த பெஞ்சின் முன்னால் வேலு நின்றான். வேணியும் நின்றாள். அவன் கையைக் காண்பித்து தானே முதலில் போய் அங்கே உட்கார்ந்து கொண்டான். இடையே போதுமான இடைவெளி இருந்தது. இந்தக் கணங்கள் தனக்கு விவரிக்க முடியாத ஒரு சந்தோஷத்தைக் கொடுத்தாலும் மேற்கொண்டு என்ன பேசுவது என்று தெரியாமல் அமைதியாக இருந்தான் குமரவேல். வேணியின் மனநிலை என்னவாக இருக்கும் என்று வேலுவால் புரிந்து கொள்ளவே முடியவில்லை.. தான் அழைத்த போது தன்னுடன் வந்தார் என்பதை மட்டுமே புரிந்து கொள்ள முடிந்தது. ஆனால் அது கூட ஒரு பெருவணிகக் கலாச்சாரத்தின்பாற் பட்டது என்று வைத்துக் கொள்ளலாம்.. ஒரு பயிற்சிமுகாம் நடக்கிறது. பங்கேற்பாளர்கள் எல்லோருமே நிறுவனத்தின் முன்னேற்றத்திற்காக உழைத்தவர்கள்... உழைத்துக் கொண்டிருப்பவர்கள்.. நிறுவனம் அவர்கள் பங்களிப்பை அங்கீகரித்து வந்திருக்கிறது.. பல வகைகளிலும் அவர்களை நன்றாக கவனித்துக் கொள்கிறது. திறமையிலும், பங்களிப்பிலும் ஆண், பெண் என்கிற பேதமில்லை.. இப்போது கூட இது பயிற்சி முகாம் என்று சொல்லப்பட்டாலும் பெரும்பாலான சமயங்களில் இது ஒரு தீவிரமான கருத்துப் பரிமாற்றம், அனுபவப்பரிமாற்றம் என்று தான் சொல்ல வேண்டும். காரணம் அழைக்கப்பட்ட சிறப்புப்ப—யிற்சியாளர்களை விட பங்கேற்பாளர்கள் கள அனுபவம் மிக்கவர்கள்.. அவர்களது கருத்துக்கள் மதிக்கத்தக்கவை.

இப்போது ஓய்வு நேரத்தின்போது பங்கேற்பாளர்கள் வெளியே வந்திருக்கிறார்கள்.. கருத்தரங்குகள், பயிற்சிமுகாம்கள் முதலியவற்றில் அமர்வின்போதும், அரங்கத்திற்குள்ளேயும் தான்

கருத்துப் பரிமாற்றங்கள் நடக்க வேண்டும் என்பதில்லை..அந்தக் காலகட்டத்தின்போது அவர்கள் எப்போது வேண்டுமானாலும், எங்கு வேண்டுமானாலும் சந்தித்துப் பேசலாம் என்பது அந்தக் கலாச்சாரத்தின் ஒரு பகுதி தான். இப்படிச்சொல்லி நியாயப் படுத்தலாம்..ஆனால் அது எப்படி உண்மையாகும்? இங்கே உண்மையில் காரணமாக இருப்பது வெறுமை.. தாங்க முடியாத வெறுமை.. வேலுவுக்கு இது பதட்டமாக இருக்கிறது.. அது வெளியிலும் தெரிகிறது.. ஆனால் வேணி இதைக் காண்பித்துக் கொள்வதில்லை..

இரண்டு பேருக்குமே அது தர்ம சங்கடமான நிலைமையாக இருந்தது. இந்த மௌனம் மிகவும் அந்நியமானதாகவும், பொறுத்துக்கொள்ள முடியாததாகவும் இருந்தது. ஒரு மாற்றத்திற்காக அவர்கள் அலுவலகம், நிறுவனம் தொடர்பான விஷயங்களைப் பற்றிப் பேசினார்கள். பேச்சு எங்கேயும் போகாமல் தடுமாறி நின்றது

'ஜோத்பூர்லே இப்படி சுதந்திரமா இருக்க முடியுமா..?

'அங்கியும் ஏரியெல்லாம் இருக்கு... ஆனா இவ்வளவு பெருசா இல்லே.. பெரும்பாலும் கோட்டைகளும், அரண்மனைகளும் தான்.. காடுகளும் இருக்கு... அது வேற சூழல்.. உங்க பெங்களூர் விடுதலை தரக்கூடிய ஒரு நகரந்தானே..'

'அதென்ன உங்க பெங்களூர்.... அங்க வந்து கொஞ்ச நாள் இருந்தீங்கன்னா பெங்களூர் உங்குளுக்கும் சொந்தமாகுந்தானே........ ம்ம்.. ரொம்ப வருசம் அங்க இருந்தாச்சு.. இப்பக்கூட அதய என்னோட நகரம்னு சொல்லிக்க முடியலே..சொந்த ஊருக்குப் போறப்ப 'அய்யோ... இத்தன நாளா இந்த ஜனங்கள உட்டுப் பிரிஞ்சிட்டமேன்னு இருக்கும்... திரும்ப பெங்களூருக்கு வந்தா 'அடடா.. இந்த எடங்கள உட்டுப் பிரிஞ்சு போய்ட்டமேன்னு தோணும்.. நாய்க்கு மனுசனோட ஒறவு.. பூனைக்கு எடத்தோட ஒறவு...'

'நம்ம நாயா பூனையா...?'

'தெரியலே... நாயானாலும் பூனையானாலும் அலைஞ்சுட்டுத்தான இருக்கணும்...'

'ஆனா அலையறவங்களுக்கு இந்த சமூகம் மதிப்புக்குடுக்கறதில்லியே..'

'ஆனா... யார் அலையாம இருக்கறாங்க... சொல்லுங்க.... அலையறத வெச்சுத்தான உங்க மரியாதைய தீர்மானிக்கறாங்க....'

வேணி நெருங்கி வந்து பக்கத்தில் உட்கார்ந்தாள். வேலுவின் இடது கையைப் பிடித்துத் தனது உள்ளங்கையில் வைத்துக்கொண்டாள்.

‘உங்குளுக்கு என்னாச்சு வேலு... உங்குளுக்குள்ள ஒரு பூகம்பமே நடக்கிற மாதிரி இருக்கு..’

‘தெரியலே வேணி... இந்த மாதிரி இதுக்கு முன்னால நடந்ததே இல்லே... பொண்ணு கிளாஸ்லே எந்த ரேங்க் வாங்கறா அப்டீங்கறதப் பத்தித்தான் ஒவ்வொரு நாளும் எம்மேலே விழற சூரியனோட முதல் கிரணத்துக் கிட்ட நாங்கேக்கற வழக்கம்... இப்ப அதுல கூட சலிப்பேற்பட்டுப் போச்சு’

வேலுவின் பதிலில் இருந்தது வேடிக்கையா அல்லது வேதனையா என வேணியால் தீர்மானிக்க முடியவில்லை

வேலு கொஞ்சம் நெருங்கி உட்கார்ந்து வேணியின் கையோடு தன் கையைப் பிடித்துக்கொண்டான். ஒரு மத்தியதர வயதுப் பெண்ணின் மார்பக மென்மையும், அது தரும் பாதுக்காப்புணர்வையும் வேலுவால் உணர முடிந்தது.. அங்கிருக்கும் விளக்குகளின் வெளிச்சம் வென்று தீர்க்க முடியாத இருள் அவர்களுக்கு சாதகமாக இருந்தது.. பரவலாக இருந்த மரங்களில் கூடு சேர்ந்த பறவைகள் பல விதமான செய்திகளைப் பரப்பிக்கொண்டிருந்தன..

கையை விடுவித்துக்கொண்ட வேணி தனது இரு கைகளையும் மார்பின் மீது குறுக்காக வைத்துக்கொண்டு சலனமில்லாமல் இருக்கும் ஏரியின் மேற்பரப்பைப் பார்த்துக் கொண்டிருந்தாள். அது வரை தனது வயது தன்னிடமிருந்து பறித்துக்கொண்ட முடி போக மீதமிருந்த முடியினால் போட்டுக்கொண்ட சடையை எடுத்து முன்னால் போட்டிருந்தாள்..

எந்த விதமான தயக்கமோ, கூச்சமோ இல்லாமல் நன்றாகத் திரும்பி அவளையே பார்த்தான் வேலு... அவன் பார்க்கிறான் என்று வேணிக்கும் தெரிந்திருந்தது.. அவள் முகம் முன்னாலிருந்த சலனமில்லாத ஏரியைப் போலவே இருந்தது.. இருவருக்குமிடை—யிலிருந்த துயர ஏரி அளக்க முடியாத ஆழத்தைக் கொண்டதாக இருந்தது...

‘நா மொதல்ல கேட்ட கேள்விக்கி நீங்க பதில் சொல்லலியே..’

‘ஓ... சுலோச்சனாவப்பத்தி... நீங்க உங்க கணவரப்பத்திச் சொன்னதையே நா கொஞ்சம் வேற மாதிரி சொல்லணும்... இவங்க வாழ்க்கைய கணக்குப் புஸ்தமாப் பாக்கறவங்க... அப்பிடியே பாத்துப் பழக்கப்பட்டவங்க...’

‘அதுல என்ன பிர்ச்சன..’

‘எனக்கு கணக்கு வராது... கணக்குப் புடிக்கவும் செய்யாது...’

மார்புக்குக் குறுக்காக வைத்திருந்த கைகளை சிமெண்ட் பெஞ்சின் இருபுறமும் வைத்துக்கொண்டு திரும்பி வேலுவைப் பார்த்தாள் வேணி...

புரிகிறது நண்பா... இவ்வளவு தூரம் பறந்து வந்தும் உனக்கு இளைப்பாற ஒரு கிளை கிடைக்கவில்லை..பறத்தலிலும் உன் ஆர்வம் குறைந்து விட்டது.. கொட்டும் பனியும் கொளுத்தும் வெய்யிலும் பற்றி உனக்குக் குறை சொல்ல ஏதுமில்லை..எதிர்வரும் பாறையில் முட்டி மோதி உன்னை மாய்த்துக் கொள்ளவும் உனக்கு மனதில்லை..வயிறு நிறைந்திருப்பதும் குறைந்திருப்பதும் உனக்கு ஒரு பொருட்டே இல்லை.. கட்டி வைத்த கூடுகளும், ஒரு வேளை இனிமேல் கட்டப்போகும் கூடுகளும் பற்றி உனக்குப் பெருமை கொள்ள ஏதுமில்லை.. கீழே பூமியில் முளைத்திருக்கும் மரங்களின் மீதோ, எழுப்பப் பட்டிருக்கும் கட்டடங்களின் மீதோ நீ என்ன சொந்தம் கொண்டாட முடியும்? நினைவுகள் மழுங்கிவிட்டன என்று நீ குறை சொல்வதை யாரும் காது கொடுத்துக் கேட்பதில்லை.. இருந்தாலும் ஜனனத்தின் முத்திரை மாறாத உனது மென்மையான அலகுகளில் உணவைத் திணித்த உனது மாதாவின் கடினமான அலகுகளை உன்னால் எப்படி மறக்க முடியும்? பறப்பதற்கு முன்னான பருவத்தில் முதிர்ச்சியடையாத சிறகுகளின் மீது விழுந்து புரண்ட உனது உடன்பிறப்புகளை உனது மனத்திலிருந்து துடைத்தெறிந்து விட முடியுமா?

அது என்ன காலம்? கோடையா, வசந்தமா, கடுங்குளிரா? பிரியம் கொண்ட குரலை முதலில் கேட்டது.. அது எந்தச் சிறு பருவம்? அதிகாலையா, முற்பகலா, அந்தி மாலையா..? இணையாக உட்கார்ந்து அந்த மரத்தின் அழகையும், மரத்திற்கு அப்பால் தெரியும் சமவெளியையும், வனாந்தரத்தையும் ஒன்றாகப்பார்த்தது... அச்சம் அப்போது ஒதுங்கிக்கொண்டது நிஜம் தான்..ஆனால் அத்தனை அனுபவங்களில் எது கூட வந்தது..? எந்தத் தோழமை எந்த உணர்வு உன்னை முழுமையாக ஆட்கொண்டது..? ஒன்றுமில்லை.. இப்போது உனக்குச் செய்ய ஒன்றுமில்லை... ஒன்று... ஏதாவதொரு கிளையில் உட்கார்... அல்லது மெதுவாகப் பற... உனக்கான இசை எப்போதும் வந்து கொண்டுதான் இருக்கிறது... அவரவருக்கான இசை.. பறத்தலின் சலிப்பைப் போக்குவதற்கான இசை...

எவ்வளவு மெதுவாகப் பறந்தாலும், எவ்வளவு நெருக்கமாகப் பறந்தாலும் வானத்தில் சிறகுகள் இணைவதற்கான வாய்ப்புகள்

ஒருபோதும் கிடைப்பதில்லை நண்பனே... நான் என்ன செய்யட்டும்..? போய் வா! இந்தத் தாற்காலிக உறவுக்கு எவ்வளவு புனிதத்துவம் கிடைக்க வேண்டுமோ அவ்வளவு மட்டும் கிடைத்தால் போதும். அதிகமாக ஆசைப்பட வேண்டாம். சிறகுகள் சேரும்போது முதலில் பலியாவது புனிதத்துவம் தான். அமரத்துவம் சிறகுகளுக்கில்லை.. புனிதத்துவத்துக்குத்தான்..

'நா உங்களுக்கு ஆறுதலும் சொல்ல முடியாது... எந்த மாதிரியான தைரியமும் குடுக்க முடியாது..'

'நானும் அப்பிடியெதுவும் உங்க கிட்ட இருந்து எதிர்பாக்கலியே..'

இருவருமே மெதுவாகச் சிரித்தார்கள்.

மீண்டும் மௌனம்... விரும்புகிற மாதிரியும், வேண்டாதது மாதிரியும் இருக்கிற மௌனம்.. பயத்தோடு அனுபவித்து ரசிக்கிற மாதிரி இருக்கிற மௌனம்.. இப்படியே யுகாந்திரங்கள் கடந்து போகாதா என்று நினைக்க வைக்கிற மௌனம்.

ooo

மறுபடியும் ஆட்டோ பிடித்து விடுதிக்குள் வந்து நுழைந்த போது பங்கேற்பாளர்கள் இரவுச்சாப்பாடு முடிந்து டைனிங் ஹாலுக்கு வெளியே இருக்கிற சிறிய புல்வெளிக்கு அருகில் நின்று கொண்டு பேசிக்கொண்டிருந்தார்கள்...

ooo

கமலவேணியினுடனான உறவை ஏன் 'அடுத்த தள' த்திற்கு எடுத்துச் செல்லவில்லை என்று பலமுறை குமரவேலுவுக்குத் தோன்றியிருக்கிறது. அடுத்த தளத்துக்கு எடுத்துக்கொண்டு போனால் அது மிகவும் மலினப்பட்டு விடும் என்றும் தோன்றியது. போபாலிலிருந்து திரும்பி வந்த பிறகு கடிதத் தொடர்பு இருந்தது.. தொலைபேசியிலும் பேசிக்கொண்டார்கள். சுலோச்சனாவிடம் இது பற்றிச்சொல்லி ஒரு தடவை வேணியும் சுலோச்சனாவும் தொலைபேசியில் கூடப் பேசிக்கொண்டார்கள். உரையாடல் மிகவும் இயல்பாக இருந்தது. விக்டோரியா மகாராணி காலத்து ஆங்கிலம் வழியாக இந்தியாவுக்குள் நுழைந்த தாராளவாதம் அனுமதித்த அளவு மட்டுமே சுலோச்சனாவால் இதையெல்லாம் சகித்துக்கொள்ள முடியும். இப்போது அந்த எல்லை தாண்டிப்போகிற மாதிரி அவளது தமிழ் உள்ளுணர்வு சொல்லியிருக்கிறது. இந்த உள்ளுணர்வு சொல்வதை குமரவேலுவுக்குத் தெரிவிப்பது

எப்படி என்று சுலோச்சனாவுக்கு நன்றாகத் தெரியும். அப்படித் தெரிவிக்கும்போது அதை வெகு சீக்கிரமாகப் புரிந்து கொள்ள குமரவேலுவுக்கும் தெரியும். வேணி என்கிற சுகந்தம் நாசிக்கப்பால் வெகுதூரம் சென்று விட்டிருந்தது.

ஆர்கேஆர் பில்டர்ஸ் கட்டடத்திற்கு எதிரில் இருக்கும் பூங்காவில் குமரவேல் உட்கார்ந்திருந்தார். குளித்து சாப்பிட்டுவிட்டு திருநீறு துலங்கும் நெற்றியோடு பூங்காவுக்கு வருபவர் அவர் ஒருவராகத்தான் இருக்க வேண்டும். ஒன்பது மணி இருக்கும். பத்துப்பத்தரை வரை பார்க் திறந்திருக்கும். நடைப்பயிற்சிக்கு இன்னும் வந்து கொண்டு தான் இருந்தார்கள். பக்கத்திலிருந்த சாஃப்ட்வேர் கம்பெனிக்கு வேலைக்கு வந்த ஆண்களும், பெண்களும் இளைப்பாறுவதற்காக அங்கங்கே உட்கார்ந்திருந்தார்கள். வரப்போகும் வெயிலைப் பற்றிக்கவலைப்படாமல் மரக்கிளைகள் குளிர்ச்சியான காற்றை வீசிக்கொண்டிருந்தன. மரமும், செடிகளும், கிளைகளும், பறவைகளும் எந்தக்கவலையும் இல்லாமல் அத்தன் போக்கில் இருந்தன. எங்கு ஓடியும் தப்பிக்க முடியாமலிருப்பது குமரவேல் மட்டும் தானோ?

நாற்பத்தைந்து வயதுக்கு மேலாகி ரயில் வேகமாகப் போய்க்கொண்டிருக்கிறது. குழந்தைகள், மனைவி என்கிற பந்தம் இறுகிப் பிடித்திருக்கிறது.. உடலுக்கும், மனசுக்கும் இயற்கை தேவையான அளவு தீனி போட்டுக் கொண்டிருக்கிறது. அதிகமாகவும் இல்லை.. குறைவாகவும் இல்லை... அதாவது நீ ரொம்பவும் திருப்தியும் பட்டுக்கொள்ள வேண்டாம்.. புலம்பவும் வேண்டாம் என்கிற மாதிரி.... நெடுஞ்சாலையில் கடிவாளம் போடப்பட்ட குதிரை ஓடுவது மாதிரி ஓட வேண்டும். தூரத்தை விட அவ்வப்போது தென்படும் இலக்குகளே முக்கியம்.

மகள் வனிதா சிறுமி என்கிற பருவத்திலிருந்து அடுத்த பருவத்தை நோக்கிப் போகிற கட்டத்தைத் தன்னை விட தனது பக்கத்து வீட்டுக்காரர்கள், தனது உறவினர்களே அதிகம் கவனிக்கிறார்கள் என்று தோன்றியது.. அதை அவ்வப்போது சுலோச்சனா தன்னிடம் பகிர்ந்து கொள்ளும்போது அவளது ஈடுபாடுகள் எல்லாமே அறிவு சார்ந்ததாக இருப்பது பற்றி இருவருமே மகிழ்ச்சி அடைந்தார்கள். நீண்ட வெள்ளை கோட் போட்டுக்கொண்டு கழுத்தில் ஸ்டெத்தாஸ்கோப் மாட்டிக்கொண்டு அவள் நடந்து போகிற காட்சி முடிந்த பிறகு தான் தங்களது சொர்க்க வாசல் கதவுகள் திறக்கும் என்பது அவர்கள் நம்பிக்கை.. தனியாகப் பார்த்தால் ராகுலைக் கரை சேர்ப்பதற்காக தான் பட வேண்டியிருக்கிற அவமானங்கள்,

வேதனைகள் என்பவற்றை யோசித்துப்பார்த்து அதற்குத் தன்னைத் தயார் பண்ணிக்கொள்வது குமரவேலுவுக்கு அவசியமாக இருந்தது. இந்த முகப்பட்டையை அணிந்து கொண்ட பிறகு ஓடுவது எளிதாக இருந்தது..

முகப்பட்டையை நீக்கினால் தான் தன்னால் சுற்றுமுற்றும் பார்க்க முடியும் என்பது தவறாகப் போயிற்று. முகப்பட்டையை நீக்கிய பிறகும் கூட தனது பார்வைகள் அவ்வாறே இருந்தது ஏன் என்று புரியவில்லை. பார்க்கும் சக்தியை இழந்த கண்கள், நுகரும் சக்தியை இழந்த நாசி, ருசிக்கும் சக்தியை இழந்த நாக்கு, கேட்கும் சக்தியை இழந்த செவிகள் எனக் காலப்போக்கில் தான் தனக்குண்டான எல்லாப் பண்புகளையும் இழந்த நிலையில் இருந்ததை உணர முடிந்தது. அது கூடப்பரவாயில்லை.

எப்போதாவது தான் பூவைப் பார்க்க முடிகிறது..

நிலம் தன் ஈர்க்கும் சக்தியை இழந்து விட்டதா என்று கூட அச்சமாக இருந்தது.. அதுவும் பூங்காவில் இந்த இடத்தில் பூக்கட்டும் என்றே நட்டு வைத்த செடியிலிருந்து பூக்கும் பூக்கள், அப்படிப்பட்ட பூக்களில் எப்போதோ வந்து உட்காரும் வண்ணத்துப் பூச்சிகள்.. அப்போது என்ன எதிர்பார்க்க முடியும்? பூக்கள் நல்ல நிறத்தோடு இருக்க வேண்டும்... அதில் வண்ணத்துப்பூச்சி வந்து உட்காருகிற காட்சியைப் பார்க்க முடிய வேண்டும். வண்ணத்துப் பூச்சியின் சிறகுகளில் இருக்கிற வடிவமைப்பும், அதன் மேல் போடப்பட்டிருக்கிற கோலங்களும், அதன் நிறங்களும் அவற்றின் உண்மையான பண்புகளோடு இருக்க வேண்டும். முகப்பட்டையைப் போட்டுக்கொண்டிருக்கிற போதும், அதைக் கழற்றிய பிறகும் வண்ணத்துப் பூச்சி வந்து உட்காருகிற காட்சி பார்க்கக் கிடைத்தாலும் கூட பூவின் நிறமோ, வண்ணத்துப் பூச்சியின் வடிவமைப்போ, அதன் சிறகுகளில் இருக்கிற கோலங்களோ எதுவுமே அவற்றின் இயல்பான தோற்றத்தில் இல்லை..இது என்ன துரந்தம்?

இதைவிடப் பெரிய துரந்தம் இளங்காலைச் சூரியன் மிக எந்திரத்தனமாகத் தோன்றுவது தான். சூரியனை இப்படிப்பட்ட ஒரு கேவலமான நிலைக்குக் கொண்டுவந்து விட்டோமே என்று குமரவேலுவுக்கு ரொம்பவும் வருத்தமாக இருந்தது.. அது எழும்புகிற இடத்திலிருக்கும் சமுத்திரம், அது மேலே வரும்போது காண நேர்கிற மலைகள், காடுகள், நதிகள், பள்ளத்தாக்குகள் என இவை யாவும் செய்யாத கொடுமையை சூரியனுக்குத் தான் செய்து விட்டோம் என்பது மிகுந்த குற்ற உணர்வைத் தந்தது..

'ஸ்வேதகேது... பன்னிரண்டு வருடங்கள் படித்து விட்டு வந்திருக்கிறாய்... பொருட்களின் உண்மையான பண்புகள் என்ன மகனே? எதை அடிப்படையாக வைத்து அதன் பண்புகளைத் தெரிந்து கொள்வது?'

தந்தை உத்தலக்கா கேட்டார். அவரும் முனிவர் தானே!

'நீங்கள் கேட்பது புரியவில்லை தந்தையே'

'சொல்கிறேன் கேள்! கேட்க முடியாதவற்றைக் கேட்பதற்கும், உணர முடியாதவற்றை உணர்வதற்கும், அறிய முடியாதவற்றை அறிந்து கொள்வதற்கும் நமக்கு உதவுவது எது?'

'எனக்குத் தெரியவில்லை பிதாவே.. விளக்கி உதவுங்கள்'

'அது தான் பரிபூரண சத்தியம் மகனே! உனக்கும் உன்னைச் சுற்றியிருக்கிற எல்லா வஸ்துக்களுக்கும் இருக்கிற சம்பந்தத்தைச் சொல்வது.. எல்லாவற்றுக்குமே அடிப்படையான ஒன்றாக இருப்பது... களிமண்ணால் செய்யப்பட்டிருக்கிற பல பொருட்களைக் கண் முன்னால் பார்க்கிறோம்.. எல்லாப்பொருட்களையும் அழித்துவிட்டால் மிஞ்சுவது எது? களி மண் தான். பல ஆபரணங்கள் தங்கத்தால் செய்யப்படுகின்றன. எல்லாவற்றையும் அழித்துவிட்டால் எஞ்சுவது அந்தத் தங்கம் தான். அது தானே பரிபூரண சத்தியம்?'

இப்போது நினைத்திருக்கும் குடும்பப் பொறுப்புகளை நிறைவேற்றிக் கொடுத்து விட்டால் அந்த பரிபூரண சத்தியம் அகப்படும் என்று குமரவேலுவுக்கு நம்பிக்கையில்லை. அந்த ஒரு நிலைக்கு அவர் சென்று விட்டிருந்தார்.. அலுவலகத்தில் எடுத்து முடிக்க வேண்டிய சாதனைகள், இறக்கும் முன் பார்த்து விட வேண்டும் என்று நினைத்திருந்த இடங்கள், இந்திய கிரிக்கெட் வெற்றி கொள்ள வேண்டிய அணிகள் எல்லாவற்றிலும் ஓர் உச்ச நிலை பார்த்தாயிற்று.. மல்லிகைப்பூப் போன்ற இட்லிகள், எம்.டி.ஆரிலிருந்து பவுடராக வாங்காமல் தனியாக புளிக்காய்ச்சல் செய்து தயாரிக்கப்பட்ட புளிச்சோறு, மார்க்கண்டம், சுத்துக்கொழுப்பு, செவுரொட்டி உள்ளிட்ட ஆட்டுகறி வகைகள், வெறும் மிளகாய்ப்பொடியும், எண்ணெயும் மட்டுமே கலந்து தயாரிக்கப்பட்ட கத்தரிக்காய் சுண்ட வச்சது, கொஞ்சம் காரம் தூக்கலாகப் போட்டு, சிறு சிறு தேங்காய்த் துண்டுகள் போட்டுத் தயாரிக்கப்பட்ட பருப்புஞ்சோறு, மிளகாயை அரைத்துப் போட்டு பொட்டுக்கடலையும், நிலக்கடலையும் அதிகமாகப் போட்டுச் செய்யப்பட்ட தட்டவடை என விரும்பிய எல்லாவற்றையும் சாப்பிட்டுப் பார்த்தாயிற்று.. தமிழனாகப்

பிறந்திருந்தாலும் கேரள வகை உணவுகளிலே கெட்டியான அவியலும், சிரியன் பாணி பீஃப் வும் விருப்பப்பட்ட போது (சுலோச்சனாவுக்குத் தெரியாமல்) சாப்பிட்டாயிற்று..

தனக்குள்ளே ஒரு சோசலிசவாதி எப்போதும் இருந்ததனால் இப்போது வசித்துக் கொண்டிருக்கும் சிறிதுமல்லாத, பெரிதுமல்லாத வீட்டில் இருந்து பார்த்தாயிற்று. சைக்கிள், ஸ்கூட்டர், மாருதி 800 என்று தாண்டி வந்து இப்போது ஓட்டிக்கொண்டிருக்கும் செலரியோ வரையிலுமாகி வாகன ஓட்டுதலில் திருப்தி அடைந்தாயிற்று..

இப்போதெல்லாம் யாரும் சட்டைக்குத் துணி எடுத்துத் தைத்து அணிவதில்லை..ஆயத்த ஆடை தான் போட்டுக் கொள்கிறார்கள். நடுத்தர சோசலிசவாதிகள் அணிவதற்கான உடை எது என்று கேட்டால் நிச்சயமாக அது சிக்பெட், பலேபெட் முதலிய இடங்களில் கிடைக்கும் ஆயிரம் ரூபாய்க்கு மூன்று என்பது மாதிரியான சட்டைகளாக இருக்காது.. அதே சமயம் லூயி ஃபிலிப், வேன் ஹூசென் முதலிய விலை உயர்ந்த சட்டைகளாகவும் இருக்காது.. இந்த நடுத்தர சோசலிசவாதிகள் மத்தியதர வர்க்கத்தினராக இருந்தால் பீட்டர் இங்லேண்ட் சட்டைகள் அதுவும் வருடத்தில் இரண்டு முறை அவர்கள் அறிவிக்கும் ‘மூன்று சட்டை எடுத்தால் மூன்று சட்டை இலவசம்’ என்கிற திட்டத்தில் தமக்கு விருப்பமான நிறங்களில் சட்டைகள் எடுத்துப் போட்டுப் பார்த்தாயிற்று.

ஆண் என்கிற முறையிலும், மனிதன் என்கிற முறையிலும் இயற்கை தனக்குக் கொடுத்திருக்கக் கூடிய கோபம், எரிச்சல், நிதானம், பொறுமை, ஆத்திரம், புளகாங்கிதம், பூரிப்பு, சின்னத்தனம், பெருந்தன்மை, கயமை, பரோபகாரம் என்ற எல்லாவற்றையும் அனுபவித்துப் பார்த்தாயிற்று.. பிரியம், பாசம், நட்பு என்பவற்றையும் குடும்பத்திற்குள்ளும், குடும்பத்திற்கு அப்பாலும் உணர்ந்தாயிற்று.. இந்த அம்சங்கள் தன்னை ஆட்கொண்டபோதிருந்த தன்னை மறந்த நிலையும், அதற்குப் பிறகு அந்த சூழ்நிலைகளினால் தனக்கு ஏற்பட்ட அவமானம்,வெட்கம், கூச்சம் எல்லாவற்றையும் கடந்தாயிற்று..

ஆன்மீகம் என்று பார்த்தால் அங்கும் தனது நடுத்தர சோசலிசவாதி என்னும் பிம்பம் ஒரு உறுத்தலாகவே இருந்திருக்கிறது.. பொள்ளாச்சிக்காரனுக்கு பழனி என்பது தான் ஆண்டவன் ஆன்மீகத்தின் இறுதி நிலை.. அறுபது எழுபது கிலோ மீட்டர் காவடி எடுத்துக் கொண்டு நடந்து வந்து வரிசையில் நின்று வந்தால் ஐந்திலிருந்து பத்து செகண்டு வரை பார்க்க முடிந்தாலும் பரம்பொருளுடன் கலந்த அனுபவம் கிடைக்கும். ஊரிலிருந்து

பெயர்ந்து போன பிறகு அதே பழனியில் பத்தாயிரம் கட்டி ஒரு கட்டளை ஏற்படுத்தி மொட்டையாண்டி முன்னால் முக்கால் மணி நேரம் உட்கார முடிகிற அளவுக்கு பாக்கியம் கிடைத்தது.. வெளியே வரும்போது நீண்ட வரிசையில் ஜனங்கள் நிற்கிறார்கள்.. நடுத்தர சோசலிசவாதிக்கு உறுத்தல்.. குற்ற உணர்வு..எங்கு சென்றாலும் இந்த குற்ற உணர்விலிருந்து தப்பிக்க முடியாது..

விமானநிலையத்தில் டிக்கெட்டைக் காண்பித்து உள்ளே போய் பெட்டியையெல்லாம் உள்ளே அனுப்பி செக்யூரிட்டி சோதனை எல்லாம் முடித்து நுழைவு வாயிலுக்குப் போகும் கட்டம் மாதிரி இந்தப் பூலோகத்தில் தனது காலம் முடிந்து போகிற நேரத்தில் 'இந்தாப்பா .. எந்த உறுத்தலையும், குற்ற உணர்வையும் மனசுல வச்சுக்காதே.. எல்லாத்தையும் தூக்கிப்போட்ரு..அப்பேர்ப்பட்ட மனசை உனக்கு குடுத்துருக்கறோம்..' என்று சொல்ல முடிந்தால் நன்றாக இருக்கும்.. அது வரை இந்த உறுத்தலும், குற்ற உணர்வும் எப்போதும் உன்னைத் தொடர்ந்து வந்து கொண்டிருக்குமோ...?

○○○

கோரமங்கலா கிளப் ரோட்டில் இப்போது புதிதாக 'கிருஷ்ணா சாகர்' திறந்திருக்கிறார்கள். அதே உடுப்பி ஸ்டைல் தான். கொஞ்சம் வித்தியாசமாக இருந்தது. ஒரு பத்து மணி வாக்கில் ஒரு காபி குடிக்கலாம் என்று அங்கே போனார். காபிக்காக நின்று கொண்டிருந்தபோது அங்கே தாம்பாளத்தில் தயிர்வடை வைக்கப்பட்டிருந்ததைப் பார்த்தார். இந்த உடுப்பிக்காரர்களைப் பார்த்து கோபப்படுவதா அனுதாபப்படுவதா எனத்தெரியவில்லை. இந்தத் தயிர்வடை நன்றாக ஊறி வாயில் போட்டவுடன் உடனே கரைந்து விடும். ரொம்பவும் ஆசைப்பட்டு வாங்கி சாப்பிட்டுப்பார்த்தால் அதில் தயிரின் சுவையையும், வடையின் மென்மையையும் மீறி இனிப்பு முன்னே நிற்கும். பாவிகள் தயிர்வடைக்கு இனிப்புச் சேர்த்திருக்கிறார்கள். இரண்டு பக்கத்து மாநிலங்களுக்குள்ளேயே இத்தனை ருசி வேறுபாடு..அப்படியானால் மனிதர்களுக்குள் இருப்பதில் என்ன ஆச்சரியம்? இதை ஏன் தன்னால் புரிந்து கொள்ள முடியவில்லை? இதற்குக்காரணம் தனக்குள் பல மனிதர்கள் இருப்பதாலா?

சற்று விலகி நின்று பார்த்தால் குமரவேலுவின் சுயபச்சாதாபம் அருவருக்கத்தக்கதாக இருக்கிறது. இந்தியாவின் வறுமை நிலையை புள்ளிவிவரக்கணக்கு எடுத்துப்பார்த்தால் தான் எவ்வளவு மேல்நிலையில் இருக்கிறோம் என்பது தெரியவரும். அவ்வளவு ஏன்..

நமக்குப் பிடிக்கிறதோ இல்லையோ தரமான உணவை நியாயமான விலையில் தரும் இதே உடுப்பி ஓட்டலில் தான் நாள் முழுவதும் எரியும் அடுப்புக்கு முன்னால் நின்று சாகிறார்கள் மாஸ்டர்கள் எங்கோ இருக்கும் தங்கள் குடும்பம் வாழவேண்டும் என்பதற்காக அவர்கள் செய்யும் தியாகம். அவர்களுக்கு முன்னால் தனது பிரச்சினை ஜுஜுபி அல்லவா?

திரும்பி வருகிற வழியில் பார்க்கை வெளியிலிருந்து பார்த்தார். எவ்வளவு அழகாக இருக்கிறது.மரங்கள் எல்லாம் வளர்ந்து பசும் போர்வையாக இருக்கின்றன. நம் கண் முன்னாலேயே வளர்ந்த மரங்கள்.. தனது குழந்தைகள் வளர்ந்து பெரியவர்கள் ஆனதைத் தான் கவனிக்காது விட்டதைப் போலவே இந்தப் பூங்காவும் இப்படி நல்லதொரு பூங்காவாக வளர்ந்திருப்பதைக் கவனிக்காமல் விட்டிருக்கிறோம்.

எல்லாம் பழகிய மாதிரியே தெரிகிறது.. பழையது மாதிரியே தெரிகிறது..இதற்கு மரங்கள் மட்டுமே விதிவிலக்காக இருக்கின்றன.. நாம் பார்த்துக் கொண்டே இருக்கும்போதே மரம் வளர்கிறது. செடியாகப் பார்த்த ஒன்றை மரமாகப் பார்க்கும் வாய்ப்பு எல்லோருக்கும் கிடைப்பதில்லை. சலிப்பே இல்லாமல் பார்த்ததையே பார்த்து மீண்டும் மீண்டும் பார்த்து உற்சாகம் குறையாமல் அதனோடு ஒரு உறவை ஏற்படுத்திக்கொள்வது தான் சாமார்த்தியம். தன் கண் முன்னால் பார்ப்பது எல்லாவற்றையும் புதுப்பித்துக்கொண்டே இருப்பது தான் கெட்டிக்காரத்தனம்..

புதுசு என்ற ஒன்று இல்லை. பழசையே தான் நாம் புதுசாகப் பார்க்கிறோம் என்று சொல்பவர்களும் எப்போதும் இருந்து கொண்டு தான் இருக்கிறார்கள். அவரவர்களுக்கென்று ஒரு நம்பிக்கை இருக்கின்றது.. அது சிலருக்கு இயல்பாகத் தெரிகிறது. சிலருக்கு பைத்தியக்காரத்தனமாகத் தெரிகிறது. அதைக் கேள்வி கேட்க நாம் யார்?

கண்ணகியிடம் இல்லாத அறிவா? அழகா? செல்வமா? 'இயற்கை—யிலேயே இவ்வளவு அழகாக இருக்கிற உனக்கு இவ்வளவு நகைகளை ஏன் அணிவித்தார்கள்?' என்று கோவலன் கேட்கிறான். தனக்கு ஆருயிர் மருந்தாக வந்தவள் என்று சொல்லும்போதே அவளுக்கு ஒரு கட்டத்தில் ஆப்பு வைக்கப் போகிறான் என்று தெரிந்து விடுகிறது.. சுற்றத்தினரை உபசரிக்கவும், அற நெறியாளரைப் போற்றவும் கற்றுக்கொள்ளத் தனிக்குடித்தனம் போகச்சொல்லி மாமியார் சொன்னதில் சில ஆண்டுகள் கழிந்தன. பாவி மகள் அதிலேயே

மூழ்கிப்போக வேண்டுமா? அதே ஊரில் தானே மாதவி இருந்தாள்.. ஆடலையும், பாடலையும் பற்றி எவ்வளவு தெரிந்து வைத்திருந்தாள்.. அவளுடைய ஆடல் ஆசான்கள் எத்தனை வகையான கூத்து வகைகளைத் தெரிந்து வைத்திருந்தார்கள்? ஐந்து வயதிலிருந்து பன்னிரண்டு வயதில் அரங்கேற்றம் நடை பெறுகிற வரை திருமாலும், முருகனும் ஆடும் ஆடல்களையெல்லாம் அறிந்து வைத்திருந்தாள். அபிநயம் பிடிக்கும் போது ஆட மாட்டாள்.. ஆடும்போது அபிநயம் பிடிக்க மாட்டாள். அவளுக்கு வாய்த்த இசையாசிரியனுக்கிருந்த ஞானம் தான் எப்படிப்பட்டது? இசைக்கருவிகள் தான் எத்தனை? யாழிலேயே பேரியாழ், மகரயாழ், சகோடயாழ், செங்கோட்டு யாழ் என்று பல வகை. இவையில்லாமல் எக்கச்சக்கமான தோல் கருவிகள்.. பாடல் எழுதுகிற புலவன் வெறும் செவ்வியல் மொழியை மட்டுமே பயன்படுத்தவில்லை.. எல்லா வழக்குக்களையும் பயன்படுத்தி இலக்கணச்சுத்தமாக எழுதுகிறான்..

ஒரு பெண்ணுக்கு இவ்வளவு வசதியும் இருந்திருக்கிறது. அவள் அதை நன்றாகப்பயன்படுத்திக்கொண்டிருக்கிறாள். அதே ஊரில் இருந்த கண்ணகி இதைப்பற்றிய எந்த அறிவும் இல்லாமல் நான்கு சுவத்துக்குள்ளேயே முடங்கிக்கிடந்திருக்கிறாள். காவி—ரிப்பூம்பட்டினத்து மக்களுக்கு நம்பிக்கை தான் நல்வாழ்வுக்கு வழிகாட்டியாக இருந்திருக்கிறது. மனைவி கணவனுக்குத் துரோகம் செய்தாலோ, கணவன் பிறன் மனைவியை விரும்பினாலோ சதுக்கப்பூதம் அவர்களைக் கொன்று தின்னும்.. அது சரி.. கணவன் தான் கைப்பிடித்த ஒரு பெண்ணை விட்டு விட்டு ஒரு கணிகையுடன் ஓடிப்போனால் சதுக்கப்பூதம் ஏன் அதைக் கண்டுகொள்வதில்லை?

அகண்ட தொடுவானமும், நீண்ட மணற்பரப்பும், அமைதி பெறாத அலைக்கூட்டமும் மனதைக் கலைப்பதற்கும், கலைந்த மனதை ஒன்று கூட்டுவதற்கும் ஒரே மாதிரியாகத் தான் வேலை செய்கின்றன.. கானல்வரியில் தெரியாத தடுமாற்றமா? இயற்கையை ஆண்மகன் பெண்டாளலாம் என்கிறான் கொவலன்..ஆண் தனக்கு முழுக்காப்பாக இருக்க வேண்டும் என்று தான் பெண் எதிர்பார்க்கிறாள் என்கிறாள் மாதவி. கணிகையாகப் பிறந்து விட்டதால் தான் அவள் பேச்சு எடுபடவில்லையா? கணிகையருக்குக் கடைசியில் எஞ்சுவது, ‘நம்மை மறந்தாரை நாம் மறக்க மாட்டேமால்..’ என்னும் கவிதை வரிகள் மட்டும் தானா?

நம்பிக்கை... நம்பிக்கை... நம்பிக்கை... இது மட்டுமே கண்ணகிக்குத் துணையாக இருந்தது. எப்படியும் திரும்ப வருவான் என்று எதை

வைத்து நம்பினாள்? கலை ரசனை என்பது கனவு போல வந்து போவது.. கனவு கலைந்த பின் கோவலன் நனவுலகத்திற்கு வருவான் என்ற நம்பிக்கையா? என்ன தான் கலைத்திறமை இருந்தாலும் ஒழுக்கம் என்கிற அரண் மாதவி போன்ற கணிகைக்கு இல்லை. எனவே அது மட்டுமே தன் கணவனின் மயக்கத்தைக் கலைத்து மீட்டுக் கொண்டு வரும் என்று நினைத்தாளா? எவ்வளவு முட்டாளாக இருந்திருக்கிறாள்? மாதவி தனக்கு மட்டுமே உரியவளாக இருக்க வேண்டும் என்பதுவே கோவலனின் எதிர்பார்ப்பு.. சந்தேகம் வந்து விட்டதால் தான் பிரிந்தானே தவிர கலைரசனை அடிப்படையிலான அவனது ஒட்டுதலில் ஒன்றும் குறையில்லை.. 'மாயப்பொய் பல கூட்டும் மாயத்தாளாக' இல்லாமல் இருந்திருந்தால் அவர்களது உறவு தொடர்ந்திருக்கும். அதற்கும் கலைரசனைக்கும் சம்பந்தமில்லை.

இப்படிப்பட்டவனுக்காகத் தன்னைத்தானே வருத்திக்கொள்கிறாள் கண்ணகி.. புருஷன் தன்னை விட்டுப் போன பிறகு அலங்காரம் எதுவும் செய்து கொள்ளவில்லை..பெற்றோர்களிடமோ, மாமனார் மாமியாரிடமோ போகவில்லை. வருடக்கணக்கில் கோவலனோடு வாழ்ந்த பிறகும் அவனது ரசனை என்னவென்று தெரிந்துகொள்ளவில்லை. பல்வேறு இனமக்கள், பல்வேறு தொழில் செய்பவர்கள் கூடி வாழும் தூங்கா நகரமாகிய பூம்புகார் நகரில் கல்வி கற்றுக்கொள்வதற்கும், பல கலைகளில் தேர்ச்சி பெறுவதற்கும் பணக்காரக்குடும்பத்தில் பிறந்த அவளுக்கு வாய்ப்புக்கள் இல்லாமலா இருந்திருக்கும்? சங்க காலத்தில் வாழ்ந்த அவளது முன்னோர்களில் அரச குடும்பத்தில் கூட பெண்கள் கவிதை பாடவில்லையா என்ன? சோமகுண்டத்திலும், சூரியகுண்டத்திலும் குளித்தெழுந்து சாமியைக் கும்பிடு... விட்டுப்போன புருஷன் திரும்ப வருவான் என்று சொன்ன போது 'அதில் பெருமையில்லை' என்று சொல்லும் அளவுக்கு நீ போனதற்குக் காரணம் இந்தப்பயல் எப்படியாவது திரும்ப வந்து விடுவான் என்பதாலா அல்லது எனது கற்பு நெறி என்பது இப்படிப்பட்டது என்று உலகுக்குத் தெரியட்டும் என்பதாலா? எதையும் கேட்டுப்பெறும் பொருளாக சாமியை நான் கருதவில்லை என்ற எண்ணமா? தாம்பத்தியம் என்றால் எப்படி இருக்க வேண்டும் என்று நீயே ஒரு இலக்கணம் வகுத்துக்கொண்டாய்.. பெண்கள் எப்படி இருக்க வேண்டும், பெற்றோர் எப்படி இருக்க வேண்டும், அரசு எப்படி இருக்க வேண்டும் என்றெல்லாம் உனக்கென்று இலக்கணங்கள் இருந்தன.. உன்னுடைய கஷ்டகாலம் ஒன்றுமே சரியாக அமையவில்லை...ஆனாலும் இந்த எல்லாவற்றின் இன்றியமையாமையையும் வலியுறுத்தி விட்டுத்தான் இங்கிருந்து

போனாய். இது இப்படித்தான் இருக்கும் என்று எடுத்துக் கொண்டு எல்லாவற்றையும் சகித்துக் கொள்வதா அல்லது இதிலிருந்து மாற்றம் வேண்டும் என்று போராடி உயிரை விடுவதா? எதைப் பற்றியும் அலட்டிக் கொள்ளாமல் இவ்வளவு நம்பிக்கையோடு எப்படி கண்ணகியால் இருக்க முடிந்தது? தீராத சலிப்பைத் தனது நம்பிக்கையால் மட்டுமே விரட்டியவள் கண்ணகியாக மட்டுமே இருக்க முடியும்..தனது காலத்தில் இப்படிப் பல பிரச்சினைகளால் பாதிக்கப்பட்டவர்களை இளங்கோவடிகள் சந்தித்துப் பேசியிருக்கக் கூடும்..

உன்னால் கண்ணகி மாதிரி இருக்க முடியாது குமரவேல். உனக்கென்று நம்பிக்கைகள் ஏதுமில்லை. உனது நம்பிக்கைகளையும், எதிர்ப்பார்ப்புகளையும், உனது மனச்சித்திரங்களையும் வேறு யாரோ தீர்மானிக்கிறார்கள்..இது இப்படி இருந்தால் தான் நன்றாக இருக்கும் என்று யாரோ எப்போதோ சொல்லிவிட்டுப் போனதை நீ பிடித்துக் கொண்டிருக்கிறாய்.. செத்துப்போவதற்குள் அது சாத்தியப்படாது எனத் தெரியும்போது உனக்குப் பித்துப் பிடிக்கிறது.

○○○

கால்கள் தானாகவே குமரவேலுவை கர்நாடகா ஹவுசிங் போர்டு (கே.ஹெச்.பி.) காலனிக்குக் கொண்டு வந்து சேர்ந்தன. இந்த லே அவுட் வளர்ந்து கொண்டிருக்கும்போதே இங்கு குடி வந்தது சாபக்கேடாகப் போயிற்று. எல்லாச்சிந்தனைகளும் சொத்துச் சேர்ப்பதிலேயே வந்து முடிகின்றன.

ஐந்தாவது பிளாக்கில் மேற்கே மஸ்ஜித்-ஏ-மாமூர் மசூதியிலிருந்து கிழக்கு நோக்கி உள்ளே வந்தால் அடுத்துத் திரும்பும் முதல் இடது திருப்பம் வரை ‘கசா முசா’ வென்று ‘சைட்டுகள்’ இருக்கும்.. அதற்கு அப்பால் காவிரி நதியின் பிறப்பிடமான தலைக்காவேரியைப் போல இந்திய ஐ.டி.துறையின் மூலக்கம்பெனிகளில் ஒன்றான ‘இன்ஃபோசீஸ்’ தொடங்கப்பட்ட கட்டிடம் பிற கட்டிடங்கள் என்பவற்றிற்குப் பிறகு தொடங்குவது தான் அப்போதைய கர்நாடக அரசு ‘சமூகத்தில் பொருளாதாரத்தில் நலிந்தவர்களுக்காக’ கட்டிக்கொடுக்கப்பட்ட வீடுகள். ‘முன் ஜன்மப்பலன்’ என்று சொல்வதற்கு ஆதாரமாக எதையாவது உதாரணமாகக் காண்பிக்க வேண்டுமென்றால் இதைத் தான் காண்பிக்க வேண்டும்.. சுமார் பத்தாயிரத்துத் தொச்சம் மட்டும் கொடுத்து வாங்கிய சிறிய வீடு இப்போது அவர்கள் வீட்டில் நடக்கக் கூடிய திருமணச் செலவையே சரிக்கட்டக்கூடிய அளவுக்கு மதிப்புடையதாக மாறியிருக்கிறது. இதே

வீடு தான் பல பேருடைய வயித்தெரிச்சலையும் சம்பாதித்திருக்கிறது.. அவர்கள் வீடு ஒதுக்கப்பட்ட கொஞ்ச காலத்திலேயே விற்று விட்டுப் போனவர்கள்.. அந்த மாதிரி சிறிய வீட்டிற்குப் போனவர்களுக்கு பணக்கஷ்டம் இல்லாமலா இருக்கும்? அப்படி விற்று விட்டுப் போனதற்குப் பிறகு தான் அந்த வீட்டின் மதிப்பு 'கும்' மென்று ஏறும்.. ஐய்யோடா.. இன்னும் கொஞ்சம் 'வெயிட்' பண்ணி—யிருந்தால் எத்தனை லட்சங்கள் மிச்சமாகியிருக்கும்? அப்படி விற்க வேண்டிய தேவையோ அவசியமோ இல்லாமல் அங்கே நீண்ட காலமாக இருக்கும் குடும்பங்கள் மிகவும் குறைவு.. அப்படிப்பட்ட குடும்பங்களில் ஒன்று தான் சங்கரநாராயணா குடும்பம்..

சங்கரநாராயணா குடும்பத்தைத் தேடிப்போவதற்கு குமரவேலுவதற்கு ஒரு காரணம் இருந்தது.. வனிதா வளர்ந்து வர வர அம்மா சுலோச்சனாவுக்கு மகளை எல்லோரும் போற்றும்படி வளர்க்க வேண்டும் என்ற (நியாயமான) ஆசை இருந்தது..இந்த 'எல்லோரும் போற்றும்படி' என்கிற தகுதிக்கு என்ன பொருள் என்பதைத் தெரிந்து கொள்வதற்குக் காரணமாக இருந்தவர்கள் சுலோச்சனாவு ஏதாவது ஒரு வகையில் அறிமுகமான பெண்கள் தான். பெரும்பாலும் மூன்றாவது வீட்டு மாமி, அடுத்த தெருவில் இருக்கும் மாமி பேங்கில் கூட வேலை செய்யும் பெண்கள் என்று யார் வீட்டுக்குப் போனாலும் அவர்கள் வீட்டில் வனிதா வயசுப்பெண்கள் இருந்தால் அந்தப் பெண்கள் பெரும்பாலும் வாய்ப்பாட்டு, வீணை, பரதநாட்டியம் முதலியவற்றில் ஏதாவது ஒரு கலையைக் கற்றுக் கொள்பவர்களாக இருந்தார்கள். சுலோச்சனாவின் பாரம்பரியத்திலும், குமரவேலுவின் பாரம்பரியத்திலும் இப்படிப்பட்ட கலைகள் கற்றுக்கொடுப்பது மாதிரியான வரலாறே இல்லை.. எனவே வரலாறு படைக்கலாம் என்ற நோக்கத்தில் வனிதாவை வீணை அல்லது வாய்ப்பாட்டு கற்றுக்கொள்ள அனுப்பலாம் என்று முடிவு செய்தார்கள். இருபதாவது மெயினில் இருந்த 'பாரத் கல்ச்சுரல் செண்டர்' அதற்கான சரியான இடம் என்பது குமரவேல் குடும்பத்திற்கு மாத்திரமல்ல கோரமங்கலாவாசிகள் எல்லோருக்குமே தெரிந்திருந்தது. காலப்போக்கில் மடிவாளா, மாருதி நகர், பாலாஜி நகர், எச்.எஸ்.ஆர் லே அவுட் என்று அதைச் சுற்றியுள்ள பகுதி மக்களுக்கும் தெரிந்திருந்தது.

அந்த ஐநூறு அடி வீட்டில் சங்கரநாராயணா, அவன் மனைவி, ஐந்து வயது மகள், கல்லூரிக்குப் போகும் அவனது தங்கை, அப்பா, அம்மா என்று ஒரு பட்டாளமே இருந்தது.ஒசூருக்குப் பக்கமிருந்து வந்து இங்கு குடியேறிய ஒரு தெலுங்கு பிராமணக் குடும்பம். சங்கர் ஒரு

நாலு முழ வேட்டியும், ஒரு அரைக்கை சட்டையும் அணிந்திருந்தான். டிப்ளமா படித்து எஸ்.கே.எஃப். கம்பெனியில் வேலையில் இருந்தாலும் மிருதங்க வாசிப்பில் தனக்கு பெயர் வரும் அத்தோடு தன்னிடம் மிருதங்கம் கற்றுக்கொள்ள வரும் மாணவர்களின் எண்ணிக்கையும் அதிகமாகும் என்று எதிர்பார்த்து வேலையை விட்டு விடுவதற்குக் காத்திருந்தான்.

சங்கரநாராயணாவைப் பற்றிக் கேள்விப்பட்ட போது அவனே வீணை கற்றுக்கொடுப்பான் என்று தான் குமரவேல் நினைத்திருந்தான். அங்கு போனபோது தான் தெரிந்தது. சங்கரநாராயணா மிருதங்கம் கற்றுக்கொடுக்கிறான். சங்கரநாராயணாவின் மனைவி தான் வீணை கற்றுக்கொடுக்கிறாள். மாதக்கட்டணம், கற்றுக்கொள்ளும் நேரம் எல்லாவற்றையும் தீர்மானித்த பிறகு கற்றுக்கொள்கிறவர்கள் தங்களது வீணையையே கொண்டுவரவேண்டும் என்று சொல்லி விட்டான். நல்ல வீணை சென்னையில் தான் கிடைக்கும் என்கிற விவரத்தைச் சொல்லி ஆழ்வார்ப்பேட்டையிலிருந்த அந்தக் கடையின் விலாசத்தையும் கொடுத்தான். இதற்கென்று சென்னை போக முடியாது. ஏதாவது ஆஃபீஸ் வேலையாகப் போனால் வாங்கிக்கொள்ளலாம் என்று தீர்மானித்திருந்தபோது அடுத்த வாரமே அப்படியொரு வாய்ப்பு வந்தது.

ஆழ்வார்ப்பேட்டையில் அப்படியொரு கடையைப் பார்த்ததும் குமரவேலுவுக்கு பிரமிப்பாக இருந்தது. தோல் கருவிகள், நரம்புக்கருவிகள், புல்லாங்குழல் என அனைத்து விதமான இசைக்கருவிகளும் வரிசையாக, அழகாகக் காட்சிப்படுத்தப் பட்டிருந்தன. தனது பரம்பரைக்கும் இப்படியொரு கடைக்கும் எந்த சம்பந்தமும் இருந்ததில்லையே என்று நினைக்கும்போது மிகவும் வருத்தமாக இருந்தது.. ஒரு சுமாரான விலையுள்ள வீணையை வாங்கி ஆட்டோவில் ஏற்றி பிருந்தாவன் எக்ஸ்பிரசில் ஏறி பெங்களூர் வந்தடைந்து மறுபடியும் ஆட்டோவில் ஏற்றி வீடு கொண்டு வந்து சேர்த்த போது மூச்சு வாங்கியது.

தான் படித்த பள்ளிச்சூழல் ஒரு இந்திய இசைக்கருவியை வாசிக்கக் கற்றுக்கொள்வதற்கு சாதகமாக இல்லையென்பதை வனிதா பல முறை சூசகமாக வெளிப்படுத்தினாள். ஆனால் அதை குமரவேலுவோ, சுலோச்சனாவோ கண்டு கொள்ளவில்லை.. எனவே வனிதாவை சங்கரநாராயணா வீட்டிற்குக்கூட்டிக்கொண்டு போனபோது முதல் வகுப்பை ஆரம்பித்தபோதும் வனிதாவின் முகத்தில் எந்த விதமான உற்சாகமும் இல்லாமலிருந்ததை

குமரவேல் கவனித்தான். அது காலப்போக்கில் மாறி விடும்.. மாற்றுவதற்கான சக்தி வீணைக்கிருக்கிறது என்று குமரவேல் நம்பியது வீணாகிப்போனது. நடைமுறைக்காரணங்களால் வனிதா தொடர்ந்து வீணா கிளாசுக்குப் போகமுடியாமல் போனது. சங்கரநாராயணா மனைவிக்கு சாயந்திரம் ஆறரை மணி வரை மட்டுமே சொல்லிக்கொடுக்க முடியும். பெரிய குடும்பம். நிறைய சமையல் வேலைகள் உண்டு. வகுப்புக்கு குமரவேல் தான் வனிதாவை ஸ்கூட்டரில் கூட்டிக்கொண்டு வரவேண்டும். எப்படி வேகமாக வந்தாலும் ஆறு மணி ஆகி விடுகிறது.. லீவு நாட்களுக்காக நேரத்தை மாற்றமுடியாதென்று சொல்லிவிட்டார்கள். சில நாட்களில் ப்ராஜக்ட் வேலை இருக்கிறது அது இது என்று சொல்லி வனிதா டபாய்த்து விடுவாள். என்ன சொல்லி என்ன? ஈடுபாடு இல்லை. அவ்வளவு தான்.. வனிதாவைப் பெண்பார்க்க வரும்போது அவள் அரக்குக்கலர் பட்டுப் புடவை கட்டி தலை நிறைய மல்லிகைப்பூ வைத்து 'வசந்த மாளிகை' படத்தில் வரும் வாணிஸ்ரீ மாதிரி 'கலைமகள் கைப்பொருளே..' மாதிரி ஒரு பாடலைப் பாடவேண்டும் என்று பல கனவுகளுக்கிடையில் ஓரமாக ஒதுக்கி வைத்திருந்த ஒரு கனவும் தகர்ந்து போனது.. வீணை கற்றுக்கொள்வதென்பதை ஒரு தவம் மாதிரிச் செய்ய வேண்டும். சாதகம் செய்வது என்று வந்து விட்டால் அதற்கு நேரம் காலம் பார்க்கக் கூடாது. மட்டுமல்லாமல் நாள் பூரா மத்த எல்லாச்சோலிகளையும் பார்த்து விட்டு போனால் போகிறது என்ற நேரத்தில் வீணை மாதிரி ஒரு அற்புத இசைக்கருவியை வாசித்தால் அங்கே வந்து சரஸ்வதி உட்காரமாட்டாள். நூற்றாண்டுகளாக கற்றுக்கொள்ளாத, கற்றுக்கொள்ள முடியாமலிருந்த பல கல்வி, கலைகளை ஒரே சமயத்தில் கற்றுக்கொள்ள முடியுமா என்ன?

இந்த விஷயத்தில் எப்போதும் தனியனாகவே இருப்பது குமரவேல் தான்... சுலோச்சனாவின் வாழ்க்கைப் பார்வை தெளிவானது.. ஜீவனோபாயத்துக்காக கடவுள் ஒரு வேலையைக்கொடுத்திருந்தாலும் அதில் முழு அக்கறை இருக்க வேண்டும். யாரும் தனது வேலையைப் பத்திக் குத்தம் சொல்லக் கூடாது.. தான் வளர்க்கப்பட்ட சூழ்நிலை இந்திய, தமிழ் பழங்குடி மக்களது பண்பாடு, ஆங்கில விக்டோரிய மகாராணி காலத்துப் பண்பாடு என்று இரண்டும் சேர்ந்த கலவையாக இருந்ததனால் அவை இரண்டையும் முறையாகக் கடைப் பிடிக்க வேண்டும். அதிலும் நாம் நகரத்திற்கு வந்து விட்டதால் பழங்குடிப்பண்பாடு வீட்டோடு சரி... வெளியில் போனால் ராபர்ட் கிளைவ், மெக்காலே, டூப்ளே போன்ற மகான்கள் உருவாக்கி வைத்து விட்டுபோயிருக்கிற கட்டுப்பாடு, நேர்த்தி, ஆதிக்கம் போன்ற

குணங்கள் இருந்தால் தான் வாழ்க்கையில் முன்னேற முடியும். பெங்களூர் போன்ற நகரத்தில் ஆங்கிலத்திற்கென்று ஒரு மவுசு இருக்கிறது.. எனவே அதை ஒருபோதும் விட்டு விடலாகாது.

இந்தக் காரணங்களின் அடிப்படையில் சுலோச்சனாவின் பார்வையோடு ஒத்துப்போகிற மாதிரி சில சமூகங்கள் இங்கே இருக்கின்றன. கொடகு நாட்டவர்கள், சிந்து நதி தீரத்திலிருந்து வந்தவர்கள், ஆங்கிலோ இந்தியர்கள் (இப்போது கொஞ்சம் குறைவு), வளைகுடா மற்றும் பிற வெளிநாடுகளில் கொஞ்சகாலம் வாழ்ந்து விட்டு வந்தவர்கள் என அவர்களோடு மட்டும் ஒட்டுதல் ஜாஸ்தி.. இதில் 'கலைமகள் கைப்பொருளு'க்கு இடம் ரொம்பக்குறைவு. இவ்வளவு ஏன்? தனது குடும்பத்தினர் எல்லோரும் பாரம்பரிய உடையணிந்து ஒரு போட்டோ எடுத்துக் கொள்ள வேண்டும் என்று குமரவேலுவுக்கு ரொம்ப நாளாக ஆசை.. வனிதாவாவுக்காவது ஊருக்குபோனால் சில வேளைகளில் தாவணி அணிவித்து விடுகிறார்கள்..அது அவளுக்கு நன்றாகப் பொருந்தி வரும்.. சுலோச்சனா அதில் சிக்கிக் கொண்டதே இல்லை..பின் கொசுவம் வைத்துச் சேலை கட்டி ரப்பர் வளையக் கொண்டை போட்டு அதில் பக்கவாட்டில் தெரிகிற மாதிரி மல்லிகைப் பூச்சரம் சூட்டியிருக்க வேண்டும். ரவிக்கை தோளுக்கு வரும்போது அங்கே 'பஃப்' இருக்க வேண்டும். பெரிய பதக்கம் இருக்கிற மாதிரி அட்டிகையும். ஒரு இரட்டை வடச்சங்கிலியும், காதில் டோலாக்கும் இருக்க வேண்டும். தான் காமராஜர் மாதிரி ஒரு ஆபாரம் போட்டு வேட்டி கட்டி— யிருக்க வேண்டும். முடிந்தால் ஒரு சிறு குடுமியும் இருக்க வேண்டும். நெற்றியில் திருநீறும், குங்குமப்பொட்டும் இருக்க வேண்டும். இப்போதைக்கு பக்கத்தில் கைத்தடியோ, நீளமான துப்பாக்கியோ இருக்கத் தேவையில்லை.. ஒரு முறை தனது இந்தப் பேராசையை சுலோச்சனாவிடம் சொன்ன போது 'வாட் ரப்பிஷ்' என்ற ஒரு சிறு வாக்கியம் மட்டுமே எதிர்வினையாக வந்தது. எல்லா விசேஷங்களிலும் தங்களது பாரம்பரிய உடையில் வரும் கொடவர்கள், குஜராத்திகள், இசுலாமியர்கள் எனப் பல சமூகத்தினரும் குமரவேலுவின் மனதில் வந்து போனார்கள்..

ஒரு முறை ஏதோ பொருள் வாங்குவதற்காகக் காலனிப்பக்கம் போனபோது சங்கரநாராயணாவைப் பார்க்க நேர்ந்தது..

'ஏன் சார் வனிதாவை நிறுத்திட்டீங்க..'

என்று பொத்தாம்பொதுவாக ஒரு கேள்வியைக் கேட்டுவிட்டு

‘சரி... அதனால பரவால்ல.. ஒங்க வீட்டுக்குப் பக்கத்துலயே ‘பாரத் கல்ச்சுரல் செண்டர்’ இருக்கில்லியா.. அதுல வாராவாரம் எங்க ‘காவேரி மியூசிக் அகேடமி’ சார்புல எதாவது ஒரு புரோக்ராம் இருக்கும்.. அதுக்கு கண்டிப்பா வாங்க..’

என்று சொன்னான். ஒன்றிரண்டு முறை அங்கு போகக் கூடச் செய்தார்கள். ஆனால் அதற்குள் ஐ.சி.எஸ்.சி. எக்சாம், ஐ.எஸ்,சி. எக்சாம், சி.இ.டி. எக்சாம் என்று மோட்சத்திற்கு வழி காண்பிக்கிற பல நீண்ட பாதைகளில் குடும்பம் பயணித்து விட்டதால் அதுவும் நின்று போனது.. அதை விடத் துரதிர்ஷ்டம் தொலைக்காட்சிகளில் இருபத்து நாலு மணி நேர ஒளிபரப்பு என்று ஆனபிறகு உருப்படியான எந்த சேனலையும் பார்க்காமால் வடிவேலுவிடமும், விவேக்கிடமும் தஞ்சமடைந்தது தான்.

○○○

..குமரவேல் முன்பு இருந்த வாடகை வீட்டிற்கு ரொம்ப பக்கத்திலேயே இருந்தாலும் குமரவேலுவோ, சுலோச்சனாவோ அல்லது குழந்தைகளோ ரொம்ப காலம் அதற்குள் நுழைந்ததே இல்லை.. அது அவர்கள் வாழ்க்கையின் ஒரு பாகமாக இருந்ததே இல்லை.. அவர்கள் கண் முன்னாலேயே வளர்ந்த இடத்தில் எங்கெங்கிருந்தோ வந்து ஜனங்கள் வித்தை கற்றுக்கொண்டு போ—யிருக்கிறார்கள். உபன்யாசங்கள் கேட்டிருக்கிறார்கள். குறிப்பாக இளம் வயது சிறுவர்கள் அல்லது சிறுமிகள் ஆரம்பத்தில் பெற்றோரின் வற்புறுத்தலுக்காக அங்கே வந்திருந்தாலும் அங்கிருக்கக்கூடிய சூழ்நிலையைப் பார்த்து கற்றுக்கொள்ள வந்ததை முறையாகக் கற்றுக்கொண்டு போயிருக்கிறார்கள்

ஒரு ஏக்கருக்கும் குறைவான இடம் தான்.. அதற்குள்ளே பல்வேறு வகையான தாவரங்கள், சின்னச்சின்னதாக பல அரங்குகள்.. தியானத்திலிருந்து தொடங்கி யோகா, வாய்ப்பாட்டு, வாத்திய இசை, நடனம் என்பதோடு மட்டுமல்லாமல் கராத்தே, களரிபயிட்டு போன்ற தற்காப்புக் கலைகளுக்கும் கூட அங்கே இடமிருந்தது. மேற்கத்திய இசை உள்பட எல்லாவகையான இசை வடிவங்களும், மேற்கத்திய நடனம் உள்பட எல்லா வகையான நாட்டிய வடிவங்களும் இடம் பெற்றிருந்தன. ஓவியக்கலை கூட இருந்தது. ‘நீ உள்ள மட்டும் வா.. எத்த வேண்ணா கத்துட்டுப்போ’ என்பது மாதிரியான வசதி.. ஓரே ஒரு குறை.. நாட்டுப்புறக் கலை வடிவங்கள் ஒன்றையும் பார்க்க முடியவில்லை..

பல காலத்திற்கு முன்பு இப்போதிருக்கும் கோரமங்கலா லே அவுட்டிற்கு இடம் கொடுத்த அந்த விவசாயிகளுக்கு நன்றி சொல்ல வேண்டும். அவர்கள் அரசாங்கம் சொன்ன தொகைக்கு அவர்கள் நிலத்தைக் கொடுத்ததால் தான் பாரத் கல்ச்சுரல் செண்டர் மாதிரியான இடத்தை அமைக்க முடிந்தது..அரசாங்கம் என்ன செய்யும்? அது இடத்தை மட்டும் தான் கொடுக்கும்..அதை முன்னெடுத்துச் செல்பவர்கள் குடிமக்கள் தானே! அப்படி முன்வரும் குடிமக்களுக்கு ரசனை மட்டுமிருந்தால் போதாது.. அவர்களது திட்டம் என்ன என்பது குறித்து ஒரு தெளிவு இருக்க வேண்டும். அரசாங்கத்தில் செல்வாக்கு இருக்க வேண்டும்.. என்ன தான் அரசியல்வாதிகள் மீது விமர்சனம் இருந்தாலும் அங்கேயும் நல்லது நினைப்பவர்கள் கொஞ்சம் பேர் இருக்கத்தான் செய்வார்கள். ஒரு நல்ல காரியத்திற்கு என்று ஒதுக்கப்பட்ட இடம் தவறானவர்கள் கைக்குப் போய்விடக் கூடாதே என்று அவர்களும் எச்சரிக்கை யோடிருப்பார்கள். 'பாரத் கல்ச்சுரல் செண்டரை' (பி.சி.சி) ப் பொறுத்த அளவில் இந்த விஷயத்தில் எல்லாம் கைகூடி வந்தது. அதன் ஸ்தாபகர்களில் முதன்மையாக இருந்தவர் ஆலத்தூர் வெங்கடராம ஐயர் சுப்பிரமணியம் (ஏ.வி.எஸ்.மணியம்). ஆவார்.

மனிதச் செயல்பாடுகள் எல்லாமே எப்போதும் ஒன்றையொன்று சார்ந்தே வளர்கின்றன. மணியம் ஒரு பாலக்காட்டுக் கிராமத்திலிருந்து ஒரு பொறியியல் பட்டத்தோடு பம்பாய்க்குப் போன போது ஜவஹர்லால் நேருவின் தொழிற்புரட்சியில் இந்தியா முழுவதும் அரசோடு சில தனியார் நிறுவனங்களும் பங்கு பெற்றிருந்தன. முதலில் தனியார் துறையிலும், பிறகு அரசுத்துறையிலும், பிறகு தனியார் துறையிலுமாக அவர் மாறி மாறிப் பயணித்த பிறகு அவர் ஒரு சிறந்த நிர்வாகியாகப் பெயர் பெற்றிருந்தார். அதற்கு முக்கியக்காரணம் அவர் வளர்ந்து வரும்போதே இந்தியாவில் மேலாண்மையியலும் வளர்ந்து வந்தது தான். இப்போது எம்.பி.ஏ. படிப்பு என்பது சாயங்காலம் ரோட்டோரம் கிடைக்கிற போண்டா, பஜ்ஜி என்பது மாதிரி ஆகிவிட்டாலும் மேனேஜ்மெண்ட் என்பதுவும் ஒரு ஆன்மீகச் செயல்பாடு தான் என்பதை மணியம் வலியுறுத்தியதால் அவரது பெயர் இந்தியா முழுவதும் பரவியது. இது பி.சி.சி. கோரமங்கலாவில் அமைவதற்கு ரொம்பவும் உபகாரமாக இருந்தது. மாநில அளவில் அரசியல் செய்யும் அரசியல்வாதிகளாகட்டும், அங்கே கோலோச்சுகிற படா படா அதிகாரிகளாகட்டும் ஒரு விஷயத்தில் ரொம்பப் பிரபலமான ஒருத்தரோ சிலரோ தலையிட்டிருக்கிறார்களென்றால் அவர்கள் ஒதுங்கிக் கொள்வார்கள். அதற்குப் பல காரணங்கள்

உண்டு. அந்தப் பிரபலமானவர்கள் மூச்சு விட்டாலும் அதைப் பத்திரிகைக்காரர்கள் பிடித்துக் கொள்வார்கள். ஒரு விஷயம் பொதுவெளிக்கு வந்துவிட்டதென்றால் அது தொடர்பான எல்லா வண்டவாளங்களும் வெளியே வந்து விடும். இன்னுமொரு காரணம் இந்தப் பிரபலமானவர்களின் அறிவுப் பின்னணி. பாவிப்பயல்கள் எல்லாத்தையும் இந்திய அரசியல் சட்டத்திலிருந்தே ஆரம்பிப்பார்கள். பிறகு நகராண்மைச் சட்டம், இந்தியக்குடிமையியல் சட்டம் என்றெல்லாம் போட்டுக் குடைகிறபோது அதைப் பற்றியெல்லாம் தெரிந்துகொண்டு விவாதம் செய்வதற்கு எவனுக்கு நேரம் இருக்கிறது? இங்கே துட்டடிக்கவே நேரமில்லையே?

மணியத்திற்கு உதவுவதற்கென்று ஒரு குழுவும் இருந்தது.. அதில் அரசாங்கத்திலும், தனியார் துறையிலும் பெரிய பதவிகள் வகித்து ஓய்வு பெற்றவர்கள் மட்டுமல்லாது ஆணும், பெண்ணுமாக வாலிப வயதுக்காரர்களும் இருந்தார்கள்.. மணியம் ஒவ்வொருவரிடமும் இருக்கும் சாமார்த்தியத்தைப் பயன்படுத்திக் கொண்டார். அத்தோடு எல்லோரையும் தங்களது பேச்சாலும், அணுகுமுறையாலும் வசீகரிக்கும் குணம்.. இந்தக் குணங்களோடு சேர்த்து மணியம் மேலும் சில குணங்களையும் பெற்றிருந்தார். அது எல்லாத்தரத்து மக்களோடும் இணங்கிப்போவது.. உடுப்பி ஓட்டலில் காப்பி அருந்தும்போதும், நட்சத்திர ஓட்டலில் பியர் அருந்தும்போதும் அவரது மனநிலை ஒரே மாதிரித்தான் இருக்கும். இது இயல்பாக அவரிடம் அமைந்து வந்த ஒன்று.. அதாவது இப்படிப்பட்ட மனிதர்களுக்கும் கோரமங்கலாவின் நாகரிகம் மற்றும் பண்பாட்டு வளர்ச்சியில் முக்கியப் பங்குண்டு..கோரமங்கலா தான் பெங்களூர்.. பெங்களூர் தான் இந்தியா.. இந்தியா தான் பிரபஞ்சம்.. காலையில் ஏழு மணி அளவிலோ அல்லது சாயங்காலம் ஆறு மணி அளவிலோ பி.சி.சி. வளாகத்துக்குள் நுழைந்தால் கேட்கும் குரல்களை வைத்தே இதைச் சொல்லி விடலாம். கர்நாடக சங்கீதம், ஹிந்துஸ்தானி சங்கீதம், மிருதங்கம், தபலா, கிட்டார், மேற்கத்திய சங்கீதம், பரத நாட்டியம், மேற்கத்திய நடனம் என்று எல்லாம் கலந்த பெங்களூருக்கே உரியதான ஒரு கலாச்சார வாடை அடிக்கும். இதுவல்லவா நாகரிகம்? இதுவல்லவா பண்பாடு? என்று சொல்லும் அளவுக்கு மணியம் சாதித்தார். ஆனால் ஒரே இடத்தில் சறுக்கி விட்டார்;

எண்பதுகளின் ஆரம்பத்தில் பாரத் கல்ச்சுரல் செண்டர் ஆரம்பிக்கப்பட்ட போது செடிகள், மரக்கன்றுகள் எல்லாம் சிறியதாக இருந்தன. அவை கொஞ்சம் வளர்ந்து வரும்போது அதற்கு ஒரு தோட்டக்காரர் தேவை என்பதை உணர்ந்தார்கள். பெங்களூரின்

வடக்குப்பகுதி, மேற்குப்பகுதி என்பதைப் பற்றித் தெரியாது. ஆனால் தெற்குப்பகுதி, கிழக்குப்பகுதி என்பவற்றில் கட்டட வேலைத்தொழிலாளர்கள், காய்கறி விற்பவர்கள் என்று எடுத்துக் கொண்டால் அவர்களில் பெரும்பாலோர் தமிழ்நாட்டிலிருந்து வந்தவர்களாகத்தான் இருப்பார்கள். இதில் பெரிய ஆச்சரியம் ஒன்றுமில்லை.. கர்நாடக எல்லைக்கு வெளியே ஐம்பது, அறுபது கிலோமீட்டர் சுற்றளவுக்கு வசிப்பவர்கள் ஊரில் ஜீவனம் நடத்த வேறு வழியில்லையென்றாலோ அல்லது வாழ்க்கையில் முன்னேற வேண்டுமென்றாலோ ஒரு டி.என்.எஸ்.டி.சி. பஸ்ஸைப் பிடித்து மடிவாளாவில் இறங்கிக்கொண்டால் போதும். இரண்டே நாட்களில் வாழ்க்கைக்கான வழி கிடைத்து விடும். அப்படி வந்தவர்களில் ஒருவர் தான் தண்டபாணி.. தண்டபாணியின் கதையும், அவரை மாதிரி பெங்களூருக்கு வரக்கூடிய பலரின் கதையும் ஒரே முன்னுரை—யிலிருந்து தான் தொடங்குகின்றன..ஊரில் ஒரு ஏக்கர் சொச்சம் நிலம்.. தொடர்ச்சியாக மழை இல்லை.. அத்தோடு பங்காளிகளுடன் தகராறு (கெட்டெண்ணகார நாயிக..) வாங்கிய கடனை அடைக்க முடிக்கவில்லை.. (சோத்தத் திங்கிறியா.. இல்ல வேற எதாவதா..) இதில் சாதி எங்காவது குறுக்கே வந்தால் அது ஒரு தனிப்பிரச்சினை.. இத்தனை பிரச்சினைகளையும் ஒரே இடத்தில் சமாளிக்க முடிகிற இடம் பெங்களூர். ஒன்றும் பிரச்சினையில்லை.. வந்த இடத்தின் சூழ்நிலையைப் புரிந்து கொண்டு அதற்குத்தகுந்த படி வாழ்க்கையை அமைத்துக்கொண்டவர்களுக்குப் பரவாயில்லை.. அதாவது கட்டட வேலை செய்யப்போனால் முதலில் சித்தாளாக இருந்தாலும் மேஸ்திரியைத் தாஜா பண்ணி தொழில் கத்துக்கொண்டு தானும் மேஸ்திரியாகி விடலாம். நல்ல சம்பளம் மட்டுமல்லாமல் அதிகாரமும் பண்ணலாம். ஆனால் கட்டட வேலையில் தண்டபாணியின் மனசு ஒட்டவேயில்லை.. நிலம் அதிகமில்லையென்றாலும் தான் வைத்திருந்த மாட்டின் மீது தண்டபாணிக்கு அலாதிப்பிரியம் உண்டு. பல ஈத்துக்களைக் கொடுத்து விட்டு இப்போது மாடு ஓய்விலிருக்கிறது.. வீட்டுக்காரியும், மகளும் கொடுத்து விடுமாறு நச்சரிக்கிறார்கள்..

மணியத்தின் வீடு கோரமங்கலாவிலேயே பெரிய சைட்டில் கட்டப்பட்டிருந்தது. அது பிரபலமான காலத்தில் அங்கு வந்து குடியேறிய தொழிலதிபர்கள், பெங்களூரைச் சுற்றி நிலம் வைத்திருந்து அவற்றை விற்றதனாலும், அங்கே லே அவுட் போட்டதனாலும் பெரிய பணக்காரர்கள் ஆனவர்கள் ஆகியோர் கட்டியிருந்த வீடுகள் இருக்கும் சைட்டை விடப் பெரிய சைட் மணியத்தினுடையது.. ஆனால் ஒரு

வித்தியாசம் மேற்கூறிய வீடுகளில் காணப்படும் ஆடம்பரம் எதுவும் இந்த வீட்டில் காணக்கிடைக்காது..அதைத்தவிர இன்னுமொரு பெரிய வித்தியாசம் அங்கேயிருந்த ஒரு மாட்டுக்கொட்டகை.. மணியத்தின் முன்னோர் கொச்சின் சமஸ்தானத்திலோ அல்லது திருவிதாங்கூர் சமஸ்தானத்திலோ இருந்த போது அவர்களுக்கு அந்த சமஸ்தான ராஜாக்கள் கோபூஜை செய்து விட்டு அதை அவர்களுக்குத் தானமாகக் கொடுத்தார்களா என்றெல்லாம் தெரியாது. ஆனால் மணிய்த்திற்கும், திருமதி மணியத்திற்கும் ஒரு ஆசை இருந்தது. ஓய்வுக்காலத்தில் எங்கு வசித்தாலும் ஒரு மாடும் வைத்துக்கொள்கிற மாதிரி கொஞ்சம் பெரிய இடமாகப் பார்க்க வேண்டும். அவர்கள் அதிர்ஷ்டம்.. லே அவுட் போடப்பட்ட போதே அப்படி ஒரு இடம் கிடைத்து விட்டது.. மொத்தம் பன்னிரண்டாயிரம் சதுர அடி நிலமிருந்தால் மாடு என்ன யானை கூட வைத்துக்கொள்ளலாம்..

அவ்வளவு பெரிய இடத்திற்குத் தகுந்த மாதிரியான வீடு என்று மணியத்தின் வீட்டைச் சொல்ல முடியாது. ஒரு பெரிய ஹாலும். விசாலமான அறைகளும் இருந்தாலும் அவற்றைப் பார்க்கும்போது நமக்குத்தெரிவது எளிமையா அல்லது தரித்திரமா என்று சொல்ல முடியாதபடி இருந்தது.. அலமாரியிலும், பிற இடங்களிலும் இறைந்து கிடக்கும் புத்தகங்கள்.. ஒரு மிருதங்கம்.. சுவற்றில் ஆங்காங்கே தஞ் சாவூர் பாணி ஓவியங்கள்,,ஒரு அல்சேஷன் ஒரு பொமரேனியன் என இரு நாய்கள்.. என்னும் இவையெல்லாம் புதிய பணக்காரர்கள் வீட்டில் சாதாரணமாகக் காணக்கிடைக்காதவை..வீட்டைச் சுற்றிலும் நிறைய செடிகொடிகள் இருந்தன. லால்பாக்கிலிருந்து கொண்டுவந்து நடப்பட்டு மிக வேகமாக வளர்ந்த மரங்கள் வீட்டையே மறைத்திருந்தன...அத்தோடு கூண்டுக்கிளிகள், புறாக்கள் என்று அந்த இடமே ஒரு தபோவனம் மாதிரியே இருந்தது..

‘டேய் தண்டபாணி... அங்கென்னடா மயிரு பராக்குப் பாத்துட்டிருக்கறே.. இங்க செங்கல்லு என்ன உம்பொண்டாட்டியா வந்து எடுத்துக் குடுப்பா..’

‘உனக்கு தண்டபாணீன்னு பேரு வச்சது சரியாத்தாண்டா இருக்கு.. செரியான தண்டம்..பேசாமெ ஊருக்கே மாடு மேய்க்கப்போ’

மணியம் வீட்டுக் காம்பவுண்டில் கட்டப்பட்டுக் கொண்டிருந்த ஒரு சிறிய கட்டடத்தில் தண்டபாணி சித்தாளாக வேலை செய்யப் போனபோது இப்படியான வாழ்த்துக் குரல்கள் ஒலிக்கும்போதெல்லாம் தண்டபாணியின் கவனம் அதற்குப்பக்கத்—திலிருந்த மாட்டுக்கொட்டகையில் கட்டப்பட்டிருந்த மாட்டின்

மீதே இருந்தது.. அவ்வப்போது வந்து கட்டட வேலையைப் பார்த்துக் கொண்டு போன மணியமும் தண்டபாணியின் நடமாட்டத்தைக் கவனித்திருந்தார். ஆனால் அந்த தாற்காலிக கவனத்தைத் தாண்டி தண்டபாணியின் பணித்திறமையும், ஈடுபாடும் வெளித்தெரிகிற மாதிரியான ஒரு சந்தர்ப்பமும் வந்து சேர்ந்தது..

லட்சுமி (மணியம் வீட்டு மாடு) இயல்பாகவே நல்ல பெண் தான்.. ஆனால் அதைப்பார்த்துக் கொள்வதற்குத்தான் சரியான ஆள் அமையவில்லை.. ஆனேக்கல்லிலிருந்து ஒருத்தன், கனகபுராவிலிருந்து ஒருத்தன் என மாறி மாறி ஆட்கள் வந்தாலும் ஏதாவது ஒரு காரணத்திற்காக அவர்கள் நிலைத்து நிற்காமல் போய்க்கொண்டே இருந்தார்கள். காரணம் ஒன்றுமில்லை. எந்த விவசாயிக்கும் தனியாக வந்து இங்கே வேலை செய்ய விருப்பமில்லை..அவர்கள் குடும்பத்தோடே இருந்து பழக்கப்பட்டவர்கள். அவர்களுக்கென்று தனியாக ஒரு இருப்பிடம் அமைத்துக் கொடுக்கும் திட்டம் எதுவும் மணியம் குடும்பத்திடம் இருக்கவில்லை. பசுவின் மீது பக்தியும், மரியாதையும் தான் மணியம் குடும்பத்திற்கு இருந்ததே ஒழிய அதை எப்படிப் பராமரிப்பது ஒரு நோய் நொடி வந்து விட்டால் அதற்கு என்ன வைத்தியம் பார்ப்பது என்பதெல்லாம் அவர்களுக்குப் பரிச்சயமில்லை..

கடைசி காலத்தில் நம்மாத்துக்கு ஒரு காமதேனு வந்ததே என்று திருமதி மணியம் குருவாயூரப்பனுக்கு நன்றி சொல்லாத நாளே இல்லை..ஆனால் கடவுள் காமதேனுவுக்கும் சோதனையைக் கொடுக்கிறாரே..நேத்து சாயங்காலத்திலிருந்து லட்சுமிக்கு ஜுரம்.. தீவனம் தின்னவில்லை.. தண்ணீர் குடிக்கவில்லை. ரொம்பவும் சோர்ந்து போய்விட்டது. ஐயர் வீட்டில் புதிய கட்டடத்திற்கான வேலை ஒரு மூலையில் நடந்து கொண்டிருக்க இன்னொரு மூலையில் மாட்டுக்கொட்டாயில் லட்சுமிக்கு வைத்தியம் நடந்து கொண்டிருந்தது. அதாவது என்ன செய்வது என்று எல்லோரும் கையைப் பிசைந்து கொண்டிருந்தார்கள். இதைக் கவனித்துக் கொண்டிருந்த தண்டபாணி கொட்டாய்ப் பக்கம் போனான்..

‘என்னாச்சுங்க மாட்டுக்கு...?’

என்று சொல்லிக்கொண்டே மாட்டுப் பக்கம் போய் அதன் கழுத்தை நீவிக்கொடுத்தான். அதற்கு எந்த எதிர்வினையும் காட்டாமல் லட்சுமி வெறித்த கண்களுடன் நின்று கொண்டே இருந்தது. வாயிலிருந்து நுரை கலந்த உமிழ்நீர் ஒழுகிக்கொண்டே—யிருந்தது. தண்டபாணி அதன் கழுத்திலிருந்து தன் கையை பின்னால்

நகர்த்திக்கொண்டே போனான். பசுவின் உடல் சூட்டை அவனது கைகள் கிரமமாக உணர்ந்தன..கையை நகர்த்திக்கொண்டே போய் அதன் வாலைத் தூக்கிப் பார்த்தான்.

‘சாணி எப்பங்க போட்டுச்சு..?’

என்று கேட்டான். சொன்னார்கள். அப்படியே பிருஷ்டப்பக்கம் வந்து அதன் மேல்பகுதியை நீவிக்கொடுத்தான். லேசாக ஆரம்பித்து பிறகு தனது நகங்களால் வலிக்காத மாதிரி சொரிந்து கொடுத்தான். அப்படிச் செய்த கொஞ்ச நேரத்தில் மெதுவாக வாலைத்தூக்கிய பசு சளசள வென்று நல்ல மஞ்சள் கலரில் மூத்திரம் போனது. கீழே போகும் மூத்திரத்தை தீர்த்தம் பிடிப்பது போல் பிடித்து உள்ளங்கையில் கொஞ்ச நேரம் வைத்திருந்து விட்டுக்கீழே விட்டான்.

‘நல்ல சூடு புடுச்சிருக்கு..’

என்று தனக்குள் சொல்லிக்கொண்டே அங்கே கொஞ்சம் தள்ளி நின்று கொண்டிருந்த வீட்டுக்காரம்மாவிடம் சொல்வது மாதிரி

‘கொஞ்சம் வெங்காயம், சீரகம், மௌகு கொண்டு வாங்க..’

நல்ல வேளையாக சின்ன வெங்காயம் அந்த வீட்டில் இருந்தது. மூன்றையும் வைத்து அரைப்பதற்கு சமையல் கட்டுக்குள் போக வேண்டியதாக இருந்தது. அதை லட்சுமியில் வாயில் ஊற்றுவதற்கு ஒரு ‘கொட்டம்’ தேவையாக இருந்தது. அதெல்லாம் தண்டபாணிக்கு ஒரு பொருட்டாகவே தெரியவில்லை... ‘கொட்டம்’ அந்த வீட்டில் இருக்காது என்று நிச்சயமாகத் தெரிந்தவனைப் போல

‘நீளமா ஒரு கப் இருந்தாக் குடுங்க..’

என்று சொல்லி அதை வாங்கி வழித்தெடுத்த அந்தச்சாற்றை அதில் ஊற்றி முக்கால் அளவு தண்ணீர் ஊற்றி மாட்டுக்குப்பக்கத்தில் போய் அங்கே நின்று கொண்டிருந்த மேஸ்திரியை அதன் சிறு கொம்பைப் பிடித்துக் கொள்ளச்சொல்லி சாற்றை மெதுவாக அதன் வாயில் விட்டான். புரண்டு பிடிக்காத குழந்தையைப் போல மாடு அதை உள் வாங்கிக்கொண்டது.

இப்போது திருமதி மணியத்தின் முகத்தை நேராகப் பார்த்து

‘இன்னங் கொஞ்ச நேரத்துக்கப்புறம் நல்லா வேத்துருக்கும்.. ஒரு துணீலே நல்லா ஒடம்பு முழுசும் தொடச்சுட்ருங்க..’

என்று சொல்லிவிட்டு வேலை முடிந்தது என்பதைப்போல அவனே கட்டடப்பக்கம் போய் விட்டான்.அவனுக்குப் பின்னாலேயே மேஸ்திரியும் மற்றவர்களும் போனார்கள்

அண்ணைக்கு சாயங்காலம் வேலை முடிந்து மேஸ்திரியும் மற்றவர்களும் கை காலைக் கழுவிக்கொண்டு உடை மாற்றப்போனார்கள். மணியம் தண்டபாணியை கொஞ்சம் இருக்கச்சொல்லிக் கையைக் காண்பித்தார். மட்டக்கோல், கரண்டி, மண்வெட்டி என எல்லாவற்றையும் கழுவி வைத்து விட்டு கழுவிய முகத்தைத் துடைத்துக் கொண்டே அவர் முன்னால் போய் நின்றான்.

'எந்த ஊருப்பா நீ..?'

'திருக்கோய்லூர் பக்கங்க..'

'ஊர்ல என்ன விவசாயமா..?'

'அது இருக்குங்க..'

என்று சொல்லி ஊர்க்கதை முழுசையும் சொல்லி முடித்தான்.

மணியம் வீட்டு கட்டட வேலை முடிவதற்கு முன்னாலேயே பாரத் கல்ச்சுரல் செண்டர் வளாகத்தில் ஒரு மாட்டுக்கொட்டாய் போடப்பட்டு அவரது மாடு அங்கே கட்டப்பட்டது..அடுத்த ஒன்றிரண்டு மாதங்களில் வளாகத்தின் தென்கிழக்கு மூலையில் ஒரு 'ஷெட்' போடப்பட்டு தண்டபாணியின் குடும்பம் அங்கே தங்க வைக்கப்பட்டது.. காலையில் சுமார் ஆறு மணிக்கு தூக்கிக்கட்டிய லுங்கி வேஷ்டியும், கையில் பால் பாத்திரமுமாக தண்டபாணி பத்து நிமிட தூரத்திலுள்ள மணியம் வீட்டிற்குப் போவான். தொங்கப்போட்டிருக்கும் வலது கையில் பால் போசி இருக்கும்.. அந்தக்கையின் முழங்கையை இடது கை தாங்கிப் பிடித்திருக்கும். வாயில் புகையிலை.. பாலைக்கொடுக்கப் போகும்போதோ, பாலைக்கொடுத்து விட்டுத் திரும்பும்போதோ தண்டபாணி சந்தித்து உலக விவகாரங்களைப் பற்றிப் பேசிக்கொள்ளும் சக தமிழர்களில் குமரவேலுவும் ஒருத்தர். இந்த சினேகம் பாரத் கல்ச்சுரல் செண்டர் வளாகத்தில் இருக்கும் மாமரம், வேப்பமரம், வாழைமரம் என்பவற்றின் இலைகளைப் பறிப்பதற்கும், தோட்டத்திலிருந்து கிடைக்கிற வேறு சில பிரயோஜனங்களுக்குமாகத்தான் என்று இரண்டு பார்ட்டிகளுக்குமே தெரியும்.

அங்கு பாலைக் கொடுத்து விட்டு அவன் செய்வதற்கென்றே இருக்கும் சில வேலைகளைச் செய்து விட்டு சுமார் ஒம்பது-பத்து

மணி அளவில் திரும்ப வந்து தோட்ட வேலைகளைச் செய்வான். அந்த 'சில வேலைகளில்' மிகவும் வயதாகியிருந்த மணியத்தின் அம்மாவுக்கும், திருமதி மணியத்தின் அப்பாவுக்கும் செய்ய வேண்டிய சில 'சுத்தம் செய்யும்' வேலைகளும் இருந்தன. சொல்லப்போனால் அங்கு தண்டபாணி செய்த பெரும்பாலான வேலைகள் 'சுத்தம் செய்யும்' வேலைகள் தான்.

திருமதி தண்டபாணி நகரத்துக்கு வரும் தொழிலாளர் மனைவிகளுக்கென்றே ஒதுக்கி வைக்கப்பட்டிருக்கும் வீட்டு வேலைகளுக்குப் போக ஆரம்பித்திருந்தாள். மணியம் குடும்ப வற்புறுத்தலின் பேரில் அவனது இரண்டு குழந்தைகளும் பள்ளியில் சேர்ந்திருந்தார்கள். அவர்களை கோரமங்கலாவிலிருக்கும் ஒரு சுமாரான ஆங்கிலப்பள்ளியில் சேர்ப்பதற்கும், அங்கு கட்டணச்சலுகை பெறுவதற்கும் மணியத்தின் உதவி தாராளமாகக் கிடைத்தது. அதற்குள் மணியம் பெங்களூர் முழுவதும் பிரபலமாகியிருந்தார்.. 'நாம் இயற்கையைப் பாதுகாக்க வேண்டும்.. நமது கலாச்சார அடையாளங்களைப் போற்றிப் பேண வேண்டும்' என்பது மணியத்தின் குரலாக இருந்தது. அந்தக் குரல்களைக் காது கொடுத்துக் கேட்கும் அளவுக்கு பெங்களூரின் இயற்கையும், பண்பாடும் மாசுபடத்தொடங்கியிருந்தன.

சுமார் பத்துப்பதினைந்து வருட காலத்தில் பாரத் கல்ச்சுரல் செண்டரின் அடையாளம், கோரமங்கலா ஆறாவது பிளாக்கின் அடையாளம், கோரமங்கலா எல்லா பிளாக்குகளின் அடையாளம், பெங்களூரின் அடையாளம், தென்னிந்தியாவின் அடையாளம், ஒட்டுமொத்த இந்தியாவின் அடையாளம் என எல்லாமே மாறிப்போயிருந்தன..இந்த மாற்றம் மணியம்-தண்டபாணியின் தொழில்முறை உறவிலும், தனிப்பட்ட உறவிலும் மாற்றங்களைக் கொண்டுவர வேண்டியதாக இருந்தது..காரணம் மணியத்திற்கு வயதாகி விட்டது தான்.

என்னதான் ஒரு நிறுவனத்தை அதன் அடிஸ்தானத்திலிருந்து கட்டி எழுப்பியிருந்தாலும் அந்த நிறுவனம் ஒரு மனிதனின் தனிச்சொத்தாகி விடாது. தனது பாரம்பரியம் தனக்கு அளித்திருக்கும் ரசனை மற்றும் ஈடுபாடு, சமூகத்தில் தனக்கிருந்த செல்வாக்கு என்பவற்றைப் பயன்படுத்தி மணியம் பி.சி.சி.யை வளர்த்தார். அது ஒரு அறக்கட்டளை என்ற பெயரில் பதிவு செய்யப்படும்போது அதன் நிர்வாகக் குழு உறுப்பினர்கள் மாறிக்கொண்டே தான் இருப்பார்கள். அதாவது அது தனி மனிதரின் கையிலிருந்து கொஞ்சம்

கொஞ்சமாக நழுவிப்போகும். தனது நோக்கம் நிறைவேறிவிட்டது என்ற மனத்திருப்தி ஏற்படும்போதும், தன்னால் முன்பு போல செயல்பட முடியாத போதும் நிறுவனத்தின் மீதுள்ள அக்கறையும் கொஞ்சம் கொஞ்சமாகக் குறையும்..மணியம் விஷயத்திலும் அப்படித்தான் நடந்தது.. பையனும், பெண்ணும் வெளிநாட்டில் செட்டிலாகிவிட்டடார்கள். வீட்டில் இவரும் இவர் மனைவியும் தான்.. இனி பொது வாழ்க்கைக்கு எங்கே இடமிருக்கிறது? நகரத்தின் இந்தப்பகுதியில் இது ஒரு குறிப்பிடத்தக்க கலாச்சார மையமாக இருக்கிறது. வேறென்ன வேண்டும்? அடுத்த மாற்றம் இயல்பாக நடக்கக் கூடியது தான். மையத்தைப் பொறுத்த வரை இனி மணியம் இல்லை.. அறக்கட்டளை தான் முடிவு செய்ய வேண்டும். ஆனால் தண்டபாணிக்கு இதொன்றும் புரியவில்லை.

ஆரம்ப காலத்தில் தண்டபாணி வேலைக்குச் சேர்ந்தபோது மாட்டைப் பார்த்துக் கொள்வது, தோட்டத்தைப் பராமரிப்பது, கட்டடங்களைச் சுத்தம் செய்வது என்பதெல்லாம் தான் தண்டபாணி குடும்பத்திற்கான வேலையாக இருந்தது. அங்கிருக்கும் ஹால்கள் அறைகளை வாடகைக்கு விடுவது என்பதெற்கெல்லாம் ஒரு ஆள் இருந்தான். காலப்போக்கில் அறைகள் அதிகமாகி பயிற்சி மையங்களும் அதிகமான போது இரண்டு பேரை முழுநேர ஊழியர்களாக நியமித்தார்கள்.. நிர்வாகம் சம்பந்தமாக மேலும் சில முடிவுகளும் எடுக்கப்பட்டன. அதில் ஒரு முடிவு தான் தண்டபாணியை இடித்தது. அந்த முடிவு என்பது தண்டபாணியின் குடும்பத்தை அங்கிருந்து காலி பண்ண வைத்து அங்கே நேபாளி ஒருவரை முழு நேரக்காப்பாளராக நியமித்தது..

தண்டபாணி குடும்பத்தைப் பொறுத்தவரை எல்லாமே மணியம் குடும்பத்தார் தான். அப்படியிருக்கும்போது இப்போது காலி பண்ணுடான்னு சொன்னா என்ன அர்த்தம்? எத்தனை முறை கேட்டாலும் மணியம் சரியான பதிலைத் தரவில்லை.. இத்தனை வருசம் இங்கே இருந்தாயிற்று.. இவ்வளவு பெரிய நகரத்தில் சட்டி பானையைத் தூக்கிக் கொண்டு எங்கே போவது? இப்படியாக யோசனை செய்து கொண்டே கொஞ்சநாள் போயிற்று.. அவ்வப்போது நெருக்கடியும் வந்து போயிற்று. இந்தப் பிரச்சினைக்கு எப்படித் தீர்வு காண்பது என்று தண்டபாணி பல வகைகளிலும் முயற்சி செய்தான்.. உதவியும் எதிர்பாராத இடங்களிலிருந்து வந்து சேர்ந்தது..

இத்தனை வருடங்களாக இங்கிருந்த போதும் தண்டபாணி தனது கிராமத்துடனான தொடர்புகளை விடாமல் வைத்திருந்தான்.

ஒவ்வொருமுறை போகும்போதும் தனது வீரதீரப் பிரதாபங்கள், பெங்களூரில் தனக்கிருக்கும் செல்வாக்கு என்றெல்லாம் அளப்பதுண்டு. அத்தோடு கையில் கொஞ்சம் சில்லறையும் சேர்ந்திருந்தது..இப்போது இவற்றுக்கெல்லாம் ஆப்பு வைத்தது மணியம் தான் என்று கோபம் வந்தது.. இந்தப் புலம்பல் கிராமத்—திலிருந்த தனது சமுதாயச்சங்கம் வரை போயிற்று.. சமீப காலத்தில் ஏற்பட்ட விழிப்புணர்வின் காரணமாகவும், தகவல் தொடர்பில் ஏற்பட்ட பெரும் பாய்ச்சல் காரணமாகவும் அந்த சமுதாய சங்கம் பெங்களூரிலிருந்த தனது கிளைக்கும் தகவல் தந்தது.. விளைவாக பாரத் கல்ச்சுரல் செண்டர் வளாகாத்தின் மூலையில் அந்த சங்கத்தின் கொடி முளைத்தது.. கூடவே மணியத்திற்கும், மையத்தின் நிர்வாகப் பொறுப்பிலிருக்கும் அறக்கட்டளைக்கும் ஒரு எச்சரிக்கை விடுப்பது மாதிரி ஒரு பெரிய ஃபிளெக்ஸ் பேனரும் வைக்கப்பட்டது.. செண்டருக்கு வரக்கூடிய பொதுமக்கள், ரோட்டில் போகும் பாதசாரிகள், வாகன ஓட்டிகள் அனைவருக்கும் இது பேசு பொருளாயிற்று.. மணியத்திற்கு கடைசி காலத்தில் இது ஒரு பெரிய சோதனை! வாழ்நாள் முழுவதும் உழைத்துத் தேடி வைத்திருந்த பெயரை ஒரு அனாமதேயப்பயல் வந்து நாசம் செய்து விட்டான். என்ன முயன்றும் அவனை வழிக்குக் கொண்டுவர முடியவில்லை. பிரச்சினை தீவிரமாகிக்கொண்டே போகிறது ஒரு நாள் சங்கத்—திலிருந்து நான்கைந்து பேர் கொடி பிடித்துக்கொண்டு கோஷமும் போட்டார்கள். அந்தக் கோஷம் முழுவதுமாகக் கன்னடத்தில் இருந்தது வேறு வயிற்றைக் கலக்கியது.

போராட்டம் உச்சத்திலிருந்த போது குமரவேல் தண்பாணியைச் சந்திக்க நேர்ந்தது..

‘என்ன தண்டபாணியண்ணா... கொடி புடிச்சிட்ட போல இருக்குது..’

‘பின்ன என்ன சார் பண்ணச்சொல்றே... எத்தினி வருசமாச்சு.. நிய்யும் பாத்துக்கினு தானே கீறே.. எங்கிட்டுப் போக நானு.. ரொம்பக் கெஞ்சுன... சார் நானு.. மயிராண்டி இப்ப சட்டம் பேசறான்..’

துரதிர்ஷ்ட வசமாக அதே மாதிரி சட்ட அம்சங்களில் கொஞ் சத்தை குமரவேலுவும் எடுத்துச் சொல்லும்படி ஆயிற்று.. அது தண்டபாணியை மேலும் உசுப்பி விட்டது..

‘என்ன சார் ரூலு..இங்கியாகட்டும்.. அய்யிரு ஊட்டுலியாகட்டும்.. எத்தன கக்கூசு சார் நாங் களுவீருப்பன்.. அத்த உடு சார்.. அந்த

கௌவனுக்கும், கௌவிக்கும் நானும் என்னோட ஊட்டுக்காரியும் அததன காலமா சூத்துக்களுவி உட்டுட்டு இருந்தப்ப அந்த ரூலு கீலெல்லாம் எங்க சார் போச்சு.. அவம் வேண்ணா எங்கள ஜெயிலுக்கு அனுப்பட்டு சார்.. பாத்துக்கலாம் உடு...'

என்று வெடித்தான். பரவாயில்லை.. ஒண்ணுக்கும் உதவாத தண்டம் என்ற நிலையிலிருந்து இப்படி ஒரு போராளியாக தண்டபாணி மாறியதற்கு பெங்களூருக்கும், அவனது சமுதாய சங்கத்திற்கும் நன்றி சொல்ல வேண்டும்..

விவகாரம் எப்படி பைசலாயிற்று என்று தெரியவில்லை.. சில நாட்களுக்குப் பிறகு கொடியும், பேனரும் அங்கிருந்து அகற்றப்பட்டிருந்தன.. இன்னும் கொஞ்ச நாட்களுக்குப் பிறகு தண்டபாணி தங்கியிருந்த ஷீட் போட்டிருந்த வீடும், அதை ஒட்டியிருந்த டாய்லட் மற்றும் குளியலறையும் இடிக்கப்பட்டு சமதளமாக்கப்பட்டிருந்தது.. காம்பவுண்ட் சுவர் உயர்த்தப்பட்டு கம்பி கட்டப்பட்டிருந்தது.. மெயின் கேட்டில் வெளுத்த நிறமும், கம்பி மீசையும் கொண்ட ஒரு நேபாளி கூர்க்கா பாசக்கலர் யூனிஃபார்ம் போட்டுக் கொண்டு அதிகாரம் செய்து கொண்டிருந்தான்.. தண்டபாணியின் காவல் என்னும் வரலாற்றுப் பக்கத்தைத் தன்னுள் சேர்த்துக் கொண்ட பாரத் கல்ச்சுரல் செண்டரை நோக்கி ஆறு வயதிலிருந்து அறுபது வரையுள்ள எல்லா வயதினரும் பல்வேறு பயிற்சிகளுக்காக வந்துகொண்டு தானிருந்தார்கள்.

○○○

ஐம்பது வயதைத் தொட்டபோது தனக்கு ஏற்பட்ட சலிப்பும், நம்பிக்கையின்மையும், விரக்தியும் தொடர்ந்து வந்து இப்போது தன்னுள் முழுமையாக ஆக்கிரமித்துக் கொண்டிருப்பதை குமரவேல் உணர்ந்திருந்தார். அதனால் தான் வனிதா எதைச்செய்தாலும் எரிச்சலாக இருக்கிறது. ராகுலின் சோம்பேறித்தனம் கோபப்பட வைக்கிறது. சமூகம் என்ன சொல்கிறது? பக்கத்து வீட்டுக்காரர்களாகட்டும், நகரத்திலேயே தெரிந்தவர்களாகட்டும், சொந்தக்காரர்களாகட்டும் என்ன எதிர்பார்க்கிறார்கள்? பிள்ளைகளுக்கு காலாகாலத்தில் கல்யாணம் ஆகி விட்டதா? குழந்தை பெற்றுக்கொண்டிருக்கிறார்களா? குழந்தையை எந்த ஸ்கூலில் போட்டிருக்கிறார்கள் என்பது மாதிரியான எதிர்ப்பார்ப்புகள் அவர்களுடையதா அல்லது இயற்கை அவர்கள் சார்பில் கேள்விகளைக் கேட்க வைக்கிறதா? எப்படியிருந்தாலும் நடக்க வேண்டியது நடக்காமல் போனால் நம் மீது அனுதாபம்

கொள்கிறார்கள். அனுதாபம் பெற்றுக்கொள்வதைத் தவிர பெரிய கொடுமை வேறு எதுவுமில்லை..

வனிதா பெண் என்பதால் அவள் சீக்கிரம் திருமணம் செய்து கொள்ளவேண்டும் என்று குமரவேல் எதிர்பார்க்கவில்லை.. பெண்ணுக்கு வயதாகும்போது அவள் தாயாவதில் உடல் ரீதியாக சில பிர்ச்சினைகள் வரும் என்பதையும் அவர் பெரிதாக எடுத்துக்கொள்ளவில்லை. வாழ்க்கையில் தான் மட்டுமல்லாமல் தன்னைப் போலவே எல்லா மனிதர்களும் அனுபவித்த சில அற்புதமான தருணங்களைத் தனது பிள்ளைகளும் அனுபவிக்க வேண்டும் என்பது தான் அவர்கள் இரண்டு பேருடைய ஆசை.. எல்லாப்பெற்றோருடைய ஆசையும் அது தானே! வரப்போகிற மருமகனும், மருமகளும் தன்னைப் போலவே ஆங்கிலம் பேசுகிற ஆனால் அடிப்படையில் வைதீகப்பின்னணி இல்லாத, அசைவம் சாப்பிடுகிற நபர்களாக இருக்க வேண்டும் என்பது சுலோச்சனாவின் எதிர்பார்ப்பு. இதில் எதுவுமே நடக்கவில்லை.. ராகுலின் மனைவி இங்கிலீஷ் பேசுகிறாள். ஆனால் அதோடு இங்கிலீஷ் பேசுகிறவர்கள் எப்படி சட்டவிட்டம் பேசுகிறார்களோ அதையும் பேசுகிறாள். இது சுலோச்சனாவுக்கு ஒத்து வரவில்லை. பேங்கு நடைமுறைகள் மாதிரியே வாழ்க்கையும் இருக்க வேண்டும் என்று எதிர்பார்ப்பது எவ்வளவு முட்டாள் தனம்..? அது மட்டுமல்லாமல் நவீன காலம் கொண்டு வந்திருக்கிற சம உரிமை, பூரண சுதந்திரம் என்பதையெல்லாம் மூத்த தலைமுறையினர் வெறும் வாயளவில் தான் ஒத்துக்கொள்கிறார்கள். நடைமுறையில் வரும்போது அவர்களால் எதையும் ஏற்றுக்கொள்ள முடிவதில்லை..

'உனக்குன்னு புத்தியில்லையா? உங்க அப்பா அம்மா சொல்றத்த மட்டுந்தாங் கேப்பியா? எனக்கு இப்பவே தனியாப்போகணும்..'

'நாஞ்சம்பாதிக்கறேன்... நா... செலவு பண்றேன்..இவங்களுக்கென்ன வந்துச்சு..'

'நான் ஜீன்ஸ் போடுவேன்.. லெக்கின் போடுவேன்... இவங்க யாரு கேக்கறத்துக்கு..?

'உன்ன மாதிரியல்ல... எனக்கு நெறய்ய பேரு ஃப்ரண்ட்ஸ் இருக்காங்க.. அவங்க என்னத்தேடி வரத்தா செய்வாங்க... இதுல உனக்கென்ன பிரச்னெ..?

'தல வலிக்குதுன்னு பத்து மணி வரைய்க்கும் படுத்திருந்தனே..... என்ன ஏதுன்னு ஒரு பேச்சு வந்து கேட்ருப்பியா..? அப்ப நா செத்தாலும் கவலப்பட மாட்டே இல்லே..'

‘ப்ரனிதா புருஷனப்பாரு.. எப்பிடி வெச்சுத்தாங்கறான்;

‘நாங்க ஏளப்பட்டவங்க தான்.. அதுக்காக கேவலப்பட்டவங்க இல்லே’

‘அமேசான்லேர்ந்து வந்தாலும்... மைந்த்ராவிலேர்ந்து வந்தாலும் அதென்ன ஒடனே ‘என்ன ஏது’ ன்னு விசாரண..சும்மா கெடக்க வேண்டியது தானே..’

ஆதிகாலத்திலிருந்து வரக்கூடிய அதே வசனங்கள் தான்.. ஆங்காங்கே பேசுபொருள் மாறியிருக்கிறது.. பெண்ணின் சமூகப் பின்னணிக்கு ஏற்ப மொழிநடை மாறியிருக்கிறது..

இந்தக் கேள்விகள் பலவற்றிற்கும் குமரவேலிடம் ஒரே பதில் தான் இருக்கிறது.

‘பெண்ணே! உனது உணர்வுகள் எனக்குப் புரிகின்றன. உனது கேள்விகளில் நியாயம் இருக்கிறது. ஒரேயொரு விண்ணப்பம்.. இவ்வளவு அதிர்ச்சிகளை ஒரேயடியாகத் தாங்கிக்கொள்ள முடியாது.. சூழ்நிலைகள் எல்லாம் கொஞ்சம் கொஞ்சமாகத்தான் மாறும்.. அதுவரை கொஞ்சம் பொறுத்துக்கொள்ளம்மா..மற்றபடி நீ என்ன தீர்ப்புச்சொன்னாலும் ஏற்றுக்கொள்கிறோம்..’

ஆனால் சுலோச்சனாவின் பதில் மேற்கூறியவற்றோடு கொஞ் சமும் சம்பந்தப்படாதது.

‘ஏய்.. அறிவிருக்குதா.. அவளுக்கென்ன நீ தண்ணி கொண்டுபோய்க் குடுக்கற.. நீ ஒரு ஆம்பளைங்கறது மறந்து போச்சா.. ஏ... அவளால கீழே எறங்கி வர முடியாதா..?’

‘ஏதோ ஏளப்பட்ட குடும்பம்னு கட்டீட்டு வந்தா... என்ன மாதிரி லொள்ளுப் பண்றா.. அதா... சொல்றது... ஒவ்வொருத்தரையும் வெய்க்க வேண்டிய எடத்துலே வெக்கணும்...’

‘நம்ம குடும்பமென்ன... நம்ம அந்தஸ்தென்ன.. நம்ம பொண்ணுகளோட நெறமென்ன.. லட்சணமென்ன... எங்கிருந்து புடிச்சுக் கொண்டாந்தீங்களோ இந்த சனியனெ..’

படித்துப்பட்டம் வாங்கிய ஒரு மனுசி. ஒரு தேசிய மயமாக்கப்பட்ட வங்கியில் உத்தியோகம் பார்ப்பவள் மனித நாகரீகத்தின் தோற்றுவாய்களில் ஒன்றான கிரேக்க நாகரிகத்தின் பிதாமகர் சாக்ரடீஸ் சொன்ன முக்கியமானதொரு தத்துவ வாக்கியத்தை அறிந்திருக்கவில்லை..அதாவது மனிதர்களெல்லோரிடமும்

புத்திசாலித்தனம் இருக்கிறது. சந்தர்ப்பம் வரும்போது அவர்கள் அதை வெளிப்படுத்துவார்கள் என்பது.. மனித அழகு என்பதைப் பற்றியும் அவர் இதேமாதி ஒரு கருத்தைச் சொல்லியிருக்கிறார். ஆனால் அது எப்போதும் எடுபடாது. எப்போதும் எடுபடாத ஒரு கருத்தைச் சொல்லி என்ன பலன்? மட்டுமல்லாமல் புத்திசாலித்தனம் என்பது கண்ணுக்குத் தெரியாதது.. மனித அழகு என்பதை கண் முன்னால் நிற்பது.. கண் மூடித்திறக்கும் நேரத்தில் தோன்றி மறைந்தாலும் மின்னல் மின்னல் தானே!

விஷயம் இவ்வளவு தான்! அம்மா வீட்டுக்குப் போன ப்ரீத்தி திரும்ப வரவில்லை..தனக்குரிய மரியாதை அந்த வீட்டில் இல்லை என்பது அவளுடைய வாதம்.. தன் புருஷனுக்கு சூடு, சொரணை இல்லை.. எப்போதும் கூட வாழப்போகிற பொண்டாட்டி முக்கியமா இண்ணைக்கு இருந்து விட்டு நாளைக்கு மண்டையைப் போடுகிற அப்பன் ஆத்தா முக்கியமா? அதென்ன நாத்தனார்? வயசாகிப்போச்சுனா கல்யாணத்தப்பண்ணீட்டுக் கௌம்ப வேண்டியது தான? இங்கிருந்துட்டு எதுக்கு இருக்கறவங்களுக்குக் கொடச்சல் குடுத்துட்டு இருக்கணும்? இவ டாக்டருன்னா இவளொட வச்சுக்கணும்.. நம்ம கிட்டயெல்லாம் காமிக்கப்படாது' ..இப்பிடி இப்பிடி..

கற்ற கல்விக்கும், வாழ்க்கைக்கும் சம்பந்தமேயில்லை என்பது உலகத்தில் எல்லா நாடுகளையும் விட இந்தியாவுக்குத் தான் பொருத்தமாக இருக்கிறது. 'சாதி இரண்டொழிய வேறில்லை' என்றும், 'நீதியால் வந்த நெடுந்தரும நெறியல்லால் சாதியால் வந்த சிறு நெறி'யை அண்டக்கூடாது என்றும் சொல்லி வைத்து விட்டுப்போய் ஆயிரக்கணக்கான ஆண்டுகள் ஆன பிறகும், 'ஆமா... ஔவையாருக்கும், கம்பனுக்கும் வேற சோலியில்லை.. அவங்களுக்கென்ன சொல்லீட்டுப் போய்ட்டாங்க... இங்க இருந்து பாத்தாத்தான தெரியும்..' என்று ஒரே வரியில் அடித்து விட்டுப்போய் விடுவார்கள். குமரவேல் தான் கற்ற கல்வியின் படியும், தான் பார்க்கிற மனுசர்களின் குணத்திற்குத் தகுந்த படியும் நடக்க வேண்டும் என்று பெரிதும் முயற்சி செய்தாலும் குடும்பத்தினர் அப்படியில்லை.. அவர் மேட்டுக்கு இழுக்க அவர்கள் பள்ளத்திற்கு இழுத்தார்கள்..

ஒவ்வொரு இடத்திற்கும் ஒவ்வொரு சமுதாய முகம் இருக்கிறது.. தனது கிராமத்து சமுதாயத்திற்கு என்று ஒரு முகம், தனது கிராமத்தைச் சுற்றி இருக்கிற பல கிராமங்களும் சேர்ந்த சமுதாயத்திற்கு என்று ஒரு முகம்.. ஒட்டு மொத்தமாக பொள்ளாச்சி வட்டத்திற்கு ஒரு முகம், கோவை மாவட்டத்திற்கு என்று ஒரு முகம்..

இந்த முகங்கள் தான் நமது நிம்மதியையும், சந்தோஷத்தையும் தீர்மானிக்கின்றன.. சந்தோஷமாக இருந்தால் வந்து கை கொடுப்பார்கள். பிரச்சினை என்றால் அதன் முழு விவரத்தையும் கேட்காமல் அதற்குப் பரிகாரம் சொல்லுவார்கள். முழுவிவரத்தையும் கேட்பதற்கு யாருக்கு நேரம் இருக்கிறது.. பரிகாரம் சொல்லாத பட்சத்தில் அவர்களது அனுதாபம் மிகச்சில சொற்களிலோ, 'ம்ஞ்ச், ம்ஞ்ச்' என்ற ஒரு ஒலிக்குறிப்பிலோ வெளிப்படும். எந்த வடிவத்தில் வந்தாலும் அது ஒரு சித்திரவதை தான்

எல்லாவற்றுக்கும் காரணம் பலூன் மாதிரி இருக்கிற இந்த மனசு தான் காரணம். எதாவது சின்னதாக ஒரு நல்லது செய்து விட்டால் அதை யாராவது புகழ்ந்து விட்டால் பலூன் உப்பிக்கொள்ளும்.. வேலையில் கொஞ்சம் சாமார்த்தியம் காண்பித்து விட்டால் அதை மேலதிகாரிகளோ, சக உத்தியோகஸ்தர்களோ புகழும்போது பலூன் உப்பும்.. ஏதோ ஒரு சின்ன இடம் வாங்கி, லோ..லோ.. என்று கடனுக்கு அலைந்து ஒரு வீடு கட்டி அதை மேலிருந்து கீழே பார்க்கும்போதும் பலூன் உப்பும்..

'உங்க பசங்க எல்லாம் என்ன பண்றாங்க..'

'ரெண்டு பேருங்க... பெரியவ பொண்ணு... டாக்டரா இருக்கா... சின்னவன் பையன்.. டிகிரி முடிச்சுட்டு ஒரு காலேஜ்லே வேல பாக்கறான்..லெக்சரர் இல்லே... ஆஃபீஸ்லே.. '

'ரெண்டு பேரும் செட்டில் ஆயிட்டாங்களா..?'

வந்துட்டியா மகனே... வெடிமருந்து இருக்கற எடத்துக்கு சிகரெட் குடிச்சிட்டே வர்றியேடா..

என்ன குமரவேல் இது... நடக்க இருப்பது எதை உன்னால் தடுக்க முடியும்.. ? கோரமங்கலா ஆறாவது பிளாக்கை ஒரு சதுரம் என்று எடுத்துக்கொண்டாயானால் வடமேற்கு மூலை நாய் சம்பந்தமான பொருட்கள் விற்கும் கடையிலிருந்து தொடங்கி கிழக்கே போனால் 99 வகை தோசை போட்டும் தரும் கடை வரை வடக்கு எல்லை.. அங்கிருந்து தெற்கே போனால் சம்பங்கி தட்சிணாமூர்த்தி வீடு வரை கிழக்கு எல்லை... அங்கிருந்து மேற்கே திரும்பினால் கல்யாண மண்டபா வரை உள்ளது தெற்கு எல்லை.. கல்யாணமண்டபாவிலிருந்து வடக்கே போஸ்ட் ஆஃபீஸ், வித்யாவதி ஸ்கூல், லட்சுமி தேவி பார்க், போலீஸ் ஸ்டேஷன் எல்லாம் தாண்டி வந்தால் மறுபடியும் நாய் சம்பந்தமான பொருட்கள் விற்கும் கடையையே வந்தடையும். இந்த நாற்கர சதுரத்தில் தான் இதே

கர்நாடகத்தின் பல பகுதிகளிலிருந்தும், தென்னிந்தியாவிலிருந்தும், இந்தியாவின் பிறபகுதிகளிலிருந்தும் ஜனங்கள் வந்தார்கள்.. நான்கு சுவர்களுக்கிடையில் தங்களைப் பற்றிக் கண்ட கனவை விட தங்கள் பிள்ளைகளைப் பற்றித்தான் அதிகமாகக் கனவு கண்டார்கள்.

தங்களது சொந்த ஊரில் என்ன தொழில் செய்து கொண்டிருந்தாலும் அங்கே கிடைத்த நிம்மதி இங்கே அவர்களுக்குக் கிடைக்கவில்லை என்கிற மாதிரி எப்போதும் பதட்டத்தோடேயே இருந்தார்கள்.. சொந்தமாக கார் வாடகைக்கு ஓட்டும் டிரைவர் சிவசங்கர் எப்போதும் ஸ்டீரியோவில் பாட்டைப் போடுவான். சத்தமாக இல்லாவிட்டாலும் பாட்டு நன்றாகக் கேட்கும்.

'பாட்டுக்கேட்டுட்டே ஓட்டுனம்னா டிரைவிங் பயம் இருக்காதுங்க..

என்பான். ஓஹோ.. அதனால் தான் விமானப்பயணங்களில் லிக்கர் தருகிறார்களோ? சரியப்பா... உன்னைப்போலவே ஓட்டுபவனும் தண்ணி போட்டால் மற்றவர் கதி? பயத்தோடும்,பதட்டத்தோடும் தான் வாழ்க்கை என்று ஒருத்தரும் ஒத்துக்கொள்றதில்லை..

மருமகளை ஓரளவு சமாதானம் செய்து கூட்டி வந்தாலும் ஒரு பன்னாட்டு நிறுவனத்தில் வேலை பார்க்கிற அவளது எதிர்பார்ப்புக்களுக்குத் தகுந்தவாறு ராகுல் வாழ்நாள் முழுவதும் செயல்படுவானா அல்லது அவள் குத்திக்குத்திக் காண்பித்து அவனது வாழ்க்கையை நாசம் செய்து விடுவாளா என்ற பயம்.. அது தொடர்பான பதட்டம்..

என்ன தான் டாக்டராக இருந்தாலும் ஒரு பொம்பளை எத்தனை நாளைக்குத் தனியாக இருக்க முடியும்? நாளை அவளுக்கென்று யார் இருப்பார்கள்? ஊருக்குப் போனால் (அதற்கான வாய்ப்புகள் மிகவும் குறைவு) அவளுக்கென்று என்ன மதிப்பு இருக்கும்?

ஏ... யப்பா? இந்த நான்கு சதுரத்துக்குள் ஜீவனம் செய்கிற எல்லா மனுசர்களையும் விடவா உனது பிரச்சினை பெருசாகப் போய்விட்டது.. ஜீவா சாகர் ஓட்டலில் தட்டு எடுக்கிற பையனின் உள்ளங்கை வெள்ளையாக இருந்தது.. 'எப்படிப்பா இப்படி ஆச்சு?' என்று கேட்டால் இந்த மாதிரி குளிர் காலத்தில் டம்ளர், பிளேட்டுக்களைக் கழுவிக்கொண்டே இருந்தால் இப்படியாகி விடுகிறது என்கிறான். ஒரு பதினைந்து வயது தான் இருக்கும். உடுப்பி ஆட்கள் தங்கள் ஓட்டலுக்கு மாஸ்டர்கள் உள்பட எல்லாரையும் தங்கள் ஊரிலிருந்தே கொண்டு வந்து விடுவார்கள். ஏழ்மையில் இருக்கிற எல்லாக் குடும்பங்களையும் வளைத்துப் போடுவது

போல அவர்களுக்கும் ஒரு கணிசமான தொகை முன்பணமாகக் கொடுக்கப்பட்டிருக்கும். பையனுக்குக் கொடுக்கக்கூடிய சம்பளத்தில் அந்த முன் பணம் கழிந்து அதற்குப் பிறகு முன்பணம் எதுவும் வாங்காமல் கொடுக்கிற சம்பளத்தை அப்படியே மிச்சம் பிடித்து கொஞ்சம் தொலைவாக சிங்கசேந்திரா, சந்தாபுரா, உஸ்கூர் கிராஸ் எங்காவது ஒரு சிறியதாக ஒரு தர்ஷணி ஓட்டல் (சுய சேவை, நின்று கொண்டு சாப்பிடுவது) வைத்து முன்னேறுவான் என்ற நம்பிக்கையில் அவர்கள் ஊர் புத்தூரிலோ, சுள்ளியாவிலோ,கும்தாவிலோ, ஹொன்னாவரிலோ பெற்றோர் கனவு கண்டுகொண்டு இருப்பார்கள். அதுவரை இந்த மசாலா தோசையும், பிசிபேளே பாத்தும் தான் ஆறுதல்.,ஒரு வாரம் பத்து நாளைக்கொருமுறை ஒரு புனீத் ராஜ்—குமார் படமோ, தர்ஷன் படமோ பார்க்கக்கிடைக்கும்..இதற்காக மேலே டெரசில் இருக்கிற ஷீட் போட்டிருக்கிற ஷெட்டில் வெயில் காலத்தில் உப்புசத்தையும், குளிர்காலத்தில் வெடவெடப்பையும் தாங்கிக்கொள்ள வேண்டும். இந்த மாஸ்டர்கள் கொடுக்கிற பாலியல் தொல்லைகளையும்..

○○○

அதிகாலை நேரமானாலும், முற்பகல் நேரமானாலும். அந்திமாலையானாலும், அர்த்த ராத்திரியாக இருந்தாலும் கோரமங்கலாவிலோ, அல்லது தான் போக நேர்கிற பெங்களூரின் எந்தப் பகுதியிலுமோ எந்த விதமான அழகும் இருப்பதாக குமரவேலுவுக்குத் தோன்றவில்லை. அன்றொரு நாள் ஊரிலிருந்து வந்த சித்தப்பா பையனை ஏ.பி.என். வண்டியில் ஏற்றி விடுவதற்காக குமரவேலுவும், ராகுலும் போனார்கள். பதினொரு மணிக்கு வரவேண்டிய வண்டி பன்னண்டேமுக்காலுக்கு வந்து ஒண்ணேகாலுக்குப் புறப்பட்டது. மடிவாளாவிலிருந்து நேராக செக் போஸ்ட் வந்து ரஹேஜா ஆர்கேட் பக்கம் திரும்ப வேண்டும்.. அந்த நேரத்தில் செக்போஸ்ட் முக்கில் கொத்து புரோட்டா அடிக்கும் சத்தமும், ஆம்லெட்டின் வாசமுமாக வியாபாரம் தூள் பறந்து கொண்டிருந்தது. இரண்டு மூன்று ஸ்டால்களிலும் ஆட்கள் கூட்டமாக நின்று சாப்பிட்டுக் கொண்டிருந்தார்கள். இந்த நேரத்தில் எப்படி இவர்களால் இப்படி ருசித்துச் சாப்பிட முடிகிறது? இந்தச் சூழ்நிலையில் அழகை எங்கே பார்க்க முடியும்? பசி.... நேரம் காலம் தெரியாத வறுத்தெடுக்கிற பசி.. எந்த அழகையும் கபளீகரம் செய்யும் பசி...

பக்கத்து வீட்டு ரகுவன்ஷ் சத்யநாராயணா பூஜை வைத்திருந்தான். குமரவேலு குடும்பத்திற்கு எப்போதும் அனுசரணையாக இருப்பான்.

பூஜைக்காக கொஞ்சம் மாலைகளும், நிறைய உதிரிப்பூக்களும் தேவைப்படும்.. அவர்களிடம் கார் இல்லை.. ரகு கொஞ்சம் கூச்சப்படுபவன்.. அவ்வளவு சீக்கிரம் உதவி கேட்டு விட மாட்டான். ராகுல் வந்து தன்னிடம் சொல்ல அடுத்த நாள் காலை மடிவாளா சந்தைக்குப் பூ வாங்கச் செல்ல முடிவு செய்திருந்தார்கள். காலை நாலு நாலரை மணிக்கு மடிவாளா சந்தையில் போலீஸ் ஸ்டேஷனுக்கு முன்புறமாக ஒரு நீள வரிசையில் பூ விற்றுக்கொண்டிருப்பார்கள். புதுசாகப் பறித்துக்கொண்டு வந்த பூக்கள்.. விலையும் குறைவாக இருக்கும். அவர்கள் வீதிக்குக் கொண்டுவரும் பசப்பாவிடம் பூ வாங்கிக்கட்டுப்படியாகாது. ரகு வீட்டுப் பெண்கள் எழுந்திருந்து வாசல் தெளித்து கோலம் போட ஆரம்பித்திருந்தார்கள்.

அதிகாலையின் ஒரு வசதி காரை நிறுத்துவதற்கு இடம் கிடைப்பது தான். அங்கு பூ விற்பவர்கள் பெரும்பாலானவர்கள் ஓசூர்ப்பகுதியும் அதற்கு அப்பால் கிருஷ்ணகிரி வரையுள்ள பகுதிகளையும் சேர்ந்தவர்கள் தான். தமிழ், தெலுங்கு, கன்னடம் என மூன்று மொழிகளும் பேசுவார்கள். தமிழில் தெலுங்கு வாடை இருக்கும். தெலுங்கில் கன்னட வாடை இருக்கும். ஒரு மார் (சுமார் மூன்று முழம்) நாற்பது ரூபாய் சொன்னார்கள் (பசப்பாவிடம் எழுபது) அதிகமாக வாங்குவதால் அதைச்சொல்லி இன்னும் கூடக் கொஞ்சம் குறைத்துக் கேட்கலாம் என்று பேசிக்கொண்டே வந்தார்கள். சுமார் அறுபது வயசுள்ள ஒரு பொம்பளை ஒரு பழைய ஸ்வெட்டர் போட்டுக்கொண்டு சேலையைத் தூக்கிக்கட்டிக்கொண்டு பூக்குவியலின் இடது புறம் நின்றிருந்தாள். ஒரு முப்பது வயதுப் பெண் அதே மாதிரி ஸ்வெட்டர் போட்டுக்கொண்டு ஆனால் சேலையைத் தூக்கிக் கட்டாமல் தலையில் தலைக்கேயான ஒரு சிறிய மஃப்ளர் கட்டிக்கொண்டு பூக்குவியலுக்குப் பின்னால் நின்று கொண்டிருந்தாள். அம்மா-மகள் அல்லது மாமியார்-மருமகள் காம்பினேஷனாக இருக்க வேண்டும். ஒரு பேரம் நடந்து கொண்டிருந்தது.. அந்த அரையிருட்டிலும் 'பளிச்' சென்று தெரியக்கூடிய மங்களகரமான தோற்றத்தைக் கொண்ட ஒரு நடுத்தர வயதுப் பெண் தான் விலை பேசிக்கொண்டிருந்தார். அந்த அம்மாளின் மகன் மாதிரி ஒரு வாலிபப் பையன் ஒரு பையை வைத்துக்கொண்டு பக்கத்தில் நின்று கொண்டிருந்தான். பேரம் படியவில்லை. அவர்கள் அந்தப் பக்கம் போனார்கள். இந்தப்பக்கம் அந்தப் பொம்பளை ஏசத் தொடங்கினாள்.

'வந்துட்டாளுக பையத்தூக்கீட்டு காலங்காலத்தால.. பேவரசி முண்டைக..'

என்று தொடங்கிய அந்த ஏச்சு குமரவேல் தன் வாழ்நாளில் கேட்காததாக இருந்தது. மனித இனம் தனது ஆதிநாளிலிருந்து அந்தரங்கம், புனிதம் என்று கருதியதையெல்லாம் ஒரு சில சொற்களிலேயே கடித்துக் குதறிச் சின்னாபின்னமாக்கியது அந்தச் சொற்கள்.. பேரம் பேசிவிட்டுப்போன அந்த அம்மா நிச்சயமாக சுப்ரபாதம், விஷ்ணு சகஸ்ரநாமம் உள்ளிட்ட பல சுலோகங்களை வாய்விட்டுச் சொல்பவராகவோ, அல்லது கேட்பவராகவோ இருக்க வேண்டும். அதில் எந்த சுலோகமும் அவரை அந்த ஏச்சிலிருந்து காப்பாற்றியதாகத் தெரியவில்லை.. பூக்காரப் பொம்பளை அந்த அம்மாவுக்குக் கொடுக்க வேண்டும் என்று சொன்ன தண்டனையை நிறைவேற்றினால் அது இதுவரை பெண்களுக்குக் கொடுக்கப்பட்ட தண்டனைகளிலேயே மிகக் கொடுமையான தண்டனையாக இருக்கும். எவ்வளவு காமாந்தகர ஆணாக இருந்தாலும் அந்தப் பொம்பளை சபிக்கிற அளவுக்கான ஒரு பாலியல் சோதனையைச் செய்ய மாட்டான். இது என்ன கொடுமை? எது இந்தப் பொம்பளையை இப்படி ஆக்கியது?

இதே மண்ணில் தானே, இதே ரோட்டில் இன்னும் சில கிலோமீட்டர் தூரத்தில் தானே லால்பாக் இருக்கிறது? பல விருட்சங்களும், செடிகளும், கொடிகளும் நிறைந்த அந்த இடத்தின் அழகைப் பார்த்தால் அந்தப் பொம்பளை இப்படிப் பேசமாட்டாளோ? அதற்கெல்லாம் எங்கே நேரமிருக்கும்? செடியும், மரமும் தான் அழகு என்றால் அவள் குடியிருக்கிற கிராமத்திலில்லாத இயற்கை அழகா? அவளுக்கு அழகு ஒரு ஆடம்பரம் தான். முகம் மலர்ந்து சிரிக்கிற கன்னிப்பெண் மாதிரி அவள் முன்னாலேயே குவிந்து கிடக்கிற செவ்வந்திப் பூக்களைப் பார்த்த பிறகும் அவளால் இப்படிப் பேச முடிகிறது என்றால் அழகு என்கிற அந்த ஆடம்பரம் அவளுக்கு லபிக்கவில்லை என்று தானே பொருள்? பல பேருக்கு வாழ்க்கைக்கும், அழகுக்கும் சம்பந்தமில்லை என்றாகிப்போனது.. பல பேர் என்ன? இந்தியாவில் தொண்ணூறு சதவீதம் ஏன் அதற்கும் மேலான சதவீதம் பேருக்கு அப்படித்தான் இருக்கிறது. தியாகராஜர் கீர்த்தனைகளில் கரைந்து போ என்று ஆசீர்வதித்து அனுப்பப்பட்டவர்கள் அபூர்வமாகத்தான் இருக்கிறார்கள். இதில் குமரவேலுவின் பிரச்சினைகளை எதில் சேர்த்துக்கொள்ள?

○○○

ரோடுகள் எல்லாமே அகலமாக்கப்பட்டு வருகின்றன.. பல வருடங்களுக்கு முன் நடப்பட்ட மரக்கன்றுகள் எல்லாமே

நெடிது வளர்ந்து சாலையின் இருமருங்கிலும் நிழல் தருகின்றன. இரவு நேரங்களில் போடப்படும் சோடியம் வேபர் விளக்குகள் மிகச் செயற்கையான ஒரு வண்ணத்தை வீடுகளின் மீதும் வாகனங்களின் மீதும் கவிழ்த்துகின்றன. ஒரு சிறிய கடை கூட தனது பெயர்ப்பலகையை மிகவும் கவர்ச்சிகரமாக வைத்திருக்கிறது.. நகரம் ஒரு வேசி தான்.. இல்லத்தரசி தராத விதம் விதமான சுகத்தைத் தருகிற வேசி.. சுகம் தருகிற அதே வேசியை மூர்க்கமாகத் தாக்குகிறவனும் அவள் தருகிற சுகத்தை அனுபவித்தவன் தான். 'பாரிஸ் நகரம் எரிந்து கொண்டிருக்கிறதா? 'என்று கேட்ட ஹிட்லர் தங்களது நகரத்தைப் போல இன்னொரு நகரம் இருக்கக் கூடாது என்று பொறாமைப்பட்டதனால் தானே அப்படிச்சொன்னான். நேச நாட்டுப்படைகள் ஜெர்மனியை துவம்சம் செய்து கொண்டிருந்த போது, நேசநாட்டுப்படைகள் பாரீசை நோக்கி நெருங்கி வந்த போது தான் அந்த நகரம் தரை மட்டமாக்கப் படவேண்டும் என்று ஹிட்லர் வெறி கொண்டான். ஆனால் அதில் ஒரு வேடிக்கை.. அப்போது பாரீஸ் நகரத்திற்குப் பொறுப்பாக இருந்த நாஜிப்படையின் கமாண்டர் கோல்டிட்ஜ் அழகான பாரிஸ் நகரம் பாதுகாக்கப்பட வேண்டும் என்று முடிவு செய்து ஹிட்லரின் உத்தரவைப் புறக்கணித்தான். நகரத்தின் கவர்ச்சி காலம் தாண்டியது.. இனம் தாண்டியது.. மொழி தாண்டியது..அதிலென்ன இருக்கிறது? பெங்களூர் நகரத்தின் இயற்கையையும், தூய்மையையும் காப்பாற்ற வேண்டும் என்று துடிப்பவர்களே பெரும்பாலும் வெளியிலிருந்து வந்தவர்கள் தானே!

குமரவேலுவுக்கு இது ஒரு அடாவடியான அபிப்ராயம் என்று தோன்றியது.. இங்கே இருக்கும் இத்தனை பள்ளிக்கூடங்கள், காலேஜ்கள், ஆஸ்பத்திரிகள்..கார்பொரேட் ஆஸ்பத்திரிகளை விட்டுவிட்டாலும் விக்டோரியா ஆஸ்பத்திரி, பௌரிங் ஆஸ்பத்திரி, செயிண்ட் ஜான்ஸ், மார்த்தாஸ், ஃபிலோமினா என்ற பல ஆஸ்பத்திரிகளில் எத்தனை பேர் சுற்றியுள்ள கிராமங்களிலிருந்தும், தொலைதூர நகரங்களிலிருந்தும் வந்து சிகிச்சை எடுத்துக்கொண்டு போயிருக்கிறார்கள்? அதைக்கூட விட்டு விடலாம்.. அன்றைக்கு நிம்ஹான்சில் பார்த்த ஒரு காட்சி.. வயித்தெரிச்சலாக இருக்கிறது. இத்தனை கோடி மக்கள்தொகை. பல வகை மதங்கள்.. பல இனங்கள்.. பல மொழிகள்.. பல பிரதேசங்கள்... பல ஜாதிகள்.. கொடூரமான ஜனத்தொகை.. இப்படிப்பட்ட சூழ்நிலையில் எத்தனை மனநலப்பிரச்சினைகள் இருக்கும்.. மனநலத்திற்கென்று உயர் ரக மருத்துவ மனை என்று பார்த்தால் தேசீய அளவில் விரல் விட்டு எண்ணக்கூடிய எண்ணிக்கையிலேயே மருத்துவ மனைகள் இருக்கின்றன.

அன்றைக்கு நிம்ஹான்ஸ் மனநல ஆஸ்பத்திரி வளாகத்தில் இருக்கும் பேங்கிற்குப் போய் விட்டு ஒரு டீ குடிக்கலாம் என்று குமரவேல் பக்கத்திலிருந்த கேண்டீனுக்குப் போனான். பெரும்பாலானவர்கள் நின்று சாப்பிட்டு விட்டுப் போய்க்கொண்டேயிருந்தார்கள். டீ கிளாசோடு தெற்கு ஓரமாக இருந்த ஒரு நாற்காலியில் உட்கார்ந்து கொண்டு வடக்குப்பார்த்து உட்கார்ந்திருந்தான். ஒரு நான்கடி தள்ளி இருந்த ஒரு மேசையைச் சுற்றிப் போடப்பட்டிருந்த நாற்காலியில் நடுவில் ஒரு வாலிபனும் அவனுக்கு இரண்டு பக்கமும் அவனது பெற்றோர் என்று சொல்லத்தக்கவர்களுமான நடுத்தர வயது ஆணும், பெண்ணும் உட்கார்ந்திருந்தார்கள். அருகில் கீழே ஒரு ரெக்ஸின் பேக் வைக்கப்பட்டிருந்தது. நிம்ஹான்ஸ் மத்திய அரசால் நேரடியாக நிர்வகிக்கப்படுகிற ஒரு ஆஸ்பத்திரி.. அதனால் எல்லாம் அரசு முறைப்படி தான் நடக்கும். காலை எட்டுமணிக்கு வந்து பதிவு செய்து கொண்டு டோக்கன் வாங்கிக்கொண்டு உங்கள் முறைக்காகக் காத்துக்கொண்டிருக்க வேண்டும்.. மருத்துவர்களின் தகுதி பற்றியோ அங்கிருக்கும் வசதிகள் பற்றியோ சொல்ல வேண்டியதில்லை. ஆனால் இந்தியாவுக்கேயுரிய சாபக்கேடு ஜனங்களின் எண்ணிக்கை தானே.. டாக்டர்-நோயாளி வீதாச்சாரம் எகிறிக்கொண்டே தான் போகிறது.. இந்தப் பார்ட்டி பக்கத்து மாநிலமான தமிழ்நாடு அல்லது ஆந்திராவிலிருந்து தான் வந்திருக்க வேண்டும். ராத்திரி முழுசும் பயணம் செய்து கொண்டு வந்திருப்பார்கள். ஏழு மணிக்கே வந்து வரிசையில் நின்றால் தான் சீக்கிரம் அப்பாயிண்ட்மெண்ட் கிடைக்கும். டோக்கனை வாங்கிக்கொண்டு இங்கே வந்திருக்கிறார்கள். அம்மா பால் டம்ளரைக் கையில் பிடித்துக்கொண்டு கெஞ்சுகிறார்.

‘தாகுறா.. கொடுக்கா... அம்மா செப்புண்ணாவு காதா..’

முன்னால் மேசையில் இட்லி, வடை தாங்கிய இரண்டு பிளேட்டுகள் இருந்தன.

பையன் அம்மாவையே கொஞ்ச நேரம் உற்றுப்பார்த்தான். அவன் வாயிலிருந்து ஒரே சொல் தான் திரும்பத்திரும்ப வந்தது..

‘நிர்மலா... நிர்மலா..’

அந்த நிர்மலா மகராசி எங்கிருக்கிறாளோ, என்ன செய்து கொண்டிருக்கிறாளோ?

அப்பா பேசவில்லை. பேக்கின் மீது ஒரு கையும் பையனின் தோள் மீது இன்னொரு கையும் வைத்துக்கொண்டு அம்மா சொன்னதையே திரும்பச்சொல்லிக்கொண்டிருந்தார்.

'குடிடா கண்ணு..'

இப்போது அம்மா முன்னாலிருந்த இட்லித்தட்டை கொஞ்சம் நகர்த்தி

'இந்தா இதையாவது சாப்பிடு'

என்றான். அந்தத் தட்டை வேகமாகவும் இல்லாமல், மெதுவாகவும் இல்லாமல் பையன் தள்ளி விட்ட போது அது வேகமாகப் பயணம் செய்து கீழே விழுந்தது. பருப்பே இல்லாத செங்கல் நிறச்சாம்பார் அந்த இடம் முழுவதும் சிதறி ஓடியது.. கவுண்டர் பக்கம் இருந்தவர்களும், சாப்பிட்டுக் கொண்டிருந்தவர்களும் ஒரு கணம் திரும்பப்பார்த்து விட்டுப் பிறகு தங்கள் வேலையைப் பார்க்கத்தொடங்கினார்கள். மெண்டல் ஆஸ்பத்திரிக்கு வந்தால் வேறு என்ன பார்க்கக் கிடைக்கும்?

அன்று இரவே அந்தக் குடும்பம் திரும்ப வேண்டியதாக இருக்கும்..எல்லா ஜோலியையும் ஒதுக்கி வைத்து விட்டு மறுபடியும் கூட்டிக்கொண்டு வரவேண்டும். சிகிச்சை உலகத்தரமானது தான். இந்த மனசு மட்டும் தான் புரிபடாமல் இருக்கிறது.

ooo

நிம்ஹான்சுக்கு நோயாளிகளைக்கொண்டுவரும் வாகனங்கள் வளாகத்துக்குள்ளேயே இருக்கும் வேகத்தடைகளை எந்த அளவுக்கு கவனிப்பார்கள் என்று தெரியவில்லை. தலையில் அடிபட்டு வருபவர்களுக்கு கொஞ்சம் அதிர்ந்தாலும் தலையே வெடிக்கிற மாதிரி வலிக்கும். பெரும்பாலான விபத்துக் கேசுகள். பெரும்பாலும் குடி போதையில் நிகழ்பவை, இரவு நேரத்தில் அதுவும் நள்ளிரவில் வருபவர்களுக்கு வேகத்தடைகளைக் கவனிப்பதற்கு எங்கே நேரம் இருக்கும்? குடிபோதையில் வண்டி ஓட்டுபவர்கள் மெதுவாகவா வண்டி ஓட்டுவார்கள்? வடக்கே ஹெப்பாலிலோ, மேற்கே கெங்கேரியிலோ, கிழக்கே சந்தாபுராவிலோ விபத்து நடந்தாலும் வந்து சேருகிற இடம் நிம்ஹான்ஸ் தான்...

அத்தனை ஏக்கர் பரப்பளவில் விரிந்து கிடக்கும் அந்த வளாகத்தில் மூளை சம்பந்தமான, நரம்பு சம்பந்தமான எல்லா நோய்களுக்கும், எல்லா வயதினருக்கும் சிகிச்சைப் பிரிவுகள் இருக்கின்றன. ஒட்டுமொத்தக் குடும்பத்திற்கும் கூட சிகிச்சையும், ஆலோசனைகளும் இருக்கின்றன. வெளியில் லட்சக்கணக்கில் ஆகிற சிகிச்சை இங்கே கிட்டத்தட்ட இலவசமாகக் கிடைக்கிறது

குமரவேல் கேண்டீனிலிருந்து திரும்பி மெயின் ரோட்டை நோக்கிப் போய்க்கொண்டிருந்தான். முன்னால் கேண்டீனில் பார்த்த அதே மாதிரியான ஒரு குடும்பம் எதிர்த்திசையில் வந்து கொண்டிருந்தது.. ஆனால் இங்கே நோயாளி ஒரு பெண்..அந்தப் பெண்ணுக்கு ஒரு பதினாறு வயதிருக்கும்.. அப்பன் அந்தப் பெண்ணை குழந்தை மாதிரி இடுப்பில் வைத்துத் தூக்கிகொண்டு போகிறான். நடைபாதை குறுகலாக இருந்ததால் அவர்களுக்கு வழிவிட்டு குமரவேல் ஒதுங்கிக்கொண்டு அவர்களையே கவனித்தான். அந்தப்பெண் ஒரு பிங்க் கலர் சுடிதார் போட்டுக்கொண்டு அப்பனின் தோளைப் பற்றிக்கொண்டிருந்தது.. நன்றாகச் சீவப்பட்ட தலை.. கடந்துபோகும் போது தன்னைப் பார்த்த அந்தப்பார்வையில் குமரவேலுவுக்கு எல்லாம் புரிந்தது.. மனதளவில் அந்தப் பெண்ணுக்கு எந்தக் குறையும் இருக்க முடியாது.. ஏதோ நரம்பு சம்பந்தமான கோளாறு தான்.. நடக்க முடியாத நிலைமை..இளமை என்னும் வனாந்தரத்தில் ஒரு மான் குட்டியைப் போல ஓடித்திரிய வேண்டிய பெண் குமரவேலு என்னும் மூன்றாம் மனுசனின் முன்னால் கூச்சத்தால் மனம் குறுகிக் கடந்து போகிறாள்.

நகரம் ஒரு தாதி தான். இப்படிப்பட்ட எத்தனை பேர் இங்கே சிகிச்சையும், ஆறுதலும் பெற்றுப்போகிறார்கள்.. கிராமத்துக்குக் கிராமம் இப்படி ஆஸ்பத்திரிகள் கட்ட முடியுமா என்ன ?

○○○

ஆஸ்பத்திரியை விட்டு வெளியே வரும்போது தான் அனந்தனைப் பார்க்க நேர்ந்தது. ஒவ்வொரு தானியத்திற்கும், ஒவ்வொரு காய்கறிக்கும் ஒரு குணம் இருப்பதைப் போல அனந்தன் என்கிற அனந்தசுப்பிரமணியனுக்கும் சில பண்புகள் உண்டு. அது தடைகள் தாண்டிய சினேகம். சினேகத்தோடு கூடிய பணிவு.. அது இருக்கும் முப்பது முப்பத்தைந்து வருசத்துக்கும் மேலே.. பெங்களூருக்கு வந்த புதுசில் கையில் காலணாக்கிடையாது.. இருக்கிறதையெல்லாம் புரட்டி குருப்பன் பாள்யா பக்கம் ஒரு சிறிய ஷீட் போட்ட அறைக்கு முன்பணம் கொடுத்தாயிற்று.. இருக்குமிடத்திலிருந்து ஆஃபீசுக்கு நடந்தே போய்விடலாம்.. வெளியிலிருந்து பார்த்தாலே பண்டங்களின் விலை குறைவாக இருக்கும் எனத்தெரிந்த கடைகளிலேயே சாப்பாடு.. இப்படிபோய்க்கொண்டிருந்த சில நாட்களிலேயே அறிமுகமானவன் தான் அனந்தன்..

பெரும்பாலும் ஆங்கிலமும், கன்னடமும் புழங்குகிற ஆஃபீஸ் சூழ்நிலையில் ஆங்கிலம் அறைகுறையாகப் பேசுபவன்...

கன்னடத்தில் ஒரு வார்த்தை கூடத் தெரியாதவன்..என்பதனால் அவனுடைய தொடர்புகள் குறைவாகவே இருந்தன..அப்போது தான் கேண்டீனில் வைத்து அனந்தனின் பழக்கம் கிடைத்தது.. உப்புமாவுக்கு சட்னியோடு சாம்பாரும் வேண்டும் என்று கேட்ட போது அது இங்கே பழக்கமில்லை என்று மறுக்கப்பட்டபோது தான் அனந்தன் சிபாரிசு செய்து சாம்பார் வழங்கப்பட்டது.. இட்லி, தோசை, ஊத்தப்பம், உப்புமா எதுவாக இருந்தாலும் அதை இரண்டு மூன்று பக்கத்துணைகளோடு அனுப்பி வைக்கும் பழக்கம் தமிழர்களுக்கு உண்டு என்னும் அரிய தகவலை அந்தப் பரிசாரகனுக்கு உணர்த்திய அனந்தன் தனது தட்டையும் வாங்கிக்கொண்டு காலியாக இருந்த ஒரு மேசைக்கு அழைத்துக்கொண்டு போன ஒரு அரை மணி நேரத்துக்கும் குறைந்த கால அளவிலேயே தனது வாழ்க்கை வரலாற்றை குமரவேலுவுக்குச் சொல்லி முடித்து குமரவேலுவின் வாழ்க்கை வரலாற்றைத் தனக்கும் எடுத்துக் கொண்டான். குமரவேலுவின் வரலாற்றில் அவ்வளவு சுவாரசியம் இல்லை.. ஆனால் அனந்தனுடையதில் இருந்தது..

கங்கையைக்கொண்டு, கடாரம் கொண்டு இந்தப்பகுதி நாடுகள் எல்லாமே அச்சம் கொண்டிருந்த பிற்காலச் சோழ சாம்ராஜ்யம் வீழ்ந்த பிறகு பதிமூன்றாம் நூற்றாண்டில் சோழ நாட்டின் தஞ் சாவூர்ப்பக்கமிருந்து வந்து பாலக்காடு கல்பாத்தியில் குடியேறிய அந்தண வம்சத்துக் கொழுந்து தான் அனந்த சுப்பிரமணியன்.. கல்பாத்தி அக்ரஹாரத்தில் ராஜாக்கள் கொடுத்த வீடும், பிற சவுகரியங்களும் எல்லாம் கையை விட்டுப் போன பிறகு பிழைப்புத்தேடி பெங்களூருக்கு வந்த போது அனந்தனின் அப்பாவுக்கு ரயில்வே ஸ்டேஷனுக்கு அருகிலேயே இருந்த பின்னி மில்லில் வேலை கிடைத்தது. மூன்று ஆண்பிள்ளைகளுடன் சுகமாக நடந்த சம்சாரம் அவரது அகால மரணத்துடன் இடையிலேயே முடிந்து விட்டது. அதற்குள்ளாகவே படிப்பை முடித்திருந்த பெரியவனுக்கு அப்பாவின் வேலையே கிடைத்தது.. நடுவலவன் கிரமமாகப் படித்து ஆடிட்டரானான். கைப்பையன் அனந்துவுக்கு படிப்பு சுமாராகத்தான் வந்தது.. . யார் யாரையோ பிடித்து இந்தக்கம்பெனிட்யில் ஒரு சிறிய வேலையில் தம்பியை அங்கே சேர்த்து விட்டான் பெரியவன்.. தனது உத்தியோகத்தின் உச்சாணிக்கொம்பை எட்டுவது அனந்தனுக்கு எப்போதுமே நோக்கமாக இருந்ததில்லை.. சாதாரணமாக ஏறிவரும் ஏணிப்படிகளிலேயே அவனது உத்தியோக உயர்வுகளும் இருந்தன. ஆனால் அனந்தசுப்பிரமணியன் என்கிற பெயர் ஒரு சொல்ல முடியாத சாந்தத்தையும், அமைதியையும் அந்த வளாகத்தில் இருப்பவர்களுக்குக்

கொடுத்தது. ஜெனரல் மேனேஜரிலிருந்து செக்ஷன் ஆஃபீசர் வரை... பஸ் டிரைவரிலிருந்து கூட்டிப்பெருக்கும் கனகம்மா வரை ஒரே மாதிரியான சினேகம்...அதே மாதிரியான வாஞ்சை.. குரலும் அமர்ந்த மாதிரி ஒரு பெண் பிள்ளை தனக்குப் புடுச்ச பையனிடம் ‘ஐ லவ் யு’ சொல்கிற மாதிரி இருக்கும்...அப்புறம் எதையும் மறைத்து வைக்கிறது கிடையாது.. அவன் பெரியண்ணன் ஒரு லிங்காயத் பெண்ணைக்கட்டிகொண்டான். அம்மாவும் சைவக்குடும்பம் தானே என்று சொல்லி விட்டாள் என்று சொல்வான். ரெண்டாவது அண்ணனுக்கும் பொண்டாட்டிக்கும் ஒத்து வரவில்லை. அவன் தண்ணி போட ஆரம்பித்து விட்டான். ஒரு அய்யிரு தண்ணி போட்ராரு அப்பிடீங்கறத வெளியில சொல்லக்கூடாது என்றெல்லாம் யோசிப்பதில்லை...அது மட்டுமில்லை. எப்பேர்ப்பட்ட பிரச்சினையாக இருந்தாலும் அந்தப்பிரச்சினையை பழுத்த பழம் மரத்திலிருந்து தானாக விழுகிற இய்ல்பான ஒன்றாகச் செய்து விடுவான்..

‘டேய்...அனந்து... நேத்து தலவலிக்குதுன்னு ஆஃபீசிலேர்ந்து வீட்டுக்குப் போனப்போ எம்பொண்டாட்டி எவனோ ஒருத்தனோட படுக்கையறையிலேர்ந்து வெளிய வந்ததப் பாத்தண்டா..?’

என்று சொன்னீர்களானால் உங்களயே கொஞ்சநேரம் உத்துப்பார்ப்பான். பிறகு

‘போறது விடுங்க சார்... அவுங்க உங்க மேலே ரொம்பப் பிரியம் வச்சிருக்காங்க.. எதோ சந்தர்ப்ப சூழ்நெல.. இப்பிடி ஆயிடுத்து... என்ன பண்ண முடியும் சொல்லுங்கோ.. இண்ணைக்கு சாயந்திரம் அவங்களயும் அழைச்சிண்டு பக்கத்துலே ஆஞ்சநேயர் கோவிலுக்குப் போய்ட்டு வாங்கோ.. கொழந்தகள் இருக்கா இல்லியா.. ஒங்க மனசு எனக்குப் புரியறது.. நமக்கு வேற என்ன வழியிருக்கு? ‘

என்று சொல்லித் தனக்குத் தெரிந்த இதே மாதிரியான சில கேஸ்களையும் சொல்லி அதைச் சாதாரணப்படுத்தி விடுவான்.

குமரவேலுவின் பழக்கம் ஏற்பட்டபோது அவனுக்கிருந்த பொருளாதாரச்சிக்கலை உடனடியாகவும், மிக சுமுகமாகவும் தீர்த்து வைத்தது அனந்து தான். தங்கியிருந்த ரூமில் ஃபேன் இல்லை... இங்கிருந்து பஸ் பிடித்து மல்லேஸ்வரம் போய் அங்கே தவணை முறையில் வீட்டுக்குத் தேவையான பொருட்கள் விற்கும் கடையில் ஃபேன் வாங்கிக்கொடுத்தது... அதே தவணமுறையில் எம்.ஜி.ரோட்டில் சிருங்கார் ஷாப்பிங் காம்ப்ளக்சில் சட்டை, பேண்ட் துணிகள் வாங்கிக்கொடுத்தது...எல்லாம் அனந்து தான். அவனும் அவன் கூட

வேலை செய்யும் ஜான் ஜேக்கப் என்கிற ஒரு மலயாளத்துப் பையனும் ‘இகபேனா’ என்று சொல்கிற ஒரு மலர் அலங்கார வகுப்புக்குப் போனார்கள்.. அந்தப் பையன் வித்தையைக் கற்றுக்கொண்டு ஊரிலிருந்து ஒரு பையனைக்கொண்டு வந்து ‘இன்ஃபண்ட் ஃப்ளவர் டெகரேஷன்’ என்று ஒரு கடையை இந்திரா நகரில் ஆரம்பித்து நல்ல காசு பார்க்கிறான். அனந்து எல்லார் வீடுகளுக்கும் போய் தருமத்திற்குச் செய்வதோடு சரி... எப்படி விளங்கும்?

தனது நண்பர்கள், கூட வேலை செய்பவர்கள் எல்லோருடனும் சாப்பிடப்போகும்போது அவர்களுடன் அசைவ உணவு சாப்பிடுவது அனந்துவுக்கு ஒரு பிரச்சினையே இல்லை.. ஒரு முறை ஒரு துண்டு மட்டனை எடுத்து வாயில் போட்டு சப்பிவிட்டு பிடிக்கவில்லை என்று துப்பிவிட்டான். அதே மாதிரி தண்ணிபோடும்போது எல்லோரும் அடர்த்தியான மது வகைகளில் நாலு ரவுண்டு அஞ்சு ரவுண்டு என்று போகும்போது இவன் 330 எம்மெல் பியரையே கடைசி வரை வைத்துக்கொண்டு உட்கார்ந்திருப்பான். அதே மாதிரி தனக்குப்பிடிக்காத சாப்பாட்டு அயிட்டம் ஏதாவது இருந்தால் அதை ஒரு வாய் கொறித்துப் பார்ப்பதோடு சரி. அது ஐந்து நட்சத்திர ஓட்டல் சாப்பாடானாலும் அதே கதி தான். ஒரே ஒரு விதிவிலக்கு.. தயிர்... தயிர்... தயிர்.. தருமராஜன் சொர்க்கத்திற்குப்போன போது நாயைக்கூட்டிக்கொண்டு போன மாதிரி அனந்தசுப்பிரமணியன் சொர்க்கத்திற்குப் போகும்போது நல்ல பசும்பாலில் சுண்டக்காச்சி பிறை ஊற்றிச் செய்யப்பட்ட, பால் வாடையும் இல்லாத, அதிகப் புளிப்பும் இல்லாத தயிரை ஒரு கலயம் கொண்டுபோவதற்கு அனுமதிக்க வேண்டும்..

இவனுக்கென்று வாய்த்த வாழ்க்கைத்துணை மீனலோசனியும் இவனை மாதிரியே தான்..திருக்கோயிலூர்ப்பக்கம் ஒரு கிராமத்தில் வளர்ந்த பெண்.. அப்பா இல்லை.. புருஷன் பொண்டாட்டிக்குள் அப்பிடியொரு அன்னியோன்னியம். அனந்து மாதிரியே எல்லாரும் இருந்துவிட்டால் இஸ்ரேல்-பாலஸ்தீன் பிரச்சினை வந்திருக்காது.. உலகப்போர் என்ற சோலிக்கே இடமில்லாமல் இருந்திருக்கும்.

அப்படிப்பட்ட அனந்துவுக்குத்தான் இப்போது சோதனை வந்திருக்கிறது.. காலம் இரண்டு அண்ணன்களையும் அடித்துக்கொண்டுபோய் விட்டது. அதை விடப் பெரிய சோதனை அம்மாவுக்கு மூளையில் கட்டி.. ஆபரேஷன் செய்யவேண்டும். வயசு எண்பதுக்கு மேலாகிறது. அந்த அம்மாவுக்கு பூஞ்சை உடம்பு என்றால் அப்படியொரு பூஞ்சை உடம்பு.. அது எப்படி அப்படியோரு

ஆபரேஷனைத் தாங்கும். 'உங்களோட இஷ்டம்.. செய் என்றால் செய்கிறோம்' என்று டாக்டர்கள் சொல்லி விட்டார்கள். இப்போது சர்ஜாப்பூர் ரோடு தொட்டகனல்லி வீட்டுக்கும், நிம்ஹான்சுக்குமாக அலைந்து கொண்டிருக்கிறார்கள்.. நிம்ஹான்ஸ் இருப்பது எத்தனை பெரிய ஆறுதல்..! குமரவேலுவுக்கு இப்படிப்பட்ட சோதனைகள் வரும்போது தாங்கிக்கொள்ளக்கூடிய மனசு இருக்குமா? ஒன்றுமில்லாத பிரச்சினைகளுக்கு இவ்வளவு அலட்டிக்கொள்கிற குமரவேலுவின் மனநிலை அப்போது எப்படியிருக்கும்? எது ஒன்றுமில்லாத பிரச்சினை? எது 'எல்லாமும்' இருக்கிற பிரச்சினை?

○○○

பின்னிரவு, கார்காலம், இளவேனில், முதுவேனில், என எல்லா சிறு பொழுதுகளையும், பெரும்பொழுதுகளையும் கடத்திக்கொடுத்தது இந்த நகரம். கடத்தித்தான் கொடுத்தது. ஆனால் ரசிக்க அனுமதிக்கவில்லை. கண் முன்னால் ஏதாவது ஒரு திரை இருந்தது..வேலை கிடைக்கவில்லையே என்ற திரை... காதல் என்கிற திரை.. அதனோடு சேர்ந்த பயம் என்கிற திரை.. கல்யாணம் என்கிற திரை.. சாதி சனம் என்கிற திரை... குழந்தை வளர்ப்பு என்கிற திரை...... சாதிக்க வேண்டும் என்கிற திரை..சத்திய சோதனை மாதிரி தாம்பத்தியச் சோதனை என்கிற திரை,,,நோய் என்கிற திரை... முதுமை என்கிற திரை.. எப்படிப்பட்ட திரைகள்.. எத்தனை திரைகள் என்று அடையாளம் கண்டு முடிப்பதற்குள் எல்லாவற்றையும் மறைத்து ஒரு பெரிய திரையே விழப்போகிறாஊ.. இனி எந்தத் திரை மறைத்தால் என்ன? எதிரே பெரிதாக காட்சிகள் ஒன்றுமில்லை..எல்லாக்காட்சிகளின் முடிவும் ஒரே மாதிரித்தான் இருக்கிறது..

ஒரு சில நேரங்களில் ராகுல் புத்திசாலியாகத்தான் தெரிகிறான். சில நேரங்களில் அடிமுட்டாளாக இருக்கிறான். புருஷனை அதிபுத்திசாலியாக எதிர்பார்க்காவிட்டாலும் எந்த மனைவியும் அவனை அடிமுட்டாளாக ஏற்றுக்கொள்ள மாட்டாள். அப்படிப்பட்ட கணவர்களுக்கான, அப்படிப்பட்ட ஆண்களுக்கான பொற்காலம் முடிந்து விட்டது..மனித வாழ்க்கையின் எல்லா அந்தரங்கங்களும், புனிதங்களும் தெருவுக்கு வந்து விட்டன.. அனாதி காலத்திலிருந்து அப்படிக்கருதப்பட்ட விஷயங்கள், ஒரு சில மனிதர்களுக்கிடையில் மட்டுமே ரகசியமாக அறியப்பட்டும், பகிரப்பட்டும், அனுபவிக்கப்பட்டும் வந்த விஷயங்கள் இப்போது சந்தையில் கூறு போட்டு விற்கப்படுகின்றன. இதில் ராகுல் போன்றவர்கள் வாங்குவதற்கும், விற்பதற்கும் ஏதுமில்லை..

ப்ரீத்தி திரும்பி வருவாள் என்கிற நம்பிக்கை இன்னுமிருக்கிறது. அவள் மாசமாக இருக்கிறாளோ என்கிற சந்தேகமும் கூட இருக்கிறது. அப்படியானால் ஒரு குழந்தை பல பெரிய மாற்றங்களைக் கொண்டுவரக்கூடும். அதில் ராகுல் என்கிற சிறு தெப்பம் பெரிய பாறைகள் எதிலும் அடிபடும்படி சிக்கிக்கொள்ளாமல் கரையோரமாகவே மிதந்து போய்க் கடைசியில் கரையொதுங்கவோ, கடலில் கலக்கவோ செய்யும். இந்த மிதந்து போவது தான் பெரிய பிரச்சினையாக இருக்கிறது.

இந்தப்பிரச்சினையை யாரிடம் சொல்வது?

இது கன்னட நாடு.. இப்போது பலவிதமான கன்னடத்துக்காரர்கள் இருக்கிறார்கள்..ஒவ்வொரு குழுவும் ஒவ்வொரு மாதிரி அபிப்ராயம் சொல்லும்..

'இந்தக் கொங்கனுக்கு வேற வேலயில்லியா? நல்லா தின்னுக் கொளுத்துப்போயிருக்காம்பாரு.. உம் பய்யன இளுத்துட்டு ஓட்றா உங்க ஊருக்கே...'

என்பது முதல்

'ஐயோ பாவம்.. என்ன செய்யிறது... ஆண்டவம்மேலே பாரத்தப் போட்டுட்டு ஆக வேண்டியதப் பாருங்க.. அவனுக்கு சகாயம் பண்றத்துக்கும் நாலு புண்ணியாத்மாக்கள் இருப்பாங்க..'

'என்ன சொல்றே குமரவேல்.. ஒம்பிரச்சினையெல்லாம் ஜுஜுபி... ஒலகத்துலே எத்தனயோ பேரு ஒரு வேள சோத்துக்கே இல்லாம அலயறாங்க... ஒங்கிட்ட இருக்கறதே போதும்,,,அப்பிடியே போய்ட்டே இரு...'

என்பது மாதிரியான பொது அபிப்ராயங்கள் வரை சொல்லப்படும். ஆனால் தான் பெற்ற அவ்வளவு சாமார்த்தியமில்லாத பிள்ளை சூது நிறைந்த இந்த உலகத்தில் எப்படி வாழப்போகிறது என்கிற மனக்கவலையை எல்லோரும் புரிந்து கொள்ள மாட்டார்கள்

ஒரு அப்ளிகேஷனை ஒழுங்கா நிரப்பிக்கொடுக்கத் தெரியாது.. ஒரு வேலைக்குச் சேந்தத்துக்கப்புறம் மேலே மேலே எப்படிப்போகலாம் என்பது தெரியாது..சமுதாயத்திலும், சாதிசனத்திற்கிடையிலும் எப்படி தனது மதிப்பை உயர்த்திக்கொள்வது எனத்தெரியாது.. அரசியலாகட்டும், வேறு விஷயங்களாகட்டும் அதிலுள்ள சூட்சுமங்களை எப்படிப் புரிந்து கொள்வது எனத்தெரியாது.. மணி அடித்ததும் பள்ளிக்குள் ஓடுகிற பிள்ளைகளை மாதிரி இந்த வயதில்

கூட தனது எல்லாத்தேவைகளுக்கும் அம்மாவைத் தேடியே ஓடுகிற ஒரு புருஷனை எந்தப் பெண்டாட்டி மதிப்பாள்? அன்பை, பிரியத்தை எப்படிக் காண்பிப்பது என்பது கூடத்தெரியாது.. இப்போதெல்லாம் அன்பு காண்பிப்பது என்பது வசனத்திலேயே ஓடுகிறது..அன்பைக் குறிப்பதற்கான வசனங்கள் மட்டுமல்லாமல் சூழ்நிலைகள், பருவங்கள், சடங்குகள் என இயல்பாக, அமைதியாக அத்தன் போக்கில் நடக்க வேண்டிய எல்லாமே தெளிவான வசனங்கள் மூலமாகத்தான் நடத்தப்படுகின்றன.

தெளிவான வசனம் ஏற்கனவே ஒரு கதாசிரியரால். அல்லது பல கதாசிரியர்களால் அவர்களது கற்பனையில் உதித்து வடிவம் கொடுக்கப்பட்ட வசனங்கள்.. அந்தக் கதாசிரியர்கள் இங்கிலீஷ் மீடியத்தின் வகுப்பறைகளுக்குள் இருக்கிறார்கள்.. நானூறு வருஷங்களுக்கு முன்னால் பிரிட்டிஷ் கிழக்கிந்தியக்கம்பெனி வந்த போதே இந்த வசனங்களுக்கான ஒத்திகை ஆரம்பித்து விட்டது. அது தான் முதல் பன்னாட்டு வர்த்தகக் கம்பெனி. இப்போது இந்தியாவிலிருக்கும் நாப்பதாயிரத்துக்கும் அதிகமான பன்னாட்டு நிறுவனங்களில் கிட்டத்தட்ட பாதியளவு பெங்களூரில் இருக்கின்றன. அங்கு யார் வேலை செய்கிறார்கள்? நமது பையன்களும், பெண்களும் தான் வெலை செய்கிறார்கள். வேலை செய்யப்போனமா, வந்தமா என்று இருந்தால் பரவாயில்லை. அந்த வேலை செய்யும் இடத்தையே வீட்டுக்குக் கொண்டுவந்து விடுகிறார்கள். பிறகு வசனங்கள் ஆரம்பமாகின்றன.

எனது பெற்றோர் இப்படி இருக்க வேண்டும்? (எனது சுதந்திரத்தில் தலையிடக்கூடாது. நான் அவர்களை விட பல மடங்கு அறிவாளி)

எனது உடன் பிறப்புகள் (பெரும்பாலும் அவர்களது பிறந்த நாள் அல்லது கல்யாண நாளில் தான் நினைவுக்கு வருவார்கள். அப்போது பேச வேண்டிய வசனங்கள் நிறைய ரெடிமேடாகக் கிடைக்கின்றன)

எனது காதல் இப்படி இருக்க வேண்டும் (தன்னை விரும்பும் ஆம்பளை இருபத்து நாலு மணி நேரமும் தன்னைப் பற்றியே நினைத்துக் கொண்டிருக்க வேண்டும். தான் விரும்பும் பொம்பளை குழந்தை தனது கையில் வைத்து விளையாடும் பொம்மையாக இருக்க வேண்டும்- எலக்ட்ரானிக் பொம்மை..ரிமோட்டுடன்)

துக்கம் விசாரித்தல் - (ரெடி மேட் வசனங்கள் - ஆங்கிலத்தில் முதலில் சிந்தித்து பிறகு தமிழில் சொல்லப்படுவது)

வசனங்கள் சும்மா வந்து விடாது. ஆரவாரமான ஷாப்பிங் மால்களிலும், அமைதியான கஃபே-காஃபி டே க்களிலும் தான் அவை உருவாகின்றன. அவற்றை நவீன தபோவனங்களாகக் கொள்ளலாம்.

ராகுலுக்கு இந்த எழவெல்லாம் ஒன்றும் புரியாது. அவனுக்கும் வசனங்களுக்கும் சம்பந்தமில்லை.

வசனங்கள் பதட்டத்தை உண்டாக்குகின்றன.ஆனால் வசனங்கள் தான் முன்னோக்கிய பாதையைக் காண்பிக்கின்றன. இதைக் குமரவேலுவுக்கு உணர்த்தியவர் சபரி மணிகண்டன்..

○○○

அன்று சபரி மணிகண்டனுடன் தான் நடைப்பயிற்சி இருந்தது. அவருடன் இருக்கும்போது எப்போதும் மூளையைக் கூர்மை தீட்டித் தயாராக வைத்திருக்க வேண்டும்

ஒவ்வொரு கதாபாத்திரத்திற்கும் ஒரு முத்திரை வாக்கியம் இருக்கிறது.. சீதைக்கு ஒன்று இருந்தால் சூர்ப்பனகைக்கும் ஒன்று.. தருமனுக்கு என்று ஒன்று இருந்தால் கர்ணனுக்கும் ஒன்று...அப்படியே சபரி மணிகண்டனைப் பற்றி நினைத்தால் அவரது ஒரு வாசகம் நினைவுக்கு வரும்.

‘இப்ப எல்லாரும் சபரீன்னா ஒரு மரியாதை குடுத்துப் பேசறாங்க... நடத்தறாங்க..நா அமெரிக்கா போயி கொஞ்சமெல்லாம் சாதிச்சிட்டு இங்க வந்ததனாலே தா இந்த மரியாத குடுக்கறாங்கன்னு எனக்குத் தெரியும்.. நா இங்கியே எதாவது ஒரு கம்பெனீலே இருந்திருந்தா இப்பிடி ஒரு மரியாதய குடுப்பாங்களாங்கறது சந்தேகந்தா...’

சபரி மணிகண்டனுடனான அறிமுகம் தனது சாதி சங்கத்து நண்பர் ஒருவர் மூலமாகத் தான் கிடைத்தது. பெங்களூர் வந்த ஆதிகாலத்தில் சாதி சங்கத்திலிருந்து பலர் தன்னை அணுகியபோதும் அதில் சேராமல் குமரவேல் தவிர்த்து வந்ததற்கு முக்கிய காரணம் தனது இளமைப்பருவத்தில் அரைகுறையாகத் தெரிந்திருந்த மார்க்சீயம் தான்..அந்த அரைகுறை அறிவிலேயே நடைமுறை வாழ்க்கை பற்றிய பல விஷயங்களைப் புரிந்துகொள்ள முடிந்திருந்தது. அதில் முக்கியமானது வர்க்க உணர்வு.. அந்த வெளிச்சத்தில் பார்த்தபோது பெரும்பாலான பணக்காரர்களைப் புரிந்து கொள்ள முடிந்தது. ஆனால் ஏழைப்பட்டவன் என்கிற நிலைமையிலிருந்து கொஞ்சம் கொஞ்சமாக மேலே வந்தபோது அந்த ஈர்ப்பு குறைந்து கொண்டே வந்தது..சுத்தமாக மறைந்து விட்டது என்று சொல்ல முடியாது..

இருந்தது. கொஞ்சம் மழுங்கிவிட்டது.. அவ்வளவு தான்.. ஆனால் சாதி மனிதனுக்கு எந்த அளவுக்குக் கொடுமை செய்திருக்கிறது என்பது பற்றியும், மனித வாழ்வில் மனித நேயம் என்பது எவ்வளவு முக்கியமானது என்பது பற்றியும் குமரவேலு மிகவும் தெளிவாக இருந்தார். அதே சமயம் சாதி மூலமாகக் கிடைக்கும் மரபு பற்றிய அறிவும், அந்த மரபுகளின் அர்த்தமும் அவரை சாதியோடு இணைத்திருந்தன. எல்லாவற்றையும் முக்கியமானது இவ்வளவு பெரிய நகரத்தில் தான் அனாமத்தாக இறந்து விட்டால் தனது சாதி முறைப்படி நல்லடக்கம் செய்யவும், ஒருவேளை உடலை ஊருக்குக்கொண்டு போக வேண்டிய நிலைமை ஏற்பட்டால் அதற்கு சாதிக்காரர்கள் மட்டுமே முழு மூச்சாக வேலை செய்வார்கள் என்ற நம்பிக்கையும் இருந்தது. பெங்களூருக்கு வந்து பல ஆண்டுகள் ஆகியும் தனது சாதிக்காரர்கள் தன்னைப்போலவே சிந்தனை கொண்டவர்களாக இருந்தார்கள்.. அதாவது கிராமம் பாதி... நகரம் பாதி. பலபேரின் பிள்ளைகள் வேறு சாதியில் காதல் திருமணம் செய்து கொண்டிருந்தார்கள். சிலர் பெண் கிடைக்காத காரணத்தால் தங்களது சாதிக்கு இணையாக இருக்கக்கூடிய சாதியில் பெண் எடுத்திருந்தார்கள். குமரவேலுவின் மருமகள் ப்ரீத்தி கூட அப்படிப்பட்ட சாதியைச் சேர்ந்தவள் தான். நகரத்தில் சாதியின் பிரகாசமான நிறம் கொஞ்சம் மங்கியே இருக்கும். அவர்கள் எல்லோரையும் சாதி ஏற்றுக்கொண்டது..ஒரு பிரச்சினையும் இல்லை. கிராமத்திலும் கூட இப்போது நிலைமை மாறிவிட்டது. ஆனால் அதிலும் ஒரு கோஷ்டி சாதியை உயர்த்திப்பிடிப்பதிலும், பிற சாதிகளை இழித்துப் பேசுவதிலும் முனைந்திருந்தது.. சாதி பற்றிய தனது கருத்துக்கள் எந்த வகையிலும் அவர்களிடம் எடுபடவில்லை.. எனவே சமீப காலமாக சங்கத்திலிருந்து ஒதுங்கியே இருந்தார். ஆனால் தன்னையொத்த கருத்துக்களைக் கொண்டவர்களைக் காணும்போது கொஞ்சம் ஒட்டுதல் ஏற்படும். அப்படி வந்து வாய்த்தவர் தான் சபரி மணிகண்டன்.

சபரி தாராபுரம் பக்கம் மூலனூரைச் சேர்ந்தவர். அப்பா உயர்நிலைப்பள்ளி ஆசிரியர். எனவே சபரியின் கல்வியாத்திரை சரியான பாதையில் நேராகப் பயணித்து கிண்டி பொறியியல் கல்லூரி வழியாக அமெரிக்காவில் கொண்டு போய்ச் சேர்த்தது. அமெரிக்காவில் ஒரு முதுகலைப்படிப்பு பிறகு அங்கேயுள்ள முன்னணி நிறுவனங்களில் முக்கியப்பதவிகள்..தொடர்ந்த ஆராய்ச்சி என்று மேலே மேலே போய்க்கொண்டிருந்த போதும் மனசின் ஒரு மூலையில் தனது வேர்கள் அவ்வப்போது இழுத்து விட்டுக்கொண்டே இருந்தன.

விஞ்ஞானம் புதிய புதிய ஞானப்பாதைகளைத் திறந்து விட்டு மனிதனுக்கு சவுகரியத்தையும் சந்தோஷத்தையும் கொடுத்து அவனது நிம்மதியையும் பறித்துக் கொள்கிறது. செயற்கை நுண்ணறிவு, இயந்திரம்சார் கற்றல், மேகரூபத் தரவுத்தொகுப்பு என்று அமெரிக்கா கண்டு படித்த எல்லா வித்தைகளையும் இந்தப்பையன் சீக்கிரம் கிரகித்துக் கொண்டது மட்டுமல்லாமல் அதன் மூலம் சாத்தியமாகும் புதிய முயற்சிகளையும் கண்டறிந்தார். இதற்குள் இருபது வருடம் ஓடிப்போய்விட்டது. முதலில் ஒரு பெண்ணும், பிறகு ஒரு பையனும் பிறந்தனர். பெண் வளர வளர அமெரிக்கச்சூழலின் போதாமையும், இந்தியச்சூழலின் மகிமையும் புரிந்ததால் மீண்டும் இந்தியாவுக்குக் குடிபெயர முடிவு செய்தார்கள். தாற்காலிகமாகத்தான். குழந்தைகளின் சிக்கலான பருவம் முடிந்ததும் மீண்டும் அமெரிக்கக் குடியேற்றம். அல்லது குழந்தைகள் விருப்பம். தனிமனித சுதந்திரம் புனிதமானது.

வெளிநாட்டுக் கலாச்சாரத்தின் முக்கியமான அம்சமான நுட்பமான நகைச்சுவை நம்மிடம் கூட இருக்கிறது என்று குமரவேல் அவ்வப்போது சபரிக்கு வெளிப்படுத்துவார்

‘சபரி அப்டீங்கறதே மணிகண்டன் தானே... அப்பறமெதுக்கு சபரி மணிகண்டன்..’

‘சபரி... நீங்க அமெரிக்க வாழ்க்கைய இந்தியாவுலெ வாழ்றமாதிரித் தோணுது..’

சபரிக்குத் தனது திறமையின் மீது பூரண நம்பிக்கை இருந்ததாலா அல்லது தனது தாய்நாட்டின் மீது அதீதப்பற்றுக் கொண்டதாலா எனச்சொல்ல முடியாமல் தனது குடியுரிமையை மட்டும் மாற்றாமலே வைத்திருந்தார். மனைவியும், மக்களும் அமெரிக்கக் குடிமக்களாக இருந்த படியினால் எப்போது வேண்டுமானாலும் அவர் அமெரிக்காவுக்குச் செல்ல முடியும். விஞ்ஞான அறிவில் உலகத்தரம் வாய்ந்த வல்லுநர்கள் இந்தியாவில் எப்போதும் இருந்து வந்துள்ளார்கள். இப்போதும் இருக்கிறார்கள். அவர்களிடம் நிறையத் திட்டங்கள் இருக்கும். ஆனால் கையில் துட்டு இருக்காது. அவர்கள் பெரும்பாலும் என்.ஐ.டி. அல்லது ஐ.ஐ.டி. ஆகியவற்றில் படித்து வெளிவந்தவர்களாக இருப்பார்கள்.துட்டு கிடைத்த உடனே ஆரம்பித்து விடலாம்.

இது ஒரு புறம் இருக்கிறதா? இன்னொருபுறம் பணத்தைக் கையில் வைத்துக்கொண்டு அதை முதலீடு செய்வதற்கோ, முதலீடு செய்தால் அதை நிர்வாகம் பண்ணுவதற்கோ

சவுகரியப்படாதவர்கள் இருப்பார்கள். இவர்களிடம் பணத்தை வாங்கி இந்த திறமைசாலிகளிடமும், கனவு காண்பவர்களிடமும் கொடுத்து விட்டால் அவர்கள் புதிய புதிய திட்டங்களை உருவாக்கி, ஏன் புதிய புதிய எந்திரங்கள், உபகரணங்களைக் கூட உருவாக்கி நாலு பேருக்கு வேலையும் கொடுப்பார்கள். ஒரு பொருளுக்கு எப்படி சந்தையைக் கண்டுபிடிப்பது என்பது கூட இந்தத் திட்டத்தில் இருக்கும். சந்தையில் கிடைக்கும் பொருளுக்குக் கூட ஒரு லட்சணம் உண்டு. அதை இழுக்கும் சந்தை. தள்ளிவிடும் சந்தை என்று இரண்டு வகைப்படுத்துவார்கள். இழுக்கும் சந்தை என்றால் பொருள் வாடிக்கையாளர்களைத் தன்னை நோக்கி இழுக்கும். அதற்கு விளம்பரம் தேவையில்லை. தள்ளிவிடும் சந்தை என்றால் ஏதாவது ஒரு உத்தியைப் பயன்படுத்தி அதைத் தள்ளிவிட வேண்டும், தரமான பொருள் தான். ஆனால் மார்க்கட்டில் பிரபலமாகியிருக்காது.. இந்தத் துறையில் முதலீடு செய்வது ஒரு சாகசம் தானே.. அதனாலேயே இந்த முதலீட்டுக்கு சாகச முதலீடு (வெண்ட்சர் கேபிடல்)என்று பெயர்..புதிதாக இந்த மாதிரித் தொழில் செய்ய வருபவர்களுக்கு ‘புதுமுயற்சிக்குழுக்கள்’ என்று (ஸ்டார்ட் அப்ஸ்)பெயர் வைத்தார்கள். இப்போது உங்கள் நாவில் எப்போதும் வலம் வரும் ‘ஓயோ’, ‘உபர்’, ‘ஸ்விக்கி’ எல்லாமே ஒரு வகையில் இந்த ‘சாகச முதலீட்டு’டனும், ‘புதுமுயற்சிக்குழு’க்களோடும் சம்பந்தப்பட்டவை தான்.

சபரிக்கு இந்த இரண்டு துறைகளிலுமே ஞானம் உண்டு. உலகமயமாதல் எல்லா ஞானங்களையுமே சந்தையுடன் இணைத்து விட்டதால் ஆரம்பகாலத்திலிருந்தே இந்த இணைத்தல் சமாச்சாரத்தில் சபரி கில்லாடியாக இருந்தார். இது உடனடியாக வரவில்லை. கொங்கு நாட்டுக் குண்டுச்சட்டிக்குள்ளேயே குதிரையோட்டிக்கொண்டிருந்தால் இந்தப் பட்டறிவு வந்திருக்காது. அதற்குச் சரியான இடம் அமெரிக்கா தான். வாஷிங்டன் என்கிற புகையிலை வியாபாரி தானே அமெரிக்காவை உருவாக்கினார். கோடைகால மத்தியானத்தில் கசாப்புக் கடையில் முட்டியின் மேல் குவித்து வைக்கப்பட்டிருக்கிற ஆட்டுக்கறியைச் சுற்றி ஈக்கள் மொய்ப்பதைப் போல உலகெங்குமுள்ள திறமைசாலிகள் அமெரிக்காவுக்குப் போவதற்கு அது தானே காரணம். முதலீடு வேண்டும். சாகசம் வேண்டும்.

நம்ம ஊர் மனுசர் ஒருத்தர். நமது இனக்குழுச்சமுதாயத்—திலிருந்து வந்தவர். உலகத்தையே தங்கள் சாமார்த்தியத்தாலும், தந்திரத்தாலும் கட்டிப்போட்ட ஆங்கிலேயர்கள், ஃப்ரெஞ்சுக்காரர்கள், ஜெர்மானியர்கள், டச்சுக்காரர்கள், யூதர்கள், சீனர்கள்,

ஜப்பானியர்கள் மற்றும் தற்போது கொரியர்கள் எல்லோருடனும் சேர்ந்து புழங்கி அவர்கள் நம்பும்படி பேசி சமாளித்து, அவர்களிடம் வேலை வாங்கி, டோக்கா கொடுக்க வேண்டிய இடத்தில் டோக்கா கொடுத்து மேலே வருவது என்பது சாதாரண விஷயமா என்ன ?

கிராமத்திலிருந்து நகரத்திற்கு வந்து கிட்டத்தட்ட ஒரு தலைமுறைக்காலம் கழித்த பின்னே சிந்தனை அளவில் ஒரு உலகக் குடிமகனுக்குரிய தகுதியை பெற்று விட்டதாக தன்னைப் பற்றிக் குமரவேல் நினைத்துக்கொள்வார். ஆனால் சபரியின் இயங்குதளமே வேறு.. அவர் செயல்படுவது ஒரு ஆடுகளம் போன்றது. அது ஒரு யுத்தக்களமும் கூட.. அங்கே அறிவும், யுக்தியும் மட்டுமே செயல்படும். உணர்வுக்கு அங்கே வேலை இல்லை..உணர்வு நமக்கு அங்கே கைகட்டிச் சேவகம் செய்ய வேண்டும். உதாரணமாக சபரி இந்த நேரத்தில் இப்படித்தான் செயல்படுவார் என்று சொல்ல முடியாது.. ஒரு சமயத்தில் அவர் எல்லா நேரத்திலும் சுயநலத்தோடு செயல்படுகிறார் என்று தோன்றும். இன்னொரு சமயம் அவர் அளவுக்கு பரோபகாரியைப் பார்க்க முடியாது என்று சொல்ல வைக்கும்.

அகம்பாவம் பிடித்தவர் என்ற முகத்தைப் பார்த்து முடிக்கும் முன்னரே மிகவும் எளிமையானவர் என்ற முகம் தெரிய வரும். அவரது வாழ்க்கை முறையும் அப்படித்தான். சில விஷயங்களில் மிகவும் ஆடம்பரமாக இருக்கிறார் என்று பார்த்துக்கொண்டு இருக்கும்போதே நாம் எதிர்பார்க்காத அளவுக்கு கஞ்சனாக இருப்பார். அவரது பழக்கங்களும் அதே மாதிரித்தான். எந்த வகையான உணவாக இருந்தாலும் ‘இது ஆண்டவன் நமக்குப் போட்ட பிச்சை’ என்று அந்த உணவுக்கு பெரும் மதிப்பளித்துச் சாப்பிடுவார். குடிப்பது கூட அப்படித்தான்.பியராக இருந்தாலும், விஸ்கியாக இருந்தாலும் அவர் குடிப்பதைப் பார்த்தாலே அதை எவ்வளவு தூரம் அனுபவித்து ரசித்துக் குடிக்கிறார் என்று தோன்றும். ஆனால் மது வழங்கப்படும் ஒரு சமூக விருந்தில் கூட ‘இப்போது எனக்குக் குடிக்கத் தோன்றவில்லை’ சொல்லிவிடுவார்.

அமெரிக்காவில் குடியேறி அமெரிக்காவே தங்கள் நிரந்தரமான வாழ்விடம் என்று முடிவு செய்து வாழ்ந்த இந்தியர்கள் வாழ்வில் விதி புகுந்து குரூரமாக விளையாடிய கதைகளையெல்லாம் சபரி சொல்வதுண்டு. அதைத் தொடர்ந்து தனது தத்துவத்தையும் எடுத்துச் சொல்வார்..

'வேல் சார்.. கலாச்சார அடிப்படைலே நீங்க எவ்வளவு தா தடம் மாறிப்போனாலும். எத்தன பேர உங்க தடத்துலே உட்டாலும் உங்குளுக்குன்னு ஒரு தடமும், அடையாளமும் இருக்கத்தான் செய்யும்.. இருக்கத்தான் வேணும்.. இத நா யூதர்கள் கிட்ட இருந்து தாந்தெரிஞ்சுக்கிட் டேன்..'

என்று சொல்வார்..

இந்தியாவுக்கு வந்த பிறகு ஊருக்குப்போகும் சந்தர்ப்பங்கள் சபரிக்கு அதிகமாயின..நெருங்கிய உறவினர்களின் எல்லா நல்லது கெட்டதுகளுக்கும் போவார்.. அப்படிப்போகும்போது அவர் மிகவும் வெறுக்கும் ஒரு விண்ணப்பம் உறவினர்களிடமிருந்து வரும்.

'சபரீ.. நம்ம பையன் இஞ்ஜினீரிங் முடிச்சிருக்காம்பா.. அங்க எதாவது வேல பாரேன்..'

அத்தகைய விண்ணப்பங்களை ஒரு இறுக்கமான அமைதியில் கடந்து சென்று விடுவார்..

இதே சபரி தான் ஒத்த சிந்தனையுடைய தனது நண்பர்களுடன் சேர்ந்து அறக்கட்டளை மாதிரி ஒன்றை ஆரம்பித்து இந்தியா முழுவதிலுமுள்ள அரசுப்பள்ளிகளில் படித்து முடித்து வருகிற நூற்றுக்கணக்கான மாணவ மாணவியருக்கு உதவித்தொகை மட்டுமல்லாமல் தொழில் சம்பந்தமான ஆலோசனைகளும் வழங்கி வருகிறார். பல பேருக்கு தனக்குத் தொடர்புடைய நிறுவனங்களிலேயே வேலையும் கூட வாங்கிக் கொடுத்திருக்கிறார். வித்தை தெரிய வேண்டும். உழைப்பு வேண்டும்.. நேர்மை வேண்டும்.. இனக்குழு சமுதாயமாக இருந்தாலென்ன இனமே தெரியாத சமுதாயமாக இருந்தாலென்ன? இது தானே அமெரிக்காவின் தத்துவம்..

இப்படி இந்தியாவில் பிறந்திருந்தாலும் 'இந்தியத்தனம்' ஒன்றுமே இல்லாமலிருந்த சபரிக்கு இந்தியாவிலும் சரி. அமெரிக்காவிலும் சரி.. சில வேளைகளில் இந்தியர்கள் நடந்து கொள்ளும் விதத்தைப் பார்த்து எரிச்சல் கொள்வார்.. அதில் முக்கியமானது அவர்கள் எப்போதும் தாங்கள் 'பிசி' யாக இருப்பதாகக் காண்பித்துக் கொள்வது...

சிந்தனை.. சிந்தனை.. எப்போதும் சிந்தனை...ஆக்கபூர்வமான சிந்தனை..இந்த சிந்தனையை ஒரு வெள்ளைக்காரனிடம் பகிர்ந்து கொண்டால் அவன் சிந்தனையை சிந்தனையாக மட்டுமே பார்ப்பான். ஆனால் ஒரு இந்தியனோ அந்த சிந்தனையை யார் வெளிப்படுத்துகிறார்கள் என்றும் சேர்த்துப் பார்ப்பான். சிந்தனை வேறு. சிந்தனையை வெளிப்படுத்துகிற மனிதன் வேறு இல்லையா?

இப்படியாக சபரி மணிகண்டனும், குமரவேலுவும் இனக்குழு சமுதாயத்தின் இருவேறு பிரதிநிதிகளாக, இரு சிந்தனைகளின் வெளிப்பாடாக இருந்தார்கள். தாங்கள் அடைந்திருக்கிற இந்த நிலையை தங்கள் சமுதாயத்தினர் எல்லோரும் அடையவேண்டும் என்பது அவர்களது விருப்பம்..ஒன்று தொழில் ரீதியானது.. இன்னொன்று கலாச்சார ரீதியானது.. யூதக்கலாச்சாரத்துக்குள் எத்தனையோ கலாச்சாரங்கள் கலந்தாலும் அது அழிந்தா போனது? எனவே நமது கலாச்சார அம்சங்கள் கரைந்து போகாமால் நமக்குள் எத்தனை கலாச்சாரங்கள் வந்து கலந்தால் என்ன? ஆனால் லட்சக்கணக்கான ஜனத்தொகையுள்ள அந்த இனக்குழு சமுதாயத்தில் இவர்களது ஒப்பற்ற சிந்தனை சென்று சேர்வதற்கு பல நூற்றாண்டுகள் ஆகும் என்பதும் அவர்களுக்குத் தெரிந்தே இருந்தது.. எனவே அவர்களது எதிர்பார்ப்புகள் எல்லாம் பெங்களூரின் பெருங்காற்றில் கலந்து போயின..

○○○

இருபதாவது மெயின் ரோட்டுக்கு மேற்குப்பக்கமாக இருக்கக் கூடியவை ஏழாவது பிளாக்கும், எட்டாவது பிளாக்கும். கோரமங்கலாவுக்கு பெயர் கொடுத்த கோரமங்கலா கிராமம் இருக்கும் பகுதி. கிராமத்துக்குள்ளே புகுந்து நேராக மேற்கு நோக்கிப் போனால் ஆடுகோடி போய்விடலாம். ஆடுகோடியும் ஒரு கிராமம் தான். ஆனால் ஓசூர் மெயின் ரோட்டை ஒட்டி இருந்ததனால் அதற்கு மவுசு ஜாஸ்தி. இத்தனைக்கும் கிராமத்தை ஒட்டி வரும் ஓசூர் மெயின் ரோட்டின் இரண்டு பக்கங்களிலும் வெறும் கசாப்புக்கடைகளாகவே இருக்கும். எல்லாக்கடைகளும் பெரும்பாலும் முஸ்லிம் கடைகளாகவே இருந்தன. ஒரு ஐம்பது அறுபது கடைகள் இருக்குமா? இருக்கும்..எங்கிருந்தெல்லாமோ கறி வாங்க வருவார்கள். இப்போது ஒன்றிரண்டு கடைகளே தப்பித்து நிற்கின்றன. கோரமங்கலாவின் கடைசி மெயின் ரோடான இருபதாவது மெயின் ரோட்டிலிருந்து மேற்கே ஓசூர் மெயின் ரோடு வரை இருக்கக் கூடிய குடியிருப்புப்பகுதிகள் கலவையானவை. ஒரு தனிப்பட்ட பண்பாட்டைச் சாராதவை. வசதியானவர்களும் இருந்தார்கள். கூலிவேலை செய்பவர்களும் இருந்தார்கள். மொழிகளின் கலப்பும் உண்டு. அதனால் குமரவேலுவைப் போன்ற மனிதர்களுக்கு அமைதி அளிக்கக் கூடியவை. அங்கேயும் சின்னச்சின்னப் பார்க்குகள் உண்டு. ரொம்ப நாளாகப் புறக்கணிக்கப்பட்டுக்கிடந்த அந்தப் பார்க்குகள் இப்போது நன்றாகப் பராமரிக்கப்படுகின்றன. சுற்றிலும் வீடுகள் இருந்தாலும் அவை தெரியாதபடி மரங்கள்

வளர்ந்திருக்கின்றன. இன்னுமொரு முக்கியமான அம்சம் இந்தப் பூங்கா பூட்டப்படுவதில்லை. இந்த வியாழக்கிழமை பத்துமணியளவில் இதைத் தனது தபோவனமாக்கிக்கொண்டிருந்தார் குமரவேலு.

இந்த இளம் வெயிலும், இந்த மரம் செடி கொடிகளும் தான் தன்னை ஊருக்குப்போக விடாமல் பிடித்து வைத்திருக்கின்றனவா? இது பிப்ரவரி மாதம்.. பத்து மணி வெயிலாக இருந்தாலும் வீசுகிற காற்று குளிர்ச்சியாக இருப்பது நன்றாகத்தான் இருக்கிறது. இங்கே வந்து தன்னைத் தொந்தரவு செய்பவர் யாருமில்லை.. சாதி என்னும் அடையாளத்திற்காக அது தரும் சுமையை எப்போதும் சுமந்து கொண்டிருக்க வேண்டியதில்லை.. அதன் மூலம் தனக்கு என்ன பிரயோஜனம் வந்து விடப்போகிறது? இங்கே தனிமை... சுதந்திரம்... ஆனால் இதற்காக தனது ஊர் வேர்களை முற்றிலுமாக இழக்க வேண்டுமா? தனக்குத் தெரிந்த பல பேர் இங்கு இருபது முப்பது வருடங்கள் இருந்த பிறகும் கூட எல்லாவற்றையும் பிய்த்துக்கொண்டு போய் சொந்த ஊரில் கூடாரம் போட்டுக்கொள்வதற்கு என்ன காரணமாக இருக்க முடியும்? பயம் தான்.. இங்கே அனாதையாக செத்துப்போய்விடுவோமோ என்கிற பயம்.. வேடிக்கையாக இருக்கிறது.. செத்துப்போன பிறகு எதைப் பார்க்கப்போகிறாய்? உனது வம்சவிருட்சம் சொந்த ஊரிலேயே இருக்க வேண்டும் என்று நீ விரும்பினாயேயானால் உனக்குப் பிறகு வரக்கூடியவர்கள் எங்கிருப்பார்கள் என்று உனக்கு எப்படித் தெரியும்? ஆனானப்பட்ட ரோம வம்சம், கிரேக்க வம்சம், கான்ஸ்டண்டைன் வம்சம், ஓட்டமான் வம்சம், ஜார் வம்சம், லூயி வம்சம், ஏன் நமது மூவேந்தர் வம்சம், மொகலாய வம்சம், விஜயநகர வம்சம் எல்லாமே மண்ணோடு மண்ணாகிப் போயின.. உனது வம்சம் பற்றிப்பேசுகிறாய்.. வம்சம் என்பதே அகந்தையின் வெளிப்பாடு தானே..? உனக்கேது வம்சம் குமரவேல்...? வம்சப் பெருமை பேசுமளவுக்கு என்ன சாதித்திருக்கிறீர்கள்? ஒன்றுமேயில்லை. இந்த தரித்திர தேசத்தில் சாதிப்பதற்குத் தான் என்ன இருக்கிறது? உனது பாட்டன் முப்பாட்டனிலிருந்து யாரும் மனித குலம் முழுமைக்குமான நற்சேவை எதுவும் செய்ததாக சரித்திரம் இல்லை.. ஏதோ பாடுபட்டீர்கள்.. கஞ்சி குடித்தீர்கள்... வம்ச விருத்தி பண்ணினீர்கள்.. இருக்கும்வரை இருந்துவிட்டு நடையைக் கட்டுவீர்களா அதை விட்டுவிட்டு சொந்த ஊர், இருக்கும் ஊர், வந்தவர்கள், போனவர்கள், பொண்டாட்டி, புள்ளை... இப்படி அலப்பறை தேவையா?

குமரவேலுவுக்கு இப்போது மனம் கொஞ்சம் அமைதியாக இருந்தது. ஏதோ பெயர் தெரியாத ஒரு குருவி பக்கம் வரை ஊர்ந்து

வந்து தலையைத் திருப்பித் திருப்பி அசைத்து விட்டு 'விர்'ரென்று பறந்து போயிற்று... இப்போது நினைவுகள் நேரம்... கடவுள் கொஞ்சம் ஆயுள் கொடுத்திருக்கிறார்... சந்தர்ப்ப வசத்தாலோ விதி வசத்தாலோ இதே பகுதியில் இத்தனை வருசங்கள் இருக்கும்படி ஆயிற்று.. இனி இங்கேயோ அல்லது ஊருக்குப்போனாலோ ஆவி பிரிந்தவுடன் கொஞ்சநேரம் அழுதுவிட்டு தூக்கி எறியப்போகிறார்கள்.. எனவே பார்த்துக்கொள்.. எல்லாவற்றையும் திரும்பக்கொண்டு வந்து அசை போடு.. இடம் எங்கே போய்விடப்போகிறது.. அப்படியே தான் இருக்கும்.., இன்னும் ஆயிரக்கணக்கான, லட்சக்கணக்கான, கோடிக்கணக்கான குமரவேலுக்களை அது பார்க்கும்..எனவே அதைப்பற்றிக் கவலைப்படாமல் இருக்கும் இடத்தைச் சுற்றிப்பார்.. உனக்கு அதனோடிருந்த பந்தத்தை நினைத்துப் பார்.. அதைத் தவிர உனக்கு நினைப்பதற்கும் செய்வதற்கும் வேறொன்றுமில்லை மகனே....

ooo

கிழமேக்காகப்பார்த்தால் ஆரம்பகாலத்தில் ஆடுகோடியிலிருந்து கோரமங்கலா கிராமம் வழியாக நடந்தும், சைக்கிளிலும் வந்து போய்க்கொண்டிருந்தான். அதற்கொரு காரணமும் இருந்தது.. கோரமங்கலா கிராமத்திலிருந்து ஆடுகோடிக்குப் போக அப்போது ஒரு மண் ரோடு மட்டுமே இருந்தது.. . அந்தப்பாதையில் ஒரு காரைப் பார்ப்பதே அபூர்வம்.. நாம் இன்னும் நமது கிராமத்தில் தான் இருக்கிறோம் என்ற உணர்வு அங்கே கிடைக்கும். வாராவாரம் கறி வாங்கவும், மளிகைச் சாமான் வாங்கவும் ஆடுகோடிக்குப் போக வேண்டியிருக்கும். பிறகு சத்தார் கான் கடை போட்ட பிறகு ஆடுகோடிக்குப் போகாமல் கோரமங்கலா கிராமத்திலேயே வாங்கிக்கொண்டான். சத்தார் கான் கோலார் பகுதியிலிருந்து இங்கே குடியேறியவர். ஊரில் விவசாயம் பார்த்துக் கொண்டிருந்தவர் மழை சரியாகப் பெய்யாததாலும், குடும்பம் பெரிதாகிவிட்டதாலும் குடும்பத்தை இங்கே கொண்டுவந்து விட்டார். அவர் செய்த ஒரு நல்ல காரியம்.. இங்கே கிராமத்திலேயே ஒரு வீட்டை வாங்கிப்போட்டது தான்.. இல்லாவிட்டால் அவரது பெரிய குடும்பம் ரொம்பக் கஷ்டப்பட்டிருக்கும்...

குமரவேலு தான் விடைபெறும் முன்பாக மன்னிப்புக் கேட்க வேண்டிய மனிதர்களில் ஒருவராக சத்தார் கான் இருந்தார். ஒவ்வொரு ஞாயிற்றுக்கிழமையும் சரியாக ஒன்பது மணி அளவில் அந்தக் கோழிக்கறிக்கடைக்குப் போகும்போது அவனிடம் பேச்சுக்கொடுத்துக் கொண்டே வேலை செய்வார்.. கடைக்குப்

பின்னாலேயே வீடு இருந்தது.. ஒரு அழுக்குப் படுதா தான் குறுக்கே இருக்கும்.. இவர்கள் பேசிக்கொண்டிருக்கும்போதே உள்ளேயிருந்து அவர் மனைவி கூப்பிடும் சத்தம் கேட்கும்.. 'இரு சார்... வந்தர்றன்..' என்று சொல்லிவிட்டு உள்ளே போய் டீ குடித்துவிட்டு வருவார்.. அவரது முன்னோர்களில் பலர் ஹைதர் அலியின் படையிலும், திப்பு சுல்தான் படையிலும் போர் வீரர்களாக இருந்த கதை.. அந்தக் காரணத்தினால் அவர்கள் ஜாகீர்தாரர்களாக மாறிய கதை..அவர்கள் ஊர்ப்பக்கத்திலிருந்த பெரிய பெரிய மசூதிகள் என்று அவனுக்குச் சம்பந்தமே இல்லாத கதைகளெல்லாம் வரும்..அப்படிப்பட்ட வம்சத்தில் பிறந்து இப்போது இங்கே வந்து இந்த கோழிக்காலை நம்பிப் பிழைக்க வேண்டியதாக இருக்கிறது. அதாவது பரவாயில்லை. இந்தக் கோழிக்கால் ஜீவனத்திலிருந்து மேலே வருகிற வழியும் தெரியவில்லை.. கானின் சுல்தான் பெருமை கதைகளுக்கெல்லாம் மரியாதையில்லாத வகையில் தான் அவருடைய பெரிய பையன நவீது நடந்து கொண்டான். கிராமத்தைச் சுற்றியும் வளர்ந்து கொண்டிருந்த ஒரு பெருநகரத்தின் உல்லாச வாழ்க்கை நவீதுக்கு மட்டுமல்லாமல் அவன் வயதுடைய கோரமங்கலா கிராமத்து வாலிபப் பையன்களையும் கவனம் கொண்டதில் ஆச்சரியமில்லை.. உல்லாச வாழ்க்கைக்குத் தேவையான பணம் கிடைக்காதபோது என்ன செய்வார்களோ அதையே செய்தார்கள்..

ஒரு ஞாயிற்றுக்கிழமை குமரவேல் கடையில் கானுடன் பேசிக்கொண்டிருந்தபோது தான் ரெண்டு போலீஸ்காரர்கள் வந்தார்கள்...அப்போது நவீது ஒரு கோழியின் சிறகுகளையெல்லாம் பறித்து விட்டு அதை வாட்டிக்கொண்டிருந்தான். தடதடவென்று கடைக்குள் நுழைந்தவர்கள் 'செய்யறதயும் செஞ்சுட்டு ஒண்ணுந்தெரியாதவம் மாதிரி இங்க வேல செய்யறயாடா..' என்று அவனைத் தள்ளிக் கொண்டு போனார்கள். சத்தார் கான் தன் மக்கள் மீது கொண்ட பாசம் மிகப் பெரிது.. நவீதுவை அவ்வப்போது கண்டித்தார் என்றாலும் அவனை நல்ல திசைக்குத் திருப்ப அது போதுமானதாக இருக்கவில்லை.. கண்மூடித்திறப்பதற்குள் ஜீப் பறந்துபோய் விட்டது.. கான் வீட்டுக்குள்ளே இருந்த தன் மனைவி—யிடம் உருதுவிடம் ஏதோ சொல்லிவிட்டு கடையைக் கட்ட ஆரம்பித்தார்.. உள்ளே போய் இப்போதிருப்பதை விட கொஞ்சம் மரியாதையான சட்டையையும்.பைஜாமாவையும் போட்டுக்கொண்டு கீழே இறங்கினார். வெளியே குமரவேல். ஒரு மத்தியதர வயதுப் பொம்பளை, ஒரு சின்னப் பையன் என்று மூன்று பேர் கையில் பையை வைத்துக் கொன்று நின்று கொண்டிருந்தார்கள். அவர்களில்

குமரவேலுவை மட்டும் கொஞ்ச நேரம் உற்றுப்பார்த்துவிட்டு ‘இன்னிக்குக் கடை இல்ல சார்..’ என்று சொல்லிவிட்டு வேகமாக ஓடினார்.

குமரவேலு என்ன செய்திருக்க வேண்டும்..?

‘இருங்க பாய்... நானும் வர்றேன்...’ என்று சொல்லிக் கூடப் போயிருக்க வேண்டும். அப்போது குமரவேலுவுக்கு தெரிந்தவர்கள் என்று பெரிதாக யாருமில்லை.. பண வசதியும் பத்தாது. இருந்தாலும் அவருடன் கூட இருந்திருந்தால் ஒரு தார்மீகத் துணையாக இருந்திருக்கும். கஷ்ட காலத்தில் தன்னால் முடிந்த உதவியைச் செய்யாமல் வெறும் பேச்சுப் பேசி நட்புப்பாராட்டியதெல்லாம் போலி என்று ஆகிப்போனது...

கொஞ்ச நாளைக்கப்புறம் இதே மாதிரி இன்னொரு சம்பவமும் நடந்தது.. அது ஞாயிற்றுக்கிழமையில்லை..ஒரு விடுநாள்.. பதினொரு மணி இருக்கும்.. அப்போது தான் ‘வெயிட்ஸ் அண்டு மெஷர்மெண்ட் டிபார்ட்மெண்டி’ லிருந்து ரெண்டு பேர் வந்தார்கள். அவர்கள் போலீஸ்காரர்கள் மாதிரி தடதடவென்று வரவில்லை.. அவர்கள் வந்தவுடன் அவர்கள் இன்னாரென்று கானுக்குத் தெரிந்து விட்டது.. கறி வெட்டுவதை நிறுத்தி விட்டு அவர்களையே பார்த்தார். வந்தவர்களில் ஒருவர் தான் கொண்டுவந்திருந்த எலக்ட்ரானிக் மெஷினில் கொஞ்சம் கறியை எடுத்து நிறுத்துப் பார்த்தார். பிறகு அதே கறியை கடையிலிருந்த சாதாரணத் தராசில் போட்டு நிறுத்தார். கூட இருந்தவர் வைத்திருந்த கோப்பிலிருந்த ஒரு ஃபாரத்தை எடுக்கச் சொல்லி அதில் எல்லா விவரங்களையும் எழுதி கையெழுத்து வாங்கச் சொன்னார். விஷயம் இவ்வளவு தான். வாடிக்கையாளர்களுக்கு எடை குறைவான பொருளைக் கொடுத்து மோசடி செய்கிறார் கான். இது நிச்சயமாக கான் தெரிந்தே செய்ததாக இருக்க முடியாது.. கான் அப்படிப்பட்ட ஆள் இல்லை.. ஆனால் இந்தச் சாக்குப்போக்கையெல்லாம் டிபார்ட்மெண்ட் ஏற்றுக்கொள்ளாது. சட்டம் தன் கடமையைச் செய்யும்.

இந்த சந்தர்ப்பத்திலும் கானுக்கு உதவ குமரவேல் எந்த முயற்சியும் எடுக்கவில்லை..நைசாக அங்கிருந்து நழுவி விட்டான்.. வந்திருந்தவர்களை சரிக்கட்ட முடியும் என்றால் மூன்றாவது நபராக நின்றிருந்த அவன் அவர்களிடம் பேசி ஏதோ கொடுத்து சமாளித்திருக்க முடியும்.. அந்த சம்பவத்திற்குப் பிறகு என்ன ஆயிற்று எனத்தெரியவில்லை.. ஃபைன் போட்டிருப்பார்கள். அல்லது கடையை மூடி சீல் கூட வைத்திருக்கலாம். அவர்கள் நேர்மையான

அதிகாரிகளாக இருந்திருந்தால் அவர்கள் போன பிறகு கானிடம் ஆறுதலாக ரெண்டு வார்த்தைகள் பேசியிருக்கலாம். அதுவும் செய்யவில்லை.. பெருநகரச்சூழலில் அவனது மனிதாபிமானமும், மனித நேயமும் பொசுங்கிக் கருகிவிட்டன. ஒவ்வொரு வாரமும் அவரிடம் சிநேகம் காட்டிப் பேசியதெல்லாம் பொய்… தோலின் மேற்பகுதியிலேயே தங்கி விட்ட வெற்றுச்சொற்கள்..

கிட்டத்தட்ட அதே காலப்பகுதியில் கிழக்கே கத்தாலி பாள்யத்தில் இரண்டு கோழிக்கறிக்கடைகள் வந்து விட்டதால் குமரவேல் கிராமத்துக்குள் போவது நின்று விட்டது.. பல வருடங்களுக்குப்பிறகு அந்த வழியாகப் போன போது அவருடைய கடை இருந்த இடம் இரண்டாகப் பிரிக்கப்பட்டு ஒரு பகுதியில் ஒரு மீன் கடை இருந்தது.. ஏசி செய்யப்பட்ட நவீன மீன் கடை… இன்னொரு பகுதியில் இருசக்கர வாகனங்கள் ரிப்பேர் கடை…. அவரது பேரன் உள்ளே இருந்தான்.. வழக்கமாக மக்கள் நெரிசல் மிகுந்த இடங்களில் பார்க்கும் கடையை விட இந்தக் கடை நன்றாக இருந்தது. அவனிடம் போய் இரண்டு வார்த்தைகள் பேசினான். சத்தார் கான் இறந்து ஐந்தாறு வருடங்கள் ஆகியிருந்தது. குமரவேலு சத்தார் கானுக்காகப் பிரார்த்தித்தான். அதைத் தவிர சத்தார் கானுக்காகச் செய்ய முடிந்தது வேறு எதுவுமில்லை.. கிராமத்தின் நுழைவாயிலில் இருக்கும் அரசரடி விநாயகர் தான் எல்லாவற்றுக்கும் சாட்சியாக இருந்தார்..

கிழக்கே இருக்கும் கத்தாளிபாள்யாவுடன் குமரவேலுவுக்கு இருந்த தொடர்பு அங்கேயிருந்த ரேஷன் கடை காரணமாகத்தான்…. ரெண்டு கிலோ சர்க்கரைக்கும், ரெண்டு லிட்டர் பாமாயிலுக்கும் நீண்ட கியூவில் நின்றிருந்த நாட்கள்.. ஆதிகாலத்தில் பெங்களூருக்குக் குடி யேறிய தமிழர்கள் 'திகுளர்கள்' என்று அழைக்கப்பட்டார்கள்.. தோட்டவேலை செய்வது, கீரை மற்றும் பூ விற்பது என்று தொழில்கள் செய்யும் அவர்கள் தான் கத்தாளி பாள்யாவின் பூர்வ குடிகள்… அவர்கள் பேசும் தமிழே வேடிக்கையாக இருக்கும்.. அது கன்னடமாகவும் இருக்காது. தமிழாகவும் இருக்காது..ஓசூருக்குத் தெற்கே தளி, தேன்கனிக்கோட்டை யிலிருந்து வடக்கே பாகலூர், மாலூர், மாஸ்தி, குப்பூர் முதலிய எல்லையோரப்பகுதிகளில் வாழும் தமிழர்கள் பேசும் தமிழ் கன்னடம் மட்டுமல்லாமல் தெலுங்கும் கலந்திருக்கும். அந்த மொழியிலும் ஒரு இனிமை இருக்கிறது.பெங்களூர் நகரத்தின் அதிபுத்திசாலியான ஜனங்கள் சதாசிவ நகர், இந்திரா நகர் முதலிய பகுதிகளில் இருந்தால் ரொம்பவும் அப்பாவியான ஜனங்கள் கத்தாளி பாள்யா போன்ற இடங்களில் இருந்தார்கள். ஆண்டவன் எல்லோருக்கும் படியளந்து கொண்டுதான் இருந்தார்.

குமரவேலுவின் பொருளாதார நிலை உயர்ந்த பிறகு ரேஷன் கடைக்குப் போவது நின்று விட்டது.. கர்நாடக தமிழ்நாட்டு எல்லையில் காணப்படும் எந்த கிராமத்தையும் போலவே இருந்த அந்த கிராமம் இப்போது அபார்ட்மெண்டுகளால் நிறைந்திருக்கிறது. திகுளர்கள் புதிய கிராமங்களை நோக்கிப் போய்விட்டார்களா அல்லது நகரத்தின் வேறொரு பகுதியில் ஐக்கியமாகி விட்டார்களா எனத்தெரியவில்லை. அவர்களது நேர்மைக்கும், உழைப்புக்கும், அப்பாவித்தனத்துக்குமான வெகுமதியை ஆண்டவன் அளித்துக்கொண்டிருக்க வேண்டும் என்று குமரவேல் ஆசைப்பட்டான். பூக்களோடும், கீரையோடும், காய்கறிகளோடும் பின்னப்பட்ட ஒரு வாழ்வு

கோரமங்கலா கிராமம், கத்தாளி பாள்யா, மேஸ்திரி பாள்யா என்றில்லாமல் கோரமங்கலாவைச் சுற்றியிருந்த எல்லாப்பகுதிகளுக்கும் குமரவேல் தனியாகப் போனதை விட ராமகிருஷ்ண மாமாவுடன் போனது தான் அதிகம். பெங்களூருக்கு வந்து இறங்கியதிலிருந்தே விதி அவனுடைய வாழ்க்கையை ராமகிருஷ்ண மாமாவுடன் பிணைத்திருந்தது.. கோரமங்கலாவை விட்டுப்போகாததற்கும் மாமா தான் காரணம்..

○○○

ஒரு மணி நேரத்திற்கும் மேலாகவே பார்க்கில் இருந்திருக்க வேண்டும். வெளியே வந்து ஒரு சுற்று சுற்றி விட்டு பன்னிரண்டு மணியளவில் வீட்டுக்குத் திரும்புகிற வழியில் ஒரு நாயைப் பார்த்தார். சனியன் வாந்தி பண்ணிக்கொண்டிருந்தது.. ஏனோ ராமகிருஷ்ண மாமா ஞாபகம் வந்தது.. தனது கொங்கு நாட்டுக் கிராமத்து வாழ்க்கையை அதன் எல்லா கலாச்சார அம்சங்களுடனும் தொடர்ந்து கொண்டு போவதற்கு பெங்களூரில் சாதகமான நிலை தெரியாமலிருந்த போது அவனுக்கு அகப்பட்டவர் தான் ராமகிருஷ்ண மாமா.. இத்தனைக்கும் அவருக்கும் கொங்கு கலாச்சாரத்திற்கும் எந்த சம்பந்தமுமில்லை..ஆனால் கோபமோ எரிச்சலோ அதிகமாக இல்லாத சூழ்நிலையிலும் அவர் உபயோகித்த 'ங்கோத்தா..' 'கம்னாட்டி','தாயோளி' போன்ற சொற்கள் தான் அவனை மாமாவிடம் நெருங்க வைத்தன. இவர் நம்ம ஊர் பாஷை பேசுகிறவர் என்ற பிரியம் குமரவேலுக்கு வந்தது. இந்த ஏரியாவுக்கு வந்த பிறகு இருவரும் அங்கங்கே பார்த்துக் கொண்டிருக்கிறார்கள்.. ஆனால் பேசிக்கொண்டதில்லை. ஒரு நாள் அதிகாலையில் சால்வையைப் போர்த்திக்கொண்டு கணபதி கோயில் பக்கமிருந்த ஒரு பால்

பூத்தில் பால் வாங்கிக் கொண்டிருந்தபோது தான் மாமாவுடனான பழக்கம் ஆரம்பமானது. அப்போதெல்லாம் பால் பூத்துகள் திறக்கப் பட்டிருக்கவில்லை. காலையில் ஒரு முச்சந்தியில் கொண்டு வந்து வைத்து விற்பார்கள். குமரவேல் பத்து ரூபாயைக்கொடுத்து விட்டு பால் கேட்டான். விற்பவன் சில்லறை கொடு என்று அடம் பண்ணிக்கொண்டிருந்தான். மேலும் வற்புறுத்துவதற்கு பாஷை தெரியாததால் குமரவேல் தவித்துக்கொண்டிருந்தபோது அங்கு வந்த ராமகிருஷ்ண மாமா அவனது பாலுக்கும் சேர்த்துப் பணம் கொடுத்தார். வீட்டுக்குத் திரும்புகிற நீண்ட வழியில் உறவு ஆரம்பமானது. வழியில் இரண்டு நாய்கள் அந்தக் குளிரில் தீவிரமாக ஆரம்பித்த தங்களது தேகரீதியான உறவை விடுவித்துக்கொள்ள முடியாமல் புட்டத்தோடு புட்டம் ஒட்டவைத்துக் கொண்டு தவித்துக் கொண்டிருந்தன. மாமா கீழேயிருந்து ஒரு கல்லை எடுத்து அதன் மேல் போட்டு

'ச்சீ தாயளி நாய்களா... தரிசனங்குடுக்குது பாரு... காலங்காத்தாலே.. போ தரித்திரமே.' என்று விரட்டினார்.

கோரமங்கலா ஆறாவது பிளாக்கை குறுக்கும் நெடுக்குமாக வெட்டி நான்கு கூறுகளாகப் போட்டால் அதில் கீழே இடது பக்கமாக இருக்கும் கூறு ராமகிருஷ்ண மாமாவுக்குச் சொந்தமானது. அதாவது அதன் பூர்வ குடிகளில் ஒருத்தர். அதாவது ஆரம்பகாலத்தில் அந்த ஏரியாவில் அவருக்குத் தெரியாமல் ஒன்றும் நடக்காது. அவர் ஆரம்பத்தில் குடிவந்தவராதலால் அதற்குப் பின்னால் அங்கு குடிவந்த ஒவ்வொருவரும் ஏதாவது ஒரு வகையில் அவரிடம் உதவி பெற்றவராகத்தான் இருப்பார்கள். முக்கியமான உதவி மருத்துவ உதவி... அவர் டாக்டர் இல்லை...அதே வீதியில் பிராக்டீஸ் செய்து கொண்டிருந்த டாக்டர் செட்டியிடம் அறிமுகப்படுத்தி வைப்பார். சுமார் நாற்பதாண்டுக்காலம் மிகக் குறைந்த கட்டணம் பெற்றுக்கொண்டு ஏராளமான பேர்களுக்கு சிகிச்சையளித்துக்கொண்டிருந்த டாக்டர் செட்டிக்கு கிட்டத்தட்ட பி.ஆர்.ஓ. மாதிரி செயல்பட்டுக் கொண்டிருந்தவர் மாமா. அந்த ஏரியாவில் எல்லா நல்லது கெட்டதுகளுக்கும் அவர்கள் தவறாமல் ஆஜராகிவிடுவார்கள். அவர்கள் கலந்துகொள்வதே ஒரு மரியாதையாகக் கருதப்பட்ட காலம்.. பழைய கிராமசபையை நினைவூட்டும் காலம்.

மாமாவுக்கு சொந்த ஊர் மதுரை.. அதனால் தான் எப்போதும் அவர் வாய் மதுரை... மதுரை... என்று துதி பாடிக்கொண்டே

இருக்கும். இத்தனைக்கும் மாமா மதுரையில் பதினெட்டு வயசு வரை தான் இருந்தார். அப்புறம் ஏர் ஃபோர்சில் சேர்ந்து விட்டார். அப்பா கிரிமினல் லாயராக இருந்தார்.நல்ல பெயர். ஆனால் காசு சம்பாதிப்பதில் இஷ்டமில்லை... பெரிய குடும்பம்... மூன்று பெண்கள்.. இரண்டு பையன்கள்.. இவர்களோடு சோழவந்தானிலிருந்து அவருடைய தம்பியின் ஒரு பையனும், பெண்ணும் படிப்பதற்காக இங்கு வந்து தங்கியிருந்தார்கள். பெரிய வீடு.. எப்போதும் ஜேஜே என்று இருக்கும்..அப்பாவுடைய கிளையண்ட்கள் எல்லோருமே பெரும்பாலும் கிராமத்து ஜனங்கள்.. தங்களது நன்றியைத் தெரி—விப்பதற்காக தானியங்கள், காய்கறிகள், பழங்கள் என்று கொண்டு வந்து தருவார்கள். கேசில் ஜெயித்துக் கொடுத்த பிறகு பார்ட்டியைக் கூப்பிட்டுச் சொல்வாராம்..

'..தோ பார்றா பாண்டி... அய்பிரு ஜெயிச்சுக்குடுத்துட்டாரேன்னு மறுபடியும் வெட்டுக்குத்துன்னு எதாவது பண்ணிண்டு இங்க வந்தே..ஒம் மொகத்துலியே முழிக்க மாட்டேன் பாத்துக்கோ..'

என்று சொல்வாராம்.. இருந்தும் ஆயுசு போறவில்லை... ராமகிருஷ்ண மாமா ஏர் ஃபோர்சில் சேர்ந்து ஒரு வருசம் கூட ஆகியிருக்காது.. அப்பா மாரடைப்பில் போய்விட்டார். வயசு ஐம்பது கூட ஆகியிருக்காது. மாமாவின் குடும்பக்கதைகள் எல்லாம் குமரவேலுவும் அவரும் கடைகண்ணிகளுக்குப் போகும்போது, ஆர்மி கேண்டீனில் சாமான்கள் வாங்கப் போகும்போது காந்தி பஜார் 'வித்யார்த்தி பவனி'ல் மசால் தோசை சாப்பிடப்போகும்போது, அவரது உறவினர் வீட்டுக்கல்யாணங்களுக்கு அவனையும் இழுத்துக் கொண்டு போனபோது என்று பல சந்தர்ப்பங்களில் அவனிடம் பகிர்ந்து கொண்டவை.. சில சமயங்களில் அவரைப் புரிந்து கொள்ளவே முடியாது.

அப்போது வேலுவிடம் ஸ்கூட்டர் கூட இல்லை.. காந்தி பஜார் போகவேண்டும் என்றால் ரெண்டு பஸ் பிடித்துப் போக வேண்டும்.. சுமார் மூணு மணிக்கே கிளம்பி விடுவார்கள். அப்போதெல்லாம் பஸ் ஒரு மணி இடைவெளி விட்டுத்தான் வரும்.. அது வரை பேச்சு.. பேச்சு.. பேச்சுத்தான். இப்படியெல்லாம் கஷ்டப்பட்டுப்போய் மசால் தோசை சாப்பிட்ட பிறகு சொல்வார்.

'என்னடா தோசை போட்றான்.. கெழங்க தூள் பண்ணி வெங்காயத்தோட நல்லாப் பெசஞ்சிருக்க வேண்டாமா... கடலப்பருப்ப இவாள்லாம் நமுத்துப் போற மாதிரி பண்ணீட்றா.. கம்மனாட்டிப் பசங்கள்'

என்று குத்தம் சொல்லி வாயைக் கொப்பளிப்பார்.

சாப்பாட்டு விஷயத்தில் மாமாவுக்கு சமரசமே கிடையாது. ஆனால் இதே சாப்பாட்டுக்கு அவரது குடும்பம் எவ்வளவு கஷ்டப்பட்டிருக்கிறது என்பதை எப்போதும் சொல்வார்..அவரது அப்பா தவறியபோது குடும்பத்தில் பெரியவரான அவருடைய சம்பளத்தில் தான் குடும்பமே ஓடியது. அவருடைய அம்மா எங்கோ வடதேசத்தில் இருக்கும் தன் மகனிடம் தன்னுடைய கஷ்டத்தையெல்லாம் சொல்ல மாட்டார். ஆனாலும் அவர்கள் மரியாதையாகத்தான் வாழ்ந்தார்கள். அவரகள் குடியிருந்த வீடு விற்கப்பட்டு நகையாகவும், வைப்புத் தொகையாகவும் மாறியது.. மிகக்குறைந்த வாடகை கொண்ட வீட்டுக்குக் குடி போனார்கள். அவர்களது அன்றாடச்செலவுக்கு மாமா அனுப்பிய தொகையோடு அம்மா செய்த சிறு சிறு தொழில் முயற்சிகள் (அப்பளம், ஊறுகாய் தயாரித்து விற்றல், பெரிய வீடுகளுக்குச் சமையல் வேலைக்குப் போதல்) மூலமாகவும்) காரணமாக வண்டி ஓடியது. அந்தக்காலத்தில் வயசுப்பெண்கள் வேலைக்குப் போகும் பழக்கம் இல்லை..ஆனால் அம்மாவுக்குப் பெரிதும் உதவியாக இருந்தார்கள். சொந்தக்காரர்களையும் குற்றம் சொல்ல முடியாது. அவர்களாலான உதவியைச் செய்தார்கள். எல்லாம் அப்பா செய்த புண்ணியம்..தம்பி ரகு (ரகுராமன்) வுக்கு சொந்தக்காரர் ஒருவர் மூலமாகத்தான் ரெ—யில்வே ஆர்.எம்.எஸ்சில் ஒரு வேலை கிடைத்தது. எல்லாம் முடிந்து ராமகிருஷ்ணன் மாமா நிமிரும்போது அவருக்கு முப்பத்து மூன்று வயதாகியிருந்தது..

பதினஞ்சு வருசம் சர்வீஸ் முடிஞ்ச உடனே ஏர் ஃபோர்சிலிருந்து வெளியே வரவேண்டும் என்ற திட்டத்தோடு இருந்ததால் கிட்டத்தட்ட ஒரு வருசம் இருந்த போதே அம்மாவிடம் பெண் பார்க்கச் சொல்லி விட்டார் ராமகிருஷ்ணன். அம்மாவின் பெரியப்பா பையன் சேதுராமன் ராஜாஜி காலத்திலேயே மதுரையிலிருந்து பெங்களூருக்கு வந்து ஜெயநகரில் ஒரு எலக்ட்ரிகல் ஷாப் வைத்து அங்கேயே வீடும் கட்டி ஓரளவுக்கு வசதியோடு இருந்தார். அப்போது மல்லேஸ்வரம், ராஜாஜி நகர் முதலிய பகுதிகளில் மையம் கொண்டிருந்த தமிழ் பிராமணக்குடும்பங்கள் ஜெயநகரில் குடியேறிக் கொண்டிருந்தன. இங்கேயுள்ள கன்னட சமூகத்தோடு ஒட்டியும் ஒட்டாமலும் தங்கள் தனித்தன்மையைப் பாதுகாத்துக் கொண்டிருந்தார்கள். அடிப்படையான பிராமண தர்மம் எல்லோராலும் கடைப்பிடிக்கப் பட்டு வந்தாலும் அந்நியக்கலாச்சாரத்தால் பாதிக்கப்பட்ட சில குடும்பங்களும் இருந்தன. அப்படி ஒரு குடும்பத்தை சேதுராமனுக்குத் தெரியும்.

அந்நியக்கலாச்சாரத்தால் பாதிக்கப்பட்ட குடும்பம் என்றால் அந்த ஐயர் குடும்பமே வெள்ளைக்காரர்களைப்போல வாழ்ந்து வந்தது என்று அர்த்தமில்லை.. குடும்பத்தலைவர் அந்தப் பாதிப்புக்குள்ளாகி—யிருந்தார் என்று எடுத்துக் கொள்ள வேண்டும். அதற்கும் ஒரு வரலாறு இருக்கிறது. குடும்பத்தில் உறவினர் ஒருத்தர் அப்படி அந்நியக் கலாச்சாரத்தினால் பாதிக்கப் பட்டவராக இருப்பார். ‘பேட்ஸ்’ என்று சக உத்தியோகஸ்தர்களால் செல்லமாக அழைக்கப்பட்ட பத்ரிநாதனின் (பத்ரிநாத்) தாய்மாமன் அப்படிப் பாதிப்புக்கு உள்ளானவர்களில் ஒருத்தர்.. பத்தொன்பதாம் நூற்றாண்டிலேயே சென்னையில் குடியேறியிருந்த அவரது தாய்மாமனின் குடும்பத்தில் எல்லோருமே கல்வி கற்று பெரிய பெரிய பதவிகளில் இந்தியா முழுவதும் இருந்தார்கள். இந்தத் தாய்மாமன் சென்னை கிறித்தவக் கல்லூரியில் டிகிரி முடித்தவுடனே சர்வே டிபார்ட்மெண்டில் வேலை கிடைத்து விட்டது. கவர்மெண்டு வேலை.. மிகக்குறைந்த காலத்திலேயே பதவி உயர்வெல்லாம் பெற்று பல இடங்களிலும் வேலை செய்து தனது மத்திய தர வயதில் லாகூரில் இருந்தார். அரசு அவருக்குப் பெரிய வீடும் மற்ற சவுகரியங்களும் கொடுத்திருந்தது. அவர் கல்யாணம் செய்து கொள்ளவில்லை..

பெங்களூருக்குக் கட்டிக்கொடுத்திருந்த ஒரு தங்கச்சியின் குடும்பம் அவ்வளவு செழிப்பாக இல்லை. அதிலும் அவள் பையன் ஒருத்தன் (பத்ரிநாத்) அவன் அம்மாவுக்குப் பெரிய பிரச்சினையாக இருந்தான். எந்த வகையிலும் அவன் ஒரு வைதீகப் பின்னணி கொண்ட குடும்பத்திற்கு ஒத்து வருபவனாகத் தெரியவில்லை. சாமராஜப்பேட்டையில் இருந்த எல்லா சூத்திரப்பையன்களோடும் தொடர்பு இருந்தது.. எல்லாருமே கெட்ட பையன்கள். பத்ரி புத்திசாலியான பையன் தான்.. ஆனால் படிப்பதில்லை.. ‘தக்கடா புக்கடா’ வென்று டிகிரி முடித்திருந்தான். பூணூல் கல்யாணம் எல்லாம் முடித்திருந்தாலும் ஒழுங்காக சந்தி செய்வதில்லை. இவனை வைத்துக்கொண்டு என்ன செய்வது என்று யோசித்த தங்கை அண்ணனுக்கு லெட்டர் போட்டாள். உடனே பதில் வந்தது.. ‘பையனை லாகூருக்கு அனுப்பித்தரும்படியும் அங்கேயோ அல்லது வேறு எங்காவதோ வேலை வாங்கித் தருவதாகவும் அடுத்த ஒன்றிரண்டு மாதங்களில் தான் பெங்களூர் வருவதாகவும், திரும்பும்போது பத்ரியைத் தன்னுடனே கூட்டிக்கொண்டு போவதாகவும் லெட்டர் போட்டிருந்தார். அதன்படி பெங்களூர் வரவும் செய்தார்.

பத்ரிநாத் பெங்களூரில் வெள்ளைக்காரத்துரைகளைப் பார்த்திருந்தாலும் அவர்கள் பேசுவது, அவர்கள் உடல்மொழி,

அவர்களது ரசனை ஆகியவற்றோடு அவனுக்கு அதிகமாகப் பரிச்சயம் இல்லை.. தனது மாமனின் வருகைக்குப் பிறகு தான் இந்திய வாழ்க்கைக்கும் இங்கிலீஷ் வாழ்க்கைக்குமான வித்தியாசத்தைப் பார்த்தான். மாமன் இங்கே வந்து சாமராஜப் பெட்டையில் தங்கச்சி வீட்டில் தங்கவில்லை. ஒரு ஓட்டலிலேயே தங்கிக்கொண்டார். இங்கே தங்கிய ஒரு வாரத்தில் இரண்டு மூன்று தடவை மட்டுமே தங்கச்சி வீட்டுக்கு வந்தார். ஒரு முறை மட்டுமே சாப்பிட்டார். எப்போதுமே கோட்டு சூட்டு தான். தலையில் தொப்பி.. கையில் ஒரு பேக்.. இந்தக்கோலத்தில் அவர் ஜட்காவில் வந்து இறங்குவதை சாம்ராஜ்—பேட்டையில் அந்தத் தெருவே வேடிக்கை பார்த்தது..திட்டமிட்ட படியே பத்ரி அவனது மாமனுடன் லாகூர் போனான்.

லாகூர் நகரின் அமைப்பும், அங்குள்ள மக்களின் வாழ்க்கையும் பத்ரிக்கு பெங்களூரின சிவாஜி நகரையும், கண்டோன்மெண்டையுமே ஞாபகப் படுத்தியது. அதிலும் மாமன் வாழ்க்கை மேலும் பல அதிர்ச்சிகளைக் கொடுத்தது. அந்தப் பெரிய வீட்டில் அவருக்கு இரண்டு மூன்று வேலைக்காரர்கள் இருந்தார்கள். சமையல்காரர் ஒரு முஸ்லிம். சாப்பாட்டில் தென்னிந்திய வாடையே கிடையாது.. மாமிசம் தாராளமாகப் புழங்கியது.. அது மட்டுமல்லாமல் அவர் அவ்வப்போது பார்டிகளுக்குப் போவார். வீட்டிலும் பார்டி கொடுப்பார். மதுவகைகள் பரிமாறப்படும் பார்டிகள்.

மாமனுக்கும் மருமகனுக்கும் பேச்சு வார்த்தை ரொம்பக்குறைவு..

‘பத்ரி... என்ன வேலைடா உனக்கு வேணும்.?.’

‘பத்ரி.... எந்த ஊர்லடா வேலை பாக்கப் போற...?’

‘இத்த சாப்டுப்பார்றா... நன்னாருக்கும்... செரீ.. புடிக்கலேன்னா உட்ரு...’ என்பது மாதிரி...

மாமா திறந்த புத்தகமாக இருப்பது மாதிரியே அவரது வீடும் இருந்தது. எதையும் பூட்டி வைப்பது கிடையாது.. வேலைக்காரர்கள் இருந்ததனால் எல்லாம் ஒழுங்கு முறையோடு இருந்தன. பணத்தைக் கூட அவர் தனது கோட்டு அல்லது திறந்திருக்கும் அலமாரியிலேயே வைத்திருந்தார். பத்ரிக்கு பணத்தை எடுக்கத் தோணவில்லை.. பணத்தை எடுத்துக்கொண்டு போய் என்ன செய்வது? என்ன வாங்கிச்சாப்பிடுவது? வெறும் தமிழுக்கும், கன்னடத்திற்கும் மட்டுமே சம்பந்தப்பட்டிருந்த அவனுக்கு லாகூரின் ஒரு மாதிரியான உருதுவும், ஒரு மாதிரியான இந்தியும் பிடிபடவில்லை. . மட்டுமல்லாமல் எங்கு திரும்பினாலும் மாமிசம் சுடும் வாசம் வேறு ஒரு மாதிரிச் செய்தது..

மாமாவின் வீட்டுக்கு வருபவர்களில் வெள்ளைக்காரர்களும், வெள்ளைக்காரர்கள் மாதிரி வாழ்பவர்களும் இருந்தார்கள்..”

ஆனால் அவனது ஆர்வத்தைத் தூண்டும் வகையிலும் அலமாரிக்குள் சில வஸ்துகள் இருந்தன. அவை கலர் கலரான திரவத்தைக் கொண்டிருக்கும் சீமை மதுபானங்கள்.. அவற்றைப் பார்க்கும்போது மாமிசைத்தைப் பார்க்கும்போதான அருவருப்பு அவனுக்கு ஏற்படவில்லை.. ஒரு பாட்டிலை எடுத்து மாமா செய்வது மாதிரியே கொஞ்சம் தண்ணீர் விட்டு குடித்துப் பார்த்தான். நிலக்கரி ரயில் புகை விட்டுக்கொண்டு ஓடுவதைப் போல தொண்டை—யிலிருந்து தொடங்கிய எரிச்சல் கலந்த அனுபவம் வயிறு சேரும் வரை தொடர்ந்தது.. அங்கிருந்த இரண்டு மூன்று பாட்டில்களில் கிட்டத்தட்ட எல்லா பாட்டில்களில் இருந்த திரவங்களும் இதே மாதிரியான எரிச்சலைத்தந்தாலும் கொஞ்ச நேரத்திற்குப் பிறகு அவை வேறொரு அனுபவத்தைத் தந்தன. பத்ரிக்கு இப்போது லாகூர் வாசம் அனுபவித்து வாழக்கூடியதாக இருந்தது.

இதில் இன்னொரு பிரச்சினை இருந்தது.. விளையாட்டாக ஆரம்பித்த இது ரெகுலரான பழக்கமாக மாறிவிட்டது.. பாதியளவு மற்றும் அதற்குக் குறைவாக இருக்கும் பாட்டில்களில் திரவத்தின் அளவு குறைந்து மாமா கவனிக்கும் அளவுக்குக் கூட போனது. பத்ரி ஒரு யோசனை செய்தான். எவ்வளவு எடுக்கிறானோ அதே அளவுக்கு அதில் தண்ணீரை ஊற்றி வைத்தான்.

தனது உத்தியோகக் காலத்தில் வெள்ளைக்காரர்களுடன் சேர்ந்து பழகி அவர்களது மதுப்புழக்கத்தில் மிகுந்த அனுபவம் கொண்டிருந்த மாமாவுக்கு இப்போது சில பாட்டில்களிலிருந்த திரவத்தின் ருசி வேறுபாட்டைக் கண்டறிவதில் சிரமம் இருக்கவில்லை. இந்த சோமபானத்தில் தண்ணீர் சேர்க்கப்பட்டிருக்கிறது.. யார் செய்திருப்பார்கள் ? சமையல்காரன் ஆச்சாரமான முஸ்லிம்.. அவன் செய்வதற்கு வாய்ப்பில்லை.. மட்டுமல்லாமல் அவன் சமையல் கட்டிலிருந்து படுக்கறையறைக்கு வரவேண்டிய அவசியமுமில்லை.. எப்போதும் வீட்டிலிருப்பது பத்ரி மட்டும் தான்.. சந்தேகம் வந்த பிறகு எதையும் மாமா மனசில் வச்சுக்கொள்ள மாட்டார்..

‘டேய்.. பத்ரி.. இங்க வாடா..’

‘என்ன மாமா..’

‘இந்த ரூம்லே இருக்கற எல்லாத்தியும் தொறந்து பாப்பியாடா..’

'பொழுது போகலேன்னா தொறந்து பாப்பம் மாமா..'

'இந்த பாட்டில்லே இருக்கறத குடிச்சுப் பாத்திருக்கியா..?'

'............,'

'சொல்லுடா... இதுல என்னாருக்கு..'

'கொஞ்சம் டேஸ்ட் பண்ணிப்பாத்தம் மாமா...'

'செரிடா... பரவால்லே... ஆனா ஊத்திக்கிட்டதுக்கப்புறம் அதுல தண்ணி எதுவும் ஊத்தி வய்க்காத...'

இங்கிலீஸ்கார்களிடமிருந்து தனது தாய்மாமன் வழியாக வந்த பரிபூரண சுதந்திர வாழ்க்கை பத்ரிக்கு மிகவும் பிடித்துப் போனது. அதற்கு மிகவும் வசதியாக இருந்தது மாமன் மூலம் பாமர் அண்டு லாரி கம்பெனியில் கிடைத்த வேலை.. கல்கத்தாவில் தான் முதல் போஸ்டிங்.. லாகூரை விட கல்கத்தாவில் பரிபூரண சுதந்திரத்தின் வாடை அதிகமாக இருந்தது. என்ன இருந்தாலும் ராஜதானியல்லவா ? கல்கத்தாவில் இருந்தபோதே அவருக்குக் கல்யாணமும் ஆகி இரண்டு குழந்தைகளும் பிறந்தன. பெங்களூருக்கு மாற்றலாகி வந்த பிறகு குடும்பம் இன்னும் பெருகியது. பத்ரிநாத்திற்கு பொறுப்புகள் அதிகமாகியிருக்க வேண்டும். ஆனால் அவர் எல்லா வகையிலும் தாய்மாமனையே கொண்டிருந்தார். ஒரே வித்தியாசம்.. தாய்மாமனுக்குக் குடும்பம் இல்லை.. இவருக்குப் பெரிய குடும்பம்.

பத்ரிநாத் கடுமையான உழைப்பாளி.. ஆரம்பத்தில் அவருக்குக் கிடைத்த வேலை அவரது தகுதிக்குக் கொஞ்சம் அதிகமானது தான். அதுவும் வெள்ளைக்காரன் கம்பெனி.. வேலை சுத்தமாக இருப்பது மட்டுமல்லாமல் சில சாகசங்களும் செய்ய வேண்டும். இல்லையென்றால் துரத்தி விட்டு விடுவான். இதை நன்றாகப் புரிந்து கொண்ட பத்ரிநாத் நன்றாகவே உழைத்தார். அந்த உழைப்பை மதித்து கம்பெனியும் அவருக்கு ஊதியம் கொடுத்தது. ஆனால் தமிழ் பிராமண மத்தியதரக் குடும்பத்தின் லௌகீகத் திட்டங்கள், எதிர்பார்ப்புக்கள் எதையும் பத்ரிநாத் கருத்தில் கொள்ளவில்லை. அந்த வகையில் 'வாழ்க்கையை ரசித்து வாழவேண்டும்' என்கிற ஆங்கிலேயரின் கொள்கையே அவருக்குப் பிடித்திருந்தது. இந்தியனாக இருந்தாலும் ஆங்கிலேயர்கள் அவரை அவரது பெயரின் மூன்றெழுத்துக்களை எடுத்துக் கொண்டு அதில் கடைசியில் ஒரு 'எஸ்'சைச் சேர்த்துக்கொண்டு 'பேட்ஸ்' என்று செல்லமாக அழைத்தார்கள். வேலை முடிந்த சாயங்காலத்தில் வீட்டுக்கு வந்த

அரை மணி நேரத்தில் அவரது கம்பெனி கார் 'கிளப்' புக்கு வந்து விடும்.சில நேரங்களில் கார் நேராக 'கிளப்'புக்குப் போவதும் உண்டு. திரும்ப வீட்டிற்கு வரும்போது ராத்திரியாகி விடும்..

அவரது மனைவி கோமதியம்மாள் இவையெல்லாவற்றையும் சகித்துக்கொண்டாள். எப்போதும் மடிசார் வைத்துக்கட்டிக்கொண்டிருக்கும் தனது தோற்றத்தைப் பற்றி ஒன்றும் சொல்வதில்லை. அது அவளது விருப்பம்.. உரிமை என்கிற மாதிரியான போக்கு.. அது மட்டுமல்லாமல் வீட்டுச் செலவுக்குத் தேவையான பணத்தையும் கொடுத்து விடுவார். அதில் குறை சொல்ல ஏதுமில்லை. ஆனால் குடும்பத்திற்கு என்று சொத்து எதுவும் பெரிதாக இல்லை..கோமதி அம்மாளின் பெரும் முயற்சியில் ஒரு சிறிய இடம் ஒன்று ஜெயநகரின் கிழக்கு ஓரத்தில் பைரசேந்த்ராவில் வாங்கப்பட்டது. அந்த இடத்தைப் போய்ப்பார்த்த பத்ரிநாத் அங்கு வீடு கட்டிப் போய் இருக்க முடியாதென்று சொல்லி விட்டார். இப்போது இருப்பது பெரிய வீடு.. கம்பெனி வாடகை கொடுக்கிறது.. சொத்து விஷயம் இப்படி இருந்தாலும் பிள்ளைகள் நல்ல பள்ளிகளில் படிக்க வேண்டும் என்பதில் பத்ரிநாத்துக்கு அக்கறை உண்டு. சேர்த்து விட்டதோடு சரி... அவர்கள் எப்படிப்படிக்கிறார்கள் என்பதைக் கவனிப்பதெற்கெல்லாம் நேரம் இல்லை.. அவர் சமயத்திற்கு வராவிட்டால் கிளப்பில் தோழர்களும், தோழிகளும் கோபித்துக் கொள்வார்கள்.

'ஹாய் பேட்ஸ்... வாட் மேட் யு கம் லேட்..?'

'வாட் மேன்.. எ க்விக் ரொமேன்ஸ் வித் யுவர் வைஃப் ஆர் மெய்ட்.. யூ ஓல்ட் ஃபார்ட் !'

'பேட்ஸ் ஹேஸ் பிகம் எ ஃபேமிலி மேன் நவ்..;

என்றெல்லாம் கிண்டல் செய்வார்கள்.. பத்ரி எல்லாவற்றையும் சிரித்தபடி ஏற்றுக்கொள்வார்.. அந்தச்சிரிப்பில் கொஞ்சம் பெருமிதமும் இருக்கும்.

'யு ஆர் சோ க்யூட் பேட்ஸ்' என்று கன்னத்தைக் கிள்ளியோ, முதுகில் தட்டியோ தங்களது பிரியத்தைக் காண்பிக்கும் பெண்களை பத்ரி தனது கலாச்சாரப்பின்னணியில் எப்படிப் பார்க்க முடியும்? பெங்களூருக்கே உண்டான தனித்தன்மையல்லவா அது?

○○○

தங்களுக்கிருக்கும் இரண்டு பையன்களை விட மூன்று பெண்களைப் பற்றித்தான் கோமதியம்மாளுக்குக் கவலை.. எல்லா நேரங்களிலும் இப்படிப் புலம்பிப் புலம்பியே தனது மூத்த மகள் லலிதாவைக் கிட்டத்தட்ட தனது மனது நிலைக்குக் கொண்டுவந்து விட்டாள். விளைவாக அவளுக்குப் படிப்பில் அதிக கவனம் செல்லவில்லை..அவள் படிக்கும் பள்ளியில் படிக்கும் மாணவிகளுக்கும் வரும் துடிப்பும்,புத்திசாலித்தனமும் கூட அதிகம் வளரவில்லை.. அவளது மனப்போக்கு, ஈடுபாடுகள் எல்லாமே குடும்பம் சார்ந்தவையாக இருந்தன..குடும்பத்தின் மூத்த குழந்தையாக பெண்ணாக இருந்த போதிலும் தனது தந்தையின் மீது அவளுக்குப் பெரிதாகப் பாசம் இல்லை.. லலிதாவின் நேரிளைய தங்கை சுறுசுறுப்பு.. நன்றாகப் படித்து எல்.ஐ.சி.யில் வேலைக்கும் போய்விட்டாள். தம்பிகள் ரெண்டு பேரின் கவனம் முழுவதும் படிப்பில் இருந்தது.. இப்போது கோமதியம்மாளுக்கு லலிதா பிரச்சினையாகிப் போய்விட்டாள்.. நல்ல பெண் தான்.. ஆனால் வரன்கள் தட்டிக்கொண்டே போகின்றன..வயது கிட்டத்தட்ட இருபத்தெட்டு ஆகிறது..

இந்த சூழ்நிலையில் தான் பெங்களூரிலிருந்தே ஒரு பையன் வந்தான். பக்கத்துத் தெருவிலிருந்து தெரிந்த மாமா ஒருவர் கூட்டிக்கொண்டு வந்தார். பையன் நல்ல உயரம்.. அளவான சிவப்பு..பொருத்தமான மீசை.. நெஞ்சு அகலத்தைப் பார்த்தால் பிராமணப்பையன் என்று சொல்வதை விட சத்திரியப்பையன் என்று சொல்வது தான் பொருத்தமாக இருக்கும். ஏர் ஃபோர்சுக்கான மிடுக்கு அவனிடம் இருந்தது.. கோமதியம்மாள் கெஞ்சிக்கூத்தாடி சாயங்காலம் தன் கணவரை இருக்கச் சொல்லியிருந்தாள்..கூட்டிக்கொண்டு வந்த மாமா தான் பேசினார்.

‘சொன்னேனே இல்லியோ... என்னோட தங்கை பையன்... பேரு ராமகிருஷ்ணன்.. ஏர் ஃபோர்சிலே காண்ட்ராக்ட் முடியப்போறது.. இங்கயே செட்டில் ஆகணும்னு திட்டம் வெச்சுருக்கான்..நல்ல மனுஷா.. மொத்தம் அஞ்சு கொழந்தைகள்.. இவன் தான் மூத்த பையன்... எங்க அத்திம்பேர் போனதுக்கப்புறம் அம்மாவுக்குத் தொணையா பொறுப்பா இருந்து குடும்பத்த மேலே கொண்டுவந்தவன்.. மிலிடரிலே இருந்தாலும் எந்தப் பழக்கமும் கெடையாது...’

ராமகிருஷ்ணன் எதுவும் பேசவில்லை.. (பேசியிருந்தால் கொஞ்சம் ரசாபாசமாகப் போயிருக்கும். ராமகிருஷ்ணன்

பேசுவதே அடிக்கிறமாதிரித்தான் இருக்கும்) லலிதா ஓரக்கண்ணால் ராமகிருஷ்ணனைப் பார்த்தாள். அந்த மீசை தான் கொஞ்சம் உறுத்தியது. மற்றபடி பரவாயில்லை.. இங்கயுந்தான் என்ன வாழ்றது..? தப்பிச்சாப் போதும்..

ராமகிருஷ்ண மாமா ஆடுகோடி மைகோ கம்பெனியில் செக்யூரிடி ஆஃபீசராக வேலைக்குச் சேர்ந்திருந்தார். குறை சொல்ல முடியாத படிக்கு சம்பளம்...ஆனால் அவருடைய மதுரைப் பின்னணிக்கும், பெங்களூர் ஜெயநகர் பின்னணிக்கும் கொஞ்சம் இணக்கமில்லாமல் இருந்தது. இத்தனைக்கும் மாமா ஆச்சாரத்தில் ஒரு குறையும் வைக்காதவர். காலையில் சீக்கிரமே எழுந்து பச்சைத்தண்ணியில் குளித்து நெற்றி நிறைய திருநீறு வைத்து சந்தியாவந்தனம் பண்ணி விட்டுத் தான் வேறு வேலை பார்ப்பார். பிராமண பாஷையும் அப்பழுக்கில்லாமல் தான் இருந்தது...ஆனால் கோபம் வரும்போது மட்டும் வார்த்தை எகிறி விடுகிறது. அசலான மதுரைக் கெட்ட வார்த்தை.. மட்டுமல்லாமல் தராதரம் பார்க்காமல் எல்லோரையும் வீட்டுக்கு அழைத்துக் கொண்டு வருவதும் அவர்களுக்கு காபி பலகாரம் கொடுக்கும்படி சொல்வதும் லலிதா மாமிக்குக் கொஞ் சமும் பிடிக்காத விஷயங்கள்.. பெங்களூர் பிராமண சமுதாயத்திலும் இரண்டு பிரிவினர் இருந்தார்கள். ரொம்ப நாளைக்கு அதாவது நூற்றாண்டுகளுக்கு முன்னாலேயே பெங்களூரில் குடியேறியவர்கள், சமீப காலத்தில் குடியேறியவர்கள் என்று இரண்டு வகை.. நூற்றாண்டுகளுக்கு முன்னால் குடியேறியவர்கள் பேசும் தமிழில் நிறைய கன்னடம் கலந்திருந்தது. சில குடும்பங்கள் கன்னடத்திலேயே பேசின.. மட்டுமல்லாமல் அவர்களது பழக்க வழக்கங்களும் வேறாக இருந்தன.. சுருக்கமாகச் சொன்னால் கொஞ்சம் ஓசத்தியாக இருந்தார்கள்.. அப்படி ஒரு குடும்பத்திலிருந்து ஒருத்தன் புருஷனாக வருவான் என்று எதிர்பார்த்திருந்த லலிதா மாமிக்கு இப்படி ஒரு கிராக்கி வந்து விட்டதே என்று வருத்தம் தான்...ஆனால் அதை எந்த விதத்திலும் காண்பித்துக் கொள்ளவில்லை...அந்த வகையில் மாமி அவர் அம்மாவையே ஒத்திருந்தார்..சொல்லுகிற வரை சொல்லிப்பார்க்கலாம். கேட்காவிட்டால் சகித்துக் கொள்ளலாம்..

ராமகிருஷ்ணன் -லலிதா தம்பதியினர் வில்சன் கார்டனில் தங்களது ஒண்டிக்குடித்தனத்தை ஆரம்பித்தபோதிலிருந்தே லலிதாவுக்கு ஒரு திட்டம் தெளிவாக இருந்தது. எப்படியாவது நமக்கென்று ஒரு வீடு வேண்டும்...அதற்கு ஒரு சைட் வேண்டும்....அதற்கு உடனே சிடி இம்ப்ரூவ்மெண்ட் ட்ரஸ்ட் போர்டில் விண்ணப்பிக்க வேண்டும்.. விவரம் தெரிந்த நாளிலிருந்து அவர்கள் ஏரியாவில்

அவர்களுக்குத் தெரிந்தவர்கள் கூடும்போதெல்லாம் இப்படி சைட்டுக்கு விண்ணப்பிப்பது... எத்தனை முயற்சிகள் ஆயிற்று.. இப்போது வெளியான லிஸ்டில் சைட் அலாட் ஆகியிருக்கிறதா என்கிற விஷயங்களையே பேசிக்கொண்டிருப்பார்கள். எல்லா மத்தியதரக்குடும்பங்களிலும் இதற்கென்று பணத்தை ஒதுக்கியே வைத்திருப்பார்கள். அப்படி லலிதாவின் கனவாகிய முப்பதுக்கு நாப்பது என்கிற சைட் கிடைத்த போது அவளுக்கு குமார் என்கிற வெங்கட்ராமன், சேஷு என்கிற சேஷகிரி என்று இரண்டு பையன்களும் பிறந்திருந்தார்கள். ராமகிருஷ்ணமாமா ஒரு முன்னாள் விமானப்படை வீரர் என்கிற காரணத்தால் கொஞ்சம் சீக்கிரமே கிடைத்தது. இதற்குள் சிடி இம்ப்ரூவ்மெண்ட் போர்டு பெயர் மாறி பெங்களூர் டெவலப்மெண்ட் அதாரிடி என்று ஆகியிருந்தது. புதிது புதிதான லே அவுட்டுகள் ஜெ.பி.நகர், பனஷங்கரி, இந்திரா நகர், எச்.எஸ்.ஆர். லே அவுட் என்று விரிந்து கொண்டே இருந்தன. அந்த எல்லா இடங்களிலும் வாழ்க்கை சொல்லி வைத்த மாதிரி ஒன்றாகவே இருந்தது.. ஆங்காங்கே சில வீடுகள்.. சிறியதாகவோ, பெரியதாகவோ ஒரு உடுப்பி ஓட்டல்... மாதாஜி ஹார்டுவேர் அண்டு எலக்ட்ரிகல்ஸ் என்று குஜராத்தி சேட்டுகளின் கடைகள், தலச்சேரி, கண்ணூர் என்று மலபாரிலிருந்து வந்து இங்கு மளிகைக்கடை வைத்திருக்கும் மலையாளிகள் என்னும் இவற்றோடு சில மழலையர் பள்ளிகளும்...

இட ஒதுக்கீடு அடிப்படையிலும், சீனியாரிட்டி அடிப்படையிலும் தங்களுக்கு மிக மலிவாக, காவேரித்தண்ணீர், புதை சாக்கடை என்று சகல வசதிகளோடும் கிடைத்த இடத்தில் கடனை ஒடனை வாங்கி ‘சொந்த வீடு’ என்ற பெருமிதத்தில் குடி வந்திருந்தார்கள். கடனை கொஞ்சம் அதிகமாக வாங்கியவர்கள் வீட்டை இரண்டாகப் பிரித்து குறுக்கே ஒரு சுவரை வைத்து அதை வாடகைக்கு விட்டிருந்தார்கள். அப்படி மாமா வீட்டுக்கு அடுத்த கிராசில் இருந்து வீட்டில் ஒரு போர்ஷன் தான் குமரவேலுவுக்குக் கிடைத்தது.. கல்யாணமான பிறகும் கூட அங்கேயே கொஞ்சகாலம் இருந்தான். அதற்கு ராமகிருஷ்ண மாமா குடும்பத்துடன் ஏற்பட்ட ஒட்டுறவும் ஒரு காரணம்..

குமரவேலுவின் திருமணத்துக்கு முந்தைய வாழ்க்கையிலும், திருமணத்திற்குப் பிந்தைய வாழ்க்கையிலும் ஒரு தகப்பன், ஒரு தமையன், ஒரு தோழன் என்று பல இடங்களை ராமகிருஷ்ண மாமா நிறைவேற்றித்தந்தார்.. எந்த எதிர்ப்பார்ப்புமே இல்லாமல் அவர் இந்தப் பாத்திரங்களை எடுத்துக் கொண்டார். கல்யாணத்துக்கு முந்தி கிட்டத்தட்ட ஒரு வருசம் வாரத்தில் குறைந்தது இரண்டு

மூன்று நாட்கள் ஏதாவது ஒரு நேரம் மாமா வீட்டில் சாப்பிடுவான். வேலுவுக்கு ரேஷன் கார்டு எடுத்துக்கொடுத்தது முதல் எஸ்.ஜெ.பி. ரோட்டுக்குப் போய் சைக்கிள் எடுத்தது வரை எல்லாவற்றையும் பார்த்துச் செய்தார். சைக்கிளை எடுத்த பிறகு அதற்குப் பூஜை செய்வதற்காக நிருபதுங்கா ரோட்டு வினாயகர் கோயிலுக்குத் தள்ளிக்கொண்டு போனது கூட நடந்தது..நல்ல வேடிக்கை... பெரும்பாலும் ஸ்கூட்டர், பைக் போன்ற இருசக்கர வாகனங்கள் மாற்றம் நாற்சக்கர வாகனங்கள் வாங்கினால் தான் அந்தக் கோ—யிலுக்குப் போவார்கள்..

‘போற வழியில தாண்டா இருக்கு... சேவிச்சுண்டு போறத்துக்கு உனக்கு என்ன நஷ்டமாப்போச்சு...’

என்று சொல்லிக் கூட்டிக்கொண்டு போவார்.

வேலு இப்படித்தனியாக இருந்தபோது அவனைப் பார்க்க வருவதற்காக வரும் அக்கா மற்றும் அண்ணன் பெண்கள் வரும்போது அவர்களை வீட்டுக்குக் கூப்பிடுவதும், அவர்களைத் தனது குடும்பத்து உறுப்பினர்களைப் போலவே நடத்துவதும் அவருக்கு இயற்கையாகவே வந்தது. லலிதா மாமிக்கு இந்தப் பொள்ளாச்சி கிராக்கிகளையும், அவர்களது பேச்சையும் கேட்பதற்கு விசித்திரமாக இருந்தது... அவர்களுடன் பிரியமாகவே நடந்து கொண்டார். ஒவ்வொருவர் குடும்பத்தைப் பற்றியும் வாஞ்சையோடு விசாரிப்பார்.

மாமாவின் தம்பிகள், தங்கைகளில் யாராவது ஒருத்தர் ஒவ்வொரு மாதமும் வந்து கொண்டேயிருப்பார்கள். அவர்கள் வந்துவிட்டால் ஒரே அதகளம் தான். ஒவ்வொரு வருசமும் தகப்பனாரின் திவசத்திற்கு அவரது சகோதரர் வந்து விடுவார். ஏதோ நேற்றுத்தான் அவர் காலமானதைப் போல அவ்வளவு பக்தி சிரத்தையுடன் வாத்தியாரை வைத்துக் கும்பிடுவார்கள். அவரது சகோதரிகள் எல்லாமே உடல் பருத்து தாட்டிக்கமாக இருந்தார்கள். தனது அண்ணன் அந்தக்காலத்தில் அவர்களுக்குச் செய்த உதவிகளையெல்லாம் சொல்லிக்கொண்டேயிருப்பார்கள். அவர்கள் எல்லோருமே ரொம்ப சத்தம் போட்டுத்தான் பேசுவார்கள்.. நல்ல காலமாக அப்போது வீடுகள் அதிகம் கிடையாது..மாமா வீடு மட்டும் பெரும்பாலான நேரங்களில் திறந்தே இருக்கும்.. அவர்கள் பேசிக்கொண்டிருக்கும்போது வேலு போய்விட்டால் இழுத்துப் பிடித்து உட்கார்த்தி வைத்து விடுவார்கள். அவர்கள் சம்பந்தப்பட்ட வரையில் பூகோள ரீதியாக அவர்கள் அறிந்தது கோயம்பத்தூர் வரை தான். பொள்ளாச்சி அதற்கு அப்பால் எங்கோ இருக்கிற இடம்.. எல்லா

வகையிலும்.. அவர்கள் பேசிக்கொண்டேயிருக்க சாப்பிடுவதற்கு காபி, டீ, நொறுக்குத் தீனிகள் வந்து கொண்டேயிருக்கும். லலிதா மாமி முகம் சுழிப்பதே இல்லை.. பேச்சில் அதிகம் வருவது மதுரை தான்.. மதுரையின் காய், கறிகள், திண்டுக்கல் பூவன், ரஸ்தாளி மற்றும் மலைப்பழம், மதுரையின் சில கடைகளில் கிடைக்கும் முறுக்கு, சீடை முதலிய சமாசாரங்கள், சித்திரைத் திருவிழாவின் மகிமைகள் என்று நீண்டு போகும்...அவர்களது அப்பாவை கேஸ் விஷயமாகப் பார்க்க வரும் பல வகையான மனிதர்களைப் பற்றியும் பேச்சு இருக்கும். லலிதா மாமிக்கு இதெல்லாம் வெறும் ஒரு மானிடவியல் செய்திகளாகவே தெரியும்.

இதில் ஒரு விஷயம் சகோதரிகளின் கணவர்கள், அவர்களது பையன் அல்லது பெண், சகோதரனின் மனைவி அவரது பையன் அல்லது பெண் யார் வந்தாலும் அவர்கள் இந்தக் கும்பலில் இருந்து தனித்துத் தெரிவார்கள்.. அவர்கள் மயிலாப்பூர் அல்லது திருவல்லிக்கேணி ஏரியாவைச் சேர்ந்தவர்கள். பழக்க வழக்கங்களும், அணுகுமுறையும் அவ்வாறே இருக்கும். ஆனால் மாமா ஒரு காற்று.. அடித்து வீழ்த்தாத பெருங்காற்று.. சுகமாக இருக்கும்.. கொஞ்சம் தள்ளாடவும் வைக்கும்..

ராமகிருஷ்ண மாமா-குமரவேலுவின் சிநேகிதத்தைப் பல கட்டங்களாகப் பிரிக்கலாம். குமரவேலுவின் பிரம்மச்சரியக்காலம், கல்யாணமாகி ரெண்டு குழந்தைகள் பிறந்து அவர்கள் ஸ்கூல் போகும் வரையிலான காலம், பிறகு அதே ஏரியாவில் சொந்த வீடு கட்டிக்கொண்டு போன பிறகான காலம் என்று இப்படி... இதில் பிரம்மச்சரியக்காலத்தில் அதிக நேரங்களும், இரண்டாவது பருவத்தில் அதிலிருந்து கொஞ்சம் குறைவாகவும், மூன்றாவது கட்டத்தில் சுத்தமாகக் குறைந்து மிகவும் அபூர்வமாகவும் ஆகிப்போயிருந்தன.. அதில் முதல் காலத்தைப் பொற்காலம் என்று சொல்லலாம். மாமாவுக்கு வேலுவும், வேலுவுக்கு மாமாவும் என அப்படியொரு அன்னியோன்யம் இருந்தது. இத்தனைக்கும் அவர்கள் இருவருக்குமிடையில் பதினைந்து வருடத்திற்கு மேல் வித்தியாசம். மதுரையில் மாமாவின் கூட்டாளிகள் எல்லாம் பலசாதிப் பையன்களாக இருந்திருக்க வேண்டும்...அது அப்படியே தொடர்ந்து வந்ததோ என்னவோ? அவர் வீட்டுக்கு நாலு வீடுகள் தள்ளி ஒரு பிராமணக்குடும்பம் இருந்தது. அவருக்கு ஏ ஜி ஆஃபீசில் வேலை. மனைவியும், ஒரு பையனும், அவருடைய வயதான அப்பாவும் இருந்தார்கள். எல்லாரும் சாதுக்கள் தான்..ஆனால் அந்தக்குடும்பத்தில் அவர் பழகுகிற மாதிரி யாரும் இல்லை. அவர்களும் மற்றவர்களிடம்

ஒட்டாமல் எப்போதும் சோகத்தைத் தாங்கிய முகத்தை வைத்துக் கொண்டிருந்தார்கள். அவர்களை ஒரு தரித்திரம் என்று மாமா ஒதுக்கியே வைத்திருந்தார்.

மாமாவின் பாலியல் தகவல்கள், அனுபவங்கள் எல்லாம் வேலுவின் பிரம்மச்சரியக் காலத்திலேயே பகிர்ந்துகொள்ளப்பட்டன.. மாமாவின் வீட்டுக்குப் பின்னால் இருக்கும் ஒரு மலையாளிக்குடும்பத்தின் மீது மாமாவின் கவனம் இருந்தது.. அந்த மத்தியதர வயதுப் பெண் மாமா வீட்டுக்கு வந்து தமிழும், மலையாளமும் கலந்து சில சந்தேகங்களைக் கேட்டுவிட்டுப் போவாள். நாயருக்கு ஐ.டி.ஐ.யில் வேலை.. வெளியில் எந்தச் சோலியும் கிடையாது. வீட்டை விட்டு வெளியே வருவதே இல்லை. எல்லாம் நாயரம்மா தான். கேரளாவின் தாய்வழிச்சமூகம் பற்றி மாமாவுக்கு ஒன்றும் தெரியாது. இருந்தாலும் தம்பதியினரின் அந்தரங்க வாழ்க்கையில் பெண்ணே மெல்நிலையில் இருப்பாள் என்றும், ஆண்கள் கீழ்ப்படிந்தே இருப்பார்கள் என்னும் அரிய செய்திகளைச் சொல்வார்..

தான் ஏர்ஃபோர்சில் இருந்தபோது நாக்பூர், பேகம்பெட், திருவனந்தபுரம் முதலிய இடங்களில் இருந்தபோது அங்கு வழக்கமாக இருக்கும் பாலியல் அவஸ்தைகளும், கூட வேலை செய்பவர்களின் கட்டாயத்தால் போகக்கூடாத இடங்களுக்குப் போய்வந்தது பற்றியும் சொல்வார். அந்த சந்தர்ப்பங்களில் அவர்களோடு ஒரு ஒப்பந்தம் செய்து கொள்வார். அதாவது அவருக்கு அதில் ஈடுபாடு கிடையாது.. சம்மதமும் கிடையாது.. வற்புறுத்தலுக்காக மட்டுமே வருவார். ஒரு குறிப்பிட்ட இடத்தில் நின்று கொள்வார். நண்பன் ‘சோலி’யை முடித்துக் கொண்டு வந்து சேர்ந்து கொள்ள வேண்டும்..

குமரவேலுவை கூச்சத்தில் ரொம்பவும் நெளிய வைக்கிற மாதிரியான சமாச்சாரங்களையும் சொல்வார்.. சீக்கிரம் கல்யாணம் ஆகப்போகிற சூழ்நிலையில் பெண்களைப் பற்றிய எல்லா விஷயங்களையும் குமரவேல் தெரிந்து கொள்ள வேண்டும் என்பது அவரது ஆசை..இருந்தாலும் குடும்பத்தில் ஒருவர் மாதிரியே சமையல் கட்டில் உக்காத்தி வச்சு சாப்பாடு போடும் ஒரு பெண்மணியோடு இணைத்துச் சொல்லப்படும் செய்திகளை எப்படி குமரவேலுவால் ரசிக்க முடியும்? ஒருவேளை மிலிடரியில் இருந்ததனால் இப்படி கொஞ்சம் ஓவராகப் பேசுகிறாரோ என்று நினைக்கத் தோன்றும்.. மற்றபடி பெண்களை மதிப்பதிலும், அவர்களுக்குரிய கௌரவத்தைக் கொடுப்பதிலும் அவர் தவறுவதே இல்லை.. அவர்கள் முன்னால் நடந்துகொள்ளும் பவ்யத்தைப் பார்த்தால் ‘இவரா அப்பிடியெல்லாம்

பேசுகிறார்' என்று தோன்றும்.. தன்னிடம் அதிக ஆர்வம் காட்டும் பெண்களிடம் கூட தேவையான அளவுக்குத்தான் பேச்சு இருக்கும்.. 1983-ல் உலகக்கோப்பை கிரிக்கெட் போட்டியில் இந்தியாவுக்கும், இங்கிலாந்துக்குமான அரையிறுதிப் போட்டியை எப்படிப்பார்ப்பது என்ற ஒரு கேள்வி வந்தபோது தெருவின் கோடியில் இருக்கும் இஸ்ரோ விஞ்ஞானி ராமநாதன் வீட்டில் பார்ப்பது என்று முடிவா—யிற்று. அங்கே தான் கலர் டி.வி. இருந்தது. ராமநாதன் அதிகம் பேசமாட்டார். அவர் மனைவி மீனா கலகலப்பாகப் பேசுவார்.. மாமா வீட்டிற்கெல்லாம் வருவார்.

ஹாலின் மத்தியிலேயே ஜமக்காளம் விரித்துக் கொடுத்து விட்டார்கள்..மாமாவை சோஃபாவில் உட்காரச்சொன்னார்கள்.. ஆனால் மாமா கீழேயே உட்கார்ந்து கொள்வதாகச் சொல்லிவிட்டார். குஞ்சு குளுவான்களாக ஹால் முழுக்கக்கூட்டம்.. இங்கிலாந்து முதலில் பேட் பண்ணி இருநூற்றித்தொச்சம் எடுத்திருந்தது.. ஸ்ரீக்காந்த் நன்றாக அடித்தால் ஒரு நல்ல பேஸ் இருக்கும் என்று எதிர்பார்ப்பு. ஆனால் அவர் இருபதுக்கு உள்ளேயே அவுட் ஆகி விட்டார். உடனே அவருக்கு ஒரு திட்டு... 'இவனை நம்பவே முடியாதுடா..' என்று அவர் வழக்கமாக உபயோகிக்கும் ஒரு வார்த்தை சரளமாக வந்து விழுந்தது.. மீனா கேட்காதது மாதிரி இருந்து கொண்டார். பிறகு யஷ்பால் சர்மாவும், மொகிந்தர் அமர்நாத்தும் சேர்ந்து கொஞ்சம் கொஞ்சமாக ஸ்கோரை மேலே கொண்டு வந்தார்கள்.. மாமாவுக்கு மொகிந்தர் அமர்நாத்தை சுத்தமாகப் பிடிக்காது. 'அவன் என்னடா ஓம்போதா... ஒரு ஃபாஸ்ட் பௌலர் ஓடி வர்ற மாதிரியே இல்லியேடா.." என்பார். அன்றைக்குப் பார்த்து அமர்நாத் மிகவும் மெதுவாக விளையாடினார்.. 'இந்தக் கம்னாட்டிய எதுக்குடா இப்ப உட்டாங்க.. சந்தீப் பாட்டீல அனுப்பீருக்க வேண்டியது தான..' என்று அதுக்கும் ஒரு திட்டு.. கடைசியில் சந்தீப் பாட்டீல் அடிக்க ஆரம்பித்த போது ஒரு எம்ஜிஆர் ரசிகனுக்குரிய உற்சாகத்தில், 'அட்றா... தூக்குடா..' என்று விசில் அடிக்காத குறையாகக் கத்த ஆரம்பித்தார். எல்லோரும் கத்தினாலும் அவரது குரல் தனியாகத் தெரிந்தது.. கெட்ட வார்த்தை பேசும் விஷயத்தில் அன்று மட்டும் தான் அவர் கொஞ்சம் எல்லை மீறியது..

இதே மாதிரி தன்னை மறந்த நிலையில் ஓரளவு தடுமாற்றத்தில் மாமாவைப் பார்த்தது அவரது அத்தங்கா வந்தபோது தான்... 'அத்தங்கா வர்றா... அத்தங்கா வர்றா..' என்று சொல்லிக் கொண்டே—யிருந்தார். அத்தங்கா என்றால் யார் என்றே குமரவேலுவுக்குத் தெரியவில்லை.. பிறகு அத்தை மகள் என்று அவரே சொல்லித்தான்

தெரிந்து கொண்டான். அவர் வருவதற்கு சில நாட்கள் இருக்கும்போது தான் அத்தங்காவுடனான தனது இளமைக்கால நினைவுகளை மாமா பகிர்ந்து கொண்டார்..அப்போது அவர் கண்களில் தெரியும் உற்சாகத்தையும், சம்பந்தப்பட்ட நினவுகளைப் பகிர்ந்து கொண்ட பிறகு அவர் கொஞ்சநேரம் மௌனமாகி விட்டதையும் குமரவேல் கவனிக்க முடிந்தது. குமரவேல் இந்த எல்லா சந்தர்ப்பங்களிலும் மாமா சொல்வதைக் கேட்டுக்கொள்வதோடு சரி.. துருவித் துருவிக் கேள்விகள் எல்லாம் கேட்பதில்லை.. ஆனால் இந்த அத்தங்கா விஷயத்தில் அவரது உணர்வுகளின் ஆழத்தைப் பார்த்த பிறகு கேட்டே விட்டான்..

'ஏம்மாமா அவங்கள நீங்க கல்யாணம் பண்ணிக்கலே..?

'எங்களுக்கு அது தோணவே இல்லடா.. எங்க அத்தை புருஷன் மதுரைலே பெரிய ஓட்டல் வெச்சிருந்தார்.. நல்ல மனுஷந்தான்... எங்கப்பா தவறனதுக்கப்பறம் நாங்க சொந்தக்காராளோட ஜாஸ்தி வெச்சுக்கலை... எங்கம்மா அதுலே உறுதியா இருந்தா.. யாரு தயவும் இல்லாம முன்னுக்கு வரணும்னு ஒரு வைராக்கியம்.. நாங்களும் அதப் புரிஞ்சுண்டே அவ சொல்படியே நடந்தோம்.. பகவான் எங்களுக்கும் கருணை காமிச்சார்..'

'உங்க அத்தங்கா எந்த முயற்சியும் பண்ணலியா மாமா..?'

'அவ பொம்மனாட்டி என்னடா பண்ணுவா.. நம்ம சிஸ்டத்துல தான் அதுக்கெல்லாம் எடமே இல்லியே..'

மிகுந்த மனுஷ ஸ்நேஹியும், கலகலப்பைத் தனது ரத்தத்திலேயே வைத்திருப்பவருமான ராமகிருஷ்ண மாமா சுத்தமாக இந்த உலகத்தை மறந்து வேறு ஒரு உலகத்திற்குச் சென்றுவிடும் கணங்கள் அவை.. அப்போது மாமாவைப் பார்ப்பது குமரவேலுவுக்கு ஒரு விசித்திரமான அனுபவமாக இருக்கும்.. காலத்தின் சன்னிதியில் பரம்பொருளோடு இணைந்து விடுகிற மாதிரியான அவரது அனுபவம் தனக்கும் வந்து விட்ட மாதிரி உணர்வான்.

அத்தங்கா வரும்போதெல்லாம் ராமகிருஷ்ண மாமா வீட்டில் பாவக்காய் பிட்ளை செய்வது வழக்கம். அத்தங்கா தான் அதைச் செய்வார்.. அத்தங்கா என்று மட்டுமில்லை. பெண்கள் யார் வந்தாலும் அவர்களது ஸ்பெஷல் என்று என்ன இருக்கிறதோ அதைச் செய்து தருவார்கள். அல்லது செய்து தரும்படி கேட்டுக்கொள்ளப்படுவார்கள். அத்தங்காவின் ஸ்பெஷல் பாவக்காய் பிட்ளை..அதென்ன அது பிட்ளை என்று அந்தப் பெயரே குமரவேலுவுக்கு வேடிக்கையாக

இருக்கும்.. மாமா அங்கேயே சாப்பிடச்சொல்வார்.. அல்லது ஒரு கிண்ணத்தில் போட்டு வீட்டுக்கு எடுத்துக்கொண்டு போகச்சொல்வார்.. பிட்ளை நன்றாகத்தான் இருந்தது.

குமரவேலுவின் கல்யாணத்திற்குப் பிறகு மாமாவுடனான உறவில் மாற்றம் ஏற்பட்டது... முன்பிருந்த மாதிரி இல்லையென்றாலும் அவ்வபோது வீட்டுக்கு வந்தபோது சுலோச்சனாவின் சுபாவங்களையெல்லாம் கவனித்து வைத்துக்கொண்டார்.. அவரது ஆரவாரமான சுபாவம் சுலோச்சனாவிடம் செல்லுபடியாகவில்லை..

'நீ யாரு... பக்கத்து வீட்டுக்காரன் தானே.. எம் புருஷனுக்குத் தெரிஞ்சவனா... வந்தீன்னா வந்த சோலியப் பாத்துட்டுப்போ..'

என்பது மாதிரித்தான் அவளது அணுகுமுறை இருந்தது. இது தெரிவதற்கான முதல் அடையாளம் ஆங்கிலத்தில் நடைபெறும் உரையாடல்.. உயிரே இல்லாத உரையாடல்கள் நடத்துவதற்கு நகரத்தில் மிகவும் உதவியாக இருப்பது ஆங்கிலம்.. சுலோச்சனா மாமாவோடு நடத்தும் உரையாடல் பெரும்பாலும் ஆங்கிலத்திலேயே இருக்கும்.. அது மாமாவுக்கு மிகுந்த மன வருத்தத்தைத் தந்திருக்க வேண்டும்.. ஆனால் அதை அவர் காண்பித்துக் கொள்ளவே—யில்லை மாமாவுக்கு இங்கிலீஷ் தெரியும்.. ஆனால் அது தமிழ் தெரியாதவர்களுடன் பேசும்போது மட்டுமே.. அடுத்த பார்டிக்கு இந்தி தெரியுமென்றால் இந்தியிலே பேசுவார்.. கன்னடம் என்றால் கன்னடம்.. ஒரே விஷயம்... எல்லா பாஷையிலும் மதுரைத்தமிழின் தீவிரமான தாக்கம் இருக்கும்.

கல்யாணத்திற்கு முன்னால் அவர் சந்தித்திருந்த குமரவேலுவின் சகோதரி, அண்ணன் மகள்கள் ஆகியோர் மீது அவர் இயல்பாகக் காண்பித்த பிரியம், வாத்சல்யம் அதற்கு அவர்கள் காண்பித்த நன்றியும், ஆச்சரியமும் கலந்த பதில் பிரியம் இங்கே வருவதற்கான அறிகுறியே இல்லை.. மைசூர் சமஸ்தானத்தில் மகாராஜா காலத்தில் குடிமக்கள் உணர்ந்த பாதுகாப்பையும், பெருமிதத்தையும் வெள்ளைக்காரன் காலத்தில் இழந்து விட்ட மாதிரித்தான் அது இருந்தது.. அதற்கென்ன செய்வது..? குமரவேலுவின் துரதிர்ஷ்டம்... இந்த விஷயத்தில் லலிதா மாமி எவ்வளவோ பரவாயில்லை..

கல்யாணமாகித் தனிக்குடித்தனம் வந்த பிறகு திருமணப்பரிசாக ஒரு சன் ஃப்ளேம் அடுப்பை ஆர்மி கேண்டீனில் வாங்கி ஆட்டோவில் கொண்டு வந்தார்.. அவன் முனிரெட்டி கல்யாண மண்டபா வரை வந்துவிட்டு அதற்கு மேல் வரமுடியாது என்று சொல்லி விட்டான்..

அவர் அங்கிருந்து அதைத் தலைமேல் தூக்கிக்கொண்டு வந்து வீட்டு முன்னால் இறக்கி வைத்தார். குமரவேலுவுக்கு கண்ணீரே வந்து விட்டது.. பதட்டத்தோடு ஓடிப்போய் அவரது கையைப் பிடித்து

‘என்ன மாமா இப்பிடிப் பண்ணிட்டீங்க.., சொல்லியிருந்தா நானுங்கூட வந்திருப்பனே...’

‘என்னடா சொல்றே... அன்பளிப்புக் குடுக்கறவங்க அவங்க தாண்டா கொண்டு வரணும்.. இது நல்லாருக்கே கத..’

அன்றைக்கு அபூர்வமாக உடனே காபி போட்டுக் கொடுத்தாள் சுலோச்சனா.. அவளது கமெண்டான

‘யு நீடிண்ட் ஹேவ் டேக்கன் சச் பெயின்ஸ்’

என்பதன் முழு அர்த்தத்தை மாமா புரிந்து கொண்டாரா எனத் தெரியவில்லை..

திருமண வாழ்க்கையில் ஏற்படும் உரசல்கள் அவர் அறிந்தவை தான்.. சில சமயங்களில் அது எந்த அளவுக்கு மனசைக் கஷ்டப்படுத்தும் என்பதையும் அவர் அறிந்திருந்தார். இத்தனைக்கும் லலிதா மாமி காரணமாக அவருக்கு எந்தக் கஷ்டமும் வந்ததில்லை.. சில சாயங்கால வேளைகளில் அவரைத் தேடிப்போகும்போது குமரவேலுவின் முகக்குறிப்பை வைத்தே ‘பயல் எதோ மனக்கஷ்டத்தில் இருக்கிறான்’ என்று கண்டுபிடித்து விடுவார்.. உள்ளே போய் பேண்ட் போட்டுக்கொண்டு உள்ளே திரும்பி

‘லலிதா.. சாரோடே கொஞ்சம் வெளிலே போய்ட்டு வர்றண்டி..‘

என்று சொல்லி விட்டு ‘வா போலாம்’ என்று குமரவேலுவை அழைத்துக்கொண்டு இப்போது பி.எம்.ஆர்.டி.சி. டிப்போ இருக்கும் இடத்தில் முன்பு இருந்த மோரியின் மேலே இருந்த பாலத்தின் மீது உட்கார வைத்து விட்டு

‘இப்ப சொல்லுடா..’

என்பார்.. அந்தி நெருங்கும் அந்த நேரத்தில் அந்த இடம் ரொம்பவும் அமைதியாக இருக்கும்..அப்போது அது ரோடாகவே இருக்கவில்லை..எப்போதாவது ஒன்றிரண்டு சைக்கிள்கள் போகும்.. வீட்டு வேலை முடிந்து போகும் ஒன்றிரண்டு பெண்கள்..

குமரவேலு அமைதியாக இருந்தால் அப்படியே விட்டு விடுவார். தமிழ்நாட்டு அரசியல், பெங்களூர் விலைவாசி, கல்யாணமண்டபா

ரோட்டில் புதிதாகத் திறந்திருக்கும் கடைகள் என்று பொதுவாகப் போகும் உரையாடலை குமரவேல் திடீரென்று நிறுத்தி

'இவ என்ன மாமா நெனச்சிட்டிருக்கா...'

என்று ஆரம்பிப்பான்...அவன் சொல்லுவதையெல்லாம் கடைசி வரை அமைதியாகக் கேட்டுவிட்டுச் சொல்லுவார்..

'இதப்பார்றா வேலு... நம்ம ஏறிப்போற வண்டி கட்டை வண்டியா இருந்தாலும், பஸ், காரா இருந்தாலும் இடையிலே மக்கர் பண்ணித்துன்னா நம்ம அதச் சகிச்சிண்டு போயிண்டே இருக்கணுமே தவிர வண்டிய விட்டு எறங்கீறணம்னு நெனைக்கப்படாது... எறங்கி என்ன ஆகப்போறது சொல்லு...'

என்று சொல்லி மனசை லேசாக்குகிற மாதிரி சில விஷயங்களைப் பேசுவார்..இதே மாதிரி அவர் தெரிவித்த பல அபிப்ராயங்களால் பிறகு அது ஒரு விஷயமே இல்லை என்கிற மாதிரி அவனுக்கு ஆகி விட்டது. எல்லாவகையிலும் தாம்பத்தியம் ஆரம்பத்திலிருந்த மாதிரியே கடைசி வரையிலும் இருக்க வேண்டும் என்பது அவரது அபிப்ராயம்.. இந்த வாக்குமூலத்தில் 'எல்லா வகையிலும்' என்பதை அழுத்திச் சொல்வார்.

மாமாவுக்குக் கொஞ்சமும் பிடிக்காத விஷயம் தமிழ் சினிமா தான். எல்லோரும் மாய்ந்து மாய்ந்து பார்க்கிற படங்களைப் பார்ப்பதற்குக்கூட விருப்பப்பட மாட்டார். அப்போதெல்லாம் தமிழ்ப்படம் பார்க்க வேண்டுமானால் அல்சூர் அஜந்தா, லட்சுமி முதலிய தியேட்டர்களுக்கோ, இல்லை ஜெயநகர் ஸ்வாகத் தியேட்டருக்கோ போகவேண்டும். அந்த சிரமத்தை எடுக்க அவர் விரும்புவதில்லை.. ஓட்டலுக்குப் போவதற்கு எப்போதும் ரெடி.. ஆனால் போய்விட்டு வந்த பிறகு தூத்துவது... 'என்னடா டேஸ்ட் இருக்குது அதுலே.. வெறும் எண்ணெய ஊத்தி வச்சிருக்கான்... என்பார். கடைசியில் அது மதுரை 'சண்முக விலாஸ்' பலகாரங்களுடனோ அல்லது லலிதா மாமியின் கைப்பக்குவத்துடனோ சேர்த்துப் பேசுவதில் போய் முடியும். தனக்குப் பிடித்த சாப்பாட்டைச் சாப்பிடுவது என்பது அவருடைய வாழ்க்கைத்தத்துவத்தில் முக்கிய இடம் வகிக்கும் ஓர் அம்சம்.. மைகோ வேலையை திடீரென்று விட்டு விட்டார்.. அவருக்கு மேலே ஒரு அதிகாரியுடன் உரசல்.. 'அவங்கெடக்கறான் மயிராண்டி.... இந்த வேல இல்லேன்னா இன்னொரு வேல...' என்று வீர வசனம் பேசினார். லலிதா மாமிக்கு வயித்தக் கலக்கியது. பசங்கள் ரெண்டு

பேரும் படித்துக் கொண்டிருந்தார்கள். சேமிப்பு கொஞ்சம் இருக்கிறதென்றாலும் உக்காந்து தின்னால் எத்தனை நாளைக்கு வரும்? பேச்சுக்கிடையிலேயே என்ன சமையல் என்று கேட்டுவிட்டு 'தட்டு வை லலிதா..' என்று சொல்லி சாப்பிட உட்கார்ந்து விட்டார்.

தான் சாப்பாட்டை ரசித்து ருசித்துச் சாப்பிடுவது மாதிரியே அடுத்தவர்களையும் சாப்பிட வைப்பார். அவர் கூட்டிக்கொண்டு போகும் வரை எம்.ஜி.ரோட்டில் பிருந்தாவன் ஓட்டலில் போடப்படும் தமிழ்நாட்டு ஸ்டைல் ஸ்பெஷல் சாப்பாடு பற்றித் தெரியாது. அங்கே சாப்பாட்டோடு தரப்படும் சப்பாத்தி மாதிரியான ஒரு சப்பாத்தியை வேலு தன் வாழ்நாளில் எங்கும் சாப்பிட்டதில்லை.. அதற்கென்று தனியாக ஒரு குருமா அல்லது பருப்பு, பிறகு பருப்புப்பொடியோடு நெய், இரண்டு காய்கள், ஒரு கூட்டு என்று அசத்தலாக இருக்கும்.. சைவ சாப்பாட்டின் மீது நம்பிக்கை வருவதற்கு பெரிதும் காரணமாக இருந்தவர் மாமா தான்.. ஆனால் உடுப்பி ஓட்டல் பலகாரங்களின் மீது மதிப்புக்கிடையாது. ஆச்சரியப்படத்தக்க விதத்தில் அவர்களை இதற்காக அவர் திட்டுவது இல்லை..

'ருசியெல்லாம் ஒவ்வொருத்தருக்கும் ஒவ்வொரு மாதிரிடா... அவாளுக்குப் புடிச்சதே அவா சாப்பிட்ரா.. நம்ம என்ன சொல்றத்துக்கு இருக்கு... நமக்கு புடிச்சதெ நம்ம சாப்பிடுவம்..'

கசாப்புக்கடையில் எப்படி ஆடு உரிப்பார்கள், எந்தெந்தப் பகுதிகளை மக்கள் விரும்பி சாப்பிடுவார்கள் என்று பல கேள்விகளைக் கேட்பார்..தனக்குப் பிடித்தது குடல், செவுரொட்டி என்று சொல்லும்போது 'கருமம்டா..' என்பார். அசைவம் சாப்பிடுபவர்களுடன் உட்கார்ந்து சாப்பிட தனக்கு ஆட்சேபம் இல்லையென்று சொல்வார்.. ஒரு முறை அப்போது தான் புதிதாகத் திறந்திருந்த 'நந்தனா பேலஸ்' கூட்டிக்கொண்டு போனான்.. அங்கிருக்கும் ஏ.சி.யில் மாமிச வாடை சுற்றிச்சுற்றி வந்தது.. சாப்பாட்டின் ஒவ்வொரு பகுதியையும் ருசித்து ருசித்து சாப்பிடும் அவர் அன்றைக்கு ஆள்காட்டி விரலால் சாதத்தை அளைந்து கொண்டே இருந்தார். வேலுவுக்கு ரொம்பவும் சங்கடமாகப் போய்விட்டது. சைவ உணவுக்காரர்களுடன் அசைவம் சாப்பிடுவது, என்னதான் அவர்கள் சரி என்று சொன்னாலும் அது மகாபாவம் என்பது அவனுக்கு அன்று புரிந்தது. அதற்குப் பிறகு அசைவ ஓட்டல் பக்கமே போகவில்லை.. ஞாயிற்றுக்கிழமைகளில் வீட்டுக்கு வரும்போது 'என்ன இண்ணைக்கு ஸ்பெஷலா..' என்று கண்ணைச்சிமிட்டிக்கொண்டே கேட்டுவிட்டு 'அஹ்ஹாஹா' என்று

வாய்விட்டுச் சிரிக்கும்போது பிறத்தியார் என்ன சாப்பிட்டாலும் அதைப் பற்றித் தனக்குக் கவலையில்லை என்று சொல்வது மாதிரித்தான் இருக்கும்.. அதைச் சாப்பிடுபவர்களுக்கு தன்னாலான உதவிகளை செய்யவும் அவர் தயங்குவதில்லை.. இதற்கு அவர் குடும்பத்திலேயே உதாரணங்கள் உண்டு.

அவரது மாமனார் 'பேட்ஸ்' எனப்படும் பத்ரிநாத் வேலை ஓய்வுக்கப்புறமும் தனது பழைய நண்பர்களிடம் தொடர்பு வைத்திருந்தார். வேலையில் இருந்த போதே சார்டர்டு அக்கவுண்டண்ட், கம்பெனி செக்ரடரி அது இது என்று பல வித்தைகள் கற்று வைத்திருந்ததால் அது சம்பந்தமாக சில கன்சல்டேஷன்கள் கொடுத்து வந்ததால் கொஞ்சம் வருமானமும் வந்தது. வருமானம் வந்தது என்றால் அவரது செலவுக்கு மட்டும் போதுமானதாக இருக்கும் வருமானம். இன்னொரு அனுகூலம்.. முன்னமே இருந்த 'பெரிய மனிதர்களுடைய தொடர்பு' .. ஒரே வித்தியாசம் முதலில் இருந்த பெரிய பெரிய கிளப்புகள் இல்லாமல் இப்போது சூளே சர்க்கிள் பக்கம் இருக்கக் கூடிய 'ராயல்டி கிளப்' என்னும் ஒரு நடுத்தரமான கிளப்பில் மெம்பர் ஆகியிருந்தார். சுதந்திரத்திற்குப் பிறகு இங்கே சிக்கி விட்ட ஆங்கிலோ இந்தியர்கள் இரு கலாச்சாரங்களில் கால் வைத்திருந்தாலும் பெரும்பாலும் ஆங்கிலக்கலாச்சாரத்தையே விரும்பிக் கடைப்பிடித்தார்கள். அப்படிப்பட்ட சில ஆங்கிலோ இந்தியர்களின் முயற்சியால் தொடங்கப்பட்டது அது. கண்டோன்மெண்ட் ஏரியாவில் வாழ்ந்த அந்த சமூகத்தினர் வெள்ளையர்கள் வெளியேறிய பிறகு ஒரு வெறுமையை உணர்ந்தார்கள். அந்த வெறுமையைப் போக்குவதற்கு இந்த கிளப் ஓரளவுக்கு உதவியது. ஏற்கனவே இருந்த பெரிய கிளப்புகள் எல்லாம் பெரும் பணக்காரர்கள் கைக்குப் போய்விட்டது.. இது சாமானியர்களின் கிளப்.. ஆனால் ஆங்கிலேய சாமானியர்கள்.

பத்ரிநாத் அந்த ஆங்கிலேய சாமானியக் கலாச்சாரத்திற்குத் தள்ளப்பட்டபோது ஆரம்பத்தில் கொஞ்சம் கஷ்டமாகத்தான் இருந்தது. பிறகு பழகிப்போய்விட்டது.. பிடித்தமான திரவ வகைகளும், ருசித்துச்சாப்பிடும்படியான உணவுப்பண்டங்களும் கிடைக்கிறபோது சூழலைப் பற்றி ஏன் கவலைப்படவேண்டும்? எனவே வீட்டிலிருந்தாலும், வெளியிலிருந்தாலும் ஒரு ஏழு மணியளவில் ஆட்டோ பிடித்து கிளப்புக்குப் போய்விடுவார். கோமதியம்மாள் தனது காலத்திலேயே ஒரு சொந்த வீட்டிற்குப் போகவேண்டும் என்பதைச் சாதித்துவிட்டுத்தான் உயிரை விட்டார். பைரசேந்திராவில் அவர்கள் வைத்திருந்த சைட் நிம்ஹான்ஸ்

ஆஸ்பத்திரிக்குப் பக்கத்தில் இருந்தது.. குறுக்கே வந்தால் ஓசூர் ரோடும், வில்சன் கார்டனும் கூடப் பக்கம் தான்.. அப்போது பெரியவனுக்குக் கல்யாணம் ஆகி ஒரு குழந்தையும் இருந்தது.. மற்றவர்கள் எல்லோருக்கும் கல்யாணம் ஆகி அவரவர் பாட்டுக்குப் போய்விட்டார்கள். கோமதியம்மாள் மகனை வற்புறுத்தி லோன் போடச்செய்து ஒரு வீட்டைக் கட்டச்செய்து விட்டார்.இப்போதக்கு இந்த வீடு இருக்கட்டும். பிற்பாடு அவர்கள் என்னமோ செய்து கொள்ளட்டும். வீடு கட்டின ஒரு வருசத்திற்குள்ளாகவே இந்த உலகத்திலிருந்து விடையும் பெற்றுக்கொண்டார். மனைவியின் மறைவுக்குப் பிறகு ஆங்கிலேய சாமானியர் பத்ரிநாத் பெரும்பாலும் இந்த வீட்டிலேயே தான் இருந்தார். தோணும்போது வேறு மகன் அல்லது மகள் வீடுகளுக்கும் செல்வார். அங்கே போகும்போதெல்லாம் அவரது மருமகள் அல்லது மருமகன்களுக்கு விவரிக்க முடியாத இம்சையாக இருந்தது.. பல்லாண்டு காலமாக அருந்தி வந்த மதுவும், பிடித்த சிகரெட்டுகளும் அவரது உடலில் பல இக்கட்டுகளை ஏற்படுத்தி வைத்திருந்தன. தொடர்ந்த இருமலும், அதனோடு வரும் கோழையும் வீட்டையே நோய் பிடித்ததாக மாற்றி விடுகிறது. தங்களை விட தங்களது குழந்தைகளை இது பாதித்து விடக்கூடாதே என்பது அவர்கள் கவலையாக இருந்தது.. ஆனால் மிக மெலிதான முணுமுணுப்பைத் தவிர வேறு எதிர்ப்பு அம்சங்கள் இல்லை. ஒரே கவலை.. ராத்திரி எப்போது வீடு திரும்புவார்.. எந்த நிலையில் திரும்புவார் என்பது தான். பெரும்பாலான சமயங்களில் நிதானம் இருக்காது...ஆட்டோ வரும் சத்தம் கேட்டால் ஓடிப்போய் கைத்தாங்கலாக அழைத்துக் கொண்டுவரவேண்டும்.

கோரமங்கலாவில் அவர் பெரிய மகள் வீட்டுக்கு வரும்போது அவர் அதிகம் நிம்மதியாகவும், சந்தோஷமாகவும் இருப்பார். காரணம் அது சுதந்திரம்-சமத்துவம்-சகோதரத்துவம் தவழும் வீடு.. அதற்கு முக்கியக்காரணம் அவரது மருமகன் ராமகிருஷ்ணன் தான்.. அவரது மகளும், பேரப்பிள்ளைகளும் கூட அதே மாதிரியான தத்துவத்தைக் கொண்டவர்கள் தான். ஆனால் அது வேறு ஒரு லெவலில் செயல்படுவது.. இரண்டுக்கும் வேறுபாடு இருந்தாலும் அடிப்படையில் சில ஒற்றுமைகளைக் கொண்டவை.. மகளும் பேரன்களும் பத்ரிநாத் மீது கொண்டிருப்பது உண்மையான பாசம் என்பதால் அவரை சகித்துக்கொண்டார்கள். அவரது மதுப்பழக்கம், உணவுப்பழக்கம் என்பதில் அவர்களுக்கு முற்றிலும் உடன்பாடு இல்லை.. ஆனால் அந்த வெறுப்பைத் தாண்டியும் அவர்களது பாசம் இருந்தது..மாமாவுக்கும் மாமனாரது இந்தப் பழக்கங்களில்

உடன்பாடு இல்லை தான். ஆனால் பிடித்தவர்களுக்கு பிடித்ததைக் கொடுக்க வேண்டும் என்பது அவர் கொள்கையில் மாற்றமே இல்லை.. கடைசிக்காலத்தில் அவர் 'ராயல்டி கிளப்பு'க்குப் போவது கூட நின்று விட்டது.. ஆனால் தான் பெரிதும் விரும்பும் இரண்டு வஸ்துக்களுக்காக அவர் ஏங்குவதை ராமகிருஷ்ணமாமாவால் கவனிக்க முடிந்தது.. இதற்குப் பரிகாரம் தரக்கூடிய மனிதர்களையும் அவருக்குத் தெரியும்.. அவர்களில் ஒருத்தர் குமரவேல்..

ராமகிருஷ்ணமாமா கேட்டு இதைச் செய்ய முடியாது என்று குமரவேல் எதையும் சொல்ல முடியாது. சந்தோஷத்தோடேயே செய்வான்.. இதையும் வேடிக்கையும், கோபமும் கலந்த தொனியில் தான் மாமா கேட்டார்: 'இந்தக் கெழுட்டுக் .... மகனுக்கு கறி திங்க ஆசையாமாடா வேலு... முடியுமா?' என்று கேட்டார். இப்போது மட்டுமில்லை எப்போது பத்ரிநாத்தைப் பற்றிக் குறிப்பிட்டாலும் ரெஃபரன்ஸ் ஒரே மாதிரித்தான்... 'இந்தக் கெழுட்டுக்...... மகன்' அது இருக்கட்டும்.. இந்த விஷயத்தில் மட்டும் ஒரு பிரச்சினை.. இது சுலோச்சனா சம்பந்தப்பட்டது.. மேடம் என்ன சொல்வார்களோ? மனிதர்களைப்பற்றிய அபிப்ராயங்களை ஒரு ஒற்றை வரியில், ஆங்கிலத்தில் தான். சொல்லிவிடுவது சுலோச்சனாவின் பழக்கம்.. பத்ரிநாத்தைப் பற்றிய வாசகம்: 'டேர்டி ஓல்ட் மேன்..' இதை உடன்பாடாகவும் எடுத்துக்கொள்ளலாம். எதிர்மறையாகவும் எடுத்துக் கொள்ளலாம். ஒரே ஒரு ஒளிரேகை தெரிகிறது.. அவர்கள் இருவரும் தங்கள் உரையாடலை மிகவும் ரசிப்பார்கள். எப்படிப்பட்ட உப்புச்சப்பில்லாத சமாச்சாரமாக இருந்தாலும் ஒரு உரையாடல் ஆங்கிலத்தில் இருந்தால் அதற்கொரு கௌரவம் வந்து விடுகிறது.. பத்ரிநாத் இதற்கு முன்னால் சில முறைகள் குமரவேல் வீட்டிற்கு வந்தபோது இப்படிப்பட்ட சக்கையான உரையாடலை அவர்கள் ரெண்டு பேரும் நிகழ்த்தியிருக்கிறார்கள். இதற்கு மௌனமான சாட்சிகளாக இருந்தவர்கள் குமரவேலுவும், ராமகிருஷ்ண மாமாவும் தான்.. இவர்கள் இருப்பதை குசுவிலும் மதிக்காமல் இருவரும் (ஆங்கிலத்தில்) பேசிக்கொண்டிருப்பார்கள். அவ்வப்போது அவர்களில் ஒருத்தர் தமிழில் ஏதாவது அபிப்ராயம் சொன்னால் ஒன்று அதைப் புறக்கணிப்பது அல்லது ஆங்கிலத்தில் பதில் சொல்வது.. இதை எப்படி சகித்துக் கொள்ள முடியும்? ஆனால் இங்கேயும் ஒரு நன்மை இருந்தது.. பத்ரிநாத்துக்கு சிக்கன் சாப்பிட ஆசை இருப்பதாகவும், நம்ம வீட்டிற்கு சாப்பிட அழைக்கலாமா எனவும் குமரவேல் கேட்டபோது சுலோச்சனா உடனே சம்மதித்து விட்டாள்.

அந்த ஞாயிற்றுக்கிழமை தனது மாமனாரை ராமகிருஷ்ணன் கூட்டிக்கொண்டு வந்தார்.. சுமார் பன்னிரண்டு மணி இருக்கும்.. ஒரு பையில் ஒரு முழு பாட்டில் டிரிபிள் எக்ஸ் ரம்.. ஒரு சிப்ஸ் பாக்கட்.. கொஞ்சம் வேர்க்கடலை.. அப்போது குமரவேலு இருந்த வாடகை வீட்டில் ஃப்ரிட்ஜ் கூடக் கிடையாது.. ஆனால் பெரியவருக்கு அது ஒன்றும் பிரச்சினையில்லை.. 'ஏன் சிப்ஸ் எல்லாம் கொண்டு வந்திருக்கிறீர்கள்.. இங்கேயே எல்லாம் இருக்கிறதே..' என்று சுலோச்சனா கேட்டதற்கு, 'நோ பேபி.. இட் இஸ் ஃபார் யுவர் பெட்டர் ஹாஃப்' என்று ஜோக் அடித்தார். சொன்னபடி குடிக்கும்போது அவர் நொறுக்குத் தீனி எதையும் சாப்பிடவில்லை.. அவருடன் சேர்ந்து அடித்த ரெண்டு ரவுண்டிலேயே குமரவேல் சிப்ஸ், கடலை இரண்டையும் காலி பண்ணி விட்டான். புகை பிடிக்கும் பழக்கத்தை விட்டுவிட்டதால் அவருடன் சேர்ந்து சிகரெட் பிடிக்கவில்லை.. அவர் பிடித்ததே அந்தச் சின்ன வீடு முழுவதும் புகை மயமாக இருந்தது.. குடி... மை காட்... இப்படியும் குடிக்க முடியுமா?

'அவரு வந்து இருக்கறத்துலே ஒண்ணும் பிர்ச்சின இல்லெடா... குடிச்சதுக்கப்புறம் மூத்திரம் போனார்னா டாய்லட் முழுசுமே லிக்கர் நாத்தம் சகிக்க முடியாது... அவரால உக்காந்து மூத்தரம் போக முடியாது.. நின்னுண்டே அடிப்பார்.. செவுரு பூரா நாறும்.. எங்காம் அவ்வளவொண்ணும் பெரிசில்லியே.. கெழட்டுக்.... மகன்' என்று மாமா அடிக்கடி சொல்வதை நேரடியாகத் தன் வீட்டில் பார்த்தான் வேலு.. லிக்கர் வாசனையாலும், சிகரெட் புகையாலும் கிட்டத்தட்ட ஒரு பார் அண்டு ரெஸ்டாரெண்டு சூழ்நிலைக்கு மாறியிருந்தது அந்த வீடு. சுலோச்சனா சமையல் கட்டில் இருந்ததால் இதைக் கவனிக்காமல் விட்டது நல்லதாகப் போயிற்று, ஆனால் கோழி வறுவலைத் தட்டில் போட்டுக்கொண்டு ஹாலுக்கு வந்தபோது தான் நிலைமையின் தீவிரம் புரிந்தது. ஆங்கிலத்தை நம்பி மோசம் போய்விட்டோமே என்று அவள் வருந்தியிருக்கக் கூடும். இருந்தாலும் இந்த உபசரிப்பு மீண்டும் சில முறை தொடர்ந்தது.. காரணம் ராமகிருஷ்ண மாமா மாசாமாசம் வாங்கிக்கொடுக்கும் ஆர்மி கேண்டீன் சாமான்கள் தான். லிஸ்டைக் கொடுத்துவிட்டால் அவரே வாங்கிக் கொண்டுவந்து கொடுத்து விடுவார். படிப்படியாகக் குறைந்து பத்ரிநாத் கோரமங்கலா வருவது நின்று விட்டது. கொஞ்ச நாளில் போயும் சேர்ந்து விட்டார்.

○○○

கோடைகாலங்களும், மழைக்காலங்களும், குளிர்காலங்களும் கோரமங்கலாவைக் கடந்துபோயின. வனிதாவின் பத்தாம் வகுப்புப்பரீட்சையும், ராகுலின் ஏழாம் வகுப்புப் பொதுப்பரீட்சையும் குமரவேலுவைக் குடும்பத்தோடு கட்டிப்போட்டன. பெங்களூரிலேயே நல்லது கெட்டதுகளில் கலந்துகொள்ளுதல், ஊருக்குப் போதல் முதலிய அனைத்தும் தள்ளி வைக்கப்பட்டன அல்லது கலந்துகொள்வதில்லை என முடிவு செய்யப்பட்டன. இதனால் மிக அருகிலேயே இருந்தும் ராமகிருஷ்ணமாமாவுடனான தொடர்பு மிகவும் அருகிப்போனது.. அவன் புதுவீடு கட்டிக்குடிபோனபோது லலிதா மாமி உள்பட எல்லோருமே வந்து கலந்து கொண்டார்கள்.. கிருஹப்பிரவேசத்திற்கு அதிகம் பேரை அழைக்கவில்லை.. பத்திரிகை கூட அடிக்கவில்லை.. சுலோச்சனாவுடன் அவர்களை அழைக்கபோ— யிருந்தான். வயதானாலும் மாமாவின் உற்சாகம் குறையவில்லை. . 'புண்ணியர்ச்சனைக்கு வாருங்கள்' என்று கூப்பிட்டபோது 'அதென்ன புண்ணியர்ச்சனை..' என்று கேட்டார். கிருஹப்பிரவேசத்தைத்தான் கொங்குப்பகுதியில் அப்படி அழைப்பார்கள் என்று சொன்ன போது 'ஓஹோ' என்று குதூகலப்பட்டார்.

காலையிலேயே பூஜைக்கு வந்து விட்டார்கள். வாலிபனாகியிருந்த சேஷு ஒரு நூல்கண்டு கேட்டான்.. வாங்கிக்கொண்டு ராகுலையும் கூட்டிக்கொண்டு டெரசுக்குப் போனான். ஒரு மூலையிலிருந்து இன்னொரு மூலைக்கு அதை இழுத்துக்கொண்டு போய் நாலு மூலையையும் இணைத்துக் கட்டி விட்டான்.

'எதுக்குப்பா இப்பிடிக்கட்டணும்.' என்று கேட்டதற்கு

'ரெண்டு காரணம் இருக்கு மாமா.. ஒண்ணு திருஷ்டி படாம இருக்கறத்துக்கு... ரெண்டு குடும்பத்தில இருக்கறவங்களுக்கெடையில ஒரு பந்தம் இருக்கணுங்கறத்துக்காக... சாஸ்ரத்துலே சொல்லீருக்கு..'

என்று விளக்கம் கொடுத்தான். 'பரவாயில்லையே... ராமகிருஷ்ண மாமாவுக்கு இப்பிடி ஒரு புள்ளை பொறந்திருக்குதே..' என்று குமரவேலுவுக்கு ஆச்சரியமாகவும், சந்தோஷமாகவும் இருந்தது.

ஆனால் சாஸ்திரத்தில் ஈடுபாடு இருந்த அளவுக்கு சேஷுவுக்கு படிப்பில் இல்லை.. அவனுக்கும் இல்லை.. அவன் அண்ணன் குமாருக்கும் இல்லை.. ஒரு வேளை அவர்கள் படித்த பள்ளி காரணமாக இருக்கலாம். கோரமங்கலாவுக்குப் புதிதாகக் குடிவந்தவர்கள் எல்லோரும் தாங்கள் ஏற்கனவே குடியிருந்த பகுதிகளில் இருந்த நல்ல பள்ளிகளுக்கு குழந்தைகளை

ஆட்டோவில் அனுப்பி வைத்தார்கள். ஜெயநகர், வில்சன் கார்டன் பகுதிகளிலும் கண்டோன்மெண்ட் பகுதிகளிலும் அப்படிப்பட்ட பள்ளிகள் இருந்தன.. செயிண்ட் பேட்ரிக்ஸ், சேக்ரெட் ஹார்ட்ஸ் பள்ளிகளுக்கும் அனுப்பினார்கள். ஆனால் மாமா இதில் கோட்டை விட்டுவிட்டார்.. அப்போது ஈஜிபுரா பக்கம் மினர்வா இங்கிலீஷ் ஸ்கூல் ஒரு ஸ்கூல் வந்திருந்தது. ஒரு முஸ்லிம் பொம்பளை தான் நடத்திக்கொண்டிருந்தாள். பக்கத்தில் இருக்கிறது என்று அதில் போட்டு விட்டார். குமரவேலுவின் அப்பா எப்போதும் சொல்வது மாதிரி ‘கண்ணுக்குட்டி பன்னிக்குட்டி கூடச் சேந்தா என்ன ஆகும்... கண்ணுக்குட்டியும், பன்னிக்குட்டி மாதிரித்தான் ஆகும்... நல்ல காலமாக மாமாவின் பிள்ளைகள் இருவரும் பன்னிக்குட்டி ஆகவில்லை...ஆனால் மாறிவரும் உலகத்திற்குத் தகுந்த மாதிரி வித்தை எதையும் கற்றுக்கொள்ளவில்லை.. மாமா மிகவும் உடல் தளர்ந்து தனக்குப் பிறகு குடும்பத்தை முன்னெடுத்துச் செல்வார்கள் என்று நம்பிய இருவருமே அதற்கான தகுதியில்லாமல் இன்னும் தன்னை நம்பிக் கொண்டிருக்கிறார்கள்.. இதே லே அவுட்டுக்கு சாதாரண மிடில் கிளாசாக வந்த குடும்பங்களிலிருந்து பையன்களும், பெண்களும் கம்ப்யூட்டர் என்கிற மாய்மாலத்தைக் கற்றுக்கொண்டு அமெரிக்கா, ஐரோப்பா என்று பறந்து விட்டார்கள். மாமாவுக்கு எரிச்சலாக வந்தது.. எரிச்சல் அதிகமாக அதிகமாக கோபமும் அதிகமாகி கெட்ட வார்த்தைகள் (மதுரை) பறந்தன. ஆனால் பையன்களிடம் அப்படிப்பட்ட கெட்ட வார்த்தைகள் ஏதும் இல்லை...அவர்களுக்குத் தெரிந்ததெல்லாம் இங்கிலீஷில் ஒன்றிரண்டும், கன்னடத்தில் ஒன்றிரண்டும் தான்.. எதையும் அவர்கள் தகப்பனாருக்கு எதிராகப் பிரயோகிக்கவில்லை.

காரணம் லலிதா மாமி தான். தனது தந்தையின் பொறுப்பின்மையால் தாய் பட்ட கஷ்டங்களையும், அதையும் தாண்டி தனது குழந்தைகளை அவர் எப்படி வளர்த்தார் என்பதையும் அவ்வப்போது குமாரிடமும், சேஷுவிடமும் சொல்வார். இதனேலேயே சின்ன வயதிலிருந்தே அவர்களுக்குத் தங்கள் தந்தையை எவ்வாறு சகித்துக்கொள்வது என்பது பழகிவிட்டது. அதோடு மட்டுமல்லாமல் பக்தி, ஒழுக்கும், நேர்மை என்பதில் தங்கள் சமூகம் சார்ந்த நெறிமுறைகளையும் கடைப்பிடிக்கத் தொடங்கினார்கள். இவையெல்லாம் பேசுவதற்கு நன்றாக இருக்கும். ஆனால் காசு சம்பாரிக்க உதவாது. சரியான கல்வித்தகுதி இல்லாமல், தொழில் அனுபவம் இல்லாமல் நேர்மை, ஒழுக்கம் என்பவற்றை மட்டுமே கொண்டு வேலை செய்தால் இந்திய சூழலில் பணம் சம்பாதிப்பது

எப்படி? ஆனால் பெங்களூர் அவர்களுக்கும் படியளந்தது.. பட்டணத்தில் சி அண்ட் எஃப் ஏஜண்ட் என்று ஒரு ஏஜன்சி இருக்கிறது.. க்ளியரிங் அண்ட் ஃபார்வேடிங் என்று அர்த்தம்.. பெரிய கம்பெனிக்காரர்கள் தங்களது பொருட்களை மொத்தமாக இவர்களிடம் கொடுத்து விடுவார்கள். இவர்கள் அதைச் சரிபார்த்து சிறு ஏஜண்டுகள், சில்லறை விற்பனையாளர்களுக்கு அனுப்ப வேண்டும். குமார் இதைக் கொஞ்சகாலம் செய்தான். சேஷு மளிகைக்கடை வைத்தான். மருந்து ஏஜன்சி எடுத்தார்கள்.. பார்சல் சர்வீஸ் துணை ஏஜண்டு எடுத்தார்கள்.. ஒன்றையும் தொடர்ந்து செய்யவில்லை.. எல்லா முயற்சிகளின் ஒரே நல்ல விளைவு தங்கள் வீட்டின் மேல் இரண்டு தளங்களை அமைத்து அதை வாடகைக்கு விட்டது தான்.. பையன்கள் இப்படி எந்த வேலையைச் செய்தாலும் அவர்களுக்கு முதல் ஆளாக இருந்து உதவி செய்தார் ராமகிருஷ்ண மாமா. மட்டுமல்லாமல் அவர்களின் தொழிலைக் குறித்து மற்றவர்களிடம் பெருமையாகப் பேசவும் செய்வார். தனிமையில் திட்டினாலும் வெளியில் பையன்களை விட்டுக்கொடுக்கவில்லை.

குமாருக்கு கல்யாண வயது தாண்டிப்போய்க்கொண்டிருந்தது.. பெங்களூர் பிராமணர்கள், அவர்கள் எந்த மொழிப்பின்னணி கொண்டவர்களாக இருந்தாலும் இருபத்தொன்றாம் நூற்றாண்டின் தாராளவாதப் பொருளாதார அறிமுகத்தின் அனைத்து வசதிகளையும் பயன்படுத்திக் கொண்டிருந்தார்கள். இதற்கு அவர்கள் கல்வியும், தொழிற்பயிற்சியும் துணையாக இருந்தன. அவர்களே மாதிரியான பின்புலத்திலிருந்து வந்த நாராயணமூர்த்தியும், நந்தன் நிலகேணியும் உலக அளவில் செய்து காட்டிய சாதனைகளைப் பார்த்தபோது அவர்களுக்கு பிரமிப்பை மட்டுமல்லாமல் தன்னம்பிக்கையையும் கொடுத்தது. ஐ.டி. துறை மட்டுமல்லாமல் அது சார்ந்த பிற துறைகள், அது கொண்டு வந்த பணம் ஏற்படுத்திக்கொடுத்த பிற தொழில் வாய்ப்புகள் என்று ஒரு பிரவாகம் பெங்களூருவைத் தாண்டிப்போக இருந்தது. சுமையைத்தாங்க முடியாமல் எச்.ஏ.எல். விமான நிலையமும், எலக்ட்ரானிக் சிடி போகும் ஓசூர் ரோடும் திணறின. தங்கள் பெற்றோர்கள் மடையர்கள் என்று எல்லா நடுத்தரக்குடும்பத்து வாலிபப் பையன்களும், பெண்களும் நம்பத்தொடங்கினார்கள். வித விதமான ஓட்டல்கள் கூடவே மருத்துவமனைகளும் பெருகின.. அவ்வப்போது தன் செல்வாக்கைக் காண்பித்துக்கொண்டிருந்த கன்னடம் கூட திரைக்குப் பின் ஒளிந்தது. கர்நாடகத்தின் ஒட்டுமொத்த வருவாயில் கணிசமான பங்கை பெங்களூர் கொடுத்தது. பெற்றோர்கள் தள்ளாடினார்கள். பையனாகட்டும், பெண்ணாகட்டும் முழுமையாக

நம்பமுடியாதபடிக்கு சுதந்திரம், திறமை, முன்னேற்றம் என்று அவர்களுக்குப் புரியாத மொழியில் பேசிக்கொண்டிருந்தார்கள்.

ஒட்டு மொத்தமாக பெங்களூர் மட்டுமல்லாமல் இந்தியப்பெருநகரங்கள் எல்லாவற்றிலும் இந்தப் பேச்சு இருந்தது. சிறு நகரங்கள், பெருங்கிராமங்கள் என்று என்று பரவிக்கொண்டும் இருந்தது.. இது வரையில் திருமணம் என்பது சந்தோஷத்துக்குரிய ஒன்று நினைத்துக் கொண்டிருந்த பெற்றோர்கள் எல்லோரும் திகிலடைந்து கொண்டிருந்தார்கள். திருமண வயதில் இரண்டு பெண்களை வைத்துக்கொண்டிருந்த ஜெ.பி. நகர் அனந்தராமனும் கவலைப்பட்டுக்கொண்டிருந்தார். எவ்வளவோ சம்பாதித்தார். பூர்வீகத்திலும் கொஞ்சம் சொத்து உண்டு. மனைவி ஒரே பெண்.. அவள் வகையிலும் கொஞ்சம் சொத்து வந்தது.. ஜெயநகரில் பார்ட்னர்ஷிப்பில் ஒரு எலக்ட்ரானிக்ஸ் கடையை பல வருடங்களாக நடத்தி அதில் வந்த வருமானம் என்று எல்லா வருமானத்தையும் வீடுகளாகவும், காம்ப்ளக்ஸ்களாகவும் மாற்றினார். மூத்தவளுக்குக் கொஞ்சம் கால் ஊனம். பேச்சும் சரியாக வராது. நல்ல பெண் தான்.. தனது எல்லாக்காரியங்களையும் தானே பார்த்துக் கொள்வாள். ஆனால் கல்யாண மார்க்கட்டில் விலை போகாத பண்டம். விலை போனாலும் தங்கி நிற்குமா என்பதுவும் சந்தேகம்.. சின்னவளுக்குத்தான் பார்க்க வேண்டும். ஆரம்பத்திலிருந்தே இரண்டு சகோதரிகளும் பாசத்துடனே தான் இருந்தார்கள். பெரியவள் சுதர்சன் வித்யா மந்திரில் எட்டாவதுடனே போதும் என்று சொல்லி விட்டாள். சின்னவள் என்.எம்.கே.ஆர்.வி.யில் டிகிரி முடித்தாள். நமக்கு ஏத்த மாதிரி ஒரு பையன்.. பெரிய படிப்பு, உத்தியோகம், ஆஸ்தி எதுவும் வேண்டாம். வீட்டோடு இருந்தால் போதும். பெரிய பெண்ணைப் பார்த்துக் கொள்ள வேண்டும். அவ்வளவு தான்.. ஜாதகம் ஒத்து வந்த வரன்களில் வந்து பார்த்த பையன்களில் ஏதாவது ஒரு வகையில் அனந்தராமனுக்கு சந்தேகம் வந்தது.. அவருக்கு சரி என்று தோன்றிய சில கேஸ்களில் வீட்டுப் பெண்கள் சில சந்தேகங்களைக் கிளப்பினார்கள். அவரது கடை வாடிக்கையாளர் ஒருவர் மூலமாக ஒரு கன்னட ஸ்மார்த்தாக் குடும்பத்திலிருந்து கூட ஒரு பையன் வந்தான். ஆனால் என்ன தான் கன்னடம் பேசினாலும் நமது தமிழின் அருமையை விட்டு விடக்கூடாதே என்று குடும்பமே முடிவு செய்து மிகுந்த வருத்தத்துடன் அதை வேண்டாமென்று சொன்னார்கள்.. சின்னவளுக்கு வயது கூடிக்கொண்டே போனது..

குமாருக்கும் தான் வயசாச்சு.. ராமகிருஷ்ண மாமா எல்லா முயற்சிகளும் எடுத்துகொண்டு தானிருந்தார். குமரவேலு கூட ஒரு ஜாதகத்தைக் கொண்டுபோய்க் கொடுத்தான்.

‘என்னடா ப்ரஹச்சரணத்தைக் கொண்டாந்து குடுக்கறே.. நாங்களும் ப்ரஹச்சரணமாச்சேடா.’ என்று சொல்லி ரிஷிகள் வழியாக வரும் பிராமண கோத்திரங்களைப் பத்தி ஒரு லெக்சர் குடுத்தார். இத்தனை விவரங்களையும் மாமா எங்கிருந்து கற்றுக்கொண்டார் என்று ஆச்சரியமாக இருந்தது.. தனது பாரம்பரியத்தின் மீது இத்தனை பற்று வைத்திருக்கும் இவர் தன் வீட்டுச்சடங்குக்கு வரும் வாத்தியார்களை ஏன் ரொம்பவும் அதட்டி வேலை வாங்குகிறார் என்றும் நினைத்துக்கொண்டான். தனது குலமும் ஏதாவது ஒரு ரிஷி வழியாகத் தோன்றியிருக்க வேண்டும் என்ற ஆசையும் வந்தது.

கடைசியில் லலிதா மாமியின் தம்பி மூலமாக அனந்தராமன் பெண்ணின் ஜாதகம் வந்தது, பொருந்தியதாகத் தெரிந்த உடனே ஒரு பெரிய படையே பெண்பார்க்கக் கிளம்பியது. இதில் குமாரின் நண்பர்களான சில உதவாக்கரைப் பையங்களும் அடக்கம்.. அனந்தராமன் பார்த்த உடனே முடிவு செய்து விட்டார். இதுவே போதும் என்று... பையன் ‘கழுக் முழுக்’ கென்று கொஞ்சம் ஊளைச்சதையோடு தான் இருக்கிறான். அதனாலென்ன பரவா—யில்லை... ஆனால் உடனடியாக சம்மதம் சொல்லவில்லை.. அவர்களைச் சேர்ந்த கொஞ்சம் பேரைக்கூட்டிக்கொண்டு கோரமங்கலா வந்தார்.. ராமகிருஷ்ணமாமா வீட்டின் ஒரு தனித்தன்மை என்னவென்றால் எந்தக் காரணத்தைக்கொண்டும் அங்கே ஒரு இறுக்கமான சூழ்நிலை இருக்காது.. குடும்ப உறுப்பினர்கள் யாரும் எந்த சூழ்நிலையிலும் பதட்டத்தையே காண்பிக்க மாட்டார்கள். வீட்டுக்கதவு எப்போதும் திறந்தே இருக்கும். அதே மாதிரி வீட்டுக்கு வருபவர்களுக்கு தண்ணீர் கொடுத்தாலும் சரி... சாப்பிடச்சொன்னாலும் சரி.. மிகவும் இயல்பாக இருக்கும்.. கிட்டத்தட்ட ஒரு சத்திரத்தில் இருக்கும் சூழ்நிலை தான் இருக்கும்.

குமாரைப் பார்க்க வந்தபோது அனந்தராமன் குடும்பத்தாருக்கு இது கொஞ்சம் புதுசாக இருந்தது. ஆனாலும் பிடித்திருந்தது. .பணம், காசு, வேலை, சொத்து, செல்வாக்கு எல்லாவற்றையும் புறந்தள்ளி மனுசனுக்கு அடிப்படையாகத் தேவையாக இருக்கும் ஒன்றைச் சுற்றியே அந்தக் குடும்பம் இயங்குவதாகத் தோன்றியது.. ஆனாலும் அனந்தராமன் சில சோதனைகள் வைத்தார். வந்து பார்த்துவிட்டுப் போனதுக்கப்புறம் ஒன்றுமே தகவல் சொல்லவில்லை.. கிட்டத்தட்ட ஒரு மாதம் விட்டு விட்டார். ராமகிருஷ்ண மாமா பக்கமிருந்தும் எந்த அணக்கமும் இல்லை.. மாமா தானே முடிவெடுப்பார்.. ‘போனாப் போறான் மயிராண்டி..” அனந்தராமன் அப்படிப்போகவில்லை.. சம்பந்தியானார். .குமாருக்கு முதலில் பெண் குழந்தை பிறந்தபோது

தன் அம்மா நினைவாக சீதாலட்சுமி என்று பெயர் வைத்தார் மாமா. குமார் ஜெ.பி. நகர் போய்விட்டான்.

சேஷு-வுக்கு சேலத்திலிருந்து ஒரு வாத்தியார் பெண் வந்து சேர்ந்தாள். என்ன சொல்றது.. தோற்றத்திலாகட்டும், புத்திசாலித்தனத்திலாகட்டும் தனது பாரம்பரியப் பின்னணிக்கு எந்த வகையிலும் தொடர்பில்லாத பெண்ணாக இருந்தாள்.. ஆனால் கச்சிதமான மாட்டுப்பெண்.. ராமகிருஷ்ண ஐயர் தனது மாமனார் ஆதலால் அவர் பேசுவது, செய்வது எல்லாமே விமர்சனத்துக்கு அப்பாற்பட்டது.. மாமனாருக்கும், மாமியாருக்கும் பணிவிடை செய்ய வேண்டும் என்பது தனக்கு விதிக்கப்பட்டது.. அதை விருப்பத்தோடு செய்ய வேண்டும்.. அவரது தகப்பனார் செய்த புண்ணியமா அல்லது பித்ருக்களின் ஆசியா என்று சொல்ல முடியாமல் ராமகிருஷ்ணமாமாவின் கடைசிக்காலம் நிம்மதியானதாகவும், அளவற்ற சந்தோஷங்கள் நிறைந்ததாகவும் இருந்தது.. சேஷு எங்கேயோ முட்டி மோதி எஸ்.டி.பெட் பக்கம் ஒரு மருந்துக்கடை வைத்தான். தனது பிள்ளைகள் எந்த வேலை செய்தாலும், எந்த வியாபாரம் செய்தாலும் அவர்களுக்குத் துணையாக இருப்பது மாமாவின் வழக்கம். கடையில் இருப்பவனை சாப்பாட்டுக்கு அனுப்பும்போது கடையைப் பார்த்துக் கொள்வார். வேறு சின்னச்சின்ன வேலைகளையும் செய்வார். பிள்ளையின் வியாபாரத்திறமைகளை பற்றிப் பெருமையாகப் பேசுவதும் உண்டு.. ஆனால் அதற்கு முன்னாலோ பின்னாலோ கெட்ட வார்த்தைகளும் வரும்

'மருந்துக்கடைன்னா என்னான்னு நெனச்சிண்டிருக்கேள்.. கிரமமாப் பண்ணினா நல்லா சம்பாதிக்கலாம்...'

'ஃப்ர்னிச்சர் ஏஜன்சிலே மூவ்மெண்ட் இருந்துண்டே இருக்கணும்.. இப்ப சேஷு போயிருக்கான்.. ஆர்டர் புடிச்சுக் கொண்டாந்திருவான்..'

பிள்ளை சேஷு மாமா எதிர்பார்த்த படி சம்பாதித்தானோ இல்லையோ அவர் சம்பாதித்த ஒன்றையும் தொலைக்கவில்லை.. இரண்டு பேரக்குழந்தைகளை அவருக்கு விளையாடக் கொடுத்தான். அதை விட முக்கியமான விஷயம். அப்பா எத்தனை கெட்ட வார்த்தைகள் பேசினாலும் அவரை எதிர்த்து ஒரு வார்த்தை பேச மாட்டான். பெரியவனானால் அந்த சந்தர்ப்பத்தில் அந்த இடத்தைவிட்டுப் போய்விடுவான். இவன் 'இப்ப எதுக்கு இப்பிடியெல்லாம் பேசறேள்' என்று மெதுவாகச் சொல்லுவான்.

○○○

மாமாவின் நடமாட்டம் கொஞ்சம் கொஞ்சமாகக் குறைந்து அவர்களுடைய தெரு அடுத்தடுத்த ஒன்றிரண்டு தெருக்களுக்கு மெதுவாக நடந்து போவது என்று ஆகிப்போனது.. எங்கும் தூரமாகப் போக வேண்டாம் என்று பையன்களும் சொல்லி விட்டார்கள். ஜெ.பி. நகர் குமார் வீட்டுக்கு மாமியும் அவரும் போய் ஒரு வாரம் பத்து நாள் என்று இருப்பார்கள். அது அபார்ட்மெண்ட் வீடு.. இருக்கப்பிடிக்காமல் வந்து விடுவார்கள்.

அவர் வாக்கிங் வரும் சில நாட்களில் குமரவேல் பார்ப்பதுண்டு. எல்லா விஷயங்களையும் பற்றிக் கொஞ்ச நேரம் பேசுவார்கள்..குறிப்பாக சமீபத்தில் போய்ச்சேர்ந்தவர்களைப் பற்றித்தான் பேச்சு இருக்கும். எண்பதுகளில் இந்த நான்கைந்து தெருக்களிலிருந்த பழையவர்களில் பலர் போய்ச்சேர்ந்து விட்டார்கள். அல்லது இடம் மாறிப் போய்விட்டார்கள்.

அன்றைக்கு காலை நடைப்பயிற்சிக்குப் போய்விட்டு டீ குடித்துக்கொண்டே பேப்பரைப் பார்த்துக் கொண்டிருந்தான் குமரவேல். வனிதா வேலைக்குப் போவதற்காகக் கதவைத் திறந்தவள் ‘வாங்க அங்கிள்’ என்று சொல்லும் சத்தம் கேட்டது. முதலில் கைத்தடி தெரிந்தது. அப்புறம் ராமகிருஷ்ண மாமா கைத்தடியோடு உள்ளே வந்தார். சோபாவில் உட்கார்ந்திருந்த குமரவேல் தலையை உயர்த்தி மாமாவைப் பார்த்தான். அவர் பெரியார் மாதிரி கைத்தடியின் மேல் நுனியை இருகைகளாலும் பற்றிக்கொண்டு குமரவேலுவையே பார்த்தார்.. பார்த்துகொண்டேயிருந்தவரின் கண்களிலிருந்து கண்ணீர் வடியத் தொடங்கியது.

குமரவேல் சோபாவிலிருந்து எழுந்து அவரிடம் போய்

‘என்ன மாமா... என்னாச்சு... ஏ இப்ப கண் கலங்கறீங்க...?’

மாமா ஒன்றும் பேசவில்லை..

குமரவேல் கைத்தடியை வாங்கி சோபா மேல் சாத்தி வைத்து விட்டு அவர் கையைப் பிடித்து உட்கார வைத்தான். சுலோச்சனா சமையல் கட்டிலிருந்து வெளியே எட்டிப்பார்த்தாள். அவள் கையில் அப்போது பிசைந்து கொண்டிருந்த சப்பாத்தி மாவு ஒட்டிக்கொண்டிருந்தது..

தனது இரு கைகளையும் சோபாவின் மீது வைத்துக்கொண்டு ஒன்றும் பேசாமல் உட்கார்ந்திருந்தார் மாமா.. ஏதோ தொலை தூரத்திலிருந்து வந்திருப்பவரைப்போல அவரிடம்

‘லலிதா மாமி நல்லாருக்காங்களா..,? இங்க இருக்காங்ளா இல்லே குமார் வீட்லே இருக்காங்ளா..?’

‘இங்க தா இருக்கா... இப்ப என்ன தனியா உட்றதில்லே... அவ இல்லாதப்ப எங்க மண்டயப் போட்ருவனோன்னு பயம்...’

என்று சொல்லி விட்டு ‘ஹா... ஹா..’ வென்று சிரித்தார்.. இவரா நிமிஷங்களுக்கு முன்னால் கண் கலங்கி நின்றவர் என்று ஆச்சரியமாக இருந்தது..

சுலோச்சனா மறுபடியும் வெளியே வந்து

‘கொஞ்சம் காபி சாப்ட்றீங்களா மாமா..’ என்றாள்..

‘குடுங்கோ... கொஞ்சமா குடுங்கோ..’ என்று சொன்னவரின் கண்கள் மறுபடியும் நிலத்தைப் பார்த்தபடி நிலைகுத்தி நின்றன..

‘குஷாலப்பா போய்ட்டான் தெரியுமோல்யோ..?’

குஷாலப்பா யார் என்று குமரவேலு நினைவுக்குக் கொண்டுவருவதற்குக் கொஞ்ச நேரம் பிடித்தது..

அவர்களது வீடுகளுக்கு மேல்பகுதியில் இருப்பவையெல்லாம் இதை விட இரண்டு மடங்கு இருக்கக்கூடிய பெரிய சைட்டுகள். அதில் ஒன்றில் இருந்த குஷாலப்பா மைகோவில் மாமாவோடு வேலை செய்தவர்.. ஒரே இடத்தில் வேலை செய்தாலும், ஒரே ஏரியாவில் வசித்தாலும் இரண்டு பேரும் பேசிக்கொண்டதே கிடையாது.. ஆனாலும் அவரவர்களது பின்னணி தெரியும்.. குஷாலப்பா மிகவும் வசதியானவன்.. கொடகுப்பகுதியில் எஸ்டேட் எல்லாம் இருக்கிறது. இங்கேயும் சொத்துக்கள் உண்டு...ஆனால் மண்டையில் மசாலா கிடையாது...அவன் மனைவி ஒரு சொசைட்டி லேடி.. அவர்களது ஒரே மகளும் கிட்டத்தட்ட அதே மாதிரித்தான்.. ஆனால் குஷாலப்பா இதையெல்லாம் கண்டுகொள்ள மாட்டான்..எதையுமே கண்டுகொள்ள மாட்டான். அவனுடைய சகவாசமெல்லாம் திம்மே கௌடாவுடன் தான். திம்மே கௌடா மைகோவிலேயே ஒரு சாதாரண உத்தியோகத்தில் இருப்பவன்..எந்த விதத்திலும் அவனுக்கு சேர்த்தி கிடையாது.. அவனைக் கூட்டிக்கொண்டு கோரமங்கலாவில் இருப்பதிலேயே மிகவும் மலிவான எஸ்.எல்.வி.பார் அண்ட் ரெஸ்டாரண்டுக்குப் போய் தண்ணி அடிப்பது.. ஒன்றுக்கும் உதவாத கர்நாடக அரசியலைப் பற்றிப் பேசுவது என்று பொழுதைக் கழிப்பவன்.. அவன் இருந்தா என்ன.. போனாலென்ன... ? ஒரு வேளை மரணம் அடையாளம் தெரியாத வழிகளின் மூலமாகவெல்லாம் மாமாவை மிரட்டிக்கொண்டிருக்க வேண்டும்..

ராமகிருஷ்ண மாமாவின் இளைய மகன் சேஷகிரி முற்றிலுமான பிராமணப்பாதையில் போய்க்கொண்டிருப்பது பற்றி மாமா பிரஸ்தாபிப்பது வழக்கமாகப் போயிற்று.. இதற்காக அவர் பெருமைப்படுகிறாரா அல்லது அவனை விமர்சிக்கிறாரா என்று புரிந்து கொள்ள முடியவில்லை.. சேஷுவின் இரண்டு பையன்களுக்கும் சின்ன வயதிலெயே பூணூல் கல்யாணத்தை நடத்தினான். பாரத் கல்ச்சுரல் செண்டரில் ஒருத்தன் மிருதங்கமும், இன்னொருத்தன் வீணையும் கற்றுக்கொள்கிறார்கள். பூணூல் கல்யாணத்திற்கு குமரவேலுவைக் கூப்பிடவில்லை... அது கூடப் பரவாயில்லை... மாமாவுக்கு எண்பது வயது நிறைந்தபோது அவரது சதாபிஷேகத்தை மிகப் பிரமாதமாக ஐந்தாவது பிளாக் கிருஷ்ணன் கோயிலில் நடத்தினான். அப்படி நடத்தினான் என்பதே குமரவேலுவுக்கு ரொம்ப நாள் கழித்துத்தான் தெரிந்தது..

'என்ன சேஷு... எங்களயெல்லாம் கூப்டவே இல்லியே..?

'இல்ல சார் ... எங்க சாஸ்திரப்படி அது எங்களுக்குள்ள தான் நடத்திக்கணம்..'

குமரவேலுவுக்குத் தெரிந்து போயிற்று.. தனது இடம் என்ன என்று புரிந்து போயிற்று.. தனது ஆற்றாமையை சுலோச்சனாவிடம் தெரியப்படுத்தியபோது அவள் ஒரே வாக்கியத்தில் தனது அபிப்ராயத்தை மட்டுமல்லாமல் தனது சமூகத் தத்துவத்தையும் தெரிவித்து விட்டாள்.

'உங்க (?) ஊர்ல நடக்கற விசேஷங்களுக்கு சக்கிலீ வளவுலே இருக்கற ஆக்களுக்கு பத்திரிக வப்பீங்களா..?'

இது சம்பந்தமாகவும் மாமா தனது அபிப்ராயத்தைத் தெரிவிக்கவில்லை.. மாமா பெரிய பையன் வீட்டுக்குப் போன போது அவர் தனது வீட்டில் அறிமுகப்படுத்திய சமதர்மத்தத்துவங்களெல்லாம் விடை வாங்கிக்கொண்டன.. வேலைக்காரியை நிறுத்திய சேஷு அந்நியர் யார் வந்தாலும் கதவோடு பேசி அனுப்பி விடுவான்..சரித்திரம் ஒரு சுற்றுச் சுற்றி வந்து விட்டது..

'சரி... நா கௌம்பறேன்..'

என்று சொல்லிக்கிளம்பிய மாமாவை ராகுல் பாதி தூரம் கொண்டு போய் விட்டு விட்டு வந்தான்.

அதற்கு அடுத்த மாதமே மாமாவின் சாவுச்சேதி வந்தது.. அவரது குடும்பத்திலிருந்து யாரும் தகவல் சொல்ல வில்லை..

அதே தெருவிலிருந்த நாகராஜ் தான் சொன்னார்.. அதிகாலையில் தூக்கத்திலேயே உயிர் போய்விட்டது.. வழக்கமாக ஐந்து மணிக்கு எழுந்திருப்பவர் அந்த நேரத்திற்கு எழுந்திருக்காததால் போய் எழுப்பியிருக்கிறார்கள். விஷயம தெரிய வந்திருக்கிறது. அப்போது லலிதா மாமி கூட இங்கில்லை.. குமார் வீட்டிலிருந்தார்..

ஒரு பத்து மணி சுமாருக்கு சுலோச்சனாவும், குமரவேலுவும் சென்றார்கள்.. அங்கே அவர்களை யாரும் கண்டு கொள்ளவில்லை.. ஆரம்பகாலத்தில் மாமாவுடன் தொடர்பு ஏற்பட்டபோது அவர் அறிமுகப்படுத்தி வைத்திருந்த உறவினர்கள் எல்லோரும் வயதான தோற்றத்தில் இருந்தார்கள். சில பேர் குமரவேலுவை அடையாளம் கண்டு குசலம் விசாரித்தார்கள்..

ஹாலில் வெள்ளைத்துணி போர்த்தப்பட்டு மாமாவைக் கிடத்தியிருந்தார்கள். ஏதோ சமஸ்கிருத சுலோகம் ரெகார்டரில் ஓடிக்கொண்டிருந்தது. வாத்தியார்கள் அப்போது தான் வரத்தொடங்கியிருந்தார்கள். எப்போது எடுப்பார்கள் என்று கேட்டுத்தெரிந்து கொண்ட பிறகு குமரவேல் கிளம்பத்தயாரானான். அதற்குள் சுலோச்சனா இரண்டு தடவை எட்டிப்பார்த்து விட்டுப் போய்விட்டாள். உள்ளே நிலைமை சரியில்லையென்று அர்த்தம். பொதுவாகவே இத்தகைய சூழ்நிலைகள் ஆங்கிலேயப் பண்பாட்டைப் பின்பற்றுபவர்களுக்கு ஒத்து வராது.

இத்தனை வருட பெங்களூர் வாழ்க்கையில் ஆதிகாலத்— திலிருந்து இன்று வரை ஆத்மார்த்தமாக ஒருவருடன் தொடர்பு கொண்டிருந்தோமென்றால் அது ராமகிருஷ்ணமாமா தான் என்று ஆகிவிட்ட படியால் அவர் சாம்பலாகிற வரை அவருடன் இருக்க வேண்டும் என்று குமரவேல் ஆசைப்பட்டான். ஆனால் அருகில் போக முடியாது.. சுலோச்சனாவுடன் வீட்டிற்குத்திரும்பி வந்தவர் தன் வீட்டுக்கும், மாமா வீட்டுக்குமாக போய்க்கொண்டும் வந்து கொண்டுமிருந்தான்.

எல்லாவற்றையும் இனி முதலிலிருந்து ஆரம்பிக்க முடியுமா? குண்டு ராவும், ராமகிருஷ்ண ஹெக்டேயும், எஸ்.ஆர். பொம்மாயும் இனி எங்கிருந்து வருவார்கள்..? ராஜ்குமாரும், கல்யாண்குமாரும், எம்.வி. ராஜம்மாவும் திரும்ப வரும் வாய்ப்பு உண்டா என்ன? போனது போனது தான். அவர் கால்கள் தானாக மாமா வீட்டை நோக்கி நடக்க ஆரம்பித்தன.

பக்கத்தில் பதினெட்டாவது மெயின் ரோட்டில் போனமாசம் ஒரு ரெஸ்டாரண்ட் திறந்தார்கள். 'நீலக்கடல்' என்று பெயர்..

மிகச்சுவையான கேரளத்துப் பாணி உணவுகள்.. ரொம்பவும் காஸ்ட்லியாக இருந்தாலும் திறந்த கொஞ்ச நாளிலேயே பிரபலமாகி விட்டது. மாமா இருந்தால் 'நல்லா கொள்ளையடிக்கறாண்டா.. இருந்தும் ஜனங்க போறாளே..' என்பார். மத்தியான நேரம் கடந்த பிறகும் அங்கு வந்து கொண்டிருந்த கார்களை நிறுத்துவதற்கு இடம் தேடிக் கொண்டிருந்தார்கள்.. தனக்குப் பிடிக்காத எதையும் நிறுத்த முடியாமலே மாமா போய்ச்சேர்த்து விட்டார்.

வில்சன் கார்டன் மின்மயானத்தில் கார் நிறுத்துவதற்கு நிறைய இடம் இருந்தது.. மரங்கள் நிறைய இருந்ததால் உட்காரவும் முடிந்தது.. வாகான இடத்தில் காரை நிறுத்தி விட்டு மாமாவின் அமரர் ஊர்தி வருகிறதா என்று கேட்டையே பார்த்துக்கொண்டிருந்தார்..

வண்டியுடன் கூட வந்தவர்கள் அதிகம் இல்லை.. ஒரு பத்துப்பதினைந்து பேர்.. இங்கும் நிறைய சடங்குகள் இருந்தன. எல்லாம் முடிந்த பின் மாமாவின் உடல் உருளை பதித்த பலகையில் உள்ளே போனதைப் பார்த்த பிறகு காரை எடுத்துக் கொண்டு சித்தாபுரா வழியாக லால்பாக் தெற்கு கேட்டிற்குள் நுழைந்து அங்கிருந்த ஏரிக்கரையிலிருந்த சிமெண்ட் பெஞ்சில் உட்கார்ந்தான். மாலை மங்குவதற்கு இன்னும் சற்று நேரமே இருந்தது

நெஞ்சு முழுவதும் மாமாவே நிறைந்திருந்தார்.. பல வருஷங்களாகவே அவர் தளர்வாகத்தான் இருந்தார்..எப்போது வேண்டுமானாலும் சேதி வரலாம் என்று குமரவேல் நினைத்திருந்தார். இப்போது சேதி வந்ததிலும் ஆச்சரியமில்லை. ஒரு நாளைக்குள் எல்லாம் முடிந்து மாமா இப்போது வெறும் நினைவாகி விட்டார். கடைசியில் மிஞ்சுவது வெறும் நினவுகள் மட்டும் தானா ?

தனக்கு ஐம்பது வயதுக்கு மேல் ஆன பிறகு தனக்குப் பரிச்சயமானவர்கள் இந்த உலகத்தை விட்டு நீங்குவது பற்றிய செய்திகள் தொடர்ச்சியாக வருவதை குமரவேல் கவனித்தார். அப்போது இருக்கும் சூழலைப் பொறுத்து அவர்களைப் பற்றிய நினைவுகளில் மூழ்கிப்போவார். அன்றைய சூழல் அப்படி 'நினவு மூழ்க'லுக்கு சாதகமாக இல்லையென்றால் அது எந்த சந்தடியுமே இல்லாமல் கடந்து போகும். அப்படி எத்தனையோ மறைவுகள் கடந்து போயின..

சொல்லப்போனால் கூப்பிடுதூரத்தில் இருந்தபோதே மாமாவுடனான தொடர்பு முற்றிலுமாக விட்டுப்போய்விட்டது. மாமாவுடன் எத்தனை நேரம் வேண்டுமானாலும் செலவழிக்கலாம்.

பேசிக்கொண்டே இருக்கலாம். இடையில் வயது, ஜாதி, மதம், இனம், பணக்காரன், ஏழை என்ற எந்தத் தடையும் கிடையாது. ஜீவாத்மா பரமாத்மாவுடன் இணைவதற்கான முயற்சி.. கல்யாணமாகாத அந்தக்காலத்தில் மாமாவிடம்,

‘மாமா நான் உங்காத்துலேயே வந்து இருந்துக்கட்டா..?’ என்று கேட்டிருந்தால்

‘அதுக்கென்னடா... வந்து இருந்துக்கோ... பெட்டிய நான் வந்து எடுத்துண்டு வரவா இல்ல நீயே கொண்டாந்திர்றயா..? ‘என்று சொல்லியிருப்பார்.

இந்த அறுபத்துத் தொச்சம் வருசம் வாழ்ந்த பிறகு யாரைப் பற்றி நினைப்பது.. பருவத்துக்குத் தகுந்தபடி எத்தனையோ பேர் வந்து போனார்கள். அவர்களிடம் பிரியம் காண்பித்து, கோபப்பட்டு, அனுதாபப்பட்டு, எரிச்சல் பட்டு, வருத்தம் தெரிவித்து, மன்னிப்புக் கேட்டு, நன்றி தெரிவித்து இதோ விடை பெறும் நேரத்தில் யாரைப் பார்க்கப் போகிறோம்? யாரும் கிடைக்க மாட்டார்கள். எல்லோரும் அவரவருக்கான லோகத்தைத் தேடிப்போய் விட்டார்கள் மாமாவும் தனக்கான லோகத்தைத் தேடித்தானே போயிருக்கிறார்..

இப்படி ஒரு மனசை எப்படி மாமா வரித்துக் கொண்டாய்? நீ ஒரு வைதீக பிராமணன் என்றும் நான் ஒரு மாமிசம் தின்னும் சூத்திரன் என்றுமுள்ள வித்தியாசம் உன்னை உறுத்தவேயில்லையா? உனது ஜாதிக்குரிய ஆச்சாரத்தையெல்லாம் சில நாட்களே பழக்கமான இந்தக் கிராமத்தானுக்காகத் தூரத்தூக்கிப் போடும் பெரிய மனசு எப்படி வந்தது? எனக்காக மட்டுமா தூக்கிப்போட்டாய்? உன் வாழ்வில் குறுக்கிட்ட எத்தனையோ பேருக்காகவும் தான் தூக்கிப் போட்டாய்.. உனது யக்ஞோபவீதத்தின் எந்தப் புரியில் இந்தப் பிரியம் ஒளிந்திருந்தது? வைதீகப் பின்னணி இல்லாமலிருந்திருந்தால் கூட இப்படித்தான் இருந்திருப்பாயா? நிச்சயமாக. அது ஒரு தற்செயல் நிகழ்வு... அவ்வளவே... சாவதற்கு ஒரு மாதம் முன்னால் கைத்தடியை ஊன்றிக்கொண்டு உள்ளே நுழைந்ததும் உன் கண்ணிலிருந்து வழிந்த கண்ணீருக்கு வேறு எந்த அர்த்தமும் இல்லை மாமா.. பிரியம்.. பிரியம்... அது மட்டுமே.. அந்தக் கண்ணீருக்கு வேறு எந்த அடையாளமும் கிடையாது.. அந்தக்கண்ணீர் தான் நீங்கள் எனக்குக் கொடுத்த கடைசிப்பரிசு மாமா..

இவ்வளவு கரடுமுரடான மேல்பக்கத்துக்குக்கீழே உள்ள உனது நல்ல குணத்தை எவ்வளவு நன்றாகப் புரிந்து கொண்டிருந்தார்கள் உனது குடும்பத்தார்.. உனக்கு ஒரு குறையும் வைக்க வில்லை

மாமா... என்னை அழைக்கவில்லையென்பதற்காக நான் அவர்களைக் குறை சொல்லவில்லை.. உங்கள் சதாபிஷேகத்திற்குக் கூப்பிடவில்லையென்பதில் எனக்கு எந்த வருத்தமும் இல்லை..ஏன்.. பல வருடங்களுக்கு முன்னால் ராமனின் மனைவி மாரி இறந்தபோது எல்லா உபகாரங்களையும் செய்த நீங்கள் மயானத்துக்கு வர முடியவில்லை... அதனாலென்ன... சாஸ்திரம் என்று வைத்துக்கொண்டால் அதற்குண்டான மரியாதையைக் கொடுத்துத்தான் ஆகவேண்டும்.. இதெல்லாம் சின்ன விஷயங்கள் தான் இல்லையா? அது ஒரு பக்கம் ஓடும்.. உங்களது பிரியம் மாதிரி ஒன்று அதற்கு இணையாக ஓடும்.. இரண்டையும் எப்படி உங்களால் கச்சிதமாக எந்தப் பிசிருமின்றி உங்களால் செய்ய முடிந்தது?

நினைத்துப்பார்த்தால் எங்களூரிலிருந்து ஒரு தாழ்த்தப்பட்டவர் இந்த நகரத்திற்கு வந்திருந்தால் அவருக்கு நீங்கள் காண்பித்தது மாதிரியான பிரியத்தை நான் காண்பித்திருக்க முடியுமா? நீங்கள் எல்லோரும் சாப்பிடும் அதே தட்டை எனக்கு முன்னால் வைத்து சப்பாத்தி போட்டார்கள் மாமி.. என் வீட்டில் அது நடந்திருக்குமா? 'டு யு ஹேவ் எனி சென்ஸ்?' என்று அந்த விருந்தினருக்கு முன்னாலேயே சொல்லியிருப்பார்கள். இதெல்லாம் ஒரு கொடுப்பினை..

இந்த மாபெரும் நகரத்திலிருந்து விடை பெறுகிறவர்கள் கடைசியில் எதைப் பெரிதாக நினைப்பார்கள் மாமா..? அவர்களது எந்தக் குணங்களை மற்றவர்கள் நினைத்துப் பார்ப்பார்கள்? பொருளுதவி? ரத்த சம்பந்தம்? நன்றிக்கடன்? ஏதாவது ஒன்று இருக்கும். கண்ணால் பார்க்க முடியாத மனதால் மட்டுமே உணர முடிகிற இந்த பிரியம் என்பதை எத்தனை பேர் உணர்ந்திருப்பார்கள்?

இந்த நகரத்தை விட்டு, இந்த உலகத்தை விட்டுப்போவதற்கு எனக்கு எந்தத் தயக்கமும் இல்லை மாமா..எனது வேதனைகள்.. எதிர்ப்பார்ப்புகள்... ஏமாற்றங்கள்... எல்லாவற்றையும் நான் புரிந்து கொள்கிறேன்.. சகித்துக் கொள்கிறேன்.. இவையெல்லாம் நான் போடும் வேஷத்தின் இன்றியமையாத பாகங்கள்..ஒரு கணவனாக, தகப்பனாக, மாமனாராக.. இப்படி பல வேஷங்கள் இவற்றுக்கு மாறாக எல்லாமே நான் சந்தோஷப்படும்படி நடந்திருந்தாலும் அதுவும் நான் போடும் வேஷத்தின் பாகங்களே தான். வேஷத்தின் பாகமாக இல்லாமல் இயல்பாக வந்து அதன் பொருளை உணர்த்தியது தான் நீங்கள் காட்டிய பிரியமெல்லாம்...

இதைப் பிரிக்கக்கூடிய சக்தி எங்கிருந்து வந்தது மாமா? இத்தனை காலமாக இந்தக் குரூரத்தை மானுட குலம் எவ்வாறு தாங்கிக்

கொண்டது? ஒன்றுமே நடக்காதது மாதிரித்தான் எரித்துப் போட்டு விட்டு வேறு வேலையைப் பார்க்கப் போய்விடுகிறார்கள்.

'எமதர்மரே! இந்த லோகத்து சுகபோகங்களில் எனக்கு நாட்டமில்லை. நீங்கள் எனக்குத் தருவதாகச் சொன்ன வரங்களில் ஒன்றின் மீது சொல்லுங்கள். ஜனனத்திற்கும், மரணத்திற்குமிடை—யிலான வாழ்க்கை சரி... மரணத்திற்குப் பிறகு என்ன நடக்கிறது என்னும் புதிரை எனக்கு விடுவித்துக் கொடுங்கள்!'

'நசிகேதா! உன் மன உறுதியை மெச்சுகிறேன்.. சொல்கிறேன் கேள்! சுயம் என்பது அழிவில்லாதது. அதற்கு பிறப்பு என்பது கிடையாது. அதனாலேயே அதற்கு இறப்பு என்பதும் இல்லை.. எப்பொருளிலிருந்தும் அது உருவாகவில்லை.. அதனின்று எப்பொருளும் உருவாவதுமில்லை..உடல் அழியக்கூடியது.. ஆன்மா அழிவில்லாதது.... நான் அழித்தேன் எனச் சொல்பவரும், என்னை அழித்துவிட்டார்கள் எனச்சொல்பவரும் அறியாமையிலேயே அப்படிச் சொல்கிறார்கள். சுயம் அழிவில்லாதது. சிறியதாக இருக்கிற எல்லாவற்றையும் விட அது சிறியது... பெரிதாகத் தெரிகிற எல்லாவற்றையும் விட அது பெரியது...

வாதம் கொண்டோ, மூளைத்திறன் கொண்டோ, பாண்டித்தியம் கொண்டோ சுயத்தை அறிந்து விட முடியாது. இந்த தேகம் என்பது ஒரு ரதம்... ஞானம் தான் அதன் சாரதி..புலன்களே அதன் புரவிகள்.. மனசாட்சி தான் அதற்குக் கடிவாளம்..ஆன்மாவே அந்த ரதத்தின் உடமஸ்தன்..உடல், மனம், புலன்கள் என எல்லாவற்றுக்கும் மேலானது சுயம்..

ஆன்மாவை விட மேலானது மகா பிரக்ஞை.. மகா பிரக்ஞையின் மூலமே மகா ஸ்வயத்தை அடைய முடியும். அப்படி நீ அதை அடையும்போது மரணத்தைக் கண்டு அஞ்ச மாட்டாய்'

'சார்.... ஹொாரடுத்திரா... டைமாய்த்து..' என்று அவரைக்கிளப்பினான் செக்யூரிடி.

மாலை மங்கி இருள் கவிழ்ந்து லால் பாக்கின் மரங்களெல்லாம் அந்த இருளில் மூழ்கியிருந்தன.

குமரவேல் தனது காரை நோக்கி நடந்தார்.

•••